AF759008

# പി ജിയും സാഹിത്യവും

**P G yum sahithyavum**
Literature Studies

Dr. Chanthavila Murali

CHINTHA PUBLISHERS
Thiruvananthapuram



*First Chintha Edition*
June 2022

*Typesetting and Published*
Chintha Publishers, Thiruvananthapuram
in association with PG Samskrithi Kendram, Thiruvananthapuram

Printed at
Time offset printers, Thiruvananthapuram

Cover Design
Vinod Mangoes

ISBN : 978-93-93468-00-0

CO - 3052 / 5721

**₹ 360**

Email: chinthapublishers@gmail.com
Website: www.chinthapublishers.com

A version is available at National Libraries
Kolkata, Mumbai, Chennai and Delhi

***Distribution***
**DESHABHIMANI BOOKHOUSE**
H O Thiruvananthapuram 695035

***Branch***
Head Office Kunnukuzhi • Statue Thiruvananthapuram
KSRTC Bus Terminal Thampanoor • Saphalyam Complex Thiruvananthapuram
KSRTC Bus Station Alappuzha • KSRTC Bus Station Ernakulam
Machingal Lane Thrissur • IG Road Kozhikode
Mavoor Road Kozhikode • NGO Union Building Kannur
Central Bus Terminal Complex Thavakkara Kannur

# പി ജിയും സാഹിത്യവും

ഡോ. ചന്തവിള മുരളി

ചിന്ത പബ്ലിഷേഴ്സ്
തിരുവനന്തപുരം-695 035
വില : ₹ 360

## ചന്തവിള മുരളി

ആയിരത്തിത്തൊള്ളായിരത്തി അറുപത്തിമൂന്ന് ഒക്ടോബർ 30 ന് തിരുവനന്തപുരം ജില്ലയിൽ കഴക്കൂട്ടത്തിനടുത്തുള്ള ചന്തവിളയിൽ ജനിച്ചു. അച്ഛൻ: ചന്തവിള ശ്രീധരൻപിള്ള. അമ്മ: ശാന്തകുമാരി. ചന്തവിള യു പി സ്കൂൾ, തുണ്ടത്തിൽ മാധവവിലാസം ഹയർസെക്കന്ററി സ്കൂൾ, ചെമ്പഴന്തി എസ് എൻ കോളേജ്, കാര്യവട്ടം യൂണിവേഴ്സിറ്റി കാമ്പസ്, തിരുവനന്തപുരം ലോ അക്കാദമി ലോ കോളേജ് എന്നിവിടങ്ങളിൽ വിദ്യാഭ്യാസം. കേരള സർവ്വകലാശാലയിൽ നിന്നും 1986 ൽ പൊളിറ്റിക്സിലും 1987 ൽ ഹിസ്റ്ററിയിലും 1988 ൽ സോഷ്യോളജിയിലും എം എ ബിരുദവും 1999 ൽ എൽ എൽ ബി ബിരുദവും 2003 ൽ *ഇ എം എസും കേരളത്തിലെ കമ്യൂണിസ്റ്റ് പ്രസ്ഥാനവും 1959 വരെ (EMS and the Communist Movement in Kerala upto 1959)* എന്ന പ്രബന്ധത്തിന് ഡോക്ടറേറ്റും ലഭിച്ചു. കല്ലമ്പലത്തിനടുത്തുള്ള കരവാരം വൊക്കേഷണൽ ഹയർ സെക്കന്ററി സ്കൂളിൽ ഹിസ്റ്ററി അദ്ധ്യാപകൻ ആയിരുന്നു.

**കൃതികൾ:** *സഖാവ് പി കൃഷ്ണപിള്ള ഒരു സമഗ്ര ജീവചരിത്രപഠനം* (2009 ലെ വി ടി പുരസ്കാരം, 2009 ലെ അബുദാബി ശക്തി അവാർഡ്), *എ കെ ജി ഒരു സമഗ്ര ജീവചരിത്രം* – 3 വോള്യങ്ങൾ, (2016 ൽ അബുദാബി ശക്തി പുരസ്കാരം, 2016 കേരള സാഹിത്യ അക്കാദമി അവാർഡ്), *സി പി ഐ (എം) രൂപീകരണം ഒരു ചരിത്രം, എൻ സി ശേഖർ: കേരളത്തിലെ വിപ്ലവ പ്രസ്ഥാനത്തിന്റെ തീപ്പൊരി, അഴീക്കോടൻ രാഘവൻ ജീവിതവും രാഷ്ട്രീയവും, പി ജിയും വൈജ്ഞാനിക സാഹിത്യവും, പി ഗോവിന്ദപിള്ള* (ജീവചരിത്രം), *ആധുനിക കേരളം: ജീവിതവും സംസ്കാരവും, ലോകമതങ്ങളുടെ ചരിത്രം, കെ പി ഗോപാലൻ ജീവിതവും രാഷ്ട്രീയവും.*

ഭാര്യ : സുധാകുമാരി
മക്കൾ : ഡോ. അമൃത, ആര്യ
വിലാസം : അമൃത, ചന്തവിള
കാട്ടായിക്കോണം പി ഒ,
തിരുവനന്തപുരം– 695 584
ഫോൺ : 9895706568

# ഉള്ളടക്കം

# പ്രസാധകക്കുറിപ്പ്

മാർക്സിസ്റ്റ് സൈദ്ധാന്തികൻ, പ്രഭാഷകൻ, സാഹിത്യ നിരൂപകൻ എന്ന് തുടങ്ങി അനവധി നിലകളിൽ സ്ഥാനം നേടിയ ബഹുമുഖപ്രതിഭയാണ് പി ഗോവിന്ദപ്പിള്ള. കേരളീയ പൊതുമണ്ഡലത്തിൽ പി ജി നടത്തിയ ഇടപെടലുകൾ സമാനതകളില്ലാത്തതായിരുന്നു. സാഹിത്യരംഗത്ത് പി ജി നടത്തിയ ഇടപെടലുകളെ ചൂണ്ടിക്കാണിക്കുകയാണ് ഡോ. ചന്തവിള മുരളി, *പി ജിയും സാഹിത്യവും* എന്ന ഗ്രന്ഥത്തിലൂടെ. ഈ ഗ്രന്ഥം വ്യാപകമായി സ്വീകരിക്കപ്പെടും എന്ന വിശ്വാസത്തോടെ വായനാ സമൂഹത്തിനായി സമർപ്പിക്കുന്നു.

**ചിന്ത പബ്ലിഷേഴ്സ്**

# ആമുഖം

**ലോ**കപ്രശസ്തനായ മാർക്സിസ്റ്റ് സൈദ്ധാന്തികൻ, മനസ്സുതൊട്ടറിയുന്ന പ്രഭാഷകൻ, പ്രതിബദ്ധതയുള്ള പത്രപ്രവർത്തകൻ, ഉജ്ജ്വല വാഗ്മി, വിനയാന്വിതനായ പണ്ഡിതൻ, പ്രഗല്ഭനായ അദ്ധ്യാപകൻ, നിസ്വാർത്ഥനായ രാഷ്ട്രീയ പ്രവർത്തകൻ, സാംസ്കാരിക പ്രവർത്തകൻ, സഹൃദയൻ, ചിന്തകൻ, ഭാഷാഗവേഷകൻ, പ്രത്യുൽപ്പന്നമതി, രാഷ്ട്രീയ വിശാരദൻ, സോദ്ദേശ്യവിമർശകൻ, എഴുത്തുകാരൻ, നിയമസഭാസാമാജികൻ, പുസ്തകപ്രേമി, മാർക്സിയൻ സൗന്ദര്യ ശാസ്ത്രജ്ഞൻ, ശാസ്ത്രചിന്തകൻ, ചരിത്രപണ്ഡിതൻ, കലാതത്വചിന്തകൻ, ഗ്രന്ഥശാലാ പ്രവർത്തകൻ, പരിസ്ഥിതിവാദി, സാഹിത്യ നിരൂപകൻ, മതചിന്തകൻ, ബുദ്ധിജീവി, ദാർശനിക ചിന്തകൻ, സാമ്പത്തികശാസ്ത്ര ചിന്തകൻ, വിവർത്തന സാഹിത്യകാരൻ, കമ്യൂണിസ്റ്റ് പാർട്ടി അംഗം, സംഘാടകൻ, പരന്നവായനക്കാരൻ, മനുഷ്യപ്പറ്റുള്ള ബൗദ്ധികപ്രതിഭ, പാവപ്പെട്ടവർക്കുവേണ്ടി ജീവിതം ഉഴിഞ്ഞുവെച്ച പോരാളി, അനീതിക്കെതിരെ നിരന്തരം കലഹിക്കുന്ന വിപ്ലവകാരി, സർവ്വോപരി ഉത്തമനായ ഒരു മനുഷ്യസ്നേഹി എന്നീ നിലകളിലെല്ലാം കേരളീയർക്ക് സുപരിചിതനാണ് *പി ജി* എന്ന രണ്ടക്ഷരത്തിൽ അറിയപ്പെടുന്ന പി ഗോവിന്ദപ്പിള്ള (1926 –2012).

പി ജിയെക്കുറിച്ചുള്ള എന്റെ മൂന്നാമത്തെ പുസ്തകമാണ് *പി ജിയും സാഹിത്യവും* എന്ന ഈ കൃതി. *പി ഗോവിന്ദപ്പിള്ള* പേരിൽ പി ജിയുടെ ഒരു ജീവചരിത്ര ഗ്രന്ഥവും പി ജി വൈജ്ഞാനിക സാഹിത്യത്തിന് നൽകിയ സംഭാവനകൾ വിശദീകരിക്കുന്ന *പി ജിയും വൈജ്ഞാനിക സാഹിത്യവും* എന്ന മറ്റൊരു ഗ്രന്ഥവും ഞാൻ ഇതിനു മുമ്പ് എഴുതി പ്രസിദ്ധീകരിച്ചിട്ടുണ്ട്. സാഹിത്യരംഗത്തെ പി ജിയുടെ സംഭാവനകൾ വസ്തുനിഷ്ഠമായി വിശകലനം ചെയ്യുക എന്നതാണ് ഈ കൃതിയുടെ ലക്ഷ്യം.

പത്ത് അദ്ധ്യായങ്ങളും ഏതാനും അനുബന്ധങ്ങളും ജീവിത രേഖയും ബിബ്ലിയോഗ്രാഫിയും അടങ്ങിയതാണ് ഈ കൃതി. ഒരു നിർണ്ണായക ഘട്ട

ത്തിൽ എഴുത്തുകാരനാകേണ്ടി വന്നയാളാണ് പി.ജി. അതുപോലെതന്നെ 1950 കളിലും 60 കളിലും *പുരോഗമന സാഹിത്യസംഘടന* തകർന്നുകിടന്നപ്പോൾ അതിനെ പുനരുദ്ധരിച്ച് 1970 കളിൽ *ദേശാഭിമാനി സ്റ്റഡി സർക്കിളും* 1980 കളിൽ *പുരോഗമന കലാസാഹിത്യ സംഘവും* കെട്ടിപ്പടുക്കുന്നതിലും അതിനെ നയിക്കുന്നതിലും നിർണായകമായ പങ്കാണ് പി ജി വഹിച്ചത്. ഈ രണ്ട് കാര്യങ്ങളുമാണ് ഒന്നാം അദ്ധ്യായത്തിലെ പ്രതിപാദ്യം. മാർക്സിസ്റ്റ് സൗന്ദര്യശാസ്ത്രത്തിന് പി ജി നല്കിയ സംഭാവനകൾ രണ്ടാം അദ്ധ്യായത്തിൽ വിശദീകരിക്കുന്നു. ഒപ്പം സാംസ്കാരിക പഠനം, പെണ്ണെഴുത്ത്, ദളിത് സാഹിത്യം എന്നിവയെക്കുറിച്ചും പരാമർശിക്കുന്നു. മൂന്നാം അദ്ധ്യായത്തിൽ മലയാളത്തിലെ പ്രമുഖരായ കവികളെയും, നാലാം അദ്ധ്യായത്തിൽ മലയാളത്തിലെ പ്രമുഖരായ നോവലിസ്റ്റുകൾ, ചെറുകഥാകൃത്തുകൾ എന്നിവരെയും പി ജി നിരൂപണം ചെയ്യുന്നതിനെക്കുറിച്ചുള്ള ചർച്ചയാണ്. അഞ്ചാം അദ്ധ്യായത്തിൽ ചർച്ച ചെയ്യുന്നത് മലയാളത്തിലെ പ്രമുഖ നിരൂപകന്മാരുടെ നിരൂപണ നിലപാടുകളെക്കുറിച്ചുള്ള പി ജിയുടെ അഭിപ്രായത്തെക്കുറിച്ചാണ്.

അദ്ധ്യായം ആറ് മലയാള നാടകങ്ങളെയും, നാടകകൃത്തുക്കളെയും കുറിച്ചുള്ള ഒരു സമഗ്രപഠനമാണ്. ഏഴാം അദ്ധ്യായത്തിൽ നാടൻ പാട്ടുകളിലും താരാട്ടു പാട്ടുകളിലും വർഗ്ഗസമരം കണ്ടെത്താനുള്ള പി ജിയുടെ ശ്രമത്തെക്കുറിച്ചുള്ള ഒരു ചർച്ചയാണ്.

മലയാള സാഹിത്യം മാത്രമല്ല, ഇന്ത്യയിലെ ഇതര ഭാഷകളിലെ സാഹിത്യകാരന്മാരെയും അവരുടെ കൃതികളെയുംകുറിച്ചും, ലോകത്തിലെ പ്രമുഖ സാഹിത്യകാരന്മാരെയും അവരുടെ കൃതികളെയുംകുറിച്ചുമൊക്കെ പി.ജി മലയാളിക്ക് പരിചയപ്പെടുത്തി തന്നിട്ടുണ്ട്. അദ്ധ്യായം എട്ടിൽ ഇന്ത്യയിലെ ഇംഗ്ലീഷ് സാഹിത്യകാരന്മാരെയും, ഇതര ഭാഷകളിലെ പ്രത്യേകിച്ച്, തമിഴ് സാഹിത്യകാരന്മാരെയും, അവരുടെ പ്രധാന കൃതികളെയുംകുറിച്ചുള്ള ചർച്ചയാണ്.

ഒമ്പതാം അദ്ധ്യായത്തിൽ ലോകപ്രസിദ്ധരായ ഏതാനും സാഹിത്യകാരന്മാരുടെ – കവികൾ, നോവലിസ്റ്റുകൾ, കഥാകൃത്തുക്കൾ തുടങ്ങിയവർ – സംഭാവനകൾ വിശകലനം ചെയ്യുകയാണ്.

*ഭാഷാസ്നേഹി* എന്ന അവസാന അദ്ധ്യായത്തിൽ മലയാള ഭാഷയുടെ പരിഷ്കരണത്തിനും വളർച്ചയ്ക്കും വേണ്ടി പി ജി നടത്തിയ പ്രായോഗിക പ്രവർത്തനങ്ങൾ,അക്കാദമീയ സ്വാതന്ത്ര്യത്തിനും ആവിഷ്കാര സ്വാതന്ത്ര്യത്തിനും വേണ്ടി അദ്ദേഹം നടത്തിയ പോരാട്ടങ്ങൾ, സാഹിത്യ പുരസ്കാരങ്ങളെക്കുറിച്ചുള്ള പി.ജിയുടെ അഭിപ്രായം, പി.ജി എഴുതിയ അവതാരികകൾ, പി ജിയുടെ പൂർത്തിയാകാത്ത കൃതികൾ, പി ജി എഴുതാൻ ആഗ്രഹിച്ച പുസ്തകങ്ങൾ, എഴുത്തിന് പി ജിയുടെ പ്രേരണയും പ്രോത്സാഹനവും ലഭിച്ചവർ തുടങ്ങിയവയെക്കുറിച്ച് വിശദീകരിക്കുന്നു.

പി ജി വഹിച്ചിരുന്ന സ്ഥാനങ്ങൾ, പി ജിക്ക് കിട്ടിയ പുരസ്കാരങ്ങൾ തുടങ്ങിയവ അനുബന്ധങ്ങളായും കൊടുത്തിട്ടുണ്ട്. സാഹിത്യരംഗത്തു മാത്രമല്ല, മറ്റെല്ലാ മേഖലകളിലും പി ജി നടത്തിയ മുഴുവൻ പ്രവർത്തനങ്ങളെയും ചുരുക്കി വിവരിച്ചുകൊണ്ടുള്ള ജീവിതരേഖ വായനക്കാർക്ക് വളരെയധികം സഹായകമാകുമെന്ന് പ്രതീക്ഷിക്കുന്നു. ഈ ഗ്രന്ഥരചനയ്ക്ക് സഹായകമായ കൃതികളുടെ വിവരണം അടങ്ങിയ ബിബ്ലിയോഗ്രാഫിയും അവസാനം

കൊടുത്തിട്ടുണ്ട്. അതിൽ പി ജി എഴുതിയതും പി ജി മറ്റുള്ളവരോടൊപ്പം ചേർന്നെഴുതിയതുമായ കൃതികളെല്ലാം പ്രത്യേകം തരംതിരിച്ച് കൊടുത്തിട്ടുണ്ട്.

പി ജിയുടെ കൃതികൾ സാഹിത്യം, ജീവചരിത്രം, ശാസ്ത്രം, ചരിത്രം, മറ്റുള്ളവ, പരിഭാഷകൾ, പി.ജി മറ്റുള്ളവരോടൊപ്പം ചേർന്നെഴുതിയ കൃതികൾ തുടങ്ങിയ വിഭാഗങ്ങളിൽ ഉൾപ്പെടുന്നു. ഇവയിൽ സാഹിത്യ വിഭാഗത്തിൽ ഒഴികെ വരുന്ന കൃതികളെക്കുറിച്ച് *പി ജിയും വൈജ്ഞാനിക സാഹിത്യവും* എന്ന എന്റെ ഗ്രന്ഥത്തിൽ വിലയിരുത്തിയിരിക്കുന്നതിനാൽ ഈ കൃതിയിൽ ആവർത്തിക്കുന്നില്ല. സാഹിത്യ കൃതികളിൽ ഉള്ളവയെക്കുറിച്ച് ഇതിലെ പത്ത് അദ്ധ്യായങ്ങളുടെ പല ഭാഗത്തും വിശദീകരിക്കേണ്ടി വന്നതിനാൽ ആ കൃതികളിൽ നാലെണ്ണം ഒഴികെയുള്ളവയെക്കുറിച്ച് പ്രത്യേകം പഠനം നടത്തിയിട്ടില്ല. പ്രത്യേക പഠനം നടത്തിയ നാലു കൃതികളെക്കുറിച്ചുള്ളവ രണ്ടാം അദ്ധ്യായത്തിൽ ഉൾപ്പെടുത്തിയിരിക്കുന്നു.

സാഹിത്യരംഗത്ത് പി ജി നടത്തിപ്പോന്ന പ്രവർത്തനങ്ങൾ എന്തൊക്കെയാണെന്ന് മനസ്സിലാക്കുവാനും അതുവഴി മലയാളസാഹിത്യചരിത്രത്തിൽ പി ജിയുടെ സ്ഥാനമെന്തെന്ന് നിർണ്ണയിക്കുവാനും ഈ ഗ്രന്ഥം സഹായിക്കുമെന്ന പ്രതീക്ഷയോടെ ഇതിനെക്കുറിച്ചുള്ള അഭിപ്രായങ്ങളും വിമർശനങ്ങളും സസന്തോഷം സ്വാഗതം ചെയ്തുകൊണ്ട് ആമുഖം ഉപസംഹരിക്കട്ടെ.

**ഡോ. ചന്തവിള മുരളി**

അവതാരിക

# മാർക്സിയൻ സൗന്ദര്യശാസ്ത്രജ്ഞനായ പി ജി

എം എ ബേബി

**പി** ജി എന്ന പി ഗോവിന്ദപ്പിള്ളയെ എന്റെ തലമുറ ഓർമ്മിക്കുന്നത് ഒന്നാമതായി തങ്ങളുടെ പ്രിയ അദ്ധ്യാപകൻ എന്ന നിലയിലാണ്. എത്ര യെത്ര പഠന ക്ലാസുകളിലാണ് വിവിധ വിഷയങ്ങളെപ്പറ്റിയുള്ള പി ജിയുടെ വിജ്ഞാനപ്രദമായ അവതരണങ്ങൾ ജിജ്ഞാസയോടെ ശ്രദ്ധിച്ചിരുന്നിട്ടു ള്ളത്? ഇ എം എസ് കഴിഞ്ഞാൽ ഏറ്റവുമധികം പാർട്ടി ക്ലാസുകൾക്കു നേതൃത്വം നല്കിയിട്ടുള്ളത് പി ജിയാണെന്നതിൽ സംശയമില്ല.

പത്രാധിപരെന്ന നിലയിലുള്ള പി ജിയുടെ സംഭാവനകളും നിസ്തുല മാണ്. *ദേശാഭിമാനി* ദിനപ്പത്രത്തെ തൊഴിലാളിവർഗ്ഗ വിപ്ലവപ്രസ്ഥാനത്തിന്റെ കാഴ്ചപ്പാടും കാവലാളും സംഘാടകനുമെന്ന നിലയിൽ മൂർച്ചയുള്ളതാക്കി വളർത്തുക മാത്രമല്ല; എല്ലാ അർത്ഥത്തിലും ഒരു സമ്പൂർണ്ണ പത്രമാക്കി ഉയർത്തുക കൂടി ചെയ്തു പി ജി. കൗതുകകരമായ കാര്യം; പാർട്ടിയുടെ പഠനപദ്ധതികളിലെന്നപോലെ ഇക്കാര്യത്തിലും ഇ എം എസുമായി ചേർന്നു നിന്നുകൊണ്ടാണ് പി ജി പ്രവർത്തിച്ചത്.

പി ജി ഒരു എഴുത്തുകാരനായി മാറിയതെങ്ങനെയെന്നും പുരോഗമന സാഹിത്യ പ്രസ്ഥാനത്തിൽ അദ്ദേഹം വഹിച്ച പങ്കെന്താണെന്നും ഡോ. ചന്ത വിള മുരളി ഈ കൃതിയിൽ വിശദീകരിക്കുന്നുണ്ട്. ഇ എം എസ്, കെ ദാമോ ദരൻ, എം എസ് ദേവദാസ് തുടങ്ങിയ നിരവധിപേർ മാർക്സിസ്റ്റ് വിമർശനം മലയാളത്തിൽ ശക്തമായ പ്രത്യയശാസ്ത്രധാരയാക്കാൻ വലിയ സംഭാവ നകൾ നൽകിയിട്ടുണ്ടെങ്കിലും പി ജി പറയുന്നതുപോലെ അതിനിയും ആവ ശ്യമായത്ര വികസിച്ചിട്ടില്ല. പി ജിയുടെ *മാർക്സിസ്റ്റ് സൗന്ദര്യശാസ്ത്രം ഉത്ഭ വവും വളർച്ചയും* എന്ന കൃതി ഒരു പരിധി വരെ ഈ കുറവ് നികത്തുന്നു. മാർക്സിസ്റ്റ് സൗന്ദര്യ ശാസ്ത്രത്തിന്റെ കാതലായ പ്രശ്നങ്ങളിലേക്ക് വെളിച്ചം വീശുന്ന പി ജിയുടെ മറ്റൊരു കൃതിയാണ് *ഇസങ്ങൾക്കപ്പുറം* ഇവ യുൾപ്പെടെ മാർക്സിസ്റ്റ് സൗന്ദര്യശാസ്ത്രത്തിന് പി ജി നൽകിയ സംഭാ വന സാമാന്യം നല്ലവണ്ണം വിലയിരുത്തുന്നുണ്ട് ഈ കൃതിയിൽ. മലയാള

ത്തിലെ പ്രമുഖ കവികൾ, നോവലിസ്റ്റുകൾ, കഥാകൃത്തുക്കൾ, നാടക കൃത്തുക്കൾ, സാഹിത്യനിരൂപകർ എന്നിവരെക്കുറിച്ചുള്ള പി ജിയുടെ പഠനങ്ങളെപ്പറ്റിയും വിശദമായി ഈ കൃതിയിൽ പ്രതിപാദിക്കുന്നുണ്ട്. ഇവയ്ക്ക് പുറമെ മറ്റു ഭാഷകളിലേക്കും രാഷ്ട്രങ്ങളിലേക്കും സാഹിത്യകാരന്മാരെക്കുറിച്ചുള്ള പി ജിയുടെ പഠനങ്ങളെപ്പറ്റിയും ഇവിടെ ചർച്ച ചെയ്യുന്നുണ്ട്. നിരവധി വിശ്വസാഹിത്യകാരന്മാരെക്കുറിച്ച് ആധികാരികമായി പഠിച്ചിട്ടുള്ള പിജി അവരെ മലയാളികൾക്ക് പരിചയപ്പെടുത്തി മലയാള ഭാഷയുടെ പരിഷ്ക്കരണത്തിനുവേണ്ടി എന്നും നിലകൊണ്ടിട്ടുള്ള പണ്ഡിതനാണ് പി ജി. അക്കാദമീയ സ്വാതന്ത്ര്യത്തിനും ആവിഷ്ക്കാര സ്വാതന്ത്ര്യത്തിനും എതിരെ എപ്പോഴൊക്കെ വെല്ലുവിളി ഉയർന്നിട്ടുണ്ടോ അപ്പോഴൊക്കെ അതിനെ ചെറുത്തുകൊണ്ടുള്ള ശക്തമായ നിലപാടാണ് പി ജി സ്വീകരിച്ചിട്ടുള്ളത്. ഒ എൻ വി, മലയാറ്റൂർ രാമകൃഷ്ണൻ, തായാട്ടു ശങ്കരൻ, നീലാ പത്മനാഭൻ, ചെറുകാട്, പുനലൂർ ബാലൻ, ചങ്ങമ്പുഴ തുടങ്ങി നിരവധിപേരുടെ കൃതികൾക്ക് പി ജി എഴുതിയിട്ടുള്ള അവതാരികകളും മലയാള സാഹിത്യ പഠനങ്ങൾക്ക് കൂടുതൽ വഴികാട്ടുന്നവയാണ്. ഇവയെപ്പറ്റിയെല്ലാം സാമാന്യം വിശദമായി വിവരിക്കുന്നുണ്ട് ഡോ. ചന്തവിള മുരളി ഈ കൃതിയിൽ.

പുരോഗമന കലാ സാംസ്കാരിക പ്രസ്ഥാനത്തെ ശക്തിപ്പെടുത്തുന്ന കാര്യത്തിലും ഇ എം എസും പി ജിയും ഒത്തൊരുമിച്ചു പ്രവർത്തിച്ചു. ഈ പ്രവർത്തനത്തിന്റെ ഭാഗമായാണ് പി ജിയും മാർക്സിയൻ കലാസാഹിത്യ സിദ്ധാന്തങ്ങളെപ്പറ്റി, ഇ എം എസിനെപ്പോലെ ഗൗരവമുള്ള പ്രബന്ധങ്ങൾ രചിച്ചത്. *പി ജിയും സാഹിത്യവും* എന്ന ഡോ. ചന്തവിള മുരളിയുടെ കൃതി ഈ മണ്ഡലത്തിൽ പി ജി നല്കിയ ശ്രദ്ധേയമായ സംഭാവനകളെക്കുറിച്ചുള്ള ഗൗരവപൂർണ്ണമായ പഠനമാണ്.

“..... കേസരി ബാലകൃഷ്ണപിള്ളയുടെ വിശ്വസാഹിത്യവിജ്ഞാനവും മുണ്ടശ്ശേരിയുടെ സാമൂഹ്യബോധവും സാഹിത്യ ലക്ഷ്യദാർഢ്യവും എം പി പോളിന്റെ പ്രസന്നതയും മൂല്യബോധനിഷ്ക്കർഷയും കുറ്റിപ്പുഴയുടെ യുക്തിബോധവും കൃത്യതയും കുട്ടിക്കൃഷ്ണമാരാരുടെ കലാമൂല്യനിഷ്ഠയും യുക്തി വിചാരകുശലതയും പി ജി എന്ന നിരൂപകനിൽ ഒത്തുചേർന്നിരിക്കുന്നു. ഇവയെല്ലാവരെയും അതിശയിക്കുന്ന മാർക്സിസത്തിലുള്ള അദ്ദേഹത്തിന്റെ അവഗാഹം വിശേഷിച്ചെടുത്തു പറയണം. പക്ഷേ, പലരും അദ്ദേഹത്തെ മാർക്സിസത്തിന്റെ വക്താവായ ഒരു നിരൂപകനായി മാത്രം കാണുകയാണ്. അദ്ദേഹം സാഹിത്യനിരൂപണ ലോകത്തെ മാർക്സിസത്തിന്റെ വക്താവാണെന്ന കാര്യത്തിൽ അദ്ദേഹത്തിനോ മറ്റാർക്കെങ്കിലുമോ അശേഷം സംശയമില്ല. പക്ഷേ, പി ജി അതുമാത്രമല്ല. പി കുഞ്ഞിരാമൻനായരെ ഭക്തകവി എന്നു വിളിച്ചിരുന്ന ഒരു കാലമുണ്ടായിരുന്നുവല്ലോ. പിക്ക് അതിൽ പരിഭവമൊന്നുമുണ്ടായിരുന്നില്ല. താൻ ഭക്തനുമാണ് കവിയുമാണ് എന്നതിൽ അദ്ദേഹത്തിനു സംശയമുണ്ടായിരുന്നില്ല. എങ്കിലും കാലം അദ്ദേഹത്തിന് തികച്ചും അർഹമായ മഹാകവി എന്ന വിശേഷണം തന്നെ നല്കിയതുപോലെ, പി ജിയേയും മാർക്സിസ്റ്റ് നിരൂപകൻ എന്നുമാത്രം വിശേഷിപ്പിച്ച് ഒതുക്കി നിർത്തുന്ന പ്രവണതയ്ക്ക് വിരാമമിട്ടുകൊണ്ട് മുൻപറഞ്ഞ മലയാളി സാഹിത്യനിരൂപക പഞ്ചകത്തോടൊപ്പം അദ്ദേഹം അർഹിക്കുന്ന പദവി തന്നെ നല്കി ആദരിക്കുവാൻ സാഹിത്യലോകം ഇനിയെങ്കിലും മുന്നോട്ടു വരുമെന്ന് ഞാൻ വിശ്വസിക്കുന്നു.”

ഡോ. എൻ വി പി ഉണിത്തിരിയുടെ നിരീക്ഷണമാണ് മുകളിലുള്ളത്. പി ജിയുടെ സാഹിത്യ സംഭാവനകൾ സഗൗരവം ശ്രദ്ധിച്ചിട്ടുള്ളവർ ഉത്സാഹപൂർവ്വം യോജിക്കുന്നതാണ് ഈ വിലയിരുത്തൻ എന്നതിൽ സംശയമില്ല. എന്നാലും അത്തരമൊരു വിലയിരുത്തൽ സംബന്ധിച്ച് ചില സംശയാലുക്കൾ ചോദ്യങ്ങൾ ഉന്നയിക്കാനുള്ള സാദ്ധ്യത തീരെ തള്ളിക്കളയാനാവില്ല. അതിന് മുഖ്യമായും മൂന്നുകാരണങ്ങളെങ്കിലും ഉണ്ടെന്നാണ് എനിക്കു തോന്നുന്നത്. ഒന്നാമതായി ഒരു മുഴുവൻ സമയ പാർട്ടി പ്രവർത്തകൻ, പത്രാധിപർ, സാംസ്കാരിക സംഘടനാ പ്രവർത്തകൻ, പ്രഭാഷകൻ, പാർട്ടി അദ്ധ്യാപകൻ നിയമസഭാ സാമാജികൻ തുടങ്ങി തിരക്കു പിടിച്ച അസംഖ്യം രാഷ്ട്രീയ സാംസ്കാരിക പ്രവർത്തനങ്ങൾ നിരീക്ഷകരുടെ കണ്ണിൽ നിറഞ്ഞു നില്ക്കുന്നതിനിടയിൽ അദ്ദേഹത്തിന്റെ ഈടുറ്റ സാഹിത്യനിരൂപണങ്ങൾ അർഹിക്കുന്ന ഗൗരവത്തോടെ വിലയിരുത്തുവാൻ വിട്ടുപോകാമെന്ന അവസ്ഥ. (അത് പി ജിയുടെ തെറ്റല്ല എന്ന് എടുത്തു പറയേണ്ടതില്ലല്ലോ.)

രണ്ടാമതായി, സാംസ്കാരികവലതുപക്ഷവും ഇടതുപക്ഷവിരുദ്ധരായ അരാജക–അത്യന്താധുനിക– ഉത്തരാധുനിക കലാ–സാംസ്ക്കാരിക വിഭാഗങ്ങളും വൈരാഗ്യത്തോടെ പി ജിയുടെ സാഹിത്യ നിരൂപണ സംഭാവനകളെ അവഗണിക്കാനും വിലയിടിച്ചുകാട്ടാനും ശ്രമിച്ചിട്ടുണ്ട്. ഇത് വളരെ ബോധപൂർവ്വകമായ ഒരു കുത്സിത നീക്കം തന്നെയായിരുന്നു. 'മുഖ്യധാരാ മാധ്യമങ്ങൾ' എന്ന നിർവ്വചനപരിധിയിൽ വരുന്ന ആനുകാലികങ്ങൾ സ്വന്തം ഇടതുപക്ഷ വിരുദ്ധ നിലപാടു കാരണം ഇത്തരം സമീപനങ്ങളെ ശക്തമായി പിന്തുണച്ചു പോന്നു. സ്വന്തം 'നിഷ്പക്ഷ' നാട്യങ്ങൾക്കു വേണ്ടി മാത്രം പി ജിയുടെയോ, ഇ എം എസിന്റെയോ ചില രചനകൾ ഇത്തരം മാധ്യമങ്ങൾ വല്ലപ്പോഴുമൊരിക്കൽ പ്രസിദ്ധീകരിച്ചാലായി. ചുരുക്കത്തിൽ, പി ജിയുടെയും ഇ എം എസിന്റെയും സാഹിത്യ നിരൂപണ സംഭാവനകളുടെ യഥാർത്ഥ മൂല്യം താഴ്ത്തിക്കെട്ടാൻ പ്രത്യയശാസ്ത്രപരമായ കാരണങ്ങളാൽത്തന്നെ സാംസ്കാരിക വലതുപക്ഷം ശ്രദ്ധാപൂർവ്വം പരിശ്രമിച്ചു പോന്നു. അത് ഒരു പരിധിവരെ പൊതുബോധത്തെ സ്വാധീനിച്ചിട്ടുണ്ട്.

മൂന്നാമത്തെ കാരണം പുരോഗമന സാംസ്കാരിക പ്രസ്ഥാനവും പി ജി തന്നെയും സാഹിത്യ നിരൂപണമേഖലയിൽ സാദ്ധ്യതകൾ മുഴുവൻ ഉപയോഗപ്പെടുത്തുവാൻ സമർപ്പിത ശ്രദ്ധ ചെലുത്തിയില്ല എന്നതാണ്.

അതുകൊണ്ടുതന്നെ ഡോ. ചന്തവിള മുരളി നമ്മുടെ അഭിനന്ദനവും കൃതജ്ഞതയും അർഹിക്കുന്നു *പി ജിയും സാഹിത്യവും* എന്ന ഈ ഗ്രന്ഥം വലിയൊരു കുറവ് ഭാഗികമായിട്ടാണെങ്കിലും, മാതൃകാപരമായ വിധത്തിൽ പരിഹരിക്കുന്നു. സാഹിത്യ സംബന്ധിയായ പി ജിയുടെ രചനകൾ മുഴുവൻ സമാഹരിച്ച് പ്രസിദ്ധീകരിക്കുക എന്നതാണ് ഇതിന്റെ തുടർച്ചയായി നിർവ്വഹിക്കേണ്ട സാംസ്കാരികകർത്തവ്യം. പി ജിയുടെ സമാഹൃത രചനകളും തുടർന്ന് പ്രസിദ്ധീകരിക്കേണ്ടതുണ്ട്. ഇക്കാര്യങ്ങൾ ഘട്ടം ഘട്ടമായി ഏറ്റെടുക്കുവാൻ ഡോ. ചന്തവിള മുരളിയുടെ കൃതി നമുക്ക് പ്രചോദനമാകുമെന്നു കരുതുന്നു. വ്യാപകമായ വായനയ്ക്കും ചർച്ചയ്ക്കും സാംസ്കാരിക ചലനങ്ങൾക്കും വഴിയൊരുക്കുമെന്ന പ്രത്യാശയോടെ മലയാളികളായ വായനക്കാർക്കു മുന്നിൽ ഈ വിശിഷ്ട ഗ്രന്ഥം അവതരിപ്പിക്കുന്നു.

# നന്ദി

- പി ജിയുടെ പ്രിയ പത്നി പ്രൊഫസർ രാജമ്മ, മകൻ രാധാകൃഷ്ണൻ എം ജി (എഡിറ്റർ, ഏഷ്യാനെറ്റ് ന്യൂസ് ചാനൽ), മകൾ ആർ. പാർവതീ ദേവി (കേരള പബ്ലിക് സർവീസ് കമ്മീഷൻ അംഗം), മരുമകൻ വി.ശിവൻകുട്ടി (സംസ്ഥാന വിദ്യാഭ്യാസ വകുപ്പുമന്ത്രി, സി പി ഐ (എം)സംസ്ഥാന കമ്മിറ്റി അംഗം), മരുമകൾ എ ജയശ്രീ (ശാസ്ത്രജ്ഞ, ലിക്വിഡ് പ്രൊപ്പൽഷൻ സിസ്റ്റം സെന്റർ, ഐ എസ് ആർ ഒ, തിരുവനന്തപുരം), ചെറുമക്കൾ ഗോവിന്ദ് ശിവൻ, തേജസ്വിനി, മുകിലിക എന്നിവരോട്.
- കവിയും നാടകകൃത്തുമായ പിരപ്പൻകോട് മുരളിസാറിനോട്.
- സി പി ഐ (എം) സംസ്ഥാന കമ്മിറ്റി ഓഫീസിലെ ആദ്യകാല ഓഫീസ് സെക്രട്ടറിമാരിലൊരാളായ സഖാവ് ചന്ദ്രനോട്.
- എ.കെ.ജി പഠന ഗവേഷണ കേന്ദ്രം ലൈബ്രറിയിലെ സഖാക്കൾ സജീവൻ, വേണു, സി കെ ഗുപ്തൻ, അശ്വതി, ഗിരിജ, കോമളം എന്നിവരോട്.
- സി പി ഐ (എം) സംസ്ഥാന കമ്മിറ്റി ഓഫീസ് ലൈബ്രറിയിലെ സഖാക്കൾ സുരേന്ദ്രൻ, മോഹൻകുമാർ, രാജീവ് എന്നിവരോട്.
- കരവാരം വൊക്കേഷണൽ ഹയർ സെക്കന്ററി സ്കൂളിലെ മാനേജർ, പ്രിൻസിപ്പൽ തുടങ്ങി എല്ലാ അദ്ധ്യാപക അനദ്ധ്യാപകരോടും.
- കേരള യൂണിവേഴ്സിറ്റി ലൈബ്രറി, പബ്ലിക് ലൈബ്രറി എന്നിവിട ങ്ങളിലെ ലൈബ്രേറിയന്മാർ മറ്റ് സ്റ്റാഫ് അംഗങ്ങൾ എന്നിവരോട്.
- എന്റെ പ്രിയ സുഹൃത്തും പി ജിയെ എഴുത്തിൽ സഹായിക്കുകയും ചെയ്തിരുന്ന വി ജി വിപിൻ ചന്ദിനോട്.

- ഈ പുസ്തകത്തിന്റെ വിവിധ ഘട്ടങ്ങളിൽ എന്നെ സഹായിച്ച ചന്തവിളയിലെ സുരേഷ് കുമാർ, അനിൽകുമാർ, രാജേന്ദ്രൻ, സനൽകുമാർ, ഷമീർ (നാവായിക്കുളം), ഷൈജു (പടിഞ്ഞാറ്റുമുക്ക്) എന്നിവരോട്.
- പുസ്തകം മുഴുവൻ ഡി റ്റി പി ചെയ്ത കെ ആർ രേഖ, മഞ്ജുഷ (മെഗാ കമ്പ്യൂട്ടർ പാർക്ക്, പോത്തൻകോട്) എന്നിവരോട്.
- ഈ കൃതിക്ക് മനോഹരമായ അവതാരിക എഴുതിത്തന്ന എം എ ബേബിയോട്
- ചിന്ത പബ്ലിഷേഴ്സ് ജനറൽ മാനേജർ കെ ശിവകുമാർ, പത്രാധിപർ കെ എസ് രഞ്ജിത്ത് എന്നിവരോട്.

**ഡോ. ചന്തവിള മുരളി**

# പി ജിയും പുരോഗമന കലാസാഹിത്യ പ്രസ്ഥാനവും

**പി** ജി ഒരു എഴുത്തുകാരനായിത്തീർന്നതെങ്ങനെയെന്നും പുരോഗമന കലാ സാഹിത്യ പ്രസ്ഥാനത്തിന്റെ രൂപീകരണത്തിലും വളർച്ചയിലും അദ്ദേഹം വഹിച്ച പങ്കെന്താണെന്നും വിശദീകരിക്കുകയാണ് ഈ അധ്യായത്തിൽ.

## 1. പി ജി എഴുത്തുകാരനാകുന്നു

മിഡിൽ സ്കൂളിൽ പഠിക്കുന്ന കാലത്ത് പി ജി സഹോദരന്മാരെയും അവരുടെ സുഹൃത്തുക്കളെയുമൊക്കെ കൂട്ടി തറവാട്ടിലെ കളപ്പുരയിൽ ഒരു ബാലസമാജവും ലൈബ്രറിയും സ്ഥാപിച്ചിരുന്നു. കൂടാതെ ലൈബ്രറിയിൽ ചിൽഡ്രൻസ് *മാഗസിൻ* എന്ന പേരിൽ ഒരു കയ്യെഴുത്ത് മാസികയും പി.ജി പത്രാധിപരായി തുടങ്ങി. മാസികയ്ക്ക് പേര് ഇംഗ്ലീഷിലാണെങ്കിലും ഉള്ളടക്കം മലയാളത്തിൽ തന്നെ. സ്വാതന്ത്ര്യ സമരത്തെക്കുറിച്ചുള്ള വാർത്തകൾക്കു പുറമെ അക്കാലത്ത് പ്രശസ്തനായിക്കൊണ്ടിരുന്ന ചങ്ങമ്പുഴ കൃഷ്ണപിള്ളയുടെ കവിതകളിലെ ശകലങ്ങളും മാസികയിൽ ചേർത്തിരുന്നു. കൂടാതെ കുട്ടികളുടെ കഥയും കവിതയും. പി.ജി സ്വന്തമായി കഥയും കവിതയും എഴുതി പ്രസിദ്ധീകരിച്ചതിനു പുറമെ മറ്റു കുട്ടികളെ കൊണ്ട് അവയെഴുതിപ്പിക്കുകയും, അത് തിരുത്തിക്കൊടുക്കുകയും ചെയ്തിരുന്നു. തിരുത്തിയത് അവരെ വായിച്ചു കേൾപ്പിക്കുകയും ചെയ്തു. ഇങ്ങനെ സ്കൂളിൽ പഠിക്കുന്ന കാലത്ത് കൈയെഴുത്തു മാസികയിലും സ്കൂൾ മാസികയിലുമൊക്കെ ഒരല്പസ്വല്പം കഥയും കവിതയുമൊക്കെ പി.ജി എഴുതിയിരുന്നെങ്കിലും അതിനുശേഷം അതുണ്ടായില്ല. സർഗാത്മക രചനയ്ക്കുള്ള കഴിവ് തനിക്കില്ലെന്ന് പി ജി വിശ്വസിച്ചു. ചരിത്രമെഴുതാം, സാഹിത്യ നിരൂപണവും കലാനിരൂപണവും നടത്താം. രാഷ്ട്രമീമാംസ, ശാസ്ത്രം എന്നിവയെപ്പറ്റിയൊക്കെ എഴുതാം. എന്നാൽ കഥ, കവിത, നാടകം, നോവൽ എന്നിവയൊക്കെ തന്റെ കഴിവിനുമപ്പുറമാണെന്നാണ് പി.ജിയുടെ വിശ്വാസം.

# 18 പി ജിയും സാഹിത്യവും

*ഡോ. ചന്തവിള മുരളി*

വിവിധ വിഷയങ്ങളിൽ ആയിരക്കണക്കിന് പുസ്തകങ്ങൾ വായിച്ചു കൂട്ടിയ പി.ജി ഗൗരവപൂർവമായ ഗ്രന്ഥരചനയിലേക്ക് പ്രവേശിച്ചത് ജീവിത മധ്യാഹനത്തോടെയാണ്. പി.ജിയുടെ ആദ്യത്തെ കൃതി 1968 ജൂലൈയിൽ പ്രസിദ്ധീകരിച്ച *കേരളം: ഇന്ത്യൻ യൂണിയനിലെ അധഃകൃത സംസ്ഥാനം* ആണെങ്കിലും കൂടുതൽ ഗൗരവമേറിയതും സാഹിത്യ സംബന്ധവുമായ കൃതി 1975 ഒക്ടോബറിൽ ചിന്ത പബ്ലിഷേഴ്സ് പ്രസിദ്ധീകരിച്ച *ഇസങ്ങൾക്കിപ്പുറം* എന്ന പത്ത് ലേഖനങ്ങളടങ്ങിയ സമാഹാരമാണ്.

ചെറുപ്പത്തിലേ എഴുത്തുകാരനാകാതെ, ജീവിതത്തിന്റെ ഒരു പ്രത്യേക ഘട്ടത്തിൽ എഴുത്തുകാരനാകേണ്ടി വന്നയാളാണ് പി.ജി. അതിനിടയാക്കിയ സാഹചര്യം അല്പം വിശദീകരിക്കേണ്ടതുണ്ട്. 1937 ൽ രൂപംകൊണ്ട *ജീവൽ സാഹിത്യ സംഘം* 1944 ൽ ലബ്ധപ്രതിഷ്ഠ സാഹിത്യകാരന്മാരെക്കൂടി ഉൾപ്പെടുത്തി *പുരോഗമന സാഹിത്യ സംഘടന*യായി വളരുകയും 1949 ൽ അത് പിളരുകയും ചെയ്യുകയുണ്ടായി. എന്നാൽ സംഘടന പിളർന്നെങ്കിലും കലാസൃഷ്ടികളെ അത് ബാധിച്ചില്ല. ധാരാളം പുരോഗമന സാഹിത്യ സൃഷ്ടികൾ 1950 കളിൽ പുറത്തുവന്നുകൊണ്ടിരുന്നു. എന്നാൽ 1959 ൽ ഉണ്ടായ "വിമോചന സമര"ത്തോടുകൂടി രാഷ്ട്രീയത്തിലുണ്ടായ തിരിച്ചടി സാഹിത്യ - കലാ മേഖലയെയും ബാധിച്ചു. പടിഞ്ഞാറൻ ചിന്തകളിൽ നിന്ന് ഇറക്കുമതി ചെയ്ത സാഹിത്യത്തിലെ ജീവിത നിഷേധത്തിന്റെ പര്യായമായ *അത്യന്താധുനികത* എന്ന *അസ്തിത്വവാദ*ത്തിൽ വേരോടിയ ദർശനം എല്ലാ പുരോഗമന ചിന്തകളെയും എതിർത്തു.

അരാജക-ലൈംഗിക-സദാചാര വിരുദ്ധ പ്രമാണങ്ങൾ സാഹിത്യത്തിന്റെ മുഖമുദ്രയായിത്തീർന്നു. ഇതിനെതിരെ ശക്തമായ പ്രതിരോധനിര കെട്ടിപ്പടുക്കാൻ പുരോഗമന സാഹിത്യത്തിന് കഴിഞ്ഞില്ല. ഇ.എം.എസ്, കെ. ദാമോദരൻ, പ്രൊഫസർ എം. എസ്. ദേവദാസ്, സി. ഉണ്ണിരാജ, എൻ.ഇ. ബാലറാം തുടങ്ങിയവരായിരുന്നു മലയാളത്തിലെ പ്രമുഖ മാർക്സിസ്റ്റ് സാഹിത്യ ചിന്തകർ. 1964 ൽ പാർട്ടിയിലുണ്ടായ പിളർപ്പ് ഇവരെ ഇരു ചേരികളിലാക്കി. ഇ.എം.എസ് ഒഴികെ ബാക്കിയുള്ളവരെല്ലാം' വലതുപക്ഷത്ത് അണിനിരന്നു. ആദ്യം വലതുപക്ഷ സാഹിത്യ ചിന്തകന്മാരുടെയും അതോടൊപ്പം 1968 മുതൽ തീവ്ര ഇടതുപക്ഷവാദികളുടെയും വെല്ലുവിളികളെയും കടന്നാക്രമണങ്ങളെയും ഇ.എം.എസിനു ഒറ്റയ്ക്ക് നേരിടേണ്ടി വന്നു. ഈ ഘട്ടത്തിൽ ആശയരംഗത്തെ പോരാട്ടത്തിന് ഇ.എം.എസിന്റെ നിർദ്ദേശപ്രകാരം പി.ജിയും മറ്റും മുൻകൈയെടുത്ത് ആരംഭിച്ച പ്രസ്ഥാനമാണ് *ദേശാഭിമാനി സ്റ്റഡിസർക്കിൾ. സ്റ്റഡി സർക്കിൾ* അഴിച്ചുവിട്ട ശക്തമായ ആശയ സമരത്തിലൂടെ നിരവധി പുതിയ എഴുത്തുകാരും, പഴയ എഴുത്തുകാരിൽ വലിയൊരു വിഭാഗവും അതിന്റെ വേദികളിൽ അണിനിരക്കാൻ തുടങ്ങി. ഇവരെ ആശയപരമായി ആയുധമണിയിക്കുവാനും, വലതുപക്ഷ - തീവ്ര ഇടതുപക്ഷ വെല്ലുവിളികളെ നേരിടാനും കെല്പുള്ള കൃതികൾ രചിക്കേണ്ട ആവശ്യകത വന്നുചേർന്നു. സാഹിത്യ സൈദ്ധാന്തിക സമരകാലത്ത് ഏകനായി നിന്ന ഇ.എം.എസിനെ സഹായിക്കാൻ മാർക്സിസ്റ്റ് സൗന്ദര്യ ശാസ്ത്രത്തിന്റെ സങ്കീർണ്ണ മേഖലകൾ പോലും സ്വായത്തമാക്കിയ പി.ജിക്ക് തന്നെപ്പോലും മറന്ന് പഴയ രാഷ്ട്രീയ പ്രക്ഷോഭകനിൽനിന്ന് പൊരുതുന്ന സാഹിത്യ സാംസ്കാരിക ചിന്തകനായി രംഗത്തിറങ്ങേണ്ടി വന്നു.

അതിന് പുസ്തകങ്ങൾ എഴുതേണ്ടി വന്നു. അങ്ങനെയാണ് പി.ജി യുടെ സമ്മതം പോലുമില്ലാതെ പി ജി ഒരെഴുത്തുകാരനായി മാറിയത്.[2]

> താൻ എഴുത്തുകാരനായി മാറിയതിനെക്കുറിച്ച് പി ജി പറഞ്ഞതിങ്ങനെ: “സാധാരണ രീതിയിൽ ഒരെഴുത്തുകാരനല്ല ഞാൻ. ഒരു രാഷ്ട്രീയ പ്രക്ഷോഭകാരിയും പ്രവർത്തകനും പ്രചാരകനും മാത്രമാണ് ഞാൻ. ഇതിനിടയിൽ ഈ ലേഖനങ്ങളും പ്രബന്ധങ്ങളും എഴുതാനുള്ള പ്രചോദനം എനിക്ക് നൽകിയത് ദേശാഭിമാനി സ്റ്റഡി സർക്കിളിലെ ചർച്ചകളും വിമർശനങ്ങളുമാണ്.”[3]

നാല്പതിലധികം പുസ്തകങ്ങൾക്കു പുറമെ മലയാളത്തിലെ മിക്കവാറുമെല്ലാ പത്രങ്ങളിലും വാരികകളിലും മാസികകളിലും സുവനീറുകളിലും മറ്റു പ്രസിദ്ധീകരണങ്ങളിലും മാത്രമല്ല, *സ്റ്റേറ്റ്സ്മാൻ, ഹിന്ദുസ്ഥാൻ ടൈംസ് മുതലായ* ഇംഗ്ലീഷ് പത്രങ്ങളിലും സാഹിത്യവും സാഹിത്യേതരവുമായ വിഷയങ്ങളെക്കുറിച്ച് പി.ജി എഴുതിയിട്ടുണ്ട്.

അറിവിന്റെ ലോകത്തെ നിത്യ യൗവനമായിരുന്നു പി.ജി. അറിവിന്റെ ജനകീയമായ വിനിമയത്തിനുതകുന്ന ലാളിത്യം തന്റെ എഴുത്തിലും പ്രഭാഷണത്തിലും അദ്ദേഹം നിരന്തരം പുലർത്തിയിരുന്നു. അനാർഭാടവും സരളവുമായ വാക്കുകളിൽ ഏഴുപതിറ്റാണ്ടോളം കാലം പി.ജി എഴുതിയ ലേഖനങ്ങൾ, ലഘുലേഖകൾ, പ്രബന്ധങ്ങൾ, അവതാരികകൾ, ആമുഖങ്ങൾ, പുസ്തകങ്ങൾ, വിവർത്തനങ്ങൾ എന്നിവയിൽ നമ്മുടെ കാലത്തിന്റെ ബൗദ്ധിക ജീവിതവും രാഷ്ട്രീയ ജീവിതവും കൈകോർത്ത് നിൽപ്പുണ്ട്. വിഷയ വ്യാപ്തിയിലും വൈവിധ്യത്തിലും കേരളീയ ധൈഷണിക ലോകത്തിന് ലഭിച്ച അനുഗ്രഹമാണവ. വിഷയങ്ങളുടെ വിപുലതപോലെ വിപുലമായൊരു സംവേദന ശീലവും പി.ജിക്ക് സ്വന്തമായുണ്ട്. യാഥാസ്ഥിതികമായ സൗന്ദര്യ വിചാരങ്ങളിൽനിന്നും കാലപ്രവാഹത്തിൽ ക്ലാവു പിടിച്ച സാമൂഹ്യ പാഠങ്ങളിൽനിന്നും കുതറിത്തെറിച്ചു മാറുന്ന ഊർജ്ജസ്വലമായൊരു ബൗദ്ധിക പ്രവാഹത്തിന്റെ സാന്നിധ്യം അദ്ദേഹത്തിന്റെ രചനകളിലാകെ നമുക്ക് കാണാം.

## 2. ജീവൽസാഹിത്യ സംഘം മുതൽ പുരോഗമന സാഹിത്യ സംഘടന വരെ

ഇന്നത്തെ പുരോഗമന കലാസാഹിത്യ സംഘത്തിന്റെ രൂപീകരണം, നയപരിപാടികൾ, സംഘടനാ സംവിധാനം എന്നിവയിലൊക്കെ പി.ജിയുടെ ധൈഷണിക ചിന്തകളും പ്രായോഗിക പ്രവർത്തനവും വലിയ പങ്ക് വഹിച്ചിട്ടുണ്ട്. ഈ സംഘടനയുടെ ആദ്യ രൂപം 1937 ൽ രൂപംകൊണ്ട *ജീവൽ സാഹിത്യസംഘമാണ്.* ജീവൽ സാഹിത്യസംഘം രൂപംകൊള്ളാനിടയാക്കിയ സാർവദേശീയവും ദേശീയവുമായ പശ്ചാത്തലത്തെക്കുറിച്ച് *ജീവൽ സാഹിത്യത്തിന്റെ സാർവദേശീയ പശ്ചാത്തലം* എന്ന ലേഖനത്തിൽ പി.ജി പരിശോധിക്കുന്നുണ്ട്.[4]

## 3. ദേശാഭിമാനി സ്റ്റഡിസർക്കിൾ

1964 ൽ *ദേശാഭിമാനി* പത്രത്തിന്റെ ചീഫ് എഡിറ്ററായി നിയമിക്കപ്പെട്ട തോടെയാണ് സാഹിത്യ കാര്യങ്ങളിൽ പി.ജിയുടെ ശ്രദ്ധ തിരിഞ്ഞത്.

1969 ൽ സാംസ്കാരിക പ്രവർത്തനങ്ങൾക്ക് നേതൃത്വം നൽകുന്നതി നായി പി ഗോവിന്ദപ്പിള്ള മുഖ്യ പത്രാധിപരായി *ദേശാഭിമാനി* വാരിക ആരംഭിച്ചു[5]. എന്നാൽ ഈ വാരികയ്ക്ക് എഴുത്തുകാരുടെയും മറ്റും സഹ കരണം എളുപ്പത്തിൽ ലഭിച്ചിരുന്നില്ല. അതിനുള്ള കാരണം പി ജി ഇങ്ങനെ വ്യക്തമാക്കുന്നു:

> 1959 ലെ 'വിമോചന സമര'ത്തോടുകൂടി ആധുനികം എന്നും അത്യാധുനികം എന്നും മറ്റുമുള്ള മേലങ്കി അണിഞ്ഞ് ഒരു കമ്യൂണിസ്റ്റ് വിരുദ്ധ സാഹിത്യപ്രസ്ഥാനം തന്നെ ശക്തിയാർജ്ജിക്കാൻ തുടങ്ങി. ലോക കമ്യൂണിസ്റ്റ് പ്രസ്ഥാനത്തിലെയും ഇന്ത്യൻ കമ്യൂണിസ്റ്റ് പ്രസ്ഥാനത്തിലെയും പ്രത്യയശാസ്ത്രങ്ങളും പിളർപ്പും ഈ വിരുദ്ധ പ്രവണതകൾക്ക് കരുത്ത് പകർന്നു. കമ്യൂണിസ്റ്റ് വിരുദ്ധത എന്നു പറഞ്ഞാൽ കമ്യൂണിസ്റ്റ് പാർട്ടിയോടുള്ള നയപരമോ പ്രത്യയശാ സ്ത്രപരമോ ആയ എതിർപ്പ് മാത്രം ആയിരുന്നില്ല. സാഹിത്യത്തിന് സമൂഹവും ജീവിത മൂല്യങ്ങളുമായി ബന്ധമൊന്നും വേണ്ടതില്ലെന്ന് ഏകാന്തപഥികരായ പ്രതിഭാശാലികളുടെ ആത്മാവിഷ്കാരത്തിനും ആത്മാനന്ദത്തിനും ഉള്ള ഉപാധി മാത്രമാണെന്നും ഉള്ള വരേണ്യ സിദ്ധാന്തങ്ങൾക്ക് പുനർജന്മം നൽകാനും ഈ പുത്തൻ കൂറ്റുകാർ ശ്രമിച്ചു. എക്സിസ്റ്റൻഷ്യലിസം അഥവാ അസ്തിത്വവാദം മുതലായ പച്ച പരിഷ്കാര വാദങ്ങളും നിരൂപകർ നിരത്താൻ തുടങ്ങി. പഴയ പുരോഗമന–സോഷ്യലിസ്റ്റ് സാഹിത്യകാരന്മാരും കലാകാരന്മാരും വരെ ഈ കോലാഹലത്തിൽപ്പെട്ട് ചുവടു മാറ്റാൻ തുടങ്ങിയിരുന്നു. ഈ സാഹചര്യത്തിൽ ലക്ഷ്യബോധത്തോടു കൂടി നടത്തപ്പെടുന്ന പുരോഗമന സാഹിത്യ വാരികയ്ക്ക് എഴുത്തുകാരുടെയും മറ്റും സഹ കരണം ലഭിക്കുക എളുപ്പമായിരുന്നില്ല.[6]

ഇടതുപക്ഷക്കാരായ എഴുത്തുകാരുൾപ്പെടെ പലരും *ദേശാഭിമാനി* വാരികയിൽ എഴുതുന്നതിൽ വിമുഖത പ്രകടിപ്പിച്ചു " ചൈന ചാരന്മാർ"ക്ക് ലേഖനം നൽകില്ലായെന്ന് പ്രൊഫസർ എസ്. ഗുപ്തൻനായരെപ്പോലുള്ളവർ പ്രഖ്യാപിച്ച കാലമായിരുന്നു അത്. ഈ സാഹചര്യത്തിലാണ് ഇ.എം.എസി ന്റെ നിർദ്ദേശപ്രകാരം പി. ഗോവിന്ദപ്പിള്ള, എം.എൻ കുറുപ്പ് തുടങ്ങിയവരുടെ നേതൃത്വത്തിൽ വാരികയ്ക്ക് സാഹിത്യകാരന്മാരുടെയും സാഹിത്യകാരി കളുടെയും സഹകരണം നേടാനുള്ള ഒരു ശ്രമം നടത്തിയത്. ആ ശ്രമമാണ് *ദേശാഭിമാനി സ്റ്റഡിസർക്കിളി*ന്റെ രൂപീകരണത്തിൽ ചെന്നെത്തിയത്.

*ദേശാഭിമാനി സ്റ്റഡി സർക്കിളി*ന്റെ പ്രാഥമിക രൂപം നിലവിൽ വന്നത് 1970 ലാണ്. വളരെ പരിമിതമായിരുന്നു അന്ന് സംഘടനയുടെ ലക്ഷ്യം. ദേശാ ഭിമാനി സാഹിത്യ സാംസ്കാരിക വാരികയ്ക്ക് എഴുത്തുകാരെ കണ്ടെ ത്താനും വാരികയുടെ നടത്തിപ്പിന് എഴുത്തുകാരുടെ ഉപദേശ നിർദ്ദേശങ്ങൾ തേടാനുമുള്ള ഒരു ചെറിയ ചർച്ചാവേദിയോ പഠനവൃത്തമോ ആയിട്ടാണ് സംഘടനയ്ക്ക് രൂപം കൊടുത്തത്.[7]

*ദേശാഭിമാനി* വാരികയുടെ മുഖ്യ പത്രാധിപരായ പി. ഗോവിന്ദപ്പിള്ളയും നിർവാഹക പത്രാധിപരായിരുന്ന എം. എൻ. കുറുപ്പും ചേർന്ന് കോഴിക്കോട്ടെ ഇംപീരിയൽ ഹോട്ടലിലെ ഒരു മുറിയിൽ വിളിച്ചു കൂട്ടിയ ആറേഴുപേരുടെ ഒരു യോഗത്തിൽ വച്ചാണ് ഈ വേദി രൂപംകൊണ്ടത്. ചെറുകാട്, പുനലൂർ ബാലൻ, എം.ആർ. ചന്ദ്രശേഖരൻ, എം. കുട്ടികൃഷ്ണൻ, കെ. പി. ശശിധരൻ, വീനസ് എന്ന പേരിൽ *ദേശാഭിമാനി*യിൽ എഴുതിക്കൊണ്ടിരുന്ന വേണുനാഥ്, പ്രഗൽഭ കഥാകാരി പി. വൽസല തുടങ്ങിയവരുൾപ്പെടെയുള്ളവർ യോഗത്തിൽ പങ്കെടുത്തിരുന്നു. എം.എൻ. കുറുപ്പിനെ സെക്രട്ടറിയായി തെരഞ്ഞെടുത്തു. ഈ വേദി വിപുലീകരിക്കുകയും കൂടെക്കൂടെ യോഗം ചേർന്ന് സമകാലിക സാഹിത്യ വിഷയങ്ങൾ ചർച്ച ചെയ്യുകയും വാരികയുടെ മേൽനോട്ടം വഹിക്കുകയും ചെയ്യണമെന്ന തീരുമാനം യോഗത്തിൽവച്ചെടുത്തു.[8]

ഇതിനെത്തുടർന്ന് *ദേശാഭിമാനി സ്റ്റഡി സർക്കിളി*ന്റെ കുറെക്കൂടി വിപുലമായൊരു യോഗം പാലക്കാട്ട് വച്ച് പി.ജിയും കൂട്ടരും വിളിച്ചു ചേർത്തു. വാരിക വരിക്കാരിൽനിന്നും എഴുത്തുകാരിൽനിന്നും ആവേശപൂർവമായ സ്വീകരണമാണ് ഈ യോഗത്തിന് ലഭിച്ചത്. പി.ജിക്കും മറ്റും കൂടുതൽ ആത്മവിശ്വാസം പകരുന്നതായിരുന്നു അത്. പല ഒത്തുചേരലുകളും ചർച്ചകളും പിന്നെയും പല സ്ഥലങ്ങളിലും വച്ച് അവർ നടത്തി. പഴയ പുരോഗമന സാഹിത്യ പ്രസ്ഥാനം വീണ്ടും തളിരണിയുന്നതിന്റെ സൂചനയായിരുന്നു അത്.

*ദേശാഭിമാനി സ്റ്റഡി സർക്കിളി*ന് ലഭിച്ച സ്വാഗതം ഇ. എം. എസ്, പി. ഗോവിന്ദപ്പിള്ള, എം.എൻ.കുറുപ്പ് തുടങ്ങി അതിന്റെ സ്ഥാപകരെപ്പോലും അതിശയിപ്പിക്കുന്നതായിരുന്നു. കൈവിരലിലെണ്ണാവുന്ന എഴുത്തുകാരുടെ സംഘം പടിപടിയായി വളർന്നു. പല സ്ഥലത്തും അതിന്റെ അനൗപചാരിക ശാഖകൾ രൂപംകൊണ്ടു. ചർച്ചായോഗങ്ങൾ കൂടാതെ പൊതുവേദിയിൽ ജനകീയ സമ്മേളനങ്ങൾ സംസ്ഥാനത്തിന്റെ വിവിധ ഭാഗങ്ങളിൽ സംഘം നടത്താൻ തുടങ്ങി. പുരോഗമന സാഹിത്യ രംഗത്തെ രണ്ട് പതിറ്റാണ്ടു കാലത്തെ മന്ദതയ്ക്ക് മാറ്റം വന്നു. കവികളും കഥാകൃത്തുകളും നിരൂപകരും നാടകകൃത്തുക്കളും നോവലിസ്റ്റുകളും മറ്റും സാംസ്കാരിക രംഗത്തെ പുത്തനുണർവ്വിന് തിരികൊളുത്തുവാനെത്തി.

## ഏലംകുളം സമ്മേളനം

ഈ സാഹചര്യത്തിൽ കൂടുതൽ വിപുലമായ പ്രാതിനിധ്യത്തോടും ചിട്ടയായ സംവിധാനത്തോടും കൂടി ദേശാഭിമാനി സ്റ്റഡി സർക്കിളിനെ പുനസംഘടിപ്പിക്കണമെന്ന ആശയം ഉയർന്നുവന്നു. ഇതേത്തുടർന്ന് ദേശാഭിമാനി സ്റ്റഡിസർക്കിളിന്റെ അഖിലകേരള സമ്മേളനം 1971 മേയ് 27, 28 തീയതികളിൽ ഇ.എം.എസിന്റെ ജന്മഗ്രാമമായ ഏലംകുളത്ത് വച്ച് ചേർന്നു.

1971 ലെ ദേശാഭിമാനി വാരികയുടെ റിപ്പബ്ലിക്ദിന വിശേഷാൽ പ്രതിയിൽ *പുരോഗമന സാഹിത്യവും കമ്യൂണിസ്റ്റ് സാഹിത്യവും* എന്ന പേരിൽ ഇ.എം.എസ് എഴുതിയ പുരോഗമന സാഹിത്യ പ്രസ്ഥാനത്തിന്റെ 1937 മുതലുള്ള ചരിത്രം അവലോകനം ചെയ്തുകൊണ്ട് അത് പുനരുദ്ധരിക്കാനുള്ള ചില മാർഗ്ഗരേഖകൾ അവതരിപ്പിച്ചിരുന്നു. ഇതായിരുന്നു ഏലംകുളം സമ്മേളനത്തിലെ മുഖ്യ ചർച്ചാരേഖ. കൂടാതെ എം. എസ്. ദേവദാസ്

എഴുതിയ *കമ്യൂണിസ്റ്റ് സാഹിത്യകാരന്മാരുടെ കാഴ്ചപ്പാടും കടമകളും* എന്ന പ്രബന്ധവും അവിടെ അവതരിപ്പിച്ച് ചർച്ച ചെയ്യുകയുണ്ടായി.

സമ്മേളനത്തിൽ അദ്ധ്യക്ഷത വഹിച്ചത് ഇ.കെ. നായനാരായിരുന്നു. ഇ.എം.എസ്., എം.എസ്.ദേവദാസ്, ജി. ഫിലിപ്സ്, എം.കുട്ടികൃഷ്ണൻ, കെ.പി.ജി. നമ്പൂതിരി, ശ്രീരേഖ, എം.എൻ കുറുപ്പ്, പൊൻകുന്നം ദാമോദരൻ, കെ.പി.ശശിധരൻ, ഹരിഹരൻ പൂഞ്ഞാർ, ടി.കെ.നാരായണൻ, വി.പി. വാസുദേവൻ, ഇ.വി.ജി. ഏലംകുളം, എം.ആർ. ചന്ദ്രശേഖരൻ, ഏഴാച്ചേരി രാമചന്ദ്രൻ, ചെറുകാട്, തായാട്ട് ശങ്കരൻ, ചാത്തുണ്ണി മാസ്റ്റർ, പി.വി. വിജയൻ, സി.പി. നാരായണൻ, ടി. ശിവദാസ്, ഇയ്യങ്കോട് ശ്രീധരൻ, കെ.ഐ. വാസുദേവൻ നായർ, പാലക്കീഴ് ലക്ഷ്മണൻ, കെ.പി.മോഹനൻ തുടങ്ങി രാഷ്ട്രീയ-സാഹിത്യ-സാംസ്കാരിക രംഗത്തു നിൽക്കുന്ന പ്രമുഖരിൽ പലരും ചർച്ചകളിലും മറ്റു നടപടികളിലും സജീവമായി പങ്കെടുത്തിരുന്നു. അതിനെല്ലാം നേതൃത്വം വഹിച്ചുകൊണ്ട് പി.ജിയും. സംവാദങ്ങൾക്കിടയിലുള്ള പി.ജിയുടെ ഇടപെടലുകളും ലഘുവിവരണങ്ങളുമെല്ലാം പക്വമതിയായ ഒരു പണ്ഡിതന്റേതായിരുന്നുവെന്ന് എം കുട്ടികൃഷ്ണൻ രേഖപ്പെടുത്തുന്നു.[22] പ്രധാനപ്പെട്ട 41 നിഗമനങ്ങൾ ചർച്ചകളിൽ ഉയർന്നു വന്നു. അവയും ഇ.എം.എസിന്റെ ഉപസംഹാര പ്രസംഗവും നേരത്തെ പറഞ്ഞ രണ്ടു രേഖകളും *ദേശാഭിമാനി സ്റ്റഡി സർക്കിളി*ന്റെ പിൽക്കാല പ്രവർത്തനങ്ങൾക്കുള്ള മാർഗ്ഗരേഖകളായി. ഇതിൽ നിന്ന് സമ്മേളനം രണ്ടു നിഗമനങ്ങളിലെത്തി. ഒന്ന്, കാലഘട്ടത്തിന്റെ ആവശ്യമാണ് പുരോഗമന സാഹിത്യ പ്രസ്ഥാനം പുനരുദ്ധരിക്കുക എന്നത്. രണ്ട്, എന്നാൽ മുൻപ് ഒരു സംഘടനയെന്ന നിലയിൽ പ്രസ്ഥാനം തകർന്നപ്പോഴുള്ള അവസ്ഥയല്ല ഇപ്പോഴുള്ളത്. പ്രശ്നങ്ങളും പുതിയതുതന്നെയാണ്. അവ കണക്കിലെടുത്തുകൊണ്ടാകണം സംഘടനയുടെ പുനരുജ്ജീവനം.[9]

ചർച്ചയ്ക്കു ശേഷം ഒരു നയപ്രഖ്യാപനവും വിശദമായ സംഘടനാ പരിപാടികളും അംഗീകരിച്ചു. ഈ യോഗം *ദേശാഭിമാനി* സ്റ്റഡി സർക്കിളിനെ സംസ്ഥാനാടിസ്ഥാനത്തിൽ വികസിപ്പിച്ചു.

രാഷ്ട്രീയ രംഗത്ത് ശ്രദ്ധേയമായ പല മാറ്റങ്ങളും വന്നുകൊണ്ടിരുന്ന സന്ദർഭത്തിലായിരുന്നു ഏലംകുളം സമ്മേളനം നടന്നത്. എങ്കിലും സമ്മേളനം പ്രധാനമായും ശ്രദ്ധ കേന്ദ്രീകരിച്ചത് സാഹിത്യ കലാരംഗങ്ങളിലാണ്. 1960 കളോടുകൂടി മലയാളത്തിൽ ശക്തിയാർജ്ജിച്ച ആധുനികത, അത്യന്താധുനികത, അത്യാധുനികത, വ്യർഥതാബോധം, മോഹഭംഗം തുടങ്ങിയ പുതിയ ശൈലികളും ആശയങ്ങളുമായിട്ടാണ് യാഥാസ്ഥിതികർ അക്കാലത്ത് പുരോഗമന സാഹിത്യ പ്രസ്ഥാനത്തിനെതിരെ വെല്ലുവിളി ഉയർത്തിയത്.[10] *ദേശാഭിമാനി സ്റ്റഡി സർക്കിൾ* അതിന്റെ വിമർശനത്തിന്റെ കുന്തമുന പ്രധാനമായും തിരിച്ചു വിട്ടത് അക്കൂട്ടർക്കെതിരെയായിരുന്നു. എന്നാൽ അവർക്കെതിരെ വിമർശനം നടത്തുമ്പോഴും അത് ബാലിശമായ ചില ആക്ഷേപമായി തരം താഴാതിരിക്കാൻ പി.ജിയും കൂട്ടരും പ്രത്യേകം ശ്രദ്ധവെച്ചു.

പി.ജിയുടെയും മറ്റും നേതൃത്വത്തിൽ *ദേശാഭിമാനി സ്റ്റഡി സർക്കിളി*ന്റെ പ്രവർത്തകർ നടത്തിയ തത്വാധിഷ്ഠിതമായതും വ്യക്തി വിദ്വേഷം കലരാത്തതുമായ സാഹിത്യ സംവാദം എതിർചേരിയിൽ ചലനമുണ്ടാക്കുകയും അവരിൽ പലരേയും പുരോഗമന പ്രസ്ഥാനത്തിലേക്കാകർഷിക്കുന്നതിന് ഉപകരിക്കുകയും ചെയ്തു. സ്വന്തമായ സാഹിത്യ സംഘടനയുണ്ടായിരുന്ന

സി.പി.ഐ.യിലെ കെ. ദാമോദരൻ, പവനൻ എന്നിവരെപ്പോലെയുള്ളവർ *സ്റ്റഡി സർക്കിളി*ന്റെ വേദി പങ്കിടാൻ സന്നദ്ധരായി. വൈലോപ്പിള്ളി, ഒ.എൻ. വി, തിരുനല്ലൂർ കരുണാകരൻ, പുതുശ്ശേരി രാമചന്ദ്രൻ, ഇടശ്ശേരി, പുനലൂർ ബാലൻ തുടങ്ങിയ പേരും പ്രശസ്തിയുമുള്ള ഇടതുപക്ഷ കവികൾ *സർക്കിളു*മായി സഹകരിച്ചു പ്രവർത്തിക്കാൻ തയ്യാറായി. പുരോഗമന സാഹിത്യ പ്രസ്ഥാനത്തിന്റെ വിമർശകരായിരുന്ന ജോസഫ് മുണ്ടശ്ശേരി, സുകുമാർ അഴീക്കോട്, തായാട്ട് ശങ്കരൻ, എം. കെ. സാനു. എം. എൻ. വിജയൻ തുടങ്ങിയ പലരും സർക്കിളിന്റെ പ്രവർത്തനവുമായി സഹകരിച്ചു. എം. മുകുന്ദൻ, എൻ.വി കൃഷ്ണവാര്യർ, പാറപ്പുറം, സി.പി ശ്രീധരൻ, സുഗതകുമാരി തുടങ്ങി പല സംശയാലുക്കളായ പ്രതിഭാശാലികളും പുരോഗമന സാഹിത്യ പ്രസ്ഥാനത്തിലെ വീണ്ടുവിചാരങ്ങളെ കാണാൻ തുടങ്ങി.[11]

ആധുനികതാ പ്രസ്ഥാനം കൈപകരാൻ ശ്രമിച്ച ദർശനത്തെയും ജീവിത സമീപനങ്ങളെയും നിശിതമായി വിമർശിച്ചുകൊണ്ടു തന്നെ അത് കാവ്യശില്പത്തിനു നൽകിയ സംഭാവനകളെ അംഗീകരിക്കുകയാണ് പി.ജി ചെയ്തത്.

1975 ൽ പി ജി എഴുതിയ *ആധുനിക നവോത്ഥാനത്തിന്റെ പശ്ചാത്തലം* എന്ന ലേഖനത്തിൽ ദേശാഭിമാനി സ്റ്റഡി സർക്കിളിന്റെ അതുവരെയുള്ള വളർച്ചയേയും നേട്ടങ്ങളെയും വിശദീകരിക്കുന്നുണ്ട്.

*ദേശാഭിമാനി സ്റ്റഡി സർക്കിളി*ന്റെ സാമാന്യവീക്ഷണത്തെയും പ്രവർത്തന ശൈലിയേയുംകുറിച്ച് പി ജി സൂചിപ്പിക്കുന്നത്:

> ....... നമ്മുടെ പക്ഷപാതങ്ങൾ രഹസ്യങ്ങളല്ല. പക്ഷേ, വിമർശനത്തെ നാം വെറുക്കുന്നില്ല, എതിരഭിപ്രായങ്ങളോട് നമുക്ക് അസഹിഷ്ണുതയില്ല, പഴയ വിപ്ലവ കലാപാരമ്പര്യങ്ങൾ ഒന്നൊഴിയാതെ നാം മുറുകെപ്പിടിക്കുന്നു. പുതിയ മേച്ചിൽ സ്ഥലങ്ങളെയും ഉയർന്ന ലക്ഷ്യങ്ങളെയും നാം തേടുന്നു. മുൻവിധികൾ പ്രതിബന്ധമാവാൻ നാം സമ്മതിക്കില്ല. ഈ സാമാന്യ വീക്ഷണവും പ്രവർത്തന ശൈലിയുമാണ് പല പരിമിതികളെയും മറികടക്കാൻ നമുക്കുതകിയത്.[12]

1975–77 ലെ അടിയന്തരാവസ്ഥയും അതിന് തൊട്ടു മുമ്പായി രാഷ്ട്രീയ രംഗത്തുണ്ടായ രൂക്ഷമായ ചേരിതിരിവും ഇടതുപക്ഷ ചേരിയിലെ സി.പി.ഐ.യെ പോലെയുള്ള ചില വിഭാഗക്കാർ തന്നെ അടിയന്തരാവസ്ഥയെ പിന്തുണച്ചതും മറ്റും *ദേശാഭിമാനി സ്റ്റഡി സർക്കിളി*ന്റെ വളർച്ചയ്ക്കും വ്യാപനത്തിനും പ്രതിബന്ധങ്ങളുണ്ടാക്കി.

അടിയന്തരാവസ്ഥ ജനജീവിതത്തിന്റെ എല്ലാ മേഖലകളെയുംപോലെ സാഹിത്യ–കലാ രംഗത്തും സമഗ്രാധിപത്യത്തിന്റെ കരിനിഴൽ പരത്തി. സെൻസർഷിപ്പും, മാദ്ധ്യമ മാരണ നടപടികളും എഴുത്തുകാരുടെയും സാഹിത്യ കലാകാരന്മാരുടെയും സർഗ പ്രവർത്തനങ്ങളെ നിയന്ത്രിച്ചു. കവിതകളും കഥകളുമൊക്കെ സെൻസർ ചെയ്തതിനുശേഷം മാത്രമേ പ്രസിദ്ധീകരിക്കാവൂ എന്ന കർശനമായ നിർദ്ദേശം വന്നു. ഇതിനെതിരെ പ്രതിഷേധിച്ച കവികളിലും എഴുത്തുകാരിലും ചിലർ തടങ്കലിലായി. *ദേശാഭിമാനി സ്റ്റഡി സർക്കിളി*ന്റെ പ്രമുഖ പ്രവർത്തകനായിരുന്ന മഹാകവി വൈലോപ്പിള്ളി

ശ്രീധരമേനോൻ അടിയന്തരാവസ്ഥയെ ചെറുക്കാൻ ധൈര്യം കാണിച്ചു. അദ്ദേഹത്തോടൊപ്പം എം.കെ സാനു, തായാട്ടു ശങ്കരൻ, ചെറുകാട്, കെ.സച്ചിദാനന്ദൻ, എം. കൃഷ്ണൻകുട്ടി തുടങ്ങിയവരും അടിയന്തരാവസ്ഥയ്ക്കെതിരെ ശബ്ദമുയർത്തി. ഇവരോടൊപ്പം ചെറുപ്പക്കാരായ പലരും മനുഷ്യാവകാശങ്ങൾക്കും സാംസ്കാരിക സ്വാതന്ത്ര്യത്തിനും വേണ്ടി ശക്തമായി രംഗത്തിറങ്ങി. അതുവരെ കോൺഗ്രസിന്റെ പക്ഷത്തായിരുന്ന സുകുമാർ അഴീക്കോടിനെപ്പോലുള്ള ചിലരും സമഗ്രാധിപത്യത്തിനെതിരെ രോഷാകുലരായി.

ചുരുക്കത്തിൽ 1971 മുതൽ 1981 വരെ പുരോഗമന സാഹിത്യ പ്രവർത്തകരുടെ പൊതുവേദിയായിത്തീർന്നു *ദേശാഭിമാനി സ്റ്റഡി സർക്കിൾ. യുവകലാസാഹിത്യ സമിതി* തുടങ്ങിയ ചില സംഘടനകൾ ഇക്കാലത്ത് പ്രവർത്തിച്ചിരുന്നെങ്കിലും അവയ്ക്കൊന്നും *സ്റ്റഡി സർക്കിളി*ന്റെ വ്യാപ്തിയുമുണ്ടായിരുന്നില്ല.

1970 കളുടെ അവസാനം ആയപ്പോഴേക്കും *ദേശാഭിമാനി സ്റ്റഡിസർക്കിൾ* അന്നത്തെ കേരളത്തിലെ ഏറ്റവും വലിയ സാംസ്കാരിക പ്രസ്ഥാനമായി മാറിയതിന്റെ പിറകിൽ പി.ജി പ്രകടിപ്പിച്ച കർമകുശലതയും കഠിനാദ്ധ്വാനവും ഒരു പ്രധാന ഘടകമാണ്. പുരോഗമനവാദികളാണെങ്കിലും അതുവരെ നിഷ്ക്രിയരായി കഴിഞ്ഞു കൂടിയവരെ കർമരംഗത്തേക്ക് കൊണ്ടുവരാൻ കഴിഞ്ഞതിനുപുറമെ പുരോഗമന സാഹിത്യപ്രസ്ഥാനത്തെയും സോഷ്യലിസം, മാർക്സിസം മുതലായ ആശയങ്ങളെയും എതിർത്തിരുന്നവരെയും പ്രസ്ഥാനത്തിന്റെ മുഖ്യധാരയിലേക്കും നേതൃത്വത്തിലേക്കും കൊണ്ടുവരാനും കഴിഞ്ഞു. ചെറുകാട്, തായാട്ടു ശങ്കരൻ, എം.എൻ വിജയൻ, എം. കെ സാനു, മഹാകവി വൈലോപ്പിള്ളി തുടങ്ങിയവർ സംഘടനയിൽ തന്നെ ചുമതല വഹിച്ചപ്പോൾ ഇടശ്ശേരി, കെ. ദാമോദരൻ, സി.പി.ശ്രീധരൻ, പവനൻ, സി. അച്യുതക്കുറുപ്പ്, സുകുമാർ അഴീക്കോട്, എൻ. വി. കൃഷ്ണവാര്യർ, ലീലാവതി, സുഗതകുമാരി തുടങ്ങിയ പലരും *സ്റ്റഡി സർക്കിൾ* വേദിയെ കൂടെക്കൂടെ അലങ്കരിക്കുകയും ചെയ്തിരുന്നു.[13]

അടിയന്തരാവസ്ഥക്കാലത്ത് ബി. രാജീവനെയും കെ.ജി ശങ്കരപ്പിള്ളയെയും *ദേശാഭിമാനി സ്റ്റഡി സർക്കിളിൽ* എത്തിച്ച് കെ. വേണുവിന്റെ തീവ്രനിലപാടിനെ പ്രതിരോധിക്കാനും പി. ജിക്ക് കഴിഞ്ഞു. രാജീവനും ശങ്കരപ്പിള്ളയും പ്രസിദ്ധീകരിച്ച *പ്രസക്തി* മാസിക അതോടെ നിലയ്ക്കുകയും ചെയ്തു.[14]

അടിയന്തരാവസ്ഥക്കാലത്ത് നടത്തിയ പ്രവർത്തനങ്ങൾ *സ്റ്റഡി സർക്കിളി*ന്റെ ജനപ്രീതിയും സ്വാധീനവും വളർത്താൻ സഹായിച്ചു. ക്രമേണ *സ്റ്റഡി സർക്കിളി*ന്റെ പ്രവർത്തനം സാഹിത്യത്തിലും നാടകത്തിലും മാത്രമായി ഒതുങ്ങാതെ ചിത്രരചന, നാടോടി സംസ്കൃതി, ചലച്ചിത്രം, പ്രതിമാശില്പം, വാസ്തുശില്പം തുടങ്ങിയ മേഖലകളിലേക്കും വ്യാപിച്ചു. വളർച്ചയുടെ ഈ പശ്ചാത്തലത്തിൽ സ്റ്റഡി സർക്കിൾ ഒരു പുതിയ പഠനവൃത്തമായി തുടർന്നാൽ പോരെന്നും പഴയ പുരോഗമന സാഹിത്യസംഘത്തെ പുനരുജ്ജീവിപ്പിക്കണമെന്നുമുള്ള അഭിപ്രായം ശക്തിപ്പെട്ടു. അതിനനുകൂലമായ നിലപാടാണ് പി.ജിയും കൈക്കൊണ്ടത്. കോഴിക്കോട്ടു വച്ച് ചേർന്ന *ദേശാഭിമാനി* സ്റ്റഡിസർക്കിളിന്റെ നാലാം സംസ്ഥാന സമ്മേളനത്തിൽ സ്വാഭാവികമായും ഈ അഭിപ്രായങ്ങളെല്ലാം ചർച്ച ചെയ്യപ്പെട്ടു. *സ്റ്റഡി സർക്കിളി*ന്റെ ധൈഷണിക നേതൃത്വത്തിൽ പ്രവർത്തിച്ചതോടൊപ്പം കേരള

ത്തിലൂടനീളം ഓടി നടന്ന് *സ്റ്റഡി സർക്കിളി*ന്റെ സംഘടനാ രൂപം ബലപ്പെടുത്തുകയും ചെയ്ത പി.ജി തന്നെയായിരുന്നു സ്റ്റഡി സർക്കിളിന്റെ ഈ അവസാന സമ്മേളനത്തിന്റെയും സംഘാടകരിൽ പ്രമുഖൻ.

### 4. പുരോഗമന കലാ സാഹിത്യ സംഘം (പു ക സ)

1981 ആഗസ്റ്റ് 14 ന് എറണാകുളത്ത് മുനിസിപ്പൽ ടൗൺ ഹാളിൽ മഹാകവി വൈലോപ്പിള്ളി ശ്രീധരമേനോന്റെ സപ്തതി ആഘോഷം സംഘടിപ്പിച്ചു. ഇ.എം.എസ്സും കന്നട സാഹിത്യകാരനായ ശിവരാമകാരന്തും സമ്മേളനത്തിൽ പങ്കെടുത്തു. കഥാകൃത്ത്, കലാസൈദ്ധാന്തികൻ, കവി എന്നീ നിലകളിൽ അഖിലേന്ത്യാ പ്രശസ്തനും അടിയന്തരാവസ്ഥയെ ധീരമായി എതിർത്ത സാഹിത്യകാരനുമാണ് കാരന്ത്. ഈ സമ്മേളനത്തിൽ വെച്ചാണ് *പുരോഗമന കലാസാഹിത്യ സംഘം* രൂപംകൊണ്ടത്. വൈലോപ്പിള്ളി ശ്രീധരമേനോനെ പ്രസിഡന്റായും എരുമേലി പരമേശ്വരൻ പിള്ളയെ സെക്രട്ടറിയായും തിരഞ്ഞെടുത്തു.

ഈ സംഘത്തിന്റെ രൂപീകരണത്തോടെ സ്റ്റഡി സർക്കിളിന്റെ പരിമിതിയെ മുറിച്ചുകടക്കാൻ ആരംഭിച്ചു. സാഹിത്യത്തിനു പുറമെ മറ്റ് വിവിധ കലകൾക്കും കൂടി പ്രാതിനിധ്യം നൽകുന്നതിനു വേണ്ടിയാണ് പേരിലും മാറ്റം വരുത്തിയത്. ഇങ്ങനെ മെമ്പർഷിപ്പോ വരിസംഖ്യയോ ഇല്ലാത്ത ഒരു തുറന്ന വേദിയായി പുരോഗമന കലാസാഹിത്യ സംഘത്തിന്റെ സംഘടനാ സംവിധാനം രൂപപ്പെടുത്തിയതിന്റെ ശില്പികളിൽ മുഖ്യൻ പി.ജിയായിരുന്നു.

### പെരുമ്പാവൂർ രേഖ

വ്യാപകമായ ചർച്ചകൾക്കു ശേഷം 1985 ൽ *കാലഘട്ടത്തിന്റെ വെല്ലുവിളികളും എഴുത്തുകാരും* എന്നൊരു രേഖ പുരോഗമന കലാ സാഹിത്യ സംഘം അംഗീകരിക്കുകയുണ്ടായി സംഘത്തിന്റെ കാഴ്ചപ്പാടും പ്രവർത്തന പരിപാടികളും അതിൽ ചുരുക്കിപ്പറഞ്ഞിരുന്നു. എന്നാൽ സംഘത്തിന്റെ അടിസ്ഥാന രേഖ 1992 ഏപ്രിൽ 26, 27 എന്നീ തീയതികളിൽ പെരുമ്പാവൂരിൽ ചേർന്ന *പുരോഗമന കലാസാഹിത്യ സംഘ*ത്തിന്റെ നാലാം സംസ്ഥാന സമ്മേളനം അംഗീകരിച്ച *പുതിയ കാലഘട്ടവും പുതിയ കാഴ്ചപ്പാടും* എന്ന രേഖയാണ്. പെരുമ്പാവൂരിൽ വച്ച് അംഗീകരിച്ചതുകൊണ്ട് *പെരുമ്പാവൂർ രേഖ* എന്നും അറിയപ്പെടുന്നു. ഈ രേഖ എഴുതിയുണ്ടാക്കുന്നതിൽ മുഖ്യ പങ്ക് വഹിച്ചത് പി.ജി ആയിരുന്നു. പി.ജിയുടെ മുൻകൈയിൽ തയ്യാറാക്കിയ പെരുമ്പാവൂർ രേഖ സാഹിത്യ-കലാരംഗങ്ങളിലെ എല്ലാ സങ്കുചിത വാദഗതികളേയും നിരസിക്കുന്നതാണ്. സംഘടനാ സംവിധാനത്തിലും സാഹിത്യ സമീപനത്തിലും വലിയ പൊളിച്ചെഴുത്തായിരുന്നു ആ രേഖ മുന്നോട്ടു വെച്ചത്.[15]

ഈ രേഖ എഴുതിയുണ്ടാക്കുന്നതിൽ പി.ജി പ്രകടിപ്പിച്ച ഉൾക്കാഴ്ച ശ്രദ്ധേയമാണ്. പെരുമ്പാവൂർ രേഖയുടെ മഹത്വങ്ങളായി പി. ജി. ചൂണ്ടിക്കാണിക്കുന്നത് ഇവയൊക്കെയാണ്.

1. പുരോഗമന സാഹിത്യപ്രസ്ഥാനത്തിന്റെ ചരിത്രത്തിൽ സങ്കുചിതവും വരട്ടുതത്വവാദപരവുമായ ചില പ്രവണതകൾ ഇടയ്ക്ക് തലപൊക്കുകയും അത് പ്രസ്ഥാനത്തിന്റെ പിളർപ്പിനു തന്നെ വഴി വയ്ക്കുകയും

ചെയ്തു. പിളർപ്പിന് വഴിവച്ച കമ്യൂണിസ്റ്റ് സാഹിത്യകാരന്മാരുടെ നിലപാട് പിശകായിരുന്നുവെന്നും വിശാലമായ കാഴ്ചപ്പാടാണാവശ്യമെന്നും അംഗീകരിക്കുന്നതാണ് പെരുമ്പാവൂർ രേഖ.

2. സാഹിത്യേതര കലാരംഗങ്ങളിലുള്ള പ്രവർത്തനങ്ങൾ മുമ്പ് തന്നെ ആരംഭിച്ചുവെങ്കിലും പെരുമ്പാവൂർ രേഖയോടു കൂടിയാണ് അത് ഔപചാരികമായ ഒരു നയമായി അംഗീകരിക്കപ്പെടുന്നത്.
3. നവീന ദൃശ്യ-ശ്രവ്യമാധ്യമങ്ങളുടെ പ്രാധാന്യവും കണക്കിലെടുത്തു കൊണ്ടുള്ളതാണ് പെരുമ്പാവൂർ രേഖ.
4. ഇന്ത്യയെ വിഴുങ്ങാൻ തയ്യാറായിക്കൊണ്ടിരിക്കുന്ന ഫാസിസ്റ്റ് വർഗീയ വാദികളെ, അത് ന്യൂനപക്ഷത്തിന്റെ പേരിലായാലും ഭൂരിപക്ഷത്തിന്റെ പേരിലായാലും എതിർത്ത് പരാജയപ്പെടുത്താൻ സങ്കുചിതമായ സംഘടനകൾക്ക് കഴിയില്ലെന്നും രാഷ്ട്രീയരംഗത്തെന്നപോലെ സാംസ്കാരിക രംഗത്തും വിശാലമായ മതനിരപേക്ഷ സഖ്യം ഉയർന്നു വരേണ്ടതുണ്ടെന്നുമുള്ള കാഴ്ചപ്പാട് പെരുമ്പാവൂർ രേഖയിലുണ്ടെന്നുള്ളതാണ് ആ രേഖയുടെ മറ്റൊരു മഹത്വം.[16]

പി.ജിയും മറ്റും കരുപിടിപ്പിച്ച ഈ അയവേറിയ സംഘടനാരൂപം പ്രസ്ഥാനത്തെ ദുർബലപ്പെടുത്തുകയല്ല, ശക്തിപ്പെടുത്തുകയാണ് ചെയ്തത് എന്ന് വളരെ താമസിയാതെ മനസ്സിലായി. ഏറ്റവും കരുത്തുള്ള കലാസാഹിത്യ സംഘടനയായി *പുരോഗമന കലാസാഹിത്യ സംഘം* മാറാൻ ഈ തുറന്ന സമീപനം സഹായിച്ചു. ചലച്ചിത്രം, ചിത്രകല, സംഗീതം, നാടകം, കഥ, കവിത തുടങ്ങി വിവിധ സാഹിത്യ സാംസ്കാരിക മേഖലകളിലേക്ക് സംഘം പ്രവർത്തനം വ്യാപിപ്പിക്കാൻ ഈ രേഖ സഹായിച്ചു.

പെരുമ്പാവൂർ രേഖയുടെ ഇന്നത്തെ പ്രസക്തിയെക്കുറിച്ച് സി. അശോകൻ ചോദിച്ച ചോദ്യത്തിന് പെരുമ്പാവൂർ രേഖയ്ക്ക് ശേഷവും പല മാറ്റങ്ങളും പൊതുജീവിതത്തിലും സാംസ്കാരികജീവിതത്തിലും വന്നുകൊണ്ടിരിക്കുകയാണെന്നും ആ മാറ്റങ്ങൾ കൂടി കണക്കിലെടുത്തുകൊണ്ട് പെരുമ്പാവൂർ രേഖ കാലോചിതമായി പരിഷ്കരിച്ചാൽ മതിയെന്ന് പി.ജി പറഞ്ഞു. അല്ലാതെ മൗലികമായ മാറ്റങ്ങൾ വരുത്തേണ്ട ആവശ്യമുണ്ടെന്നു തോന്നുന്നില്ല എന്നദ്ദേഹം വ്യക്തമാക്കി. മാറിയ സാഹചര്യങ്ങളിൽ പെരുമ്പാവൂർ രേഖയിൽ വരുത്തേണ്ട മാറ്റങ്ങൾ എന്തൊക്കെയാണെന്നും സാഹിത്യ സംഘം വർത്തമാനകാലത്തിൽ നേരിടുന്ന പ്രശ്നങ്ങൾ എന്തൊക്കെയാണെന്നും സി. അശോകനുമായുള്ള അഭിമുഖത്തിൽ പി.ജി വ്യക്തമാക്കുന്നുണ്ട്. അഖിലേന്ത്യാ തലത്തിൽ ഒരു ഏകീകൃത പുരോഗമന സാംസ്കാരിക സംഘടന രൂപംകൊള്ളേണ്ടതിന്റെ ആവശ്യകതയെക്കുറിച്ചും പി.ജി ഊന്നിപ്പറഞ്ഞു.

പുരോഗമന സാഹിത്യ പ്രസ്ഥാനത്തിന് രൂപം കൊടുക്കുകയും അതിലെ ഒരു മുഖ്യഘടകമായി കമ്യൂണിസ്റ്റ് സാഹിത്യകാരന്മാർ പ്രവർത്തിക്കുകയും ചെയ്യുന്നുണ്ടെങ്കിലും അത് ഒരു കമ്യൂണിസ്റ്റ് സാഹിത്യകാരന്റെ മാത്രം സംഘടനയല്ലെന്ന് പി.ജി പറഞ്ഞു. പുരോഗമന സാഹിത്യത്തിന് പ്രത്യയശാസ്ത്രപരമായി ചില കാഴ്ചപ്പാടുകളുണ്ടെങ്കിലും അവയുമായി പൊരുത്തപ്പെടാൻ കഴിയാത്തവർക്കും ആ പ്രസ്ഥാനത്തിൽ പങ്കെടുക്കാനും സംവാദങ്ങൾ നടത്താനും അവകാശമുണ്ടായിരിക്കണമെന്ന് പി.ജി പറഞ്ഞു.

കടുത്ത എതിർപ്പുകളെ അതിജീവിച്ചാണ് പുരോഗമന സാഹിത്യ പ്രസ്ഥാനം വളർന്നു വന്നത്. എതിർത്തവരുടെ വാദങ്ങളുടെ പൊള്ളത്തരം തുറന്നു കാട്ടാൻ ഇ.എം.എസിനൊപ്പം പി.ജിയും മുന്നിൽത്തന്നെയുണ്ടായിരുന്നു. നാലു പതിറ്റാണ്ടിലേറെ കാലഘട്ടം പുരോഗമന കലാസാഹിത്യ പ്രസ്ഥാനത്തിന്റെ 'വാക്കും നോക്കു'മായി പി.ജി മുൻനിരയിൽത്തന്നെ ചുവടുറപ്പിച്ചു.

പുരോഗമന കലാസാഹിത്യ സംഘത്തിന്റെ ലക്ഷ്യങ്ങളെ രണ്ടായി തിരിച്ച് കാണണമെന്ന് പി.ജി പറഞ്ഞു.'സാഹിത്യത്തിലും വായനയിലും ജനങ്ങളെ പ്രത്യേകിച്ചും യുവാക്കളെ തൽപ്പരരാക്കുക എന്നതാണ് ഒരു ലക്ഷ്യം. ശില്പശാലകൾ നടത്തിയും പുസ്തകങ്ങൾ പ്രസിദ്ധീകരിക്കാൻ സഹായിച്ചും ചെറുപ്പക്കാരായ സഹൃദയരെയും എഴുത്തുകാരെയും പരിശീലിപ്പിച്ച് ഉയർത്തിക്കൊണ്ടു വരിക എന്നതാണ് രണ്ടാമത്തേത്. പുതിയ സാഹിത്യ ചിന്തകളും വിശ്വസാഹിത്യ രംഗത്തെ സംഭവ വികാസങ്ങളും പഠിക്കുകയും പഠിപ്പിക്കുകയും ചെയ്യുക മറ്റൊരു ലക്ഷ്യമാണ്. ഇത്തരം അടിസ്ഥാന കാര്യങ്ങൾ നിർവ്വഹിക്കാതെ യോഗങ്ങളും പ്രസ്താവനകളും മറ്റ് ചടങ്ങുകളുംകൊണ്ട് പ്രസ്ഥാനം വളരില്ല എന്ന് പി.ജി കത്തിൽ വ്യക്തമാക്കി.

അവസാനകാലത്ത് പി.ജിയെ തേടിയെത്തിയ നിരവധി അവാർഡുകളിലെ ചെറുതും വലുതുമായ തുകകൾ അദ്ദേഹം സംഘത്തിന്റെ പ്രവർത്തന ഫണ്ടിലേക്കാണ് നൽകിയത്. സമഗ്ര സംഭാവനകൾക്കുള്ള ടി. കെ രാമകൃഷ്ണൻ അവാർഡ് തുകയായ ഒരു ലക്ഷം രൂപയും അതിൽ ഉൾപ്പെടുന്നു. തിരുവനന്തപുരം കേന്ദ്രമാക്കി പ്രൊഫ. ജോസഫ് മുണ്ടശ്ശേരിക്ക് സ്മാരകം ഉണ്ടാക്കുകയെന്നതായിരുന്നു അദ്ദേഹത്തിന്റെ മറ്റൊരഭിലാഷം. പുരോഗമന കലാ സാഹിത്യ സംഘത്തിന്റെ ആഭിമുഖ്യത്തിൽ അതും പൂർത്തിയാക്കാൻ കഴിഞ്ഞു.

പുരോഗമന സാഹിത്യ പ്രസ്ഥാനത്തിന് പി. ജി പകർന്ന കരുത്ത് ഒട്ടും ചെറുതായിരുന്നില്ല. പുരോഗമന സാഹിത്യ പ്രസ്ഥാനവുമായി ബന്ധപ്പെട്ട് ഉയർന്ന ആശയപരമായ വിഷയങ്ങളെ ആഴത്തിലപഗ്രഥിക്കാൻ അദ്ദേഹത്തിന് കഴിഞ്ഞു. സർഗാത്മകതയിൽ വിസ്മയിപ്പിച്ച സാഹിത്യകാരന്മാരെ പുരോഗമന സാഹിത്യപ്രസ്ഥാനവുമായി അടുപ്പിക്കുന്നതിന് പി.ജിയുടെ ബൗദ്ധികവും വ്യക്തിപരവുമായ ഇടപെടലുകൾ ഏറെ സഹായകരമായി.

## സൂചനകൾ

1. എം എസ് ദേവദാസ് പാർട്ടി പിളരുമ്പോൾ സി പി ഐയിലായിരുന്നു നിന്നത്. 1970 ലാണ് സി പി ഐ (എം) ൽ ചേർന്നത്.

2. *പി ജിയും ലോകവും*, സുവനീർ, തിരുവനന്തപുരം ജില്ലാ ലൈബ്രറി കൗൺസിൽ, പു: 27.
3. പി ഗോവിന്ദപ്പിള്ള, രണ്ടുവാക്ക്, *ഇസങ്ങൾക്കിപ്പുറം*
4. പി ഗോവിന്ദപ്പിള്ള, *തെരഞ്ഞെടുത്ത പ്രബന്ധങ്ങൾ*, പു: 370 376
5. *മേൽചൊന്നത്*, പു: 330
6. പി. ഗോവിന്ദപ്പിള്ള, *ഇ.എം.എസും മലയാള സാഹിത്യവും*, പു: 78
7. *മേൽചൊന്നത്*, പു: 79
8. *ഗ്രന്ഥാലോകം*, സെപ്തംബർ-ഒക്ടോബർ 1995, പു:26

9. *ഇ.എം.എസ് നമ്പൂതിരിപ്പാട്*, പു: 331.
10. *ഇ.എം.എസും മലയാള സാഹിത്യവും*, പു: 82
11. *തെരഞ്ഞെടുത്ത പ്രബന്ധങ്ങൾ*, പു:464
12. പി. ഗോവിന്ദപ്പിള്ള, *മുൽക്ക് രാജ് മുതൽ പവനൻ വരെ*, പു:115
13. കെ പി ഒ റഹുമത്തുല്ല, *തേജസ്*, 24 നവംബർ 2012, പു:12
14. ഒരു സംഘം ലേഖകർ, *പി.ജി.മുഷ്ടി ചുരുട്ടിയ വായന*, പു:48
15. സി. അശോകൻ, *പി.ജി. സംവാദത്തിന്റെ തുറന്ന പുസ്തകം*, പു:59
16. *ദേശാഭിമാനി വാരിക*, 9 ഡിസംബർ 2012, പു:42 –43

# മാർക്സിസ്റ്റ് സൗന്ദര്യശാസ്ത്രജ്ഞൻ

**മാ**ർക്സിസ്റ്റ് സൗന്ദര്യശാസ്ത്രത്തിനും സാംസ്കാരികപഠനങ്ങൾക്കും പി.ജി നൽകിയ സംഭാവനയെക്കുറിച്ചാണ് ഇവിടെ ചർച്ച ചെയ്യുന്നത്.

## 1. പി.ജിയും മാർക്സിയൻ സൗന്ദര്യശാസ്ത്രവും

ഇ.എം.എസിനു ശേഷം മാർക്സിയൻ സൗന്ദര്യശാസ്ത്രത്തെ ഇത്രത്തോളം വ്യാഖ്യാനിക്കുകയും ഉദാഹരിക്കുകയും മലയാളത്തിൽ പ്രയോഗിക്കുകയും ചെയ്ത മറ്റൊരാൾ പി.ജി.യെപ്പോലെയുണ്ടാവില്ല. പി.ജി.യുടെ ഏറ്റവും വലിയ സംഭാവനയും ഈ വിഷയത്തിൽ തന്നെ.

അടിസ്ഥാനപരമായി പി.ജി.യുടേത് ക്ലാസിക്കൽ സാഹിത്യ മനസ്സാണെന്നും മാർക്സിസ്റ്റ് കലാതത്വശാസ്ത്രം കൂടി ഉൾച്ചേരുമ്പോൾ ആ മനസ്സ് പൂർണ്ണമാകുന്നുവെന്നും എരുമേലി പരമേശ്വരൻ പിള്ള രേഖപ്പെടുത്തിയിട്ടുണ്ട്. തൊഴിലാളിവർഗ്ഗ സൗന്ദര്യ ശാസ്ത്രത്തിന്റെ ആധാരഘടകങ്ങളാണ് പി.ജി.യെ ഏറെ സ്വാധീനിച്ചതെന്നും അദ്ദേഹം പറഞ്ഞു. രാഷ്ട്രീയത്തിലും പത്രപ്രവർത്തനത്തിലും പയറ്റി ചുവടുറപ്പിച്ച ശേഷമാണ് പി.ജി സാഹിത്യത്തിലേക്ക് കാലെടുത്തുവെച്ചത്. "രാഷ്ട്രീയം സാഹിത്യത്തിന് അന്യമല്ലെന്നും സാഹിത്യം, പത്രപ്രവർത്തനത്തിന്റെ സർഗാത്മക ഘടകമാണെന്നും ഉള്ള പ്രായോഗിക അറിവ് പി.ജി.യുടെ കർമപഥങ്ങളുടെ പ്രകാശധാരയാണ്; ഊർജ്ജവും."[1]

ആദ്യകാലം മുതൽ തന്നെ പി.ജിക്ക് കൂടുതൽ ആഭിമുഖ്യം പാശ്ചാത്യ സാഹിത്യത്തോടും സാഹിത്യചിന്തകളോടുമായിരുന്നു. മാർക്സിസ്റ്റ് കലാദർശനങ്ങളുടെ പൊരുൾ അറിയാനുള്ള പി.ജി.യുടെ ബൗദ്ധികയാത്ര ഇവിടെ തുടങ്ങുന്നു.

### മാർക്സിയൻ സൗന്ദര്യശാസ്ത്രമെന്ന യാഥാർത്ഥ്യം

സൗന്ദര്യ ശാസ്ത്ര സംബന്ധിയായി ഒരു ആധികാരികഗ്രന്ഥം കാൾ

മാർക്സോ ഏംഗൽസോ ലെനിനോ രചിച്ചിട്ടില്ല. എങ്കിലും മാർക്സിയൻ സൗന്ദര്യശാസ്ത്രം എന്നത് ഒരു യാഥാർത്ഥ്യമാണ്. മാർക്സിസ്റ്റ് ആചാര്യന്മാർ പരസ്പരം കൈമാറിയ ആശയങ്ങൾ, അവർ എഴുത്തുകാർക്ക് നൽകിയ ഉപദേശങ്ങൾ, *മൂലധന*ത്തിലും മറ്റുമുള്ള കലാസാഹിത്യ വിഷയകമായ നിരീക്ഷണങ്ങൾ, എഴുത്തുകാരുമായി നടത്തിയ സംവാദങ്ങൾ, ബൽസാക്കിനെക്കുറിച്ച് മാർക്സും, ടോൾസ്റ്റോയിയെക്കുറിച്ച് ലെനിനും മറ്റും നടത്തിയ അഭിപ്രായപ്രകടനങ്ങൾ തുടങ്ങി പലതിൽ നിന്നായി ഊറിക്കൂടിയതാണ് മാർക്സിയൻ സൗന്ദര്യശാസ്ത്രം.

ആധികാരികമായ ഒരു മാർക്സിയൻ സൗന്ദര്യശാസ്ത്ര ഗ്രന്ഥത്തിന്റെ അഭാവം കമ്മ്യൂണിസ്റ്റ് സാഹിത്യചിന്തകർക്കിടയിൽ വ്യത്യസ്തങ്ങളായ ചിന്താഗതികൾക്കും കാഴ്ചപ്പാടുകൾക്കും വ്യാഖ്യാനങ്ങൾക്കും കാരണമാക്കി. ഇതിനെത്തുടർന്ന് നിരവധി പണ്ഡിതന്മാരിലൂടെ സാർവ്വദേശീയരംഗത്ത് മാർക്സിസ്റ്റ് സൗന്ദര്യശാസ്ത്രം വികസിച്ച് പുഷ്ടിപ്പെട്ടുവന്നു. ഇതിന്റെ വിശദവിവരങ്ങളാണ് *മാർക്സിസ്റ്റ് സൗന്ദര്യശാസ്ത്രം ഉത്ഭവവും വളർച്ചയും* എന്ന ഗ്രന്ഥത്തിൽ പി.ജി നൽകുന്നത്.[2]

മാർക്സിലേക്കോ ഏംഗൽസിലേക്കോ മടങ്ങിച്ചെന്ന് ആത്യന്തികമായ ശരി ഇതാണെന്ന് പറയാനാവുന്നില്ല എന്നതാണ് ആധികാരികമായി ഒരു സൈദ്ധാന്തികഗ്രന്ഥം ഇല്ല എന്നതിന്റെ പരിമിതി. അതേസമയം വിചിന്തനങ്ങൾക്കുള്ള അനന്തമായ തൃഷ്ണയെ ഒരു ആധികാരിക കൃതിപോലും പരിമിതപ്പെടുത്താനാകില്ല എന്നത് അതിന്റെ അനന്ത സാധ്യതയാണ്. ഇവ രണ്ടിന്റെയും ഇടയിലൂടെയുള്ള സഞ്ചാരം ക്ലേശകരമാണെങ്കിലും ആ ദൗത്യം സമർത്ഥമായും വിജയകരമായും ഏറ്റെടുത്ത പി.ജി ആ പ്രക്രിയയിൽ മാർക്സിയൻ സൗന്ദര്യശാസ്ത്ര ചിന്തകളെ കൃത്യമായും മാർക്സിയൻ രാഷ്ട്രീയ-സാമ്പത്തിക ചിന്തകൾക്ക് അനുപൂരകമായിത്തന്നെ മുന്നോട്ടു കൊണ്ടുപോകുകയുണ്ടായി.[3]

## ഫ്രാങ്ക് ഫർട്ടും ന്യൂലെഫ്റ്റും

*ഫ്രാങ്ക് ഫർട്ട് സ്കൂൾ* എന്നത് കമ്യൂണിസ്റ്റ് പാർട്ടിയുടെ സംഘടനാ ചട്ടക്കൂടിന് പുറത്തുനിന്നുകൊണ്ട് മാർക്സിസ്റ്റ് ചിന്തകളിൽ വ്യാപരിച്ചവരാണ്. പിൽക്കാലത്തെ *ന്യൂലെഫ്റ്റ് മൂവ്മെന്റ്* ഇവരിൽ പലരും ഉൾപ്പെട്ടതാണ്. "വ്യതിയാനവിഭാഗം"ആയിട്ടാണ് ഈ രണ്ടു പ്രസ്ഥാനങ്ങളെയും കമ്യൂണിസ്റ്റ് പാർട്ടി കണക്കാക്കിയത്. എന്നാൽ അവർ മുന്നോട്ടുവച്ച ചില ചിന്തകൾ മാർക്സിയൻ സൗന്ദര്യശാസ്ത്ര സങ്കല്പങ്ങളെ കൂടുതൽ കാമ്പും കഴമ്പുമുള്ളതാക്കുന്നുണ്ട് എന്നത് പിന്നീട് അംഗീകരിക്കപ്പെടാൻ തുടങ്ങി. അതിന്റെ അടിസ്ഥാനത്തിൽ സാഹിത്യകൃതികളെയും കലാസൃഷ്ടികളെയും പരിശോധിക്കാനുള്ള വിശാലമനസ്കത ലോകത്ത് ആദ്യം കാണിച്ചവരിലൊരാളാണ് പി. ഗോവിന്ദപ്പിള്ള.[4]

1956 ൽ ഹംഗറിയിൽ നടന്ന കലാപത്തെ തുടർന്ന് ഇ.പി. തോംസണെപ്പോലുള്ളവർ കമ്യൂണിസ്റ്റ് പാർട്ടി വിട്ടുപോകുകയും *ന്യൂലെഫ്റ്റ്* (പുത്തൻ ഇടതുപക്ഷം അഥവാ നവ ഇടതുപക്ഷം) എന്ന പ്രസ്ഥാനത്തിന് രൂപംനൽകുകയും ചെയ്തു. ഇവരുടെ നിലപാടുകൾ സാമ്രാജ്യത്വ പ്രചാരവേലയ്ക്കു സഹായകരമാവുകയേയുള്ളു എന്ന വിലയിരുത്തലിന്റെ അടിസ്ഥാനത്തിൽ

കമ്യൂണിസ്റ്റ് പാർട്ടികൾ അന്നവരോട് നിസ്സഹകരണത്തിന്റെ നിലപാടാണ് കൈക്കൊണ്ടത്. എന്നാൽ ക്രമേണ ഇ.പി. തോംസൺ, ടെറി ഈഗിൾട്ടൺ, റെയ്മണ്ട് വില്യംസ് തുടങ്ങിയവരെയൊക്കെ പാടേ അവഗണിക്കുന്നത് നഷ്ടത്തിലാവും കലാശിക്കുക എന്ന തിരിച്ചറിവ് ലോകത്തിന്റെ പലഭാഗത്തുമുള്ള കമ്യൂണിസ്റ്റ് പാർട്ടികൾക്കുണ്ടായി.

സോഷ്യലിസ്റ്റ് റിയലിസമാണ് കമ്യൂണിസ്റ്റ് പാർട്ടിക്ക് അംഗീകരിക്കാവുന്ന ഏക സാഹിത്യ പ്രസ്ഥാനം എന്നതായിരുന്നു കമ്യൂണിസ്റ്റ് പാർട്ടികളുടെ ആദ്യ കാഴ്ചപ്പാട്. സോഷ്യലിസ്റ്റ് റിയലിസത്തിനു പുറത്തും സാഹിത്യ സൃഷ്ടികളുണ്ടാവാമെന്നും അവ അനുഭൂതിദായകമാവാമെന്നും ആ അനുഭൂതി കമ്യൂണിസ്റ്റുകാർക്ക് അന്യമാവേണ്ട കാര്യമില്ല എന്നും മറ്റുമുള്ള ചിന്ത ആദ്യമായി പുറത്തുകൊണ്ടു വന്നത് *ന്യൂലെഫ്റ്റാണ്.* ഈ കാഴ്ചപ്പാടുകൾ മാർക്സിസ്റ്റ് സാഹിത്യ നിരൂപണത്തിന്റെ മേഖലയിൽ പുതിയ ചക്രവാളങ്ങൾ തുറക്കുന്നതായി ഈ കമ്യൂണിസ്റ്റ് പാർട്ടികൾ മനസ്സിലാക്കി. അതിന്റെ വെളിച്ചം ആദ്യമായി മലയാളസാഹിത്യരംഗത്ത് കൊണ്ടുവന്നത് പി.ജി ആയിരുന്നു. അവർ മുന്നോട്ടു വച്ച ചില ചിന്തകളെ യാതൊരു മടിയും കൂടാതെ പി.ജി തന്റെ സാഹിത്യ സമീപനങ്ങളിൽ പകർത്തി. "ന്യൂലെഫ്റ്റ് മുന്നോട്ടു വച്ച പുതിയ സിദ്ധാന്തങ്ങളെ ത്യാജ്യഗ്രാഹ്യ വിവേചനത്തോടെ സമീപിക്കേണ്ടത് 21-ാം നൂറ്റാണ്ടിലേക്ക് മുന്നേറുന്ന മാർക്സിസ്റ്റു പ്രസ്ഥാനത്തിനു വെള്ളവും വെളിച്ചവും നൽകുമെന്ന് പി.ജി കരുതി. അങ്ങനെ നവ ഇടതുപക്ഷത്തിന്റെ ആശയങ്ങളുടെ പ്രകാശം മലയാളത്തിലേക്ക്, പ്രത്യേകിച്ച് ഇടതുപക്ഷ സാഹിത്യ സമീപനങ്ങളിലേക്ക് കൊണ്ടുവന്നത് പി.ജി.യാണ്. അങ്ങനെയാണ് ഒട്ടൊക്കെ സങ്കുചിതമായിരുന്ന മലയാളത്തിലെ മാർക്സിസ്റ്റ് നിരൂപണ പദ്ധതി വിശാലമായ ഒരു ആകാശം സ്വന്തമാക്കിയത്." ചങ്ങമ്പുഴയെയും വൈലോപ്പിള്ളിയെയുമൊക്കെ ആദരിക്കുന്ന പി.ജി.യുടെ ആ ഘട്ടത്തിലെ ആസ്വാദനക്കുറിപ്പുകളും ലേഖനങ്ങളും അതിന്റെ ഏറ്റവും നല്ല തെളിവുകളാണ്.

## തൊഴിലാളിവർഗ സംസ്കാരം

തൊഴിലാളിവർഗ സംസ്കാരത്തെ തൊഴിലാളികളുടെ മാത്രം സ്വകാര്യസ്വത്തായി കാണണമെന്ന ലുണാചാർസ്കിയെപ്പോലുള്ളവരുടെ വാദത്തെ ലെനിൻ നിഷേധിച്ചത് പി.ജി ഉൾക്കൊള്ളുകയുണ്ടായി. മാർക്സിസ്റ്റ് സൗന്ദര്യശാസ്ത്രത്തെ അപഗ്രഥിക്കുകയും അതിന് പുതിയ മാനങ്ങൾ നൽകുകയും ചെയ്ത എല്ലാ പണ്ഡിതന്മാരുടെയും സംഭാവനകൾ പി.ജി പഠിക്കുകയുണ്ടായി. മാർക്സിസ്റ്റ് സൗന്ദര്യശാസ്ത്രത്തിന്റെ വികാസപരിണാമം പഠിക്കുമ്പോൾ സിദ്ധാന്താവിഷ്കരണത്തിന് പ്രേരകമായ രാഷ്ട്രീയ, സാമൂഹിക ഘടകങ്ങൾ വസ്തുനിഷ്ഠമായി പരിശോധിക്കുക എന്നത് പി.ജി.ക്ക് നിർബന്ധമാണ്. അസ്തിത്വവാദികളായ സാർത്ര്, കാമു, കാഫ്കെ എന്നിവരെ വിമർശിക്കുമ്പോഴും പി.ജി ഉയർത്തിപ്പിടിക്കുന്ന സാമൂഹിക മൂല്യബോധം നാം പ്രത്യേകം ശ്രദ്ധിക്കേണ്ടതാണ്. അസ്തിത്വവാദം എങ്ങനെ സാമൂഹിക പുരോഗതിക്കു വിഘാതമാകുന്നു എന്നതിലാണ് പി.ജി.യുടെ ഊന്നൽ. തൊഴിലാളിവർഗ സൗന്ദര്യശാസ്ത്രത്തെ യാന്ത്രികമായി നിർധാരണം ചെയ്യുന്നതിനോട് അദ്ദേഹം യോജിക്കുന്നില്ല. അത് അടിസ്ഥാനപരമായ ബഹുജന

ജീവിതവുമായി ബന്ധപ്പെട്ടതിനാൽ വിശാലമായ വീക്ഷണം കൂടിയേ തീരു. ഇതാണ് ലെനിൻ വിശദീകരിച്ചുതന്ന മാർക്സിസ്റ്റ് കലാദർശനത്തിന്റെ വഴി. പാരമ്പര്യത്തോടുള്ള പുരോഗമനവാദികളുടെ സമീപനമാണ് ഈ അവസര ത്തിൽ മുഖ്യമായത്. പി.ജി തന്റെ വീക്ഷണം വ്യക്തമാക്കുന്നത് ലെനിനെയും സ്റ്റാലിനെയും ഉദ്ധരിച്ചാണ്. പാരമ്പര്യത്തെയും ദേശീയതയെയും പൂർണ മായി നിഷേധിക്കുന്നതല്ല തൊഴിലാളിവർഗ സംസ്കാരം. എത്ര പ്രാഥമിക രൂപത്തിലായാലും ജനാധിപത്യ സോഷ്യലിസ്റ്റ് സംസ്കാരത്തിന്റെ അംശ ങ്ങൾ ഓരോ ദേശീയ സംസ്കാരത്തിലും കാണാൻ കഴിയും. ഓരോ രാഷ്ട്രത്തിലും അധ്വാനിക്കുന്നവരും ചൂഷിതരുമായ ബഹുജനങ്ങൾ ഉണ്ട് എന്നതാണ് അതിനുകാരണം. ഇവരുടെ ജീവിതപരിതസ്ഥിതി അനിവാര്യ മായി ജനാധിപത്യ സോഷ്യലിസ്റ്റ് പ്രത്യയശാസ്ത്രത്തിന് ജന്മം നൽകും. അതിനാൽ ഈ ധാരകളെ ശക്തിപ്പെടുത്തുകയും അതോടൊപ്പം പൈതൃക സംസ്കാരത്തിലെ ഉജ്ജ്വലാംശങ്ങൾ ഉൾക്കൊള്ളുകയും വേണം. മുതലാളിത്ത സംസ്കാരത്തിന്റെ പൈതൃകം ഉപയോഗപ്പെടുത്താതെ സോഷ്യലിസം കെട്ടി പ്പടുക്കാനാവില്ല എന്ന ലെനിന്റെ ആശയം പ്രായോഗികതലത്തിൽ പി.ജി വ്യാഖ്യാനിച്ചു. പി.ജി എഴുതുന്നു: "തൊഴിലാളിവർഗകലയും സംസ്കാരവും സങ്കുചിതമായി ഒരു വിഭാഗത്തിന്റെ മാത്രം കലയോ സംസ്കാരമോ അല്ല. തൊഴിലാളിവർഗത്തിന് സമൂഹത്തിലുള്ള സവിശേഷ സ്ഥാനത്തെ അംഗീകരി ക്കുകയും തൊഴിലാളികളുടെ സാമാന്യ ജീവിതമൂല്യങ്ങൾ ഉൾക്കൊള്ളുകയും ചെയ്യുന്നത് പുരോഗമനോന്മുഖ സമൂഹത്തിനാകെ ബാധകമായ ഒന്നാണ ത്. തൊഴിലാളിവർഗ സംസ്കാരം സാർവദേശീയമാണെങ്കിലും ദേശീയതയെ പൂർണമായി നിഷേധിക്കുന്നില്ല."

## കല സാമൂഹ്യ പുരോഗതിക്കുവേണ്ടി

കല കലയ്ക്കുവേണ്ടി എന്ന കാഴ്ചപ്പാടിനെ ചോദ്യം ചെയ്തുകൊണ്ട് കലയുടെ സാമൂഹ്യ പ്രതിബദ്ധതയുടെ പ്രശ്നം മുന്നോട്ട് വച്ച് ജനകീയമാ ക്കുന്നതിൽ പി.ജി. സുപ്രധാന പങ്കുവഹിച്ചു.

ഏതു വിലപ്പെട്ട സാഹിത്യ സൃഷ്ടിയും – കവിതയോ കഥയോ നാട കമോ മറ്റ് ഗാനമോ – അത് മനുഷ്യന്റെ സാംസ്കാരിക പാരമ്പര്യത്തിലേക്ക് മുതൽക്കൂട്ടാകാത്ത പക്ഷം അതിന് സാഹിത്യമെന്ന പേര് അർഹിക്കുന്നി ല്ലെന്ന് പി.ജി പറഞ്ഞു. സമൂഹത്തെ നിലനിർത്തുന്നതും സമ്പന്നമാക്കുന്നതും സംസ്കാരമല്ലാതെ മറ്റൊന്നുമല്ല. അതിനാൽ ഈ സാംസ്കാരിക ഘടകം ഒഴിവാക്കിയാൽ ആ സാഹിത്യസൃഷ്ടി അകംപൊള്ളയായ പുറംതോടുപോ ലെ അവശേഷിക്കും. സാഹിത്യത്തിലും കലയിലും "രൂപം" ആണ് പ്രധാന മെന്നും "ഭാവം" നിസ്സാരമാണെന്നും വിചാരിക്കുന്നവർ സാഹിത്യത്തെ അതിന്റെ ഹൃദയത്തിൽ നിന്ന് വേർപെടുത്തുകയാണ് ചെയ്യുന്നതെന്ന് പി.ജി വ്യക്തമാക്കി.[4]

## ബോധപൂർവ്വമോ അബോധപൂർവ്വമോ രചിക്കപ്പെടുന്ന കൃതികൾ

"വിപ്ലവ പുരോഗമന പ്രസ്ഥാനങ്ങളെ ശക്തിപ്പെടുത്തുക എന്ന ലക്ഷ്യം മുൻനിർത്തിയുണ്ടാവുന്ന സാഹിത്യരചനകൾ മാത്രമല്ല, അത്തരമൊരു ലക്ഷ്യം പ്രഖ്യാപിക്കാതിരിക്കുമ്പോഴും മാനവികതയുടെ പക്ഷത്തു

നിൽക്കുന്ന ഇതരകൃതികൾ കൂടി ആസ്വദിക്കണമെന്നും അവരെയും ആദരിക്കണമെന്നുള്ള വിശാലബോധം കേരളത്തിന്റെ പുരോഗമന സാഹിത്യചിന്തയിലേക്ക് പ്രസരിപ്പിക്കുന്നതിൽ" പി ജി വഹിച്ച പങ്ക് വളരെ വലുതാണ്.[5] സാംസ്കാരികരംഗത്തെ "വിശാലമുന്നണി"എന്ന സങ്കൽപ്പവും "പെരുമ്പാവൂർ രേഖയും" അത്തരം ചിന്തകളുടെ ആവിഷ്കാരമായിരുന്നു.

സാമൂഹിക പ്രതിബദ്ധത ഒരു മുദ്രാവാക്യമാകേണ്ടതില്ലെന്നും ബോധപൂർവ്വമോ അബോധപൂർവ്വമോ ആയി അത് സംഭവിക്കാമെന്നുള്ള നിലപാടാണ് പി.ജി വച്ചുപുലർത്തിയത്.

## രാഷ്ട്രീയവും സാഹിത്യവും

സാഹിത്യത്തിലെ അടിസ്ഥാന നിലപാടുകളിൽ ഒരു ഘട്ടത്തിലും പി.ജി. വിട്ടുവീഴ്ച ചെയ്തില്ല. സാഹിത്യത്തിന് രാഷ്ട്രീയ ബന്ധമുണ്ടായിക്കൂടാ എന്ന വാദത്തെ പി.ജി ശക്തിയുക്തം എതിർത്തു. ആ വാദത്തെ *ഇസങ്ങൾക്കിപ്പുറം* എന്ന കൃതിയിലൂടെയടക്കം നേർക്കുനേരെ നിന്ന് എതിർത്ത നിരൂപകനാണ് പി.ജി. ഈ ഇടപെടലിന്റെ ഫലമായിട്ടാണ് "ശുദ്ധകലാവാദം" പിന്നീട് ഉയർത്താൻ കെ.പി. അപ്പനെയോ വി.രാജകൃഷ്ണനെയോ ഒഴികെ കേരളത്തിൽ ആരെയും കിട്ടാത്തത്. രാഷ്ട്രീയത്തിന് സാഹിത്യത്തിലെന്തു കാര്യം എന്ന ചോദ്യം ഇന്ന് ആരെങ്കിലും ചോദിക്കാത്ത അവസ്ഥ സൃഷ്ടിച്ചത് പി. ജി.യുടെയും മറ്റും ശക്തമായ ഇടപെടലിന്റെ ഭാഗമായിരുന്നു. സാഹിത്യത്തെ വെള്ളം കടക്കാത്ത അറയിൽ നിർത്തി പരിശോധിക്കുകയല്ല, മറിച്ച് സാഹിത്യം ചരിത്രത്തിന്റെ, രാഷ്ട്രീയത്തിന്റെ, ധനശാസ്ത്രത്തിന്റെ പശ്ചാത്തലത്തിൽ ഏത് ധർമ്മം അനുഷ്ഠിക്കുന്നു എന്നു പരിശോധിക്കുകയാണ് വേണ്ടത് എന്ന ചിന്തയിലേക്ക് രാഷ്ട്രീയ സ്പർശമില്ലാത്ത അക്കാദമിക് രംഗംപോലും ഉണർന്നിരിക്കുന്നുവെന്നതിന് സർവകലാശാലകളിലെ അക്കാദമിക് തലങ്ങളിലെ ഇന്റർ ഡിസിപ്ലിനറി സ്റ്റഡീസ് പോലും തെളിവാണ്. രാഷ്ട്രീയ തലത്തിൽ നിന്നുകൊണ്ട് സാഹിത്യത്തെയും കലയെയും വിശകലനം ചെയ്യാൻ ശ്രമിക്കണമെന്ന് പി.ജി പറഞ്ഞത് ശരിയാണെന്നതിന് ഇതിൽപ്പരം വേറെ തെളിവു വേണ്ടല്ലോ.[6]

## കവി വിപ്ലവ വിമുഖനല്ല

എല്ലാ സാഹിത്യശാഖകളെയും പഠനവിധേയമാക്കിയ വ്യക്തിയാണ് പി ജി എങ്കിലും കവിതയോടുള്ള അദ്ദേഹത്തിന്റെ അടുപ്പം ശ്രദ്ധേയമാണ്. കവിതാപഠനങ്ങളിൽ അദ്ദേഹത്തിന്റെ സർഗാത്മക മനസിന്റെ തന്മയീഭാവം അനുഭവിക്കാൻ കഴിയും. നെരൂദയെയോ, പുഷ്കിനെയോ, ഒ.എൻ.വി.യെയോ ഒക്കെക്കുറിച്ച് പി.ജി എഴുതുമ്പോൾ അത് അവരുടെ രാഷ്ട്രീയ മനസിന്റെയും വ്യക്തിത്വത്തിന്റെയും പരിചയപ്പെടുത്തൽ മാത്രമല്ല, അതിനു പുറമെ ആ കവികളുടെ മനസിലൂടെയും സൃഷ്ടിയുടെ രഹസ്യങ്ങളിലൂടെയുമുള്ള ഒരു കവിയോളം കവി ഹൃദയമുള്ള ഒരു സഹൃദയന്റെ സഞ്ചാരമാണ്.

"കവിതയിൽ വിപ്ലവാഭിനിവേശം മാത്രമല്ല, കവിയുടെ ഏകാന്ത ദുഃഖങ്ങളോ പ്രണയമോ പ്രണയനൈരാശ്യമോ ഒക്കെ സ്വാഭാവികമായും നിഴലിച്ചുവെന്നുവരാമെന്നും അതുകൊണ്ട് കവി വിപ്ലവ വിമുഖനാണെന്ന് വിലയിരുത്തേണ്ടതില്ല"എന്നും മലയാള സാഹിത്യ നിരൂപണരംഗത്ത് ആദ്യമായി

പറഞ്ഞ കമ്മ്യൂണിസ്റ്റുകാരൻ പി.ജി ആയിരുന്നു. പി.ജി അതു പറയുമ്പോൾ *ന്യൂലെഫ്റ്റ് മൂവ്മെന്റി*ന്റെ ചിന്തകളിൽനിന്ന് പ്രസരിച്ച തെളിച്ചം ആ വാക്കുകളിൽ കാണാമായിരുന്നു.

## മാർക്സിസ്റ്റ് കലാ-സാഹിത്യചിന്തകളുടെ കാലാനുസൃതമായ വ്യാഖ്യാതാവും പ്രയോക്താവും

സാഹിത്യത്തെ ഏത് നിലയിൽ വിലയിരുത്തിയാലും മാർക്സിസ്റ്റ് സൗന്ദര്യശാസ്ത്ര സിദ്ധാന്തങ്ങളെ അവയിൽ കാലാനുസൃതമായി പ്രയോഗിക്കാനും വ്യാഖ്യാനിക്കാനുമുള്ള പ്രതിബദ്ധതയും ആത്മവിശ്വാസവും പരിശ്രമവുമാണ് പി.ജി.യുടെ സാഹിത്യ രചനകളുടെ പ്രത്യേകത. സാഹിത്യ സിദ്ധാന്തങ്ങളെയും സാഹിത്യകാരന്മാരെയും സാഹിത്യ പ്രസ്ഥാനങ്ങളെയും സർഗസൃഷ്ടികളെയും മാർക്സിസം നൽകുന്ന വെളിച്ചത്തിൽ പരിശോധിക്കാനും ആസ്വദിക്കാനും പരിചയപ്പെടുത്താനുമാണ് പി.ജി യജ്ഞിച്ചത്.[7]

മാനവവിമോചനം തന്നെയാണ് പുരോഗമന സാഹിത്യ പ്രസ്ഥാനത്തിന്റെ ലക്ഷ്യം. പുരോഗമന സാഹിത്യ പ്രസ്ഥാനം അധഃസ്ഥിതരോടും അവരുടെ മൂല്യവ്യവസ്ഥയോടും അവിഭാജ്യമായി ബന്ധപ്പെട്ടിരിക്കുന്നു. ഈ മൂല്യബോധം കലയുടെ ആത്മാവായിത്തന്നെ അംഗീകരിക്കപ്പെട്ടിരിക്കുന്ന പുതിയ നൂറ്റാണ്ടിൽ കലയുടെയും സാഹിത്യത്തിന്റെയും ആന്തരാർത്ഥം കണ്ടെത്തുകയും അത് ജനങ്ങളിലെത്തിക്കുകയും ചെയ്യുകയെന്ന ദൗത്യം പുരോഗമന സാഹിത്യപ്രസ്ഥാനം നിർവഹിക്കുകതന്നെ വേണമെന്ന് പി.ജി കരുതുന്നു.

കേവലം അക്കാഡമിക് ജാഡകളൊന്നും കൂടാതെ സാഹിത്യഗവേഷണത്തിലെ മാർക്സിസ്റ്റ് സമീപനത്തിന്റെ മാതൃക പി.ജി മുന്നോട്ടുവച്ചു. അറിവു പകരാനോ ആത്മസംതൃപ്തിക്കോ മാത്രമുള്ളതല്ല പി.ജിയെ സംബന്ധിച്ചിടത്തോളം രചനകൾ. ഓരോ സാഹിത്യകാരനെയും സൃഷ്ടികളെയും സാഹിത്യചരിത്രത്തെത്തന്നെയും ഒരു ഗവേഷക വിദ്യാർത്ഥിയുടെ വിനയത്തോടെയാണ് പി.ജി സമീപിച്ചത്. സമൂഹം കൊട്ടിഘോഷിച്ചതു കൊണ്ടു മാത്രം ആരുടെയും മഹത്വം പി.ജിയെ അമ്പരിപ്പിക്കുകയോ അന്ധനാക്കുകയോ ചെയ്തില്ല. ഒരു കമ്മ്യൂണിസ്റ്റിന്റെ വസ്തുനിഷ്ഠബോധത്തിന്റെയും ചരിത്രബോധത്തിന്റെയും പിൻബലത്തിൽ അവരെയൊക്കെ ചരിത്രത്തിൽ അടയാളപ്പെടുത്തുന്ന ഒരു ഗവേഷകന്റെ കൃത്യത പി.ജിയുടെ പഠനങ്ങൾക്കും രചനകൾക്കുമുണ്ട്.[8]

പി.ജിയുടെ സാഹിത്യ നിരൂപണങ്ങൾ വിശാലവും വൈവിധ്യപൂർണ്ണവുമായ വായനയുടെ ഉല്പന്നങ്ങളാണ്. അത് പി.ജിയുടെ സർഗാത്മക മനസിന്റെ പ്രതികരണമാണ്. പി.ജിയുടെ നിരൂപണങ്ങളിൽ നമുക്ക് കാണാൻ കഴിയുന്നത് സൈദ്ധാന്തിക ചർച്ചയ്ക്കായി കലാസൃഷ്ടികളെ ഉപകരണങ്ങളാക്കുന്ന യാന്ത്രിക സമീപനമല്ല. ഒന്നാമതായി പി.ജി ഒരു ആസ്വാദകനാണ്. സൈദ്ധാന്തിക അടിത്തറയിലുള്ള വിശകലനമാണ് അടുത്ത വായന. അവിടെയും പാണ്ഡിത്യ പ്രകടനത്തിനല്ല പി.ജി മുതിരുന്നത്. സമൂഹത്തോടും ജീവിതത്തോടും സാഹിത്യകൃതികളെ ചേർത്തുവച്ചുകൊണ്ടുള്ള പ്രതികരണത്തിനാണ് പി.ജി തുനിയുന്നത്. പ്രത്യയശാസ്ത്രബോധം നൽകുന്ന ഒരു ക്ലാസിക്കൽ സമീപനം ഇതിൽ പി.ജിക്കുണ്ട്. എന്നാൽ രചനയിലായാലും

ഉള്ളടക്കത്തിലായാലും സാഹിത്യപ്രവണതകളെ ആസ്വദിക്കുന്നതിനോ വില യിരുത്തുന്നതിനോ തലമുറകളുടെ വ്യത്യാസമൊന്നും പി.ജിക്ക് ഒരിക്കലും ഒരു പ്രശ്നമാകുന്നില്ല. പി.ജിയുടെ രചനകൾക്ക് പ്രസാദാത്മകതയും നൂത നത്വവും നൽകുന്നത് മാറ്റങ്ങളെ പഠിക്കാനും ഉൾക്കൊള്ളാനും പഠിപ്പിക്കാ നുമുള്ള ആത്മാർത്ഥതയാണ്.

## സാംസ്കാരിക മൂല്യാധിഷ്ഠിത വീക്ഷണം

മലയാള സാഹിത്യ നിരൂപണരംഗത്ത് പി.ഗോവിന്ദപ്പിള്ളയുടെ സാന്നി ധ്യവും നേതൃത്വവും അതുല്യവും അവർണനീയവുമാണ്.[9] സി.പി.അച്യുത മേനോൻ, കേസരി ബാലകൃഷ്ണപിള്ള, ജോസഫ് മുണ്ടശ്ശേരി, തായാട്ടു ശങ്ക രൻ തുടങ്ങിയവർ രാജരാജവർമ്മ പ്രസ്ഥാനത്തെ ഓരോ വിധത്തിൽ സമ്പ ന്നമാക്കിയതുപോലെ പി.ജിയും തന്റെ സംഭാവന നൽകുകയുണ്ടായി. കാരണം രാജരാജവർമ്മ പ്രസ്ഥാനത്തിന്റെ ഒരു ശാഖയാണ് മാർക്സിയൻ സാഹിത്യനിരൂപണമെന്ന് പി.ജി വ്യക്തമാക്കുകയും സ്ഥാപിക്കുകയും ചെയ്തിട്ടുണ്ട്. *സോഷ്യോളജിക്കൽ ക്രിട്ടിസിസം* എന്നല്ല *സാംസ്കാരിക മൂല്യാധിഷ്ഠിത വിമർശനം* എന്നാണ് ഈ വഴിയെ നിർവചിക്കേണ്ടതെന്ന് പി.ജി അഭിപ്രായപ്പെടുന്നു. അന്തോണിയോ ഗ്രാംഷിയുടെ വാക്കുപയോഗിച്ച് പി.ജിയെ "ജൈവബുദ്ധിജീവി" എന്നാണ് ഡോ. ജി ബാലമോഹൻ തമ്പി വിളിച്ചത്. മർദ്ദിത വർഗ്ഗങ്ങളുടെ നിരയിൽ നിലയുറപ്പിച്ചുകൊണ്ട് അവരുടെ വിപ്ലവപ്രസ്ഥാനത്തിന്റെ ബൗദ്ധികവും സാംസ്കാരികവുമായ നിലവാരം ഉയർത്തുക എന്ന കടമയാണ് ജൈവബുദ്ധിജീവികൾക്ക് നിറവേറ്റാ നുള്ളതെന്നും അദ്ദേഹം പറഞ്ഞു.[10]

## ഉൽകൃഷ്ടകല

കലയെയും സാഹിത്യത്തെയും പി.ജി സമീപിച്ചത് രണ്ടുതരത്തിലാ ണ്. വിനോദം (Entertainment) പകരുന്നതോടൊപ്പം, അല്ലെങ്കിൽ ആനന്ദം പകരുന്നതോടൊപ്പം, അതിനൊരു ബോധതലം കൂടി ഉണ്ടായിരിക്കണമെന്ന് പി.ജി പറഞ്ഞു. രണ്ടും തമ്മിൽ സമഞ്ജസമായി സമന്വയിക്കണം. അതാണ് ഉൽകൃഷ്ട കല.[11]

## മാർക്സിസ്റ്റ് സൗന്ദര്യ ശാസ്ത്രജ്ഞൻ

പതിറ്റാണ്ടുകൾ മാർക്സിസം-ലെനിനിസത്തിന്റെ സാംസ്കാരിക രംഗത്തെ അചഞ്ചലനായ കാവൽഭടനായി പി.ജി നിലകൊണ്ടു. സാംസ്കാ രിക രംഗത്ത് പാർട്ടിനയം രൂപപ്പെടുത്തുന്നതിൽ ഇ.എം.എസിനോടൊപ്പം നേതൃത്വപരമായ പങ്കാണ് പി.ജിയും വഹിച്ചത്. പി.ജിയുടെ സൈദ്ധാന്തിക സംഭാവന പുരോഗമന കലാസാഹിത്യ സംഘത്തിന്റെ വളർച്ചയെ ചെറുതാ യിട്ടൊന്നുമല്ല സഹായിച്ചത്. സാഹിത്യത്തിലും അതിന്റെ സിദ്ധാന്തങ്ങളിലും കാലാകാലങ്ങളിൽ വന്ന കാഴ്ചപ്പാടുകൾക്കനുസരിച്ച് നവീകരണം വരുത്തു ന്നതിലും പി.ജി നിർണ്ണായകമായ പങ്ക് വഹിച്ചിരുന്നു.[12] പുരോഗമന കലാ സാഹിത്യ സംഘത്തിന്റെ 1992-ലെ പെരുമ്പാവൂർ രേഖ ചൂണ്ടിക്കാട്ടുന്ന വിശാ ലവും പുത്തൻ മേഖലകളെ പുണരുന്നതുമായ വീക്ഷണം, ആ രേഖയ്ക്കും

എത്രയോ മുമ്പുതന്നെ പി.ജി എഴുതിയ ലേഖനങ്ങളിലും പ്രബന്ധങ്ങളിലും അദ്ദേഹത്തിന്റെ പ്രസംഗങ്ങളിലുമൊക്കെ പ്രതിഫലിക്കുന്നുണ്ട്.

മാർക്സിസ്റ്റ് സൗന്ദര്യശാസ്ത്രം സംബന്ധിച്ചുള്ള മൗലിക വിജ്ഞാനം നൽകിക്കൊണ്ട് പി.ഗോവിന്ദപ്പിള്ള എഴുതിയ കൃതിയാണ് *മാർക്സിസ്റ്റ് സൗന്ദര്യ ശാസ്ത്രം ഉത്ഭവവും വളർച്ചയും* എന്ന് പറഞ്ഞല്ലോ. ഈ ഗ്രന്ഥത്തിനു പുറമെ ഇന്ത്യക്കകത്തും പുറത്തുമുള്ള പല സാഹിത്യനായകന്മാരുടെയും രചനകളെ മാർക്സിസ്റ്റ്-ലെനിനിസ്റ്റടിസ്ഥാനത്തിൽ നിരൂപണം ചെയ്തുകൊണ്ട് നിരവധി ലേഖനങ്ങൾ അദ്ദേഹം എഴുതിയിട്ടുണ്ട്. അവയിൽ പല ലേഖനങ്ങളും സമാഹരിച്ചു പ്രസിദ്ധീകരിച്ചിട്ടുണ്ട്. ഇതിനു പുറമെ മലയാള സാഹിത്യത്തറവാട്ടിലെ അതികായന്മാരായ ഗുപ്തൻനായരെ പോലുള്ള പലരുമായി വാദവിവാദങ്ങളിലേർപ്പെട്ടതിന്റെ ഭാഗമായി എഴുതേണ്ടിവന്ന അനേകം ലേഖനങ്ങളുടെ സമാഹാരങ്ങളുണ്ട്. കൂടാതെ സെമിനാറുകളിൽ അവതരിപ്പിച്ച പ്രബന്ധങ്ങൾ, പുസ്തക നിരൂപണത്തിന്റെ ഭാഗമായി എഴുതിയ ലേഖനങ്ങൾ എന്നിവയുമുണ്ട്. പി.ജിയുടെ നിരൂപണലോകം ഏറക്കുറെ പൂർണ്ണമാകണമെങ്കിൽ ഇവയെല്ലാം ചേർത്തുവയ്ക്കണം. തുടർന്നുള്ള ഭാഗത്ത് നടത്തുന്നത് അതിനുള്ള ഒരു എളിയ ശ്രമമാണ്.

മാർക്സിസ്റ്റ് സൗന്ദര്യശാസ്ത്രം സംബന്ധിച്ച പി.ജിയുടെ പഠനങ്ങളും സംഭാവനകളും സാർവ്വദേശീയ രംഗത്തുതന്നെ അംഗീകരിക്കപ്പെടേണ്ടതാണ്. അതേക്കുറിച്ച് പ്രഭാവർമ ഇങ്ങനെ എഴുതി:

> ഇങ്ങനെ നോക്കുമ്പോൾ, ആചാര്യന്മാരുടെ ആധികാരികവും പ്രാമാണികവുമായ സൈദ്ധാന്തിക ഗ്രന്ഥങ്ങളുടെ അഭാവത്തിൽ മാർക്സിയൻ സൗന്ദര്യശാസ്ത്ര രംഗത്ത് ഉയർന്നുവന്ന മൗനങ്ങൾക്കും അവ്യക്തതകൾക്കും നിരവധി പുതുകാല ചോദ്യങ്ങൾക്കും മാർക്സിസം-ലെനിനിസത്തിന്റെ നിശിതതീക്ഷ്ണമായ പ്രകാശത്തിൽത്തന്നെ പ്രായോഗികമായ ഉത്തരങ്ങൾ കണ്ടെത്തി എന്നതാണ് പി.ജിയുടെ ആ രംഗത്തെ ഏറ്റവും വലിയ സംഭാവന. ആ സംഭാവന കേരളത്തിലോ മലയാളത്തിലോ മാത്രമായി പരിമിതപ്പെട്ടുപോകേണ്ടതല്ല; സാർവദേശീയരംഗത്തുതന്നെ ഉയർന്നു നിൽക്കേണ്ടതാണ്. അങ്ങനെ വന്നാൽ മാർക്സിയൻ സൗന്ദര്യ ശാസ്ത്ര ചിന്തകൾ കൂടുതൽ വികസ്വരമാവും, ദീപ്തമാവും. അൽത്തൂസർ, റയ്മണ്ട് വില്യംസ്, വില്യം മോറീസ്, ജോർജ് തോംപ്സൺ, ആർനോൾഡ് കെറ്റിൽ, റാൾഫ് ഫോക്സ് തുടങ്ങിയ പേരുകളോട് ലോകം ചേർത്തു വയ്ക്കും പി.ജി എന്ന പേരും.[13]

## 2. ഇസങ്ങൾക്കിപ്പുറം

മാർക്സിസ്റ്റ് സൗന്ദര്യശാസ്ത്രത്തിന്റെ കാതലായ പ്രശ്നങ്ങളിലേക്ക് വെളിച്ചം വീശുന്ന കൃതിയാണ് പി.ഗോവിന്ദപ്പിള്ളയുടെ *ഇസങ്ങൾക്കിപ്പുറം.*

1970-കളിലാണ് അത്യന്താധുനികരുടെ ചേരിയിലല്ലെങ്കിലും ശുദ്ധകലാവാദികളുടെ അരികുപറ്റി നിന്നിരുന്ന, അരാഷ്ട്രീയനായ പ്രൊഫ.എസ്.ഗുപ്തൻ നായരുമായി പി.ജിക്ക് ഏറ്റുമുട്ടേണ്ടി വന്നത്. പുരോഗമന സാഹിത്യ പ്രസ്ഥാനത്തിന്റെ സഹയാത്രികനായിരുന്നു ആദ്യം ഗുപ്തൻ നായർ.

അതിന്റെ വക്താവും പ്രചാരകനും എന്നുവേണമെങ്കിലും പറയാം. അതിന് തെളിവ് അദ്ദേഹത്തിന്റെ 1951 ൽ പ്രസിദ്ധീകരിച്ച *ആധുനിക സാഹിത്യം* എന്ന വിമർശന കൃതി തന്നെ. എന്നാൽ പിൽക്കാലത്ത് (1966 ൽ) തന്റെ സാഹിത്യവിചിന്തനങ്ങൾ അഴിച്ചുപണിത് *ഇസങ്ങൾക്കപ്പുറം* എന്ന മറ്റൊരു പുസ്തകമെഴുതി. പൊതുവെ ആ കൃതിയുടെ ലക്ഷ്യം പുരോഗമനാശയങ്ങളെയും പുരോഗമന എഴുത്തുകാരെയും പ്രത്യക്ഷമായും പരോക്ഷമായും വിമർശിക്കുക എന്നതായിരുന്നു. സാഹിത്യം അതിന്റേതായ മൗലിക നിയമങ്ങളാൽ ഭരിക്കപ്പെടുന്നു എന്നും രാഷ്ട്രീയത്തിന് അതിന്റെ രൂപീകരണത്തിലോ ആസ്വാദനത്തിലോ ഒരു പങ്കും വഹിക്കാൻ കഴിഞ്ഞിട്ടില്ലെന്നുമാണ് അതിലെ പ്രധാന വാദം.

താൻ ഒരിസത്തിന്റെയും പ്രത്യയശാസ്ത്രത്തിന്റെയും പ്രതിനിധിയോ തടവുകാരനോ അല്ലെന്ന് അദ്ദേഹം അതിൽ പ്രഖ്യാപിക്കുന്നു. മഹാകവി കുമാരനാശാൻ ഒരു ജനകീയ കവിയേ അല്ലെന്നും സാഹിത്യ മേന്മയെ ചോർത്തിക്കളയുന്ന ചതിക്കുഴിയാണ് ജനകീയത എന്നുവരെ അതിൽ വാദിച്ചുറപ്പിക്കാൻ അദ്ദേഹം യത്നിച്ചു. പുരോഗമന സാഹിത്യചിന്തയേയും പ്രസ്ഥാനത്തെയും പ്രകീർത്തിച്ചാണ് തന്റെ ആദ്യകാല സാഹിത്യ കൃതികളിൽ അദ്ദേഹം എഴുതിയതെങ്കിൽ അവയെല്ലാം പാടേ തിരസ്കരിക്കുകയാണ് ഈ കൃതിയിൽ ചെയ്തത്.

ഈ കൃതിയെ ശക്തിയുക്തം എതിർത്തുകൊണ്ടാണ് മാർക്സിസ്റ്റ് സാഹിത്യ നിരൂപണം എങ്ങനെയാകണം എന്താകണം എന്ന് വിശദീകരിക്കുന്ന പി.ജിയുടെ ലേഖനങ്ങൾ പുറത്തുവരുന്നത്. ആ ലേഖനങ്ങൾ സമാഹരിച്ച് പുസ്തകമാക്കിയപ്പോൾ അതിന് നൽകിയ പേരാണ് *ഇസങ്ങൾക്കിപ്പുറം*.[14]

ഇസങ്ങൾ ഇല്ലെന്നു പറയുന്നത് ഒരു സവിശേഷ ഇസത്തിന്റെ പ്രഖ്യാപനമാണെന്നും പ്രത്യയശാസ്ത്രനിഷേധം തന്നെ ഒരു പ്രത്യയശാസ്ത്രമാണെന്നും കുമാരനാശാന്റെ മഹത്വം 20–ാം നൂറ്റാണ്ടിലെ മലയാള കവിതാവിപ്ലവത്തിനു തുടക്കംകുറിച്ചതാണെന്നും ജനകീയതയുടെ നിഷേധമായിരുന്ന 'നിയോ ക്ലാസിസ'ത്തിന്റെ മാരകമായ നീരാളിപ്പിടുത്തത്തിൽ നിന്ന് മലയാള കവിതയെ മോചിപ്പിച്ചതാണ് കുമാരനാശാന്റെ മഹാകവിപ്പട്ടത്തിന്റെ നിദാനമെന്നും പി.ജി അതിൽ വാദിച്ചു. ശ്രീനാരായണൻ പ്രോൽഘാടനം ചെയ്ത നവോത്ഥാനത്തിന്റെ മൂല്യങ്ങൾ ഉയർത്തിപ്പിടിച്ച ആശാനേക്കാൾ ജനകീയനായി ആരാണുള്ളതെന്ന് പി.ജി ചോദിച്ചു.

മലയാള സാഹിത്യവിമർശനത്തിൽ പി.ജി തന്റെ സാന്നിദ്ധ്യം അറിയിച്ചത് ഈ പുസ്തകത്തിലൂടെയാണ്. തന്റെ പുസ്തകത്തിന് ആ പേരു കൊടുക്കാനുള്ള കാരണത്തെക്കുറിച്ച് പി.ജി പറഞ്ഞു. ഈ ലേഖന സമാഹാരത്തിനു *ഇസങ്ങൾക്കിപ്പുറം* എന്ന് പേരു നൽകാൻ പ്രചോദനം അഥവ പ്രകോപനമായത് പ്രൊഫ.എസ്.ഗുപ്തൻ നായരുടെ *ഇസങ്ങൾക്കപ്പുറം* എന്ന ലേഖന സമാഹാരമാണ്. എന്നാൽ അദ്ദേഹത്തിന്റെ ലേഖന സമാഹാരത്തിലെ ആശയഗതികൾക്കെല്ലാമുള്ള സമഗ്രമായ ഒരു പ്രഖ്യാപനമല്ല ഇത്. സാഹിത്യവും കലയും സംബന്ധിച്ച് മാർക്സിസത്തിന്റെ കാഴ്ചപ്പാടിൽ താൻ പലപ്പോഴായി പ്രസിദ്ധീകരിച്ച ലേഖനങ്ങൾ ഇതിലുണ്ട്. അതല്ലാതെ ഗുപ്തൻ നായരുടെ അഭിപ്രായങ്ങളെ മാത്രം ഖണ്ഡിക്കാനുള്ള ശ്രമമല്ല താൻ നടത്തിയിട്ടുള്ളതെന്ന് മുഖലേഖനത്തിൽ തന്നെ പി.ജി വ്യക്തമാക്കി.[15]

*സാഹിത്യത്തിന്റെയും ശാസ്ത്രത്തിന്റെയും ഉറവിടം* എന്ന രണ്ടാമത്തെ പ്രബന്ധത്തിൽ സാഹിത്യം, ശാസ്ത്രം എന്നിവയെല്ലാം മനുഷ്യ സമൂഹത്തിന്റെ ചരിത്രപരമായ വളർച്ചയിലൂടെയാണ് ഉണ്ടായിട്ടുള്ളതെന്നും, ഇവയ്ക്കൊന്നിനും തന്നെ സമൂഹത്തിൽനിന്നും ജനജീവിതത്തിൽനിന്നും അതീതമായ ഒരു നിലനില്പില്ല എന്നുമുള്ള വിപ്ലവകരമായ മാർക്സിസ്റ്റ് കാഴ്ചപ്പാട് ഊന്നിപ്പറയുകയാണ് പി.ജി.

കലാപരമായ നേട്ടങ്ങളും ശാസ്ത്രസിദ്ധികളും ചില പ്രതിഭാശാലികളുടെ ആകസ്മിക നേട്ടങ്ങളായി ചിത്രീകരിക്കുക എന്നതാണ് വ്യക്തിവാദികളുടെ കാഴ്ചപ്പാട്. സമൂഹത്തെ അവഗണിച്ചുകൊണ്ട് വ്യക്തികളെ മാത്രം അവർ കാണുന്നു.

എന്നാൽ സാമൂഹ്യമാറ്റത്തിനും വികാസത്തിനും വേണ്ടി നിൽക്കുന്ന പി.ജി ഈ ആശയവാദത്തെ അംഗീകരിക്കുന്നില്ല. ശാസ്ത്രജ്ഞന്മാർ അർധസുഷുപ്തിയിലോ അർധബോധാവസ്ഥയിലോ തങ്ങളുടെ ഐതിഹാസികമായ കണ്ടുപിടുത്തങ്ങളിൽ ആകസ്മികമായി തട്ടി ഉണരുകയായിരുന്നു എന്ന പ്രമേയത്തെ പി.ജി അംഗീകരിക്കുന്നില്ല. ശാസ്ത്രത്തിലായാലും സാഹിത്യത്തിലായാലും ജീവിതത്തിന്റെ മറ്റേതു രംഗത്തായാലും ഈ സിദ്ധാന്തം ശരിയല്ലെന്ന് പി.ജി വ്യക്തമാക്കി.

ശാസ്ത്രവും കലയും പ്രകൃതിയെ ഗ്രഹിക്കാനും കയ്യടക്കാനുമുള്ള മനുഷ്യന്റെ അദമ്യമായ ശ്രമത്തിന്റെ രണ്ടു വശങ്ങൾ മാത്രമാണെന്നും ആദ്യത്തേതിൽ വിചാരഭാവവും രണ്ടാമത്തേതിൽ വികാരഭാവവും അല്പം മുന്നിട്ടു നിൽക്കുന്നുവെന്നേയുള്ളുവെന്നും വെള്ളം ചേരാത്ത അറകളിൽ വേർതിരിച്ചുനിർത്തേണ്ട പരസ്പര വിരുദ്ധമായ മാനസികപ്രവർത്തനങ്ങളല്ല അവയെന്നും ഭാവനയും ഉൾക്കാഴ്ചയും രണ്ടിനും പ്രധാനം തന്നെയെന്നും പി.ജി വ്യക്തമാക്കുന്നു. എന്നാൽ അറിഞ്ഞു കഴിഞ്ഞതിന്റെയും അറിയാൻപോകുന്നതിന്റേയും അതിർവരമ്പിലാണ് ശാസ്ത്രത്തിന്റെ പ്രവർത്തനമെങ്കിൽ അനുഭവിച്ചതിന്റെയും അനുഭവിക്കേണ്ടതിന്റെയും വൈകാരികാതിർത്തി രേഖയാണ് കലാരംഗമെന്നും, രണ്ടും പഴയതിൽനിന്നും പുതിയതിലേക്കുള്ള അനുസ്യൂതമായ ചംക്രമണത്തെ കുറിക്കുന്നുവെന്നും അദ്ദേഹം തുടർന്ന് വ്യക്തമാക്കുന്നു.

പ്രതിഭാശാലികളുടെ സൃഷ്ടിയല്ല ലോകമെന്നും ലോകത്തിന്റെ സൃഷ്ടിയാണ് പ്രതിഭാശാലികൾ എന്നും പി.ജി പറഞ്ഞു. അതുപോലെ ശാസ്ത്രത്തിന്റെ സൃഷ്ടിയല്ല സമൂഹമെന്നും സമൂഹത്തിന്റെ സൃഷ്ടിയാണ് ശാസ്ത്രമെന്നും അദ്ദേഹം പറഞ്ഞു. അടിമയും ഉടമയും തമ്മിൽ, അടിയാളനും നാടുവാഴിയും തമ്മിൽ, തൊഴിലാളിയും മുതലാളിയും തമ്മിൽ – അങ്ങനെ ചരിത്രകാലത്ത് സമൂഹത്തിന്റെ ഗതിക്രമം നിയന്ത്രിച്ച വർഗസമരങ്ങൾ, സമൂഹത്തെ പുരോഗതിയിലേക്ക് നയിച്ച ആന്തരികസംഘട്ടനങ്ങൾ, മനുഷ്യന്റെ മാനസിക വളർച്ചയിലും സ്വാധീനം ചെലുത്തിയിട്ടുണ്ട്. മനുഷ്യൻ പണിയായുധമുപയോഗിക്കുന്ന ജന്തുവാണ്. മനുഷ്യ പുരോഗതിയുടെ ജീവൻ ഈ പണിയായുധ നിർമ്മാണവും പരിഷ്കാരവുമാണ്. ശാസ്ത്രത്തിന്റെ അടിസ്ഥാനശിലയും നിത്യനൂതനമായ പ്രചോദന കേന്ദ്രവും മറ്റൊന്നല്ലെന്ന് പി.ജി വ്യക്തമാക്കി.

*കലയും സമൂഹവും–ചരിത്രത്തിലൂടെ* എന്ന പ്രബന്ധത്തിൽ അധ്വാനം മനുഷ്യന്റെ അവയവങ്ങളുടെയും തലച്ചോറിന്റെയും വളർച്ച പൂർത്തിയാക്കി.

മനുഷ്യൻ സ്വയം നിർമ്മിച്ചു; നിർമ്മിക്കപ്പെട്ടു എന്ന് പി.ജി നീരിക്ഷിക്കുന്നു. മറ്റു ജന്തുക്കളോട് താരതമ്യപ്പെടുത്തുമ്പോൾ ശാരീരികമായി വളരെ ദുർബലനും വന്യജന്തുക്കളുടെയും പ്രകൃതിക്ഷോഭങ്ങളുടെയും ഇടയിൽ ഏറക്കുറെ നിസ്സഹായനുമായ മനുഷ്യൻ അവന്റെ ഈ പരിമിതികളെ തരണം ചെയ്യുന്നത് പണിയായുധങ്ങളുടെ സഹായംകൊണ്ടാണ്. കയ്യെത്താത്ത ഉയരത്തിലെ മാമ്പഴം പറിക്കുവാൻ വടിയെടുക്കുമ്പോൾ സ്വന്തം കൈയിനവൻ നീളം കൂട്ടുന്നതും പാഞ്ഞു പോകുന്ന മാനിനെ വേട്ടയാടാൻ അമ്പെയ്യുമ്പോൾ കാൽ വേഗത്തിന്റെ കുറവു പരിഹരിക്കുന്നതും ഇതിന് തെളിവാണ്. പണിയായുധവും സഹകരണവും അധ്വാനവും മനുഷ്യനുണ്ടാക്കിക്കൊടുത്ത മറ്റൊരു നേട്ടമാണ് ഭാഷ. പ്രാഥമികമായി ഭാഷ ഒരാത്മ പ്രകാശനോപാധിയല്ല, ആശയവിനിമയോപാധിയാണ്. ഭാഷയിലൂടെ ആശയം മാത്രമല്ല, വികാരങ്ങളും മറ്റുള്ളവർക്ക് വിനിമയം ചെയ്യാം. ഭാഷയെന്നപോലെ സാമൂഹ്യ പ്രതിഭാസങ്ങളാണ് കലയും സാഹിത്യവും. സമൂഹത്തിലെ മനുഷ്യനേ ഭാഷയും കലയും സാഹിത്യവും വേണ്ടു.[16]

മനുഷ്യനെ മനുഷ്യനാക്കുന്ന ഈ സാമൂഹ്യസ്വഭാവം ഏറിയും കുറഞ്ഞും എല്ലാ വ്യക്തികളിലും കാണുന്നു. ഈ സാമൂഹ്യപരത ശാരീരികമായോ മാനസികമായോ കണക്കിലേറെ കുറഞ്ഞു പോയാൽ ആ വ്യക്തി ഭ്രാന്താലയത്തിലോ ആത്മഹത്യയിലോ ചെന്നെത്തും. സാമൂഹ്യപരതയിൽ മികച്ചു നിൽക്കുന്നവർ ജനനേതാക്കളും ത്യാഗികളും സേവന തല്പരരും ആയിത്തീരുന്നു. സമൂഹത്തിന്റെ വേദനയും സന്തുഷ്ടിയും ഉൽക്കർഷവും സ്വന്തം വേദനയും സന്തുഷ്ടിയും ഉൽക്കർഷവും ആയിക്കാണാനുള്ള ജനനേതാവിന്റെയും ജനസേവകന്റെയും കഴിവിന്റെ മറ്റൊരു രൂപമാണ് കലാകാരനിലും സാഹിത്യകാരനിലും വളർച്ച പ്രാപിക്കുന്നത്. ബോധതലത്തിലും ഉപബോധതലത്തിലും സാധാരണയിൽ കവിഞ്ഞ സാമൂഹ്യബോധം കലാകാരനെ സാമൂഹ്യമനസ്സാക്ഷിയും ആത്മാവിന്റെ എൻജിനീയറുമാക്കി ഉയർത്തുന്നുവെന്ന് പി.ജി വ്യക്തമാക്കുന്നു.

സമകാലീന ജീവിതത്തിൽനിന്നും രാഷ്ട്രീയ സാമൂഹ്യ പ്രശ്നങ്ങളിൽ നിന്നും വേറിട്ടുനിന്നിട്ടുള്ള ഒരു പ്രതിഭാശാലി പോലും ലോക സാഹിത്യത്തിലില്ല. എസ്കിലസ്, സോഫോക്ലിസ്, ദാന്തെ, റബേലേ, സെർവാന്തീസ്, മിൽട്ടൺ , ബേക്കൻ, വിക്ടർ ഹൂഗോ, എമിലി സോള, ഹൈണ, ബൈറൺ, ഷെല്ലി, റോമാങ് റോളങ്, ടാഗോർ, സാർത്ര്, അരഗൺ, മയ്ക്കോവിസ്കി, ഗോർക്കി, വെൽസ്, സി.പി. സ്നോ, അപ്ടൻ സിൻക്ലയർ തുടങ്ങി അനേകം യുഗപ്രഭാവന്മാരായ സാഹിത്യകാരന്മാർ നേരിട്ട് രാഷ്ട്രീയ-സാമൂഹ്യ ജീവിതത്തിൽ പങ്കെടുത്ത് പടവെട്ടിയവരാണ്. ഈ പങ്കെടുക്കൽ അവരുടെ സാഹിത്യകൃതികളുടെ മേന്മ കുറച്ചില്ലെന്ന് മാത്രമല്ല അവയുടെ മേന്മയ്ക്കടിസ്ഥാനം തന്നെ പരിചയമാണുതാനും. വ്യാസൻ, വാല്മീകി, ഹോമർ എന്നിവരുടെ രാഷ്ട്രീയ സാമൂഹ്യ പ്രവർത്തനത്തിന്റെ വിശദാംശം അറിഞ്ഞുകൂടെങ്കിലും അവർക്ക് സമകാലീന ജീവിതത്തെക്കുറിച്ച് ധാരാളം അനുഭവസമ്പത്തുണ്ടായിരുന്നുവെന്ന് അവരുടെ പുസ്തകങ്ങൾ ബോധ്യപ്പെടുത്തിതരുന്നു.

ചില കലാകാരന്മാരിൽ ഈ സാമൂഹ്യബോധം വിചിത്രമായ രീതിയിൽ പ്രകടമാകാറുണ്ടെന്ന് പി.ജി ചൂണ്ടിക്കാണിക്കുന്നു. കലാകാരൻ ചിലപ്പോൾ ബോധപൂർവ്വം അനുകൂലിക്കുന്ന രാഷ്ട്രീയ-സാമൂഹ്യ ചിന്താഗതിക്കെതിരായിത്തീരാം അയാളുടെ കലാസൃഷ്ടി. ആത്മനിഷ്ഠമായി കമ്യൂണിസ്റ്റ്

വിപ്ലവകാരിയായ ഒരാൾ ചിലപ്പോൾ എഴുതുന്ന കഥ കമ്മ്യൂണിസ്റ്റ് മൂല്യങ്ങളുടെ നിഷേധമായിത്തീരാം. ഉദാഹരണമായി ഫ്രഞ്ചു കമ്മ്യൂണിസ്റ്റ് പാർട്ടിയിലെ പ്രമുഖ അംഗമായിരുന്ന പാബ്ളോ പിക്കാസോയുടെ ചില ചിത്രങ്ങളും പ്രസ്താവനകളും പുരോഗമന ശാസ്ത്രീയ ചിന്തയ്ക്കും മാർക്സിസ്റ്റ് സൗന്ദര്യ ശാസ്ത്രത്തിനും നിരക്കാത്തതാണെന്ന ആക്ഷേപം നിലവിലുണ്ട്. അതുപോലെ പുരോഗമനവാദിയെന്ന് മറ്റുള്ളവരോ താൻ തന്നെയോ അവകാശപ്പെടാത്ത ഒരു മുൻ ജഡ്ജിയായ എ ടി കോവൂർ ഒടുവിലായി എഴുതിയ *കാട്, മലകൾ* മുതലായ ചില റിയലിസ്റ്റിക്ക് നോവലുകൾ മാർക്സിസ്റ്റുകാർക്കു പോലും അസൂയ തോന്നത്തക്കവിധം ഉൾക്കാഴ്ചയും സാമൂഹ്യബോധവും പ്രകടിപ്പിക്കുന്നവയാണ്. മറ്റൊരു ഉദാഹരണം കെ.സുരേന്ദ്രന്റെ *സുജാത* എന്ന നോവൽ. മലയാളത്തിലെ നല്ല രാഷ്ട്രീയ നോവലുകളിൽ ഒന്നാണത്.

സാഹിത്യകാരന്മാരും അവരുടെ കൃതികളും രാഷ്ട്രീയ-സാമൂഹ്യ ജീവിതത്തിൽ നിന്നു വേറിട്ടു നിൽക്കുന്നില്ലെന്ന ഈ സിദ്ധാന്തത്തെ യാന്ത്രികവും സങ്കുചിതവുമായി മനസ്സിലാക്കുകയും പ്രയോഗിക്കുകയും ചെയ്യുന്നതിനെതിരെയും പി.ജി മുന്നറിയിപ്പ് നൽകുന്നു. ആഴത്തിൽ ഇറങ്ങി, ......മൊത്തം രൂപവും മൊത്തം അർത്ഥവും വിലയിരുത്തി വേണം പരിശോധിക്കാനെന്ന് അദ്ദേഹം പറഞ്ഞു.

അടിത്തറ-മേൽപുര സിദ്ധാന്തത്തെ വ്യാഖ്യാനിക്കുമ്പോൾ സംഭവിച്ചുപോകാവുന്ന യാന്ത്രികതയെയും പി.ജി ചൂണ്ടിക്കാട്ടുന്നു. മനുഷ്യന്റെ ജീവിതവും ജീവസന്ധാരണ പ്രവർത്തനങ്ങളുമാണ് ആത്യന്തികമായി അവന്റെ ബോധമണ്ഡലത്തെ നിയന്ത്രിക്കുന്നത് എന്നതു ശരിയാണെങ്കിലും ആശയങ്ങൾക്ക് അതിന്റേതായ സ്വതന്ത്രമായ ചരിത്രവും നിലപാടും പാരമ്പര്യവും വികാസനിയമങ്ങളുമുണ്ടെന്നുള്ള വസ്തുത നിഷേധിക്കരുതെന്ന് പി.ജി പറഞ്ഞു. "സാഹിത്യത്തിലെ ഉത്തമകൃതി വായിച്ചാസ്വദിക്കാനും അവയുടെ സംസ്കാരത്തെ സ്വായത്തമാക്കാനുമുള്ള ഒരു താക്കോൽ മാത്രമാണ് മാർക്സിസം"എന്ന് അദ്ദേഹം ചൂണ്ടിക്കാട്ടി. "മാർക്സിസം വെളിച്ചമാണ് വസ്തുവല്ല, മാർഗമാണ് ലക്ഷ്യമല്ല - സാഹിത്യാസ്വാദനത്തിലും സാമൂഹ്യ വിപ്ലവത്തിലും."

ഇരുപതാം നൂറ്റാണ്ടിൽ ജയശങ്കർപ്രസാദിന്റെ *കാമിനിയും* വള്ളത്തോളിന്റെ *ബന്ധനസ്ഥനായ അനിരുദ്ധനും* ആശാന്റെ *ചിന്താവിഷ്ടയായ സീതയും ഭക്തി പ്രസ്ഥാനക്കാരെ പുറന്തള്ളി പുതിയ മൂല്യങ്ങൾ പാടി.*

പുതിയ കാലത്തിനനുഗുണമായി പഴയവിഷയങ്ങൾ കൈകാര്യം ചെയ്യുന്ന മറ്റൊരു ശാഖയാണ് ചരിത്രനോവലുകൾ. ഇന്ത്യയിൽ ദിലീപ്റോയിയുടെ ചരിത്രനാടകങ്ങളും സി.വി.രാമൻ പിള്ളയുടെയും സർദാർ പണിക്കരുടെയും ചരിത്രനോവലുകളും പരിശോധിക്കുക.

ഈ പുസ്തകത്തിൽ പുരോഗമന സാഹിത്യത്തിന് മാർഗദർശനം നൽകുന്ന ശ്രദ്ധേയമായ ഒരു പ്രബന്ധമാണ് *തൊഴിലാളി വർഗവും സാഹിത്യവും* എന്നത്. "ആസ്വാദനവും വിമർശനവും ചുരുക്കം വിദഗ്ധന്മാരുടെയും പണ്ഡിതന്മാരുടെയും ബുദ്ധിവ്യായാമമായി ചുരുക്കാതെ ഒരു ബഹുജന പ്രസ്ഥാനമാക്കി വളർത്തിയെടുക്കണെ"മെന്ന് പി.ജി. പറഞ്ഞു. സാഹിത്യ പഠനത്തെ ജനകീയ മേഖലയിലെ സാമൂഹിക പരിവർത്തനോപാധിയാക്കാൻ

താല്പര്യമുള്ളവർക്ക് തീർച്ചയായും പി.ജി.യുടെ ഈ നിർദ്ദേശം സ്വീകാര്യമായിരിക്കും.

കല, കവിത, സാഹിത്യം മുതലായവയുടെ ആസ്വാദന മണ്ഡലത്തിൽ ചരിത്രത്തിലിതുവരെ നിലനിന്നിട്ടുള്ള ന്യൂനപക്ഷ കുത്തക പൊളിച്ച് അവയുടെ ആസ്വാദനത്തെ എങ്ങനെ ജനകീയമാക്കാൻ കഴിയും എന്ന പ്രശ്നമാണ് പി.ജി തന്റെ ലേഖനത്തിൽ കൈകാര്യം ചെയ്യുന്നത്. അതിന് കവികളും മറ്റു സാഹിത്യകാരന്മാരും ഗായകന്മാരെപ്പോലെയോ അല്ലെങ്കിൽ നടീനടന്മാരെപ്പോലെയോ കഴിവതും നേരിട്ട് ബഹുജനങ്ങളുടെ മുമ്പിൽ തങ്ങളുടെ കലാപാടവം അവതരിപ്പിച്ച് അവരുടെ അഭിപ്രായങ്ങളും വിമർശനങ്ങളും സ്വീകരിക്കാൻ തയ്യാറാകണമെന്നാണ് പി.ജിയുടെ ഒരു നിർദ്ദേശം. പല സോഷ്യലിസ്റ്റ് രാജ്യങ്ങളിലും നടപ്പിലുള്ള കലയെ യഥാർത്ഥത്തിൽ ജനങ്ങളുടെ അഭിരുചിയിലധിഷ്ഠിതമാക്കാൻ പറ്റിയ ഈ മാർഗ്ഗം, എന്തുകൊണ്ട് നമ്മുടെ നാട്ടിലും സ്വീകരിച്ചുകൂടാ എന്ന് ഇവിടത്തെ ഏകാന്തപഥികരോടും അത്യന്താധുനികരോടുമൊക്കെ അദ്ദേഹം ചോദിച്ചു.

മാനവിക മൂല്യങ്ങൾ ഉൾക്കൊള്ളാൻ കഴിയാത്ത അത്യന്താധുനികത എന്ന നവീന പ്രവണതയുടെ അന്തസ്സാരശൂന്യതയും പിന്തിരിപ്പൻ ദർശനവും തുറന്നുകാട്ടാൻ പി.ജി മുൻപന്തിയിൽ തന്നെ നിലയുറപ്പിച്ചു. അസ്തിത്വവാദം സൃഷ്ടിച്ച സാഹിത്യത്തിലെ അരാജകദർശനത്തിന്റെ അടിവേരുകൾ പിഴുതുമാറ്റി പി.ജി നമുക്ക് നേർ പാത തെളിയിച്ചു തന്നു.

സാഹിത്യത്തിലെ അത്യന്താധുനിക മതത്തിന്റെ സ്ഥാപകരാരും അരാഷ്ട്രീയരായിരുന്നില്ലെന്നു മാത്രമല്ല അവർ വളരെ വ്യക്തമായ പിന്തിരിപ്പൻ രാഷ്ട്രീയത്തിന്റെ വക്താക്കളും പ്രചാരകരും പ്രയോക്താക്കളുമായിരുന്നു. ആധുനിക കവിതയുടെ സ്ഥാപകരായി എണ്ണപ്പെടുന്നവർ ഒരു ജസ്യൂട്ട് പാതിരിയായിരുന്ന ജരാൾഡ് മാൻലി ഹോപ്കിൻസ്, മതഭ്രാന്തിലോളം കത്തോലിക്കനായിരുന്ന ടി. എസ്. എലിയട്ട്, ഫാസിസത്തോട് കൂറുണ്ടായിരുന്ന യേറ്റ്സ്, നാസികളുടെ ശമ്പളം പറ്റി റേഡിയോ പ്രചരണം നടത്തിയിരുന്ന എസ്രാപൗണ്ട് എന്നീ നാലുപേരാണ്. അത്യന്താധുനികരുടെ മറ്റൊരു പൂജാവിഗ്രഹമായ അൽബേർ കമു താൻ പിറന്ന അൾജീരിയായിലെ ഭൂരിപക്ഷക്കാരായ അറബികൾക്കെതിരായി ഫ്രഞ്ചുസാമ്രാജ്യവാദികളെ അനുകൂലിച്ച ആളാണെന്നും പി.ജി വ്യക്തമാക്കി.

കേരളത്തിൽ മാർക്സിസത്തിന്റെയും ഇടതുപക്ഷചിന്താഗതിയുടെയും സ്വാധീനത്തിൽ 1937 ൽ ജീവൽ സാഹിത്യ സംഘം ഉയർന്നുവന്നതിനെക്കുറിച്ച് വിവരിക്കുകയാണ് *മലയാളത്തിൽ 37 ലെ വഴിത്തിരിവ്* എന്ന പ്രബന്ധത്തിൽ. മലയാള സാഹിത്യത്തിൽ 1937 ന്റെ പ്രാധാന്യം എന്തെന്ന് പി.ജി വിശദീകരിക്കുന്നു. മാർക്സിസം മലയാള സാഹിത്യകാരന്മാരെയും മലയാള സാഹിത്യത്തെയും ആവേശിക്കാൻ തുടങ്ങിയത് എന്നുമുതൽക്കാണെന്ന് കൃത്യമായി പറയാൻ വിഷമമാണ്. എന്നാൽ അങ്ങനെ ഒരു വർഷം തിട്ടപ്പെടുത്തണമെന്നുണ്ടെങ്കിൽ 1937 തന്നെ തെരഞ്ഞെടുക്കുകയായിരിക്കും നല്ലത്. കാരണം ആ വർഷത്തിലാണ് പിന്നീട് പുരോഗമന സാഹിത്യ സംഘടനയെന്ന പേരിൽ വളർന്നു പന്തലിച്ച ജീവൽ സാഹിത്യ സംഘം രൂപം കൊണ്ടതും ആദ്യത്തെ മാർക്സിസ്റ്റ് സാഹിത്യ നിരൂപണ ലേഖനം പ്രസിദ്ധീകരിക്കപ്പെട്ടതും. (1937 ൽ *മാതൃഭൂമി* ആഴ്ചപ്പതിപ്പിൽ ഇ.എം.എസ് നമ്പൂതിരിപ്പാട് എഴുതിയ *ജീവൽ സാഹിത്യവും സൗന്ദര്യബോധവും* എന്ന

ലേഖനം). അതിന് പുറമെ മാർക്സിസ്റ്റ് സാഹിത്യ സിദ്ധാന്തങ്ങളിൽ ഉറച്ചു നിന്നുകൊണ്ട് കെ. ദാമോദരൻ എഴുതിയ സർവലക്ഷണ സംയുക്തമായ *പാട്ടബാക്കി* എന്ന ഒന്നാം തരം നാടകം പുറത്തു വന്നതും ഇതേവർഷത്തിൽ തന്നെയാണ്.

*പുതിയ നവോത്ഥാനത്തിന്റെ പശ്ചാത്തലം* എന്ന പ്രബന്ധത്തിൽ സ്വാതന്ത്ര്യാനന്തരം പുരോഗമന സാഹിത്യ സംഘത്തിൽ പിളർപ്പുണ്ടായതു മുതൽ 1971 മേയിൽ *ദേശാഭിമാനി* സ്റ്റഡി സർക്കിൾ രൂപംകൊണ്ടതുവരെയുള്ള ചരിത്രം വിവരിക്കുകയാണ്. *ദേശാഭിമാനി* സ്റ്റഡി സർക്കിളിന്റെ ആഭി മുഖ്യത്തിൽ നാടിന്റെ നാനാഭാഗത്തും വളർന്നു വന്നിട്ടുള്ള വിശാലമായ ചർ ച്ചാവേദികളെയും കലാസാഹിത്യ സാംസ്കാരിക പ്രസ്ഥാനത്തെയുമാണ് 'പുതിയ നവോത്ഥാനം' എന്ന് പി.ജി. വിശേഷിപ്പിക്കുന്നത്.

*കവിതയും ശാസ്ത്രവും* എന്ന ലേഖനത്തിൽ കവിതയും (കലയും) ശാസ്ത്രവുമെല്ലാം മനുഷ്യ സമൂഹത്തിന്റെ ചരിത്രപരമായ വളർച്ചയിലൂടെ യാണ് രൂപം കൊണ്ടിട്ടുള്ളതെന്നും ഇവയ്ക്കൊന്നിനും തന്നെ സമൂഹത്തിൽ നിന്നോ ജനങ്ങളിൽനിന്നോ വ്യത്യസ്തമായ ഒരു നിലനില്പില്ലെന്നും വ്യക്തമാക്കുന്നു. ശാസ്ത്രത്തിന്റെ മുന്നേറ്റം കലകളെ നശിപ്പിക്കുകയല്ല ഉയർ ത്തുകയാണ് ചെയ്യുന്നതെന്ന് പി.ജി വ്യക്തമാക്കി. അവ രണ്ടും പരസ്പര പൂരകങ്ങളാണ്. കലയും (കവിത) ശാസ്ത്രവും തമ്മിലുള്ള ബന്ധത്തെപ്പറ്റി പി.ജി വ്യക്തമാക്കുന്നുണ്ട്. മനുഷ്യത്വത്തിന്റെ അഭേദ്യഭാഗമാണ് ശാസ്ത്രവും സാങ്കേതിക വിദ്യയും. കലയും മനുഷ്യന്റെ സിദ്ധി തന്നെയാണ്. ശാസ് ത്രമെന്നതു പോലെ തന്നെ കലയും ജന്തുലോകത്തിൽ മനുഷ്യന്റെ കുത്ത കയാണ്. ശാസ്ത്രമാണ് മനുഷ്യനെ സൃഷ്ടിച്ചതെങ്കിൽ മനുഷ്യന്റെ മറ്റൊരു സിദ്ധിയായ കല എങ്ങനെ അതിനെതിരാകുമെന്ന് പി.ജി ചോദിക്കുന്നു. സാങ്കേതിക ശാസ്ത്രവും പ്രതീകാത്മകഭാവനയും മനുഷ്യത്വത്തിന്റെ ഒരേ സിദ്ധിയുടെ രണ്ടു വശങ്ങളാണ്. പ്രതീകാത്മകഭാവനയാണ് കലയുടെയും ഉറവിടം. ശാസ്ത്രവും കലയും തമ്മിൽ വ്യത്യാസമുണ്ടെങ്കിലും വൈരു ദ്ധ്യമില്ല. കലാകാരന്റെ ഭാവന ശാസ്ത്രജ്ഞനും ശാസ്ത്രജ്ഞന്റെ അന്വേ ഷണവും പരീക്ഷണനിരീക്ഷണങ്ങളും കലാകാരനും ആവശ്യമാണ്. ഇരുവർക്കും സർഗശക്തി കൂടിയേ തീരൂ. യാഥാർത്ഥ്യത്തെ ഉൾക്കൊള്ളാ നുള്ള മനുഷ്യ യത്നത്തിന്റെ പരസ്പര പൂരകങ്ങളായ രണ്ടു വശങ്ങളാണ് ശാസ്ത്രവും കലയും. ശാസ്ത്രം യാഥാർത്ഥ്യത്തെ അമൂർത്തമായി ഉൾ ക്കൊള്ളുമ്പോൾ കല മൂർത്തമായി ഉൾക്കൊള്ളുന്നുവെന്ന് പി.ജി. പറഞ്ഞു.

ഈ രംഗത്ത് ആശാൻ മാർഗദർശിയായത് ഇങ്ങനെ മാതൃക കാട്ടിയ തുകൊണ്ട് മാത്രമല്ലെന്നും ക്ലാസിക് മാതൃകയിലുള്ള ന്യൂനപക്ഷ മഹാകാവ്യ ങ്ങളെയും അവയുടെ ശൈലിയേയും ശക്തിയായി എതിർത്തതുകൊണ്ടു കൂടിയാണെന്നും പി.ജി വ്യക്തമാക്കി. പന്തളത്തു തമ്പുരാന്റെ *രുഗ്മാംഗ ദചരിതം*, ഉള്ളൂരിന്റെ *ഉമാകേരളം*, വള്ളത്തോളിന്റെ *ചിത്രയോഗം* എന്നീ മഹാകാവ്യങ്ങൾക്കെതിരായി ആശാൻ തൊടുത്തുവിട്ട കൂരമ്പുകളുടെ ഞാണൊലി മലയാളാന്തരീക്ഷത്തിൽ ഇപ്പോഴും വിലയം പ്രാപിച്ചിട്ടില്ല. ആശാന്റെ അന്നത്തെ ചില പദങ്ങൾ പരാവർത്തനം ചെയ്ത് ഇന്നത്തേതാ ക്കിയാൽ ആ വിമർശനങ്ങൾ ഇന്നും പ്രസക്തം തന്നെയാണെന്ന് പി. ജി പറഞ്ഞു. ആ വിമർശനങ്ങൾ ജനകീയ കവിതാദർശനത്തിന്റെ നിദർശ നങ്ങളാണ്.

ആശാന്റെ ജനകീയ കവിതാ സങ്കല്പവും പി. ജി എടുത്തു പറയുന്നു. കവിതയ്ക്ക് ജനസമ്മതി വേണമെങ്കിൽ അത് ഒരു പിടി വിദ്വാന്മാർക്ക് മാത്രം ഗ്രഹിക്കാവുന്ന ശൈലിയിൽ എഴുതിയാൽ പോരാ എന്നും സുകുമാര ബുദ്ധികളായ സാധാരണ ജനങ്ങൾക്കു വിശേഷിച്ചും അതു മനസ്സിലാക്കാനും രസിക്കാനും കഴിയണമെന്നും മഹാകാവ്യ പ്രസ്ഥാനക്കാരുടെ 'നെടുങ്കുതിര' മോഡലിലുള്ള ശൈലിയെ വർണ്ണിച്ചുകൊണ്ട് ആശാൻ എഴുതിയ തന്റെ നിരൂപണങ്ങളിൽ നേരത്തെതന്നെ പറഞ്ഞിട്ടുണ്ട്. ആശാൻ മലയാളത്തിൽ ഉദ്ഘാടനം ചെയ്ത കാല്പനിക കവിതാപ്രസ്ഥാനം ഫ്യൂഡലിസത്തിനെതിരായ ബൂർഷ്വാ വിപ്ലവത്തിന്റെ സാംസ്കാരിക സന്തതിയാണെന്നും പി. ജി ചൂണ്ടിക്കാണിക്കുന്നു. *വീണപൂവി*(1909) ലൂടെ കാല്പനിക (റൊമാന്റിക്) പ്രസ്ഥാനത്തിന് അടിത്തറ പാകിയ ആശാൻ *ദുരവസ്ഥ* (1923) യിലൂടെ റിയലിസ്റ്റിക് (യഥാർത്ഥ) പ്രസ്ഥാനത്തിനും ബീജാവാപം ചെയ്ത കാര്യം പി.ജി എടുത്തു പറഞ്ഞു.[17] യൂറോപ്പിൽ രണ്ടു തലമുറയിലെ എഴുത്തുകാർ ഏതാണ്ടൊരു നൂറ്റാണ്ടു കാലത്തെ അകലത്തിൽ നടത്തിയ ഈ രണ്ടു വിപ്ലവങ്ങൾ ആശാൻ ഒറ്റയ്ക്ക് ഒരു കാൽ നൂറ്റാണ്ടിനകം സാധിക്കുകയാണുണ്ടായത്.

മലയാള സാഹിത്യത്തെ ആധുനികതയുടേയും ജനകീയതയുടേയും വിശാലതയിലേക്ക് രണ്ടു വിപ്ലവങ്ങളിലൂടെ നയിച്ച് മുന്നേറിയ കുമാരനാശാനെ ജനകീയ വിരുദ്ധനും പരലോകപ്രണയിയും മിസ്റ്റിക്കും ആക്കിച്ചുരുക്കി കളയാനുള്ള ശ്രമങ്ങൾ പരമദയനീയം തന്നെയെന്ന് പി.ജി പറഞ്ഞു. തന്റെ സമകാലീന സമൂഹത്തിലെ ദൈനംദിന ജീവിതത്തിലും പ്രക്ഷോഭങ്ങളിലും സമരത്തിലും പങ്കാളിയായിരുന്ന ഒരു രാഷ്ട്രീയ സാമൂഹ്യ നേതാവു കൂടിയായിരുന്നു കുമാരനാശാൻ എന്ന വസ്തുതയും ഈ ദന്തഗോപുര വക്താക്കൾ സൗകര്യപൂർവം മറക്കാൻ ശ്രമിക്കുന്നുവെന്ന കാര്യം പി. ജി ഓർമിപ്പിക്കുന്നു.

*ഇസങ്ങൾക്കിപ്പുറം* എന്ന കൃതിയിലെ *മലയാള നാടകവും സാമൂഹ്യ ജീവിതവും - ഒരു ചരിത്രം വീക്ഷണം* എന്ന ഒമ്പതാമത്തെ പ്രബന്ധത്തെപ്പറ്റി നാടക പഠനങ്ങൾ എന്ന തലക്കെട്ടിൽ വിശദമായി ചർച്ച ചെയ്തിട്ടുള്ളതിനാൽ അതേക്കുറിച്ച് ഇവിടെ വിശദീകരിക്കുന്നില്ല.

*നമ്മുടെ നാടൻപാട്ടുകളിലെ വർഗസമരം* എന്ന അവസാനത്തെ പ്രബന്ധം വളരെ മൗലിക പ്രാധാന്യമുള്ള ഒരന്വേഷണമാണ്. അത് കലാപരമായ ഒരന്വേഷണവും അതോടൊപ്പം മാർക്സിസ്റ്റ് സമീപനത്തോടു കൂടിയ സാമൂഹ്യ ചരിത്ര ഗവേഷണവുമാണ്. അതായത് നാടൻ പാട്ടുകളിലെ വർഗസമരത്തിലേക്ക് വെളിച്ചം വീശുന്ന ഒരു പഠനമാണത്. എന്നാൽ വർഗസമരം മാത്രമാണ് പഴയ നാടൻ പാട്ടുകളിലുള്ളതെന്നൊന്നും പി. ജി പറയുന്നില്ല. നാടൻ സംഗീതത്തിന്റെ മാധ്യമം ഓളം വെട്ടുന്ന ആ പഴയ പാട്ടുകളിലെ ഒരു പ്രധാനപ്പെട്ട ഘടകമായി വർഗസമരത്തിലേക്ക് പുരോഗമനവാദികളുടെ ശ്രദ്ധ വിശേഷിച്ചും പുരോഗമന സാഹിത്യകാരന്മാരുടെ ദൃഷ്ടി അദ്ദേഹം താല്പര്യപൂർവ്വം കാണിക്കുന്നുവെന്നേയുള്ളൂ. ഈ വിഷയത്തെക്കുറിച്ച് വിശദമായി അദ്ധ്യായം ഏഴിൽ ചർച്ചചെയ്യുന്നുണ്ട്.

അവസാനത്തെ രണ്ടു ലേഖനങ്ങൾ ഈ പുസ്തകത്തിലെ ഏറ്റവും പ്രൗഢവും വിജ്ഞാനപ്രദവുമായ രണ്ടു പ്രബന്ധങ്ങളാണ്. പി.ജി. ശരിക്കും ബുദ്ധിമുട്ടി പഠിച്ച്, ഏറ്റവും നന്നായും ശാസ്ത്രീയന്വേഷണത്തിന് ചേർന്ന

അക്കാദമിക് രീതിയിലും എഴുതി തയ്യാറാക്കിയവയാണ് അവ. രണ്ടു പ്രബന്ധങ്ങളിലും തികച്ചും ജനകീയമായും വളരെ ലളിതമായും വിഷയം പ്രതിപാദിച്ചിരിക്കുന്നു എന്ന പ്രത്യേകതയുമുണ്ട്.

*ഇസങ്ങൾക്കിപ്പുറം* എന്ന കൃതിയിൽ പി.ജി. പറഞ്ഞുവച്ച അഭിപ്രായങ്ങളെ വിലിരുത്തിക്കൊണ്ട് ഡോ. സുകുമാർ അഴീക്കോട് ഇങ്ങനെ പറഞ്ഞു:

> പ്രൊഫ. ഗുപ്തൻ നായരെപ്പോലുള്ളവർ എഴുത്തുകാരൻ ഇസങ്ങൾക്കപ്പുറത്താണെന്നു വാദിച്ചപ്പോൾ, ഇദ്ദേഹം ഇസങ്ങൾക്കിപ്പുറത്തു നിന്ന് എഴുതിയാൽ എഴുത്തിന് ഒരു കുറവും പറ്റുകയില്ലെന്നു വാദിച്ചു. അടുത്ത കാലത്ത് മലയാള സാഹിത്യത്തിൽ ഉണ്ടായ വലിയൊരു ചിന്താപരമായ തർക്കമായിരുന്നു അത്. സാഹിത്യത്തിലെ സാർവകാലികതയുള്ള വിവാദങ്ങളിൽ ഒന്നാണിത്. കവിത രചിക്കുന്നയാൾ ലോകത്തെ നിരീക്ഷിക്കുന്നതുപോലെ തന്നെ ശാസ്ത്രാദി ചിന്താവ്യാപാരങ്ങളെയും പഠിക്കണമെന്ന് പണ്ടേ സിദ്ധാന്തിച്ചിട്ടുണ്ടല്ലോ. അതിനാൽ പി.ജിയുടെ വാദത്തെ വെറും മാർക്സിയൻ തീവ്രവാദമായി തള്ളിക്കളയുന്നവർക്ക് ത്യാജ്യഗ്രാഹ്യ ബുദ്ധിയുടെ വികാസം പോരെന്നേ പറയാനാവൂ.[18]

മലയാള നിരൂപണ രംഗത്തെ യാഥാസ്ഥിതിക മൂല്യ വിചാരങ്ങളോട് പി. ജി നടത്തിയ കടുത്ത ഏറ്റുമുട്ടലായിരുന്നു *ഇസങ്ങൾക്കിപ്പുറം* എന്ന കൃതി. കലയുടെ സാമൂഹ്യോൽപ്പത്തിയെ സംബന്ധിച്ച ഈ കൃതിയിലെ പ്രൗഢമായ ആരായലുകൾ മലയാള നിരൂപണത്തിനു ലഭിച്ച കനപ്പെട്ട സംഭാവനകളാണ്. കേരളത്തിലെ പുരോഗമന സാഹിത്യ കലാ പ്രസ്ഥാനങ്ങൾക്ക് ഒരു മുതൽക്കൂട്ടും വഴികാട്ടിയുമായി മാറാൻ ഈ പുസ്തകത്തിന് കഴിഞ്ഞു.

## 3. മാർക്സിസ്റ്റ് സൗന്ദര്യശാസ്ത്രം: ഉത്ഭവവും വളർച്ചയും

മാർക്സിസ്റ്റ് സൗന്ദര്യ ശാസ്ത്രത്തെ അധികരിച്ച് മലയാളത്തിൽ ഒട്ടേറെ പ്രബന്ധങ്ങൾ പല നിലവാരങ്ങളിലായി പുറത്തു വന്നിട്ടുണ്ട്. അവയിൽനിന്ന് ചിലതെല്ലാം തെരഞ്ഞെടുത്തു പുസ്തകമായും പ്രസിദ്ധീകരിച്ചിട്ടുണ്ട്. മാർക്സിസ്റ്റ് സൗന്ദര്യ ശാസ്ത്രം സംബന്ധിച്ച് ആദിമ ദശമുതൽ ഇന്നത്തെ ദശ വരെയുള്ള വികാസ പരിണാമങ്ങളെ സമഗ്രമായി പ്രതിപാദിക്കുന്ന ഒരു ചരിത്രാവലോകന ഗ്രന്ഥം ഇതുവരെ പുറത്തു വന്നിട്ടില്ല. ആ കുറവ് പരിഹരിക്കുകയാണ് *പി. ജിയുടെ മാർക്സിസ്റ്റ് സൗന്ദര്യ ശാസ്ത്രം : ഉത്ഭവവും വളർച്ചയും* എന്ന ഗ്രന്ഥം ചെയ്യുന്നത്.

1987 ജനുവരിയിൽ സംഘ പ്രസാധന പ്രസിദ്ധീകരിച്ചതാണ് *മാർക്സിസ്റ്റ് സൗന്ദര്യ ശാസ്ത്രം: ഉത്ഭവവും വളർച്ചയും* എന്ന 225 പേജുള്ള (വില: 20) ഈ ഗ്രന്ഥം. ഒരു *കുറിപ്പും* 14 അദ്ധ്യായങ്ങളുമുള്ളതാണ് ഈ കൃതി.

മാർക്സിസ്റ്റ് സൗന്ദര്യ ശാസ്ത്രത്തിന്റെ വിവിധ ധാരകളെ പരിചയപ്പെടുത്തുന്ന മലയാളത്തിലെ ആദ്യത്തെ ഗ്രന്ഥമാണിത്. കേസരി ബാലകൃഷ്ണപിള്ളയുടെ *രൂപമഞ്ജരിക്കും* പ്രൊഫ. മുണ്ടശ്ശേരിയുടെ *കാവ്യ പീഠികയ്ക്കും* തുല്യമായതാണ് ഈ കൃതി.[19] അന്ധന്മാർ ആനയെക്കണ്ടപോലെ മാർക്സിയൻ സൗന്ദര്യ ശാസ്ത്രത്തെ ഓരോരുത്തരും അവരവർക്കിഷ്ടമുള്ള തരത്തിൽ വ്യാഖ്യാനിക്കുകയും വിശദീകരിക്കുകയും ചെയ്തപ്പോൾ അതിന്റെ

ശരിയായ അർത്ഥത്തിൽ സാഹിത്യാസ്വാദകരെയും വിദ്യാർത്ഥികളെയും അത് പഠിപ്പിക്കേണ്ടതാണെന്ന മാനസിക വ്യഥയിൽനിന്നാണ് പി.ജി ഈ കൃതി എഴുതിയത്.

ഈ പുസ്തകമെഴുതാൻ പി.ജി.യെ പ്രേരിപ്പിച്ച സാഹചര്യത്തെക്കുറിച്ച് പുസ്തകത്തിന്റെ *കുറിപ്പിൽ* അദ്ദേഹം വ്യക്തമാക്കുന്നുണ്ട്. 1937 ൽ *മാതൃഭൂമി ആഴ്ചപ്പതിപ്പിൽ* ഇ.എം.എസ് നമ്പൂതിരിപ്പാട് എഴുതിയ ഒരു ലേഖനത്തോടു കൂടിയാണ് മലയാളത്തിൽ മാർക്സിസ്റ്റ് സൗന്ദര്യശാസ്ത്രത്തിന്റെ മുഖ്യ ഉപവിഭാഗമായ മാർക്സിസ്റ്റ് സൗന്ദര്യശാസ്ത്ര നിരൂപണം ഉദ്ഘാടനം ചെയ്യപ്പെട്ടത്. അതേത്തുടർന്ന് ഇ.എം.എസ്, കെ ദാമോദരൻ, എം.എസ്. ദേവദാസ്, സി. ഉണ്ണിരാജ, എൻ.ഇ.ബാലറാം, തായാട്ട് ശങ്കരൻ തുടങ്ങി പലരും ഈ നിരൂപണ രീതിയെ മുന്നോട്ടു കൊണ്ടുപോയി. മാർക്സിസ്റ്റുകാരാണെന്ന് സ്വയം അവകാശപ്പെടാത്ത കേസരി ബാലകൃഷ്ണപിള്ള, എം. പി പോൾ, ജോസഫ് മുണ്ടശ്ശേരി, എൻ.വി.കൃഷ്ണവാര്യർ, എം.കെ.സാനു തുടങ്ങിയവരുടെ സാഹിത്യ നിരൂപണങ്ങളിലും മാർക്സിസത്തിന്റെ നിഴലാട്ടവും സ്വാധീനവും ഏറിയും കുറഞ്ഞും കാണാൻ കഴിയുമെന്ന് പി. ജി. പറഞ്ഞു. പ്രൊഫസർ എൻ. കൃഷ്ണപിള്ള, പി.കെ പരമേശ്വരൻ നായർ തുടങ്ങിയ തലയെടുപ്പുള്ള മലയാളസാഹിത്യ നിരൂപകർ സാഹിത്യവും സമൂഹവും തമ്മിലുള്ള ബന്ധത്തെ കണ്ടറിഞ്ഞവർ ആകയാൽ അവരുടെ നിരൂപണ രീതിയും മാർക്സിസത്തിൽനിന്നും ഏറക്കുറെ അകലെയല്ലായിരുന്നു. അങ്ങനെ മലയാളത്തിലെ സർഗരംഗത്ത് എന്ന പോലെ നിരൂപണരംഗത്തും മാർക്സിസം ശക്തിയായിത്തീർന്നു.

എങ്കിലും മാർക്സിസ്റ്റ് സൗന്ദര്യശാസ്ത്രത്തെക്കുറിച്ച് സമഗ്രമായ പഠനങ്ങളോ പാഠപുസ്തകങ്ങളോ മലയാളത്തിൽ ഇതുവരെ ഉണ്ടായിട്ടില്ല. രവീന്ദ്രൻ എഡിറ്റ് ചെയ്ത് എറണാകുളത്തെ 'നിള' പ്രസാധകർ പ്രസിദ്ധീകരിച്ച *കലാവിമർശം മാർക്സിസ്റ്റ് മാനദണ്ഡം* എന്ന ശ്രദ്ധേയമായ സമാഹാരം ഒരു നല്ല കാൽവയ്പു തന്നെയായിരുന്നെങ്കിലും കഴിഞ്ഞ ഒന്നു രണ്ട് പതിറ്റാണ്ടുകാലത്ത് മാർക്സിസ്റ്റ് സൗന്ദര്യശാസ്ത്ര ചിന്തയ്ക്ക് സാർവദേശീയ രംഗത്ത് കൈവന്നിട്ടുള്ള അത്ഭുതാവഹവും വൈവിധ്യമാർന്നതും ചിലപ്പോൾ പരസ്പരവിരുദ്ധ ദിശകളിലേക്ക് നീങ്ങുന്നതുമായ വളർച്ചയും നേട്ടങ്ങളും മലയാള വായനക്കാർക്ക് ഇനിയും കിട്ടുമാറായിട്ടില്ല. ഈ കുറവ് പരിഹരിക്കാൻ ആവശ്യമായ അറിവോ മൗലികതയോ തനിക്കില്ലെങ്കിലും വായിച്ചും ചിന്തിച്ചും അറിഞ്ഞ കാര്യങ്ങൾ തന്റെ കഴിവിന്റെ പരിമിതിക്കകത്ത് പ്രാഥമിക പാഠമെന്ന നിലയിൽ എഴുതണമെന്ന സ്നേഹപൂർവമായ നിർബന്ധത്തിന് വഴങ്ങിയാണ് താൻ ഈ സാഹസത്തിനു പുറപ്പെട്ടതെന്ന് പി. ജി വ്യക്തമാക്കി.

"പടിഞ്ഞാറൻ ഭാഷകളിൽ Aesthetics എന്ന പദംകൊണ്ട് വ്യവഹരിക്കുന്ന സങ്കൽപ്പനത്തെയാണ് നാം സൗന്ദര്യശാസ്ത്രം എന്നു പറയുന്നത്. - മറ്റൊരു രീതിയിൽ പറഞ്ഞാൽ കലയുടെ സിദ്ധാന്തം. കലാ സൃഷ്ടിയേയും ആസ്വാദനത്തേയും നിയന്ത്രിക്കുന്ന നിയമങ്ങളാണ് സൗന്ദര്യശാസ്ത്രത്തിന്റെ വിഷയം" എന്ന് സൗന്ദര്യശാസ്ത്രത്തെ നിർവ്വചിച്ചുകൊണ്ടാണ് *മുഖവുര* എന്ന ഒന്നാം അദ്ധ്യായം ആരംഭിക്കുന്നത്.[20]

തുടർന്ന് മാർക്സും എംഗൽസും തൊട്ടുള്ള ആഗോള താത്വികാചാര്യന്മാരുടെ സിദ്ധാന്തങ്ങൾ എങ്ങനെ വളർന്നുവെന്ന് സംക്ഷിപ്തമായി വിവരിക്കുകയാണ്.

കാറൽ മാർക്സിന്റെയും(1818 –83) ഫ്രെഡറിക് എംഗൽസിന്റെയും (1820–95) സംഭാവനകൾ മറ്റ് എല്ലാ മേഖലകളിലും എന്നപോലെ സൗന്ദര്യ ശാസ്ത്രത്തിലും വിപ്ലവത്തിന് ആരംഭം കുറിച്ചു. പക്ഷേ, മാർക്സോ എംഗൽസോ സൗന്ദര്യശാസ്ത്രം സംബന്ധിച്ച് പൂർണ്ണ ഗ്രന്ഥങ്ങളോ പ്രബ ന്ധങ്ങളോ ഒന്നും തന്നെ രചിച്ചിരുന്നില്ല. എന്നാൽ കലാ പ്രണയികളായിരുന്നു അവർ ഇരുവരും. വിശ്വസാഹിത്യ പ്രപഞ്ചം അറിവിന്റെയും ആനന്ദ ത്തിന്റെയും ഉറവിടമായിരുന്നു അവർക്ക്. സമകാലിക സാഹിത്യകൃതികളും അവർ അവഗണിച്ചിരുന്നില്ല. അവർ വായിച്ച കൃതികളെക്കുറിച്ച് പരസ്പരവും മറ്റ് സഖാക്കളുമായും കത്തുകൾ മുഖേന അഭിപ്രായങ്ങൾ കൈമാറുക അവ രിരുവരുടെയും പതിവായിരുന്നു. തങ്ങളുടെ കൃതികളുമായി സമീപിക്കുന്ന യുവ സാഹിത്യകാരന്മാർക്ക് ഉപദേശനിർദ്ദേശങ്ങൾ നൽകുന്ന കാര്യത്തിലും അവർ ശ്രദ്ധിച്ചിരുന്നു. ജർമ്മൻ റൊമാന്റിക് റിയലിസ്റ്റ് മഹാകവി ഹെൻറിക് ഹൈനെ(1825–64)യേപ്പോലെ ചിലർ മാർക്സിന്റെ അടുത്ത സുഹൃത്തു ക്കളായിരുന്നു. ഇവരെല്ലാവരുമായുള്ള എഴുത്തുകുത്തുകളിലും, തങ്ങളുടെ പഠനക്കുറിപ്പുകളിൽ തുടങ്ങി *മൂലധനം* പോലുള്ള ബൃഹത് കൃതികളിൽ വരെ കലാസാഹിത്യ സംബന്ധിയായ അനേകം പരാമർശങ്ങൾ അവർ നട ത്തിയിട്ടുള്ളത് കാണാം. പ്രസിദ്ധ ഫ്രഞ്ച് സാഹിത്യകാരനായ ബൽസാക്കിനെ (1799–1850) കുറിച്ചൊരു ഗ്രന്ഥമെഴുതാൻ മാർക്സ് ആഗ്രഹിച്ചിരുന്നെങ്കിലും തിരക്ക് കാരണം അത് നടന്നില്ല. ഏങ്കിലും മാർക്സിന്റെയും എംഗൽ സിന്റെയും കൃതികളിൽ കാണുന്ന ബൽസാക്കിനെക്കുറിച്ചുള്ള പരാമർ ശങ്ങൾ വളരെ വിലപ്പെട്ട സൗന്ദര്യശാസ്ത്ര സിദ്ധാന്തങ്ങൾ ഉൾക്കൊള്ളുന്ന വയാണ്. കലാസാഹിത്യത്തേയും സൗന്ദര്യശാസ്ത്രത്തേയും സംബന്ധിച്ച്, മാർക്സിന്റെയും എംഗൽസിന്റെയും അഭിപ്രായങ്ങൾ ഇങ്ങനെ ശിഥില ചിന്തകളുടെ രൂപത്തിലാണ് കിട്ടിയിട്ടുള്ളതെങ്കിലും അവ നൽകുന്ന ഉൾ ക്കാഴ്ചയും, അവ നൽകുന്ന രൂപരേഖയും പിൽക്കാല സൗന്ദര്യശാസ്ത്ര ചിന്തകർക്ക് രത്നഖനി ആയിട്ടാണ് അനുഭവപ്പെട്ടിട്ടുള്ളതെന്ന് ഗോവിന്ദപ്പിള്ള വ്യക്തമാക്കുന്നു.

ആദ്യനാളുകൾ മുതൽ ഇന്നോളം, മാർക്സിസത്തെ നിർവീര്യമാക്കു വാൻ പലരും നടത്തിപ്പോന്നിട്ടുള്ള പാഴ് വേലയുടെ ചരിത്രം മുഖവുരയിൽ പി.ജി. വിശദീകരിക്കുന്നുണ്ട്. “ആദ്യം മൗനത്തിൽ മുക്കിക്കൊല്ലാൻ നോക്കി. പിന്നീട് അടിച്ചു തകർക്കാൻ നോക്കി, അതും ഫലിക്കാതെ വന്നപ്പോൾ പ്രതിയോഗികളായി ഫ്രോയ്ഡ്, ബെർഗ്സൺ തുടങ്ങിയവരെ പട്ടം കെട്ടി ച്ചെഴുന്നള്ളിച്ചു. ഇപ്പോൾ വേറെ ചില അടവുകളാണ് ഉപയോഗിക്കുന്നത്. മാർക്സ് പിഞ്ചുപൈതലായിരുന്നപ്പോൾ കൊഞ്ചിപ്പറഞ്ഞ മൊഴികൾ വല്ലതും രേഖപ്പെടുത്തിയിട്ടുണ്ടെങ്കിൽ, അത് മാത്രമേ പരിഗണനാർഹമായിട്ടുള്ളൂ എന്ന് ഒരു കൂട്ടർ. ചിലർക്ക് വേണ്ടത് മാർക്സിസത്തിന് ഫ്രോയ്ഡിന്റെ ലിബിഡോ കൊടുക്കുകയാണ്. വേറെ ചിലർക്ക് മാർക്സിസത്തെ യുങ്ങിന്റെ വർഗ്ഗ സ്മൃതിയിൽ അലിയിക്കണം. മൂന്നാമതൊരു കൂട്ടർ ലെവിസ്ത്രനസിന്റെ ഘടനാവാദത്തിൽ മാർക്സിസത്തെ തിരുകിക്കയറ്റാൻ പാടുപെടുന്നു. ഇനി യൊരു കൂട്ടർ അസ്തിത്വവാദത്തിന്റെ വാലാക്കാൻ നോക്കുന്നു. നേരിട്ടു തകർ ക്കാനായിരുന്നു ഒരുകാലത്ത് കുറെപ്പേർ ശ്രമിച്ചതെങ്കിൽ നുഴഞ്ഞു കയറി ആരൂഢമിളക്കാനാണ് ഇന്നത്തെ ശ്രമം.”[21]

സാമ്പത്തിക - രാഷ്ട്രീയ പ്രശ്നങ്ങളിൽപ്പോലും അവസ്ഥ ഇതാകുമ്പോൾ സൗന്ദര്യശാസ്ത്രം തുടങ്ങിയ മേഖലകളിലെ സ്ഥിതി മറിച്ചാകാൻ ഒട്ടും സാദ്ധ്യതയില്ലെന്ന് പി.ജി വ്യക്തമാക്കുന്നു.

മാർക്സിയൻ സൗന്ദ്യശാസ്ത്രത്തിന്റെ ഉത്ഭവവും വളർച്ചയും ചിത്രീകരിക്കുന്ന പി. ഗോവിന്ദപ്പിള്ള മാർക്സിന്റെയും എംഗൽസിന്റെയും കലാ സാഹിത്യ ചിന്തകളെ കൂടുതൽ പരിചയപ്പെടുത്താതെ മാർക്സിനും എംഗൽസിനും ശേഷമുള്ള ആദ്യകാല പഥിതരെ പരിചയപ്പെടുത്തുകയാണ് *മൂവർകാലം* എന്ന രണ്ടാം അദ്ധ്യായത്തിൽ. പത്തൊമ്പതാം നൂറ്റാണ്ടിൽ തന്നെ മാർക്സിയൻ സൗന്ദര്യ ശാസ്ത്രത്തെ പഠനങ്ങളിലൂടെ വികസിപ്പിക്കാൻ ശ്രമിച്ച ഇറ്റലിക്കാരനായ അന്തോണിയോ ലാബ്രിയോള (1843 –1904), ജർമ്മൻകാരനായ ഫ്രാൻസ് മെഹ്റിങ്(1846–1919), റഷ്യക്കാരനായ ഗ്യോർഗി വാലന്റീനോവിച്ച് പ്ളഹനോവ്. (1856 –1978) എന്നിവർ മാർക്സിസ്റ്റ് സൗന്ദര്യ ശാസ്ത്രത്തിന് നൽകിയ സംഭാവനകൾ വിശദീകരിക്കുകയാണിവിടെ. ആദ്യത്തെ ഇറ്റാലിയൻ സോഷ്യലിസ്റ്റാണ് ലാബ്രിയോള. മാർക്സിസത്തിന്റെ ആദ്യത്തെ ആധികാരിക ജീവചരിത്ര കർത്താവായി പ്രസിദ്ധി നേടിയ ആളാണ് മെഹ്റിങ്. റഷ്യൻ മാർക്സിസത്തിന്റെ പിതാവായി പ്രകീർത്തിക്കപ്പെടുന്നു പ്ളഹനോവിനെ. മാർക്സിസ്റ്റ് ചിന്തയുടെ വികാസത്തിന് പ്ളഹനോവ് നൽകിയ ഗണ്യമായ സംഭാവനകളിൽ സൗന്ദര്യ ശാസ്ത്രത്തെക്കുറിച്ചുള്ള ചിന്തകളും പ്രധാനസ്ഥാനം അർഹിക്കുന്നുവെന്ന് പി.ജി വ്യക്തമാക്കി. മാർക്സിസ്റ്റ് വീക്ഷണത്തിൽ സാഹിത്യ - കലാ പ്രശ്നങ്ങളെക്കുറിച്ച് ഒട്ടേറെ ചിന്തിക്കുകയും അനേകം കൃതികൾ രചിക്കുകയും ചെയ്ത പ്ളഹനോവിനെ മറികടന്നുകൊണ്ട് ഈ വിഷയത്തെക്കുറിച്ച് പഠിക്കാനാർക്കും കഴിയുകയില്ലെന്ന് പി.ജി. എടുത്തു പറഞ്ഞു.[22]

*പ്ളഹനോവ്* എന്ന മൂന്നാമത്തെ അധ്യായത്തിൽ പ്ളഹനോവിന്റെ സൗന്ദര്യശാസ്ത്ര ചിന്തയുടെ ചില വിശദാംശങ്ങൾ പി.ജി. നൽകുന്നു. മലയാളത്തിലും മാർക്സിയൻ സൗന്ദര്യശാസ്ത്രത്തിന്റെ അടിസ്ഥാന ഗ്രന്ഥമായി കണക്കാക്കപ്പെട്ട് പോന്നിരുന്നത് പ്ളഹനോവിന്റെ *കലയും സാമൂഹിക ജീവിതവും* എന്ന ഗ്രന്ഥമാണ്. എന്നാൽ പ്ളഹനോവ് ഉൾപ്പെടെയുള്ള മൂവർ സംഘത്തിന്റെ വീക്ഷണങ്ങളിലെ യാന്ത്രിക ഭൗതിക വാദത്തിന്റെ സ്വാധീനത്തെക്കുറിച്ച് പി.ജി. എടുത്തു പറയുന്നുണ്ട്. അതേസമയം ആ പരിമിതികൾ ചരിത്രപരമായിരുന്നു എന്ന വസ്തുത ഒരു മാർക്സിസ്റ്റ് സൗന്ദര്യ ശാസ്ത്ര വിദ്യാർത്ഥിക്ക് പരിഗണിക്കാതിരിക്കാനാവുകയില്ല എന്ന കാര്യം പി.ജി. ചൂണ്ടിക്കാണിക്കുന്നു. പ്ളഹനോവിനെക്കുറിച്ചുള്ള അദ്ദേഹത്തിന്റെ നിഗമനത്തിൽ അക്കാര്യം കൃത്യമായി രേഖപ്പെടുത്തുന്നു.

റഷ്യൻ ചിന്തകന്മാരായ വി.ഐ. ലെനിൻ (1870–1924), മാക്സിംഗോർക്കി (1868 – 1936), എ. വി. ലൂണാചാഴ്സ്കി (1873–1933) എന്നിവർ മാർക്സിസ്റ്റ് സൗന്ദര്യ ശാസ്ത്രത്തിന് നൽകിയ സംഭാവനകൾ *ലെനിനും സഖാക്കളും* എന്ന നാലാം അദ്ധ്യായത്തിൽ വിലയിരുത്തുന്നു.

ഔദ്യോഗിക സോവിയറ്റ് യൂണിയന്റെ മാർക്സിസ്റ്റ് സാഹിത്യ വീക്ഷണത്തിന്റെ കാതൽ സോഷ്യലിസ്റ്റ് റിയലിസമാണ്. അതിന്റെ വ്യാഖ്യാതാവും പ്രയോക്താവുമായി മാക്സിംഗോർക്കിയെ പി.ജി. പരിചയപ്പെടുത്തുന്നു.

സോഷ്യലിസ്റ്റ് റിയലിസമെന്ന ഈ ദർശനം ഇന്ത്യയുൾപ്പെടെ ലോകത്തിന്റെ ഇതര ഭാഗങ്ങളിൽ വ്യാപകമായ സ്വാധീനം ചെലുത്തി. 1934 ൽ

നടന്ന സോവിയറ്റ് എഴുത്തുകാരുടെ ഒന്നാം കോൺഗ്രസ് ഇതിന് അംഗീകാരം നൽകിയതോടെ മാർക്സിസ്റ്റ് സൗന്ദര്യശാസ്ത്രത്തിന് പ്രായപൂർത്തി എത്തിയെന്ന് പി. ജി വ്യക്തമാക്കി.

*ബ്രിട്ടീഷ് സംഭാവന* എന്ന തലക്കെട്ടിലുള്ള അഞ്ചാം അധ്യായത്തിൽ വില്യം മോറിസ് (1834 – 96), സ്റ്റീഫൻ സ്പെൻഡർ, ഡബ്ല്യൂ.എച്ച്.ഓഡൻ, ക്രിസ്റ്റഫർ കാഡ് വെല്ല്, റാൾഫ് ഫോക്സ് തുടങ്ങിയ ബ്രിട്ടീഷുകാരുടെ സംഭാവനകൾ വിവരിക്കുന്നു. യുദ്ധാനന്തരകാലത്തെ ബ്രിട്ടീഷ് മാർക്സിസ്റ്റ് സാഹിത്യ നിരൂപണത്തിന്റെയും സൗന്ദര്യശാസ്ത്ര ചിന്തയുടെയും അന്തർ ധാരയുടെ മൗലികത, വൈരുദ്ധ്യങ്ങൾ, ശക്തിദൗർബല്യങ്ങൾ എന്നിവയെ ക്കുറിച്ച് ഈ അദ്ധ്യായത്തിൽ അദ്ദേഹം പരാമർശിക്കുന്നില്ലെങ്കിലും ചില പ്രശസ്തരായ നിരൂപകരെ പേരു പറഞ്ഞു പരിചയപ്പെടുത്തുന്നു. എറിക് ഹോബ്സ് ബോം, ക്രിസ്റ്റഫർ ഹിൽ, ആർനോൾഡ് കെറ്റിൽ, ജോർജ്ജ് തോംസൺ, ഇ. പി. തോംസൺ, ജോൺ ബർഗർ, റയമണ്ട് വില്യംസ്, ടെറി ഈഗിൾട്ടൺ എന്നിവർ അതിൽപ്പെടുന്നു.

1933 ൽ നാസി പാർട്ടി സ്ഥാനാർത്ഥി അഡോൾഫ് ഹിറ്റ്ലർക്കെതിരെ ചാൻസലർ സ്ഥാനാർത്ഥിയായി മത്സരിച്ച കമ്യൂണിസ്റ്റ് സ്ഥാനാർത്ഥി ഥേൽമാൻ, റോസാ ലക്സംബർഗ്, കാൾ ലീബ്ക്, നെക്ത്, ഇർവിൻ പി സ്കേറ്റർ, ബെർതോൾത് ബ്രഹ്ത്, ഹാൻസ് ഐസ് ലർ, കർട് വൈൽ, ജോർജ് ഗ്രോസ്, ജോൺ ഹാർട്ട് ഫീൽഡ്, അന്ന സേഹേഴ്സ്, ജോഹനസ് ബെക്കർ, ഗ്യോർഗി ലൂക്കാച്ച് തുടങ്ങിയ ജർമ്മനിക്കാർ മാർക്സിസ്റ്റ് സൗന്ദര്യ ശാസ്ത്രത്തിന് നൽകിയ സംഭാവനകളാണ് *ജർമ്മൻ സംഭാവന* എന്ന ആറാം അദ്ധ്യായത്തിൽ വിവരിക്കുന്നത്.

സോഷ്യലിസ്റ്റ് റിയലിസത്തിലേക്ക് കാലെടുത്തു വെച്ച ലൂ സൂൺ (ചൈനീസ് ജനാധിപത്യ – സോഷ്യലിസ്റ്റ് സാഹിത്യ നവോത്ഥാനത്തിന്റെ പിതാവ്), മാർക്സിസ്റ്റ് സൗന്ദര്യശാസ്ത്രത്തിനു സംഭാവന നൽകിയ കു മൊ ജൊ (ജ:1892), മാവോ തൂൺ (ജ.1896), ജെ ചിങ് (ജ. 1910) തുടങ്ങിയവരുടെ സംഭാവനകളെക്കുറിച്ചാണ് *കിഴക്കൻകാറ്റ്* എന്ന ഏഴാം അദ്ധ്യായത്തിൽ ചർച്ച ചെയ്യുന്നത്.

മാർക്സിസ്റ്റ് സൗന്ദര്യശാസ്ത്രത്തിന് ഇറ്റലിക്കാരനായ അന്തോണിയോ ഗ്രാംഷി (1891– 1937) നൽകിയ മൗലിക സംഭാവനകൾ വിവരിക്കുകയാണ് *ഗ്രാംഷി* എന്ന തലക്കെട്ടിലുള്ള എട്ടാം അദ്ധ്യായത്തിൽ.

മാർക്സിസ്റ്റ് സൗന്ദര്യശാസ്ത്രത്തിന്റെ ചരിത്രത്തിൽ ജർമ്മനിയിലെ ഫ്രാങ്ക്ഫർട്ട് സ്കൂളിന്റെ സ്ഥാനവും സംഭാവനയും വിശദീകരിക്കുകയാണ് *ഫ്രാങ്ക്ഫർട്ട് സ്കൂൾ* എന്ന ഒമ്പതാം അദ്ധ്യായത്തിൽ. ഫ്രാങ്ക്ഫർട്ട് സ്കൂളിൽ പ്രമുഖരായ മാക്സ് ഹോർക്കൈമർ (1895 –1973), ഹെർബർട്ട് മാർക്യൂസ് (1898 –1979), തിയോഡർ അഡോ ണൊ (1913 –1969), എറിക് ഫ്രോം (1900–80) എന്നിവരുടെ സംഭാവനകൾ ഇവിടെ വിലയിരുത്തുന്നു.

മാർക്സിസത്തിന്റെ നവീന സൈദ്ധാന്തികധാരയായി സ്വയം വിശേഷിപ്പിച്ചുകൊണ്ട് രംഗത്തു വന്ന ഫ്രാങ്ക് ഫർട്ട് ചിന്താധാരയെക്കുറിച്ച് പി.ജി. നിരീക്ഷിക്കുന്നതിങ്ങനെ: " പാർട്ടി രാഷ്ട്രീയത്തിൽനിന്ന് ഒഴിഞ്ഞു മാറി തികച്ചും ബൗദ്ധിക മണ്ഡലത്തിൽ മാത്രം വിഹരിക്കുക എന്ന നയം ഒടുവിൽ ചെന്നെത്തിയത് സിദ്ധാന്തവും പ്രയോഗവും തമ്മിലുള്ള ഐക്യ മെന്ന മാർക്സിസത്തിന്റെ ആത്മാവുതന്നെ നഷ്ടപ്പെടുന്നതിലേക്കാണ്".

" ഔദ്യോഗികം" എന്ന് അവർ വിശേഷിപ്പിച്ച തൊഴിലാളിവർഗ പാർട്ടികളിൽ നിന്നുള്ള ഈ അകൽച്ച ഫ്രാങ്ക്ഫർട്ട് സ്കൂളിന്റെ സ്വഭാവത്തെയും തനിമയെയും തകരാറിലാക്കിയെന്ന "ഔദ്യോഗിക" പാർട്ടികളോട് അവരെപ്പോലെ തന്നെ അകൽച്ച അവകാശപ്പെടുന്ന ഫിൽസ്ളേറ്റും, ബ്രിട്ടീഷ് നവ ഇടതുപക്ഷത്തിന്റെ പ്രമുഖ വക്താവായ പെരി ആൻഡേഴ്സനും" പൊതുവെ നിരീക്ഷിക്കുന്നുണ്ടെന്ന് പി.ജി ചൂണ്ടിക്കാട്ടി. പാർട്ടി രഹിത മാർക്സിസത്തേയും സൈദ്ധാന്തിക പ്രയോഗത്തെയുംകുറിച്ച് കേവലമായ വീക്ഷണങ്ങൾ പ്രയോഗത്തെയും സിദ്ധാന്തത്തെയും വേർതിരിക്കുന്ന, ആത്മാവ് നഷ്ടപ്പെട്ടവരുടെ ധൈഷണിക മിഥ്യാടനങ്ങളായി അവസാനിക്കുകയേയുള്ളൂവെന്ന് പാശ്ചാത്യ മാർക്സിസത്തിന്റെ അനുഭവങ്ങൾ നിരത്തി പി.ജി വിശദമാക്കിത്തരുന്നു.

മാർക്സിസ്റ്റ് സൗന്ദര്യശാസ്ത്രത്തിന് ഫ്രഞ്ചുകാരായ ഴാങ് പോൾ സാർത്ര് (1905–80), ലൂസിയൻ ബോൾഡ് മേൻ (1913–70), എൽ അൽത്തുസർ (1918– ), വി മെഷേറെ തുടങ്ങിയവരുടെ സംഭാവനകൾ വിലയിരുത്തുകയാണ് *അസ്തിത്വവും ഘടനയും* എന്ന തലക്കെട്ടിലുള്ള പത്താം അദ്ധ്യായത്തിൽ.

മാർക്സിസ്റ്റ് സൗന്ദര്യശാസ്ത്ര വികാസത്തിൽ 1920 കളിലും 1930 കളിലും ജർമനിയിൽ നടന്ന മാർക്സിസ്റ്റ് സൗന്ദര്യശാസ്ത്ര വിവാദങ്ങളും സംഘട്ടനങ്ങളും വലിയ പങ്ക് വഹിക്കുകയുണ്ടായി. ഇവയിൽ മുഖ്യമായ ഒന്നാണ് ഗ്യോർഗി ലൂക്കാച്ച് (1886–1971), ബെർതോൾഡ് ബ്രെഹ്ത് (1898–1956), വാൾട്ടർ ബെഞ്ചമിൻ (1892–1940) എന്നീ മൂന്നു മഹാപ്രതിഭാശാലികൾ തമ്മിൽ നടന്ന വിവാദം. അതേക്കുറിച്ച് വിവരിക്കുകയാണ് *ബ്രെഹ്ത്-ലൂക്കാച്ച് - ബെഞ്ചമിൻ ത്രികോണം* എന്ന പതിനൊന്നാം അധ്യായം.

സോഷ്യലിസ്റ്റ് റിയലിസത്തെക്കുറിച്ച് പ്രതിപാദിക്കുകയാണ് അതേ തലക്കെട്ടിലുള്ള പന്ത്രണ്ടാം അധ്യായത്തിൽ.

വാങ്മയ കലയെ ആസ്പദമാക്കിയാണ് സാധാരണ സൗന്ദര്യശാസ്ത്ര ചർച്ച നടക്കാറുള്ളത്. ഇന്ന് സാഹിത്യത്തോളം തന്നെ ശക്തമായ പുതിയൊരു കലയാണ് ചലച്ചിത്രകല. സിനിമ ഒരു കലയായത് ആദ്യം ഒരു സോഷ്യലിസ്റ്റ് രാഷ്ട്രത്തിലാണ്- റഷ്യയിൽ. മാർക്സിസത്തിന്റെ പ്രബല സ്വാധീനത്തിൽ പ്രവർത്തിച്ച സെർഗൈ ഐസൺ സ്റ്റൈനിൻ (1898 – 1948), വെസെവോലോഡ് പുഡോവ്കിൻ, അലക്സാണ്ടർ ദോവ്ഷെങ്കോ എന്നിവരാണ് ചലച്ചിത്രകല സൃഷ്ടിച്ചത്. ആധുനിക സോവിയറ്റ് സിനിമയുടെ 'സ്ഥാപകത്രയം' എന്ന് ചരിത്രകാരന്മാർ ഇവരെ വിശേഷിപ്പിക്കുന്നു. അവർ സ്വന്തം കലയുടെ വ്യാകരണം വിശദമാക്കുന്നതിലൂടെ മാർക്സിസ്റ്റ് സൗന്ദര്യശാസ്ത്രത്തിന് നൽകിയ സംഭാവന വളരെ വലുതാണ്. *ചലച്ചിത്ര വിപ്ലവം* എന്ന പതിമൂന്നാമത്തെ അധ്യായത്തിൽ പി.ജി. അക്കാര്യമാണ് പരിശോധിക്കുന്നത്.

അവസാന അധ്യായമാണ് *മലയാളവും മാർക്സിസവും.* മലയാള സാഹിത്യത്തിൽ മാർക്സിസത്തിനുണ്ടായ സ്വാധീനത്തെക്കുറിച്ചാണ് ഈ അധ്യായത്തിൽ പ്രതിപാദിക്കുന്നത്.

മാർക്സിസ്റ്റ് സൗന്ദര്യശാസ്ത്രത്തിന്റെ ഉത്ഭവ കാലഘട്ടത്തിലും അതിന്റെ വികാസദശയിലും നടന്ന പ്രധാന വിവാദങ്ങളും വിയോജിപ്പുകളും കഴിയുന്നിടത്തോളം സമഗ്രതയോടുകൂടിത്തന്നെ പി.ജി. ഈ പുസ്തകത്തിൽ ചർച്ച ചെയ്യുന്നു.

മാർക്സിയൻ സൗന്ദര്യശാസ്ത്രത്തെ അതിന്റെ വൈവിധ്യങ്ങളോടെ ആഴത്തിൽ പഠിക്കാനുപകരിക്കുന്ന ഒരു പഠനസഹായിയാണ് പി.ജിയുടെ ഈ പുസ്തകം. മാർക്സിസ്റ്റ് സൗന്ദര്യശാസ്ത്രം എന്നൊന്നില്ല എന്നു ശപഥം ചെയ്ത് നടന്ന പണ്ഡിതന്മാരുടെ മുമ്പിൽ അങ്ങനെയൊന്നുണ്ടെന്നും അത് ഈ നൂറ്റാണ്ടിൽ പൊട്ടിവിരിഞ്ഞിട്ടുള്ള പലതരം സമീപനങ്ങളുടെ കൂട്ടത്തിൽ ഒന്ന് മാത്രമല്ലെന്നും സ്വന്തമായ അസ്തിത്വവും വികാസവുമുള്ള സ്വതന്ത്രവും സർവതാ ഭദ്രവുമായ ഒരു ശാസ്ത്രമാണെന്നും പി.ജി.യുടെ ഈ ഗ്രന്ഥം സമർത്ഥിക്കുന്നു.[23]

ആഗോളതലത്തിൽ മാർക്സിയൻ സൗന്ദര്യശാസ്ത്രത്തിലുണ്ടായ മാറ്റങ്ങളെക്കുറിച്ച് ആഴത്തിലുള്ള ധാരണ പി.ജി.ക്കുണ്ടായിരുന്നുവെന്ന് അദ്ദേഹത്തിന്റെ പഠനം തെളിയിക്കുന്നു. പിൽക്കാലത്ത് വലിയൊരു സ്വാധീനമായിത്തീർന്ന റെയ്മണ്ട് വില്യംസ്, ടെറി ഈഗിൾട്ടൺ എന്നിവരെക്കുറിച്ചെല്ലാം എഴുപതികളിലെഴുതിയ ആ പ്രബന്ധത്തിൽത്തന്നെ പി. ജി സൂചിപ്പിച്ചിട്ടുണ്ട് എന്നത് എടുത്തു പറയേണ്ട കാര്യമാണ്. ഇന്ന് ആഗോളതലത്തിൽ സൗന്ദര്യശാസ്ത്രത്തിലും സംസ്കാര പഠനത്തിലുമെല്ലാം തള്ളിക്കളയാനാവാത്ത ശക്തിയാണ് മാർക്സിയൻ ചിന്താഗതി. അതിന്റെ വൈപുല്യത്തെക്കുറിച്ച് മലയാള വായനക്കാരന് ആദ്യമായി ധാരണ നൽകിയത് പി. ഗോവിന്ദപ്പിള്ളയുടെ *മാർക്സിസ്റ്റ് സൗന്ദര്യശാസ്ത്രം ഉത്ഭവവും വളർച്ചയും* എന്ന ഈ ഗ്രന്ഥമാണ്.[24]

## 4. സാഹിത്യം: അധോഗതിയും പുരോഗതിയും

1992 മേയ് മാസത്തിൽ ചിന്ത പബ്ലിഷേഴ്സ് പ്രസിദ്ധീകരിച്ച *സാഹിത്യം: അധോഗതിയും പുരോഗതിയും* എന്ന (പേജുകൾ 142, വില 23 രൂപ) ഈ കൃതിയിൽ സാഹിത്യ സംബന്ധമായ പത്തു പ്രബന്ധങ്ങളാണുള്ളത്. അവ:

*സാഹിത്യം: അധോഗതിയും പുരോഗതിയും* എന്ന ഗ്രന്ഥത്തിലെ ആദ്യ പ്രബന്ധമാണ് *പുരോഗമന സാഹിത്യ പ്രസ്ഥാനം: ഒരു ചരിത്ര വീക്ഷണം.* ഈ പ്രബന്ധത്തിന്റെ ഒന്നാം ഭാഗത്ത് പ്രധാനമായും സാഹിത്യത്തിന്റെയും കലയുടെയും സാമൂഹ്യ ധർമ്മത്തെയും ലക്ഷ്യത്തെയും പറ്റിയും രണ്ടാം ഭാഗത്ത് കേരളത്തിലെ പുരോഗമനസാഹിത്യ പ്രസ്ഥാനത്തിനു നേരെ ഉയർന്നുവന്ന വെല്ലുവിളികളെ ചൂണ്ടിക്കാണിക്കുകയും ചെയ്യുന്നു. എന്നാൽ പ്രബന്ധത്തിലെ പ്രധാന പ്രതിപാദ്യ വിഷയം മൂന്നാം ഭാഗത്തും നാലാം ഭാഗത്തും വിവരിച്ചിരിക്കുന്ന ഇന്ത്യയിലെ പുരോഗമന സാഹിത്യ പ്രസ്ഥാനത്തിന്റെ രൂപീകരണത്തിന് വഴിതെളിച്ച സാർവ്വദേശീയ സംഭവ വികാസങ്ങളെപ്പറ്റിയുള്ളതാണ്.

*പുരോഗമന സാഹിത്യ പ്രസ്ഥാനം: അന്നും ഇന്നും നാളെയും* എന്ന രണ്ടാമത്തെ പ്രബന്ധത്തിൽ പുരോഗമന സാഹിത്യ പ്രസ്ഥാനത്തിന്റെ ചരിത്രത്തെക്കുറിച്ചും അതു സംബന്ധിച്ച പ്രത്യയശാസ്ത്രപരമായ പ്രശ്നങ്ങളെക്കുറിച്ചും വിശദമായും കൂലങ്കഷമായും പി.ജി. ചർച്ച ചെയ്യുന്നു.

*മാതൃഭൂമി ആഴ്ചപ്പതിപ്പിലെ* സാഹിത്യ ചർച്ചയിൽ പങ്കെടുത്തുകൊണ്ട് എസ്. ഗുപ്തൻ നായർ എഴുതിയ ലേഖനത്തിനുള്ള പി.ജി. യുടെ പ്രതികരണമാണ് *ഇത്തിരിവട്ടം മാത്രം കാൺമവർ ഇത്തിരിവട്ടം ചിന്തിക്കുന്നവർ* എന്ന മൂന്നാമത്തെ പ്രബന്ധം. പ്രൊഫസറുടെ പല ആശയങ്ങളെയും രൂക്ഷമായി

എതിർക്കേണ്ടി വന്ന തനിക്ക് *മാതൃഭൂമിയിലെ* ലേഖനത്തിലെ പല പരാമർശങ്ങളോടും യോജിപ്പാണുള്ളതെങ്കിലും ഭിന്നതകളും അവശേഷിക്കുന്നുണ്ട് എന്ന് പി.ജി. വ്യക്തമാക്കി. ജനകീയതാവാദത്തെക്കുറിച്ചുംമറ്റുമുള്ള തന്റെ പഴയ ശൈലിയിൽനിന്നും പ്രൊഫസർ വളരെ ദൂരം വന്നിരിക്കുന്നു എന്നു കാണുന്നതിൽ അനൽപ്പമായ ആനന്ദമുണ്ടെന്ന് പി.ജി. പറഞ്ഞു. ഇ.എം.എസ് നമ്പൂതിരിപ്പാടിന്റെ സ്വയം വിമർശനത്തെ സ്വാഗതം ചെയ്യുന്ന പ്രൊഫസർ സ്വയം അത്തരമൊന്നു ചെയ്യുകയല്ലേ ഭംഗി എന്നു പി.ജി. ചോദിച്ചു.

മാർക്സിസ്റ്റ് കലാദർശനവും അതിന്റെ ഭാഗമായ സാഹിത്യനിരൂപണവും കഴിഞ്ഞ കാൽനൂറ്റാണ്ടു കാലത്ത് പൂർവ്വാധികം വികസിക്കുകയും വിശ്വവ്യാപകമായി അംഗീകാരം നേടുകയുമുണ്ടായെന്ന് പി.ജി. വിലയിരുത്തുന്നു. ഇന്ത്യൻ ഭാഷകളിലും അതുണ്ടായിട്ടുണ്ട്. കേരളവും ഇക്കാര്യത്തിൽ അത്ര മോശമല്ല. മലയാളത്തിൽ മാർക്സിസ്റ്റുകാർ എന്നവകാശപ്പെടുന്നവരുടെയും അങ്ങനെ അവകാശപ്പെടാത്തവരുടെയും നിരൂപണങ്ങളിൽ മാർക്സിസ്റ്റ് സ്വാധീനം ദർശിക്കാൻ കഴിയും. മാർക്സിസ്റ്റ് നിരൂപണവിദ്യയെ പല കോണുകളിൽനിന്നും വിമർശിക്കുന്ന ഗുപ്തൻനായരെയും ലീലാവതിയെയും പോലുള്ളവരും മാർക്സിസത്തിന്റെ ക്രിയാത്മകമായ സംഭാവനകളെ തള്ളിപ്പറയുന്നില്ലെന്ന് പി. ജി. ചൂണ്ടിക്കാട്ടി.[25]

മലയാളത്തിൽ മാർക്സിസ്റ്റ് സാഹിത്യനിരൂപണം ആവശ്യത്തിന് വളർന്നിട്ടുണ്ട് എന്നുള്ള അവകാശവാദം പി.ജി. നടത്തുന്നില്ല. എന്നാൽ മാർക്സിസ്റ്റ് സൗന്ദര്യശാസ്ത്രത്തിന്റെ ലക്ഷ്യമോ വ്യാപ്തിയോ ഗഹനതയോ സമഗ്രതയോ നമ്മുടെ ഉയർന്ന പണ്ഡിതന്മാർക്കു പോലും വഴിയാംവണ്ണം ഗ്രഹിക്കാതെ കലശലുകൂട്ടാൻ പുറപ്പെടുന്നതിനെ പി.ജി. വിമർശിക്കുന്നു.

മാർക്സിസ്റ്റ് സൗന്ദര്യശാസ്ത്രത്തെ വികലമായി അവതരിപ്പിക്കുകയും പുരോഗമനസാഹിത്യ പ്രസ്ഥാനത്തെ പരിഹസിക്കുകയും അതിനെതിരെ രൂക്ഷവിമർശനങ്ങളും ആക്രമണതുല്യമായ വാദമുഖങ്ങൾ അഴിച്ചുവിടുകയും ചെയ്ത കുട്ടികൃഷ്ണമാരാർ, എം. ആർ. നായർ (സഞ്ജയൻ), എസ്. ഗുപ്തൻനായർ, കെ. പി. അപ്പൻ, വി. രാജാകൃഷ്ണൻ മുതലായവരെയൊക്കെ സൈദ്ധാന്തികമായി നേരിടുകയാണ് പി.ജി. ഈ പ്രബന്ധത്തിൽ. ആക്രമണതുല്യമായ വാദമുഖങ്ങളെ സൈദ്ധാന്തികമായി നേരിടുമ്പോൾ യാഥാർത്ഥ്യബോധത്തിന്റെ തെളിച്ചവും ഭാഷയിൽ ആക്ഷേപഹാസ്യത്തിന്റെ മൂർച്ചയും പി. ജി.ക്ക് ആയുധമായിത്തീരുന്നു. കെ. പി. അപ്പനെയും വി. രാജാകൃഷ്ണനെയും പി. ജി. വിമർശിക്കുന്നത് നോക്കുക:

> "എന്റെ കല എനിക്കുവേണ്ടി" സിദ്ധാന്തക്കാരനായ അപ്പന്റെ അഭിശപ്ത സംഘത്തിലെ ഇളമുറക്കാരനായ വി. രാജാകൃഷ്ണനിലെത്തിയപ്പോഴേക്കും അവസ്ഥ അത്യാസന്നമായി. *രോഗത്തിന്റെ പൂക്കളിൽ* തുടങ്ങി *മൗനം തേടുന്ന വാക്കുകളി*ലെത്തിയപ്പോഴേക്കും രാജാകൃഷ്ണൻ ആകെ തളർന്നു. സാമുവൽ ബെക്കറ്റിന്റെ ഉദ്ധരണിയിൽ രാജാകൃഷ്ണന്റെ ചിന്താശക്തിയും കലാദർശനവും നിർവാണം പ്രാപിക്കാൻ വെമ്പുന്നു: "ആവിഷ്കരിക്കാനായി ഒന്നുമില്ല, ആവിഷ്കരണത്തിനുള്ള ഉപാധികളില്ല, എന്തിൽ നിന്നെങ്കിലും ആവിഷ്കരിക്കാനായി ഒന്നും കാണുന്നില്ല, ആവിഷ്കരിക്കാൻ കരുത്തില്ല – ഇതോടൊപ്പം ആവിഷ്കരിക്കാനുള്ള കടമയും"

സ്വസ്തി! പരേതാത്മാവിന്റെ നിത്യശാന്തിക്കായി പ്രാർത്ഥിക്കാം!![26]

മലയാള നിരൂപണരംഗത്തെ ബാധിച്ചിരിക്കുന്ന *എക്ലക്റ്റിസിസം* എന്ന രോഗത്തെക്കുറിച്ചും ഈ ലേഖനത്തിൽ പി. ജി. ചർച്ച ചെയ്യുന്നു. വ്യക്തമായ കാഴ്ചപ്പാടോ പ്രത്യയശാസ്ത്ര സ്ഥിരതയോ കൂടാതെ എല്ലാത്തിനെയും പ്രശംസിക്കുന്ന വൈതാളികവൃത്തിയാണിത്. രാവണനെയും രാമനെയും പ്രകീർത്തിച്ച് ലങ്കയിൽനിന്നും പഞ്ചവടിയിൽനിന്നും ഒരേ സമയം പട്ടും വളയും വാങ്ങാൻ ഒരുങ്ങിക്കെട്ടി പുറപ്പെട്ടവരെ എന്തു പറഞ്ഞുവിളിക്കണമെന്ന് പി. ജി. ചോദിക്കുന്നു. അസംബന്ധ നാടകങ്ങളെ തുടർന്ന് അസംബന്ധ നിരൂപണവും നമുക്ക് കാണാം. പ്രൊഫസർ ഗുപ്തൻനായർ പറയുന്ന ചിന്താദാരിദ്ര്യത്തിന് പുറമെ അധമമായ അവസരവാദവും ഒട്ടൊന്നുമല്ല നമ്മുടെ നിരൂപണ രംഗത്തെ കലുഷമാക്കുന്നതെന്ന് പി. ജി. ചൂണ്ടിക്കാട്ടി.

"കല കലയ്ക്കുവേണ്ടിയാണ്", "ഒരു വിനോദോപാധി അല്ലെങ്കിൽ നേരം പോക്കിനുള്ള വക എന്നതിനപ്പുറം സാഹിത്യത്തിൽ മറ്റു ഭാരങ്ങളൊന്നും ഏർപ്പെടുത്തികൂടാ," "ഒരു ആത്മാവിഷ്കാരോപാധി മാത്രമായ സാഹിത്യത്തിന് ആവിഷ്കർത്താവിന്റെ ആത്മസംതൃപ്തിക്കപ്പുറം ഒരു ധർമവുമില്ല," "തന്നോടുതന്നെയല്ലാതെ സാഹിത്യകാരന് മറ്റാരോടെന്തുത്തരവാദിത്വം?" എന്നിങ്ങനെയുള്ള വൈചിത്ര്യമാർന്ന വിരുദ്ധവാദങ്ങളെ പരിശോധിച്ച് അവയിലെ അസംബന്ധങ്ങളെ തള്ളിക്കളയുകയും കലാകാരന്റെയും സാഹിത്യകാരന്റെയും സാമൂഹ്യപ്രതിബദ്ധതയും കലയുടെയും സാഹിത്യത്തിന്റെയും സാമൂഹ്യപരതയും ഉറപ്പിക്കുകയുമാണ് പി. ജി. *സാമൂഹ്യപ്രതിബദ്ധതയും സമകാലിക സാഹിത്യ സംവാദങ്ങളും* എന്ന നാലാമത്തെ പ്രബന്ധത്തിൽ.

*സാഹിത്യത്തിലെ ജീർണത എന്താണ്?* എന്ന അടുത്ത പ്രബന്ധത്തിൽ സാഹിത്യത്തിലെ ജീർണത എന്താണെന്ന് സൈദ്ധാന്തികമായിത്തന്നെ വിശദീകരിക്കുകയാണ്.

മലയാള സാഹിത്യത്തിലെ ജാതീയ പ്രവണതകൾ എന്ന ലേഖനം നമ്മുടെ സാഹിത്യകലാരംഗത്ത് വലിയൊരു വിപത്തായിത്തീരാൻ സാധ്യതയുള്ള ജാതീയവും വർഗ്ഗീയവുമായ പ്രവണതകളെക്കുറിച്ചുള്ള ഒരു മുന്നറിയിപ്പാണ്. സാഹിത്യകലാരംഗങ്ങളിൽ ജാതീയതയും വർഗീയതയും ഇപ്പോൾ ഗണ്യമായ ഒരു വിപത്തായി വളർന്നുകഴിഞ്ഞിട്ടില്ലെങ്കിലും വിപൽസാധ്യതകൾ അപ്പാടെ നിഷേധിക്കുന്നത് ബുദ്ധിപൂർവമായിരിക്കില്ലെന്ന് തോന്നുന്നു എന്ന് പി. ജി. പറഞ്ഞു. ആധുനിക ജാതീയത – വർഗീയത പ്രവണതകൾക്ക് ചരിത്രത്തിലേക്ക് നീളുന്ന വേരുകൾകൂടി ഉണ്ടെന്ന് കാണുമ്പോൾ അലംഭാവം ഒരിക്കലും ന്യായീകരിക്കത്തക്കതല്ലെന്ന് അദ്ദേഹം ഓർമ്മിപ്പിച്ചു.

സമൂഹത്തിൽ മതവൈവിധ്യങ്ങളും ജാതിവ്യത്യാസങ്ങളും നിലനിൽക്കുന്നിടത്തോളംകാലം അവയുടെ പ്രതിഫലനങ്ങൾ സാഹിത്യത്തിലും കലയിലും കൂടിയും കുറഞ്ഞും ഉണ്ടായിക്കൊണ്ടിരിക്കും. ജനാധിപത്യത്തിനും മതേതരചിന്തകൾക്കും പ്രാമുഖ്യം കിട്ടിക്കൊണ്ടിരിക്കുന്ന ആധുനിക കാലത്തും ഈ പ്രവണതകൾ പ്രകടമാണെങ്കിലും, പണ്ടത്തെ തോതിൽ കാണുന്നില്ലെന്ന് പി. ജി. ചൂണ്ടിക്കാട്ടി. നാടുവാഴിത്ത മേൽക്കോയ്മയും മറ്റും നിലനിന്നിരുന്ന മധ്യകാലയുഗത്തിലും അതിനുമുമ്പും 'കീഴ്' ജാതിക്കാർക്കും

'മേൽ' ജാതിക്കാർക്കും പ്രത്യേകം പ്രത്യേകം കലാസാഹിത്യങ്ങൾ ഉണ്ടായിരുന്നു. അംഗീകൃത സാഹിത്യവും സംസ്കാരവും 'മേൽ' ജാതിക്കാരുടേതായിരുന്നു. എന്നാൽ വാമൊഴിയായി മാത്രം പ്രചരിച്ചുപോന്നതും ഇപ്പോൾ 'നാടോടി' (Folk) വിഭാഗത്തിൽപ്പെടുത്തി പഠിച്ചും ആസ്വദിച്ചും വരുന്ന വകയാണ് 'കീഴ്' ജാതിക്കാരുടേത്. തെയ്യവും തിറയും കാക്കാരിശ്ശിനാടകവും പൊറാട്ടുകളിയും മുടിയാട്ടവും അവയ്ക്കാധാരമായ വാക് വിഭവങ്ങളും കീഴ് ജാതിക്കാരുടെ വകയാണ്.[27]

1921–22 ലെ മലബാർ ലഹളയുടെ പശ്ചാത്തലത്തിൽ മഹാകവി കുമാരനാശാൻ രചിച്ച അതിവിശിഷ്ടമായ കാവ്യമായ *ദുരവസ്ഥ*യെച്ചൊല്ലിയുള്ള വിവാദങ്ങളിൽ മതപരവും ജാതീയവുമായ പരിഗണനകൾ കടന്നുകൂടിയതും, *മഗ്ദലനമറിയ*വും വള്ളത്തോൾ കവിതയും എന്ന ഡോ. ജോർജ്ജ് ഇരുമ്പയത്തിന്റെ നിരൂപണഗ്രന്ഥത്തിൽ മഹാകവി വള്ളത്തോളിന്റെ പേരിൽ ക്രിസ്തീയവിരുദ്ധ മുൻവിധി വളരെ പച്ചയായി തന്നെ ആരോപിച്ചിട്ടുള്ളതും, കുമാരനാശാന്റെ പ്രശസ്തിക്കാസ്പദം അദ്ദേഹത്തിന്റെ സമുദായ പിന്തുണയാണെന്ന് സൂചിപ്പിക്കുവാൻ മുപ്പതുകളിൽ വളരെ കോളിളക്കം സൃഷ്ടിച്ച ഒരു ലേഖനത്തിൽ സാഹിത്യപഞ്ചാനനൻ തട്ടിവിട്ടതും, പണ്ഡിറ്റ് കെ. പി. കറുപ്പന്റെ *ബാലകലേശം* എന്ന നാടകത്തെ സ്വദേശാഭിമാനി കെ. രാമകൃഷ്ണപിള്ള വിമർശിച്ചതിനെച്ചൊല്ലിയും സവർണപക്ഷപാതം എന്ന ആരോപണമുണ്ടായതും, തുടങ്ങി 1980 കൾ വരെയുള്ള നിരവധി വാസ്തവവും വാസ്തവവിരുദ്ധവുമായ സാഹിത്യത്തിലെ ജാതീയ പ്രവണതകളെ പി. ജി. ഈ ലേഖനത്തിൽ ചൂണ്ടിക്കാണിക്കുന്നു.

സാഹിത്യ കലാരംഗങ്ങളിൽ ജാതീയതയും വർഗീയതയും ഇപ്പോൾ ഗണ്യമായ ഒരു വിപത്തായി വളർന്നുകഴിഞ്ഞിട്ടില്ലെങ്കിലും വിപൽ സാധ്യതകൾ അപ്പാടെ നിഷേധിക്കുന്നത് ബുദ്ധിപൂർവകമായിരിക്കില്ലെന്നും, ആധുനിക ജാതീയത–വർഗീയത പ്രവണതകൾക്ക് ചരിത്രത്തിലേക്ക് നീളുന്ന വേരുകൾകൂടി ഉണ്ടെന്ന് കാണുമ്പോൾ അലംഭാവം ന്യായീകരിക്കത്തക്കതല്ലെന്നും വരുന്നുവെന്ന് വ്യക്തമാക്കിക്കൊണ്ടാണ് പി. ജി. തന്റെ ലേഖനം ഉപസംഹരിക്കുന്നത്.

സാഹിത്യവും രാഷ്ട്രീയവും തമ്മിലുള്ള ബന്ധത്തെക്കുറിച്ച് പരാമർശിക്കുകയാണ് വ്യാകരണവും രാഷ്ട്രീയവും എന്ന അടുത്ത ലേഖനത്തിൽ.

കേരളീയ സാഹിത്യനവോത്ഥാനപ്രസ്ഥാനത്തിന്റെ ഭാഗമായി യഥാക്രമം ഗദ്യസാഹിത്യത്തിലും പദ്യസാഹിത്യത്തിലും പിറവികൊണ്ട രണ്ട് കൃതികളെക്കുറിച്ച് ആ നിലയ്ക്ക് നടത്തിയ പഠനമാണ് *ഇന്ദുലേഖയും വീണപൂവും* എന്ന അടുത്ത പ്രബന്ധം.

തൊഴിലാളി വർഗസംസ്കാരവും മലയാള സാഹിത്യവും തമ്മിലുള്ള ആരോഗ്യകരവും സജീവവുമായ ബന്ധം പരിശോധിക്കുന്നതാണ് മലയാള സാഹിത്യത്തിൽ ഒക്ടോബർ വിപ്ലവത്തിന്റെ സ്വാധീനം എന്ന ലേഖനം.

1917 ലെ ഒക്ടോബർ വിപ്ലവത്തിന്റെ സ്വാധീനം ഒരു കൊടുങ്കാറ്റുപോലെ മലയാളത്തെ ആവേശിച്ചെന്ന് പി. ജി. പറഞ്ഞു. സാഹിത്യ വിമർശനരംഗത്തും അത് പ്രകടമായി. 1930 കളിലും 40 കളിലും പ്രത്യക്ഷപ്പെട്ട *പ്രഭാതം, പ്രവാഹം, നവയുഗം* മുതലായ താത്വിക പ്രദ്ധീകരണങ്ങളിൽ അത്തരം വിമർശനങ്ങൾ പ്രത്യക്ഷപ്പെടുകയുണ്ടായി. കെ. ദാമോദരൻ, വി. ടി. ഇന്ദുചൂഡൻ, ഇ. എം. എസ്. നമ്പൂതിരിപ്പാട്, എം. എസ്. ദേവദാസ് തുടങ്ങിയവരാണ് ഈ രംഗത്തെ

ആദ്യപഥികരെന്ന് പി.ജി. ചൂണ്ടിക്കാണിച്ചു. ഇപ്പോൾ മാർക്സിസ്റ്റ് സാഹിത്യ വിമർശന പ്രസ്ഥാനം വേണ്ടത്ര വികസിച്ചിട്ടുണ്ട് എന്ന് പി.ജി.ക്ക് അഭിപ്രായമില്ലെങ്കിലും അതൊരു വലിയ പ്രസ്ഥാനമായിത്തീർന്നിരിക്കുന്നു എന്നതിൽ അദ്ദേഹത്തിന് തർക്കമില്ല.[28]

ഇതുവരെ മലയാള സാഹിത്യത്തിൽ ആരും കൈകാര്യം ചെയ്യാത്തവയും അഭുതപൂർവമായ ഉൾക്കാഴ്ച നൽകുന്നതുമായ താരാട്ടുപാട്ടുകളിലെ *വർഗസംസ്കാരം* എന്ന ലേഖനം താരാട്ടുപാട്ടുകളിൽ അടങ്ങിയിരിക്കുന്ന വർഗസമരത്തെക്കുറിച്ചുള്ള ഒരു അന്വേഷണമാണ്.

ഈ പുസത്കത്തിലെ ലേഖനങ്ങളെക്കുറിച്ച് പി. ജി. ആമുഖത്തിൽ പറയുന്നത്, മാർക്സിസത്തിന്റെയും സോഷ്യലിസത്തിന്റെ തന്നെയും ചരമക്കുറിപ്പ് എഴുതുക എന്ന വിനോദം ആരംഭിച്ചത് ഇന്നോ ഇന്നലെയോ അല്ല. അത് മാർക്സും ഏംഗൽസും ജീവിച്ചിരുന്ന കാലംമുതൽ തന്നെ തുടങ്ങിയതാണ്. ഈ കൊച്ചുകേരളത്തിലും പി. കേശവ്ദേവ് മുതൽ ഫാ. അടപ്പൂർ വരെയുള്ള അനേകം പേരുടെ വിനോദവും പലപ്പോഴും ഉപജീവനമാർഗവും മറ്റൊന്നായിരുന്നില്ല. മോങ്ങാനിരുന്ന നായയുടെ തലയിൽ തേങ്ങാ വീണതുപോലെ അവർക്ക് വീണുകിട്ടിയ ഒരായുധമാണ് സോവിയറ്റ് യൂണിയന്റെ അപചയം (1991 ൽ). ഈ അപചയം സംഭവിച്ചില്ലെങ്കിലും അവർ ഈ തൊഴിൽ നിർത്തുകയില്ല. ഇത്രയും ചരമക്കുറിപ്പുകൾ എഴുതിയിട്ടും അവരുടെ 'പ്രതി' ഇപ്പോഴും ജീവിച്ചിരിക്കുന്നു എന്ന യാഥാർത്ഥ്യം അവരെ അലട്ടുന്നില്ല. "മാർക്സിസത്തിലെന്നപോലെ പുരോഗമനകലാ സിദ്ധാന്തത്തിനും ചരമക്കുറിപ്പ് എഴുതുന്നവർ ഇനിയും വളരെക്കാലം അവ്യർത്ഥവ്യായാമം തുടരേണ്ടിവരും. ഈ വസ്തുത ഭംഗ്യന്തരേണ സ്ഥാപിക്കാനുള്ള എളിയ ശ്രമമാണ് ഈ പുസ്തകത്തിൽ ശേഖരിച്ചിട്ടുള്ള ലേഖനങ്ങളിലുള്ളത്.'

## 5. സർഗാത്മകതയും പ്രതിബദ്ധതയും

2008 ജനുവരിയിൽ കായംകുളം സിത്താര ബുക്ക്സ് പ്രസിദ്ധീകരിച്ചതാണ് *സർഗാത്മകതയും പ്രതിബദ്ധതയും* എന്ന ഈ കൃതി(പേജുകൾ 120, വില 80).

നോബൽ സമ്മാനാർഹരോ തത്തുല്യരോ ആയ വിശ്വകലാ സാഹിത്യ ചക്രവാളത്തിലെ ഇതിഹാസങ്ങളായ പതിനാറ് മഹാപ്രതിഭകളുടെ ജീവിതത്തിലേക്കും കൃതികളിലേക്കും ഒരെത്തിനോട്ടം നടത്തുകയാണ് ഈ കൃതിയിലൂടെ പി. ജി. നിർവഹിക്കുന്നത്. സർഗാത്മകതയും ധിഷണയും ഒരേപോലെ സമ്മേളിച്ച ഇവരെല്ലാംതന്നെ സാമൂഹ്യപ്രതിബദ്ധതയുള്ളവർ കൂടിയായിരുന്നു. ഇതുതന്നെയാണ് അവരെ കൂടുതൽ ഔന്നത്യത്തിൽ എത്തിച്ചതും വ്യത്യസ്തരാക്കുന്നതും. ഈ വേറിട്ട വ്യക്തിത്വങ്ങളെ അപൂർവ ചാരുതയോടെ പി. ജി. ഇവിടെ അവതരിപ്പിക്കുന്നു.

വിശ്വമഹാകവി രവീന്ദ്രനാഥ ടാഗോർ (1861–1941), ഫ്രഞ്ച് കമ്യൂണിസ്റ്റ് പാർട്ടി അംഗവും മഹാകവിയുമായ ലൂയി അരഗൺ (1897–1982), ഇരുപതാം നൂറ്റാണ്ടിന്റെ കാവ്യ പ്രതിഭയായ പാബ്ലോ നെരൂദ (1904–1973), ഇംഗ്ലീഷ് മഹാകവി സ്റ്റീഫൻ സ്പെൻഡർ (1909 –1995), ഹോളിവുഡ് നടൻ, നാടക നടൻ, ഇടതുപക്ഷക്കാരൻ എന്നീ നിലകളിൽ അറിയപ്പെടുന്ന മർലൻ ബ്രാണ്ടോ (1924–2004), ഫ്രഞ്ച് തത്വ ചിന്തകനായ ദെരീദ (1930–2003),

ഉഗാണ്ടൻ മഹാകവി ഒക്കോത്ത് പി.ബി. തെക്ക് (1931–1982), ബുക്കർ സമ്മാനാർഹനായ ഇന്ത്യൻ വംശജൻ വിദ്യാധർ സൂരജ് പ്രസാദ് നയ്പോൾ (1932 –2001), അക്കാദമിഷ്യനും, സൈദ്ധാന്തികനും, രാഷ്ട്രീയ പ്രക്ഷോഭകാരിയുമായിരുന്ന യരുശലേംകാരൻ എഡ്വേർഡ് സെയ്ദ് (1935–2003), മാർക്സിസം, ഡാർവനിസം എന്നിവ സമന്വയിപ്പിച്ച അമേരിക്കൻ ശാസ്ത്രജ്ഞൻ സ്റ്റീഫൻ ജെയ് ഗുൾഡ് (1941–2002), മാർക്സിസ്റ്റും, ഫെമിനിസ്റ്റും ഡികൺസ്ട്രക്ഷനിസ്റ്റും ബംഗാളി ചിന്തകനുമായ ഗായത്രി ചക്രവർത്തി സ്പിവാക് (1942–) നൊബേൽ സമ്മാനാർഹയും കമ്യൂണിസ്റ്റുകാരിയുമായ യെലനിക് (1946–), നൊബേൽ സമ്മാനാർഹനായ തുർക്കിയിലെ ഇടതുപക്ഷ സാഹിത്യകാരൻ ഒർഹാൻ പാമുക് (1952–), നൊബേൽ സമ്മാനാർഹയും മനുഷ്യാവകാശ പോരാട്ടക്കാരിയുമായ ഗ്വാട്ടിമാലയിലെ റിഗോബർട്ടോ മെഞ്ചു (1959 –), നൊബേൽ സമ്മാനാർഹനും വിപ്ലവകാരിയുമായ ഇംഗ്ലീഷ് നാടകകൃത്തും തിരക്കഥാകൃത്തുമായ ഹാരോൾഡ് സ്പിന്റർ (1930 –), എന്നീ പതിനഞ്ചു പേരുടെ തൂലികാ ചിത്രവും രണ്ടായിരത്തി ഏഴിൽ ആറാം ജന്മവാർഷികം ആഘോഷിച്ച മാക്സിംഗോർക്കിയുടെ *അമ്മ* എന്ന നോവലിനെക്കുറിച്ചുള്ള ഒരു പഠന ലേഖനവുമാണ് ഈ ഗ്രന്ഥം.

## 6. സൗന്ദര്യശാസ്ത്ര സംബന്ധമായ ചില ലേഖനങ്ങൾ

മേൽപ്പറഞ്ഞ കൃതികൾക്ക് പുറമെ സാഹിത്യ സംബന്ധമായ നിരവധി ലേഖനങ്ങൾ പി.ജി. എഴുതിയിരുന്നു. അവയെല്ലാംതന്നെ മാർക്സിസ്റ്റ് അടിസ്ഥാനത്തിൽ സാഹിത്യകാരന്മാരെയും അവരുടെ കൃതികളെയും പഠിക്കാനുള്ള ശ്രമമായിരുന്നു.

മലയാളത്തിൽ മാർക്സിസ്റ്റ് സൗന്ദര്യ ശാസ്ത്രവും സാഹിത്യ നിരൂപണവും ഉത്ഭവിച്ചതും വളർന്നുവന്നതുമെങ്ങനെയെന്ന് വിശദീകരിക്കുകയാണ് 1988 ൽ പി.ജി. എഴുതിയ *മലയാള സാഹിത്യവും മാർക്സിസ്റ്റ് നിരൂപണവും* എന്ന ലേഖനത്തിൽ.

*സോഷ്യലിസ്റ്റ് റിയലിസവും മാനവികതയും: ഒരു സമകാലിക പരിശോധന* എന്ന ലേഖനത്തിൽ സോഷ്യലിസ്റ്റ് റിയലിസത്തിന്റെ പ്രശസ്തിയെക്കുറിച്ച് ചർച്ച ചെയ്യുന്നു.

നീലംപേരൂർ മധുസൂദനൻ നായർ വിവർത്തനം ചെയ്ത ഫ്രഡറിക് എംഗൽസിന്റെ കവിതകളെക്കുറിച്ചെഴുതിയ പഠനമാണ് എംഗൽസ് : കവിതയും പ്രത്യയശാസ്ത്രവും എന്ന ലേഖനം. ഫ്രഡറിക് എംഗൽസ് കവിതകളും കഥകളും ഹാസ്യ ചിത്രങ്ങളും രചിച്ചിട്ടുണ്ടെങ്കിലും അവയൊന്നും മാർക്സിസ്റ്റ് സാഹിത്യ സൃഷ്ടികളായിരുന്നില്ല എന്ന് പി.ജി വ്യക്തമാക്കി. മറ്റേതെങ്കിലും അർത്ഥത്തിൽ പക്വതയെത്തിയ കലാസൃഷ്ടികളെന്നും അവയെ വിശേഷിപ്പിക്കാൻ കഴിയില്ല "മാർക്സിസത്തിന്റെ അടിസ്ഥാന ഘടകങ്ങൾ തങ്ങളുടെ വികാരത്തിലോ വിചാരത്തിലോ രൂപംകൊള്ളുന്നതിനുമുമ്പ് കൗമാരത്തിൽനിന്ന് യൗവനത്തിലേക്ക് കാൽ കുത്തുന്ന സംക്രമണ കാലത്ത് ആ യുവ പ്രതിഭകളിൽനിന്ന് നൈസർഗികമായി നിർഗ്ഗളിച്ച അപക്വമെങ്കിലും അനവദ്യസുന്ദരമായ നിർഝരികളാണ് അവ" എന്ന് പി.ജി പറഞ്ഞു.

വിശ്വസാഹിത്യത്തിൽ സ്ഥാനം നേടാൻ യോഗ്യമായ മലയാളകൃതികൾ ഉണ്ടായിട്ടുണ്ടോ എന്ന ചോദ്യത്തിന് ഇല്ലെന്നാണ് പ്രസിദ്ധ നിരൂപകരും ആഗോള സാഹിത്യകൃതികളുമായുള്ള പരിചയത്തിൽ അദ്വിതീയനുമായ പ്രൊഫ. എം. കൃഷ്ണൻനായർ പറഞ്ഞത്.

പി.ജി എഴുതിയ മാനദണ്ഡം നമ്മുടേതോ അവരുടേതോ? എന്ന ലേഖനത്തിൽ ആ വിഷയത്തെക്കുറിച്ച് ചർച്ച ചെയ്തിട്ട് പി.ജി എത്തുന്ന നിഗമനം ഇങ്ങനെ: പ്രൊഫസർ കൃഷ്ണൻ നായരുടെ പരിദേവനത്തിൽ തീരെ കഥയില്ലെന്ന് പറയുന്നില്ലെങ്കിലും അതിനൊരു മറുവശം കൂടി ഉണ്ടെന്ന് ചൂണ്ടിക്കാണിക്കാതെ വയ്യ. നമ്മുടെ വിശ്വസാഹിത്യ നിലവാരം നമ്മുടെ മാനദണ്ഡങ്ങൾ കൊണ്ടളന്നാൽ അത്രമാത്രം പരിതപിക്കേണ്ട ദുരവസ്ഥ ഒന്നുമില്ല എന്ന് കാണാം.[29]

തടവറയിൽ കിടന്നുകൊണ്ട് സാഹിത്യകാരന്മാരും ദാർശനികരും വിപ്ലവകാരികളും എഴുതിയ ഏതാനും കൃതികളെ പരിചയപ്പെടുത്തി പി.ജി ഒരു ലേഖനമെഴുതി. ഭഗത്സിങ്, (1907–1931). ജവഹർലാൽ നെഹ്രു (1889–1964), എം.എൻ റോയി(1887–1954), ഇറ്റാലിയൻ സഞ്ചാരി മാർക്കോപോളോ (125–324), സ്പാനിഷ് കവിയും നാടകകൃത്തും ആഖ്യായികകാരനുമായ സെർവാന്റീസ് (1547–1616), തുർക്കി മഹാകവി നസിം ഹിക്മതും (1902–1963) കമാൽ തഹീറും (1910–1975), റഷ്യൻ സാഹിത്യകാരൻ നിക്കോളായ് ബുഖാറിൻ (1868–1938), ഇറ്റാലിയൻ കമ്യൂണിസ്റ്റ് നേതാവ് അന്തോണിയോ ഗ്രാംഷി എന്നിവർ തടവിൽ കിടന്നുകൊണ്ട് എഴുതിയ കൃതികളെ പരിചയപ്പെടുത്തുകയാണ് *തടവറയും സാഹിത്യവും* എന്ന ലേഖനത്തിൽ.[30]

## 7. സാംസ്കാരിക പഠനം

സാഹിത്യ വിമർശനത്തിൽ ശക്തമായ ഇടതുപക്ഷ ജാഗ്രത പുലർത്തിയ ആദ്യ പഥികരിലൊരാളായിരുന്നു പി.ജി. അരാഷ്ട്രീയവൽക്കരണത്തെയും പരമ്പരാഗത വിമർശന സമ്പ്രദായങ്ങളെയും ഇ.എം.എസ്., മുണ്ടശ്ശേരി. തായാട്ട് ശങ്കരൻ എന്നിവർക്കൊപ്പം നിന്ന് പി.ജിയും ശക്തമായി എതിരിട്ടു.

ലോകം അനുദിനം മാറിക്കൊണ്ടിരിക്കുകയാണെന്ന് പി. ജി പറഞ്ഞു. സർവരംഗത്തും മാറ്റം കാണാം. ആധുനികത, ഘടനാവാദം, ഘടനാവാദാനന്തരം, ഉത്തരാധുനികത, ഫുക്കോ, ലെവിസ്ട്രോസ് തുടങ്ങിയവരുടെ ചിന്തകൾ എല്ലാം പഠിക്കേണ്ടതും മാറിമാറി വരുന്ന സിദ്ധാന്തങ്ങളും പ്രവണതകളുമെല്ലാം മനസ്സിലാക്കേണ്ടതുമുണ്ട്.

പുരോഗമന സാഹിത്യ പ്രസ്ഥാനത്തിന്റെ തുടക്കത്തിൽ ഒരു തരം 'ഷഢനോവിസ്റ്റ് വീക്ഷണം' നമ്മെ പിടികൂടുകയുണ്ടായി. സോഷ്യലിസ്റ്റ് റിയലിസത്തിനപ്പുറമുള്ള ലോകം നമ്മുടെ ഇടതുപക്ഷ നിരൂപകർക്കും ബുദ്ധിജീവികൾക്കും അപരിചിതമായിരുന്നു. മാക്സിം ഗോർക്കി, വേൾഡ് പ്രോഗ്രസീവ് റൈറ്റേഴ്സ് അസോസിയേഷൻ തുടങ്ങിയവയ്ക്കപ്പുറത്തേക്ക് സഞ്ചരിക്കാനുള്ള താല്പര്യം ഒരു കാലത്ത് നമുക്കുണ്ടായിരുന്നില്ല. മാവോ സെ തുങ്, അന്റോണിയോ ഗ്രാംഷി തുടങ്ങിയ മാർക്സിസ്റ്റ് ചിന്തകരെ പോലും നാം ഒഴിച്ചുനിർത്തി. റെയ്മണ്ട് വില്യംസ്, ടെറിഈഗിൾട്ടൺ, ഫ്രെഡറിക് ജെയിംസൺ, ബ്രെഹ്ത് തുടങ്ങിയവരെയൊന്നും നാം പരിഗ

ണിക്കുക പോലുമുണ്ടായില്ല. എന്നാൽ അതൊക്കെ പിൽക്കാലത്ത് തിരുത്താൻ നമ്മൾ തയ്യാറായിട്ടുണ്ടെന്ന് പി.ജി. പറഞ്ഞു. ബ്രെഹ്തിനെയൊക്കെ നമ്മുടെ നാടകപ്രവർത്തകരിൽ ചിലർക്കൊക്കെ അറിയാമായിരുന്നുവെന്നല്ലാതെ പുരോഗമന സാഹിത്യ പ്രസ്ഥാനമൊന്നും ഇത്തരത്തിലുള്ള ചിന്തകന്മാരെ ശരിക്കും മനസ്സിലാക്കാനുള്ള ശ്രമമൊന്നും നടത്തിയിരുന്നില്ലെന്ന് പി.ജി. ചൂണ്ടിക്കാണിച്ചു. എന്നാൽ സാർവ ദേശീയ രംഗത്ത് അറിയപ്പെടുന്ന എഴുത്തുകാരെയും സാംസ്കാരിക വിമർശകരെയും അറിയാനും അവരുടെ ആശയങ്ങൾ മനസ്സിലാക്കാനും പിന്നീട് ശ്രമം നടത്തുകയുണ്ടായി. അതിൽ മുഖ്യ പങ്കുവഹിച്ചത് പി.ജി. തന്നെയാണ്.

ആധുനികത, അത്യാധുനികത, ആധുനികോത്തരത, ഘടനാവാദം, ഉത്തര ഘടനാവാദം, ഘടനോത്തരവാദം മുതലായി 20-ാം നൂറ്റാണ്ടിൽ കത്തിക്കയറിയ പല പ്രസ്ഥാനങ്ങളെയും ചിന്താപദ്ധതികളെയും സർഗ്ഗശൈലികളെയും പിന്തള്ളിക്കൊണ്ട് 'കൾച്ചറൽ സ്റ്റഡീസ് അഥവാ സാംസ്കാരിക പഠനങ്ങൾ' ആഗോള തലത്തിൽ അതിവേഗം വ്യാപിക്കുകയാണെന്ന് പി.ജി. പറഞ്ഞു. മാർക്സിസം, സോഷ്യലിസം, ജനകീയത, രാഷ്ട്രീയം മുതലായവയുടെ പ്രചോദനം ഉൾക്കൊള്ളുന്ന ഈ പ്രസ്ഥാനം ഒന്നു രണ്ട് പതിറ്റാണ്ടുകൾകൊണ്ട് ഇന്ത്യയിലും ലാറ്റിനമേരിക്കയിലും ആഫ്രിക്കയിലും മറ്റു ഏഷ്യൻ രാജ്യങ്ങളിലും വളർന്നുകൊണ്ടിരുന്നു. മറ്റെല്ലാ പുരോഗമന ചിന്താപദ്ധതികളുമെന്നപോലെ കൾച്ചറൽ സ്റ്റഡീസും തെറ്റുകളിൽ നിന്ന് ഭിന്നമല്ല. ആ തെറ്റുകളിൽ നിന്ന് അതിനെ മോചിപ്പിച്ച് പുതുയുഗത്തിന്റെ രാജപാതയിൽ അതിനെ നയിക്കുകയാണ് നമ്മുടെ (പുരോഗമന കലാസാഹിത്യ സംഘത്തിന്റെ) കർത്തവ്യം എന്ന് പി.ജി. വ്യക്തമാക്കി. ഇതിനായി സാംസ്കാരിക സംബന്ധിയായ താത്ത്വിക പ്രസിദ്ധീകരണങ്ങളും ആവശ്യമാണെന്ന് പി.ജി. ചൂണ്ടിക്കാട്ടി.[31]

സാംസ്കാരിക ഘടകങ്ങളെ മുൻനിർത്തി സാഹിത്യപഠനവും കലാനിരൂപണവും നടത്തുന്ന പദ്ധതിയെയാണ് സാംസ്ക്കാരിക പഠനം എന്ന് അർത്ഥമാക്കുന്നതെന്ന് പി.ജി. പറഞ്ഞു. സാസ്കാരിക പഠനങ്ങൾ മുഖ്യമായും കലാസാഹിത്യ കൃതികളെ വിശകലനം ചെയ്യാനും ഗ്രഹിക്കാനുമാണ് ഉപയോഗിച്ചുവരുന്നതെങ്കിലും ചരിത്രം, ദർശനം മുതലായ മേഖലകളിലും അത് അത്യന്തം പ്രകാശമാനമായ ഒരു വീക്ഷണോപാധിയാണ്.

മാർക്സിസവും സാംസ്കാരിക പഠനവും തമ്മിലുള്ള ഇഴയടുപ്പം വിവാദ വിഷയമല്ലെന്നും മാർക്സിസ്റ്റ് കലാ-സാഹിത്യ നിരൂപണങ്ങൾ സാംസ്കാരിക പഠന രീതികളുടെ ആദിമ രൂപങ്ങളാണെന്ന് വാദിച്ചവർ ആരും അതിനെ എതിർക്കുമെന്ന് തോന്നുന്നില്ലെന്നും പി.ജി. പറഞ്ഞു. എന്നാൽ മാർക്സിസ്റ്റ് സാഹിത്യ നിരൂപണ പദ്ധതികൾ എത്തിച്ചേരാത്ത പല മേഖലകളിലേക്കും സാംസ്കാരിക പഠനശാഖകൾ പടർത്തി വ്യാപിപ്പിച്ചിട്ടുണ്ടെന്നും *സാംസ്കാരിക പഠനം: പുതുമ പഴമ പ്രസക്തി* എന്ന പ്രബന്ധത്തിൽ അദ്ദേഹം വ്യക്തമാക്കി.

സാംസ്കാരിക പഠനത്തിന്റെ ഉദയത്തെയും വളർച്ചയെയും പ്രസക്തിയെയുംകുറിച്ച് വിലയിരുത്തുന്ന ഈ പ്രബന്ധത്തിൽ ഇന്ത്യക്കും മൂന്നാം ലോക രാഷ്ട്രങ്ങൾക്ക് പൊതുവെയും ബാധകമായ രീതിയിൽ സാംസ്കാരിക പഠനത്തെ പുനരുജ്ജീവിപ്പിക്കുകയും പരിഷ്കരിക്കുകയും ആണ് നമ്മുടെ കർത്തവ്യം എന്ന് (പ്രബന്ധം ഉപസംഹരിച്ചുകൊണ്ട്) പി.ജി. പറയുന്നു.

## റെയ്മണ്ട് വില്യംസ്

പി.ജി.യെ വളരെയേറെ സ്വാധീനിച്ച ഒന്നായിരുന്നു റെയ്മണ്ട് വില്യംസിന്റെ ചിന്തകൾ. അദ്ദേഹത്തിന്റെ ചിന്തകൾ സാംസ്കാരിക ഭൗതികവാദം (Culture Materialisam) എന്ന പേരിൽ പ്രചരിക്കപ്പെടുന്നത് 1960 കളിലാണ് എന്ന് പി.ജി. പറഞ്ഞു. ഒരു സാധാരണ പുരോഗമന സാംസ്കാരിക നിരൂപകനായാണ് റെയ്മണ്ട് വില്യംസ് തുടങ്ങിയത്. 1951 ലാണ് *സമൂഹവും സംസ്കാരവും* (Culture and Society), *ദീർഘ വിപ്ലവം* (Long Revolution) എന്നീ കൃതികൾ പുറത്തുവരുന്നത്. തുടർന്ന് *ഇബ്സൻ മുതൽ ബ്രെഹ്ത്* വരെ നാടകം (Drama from Ibsen to Brecht), *താക്കോൽ വാക്കുകൾ* (Key Words) *ജോർജ് ഓർവെൽ*, മുതലായവ പുറത്തു വന്നു. ഈ കൃതികൾ സാമൂഹ്യ പരിവർത്തനത്തിന്റെ ഭൂതക്കണ്ണാടിയിലൂടെ സാഹിത്യ പുരോഗതിയെയും അഭിരുചി മാറ്റത്തെയും വിശകലനം ചെയ്ത് പഠിക്കുന്നു. *സാക്ഷരതയുടെ പ്രയോജനങ്ങൾ* (*The Uses of Literacy*) എന്ന ഗ്രന്ഥത്തിൽ റിച്ചാർഡ് ഹോഗാർട്ട് ചെയ്യുന്നതുപോലെ അധഃസ്ഥിതരുടെ സാംസ്കാരിക പരിവർത്തനവും അതിനു മേൽ മേലാളവർഗം ബഹുജന മാദ്ധ്യമത്തിലൂടെ നടത്തുന്ന ബലപ്രയോഗവും കഴിഞ്ഞ രണ്ടു നൂറ്റാണ്ടു കാലത്തെ ബ്രിട്ടീഷ് ചരിത്രം പരിശോധിച്ച് റെയ്മണ്ട് വിശകലനം ചെയ്യുന്നുവെന്ന് പി.ജി. ചൂണ്ടിക്കാട്ടി. ഈ പുസ്തകമൊക്കെ എഴുതി വളരെക്കഴിഞ്ഞാണ് റെയ്മണ്ട് വില്യംസ് മാർക്സിസത്തിലേക്ക് എത്തുന്നതെന്ന് പി.ജി. പറഞ്ഞു. തന്റെ സാഹിത്യപരമായ പഠനങ്ങളുടെയും സൈദ്ധാന്തികമായ അന്വേഷണങ്ങളുടെയും ഫലമായി അദ്ദേഹം മാർക്സിസത്തിൽ എത്തിച്ചേരുകയായിരുന്നുവെന്ന് പി.ജി. പറഞ്ഞു.

1977 ൽ അറുപതു വയസ്സിനോടടുത്തപ്പോഴാണ് തന്റെ പഠനങ്ങൾ അനിവാര്യമായി മാർക്സിസത്തിലേക്കാണ് നയിക്കുന്നതെന്നും മാർക്സിസ്റ്റ് പഠന സാമഗ്രികൾ താൻ തെരഞ്ഞെടുത്ത പഠനമേഖലയെ കൂടുതൽ പ്രകാശമാനമാക്കുമെന്നും അദ്ദേഹത്തിന് ബോധ്യമായത്. ആ വർഷം എഴുതിയ *സാഹിത്യവും മാർക്സിസവും* എന്ന ഗ്രന്ഥത്തിൽ തന്റെ ബോധോദയം അദ്ദേഹം തുറന്നു സമ്മതിക്കുന്നു. എന്നാൽ വില്യംസ് തന്റെ സൗന്ദര്യശാസ്ത്രവും സാഹിത്യനിരൂപണവും മാർക്സിസത്തിന്റെ ഒരു പുതിയ ശാഖയായിട്ടാണ് അവതരിപ്പിക്കുന്നത് എന്ന് പി.ജി. ചൂണ്ടിക്കാണിച്ചു. ഈ ശാഖയെ "സാംസ്കാരിക ഭൗതികവാദം" (Cultural Materialism) എന്ന് പേരിട്ടു വിളിക്കാനാണ് അദ്ദേഹം താല്പര്യം കാണിച്ചത്. അദ്ദേഹത്തിന്റെ ഏറ്റവും ഒടുവിലത്തെ കൃതിയായ *സംസ്കാര* (Culture, 1990) ത്തിൽ ഈ വാദഗതി അദ്ദേഹം കൂടുതൽ വിശദീകരിക്കുന്നുണ്ടെന്ന് പി.ജി. പറഞ്ഞു.[32]

ഈ പരിവർത്തനം റെയ്മണ്ടിനെ സംബന്ധിച്ചിടത്തോളം അനിവാര്യമായിരുന്നുവെന്ന് പി.ജി വിലയിരുത്തുന്നു.

സാംസ്കാരിക പഠനവുമായി ബന്ധപ്പെട്ട് നിരവധി ലേഖനങ്ങൾ, പ്രബന്ധങ്ങൾ എന്നിവയും പുസ്തകവും പി.ജി. എഴുതുകയുണ്ടായി. അവയിൽ ചിലവയെക്കുറിച്ചുള്ള പഠനമാണ് തുടർന്ന് നടത്തുന്നത്.

## ആഗോളവൽക്കരണം സംസ്കാരം മാധ്യമം

സംസ്കാരം എന്ന പരികൽപ്പനയുടെ പരിണാമചരിത്രം ചർച്ച ചെയ്യുന്നതുൾപ്പെടെയുള്ള ഒട്ടനവധി പ്രബന്ധങ്ങൾ പി.ജി എഴുതുകയുണ്ടായെന്ന് പറഞ്ഞല്ലോ. അതിൽ ഏതാനും ലേഖനങ്ങളുടെ സമാഹാരമാണ് *ആഗോളവൽക്കരണം, സംസ്കാരം, മാധ്യമം* എന്ന കൃതി.

ആഗോളവൽക്കരണം, സംസ്കാരം, മാധ്യമം മുതലായ ശബ്ദങ്ങൾ നമ്മുടെ നിഘണ്ടുക്കളിൽ ഇനിയും പ്രവേശിക്കുകപോലും ചെയ്തിട്ടില്ലെന്നും പ്രവേശിച്ചിട്ടുള്ള സന്ദർഭങ്ങളിൽ അതിന്റെ സമകാലികമായ അർത്ഥവ്യാപ്തി പ്രതിഫലിക്കുന്നില്ലെന്നും ഒരു പത്രപംക്തിയിൽ പി.ജി എഴുതിയതിനെക്കുറിച്ച് ചില നിഘണ്ടുകർത്താക്കളും പ്രസാധകരും കടുത്ത പരിഭവം പ്രകടിപ്പിക്കുകയുണ്ടായി. എന്നാൽ സൂക്ഷ്മദൃക്കുകളായ വായനക്കാർ പി.ജി. യുടെ വിമർശനം പൂർണ്ണമായും അംഗീകരിക്കുകയാണുണ്ടായത്.

2004 ജനുവരിയിൽ ചിന്ത പബ്ലിഷേഴ്സ് പ്രസിദ്ധീകരിച്ചതാണ് (പേജുകൾ: 100, വില 45 രൂപ) ഈ കൃതി.

ആമുഖവും പതിനൊന്ന് അദ്ധ്യായങ്ങളുമുള്ള ഈ ഗ്രന്ഥം സംസ്കാരവും നാഗരികതയും, അടിത്തറയും മേൽപ്പുരയും, തൊഴിലാളിവർഗ്ഗവും ബുദ്ധിജീവികളും, ഭരണകൂടവും സംസ്കാരവും, സംക്രമം, സംഘർഷം, സമന്വയം, നാടോടിപാരമ്പര്യത്തിലെ പ്രതിസംസ്കൃതി, പ്രതിസംസ്കൃതിയുടെ ദേവതകൾ, ആഗോളവൽക്കരണം: അർഥവും അനർഥവും, ആഗോളവൽക്കരണത്തിന്റെ പ്രത്യയശാസ്ത്രം, സംസ്കാരവും സമ്മേളനവും, സ്വാതന്ത്ര്യവും സംസ്കാരവും എന്നി വിഷയങ്ങൾ സംബന്ധിച്ച ഗൗരവമായ പ്രതിപാദനങ്ങളാണ്. ഈ വിഷയങ്ങളിൽ മാർക്സിസ്റ്റ് കാഴ്ചപ്പാട് സംബന്ധിച്ച മലയാളത്തിലെ ആദ്യത്തെ കൃതിയും ഇതുതന്നെ.[33]

ആഗോളവൽക്കരണം ജനജീവിതത്തിന്റെ സകല മേഖലകളെയും ഞെരിച്ചമർത്തുകയാണ്. രാഷ്ട്രീയ - സാമൂഹ്യ-സാമ്പത്തിക രംഗങ്ങളിൽ അതിന്റെ പ്രത്യാഘാതം പ്രകടമായിക്കാണാം. ഈ പ്രക്രിയയുടെ ഉൽപ്പന്നവും ഒപ്പം ആ പ്രക്രിയയെ നിയന്ത്രിക്കുന്ന ഘടകവുമാണ് സംസ്കാരം. സംസ്കാരത്തിന്റെ വിനിമയോപാധിയായ മാധ്യമം - അച്ചടി മാധ്യമങ്ങളും അതിലുപരി ഇലക്ട്രോണിക് മാധ്യമങ്ങളും - ബഹുരാഷ്ട്ര കുത്തകകളായി വളർന്ന് മാനവികതയെയും സംസ്കാരത്തെയും ദേശീയ പാരമ്പര്യങ്ങളെയും വികലമാക്കുന്ന കാഴ്ച അസ്വാസ്ഥ്യജനകമാണ്. ഇത്തരം പ്രശ്നങ്ങളിലേക്ക് വെളിച്ചം വീശുകയും പോവഴികൾ ആരായുകയുമാണ് പി.ജി.യുടെ ഈ കൃതി.

ഇംഗ്ലീഷിലെ കൾച്ചർ (Culture) എന്ന പദത്തിന് സമാനമായി നാം ഉപയോഗിച്ചു വരുന്ന *സംസ്കാരം* എന്ന വാക്കിന്റെ വിവിധ അർഥ വ്യാപ്തികളെക്കുറിച്ച് പരിശോധിച്ചുകൊണ്ട് പി.ജി. എഴുതിയ ലേഖനമാണ് *സംസ്കാരം: കുഴപ്പം പിടിച്ച ഒരു വാക്ക്* എന്നത്.

'സംസ്കാരം' എന്ന വാക്കിന്റെ അർത്ഥം പരിശോധിക്കുകയും മാർക്സിസ്റ്റ് പദപ്രയോഗത്തിൽ സംസ്കാരം എന്ന വാക്കിന്റെ അർത്ഥമെന്താണെന്ന് വ്യക്തമാക്കുകയുമാണ് *ഇരുമുഖ സാംസ്കാരിക സമരവും വിപ്ലവ പ്രസ്ഥാനവും* എന്ന ലേഖനത്തിൽ.

ഭൂതകാലം മാറാതെ തുടരുമ്പോഴും ഭൂതകാലത്തെക്കുറിച്ചുള്ള

വിലയിരുത്തൽ മാറാതിരിക്കാൻ വയ്യെന്ന് പി.ജി 2011 ൽ എഴുതിയ *ഭൂതകാല സംഭവങ്ങൾ* എന്ന ലേഖനത്തിൽ പറയുന്നു. കൂടാതെ സംസ്കാരം എന്ന പദത്തിന്റെ വിവിധ ആശയതലങ്ങൾ പരിശോധിക്കുന്ന പി.ജി സംസ്കാരവും നാഗരികതയും തമ്മിലുള്ള വ്യത്യാസവും ഇവിടെ വ്യക്തമാക്കുന്നു.

ശാസ്ത്രവും സംസ്കാരവും തമ്മിലുള്ള ബന്ധത്തെക്കുറിച്ച് വിശദീകരിക്കുകയാണ് 2010 ൽ എഴുതിയ *ശാസ്ത്രവും സൗന്ദര്യവും* എന്ന ലേഖനത്തിൽ. അതായത് ശാസ്ത്ര ചരിത്ര രചനയിൽ സംസ്കാരത്തിനുള്ള പ്രസക്തി വ്യക്തമാക്കുന്നു.

സാംസ്കാരിക പഠനത്തിന്റെ പ്രസക്തിയെന്താണെന്ന് വിശദീകരിച്ചു കൊണ്ട് 2005 ൽ നടന്ന പുരോഗമന കലാസാഹിത്യ സംഘം സംസ്ഥാന വിമർശനക്യാമ്പിന്റെ സ്മരണികയിലെഴുതിയ ലേഖനമാണ് *സാംസ്കാരിക പഠനത്തിന്റെ പ്രസക്തി.*

1977 ആഗസ്റ്റ് 3 ന്റെ *കേരള സർവീസിൽ* പ്രസിദ്ധീകരിച്ച ലേഖനമാണ് *പുത്തൻ സാംസ്കാരിക സമരം വേലയ്ക്കും കൂലിക്കും വേണ്ടിയുള്ള സമരം പോലെ പ്രധാനം.* ഇത് എൻ ജി ഒ യൂണിയന്റെ 14-ാം സംസ്ഥാന സമ്മേളനത്തോടനുബന്ധിച്ച് നടത്തിയ സാംസ്കാരിക സമ്മേളനത്തിൽ പി.ജി. ചെയ്ത പ്രസംഗമായിരുന്നു. 20 മാസം നിലനിന്ന അടിയന്തരാവസ്ഥക്കാലത്തു നടന്ന അതിക്രമങ്ങളെ അപലപിക്കുകയും അതിനെതിരെ ശബ്ദിക്കാത്ത സാംസ്കാരിക നായകരെ രൂക്ഷമായി വിമർശിക്കുകയും ചെയ്യുകയാണ് ഈ ലേഖനത്തിൽ.

1999 മേയ് 20 ന് *സാംസ്കാരികോൽസവം* 99 നോടനുബന്ധിച്ച് തിരുവനന്തപുരം കനകക്കുന്ന് കൊട്ടാരത്തിൽ നടന്ന സെമിനാറിൽ പി.ജി. അവതരിപ്പിച്ച പ്രബന്ധമാണ് *ഭരണകൂടവും സംസ്കാരവും.* സർക്കാരും സംസ്കാരവും തമ്മിലുള്ള നികടമായ ബന്ധങ്ങളെ സംബന്ധിച്ച് ചർച്ച ചെയ്തുകൊണ്ട് 'സർക്കാരിന് ഒരു സാംസ്കാരിക നയം ഉണ്ടാകുക എന്നത് ആശാസ്യം മാത്രമല്ല ആവശ്യം കൂടിയാണ്' എന്ന് വ്യക്തമാക്കുകയാണ് ഇവിടെ. (പേജുകൾ 27)[34]

കേരള സെക്രട്ടറിയേറ്റ് എംപ്ലോയീസ് അസോസിയേഷന്റെ 'രജതജുബിലി സമ്മേളനപ്പതിപ്പി'ൽ പി.ജി. എഴുതിയ ലേഖനമാണ് *സാംസ്കാരിക സംവേദനം ആവശ്യം.*

കാലടിയിലെ ശ്രീ ശങ്കരാചാര്യ സംസ്കൃത യൂണിവേഴ്സിറ്റിയുടെ സ്കൂൾ ഓഫ് കൾച്ചറൽ സ്റ്റഡീസിന്റെ ആഭിമുഖ്യത്തിൽ 2000 ജനുവരി 24 മുതൽ 28 വരെ യൂണിവേഴ്സിറ്റി ഹെഡ് ക്വാർട്ടേഴ്സായ കാലടിയിൽ വച്ചു നടന്ന Cultural Representations in Spatial Arts എന്ന സെമിനാറിൽ അവതരിപ്പിച്ച പ്രബന്ധമാണ് *കൾച്ചറൽ സ്റ്റഡീസ്.*

2002 നവംബർ 8 ന് ഹൈദരാബാദിൽ പി.ജി. നടത്തിയ പ്രഭാഷണമാണ് *Culture in the Era of Globalisation and the Need and Strategies of Resistance.*

1999 മാർച്ച് 17,18 തീയതികളിൽ നടന്ന ഇ.എം.എസ്. മെമ്മോറിയൽ സെമിനാറിൽ "മീഡിയ ആന്റ് ഫ്യൂച്ചർ ഓഫ് സെക്യുലാരിസം" എന്ന അക്കാദമിക് സെഷൻ-IIIൽ പി.ജി. അവതരിപ്പിച്ച പ്രബന്ധമാണ് *കമ്മ്യൂണിക്കേഷൻ, മീഡിയ, ഗ്ലോബലൈസേഷൻ ആന്റ് കൾച്ചർ.*

## 8. പെണ്ണെഴുത്ത്

ഇന്ന് പെണ്ണെഴുത്തിനോടും ദളിത് സാഹിത്യത്തോടും പൊതുവിൽ ഒരു അവഗണനയുണ്ടെങ്കിലും അത് തിരിച്ചറിയപ്പെടുന്നുണ്ടെന്ന് പി.ജി. പറഞ്ഞു. രണ്ടായിരമാണ്ട് പിറന്നനാൾ മുതൽ സ്ത്രീപീഡനങ്ങളുടെ വാർത്തകളാണ് പത്രങ്ങളിൽ നാം കണ്ടുവരുന്നത്. അത് ഓരോ ദിവസം കഴിയുംതോറും ഭീകരമായി തുടരുന്നു. ഈ സാഹചര്യത്തിൽ അതെല്ലാം പെണ്ണെഴുത്ത് എന്നു പറയുന്നത് അസംബന്ധമാണെന്നു പറയുന്നതിൽ അർത്ഥമില്ലെന്ന് മാത്രമല്ല ആ പറയുന്നതാണ് അസംബന്ധം. നമ്മുടെ പാർട്ടിയുമായി അഭിപ്രായ വ്യത്യാസങ്ങളൊക്കെയുണ്ടെങ്കിലും സാറാ ജോസഫിന്റെയൊക്കെ കൃതികൾ ശക്തമാണെന്ന് പി.ജി. പറഞ്ഞു.[35] എന്നാൽ ഇന്നു പലർക്കും സ്ത്രീ എഴുത്തിനോട് പുച്ഛമാണെന്ന് അദ്ദേഹം ചൂണ്ടിക്കാട്ടി.

## 9. ദളിത് സാഹിത്യം

പെണ്ണെഴുത്തുപോലെ തന്നെ വളരെ വാലിഡ് (Valid) ആയിട്ടുള്ള ഒന്നാണ് ദളിത് സാഹിത്യമെന്ന് പി.ജി. ചൂണ്ടിക്കാണിച്ചു. "തൊഴിലാളി വർഗ സാഹിത്യം, നവോത്ഥാന സാഹിത്യം എന്നൊക്കെ പറയുന്നതുപോലെ വളരെ പ്രധാനപ്പെട്ട ഒരു 'യർജ്' (Urge) ന്റെ ആവിഷ്കാരമാണ്. വലിയൊരു ജനതയുടെ ജീവിത സാക്ഷാത്കാരമാണത്. അതു കണ്ടില്ലെന്ന് നടിക്കാൻ നമുക്കാവില്ല. അല്ലെങ്കിൽ അത് മനസ്സിലാക്കാതിരിക്കാൻ നമുക്കാവില്ല." നമ്മുടെ നവോത്ഥാന സാഹിത്യം മുഖ്യമായും നമ്പൂതിരി സാഹിത്യമായിരുന്നില്ലേയെന്ന് പി.ജി. ചോദിച്ചു. നമ്പൂതിരി സമുദായത്തിലെ അനാചാരങ്ങളെയൊക്കയല്ലെ എം.ആർ.ബി.യും, എം.പി. ഭട്ടതിരിപ്പാടും, ലളിതാംബിക അന്തർജനവുമൊക്കെ ആവിഷ്കരിച്ചത്. അതിനെയെല്ലാം അധിക്ഷേപിക്കാൻ നമുക്ക് പറ്റുമോയെന്ന് പി.ജി. ചോദിച്ചു.

ഇന്ത്യയിലെ സുപ്രധാനമായ സാമൂഹ്യ പ്രശ്നമെന്ന നിലയിൽ ജാതീയമായ ഉച്ചനീചത്വങ്ങളെ കാണാനും അതിന്റെ അടിസ്ഥാനത്തിൽ ദളിതരുടെ പ്രശ്നങ്ങൾ സവിശേഷമായ പ്രാധാന്യത്തോടെ സാഹിത്യത്തിലും രാഷ്ട്രീയത്തിലും കാണുവാനും പി.ജി. ക്ക് കഴിഞ്ഞു. മാർക്സിസ്റ്റ് -ലെനിനിസ്റ്റ് കാഴ്ചപ്പാടിലൂടെയാണ് ആ പ്രശ്നങ്ങളെയെല്ലാം പി.ജി. പരിശോധിച്ചത്.

### സൂചനകൾ

1. ജോർജ്ജ് ഓണക്കൂർ (എഡി:), *പി.ജി. എന്ന സ്നേഹവിസ്മയം*, പു:63
2. ആ ഗ്രന്ഥത്തെക്കുറിച്ച് വിശദമായി തന്നെ ഈ അധ്യായത്തിൽ ചർച്ച ചെയ്തിരിക്കുന്നത് കാണുക.
3. പ്രഭാവർമ്മ, *മുമ്പേ നടന്ന പി.ജി.*, *ദേശാഭിമാനി വാരാന്തപ്പതിപ്പ്*, 17 നവംബർ 2013, പു:1
4. *പി.ജി സംവാദത്തിന്റെ തുറന്ന പുസ്തകം*,പു:72
5. *ദേശാഭിമാനി വാരാന്തപ്പതിപ്പ്*, 17നവംബർ 2013, പു:1
6. *ദേശാഭിമാനി വാരാന്തപ്പതിപ്പ്*, 17 നവംബർ 2013 പു:1
7. *പി.ജി.യും ലോകവും*, പു.67

8. പി.ജി. എന്ന സ്നേഹ വിസ്മയം പുറം 64.
9. *പാലക്കീഴ് നാരായണൻ*, ഗ്രന്ഥാലോകം, മുഖമൊഴി, ജനുവരി 2007
10. *പി.ജി. എന്ന സ്നേഹവിസ്മയം*, പു:42
11. പി.കെ.പോക്കർ, പി.പി. സത്യൻ, വിനോദ് വൈശാഖി, *പി.ജി അഭിമുഖങ്ങൾ*, പു:16
12. പിണറായി വിജയൻ, *ചിന്താവാരിക*, 7 ഡിസംബർ 2012, പു:8
13. *ദേശാഭിമാനി വാരാന്തപ്പതിപ്പ്*,17 നവംബർ 2013,പു:1
14. *പി.ജി എന്ന സ്നേഹവിസ്മയം*, പു:71
15. *ഇസങ്ങൾക്കിപ്പുറം*, പു:1
16. *ഇസങ്ങൾക്കിപ്പുറം പുറം 11*, പു:13
17. *മേൽചൊന്നത്*, പു: 86
18. *ഗ്രന്ഥാലോകം*, ജനുവരി 2007, പു: 8
19. *പി. ജി യും ലോകവും*, പു : 28
20. പി. ഗോവിന്ദപ്പിള്ള, *മാർക്സിസ്റ്റ് സൗന്ദര്യശാസ്ത്രം : ഉത്ഭവവും വളർച്ചയും*, പു: 9
21. *ചിന്താവാരിക*, 28 ഏപ്രിൽ 1989
22. *മേൽചൊന്നത്*, പു:19
23. വി. അരവിന്ദാക്ഷൻ, *ചിന്താ വാരിക*, 28 ഏപ്രിൽ 1989
24. *പി.ജി മുഷ്ടി ചുരുട്ടിയ വായന*, പു:116–117
25. *സാഹിത്യം: അധോഗതിയും പുരോഗതിയും*, പു: 49
26. *സാഹിത്യം: അധോഗതിയും പുരോഗതിയും*, പുറം: 60–61
27. *സാഹിത്യം: അധോഗതിയും പുരോഗതിയും*, പു: 87–88
28. *മേൽചൊന്നത്*, പു: 135
29. പി. ഗോവിന്ദപിള്ള, *പി.ജി സാഹിത്യം സംസ്കാരം ദർശനം*, ഡി. ശ്രീധരൻ നായർ (എഡി:)
*ഭാഷാപോഷിണി*, നവംബർ – ഡിസംബർ 1995, പു:74
30. *ദേശാഭിമാനി വാരിക*, ഒക്ടോബർ 2006
31. *പി.ജി. സംവാദത്തിന്റെ തുറന്ന പുസ്തകം*, പു:61
32. *മാർക്സിസ്റ്റ് സൗന്ദര്യ ശാസ്ത്രം: ഉദ്ഭവവും വളർച്ചയും*, പു: 58
33. *പി.ജി.യും ലോകവും*, പു:31
34. *പി.ജി:സാഹിത്യം സംസ്കാരം ദർശനം*, പു: 186 –88
35. *പി.ജി അഭിമുഖങ്ങൾ*, പു:41

# മലയാള കവികൾ

മാർക്സിയൻ സൗന്ദര്യശാസ്ത്രത്തിന്റെ വെളിച്ചത്തിൽ നിരവധി മലയാള കവികളെയും അവരുടെ കവിതകളെയും നിരൂപണം ചെയ്യാൻ പി.ജി. ശ്രമിച്ചിട്ടുണ്ട്. അവരിൽ ഏതാനും ചിലരെക്കുറിച്ചുള്ള അദ്ദേഹത്തിന്റെ വിലയിരുത്തലുകളെക്കുറിച്ച് ചർച്ച ചെയ്യുകയാണിവിടെ.

## 1. പൂന്താനം നമ്പൂതിരി

കൈവിരലിലെണ്ണിത്തീർക്കാവുന്ന മലയാള മഹാകവികളുടെ കൂട്ടത്തിൽ പൂന്താനം നമ്പൂതിരിയുടെ സ്ഥാനം ഒട്ടും അഗണ്യമല്ല എന്ന് പി.ജി. അഭിപ്രായപ്പെടുന്നു.

പൂന്താനത്തിന്റെ സ്ഥാനം രാമപുരത്തു വാര്യരെക്കാൾ വളരെ മേലേ കണ്ണശ്ശൻ, തുഞ്ചൻ, കുഞ്ചൻ എന്നിവരുടെ നിരയിലാണെന്നും പി.ജി. നിരീക്ഷിക്കുന്നു.

ഇത്ര മഹത്വമേറിയ ഒരു കാവ്യ പ്രതിഭയെക്കുറിച്ച് വേണ്ടത്ര വിശദമായ പഠനങ്ങൾ നടന്നിട്ടില്ല എന്നത് മലയാള സാഹിത്യ ചരിത്രരചനയിലെ വലിയൊരു പോരായ്മയായി പി.ജി. കാണുന്നു. പൂന്താനത്തിന്റെ ജിവിതത്തെയോ, കാലത്തെയോ, ഏതൊക്കെയാണ് അദ്ദേഹത്തിന്റേതായി പ്രചരിക്കുന്ന കൃതികളിൽ യഥാർത്ഥമെന്നതിനെയോകുറിച്ച് മാത്രമല്ല മഹാകവിയുടെ പേര് പോലും തിട്ടമില്ല. ആകെയുള്ള കുറെ ഐതിഹ്യങ്ങൾ പലതും അലൗകികാനുഭവങ്ങൾ ഉൾക്കൊള്ളുന്നവയാകയാൽ ആധുനികർ അംഗീകരിക്കാൻ അറച്ചുനിൽക്കുന്നു. ഈ ഐതിഹ്യങ്ങളെല്ലാം വച്ചുകൊണ്ട് ഗുരുവായൂർ ഭക്ത കവി പൂന്താനത്തെ വിലയിരുത്തി പി.ജി. എഴുതുന്നു:

> ഈ ഐതിഹ്യങ്ങളെല്ലാം കാച്ചിക്കുറുക്കി ഉറയൊഴിച്ചു കടഞ്ഞാൽ അതിൽ നിന്നുയരുന്ന നവനീതം പോലൊരു വ്യക്തിത്വം പൂന്താനത്തിനുണ്ട്. പാണ്ഡിത്യഗർവിനോടുള്ള പുച്ഛം, സാധാരണക്കാരന്റെ

> ജീവിതത്തോടും എളിമയോടും ഉള്ള ആഭിമുഖ്യം, ഉന്നതകുലജാതരായ പണ്ഡിതമ്മന്യരുടെ സംസ്കൃതാഭിമുഖ്യത്തിന്റെ സ്ഥാനത്ത് എളിയവരിൽ എളിയവരായ മലയാളികളുടെ ഭാഷയോടും വിശ്വാസങ്ങളോടും അഭിലാഷങ്ങളോടും ഉള്ള അദമ്യമായ വാത്സല്യപ്രകർഷം – പൂന്താനത്തിൽ സാധാരണക്കാർ കാണുന്ന ഈ ഗുണവിശേഷങ്ങളുടെ നാടോടി ശൈലിയിലുള്ള ആവിഷ്കാരമാണ് ഈ ഐതീഹ്യങ്ങളെല്ലാം.[1]

പൂന്താനം ബ്രാഹ്മണനായിരുന്നു എങ്കിലും വരേണ്യവർഗ്ഗ വ്യവസ്ഥക്കെതിരായിരുന്നു അദ്ദേഹം. കാലം മുന്നോട്ടു പോയപ്പോൾ അദ്ദേഹത്തിന്റെ *ജ്ഞാനപ്പാന*യിലെ ആശയങ്ങളുടെ പ്രസക്തി വർദ്ധിച്ചു. സാമൂഹിക യാഥാർത്ഥ്യങ്ങളായി അവ പരിണമിച്ചു. സാമൂഹിക പരിവർത്തനത്തിനുവേണ്ടി, നിലവിലിരിക്കുന്ന യാഥാസ്ഥിതിക വ്യവസ്ഥകളെ ചോദ്യം ചെയ്യുന്നവർ കലാപകാരികളാണല്ലോ. പൂന്താനം നമ്പൂതിരി (16–ാം നൂറ്റാണ്ടിന്റെ ഉത്തരാർദ്ധവും 17–ാം നൂറ്റാണ്ടിന്റെ പൂർവ്വാർദ്ധവും ആണ് അദ്ദേഹത്തിന്റെ ജീവിത കാലം) യുടെ അനശ്വര കവിതകൾ ഓരോന്നും പരിശോധിച്ചുകൊണ്ട് ഭക്തകവിയായല്ല സാമൂഹ്യ വിമർശകനായ കവിയായി പൂന്താനത്തെ പുനർമൂല്യനിർണയം നടത്തുകയാണ് പി.ജി.

മഹാകവി ഉള്ളൂർ പൂന്താനത്തിന്റേതായി ഇരുന്നൂറ്റി രണ്ട് കൃതികളാണ് വകയിരുത്തിയിട്ടുള്ളത്. അവയ്ക്കു പുമെ ചില തമിഴ് കൃതികളും അദ്ദേഹം എഴുതിയതായി കരുതുന്നു. 'അഞ്ജന ശ്രീധര ചാരുമൂർത്തേ കൃഷ്ണ' എന്നു തുടങ്ങുന്ന *ശ്രീകൃഷ്ണ സ്തുതി*, 'അമ്പാടി തന്നിലൊരുണ്ണിയുണ്ടങ്ങനെ' എന്നു തുടങ്ങുന്ന *ആനന്ദ നൃത്തം*, 'നരനായിങ്ങനെ ജനിച്ചു ഭൂമിയിൽ' എന്നു തുടങ്ങുന്ന *പഞ്ചാക്ഷരകീർത്തനം* മുതലായവയും നൂറ്റാണ്ടുകൾക്ക് മുമ്പെന്നപോലെ ഇന്നും ഭക്തജനങ്ങൾ പാടിവരുന്ന കാര്യം പി.ജി. ഓർമ്മിപ്പിക്കുന്നു. ഇവയിലെല്ലാം നേരത്തെ *ജ്ഞാനപ്പാന*യിൽ നിന്നുദ്ധരിച്ച വിധം ശക്തവും തീക്ഷ്ണവും പ്രത്യക്ഷവുമായിട്ടല്ലെങ്കിലും മനുഷ്യാവസ്ഥയെക്കുറിച്ചുള്ള വിലാപങ്ങളും ധർമ്മനിരത ജീവിതംമൂലം ലഭിക്കാവുന്ന മേന്മയും സാമൂഹ്യ വിമർശനവും കണ്ടെത്താമെന്ന് പി. ജി. ചൂണ്ടിക്കാണിച്ചു.[2] പൂന്താനത്തിന്റെ *ജ്ഞാനപ്പാന*യുടെയും നാടൻ പാട്ടുകളുടെയും പൊരുളും സാംഗത്യവും കണ്ടെത്താൻ പി.ജി. യുടെ വിമർശന പ്രതിഭയ്ക്കു കഴിഞ്ഞു. അദ്ദേഹം വാഴ്ത്തുന്ന പൂന്താനത്തിന്റെ "നവനീതം പോലുള്ള വ്യക്തിത്വം", ഗൈർവാണിയെ അപേക്ഷിച്ച് അതിവിനീതയായ കൈരളിയോട് പൂന്താനത്തിനുള്ള ആഭിമുഖ്യം, 'ബ്രാഹ്മണ്യംകൊണ്ട് കുന്തിച്ച് കുന്തിച്ച്' നടക്കുന്ന ജളമതികളോടുള്ള പരമ പുച്ഛം – ഇവയൊക്കെ അതി പ്രധാനങ്ങളായ സാമൂഹിക യാഥാർത്ഥ്യങ്ങളായി പി.ജി. കാണുന്നു. യാഥാസ്ഥികത്വത്തിനും വരേണ്യത്വത്തിനുമെതിരെ പൂന്താനം ഉയർത്തിയ വെല്ലുവിളിയെ ഒരു ചിന്താവിപ്ലവമായി പി.ജി. കണക്കാക്കുന്നു.[3]

വരേണ്യ വർഗ്ഗത്തിന്റെ പാണ്ഡിത്യ പ്രകടനങ്ങളെയും ബൗദ്ധിക വ്യായാമങ്ങളെയും സങ്കീർണ്ണമായ ആചാരാനുഷ്ഠാന യാഗാദികളെയും എതിർക്കുക എന്നത് ഏത് നവോത്ഥാന പ്രസ്ഥാനത്തിന്റെയുമെന്നപോലെ ഭക്തി പ്രസ്ഥാനത്തിന്റെ മുഖ്യ സ്വഭാവമാണ്. ഭക്തി പ്രസ്ഥാനത്തിന്റെ ഈ മുഖ്യ സവിശേഷതകളെല്ലാം പൂന്താനത്തിൽ തെളിഞ്ഞു കാണാമെന്ന് പി.ജി.

പറഞ്ഞു. എഴുത്തച്ഛൻ തുടങ്ങിയ മറ്റു ഭക്തകവികളിലാരിലും ഇവയെല്ലാം പൂന്താനത്തിലെന്നപോലെ ലക്ഷണമൊത്ത് വിളങ്ങിക്കാണാൻ കഴിയില്ല. കേരളത്തിലെ ഭക്തി പ്രസ്ഥാനത്തിന്റെ ലക്ഷണമൊത്ത നായകനായിരുന്നു മഹാകവി പൂന്താനം നമ്പൂതിരിയെന്ന് പി.ജി. വിലയിരുത്തി.[4]

## 2. മഹാകവി കെ. വി. സൈമൺ (1883–1944)

മഹാകവി കെ.വി. സൈമൺ ജീവിതകാലം മുഴുവൻ ഒരു വിവാദ പുരുഷനായിരുന്നു. ആറന്മുള പാർത്ഥസാരഥി ക്ഷേത്രത്തിൽനിന്ന് അര നാഴിക പടിഞ്ഞാറ് ഇടയാറന്മുള കുന്നുംപുറത്ത് വീട്ടിൽ വർഗീസിന്റെയും കാണ്ടമ്മയുടെയും മകനായി ജനിച്ച സൈമൺ 1896 ൽ നാട്ടുഭാഷാ പ്രാഥമിക പരീക്ഷ പാസ്സായി 13–ാം വയസ്സിൽ ഇടയാറന്മുള എം.ടി സ്ക്കൂളിൽ അധ്യാപകനായി ചേർന്നു. ചെറുപ്പത്തിലെ കവിതാ സിദ്ധിയും ധാർമ്മികബോധവും വിജ്ഞാനദാഹവും സ്വപ്രത്യയസ്ഥൈര്യവും പ്രകടിപ്പിച്ച സൈമണ് ക്രൈസ്തവ– ഹൈന്ദവ പുരാണേതിഹാസങ്ങളിലും സാഹിതീചര്യയിലും മാർഗ്ഗദർശിയായത് പിതാവും ജ്യേഷ്ഠസഹോദരനായ കെ. വി ചെറിയാനുമായിരുന്നു. സംസ്കൃതം, തമിഴ്, മലയാളം എന്നീ ഭാഷകളിൽ പ്രവീണനും ഗദ്യ പദ്യ രചനയിൽ വാസനാസമ്പന്നനുമായിരുന്ന ചെറിയാന്റെ പ്രോത്സാഹനവും ശിഷ്യത്വവും സൈമണിന്റെ വാസനകളെ വളർത്തി. അധ്യാപനത്തിന്റെ തിരക്കിലും വാശിയോടെ അദ്ദേഹം പഠിച്ചു. സംസ്കൃതം, തമിഴ്, തെലുങ്ക്, കന്നഡ, ഹിന്ദി തുടങ്ങിയ ഇന്ത്യൻ ഭാഷകളോടൊപ്പം ഇംഗ്ലീഷ്, ഗ്രീക്ക്, ലത്തീൻ, എബ്രായ, സിറിയക്ക് തുടങ്ങിയ വിദേശ ഭാഷകളും നിരന്തരവും കഠിനവുമായ പ്രയത്നം കൊണ്ട് വശത്താക്കി. മുഴുവൻ സമയ സാഹിതീ സേവനത്തിനും മതപ്രചാരണത്തിനും വിനിയോഗിക്കാനായി 21 വർഷത്തെ അധ്യാപനത്തിനുശേഷം സർവ്വീസിൽനിന്ന് പിരിഞ്ഞു.

ഗഹനമായ പഠനങ്ങളും വ്യാപകമായ അന്വേഷണങ്ങളും സൈമണെ അസ്വസ്ഥനാക്കുകയും കുഴപ്പത്തിലെത്തിക്കുകയും ചെയ്തു. വേദപുസ്തകവും ക്രീസ്തീയ സഭാചരിത്രവും കൂടുതൽ കൂടുതൽ പഠിച്ചതോടെ തന്റേതുൾപ്പെടെ നിലവിലുള്ള സംഘടിത സഭകളുടെ പോക്കിൽ അദ്ദേഹം സംശയാലുവായി. ആദിമക്രിസ്തുമതത്തിലെ പരിശുദ്ധിയും ആദർശപ്രേമവും സമഭാവനയും അദ്ദേഹത്തെ വല്ലാതെയാകർഷിച്ചു. പൗരോഹിത്യ സമ്പ്രദായവും ആഡംബരഭ്രമവും ആദിമ ക്രിസ്തുമതത്തിനന്യമാണെന്ന് സൈമൺ കണ്ടെത്തി.

*ക്രൈസ്തവ സഭാചരിത്രം, വേർപാടുസഭകളുടെ ചരിത്രം, നിക്കോലാവ്യമതം അഥവാ വട്ടം, പാഷാണ്ഡമതമർദ്ദനം* തുടങ്ങിയ കൃതികളിൽ സൈമൺ തന്റെ മതസിദ്ധാന്തങ്ങൾ ഒരു വിശ്വാസിയുടെ വീറോടെയും ഒരു യുക്തിവാദിയുടെ സാമർത്ഥ്യത്തോടെയും അവതരിപ്പിക്കുന്നുണ്ട്. തന്റെ മതത്തിന്റെ സ്ഥാപനത്തിനായി ക്രൈസ്തവമത ഗ്രന്ഥങ്ങൾക്കു പുറമെ ഹൈന്ദവ വൈദികഗ്രന്ഥങ്ങളെയും *ഭഗവദ്ഗീത*യെയും *ബാദരായണ ബ്രഹ്മസൂത്ര*ത്തെയും *ഉപനിഷത്തു*കളെയും അദ്ദേഹം ഉദ്ധരിക്കുകയും ചർച്ച ചെയ്യുകയും ചെയ്യുന്നുണ്ട്.

സൈമണിന്റെ ഈ സ്വന്തമായ പോക്ക് വച്ചുപൊറുപ്പിക്കാൻ അദ്ദേഹത്തിന്റെ സഭയായ മാർത്തോമാസഭ സന്നദ്ധമായില്ല. അദ്ദേഹത്തിന്റെ

അത്യുജ്വലമായ വാഗ് വൈഭവം വരമൊഴിയായിട്ടും അന്നത്തെ മധ്യതിരുവിതാംകൂറിൽ മതനവീകരണത്തിന്റെ ഒരു കൊടുങ്കാറ്റഴിച്ചു വിടുകതന്നെ ചെയ്തു. ബന്ധുമിത്രാദികളുടെ പ്രേരണകൾക്കോ സഭാ നേതൃത്വത്തിന്റെ താക്കീതുകൾക്കോ സൈമണിന്റെ വിശ്വാസദാർഢ്യത്തെ തകർക്കാൻ കഴിഞ്ഞില്ല. അവസാനം സഭാനേതൃത്വം ശിക്ഷാനടപടികളുമായി രംഗത്തുവന്നു. 1915 ൽ സൈമൺ സഭയിൽ നിന്നു പുറത്താക്കപ്പെട്ടു. വിചാരണ വെറും പ്രഹസനമായിരുന്നുവെന്നാണ് നിരീക്ഷകരുടെ അഭിപ്രായം.

ആദിമ ക്രീസ്തുമതത്തെക്കുറിച്ചുള്ള സത്യസന്ധമായ പഠനത്തിൽ നിന്ന് വ്യക്തമായ സ്ഥിതിസമത്വവാദ (കമ്യൂണിസം സോഷ്യിസം മുതലായവയ്ക്ക് സമാനമായിട്ടാണ് സ്ഥിതിസമത്വമെന്ന പദം അന്നും ഇന്നും ഉപയോഗിച്ചുവരുന്നത്)ത്തിലൊന്നും സൈമൺ എത്തിയില്ലെങ്കിലും സ്ഥാപിത താല്പര്യക്കാരുടെയും ധനികവർഗ്ഗത്തിന്റെയും നാഡിത്തുടിപ്പുകൾ അറിയാവുന്ന സഭാ മേലധികാരികൾ ഈ പോക്കിന്റെ ആപത്ത് മുൻകൂട്ടി മണത്തിരിക്കണം എന്ന് പി.ജി. കരുതുന്നു. അങ്ങനെ കേരളത്തിലെ സ്ഥിതിസമത്വ പ്രസ്ഥാനത്തിന്റെ ചരിത്രത്തിൽ അത്ര ബോധപൂർവ്വമായിട്ടല്ലെങ്കിലും അഭിമാനകരമായ ഒരു സ്ഥാനം നേടാൻ സൈമണിന് കഴിഞ്ഞെന്ന് പി.ജി. വിലയിരുത്തി.[5]

ഗദ്യവും പദ്യവുമായി 30 ൽപ്പരം പുസ്തകങ്ങൾ സൈമൺ പ്രസിദ്ധീകരിച്ചു. അതിൽ 1931 ൽ പ്രസിദ്ധീകരിച്ച *വേദവിഹാരമാണ്* അദ്ദേഹത്തിന് മഹാകവി പട്ടം നേടിക്കൊടുത്തത്. 50 അധ്യായങ്ങളും 12000 വരികളുമുള്ളതാണ് ഈ മഹാകാവ്യം. വേദപുസ്തകം പഴയനിയമത്തിലെ ആദ്യഖണ്ഡമായ ഉല്പത്തി പുസ്തകമാണ് ഇതിന്റെ ഇതിവൃത്തം. പുതിയ നിയമത്തിലെ നല്ല ശമര്യാക്കാരന്റെ കഥ *നല്ല ശമര്യൻ* എന്ന പേരിൽ 1933 ൽ അദ്ദേഹം കവിതയാക്കി. 1913 ൽ ശാർദ്ദൂലവിക്രീഡിതത്തിൽ രചിച്ച *നിശാകുലം* എന്ന വിലാപകാവ്യമായിരിക്കാം സൈമണിന്റെ പ്രസിദ്ധീകൃത കാവ്യം എന്ന് പി.ജി വിചാരിക്കുന്നു.

*വേദവിഹാര*ത്തെ ഇംഗ്ലീഷ് മഹാകവി ജോൺ മിൽട്ടന്റെ *പറുദീസാനഷ്ടം* (Paradise Lost) എന്ന കൃതിയോടും, *രാമായണം, മഹാഭാരതം* തുടങ്ങിയ ഭാരതീയ ഇതിഹാസ കാവ്യങ്ങളോടും താരതമ്യപ്പെടുത്താറുണ്ടെന്ന് പി.ജി. ചൂണ്ടിക്കാണിച്ചു. ഈ കൃതികൾ സൈമണിൽ അസാമാന്യ സ്വാധീനം ചെലുത്തിയിരുന്നുവെന്ന് പി.ജി. ഉറപ്പിച്ചു പറയുന്നു.[6] യഹോവ ആറു ദിവസംകൊണ്ട് പ്രപഞ്ചത്തെയും ചരാചരങ്ങളെയും സൃഷ്ടിച്ചിട്ട് ഏഴാദിവസം വിശ്രമിക്കുന്നതും യഹോവയുടെ വാക്കനുസരിക്കാതെ സർപ്പോപദേശം കേട്ട് അറിവിന്റെ കനി ഭക്ഷിച്ചതിനാൽ ആദാമും ഹവ്വയും ഏദൻ തോട്ടത്തിൽ നിന്ന് ബഹിഷ്കൃതരാകുന്നതും മറ്റുമായതുമാണ് മിൽട്ടനെപ്പോലെ സൈമണും കാവ്യ വിഷയമായി സ്വീകരിച്ചത്. അതുപോലെ വർണ്ണനകളിലും പദസന്നിവേശത്തിലും അലങ്കാര പ്രയോഗത്തിലും മറ്റും ഭാരതീയ ഇതിഹാസങ്ങളുടെ സ്വാധീനം അന്യൂനമായി ഈ കൃതിയിൽ പ്രകടമാണ് എന്ന് നിരവധി ഉദാഹരണങ്ങൾ ചൂണ്ടിക്കാട്ടിയും മഹാകവി ഉള്ളൂർ ഉൾപ്പെടെ പലരെയും ഉദ്ധരിച്ചും പി.ജി. വ്യക്തമാക്കുന്നു.

*വേദവിഹാരത്തിൽ* ആവർത്തിച്ച് പ്രകടമായി കാണുന്ന ഭാരതീയ സ്വാധീനം കവിതയുടെ പോരായ്മയല്ല, പ്രത്യുത മേന്മയാണെന്നാണ് ആധുനിക മതം എന്ന് പി.ജി. പറഞ്ഞു. ആധുനിക ക്രിസ്തീയ മത

ചിന്തയിൽ, പ്രത്യേകിച്ചും സെമണിന്റെയും മറ്റും കാലശേഷം ശക്തിപ്പെട്ടിരിക്കുന്ന ദേശീയവൽക്കരണ പ്രവണതയുടെ ആദ്യകാല പ്രണേതാക്കളിൽ, പ്രമുഖനായി സൈമണെ അവരോധിക്കാൻ സഹായിക്കുന്നവയാണീ ഭാരതീയ സ്വാധീനവ്യാപ്തിയെന്ന് ഡോക്ടർ എം.എം. തോമസിനെപ്പോലെയുള്ളവർ കരുതുന്ന കാര്യവും പി.ജി. എടുത്തുപറഞ്ഞു. തന്റെ സിദ്ധാന്തപ്രകാരമുള്ള ക്രിസ്തീയ തത്വങ്ങളെ സമർപ്പിക്കാൻ ഹൈന്ദവ ശാസ്ത്രഗ്രന്ഥങ്ങളിൽനിന്ന് ധാരാളം കരുക്കൾ നിരത്തുക എന്നതും സൈമണിന്റെ ശീലങ്ങളായിരുന്നു.

*വേദവിഹാര*ത്തിന്റെ ഒന്നാംപതിപ്പിൽ മഹാകവി വള്ളത്തോൾ, സാഹിത്യ പഞ്ചാനനൻ പി.കെ. നാരായണപിള്ള തുടങ്ങിയവർ നിർല്ലോപം പ്രശംസകൾ ചൊരിഞ്ഞിട്ടുണ്ടെങ്കിലും അവയിലെ ഒരുവക രക്ഷാധികാര പ്രവണതയും ആശ്രിതവാൽസല്യസ്വരവും ആധുനികാനുവാചകരുടെ കണ്ണിൽപ്പെടാതെ പോവില്ലെന്ന് പി.ജി. വ്യക്തമാക്കി. ഉള്ളൂർ തന്നെ *വേദവിഹാരത്തിൽ* അച്ചടിക്കാൻ എഴുതിക്കൊടുത്ത അഭിപ്രായത്തിലെ സ്വരവും സാഹിത്യ ചരിത്രത്തിലെ സ്വരവും താരതമ്യപ്പെടുത്താവുന്നതാണെന്ന് പി.ജി പറഞ്ഞു. മറ്റു സാഹിത്യ ചരിത്രങ്ങൾ പരിശോധിച്ചാലും അനർഹമായ ഈ അവഗണന നമുക്ക് കാണാം. സൈമണെപ്പറ്റി പത്തു വാല്യങ്ങളും നിരവധി അപ്രധാനരെക്കുറിച്ച് ആവശ്യത്തിലേറെ പരാമർശങ്ങളുമുള്ള വിജ്ഞാനകോശത്തിൽ യാതൊരു പരാമർശവുമില്ല. 568 ൽ പരം പുറങ്ങളുള്ള കേരള സാഹിത്യ അക്കാദമിയുടെ *മലയാള കവിതാ സാഹിത്യ ചരിത്രത്തിൽ* രണ്ടിടത്തായി നാലു ചെറു വാചകങ്ങൾ മാത്രമാണ് കെ.വി. സൈമണിനെക്കുറിച്ച് പരാമർശമുള്ളത്. മുമ്പുള്ള പരാമർശത്തെ ഓർമ്മിപ്പിക്കുവാനാണ് ആ വാചകത്തിലൊന്ന്. അതിൽ 1944 മരണ വർഷം എന്നത് 1943 എന്നാക്കി തെറ്റിച്ചതുകൂടാതെ സൂചികയിലും സൈമണെ ബഹുമാനിക്കാൻ ഒരച്ചടിപ്പിശകും. താമരശ്ശേരി കൃഷ്ണൻ ഭട്ടതിരി, പ്രവിത്താനം ദേവസ്യ, കാലടി രാമൻ നമ്പ്യാർ, പൊൻകുന്നം സെയ്തു മുഹമ്മദ് എന്നിവർക്കുപോലും സൈമണെക്കാൾ നീണ്ട പരാമർശങ്ങളാണ് സാഹിത്യ അക്കാദമി നല്കിയത്. ഈ ഗ്രന്ഥകാരന്മാരുടെയും എഡിറ്റർമാരുടെയും മാത്രം കുറ്റം കൊണ്ടല്ല ഇതൊക്കെ സംഭവിക്കുന്നതെന്ന് പി.ജി. പറഞ്ഞു. മതവൈരാഗ്യം, യാഥാസ്ഥിതികത്വം, സാഹിത്യത്തിലും അപൂർവ്വമല്ലാത്ത ജാതിസ്പർദ്ധ മുതലായവ ഈ ശ്രദ്ധേയനായ സാഹിത്യകാരനെ ഒട്ടൊക്കെ അവഗണനയ്ക്ക് പാത്രമാക്കി എന്നത് നിഷേധിക്കാനാവില്ലെന്ന് പി.ജി. വ്യക്തമാക്കി.

കലാപകാരിയായ മതനവീകർത്താവ്, അധൃഷ്യനായ താർക്കികൻ, പ്രതിഭാശാലിയായ കാവ്യോപാസകൻ, വാസനാസമ്പന്നനായ സംഗീതജ്ഞൻ, ഉജ്ജ്വല പ്രഭാഷകൻ, ഹൈന്ദവ, ക്രൈസ്തവ - യഹൂദ പുരാണങ്ങളിൽ പാരംഗതൻ, ബഹുഭാഷാ പണ്ഡിതൻ, ചരിത്രകാരൻ, പത്രപ്രവർത്തകൻ, പ്രക്ഷോഭകാരി തുടങ്ങി വിവിധ നിലകളിൽ പ്രസിദ്ധനായ സൈമണെ ആധുനിക കേരളം ഇനിയും വളരെയധികം അറിഞ്ഞാദരിക്കേണ്ടിയിരിക്കുന്നുവെന്ന് പി.ജി ചൂണ്ടിക്കാട്ടി.

## 3. ചങ്ങമ്പുഴ കൃഷ്ണപിള്ള (1911–48)

പി.ജി.ക്ക് ഏറെ ഇഷ്ടമുണ്ടായിരുന്ന ഒരു കവിയായിരുന്നു ചങ്ങമ്പുഴ കൃഷ്ണപിള്ള. കവിതകളോട് തനിക്ക് താല്പര്യമുണ്ടായത് ചങ്ങമ്പുഴ കവിതകൾ വായിച്ചാണെന്ന് അദ്ദേഹം പറഞ്ഞു. ചങ്ങമ്പുഴയേയും അദ്ദേഹത്തിന്റെ കവിതകളേയും വിലയിരുത്തിക്കൊണ്ട് പല ലേഖനങ്ങളും പി.ജി എഴുതുകയുണ്ടായി. അവ:

1. *വാഴക്കുല:സാഹിത്യചരിത്രത്തിൽ അതിന്റെ സ്ഥാനം*: 1937 ൽ പുറത്തുവന്ന *വാഴക്കുല* എന്ന കൃതിക്ക് മലയാള സാഹിത്യത്തിലുള്ള സ്ഥാനം എന്തെന്ന് നിർണയിച്ചുകൊണ്ട് ചങ്ങമ്പുഴയുടെ 40– ാം ചരമവാർഷികത്തിൽ (1988) എഴുതിയ ലേഖനം.

2. *ചങ്ങമ്പുഴ: മലയാള കവിതാവിപ്ലവത്തിന്റെ രണ്ടാം ഘട്ട നായകൻ*: ചങ്ങമ്പുഴയേയും അദ്ദേഹത്തിന്റെ കൃതികളേയുമാകെ വിലയിരുത്തുകയാണ് ഈ ലേഖനത്തിൽ പി.ജി.

3. *നീ മറഞ്ഞാലും തിരയടിക്കും*
നീലക്കുയിലേ നിൻ ഗാനമെന്നും

സാഹിത്യപ്രവർത്തക സഹകരണ സംഘം പ്രസിദ്ധീകരിച്ച *രമണൻ* എന്ന കൃതിയുടെ അമ്പതാം പതിപ്പിന് പി.ജി എഴുതിയ അവതാരികയാണിത്. ചങ്ങമ്പുഴ കൃതികളുടെ ഗഹനമായ ഒരു പഠനമാണ് ഈ അവതാരിക.

4. *ജീവചരിത്ര രചയിതാക്കളേ ഇതിലേ ഇതിലേ.*

5. *വിലയിരുത്തലുകൾക്കൊരു വെല്ലുവിളി.*

*ചങ്ങമ്പുഴ കൃഷ്ണപിള്ള നക്ഷത്രങ്ങളുടെ സ്നേഹഭാജനം* എന്ന പ്രൊഫസർ എം.കെ. സാനു എഴുതിയ ചങ്ങമ്പുഴയുടെ ജീവചരിത്ര കൃതിയെ വിലയിരുത്തിക്കൊണ്ട് *കലാകൗമുദി* വാരികയുടെ 1988 ആഗസ്റ്റ് 7, ആഗസ്റ്റ് 14 എന്നീ ലക്കങ്ങളിൽ പി.ജി. എഴുതിയതാണ് നാലും അഞ്ചും ലേഖനങ്ങൾ.

മഹാകവി ചങ്ങമ്പുഴ കൃഷ്ണപിള്ള (1911 – 1948) ജീവിച്ചിരുന്ന കാലത്ത് എന്നല്ല അദ്ദേഹത്തിന്റെ മരണാനന്തരവും വളരെ കാലത്തേക്ക് അദ്ദേഹത്തെ മഹാകവി എന്ന് വിശേഷിപ്പിക്കാൻ കേസരി ബാലകൃഷ്ണപിള്ള ഒഴിച്ച് വിമർശകർ എന്ന പോലെ ആരാധകരും ധൈര്യപ്പെട്ടിരുന്നില്ലെന്ന് *ചങ്ങമ്പുഴ: മലയാള കവിതാ വിപ്ലവത്തിന്റെ രണ്ടാംഘട്ട നായകൻ എന്ന* ലേഖനത്തിൽ പി.ജി വ്യക്തമാക്കി.[7] *സ്പന്ദിക്കുന്ന അസ്ഥിമാടം* എന്ന കവിതാ സമാഹാരത്തിന്റെ അവതാരികയിൽ ആസ്വാദക പക്ഷത്തുനിന്ന് ചങ്ങമ്പുഴയെ വാനോളം പുകഴ്ത്തുകയും അദ്ദേഹത്തിന്റെ എതിരാളികളെ നിശിതമായി വിമർശിക്കുകയും ചെയ്യുന്ന പൊൻകുന്നം വർക്കിപോലും അദ്ദേഹത്തെ മഹാകവി എന്നു വിശേഷിപ്പിക്കാൻ മുതിർന്നിട്ടില്ലെന്ന് പി.ജി പറഞ്ഞു. ആശാനും വള്ളത്തോളിനും ശേഷം മലയാള ഭാഷയ്ക്ക് ലഭിച്ച രണ്ട് അപൂർവ പ്രതിഭാശാലികളിൽ ഒരാൾ ചങ്ങമ്പുഴയും മറ്റേയാൾ ജി. ശങ്കരക്കുറുപ്പുമായിരുന്നുവെന്ന് പൊൻകുന്നം വർക്കി തിട്ടപ്പെടുത്തിയതിൽ ഒരു ശരിയും ഒരു തെറ്റുമുണ്ടെന്ന് പി.ജി നിരീക്ഷിച്ചു. കവിത്രയത്തിന്റെ നേർ തുടർച്ചക്കാരനായ മഹാകവിയെന്ന് അന്ന് അതിനകം വാഴ്ത്തപ്പെട്ടു തുടങ്ങിയിരുന്ന ജി. ശങ്കരക്കുറുപ്പിന്റെ സമശീർഷനാണ് ചങ്ങമ്പുഴ എന്ന സൂചന, അക്കാലത്ത് ചങ്ങമ്പുഴയ്ക്ക് നൽകാൻ പലരും ധൈര്യപ്പെട്ടിട്ടില്ലാത്ത ഒരു ബഹുമതിയായിരുന്നു. എന്നാൽ ഇന്ന് മലയാള കവിതാ വികാസത്തിന്റെ ചരിത്രത്തിലേക്ക് തിരി

ഞ്ഞുനോക്കുമ്പോൾ ഈ പരാമർശം ചങ്ങമ്പുഴയ്ക്ക് എന്നതിനേക്കാൾ ശങ്കരക്കുറുപ്പിന് ലഭിച്ച ബഹുമതിയായിരുന്നില്ലേ എന്ന് സംശയിച്ചാൽ തെറ്റില്ലെന്ന് പി.ജി. പറഞ്ഞു.

ബാല്യം മുതൽക്കുതന്നെ കവിത എഴുതി തുടങ്ങിയിരിക്കാൻ ഇടയുള്ള ചങ്ങമ്പുഴയുടെ പ്രസിദ്ധീകൃതമായ ആദ്യ കവിത പതിനേഴാം വയസ്സിലാണ് എഴുതിയത്. പ്രഥമ കവിതാസമാഹാരമായ *ബാഷ്പാഞ്ജലി* പ്രസിദ്ധീകരിച്ചത് 1934 ൽ 23–ാം വയസ്സിലാണ്. 17 മുതൽ 21 വയസ്സുവരെയുള്ള കാലയളവിൽ അദ്ദേഹം എഴുതിയ കവിതകളാണ് അതിലുള്ളത്. 1948 –ൽ 37–ാം വയസ്സിൽ നിര്യാതനാകുന്നതുവരെ ഇരുപത് വർഷക്കാലം കൊണ്ട് ഇത്രയേറെ വൈവിധ്യമാർന്ന ഹൃദയാവർജ്ജകമായ കവിതകൾ എഴുതി മാതൃഭാഷയെ സമ്പന്നമാക്കിയ മറ്റൊരു കവിയെ ചൂണ്ടിക്കാണിക്കാൻ കഴിയില്ലെന്ന് പി.ജി. പറഞ്ഞു. മാത്രമല്ല ചങ്ങമ്പുഴ നിര്യാതനായി അഞ്ചു പതിറ്റാണ്ട് കഴിഞ്ഞിട്ടും (1998 ലാണ് പി.ജി. ഈ ലേഖനമെഴുതുന്നത്) ആ കവിയുടെ പ്രശസ്തിയും ജനപ്രീതിയും പ്രചാരവും ഒന്നിനൊന്ന് വർദ്ധിക്കുന്നതല്ലാതെ മങ്ങലേൽക്കുന്നില്ല എന്നത് എഴുത്തച്ഛനേയും കുമാരനാശാനേയുംപോലെ നാലോ അഞ്ചോ കവികൾക്ക് മാത്രം അനുഭവപ്പെട്ടിട്ടുള്ള അപൂർവ ബഹുമതിയായി മാത്രമേ കരുതാൻ കഴിയുള്ളുവെന്ന് പി.ജി. നിരീക്ഷിച്ചു.[8]

ചങ്ങമ്പുഴയുടെ ജീവിത കാലത്തു തന്നെ അദ്ദേഹത്തിന്റെ കൃതികൾക്ക് അത്ഭുതകരമായ പ്രചാരവും വിൽപ്പനയും ലഭിച്ചിരുന്നെങ്കിലും നിരൂപകർ അദ്ദേഹത്തിന് അർഹമായ അംഗീകാരം നൽകാൻ തയ്യാറായില്ല. കൃതികൾക്ക് ലഭിച്ച ഈ വിപുലമായ പ്രചാരം തന്നെ അവയുടെ ഗുണമേന്മയേക്കാൾ നിലവാരത്താഴ്ചയെ സാക്ഷ്യപ്പെടുത്തുന്നു എന്ന് കരുതിയവരുടെ എണ്ണവും കുറവല്ലെന്ന് പി.ജി. പറഞ്ഞു. വലതുപക്ഷക്കാരും ഇടതുപക്ഷക്കാരും പരസ്പരം മൽസരിച്ച് ചങ്ങമ്പുഴയെ തരംതാഴ്ത്തിക്കാണിക്കുന്ന പ്രതീതിപോലുമുളവായി. സഞ്ജയനെപ്പോലുള്ള യാഥാസ്ഥിതിക നിരൂപകർ ചങ്ങമ്പുഴയെ കടന്നാക്രമിച്ചു. എന്നാൽ ആ നിലപാടുകളെ തിരസ്കരിച്ചുകൊണ്ടാണെങ്കിലും ചങ്ങമ്പുഴ കവിതയുടെ യുഗപ്രഭാവത്വം കണ്ടറിയാൻ ഇടതുപക്ഷക്കാർക്കും സാധിച്ചില്ലെന്ന് പി. ജി ചൂണ്ടിക്കാണിച്ചു. 1937 ൽ *വാഴക്കുല* എന്ന ചരിത്രപ്രസിദ്ധമായ കവിത രചിച്ച് ജന്മി–കുടിയാൻ ബന്ധത്തെ മലയാള കവിതയിൽ ആദ്യമായി ആവിഷ്കരിക്കുകയും *രക്തപുഷ്പങ്ങളിലെ* പല കവിതകളിലൂടെയും കാൽപ്പനിക പരിവേഷത്തോടെ ആണെങ്കിലും അധഃസ്ഥിതരുടെ വർഗസമരത്തെ പ്രകീർത്തിക്കുകകയും ചെയ്ത ചങ്ങമ്പുഴയുടെ ചില കവിതകളിൽ നിഴലിച്ചിരുന്ന വിഷാദാത്മകത്വവും അരാജക പ്രവണതയും പല ഇടതുപക്ഷ നിരൂപകരെയും ഖണ്ഡ വിമർശനത്തിന് പ്രേരിപ്പിച്ചുവെന്ന് പി.ജി. നിരീക്ഷിക്കുന്നു.

ഇത്തരം വിമർശനങ്ങൾ വികാരലോലനും രോഗബാധിതനുമായിരുന്ന ചങ്ങമ്പുഴയെ അങ്ങേയറ്റം പ്രകോപിപ്പിച്ചു. ഇത് വലതുപക്ഷത്തെയെന്ന പോലെ ഇടതുപക്ഷത്തെയും കവിതകളിലൂടെ കണക്കറ്റ് ശകാരിക്കാൻ അദ്ദേഹത്തെ പ്രേരിപ്പിച്ചു. 1945 ൽ കോട്ടയത്തു വച്ച് നടന്ന പുരോഗമന സാഹിത്യ സമ്മേളനത്തിൽ അദ്ധ്യക്ഷത വഹിച്ചുകൊണ്ട് സുപ്രതിഷ്ഠിതരായ പലരെയും വിമർശിച്ചുകൊണ്ടാണെങ്കിലും ചങ്ങമ്പുഴ ചെയ്ത ദീർഘവും ഊർജസ്വലവുമായ പ്രഭാഷണം പുരോഗമന പ്രസ്ഥാനത്തിന്റെ പ്രത്യയശാസ്ത്രം ഉദ്ഘോഷിക്കുന്നതായിരുന്നുവെന്ന് പി.ജി. വ്യക്തമാക്കി.[9]

**രമണൻ**

ചങ്ങമ്പുഴയെപ്പറ്റിയുള്ള പഠനത്തിൽ അനിവാര്യമായ ഒരു ഘടകമാണ് അദ്ദേഹത്തിന്റെ ഉറ്റ ചങ്ങാതിയായിരുന്ന കവി ഇടപ്പള്ളി രാഘവൻപിള്ള (1908 –1935). ദാരിദ്ര്യ ദുഃഖത്തിന് പുറമെ പ്രണയ നൈരാശ്യം കൂടിയായപ്പോൾ ആത്മഹത്യ ഇടപ്പള്ളിക്ക് അനിവാര്യമായിത്തീർന്നു. ഈ ദുരന്തകഥ മലയാള സാഹിത്യത്തിലെ മായാത്ത ദുഃഖസ്മരണയാക്കി മാറ്റിയത് ചങ്ങമ്പുഴയുടെ *രമണൻ* (1936) എന്ന ഗ്രാമീണ വിലാപകാവ്യമാണ്. പല കാവ്യ ദോഷങ്ങളും നിരൂപക ശ്രേഷ്ഠന്മാർ അതിൽ ആരോപിക്കുന്നുണ്ടെങ്കിലും അത് മലയാള സാഹിത്യ ചരിത്രത്തിൽ മലയാളിയുടെ കാവ്യാഭിരുചിക്ക് അത്ഭുതകരമായ ഒരു അദ്ധ്യായമാണ് എഴുതിച്ചേർത്തതെന്ന് പി.ജി. വിലയിരുത്തുന്നു. ജോസഫ് മുണ്ടശ്ശേരിയെപ്പോലുള്ള നിരൂപക ശ്രേഷ്ഠന്മാരും വരേണ്യ ഹൃദയരും *രമണനെ* ഒരു കൗമാര കാവ്യാഭ്യാസമായി അവഗണിക്കുകയാണ് ആദ്യമൊക്കെ ചെയ്തത് എങ്കിലും പിന്നീട് ഒരു ഞെട്ടലോടെയാണ് ആ കൃതിയുടെ പ്രചുരപ്രചാരം വ്യക്തമാക്കിയ വൈശിഷ്ട്യത്തെ കണ്ടെത്തിയതെന്ന് പി.ജി. പറഞ്ഞു. 1945 ൽ *രമണ*ന്റെ 15–ാം പതിപ്പിന് മുണ്ടശ്ശേരി എഴുതിയ അവതാരികയിൽ ഈ വിസ്മയം അദ്ദേഹം പ്രകടിപ്പിക്കുന്നത് പി.ജി. ഉദ്ധരിക്കുന്നു.

പതിനഞ്ചാം പതിപ്പിറങ്ങിയപ്പോൾ മുണ്ടശ്ശേരിയുടെ അത്ഭുതവും അന്ധാളിപ്പും ഇത്രയേറെയായിരുന്നെങ്കിൽ 1998 ൽ അതിന്റെ അമ്പതാം പതിപ്പിന് അവതാരിക എഴുതാൻ ഏല്പിച്ചപ്പോൾ തനിക്കുണ്ടായ വികാരമോ വിഭ്രാന്തിയോ എത്രമാത്രമായിരുന്നുവെന്ന് ഊഹിക്കാമല്ലോ എന്ന പി.ജി. ചോദിക്കുന്നു.[10]

1936 അവസാനം എഴുതി 1937 ൽ പ്രസിദ്ധീകരിക്കപ്പെട്ട മഹാകവി ചങ്ങമ്പുഴ കൃഷ്ണപിള്ളയുടെ *വാഴക്കുല* എന്ന ഖണ്ഡകാവ്യത്തിന് മലയാള സാഹിത്യ ചരിത്രത്തിൽ ശ്രദ്ധേയമായ ഒരു സ്ഥാനമാണുള്ളതെന്ന് *വാഴക്കുല: സാഹിത്യ ചരിത്രത്തിൽ അതിന്റെ സ്ഥാനം* എന്ന ലേഖനത്തിൽ പി.ജി അഭിപ്രായപ്പെട്ടു. രാഷ്ട്രീയ – സാമൂഹ്യ സാംസ്കാരിക രംഗത്ത് പെയ്യാനിരുന്ന മഴമേഘങ്ങളുടെ ഇരമ്പം മുൻകൂറായി സ്വന്തം സിരകളിൽ അനുഭവിച്ചറിയാനുള്ള ക്രാന്തദർശിത്വവും കവിതാസിദ്ധിയും ചങ്ങമ്പുഴയ്ക്കുണ്ടായിരുന്നുവെന്നതിന്റെ 'സാക്ഷ്യപത്രം'കൂടിയാണ് വാഴക്കുലയെന്ന് പി.ജി. വിലയിരുത്തുന്നു. കാരണം പുരോഗമന സാഹിത്യ പ്രസ്ഥാനത്തിന്റെ ആദ്യ സംഘടനയായ ജീവൽ സാഹിത്യ സംഘം, കേരളത്തിലെ കമ്യൂണിസ്റ്റ് പാർട്ടിയുടെ പ്രഥമ ഘടകം, മലയാളത്തിലെ ലക്ഷണമൊത്ത പ്രഥമ സർഗസൃഷ്ടിയായ കെ. ദാമോദരന്റെ പാട്ടബാക്കി നാടകം എന്നിവ പിറന്നുവീണത് *വാഴക്കുല* വെളിച്ചം കണ്ട ഇതേ വർഷത്തിൽ തന്നെയാണ് (*വാഴക്കുല* പ്രസിദ്ധീകരിച്ചതിനു ശേഷം).

ആധുനിക വർഗ്ഗ സമരത്തിന്റെ (സഹസ്രാബ്ദങ്ങളായി നടന്നുവരുന്ന വർഗസമരങ്ങളിൽ നിന്ന് ആധുനിക വർഗസമരത്തെ വേർതിരിച്ചു കാണേണ്ടതുണ്ട്) അനുരണനങ്ങൾ ആദ്യമായി മുഴങ്ങിക്കേട്ട മലയാള സർഗകൃതിയാണ് *വാഴക്കുല* എന്നതാണ് അതിന്റെ ചരിത്ര പ്രാധാന്യം എന്ന് പി.ജി. പറഞ്ഞു. എന്നാൽ *വാഴക്കുല* സർഗസമരത്തിന്റെയോ തീക്ഷ്ണമായ വർഗസമരത്തിന്റെയോ പോലും ചിത്രീകരണമല്ല. അതുകൊണ്ടാണ് ഇവിടെ

'ആധുനിക വർഗ്ഗസമരത്തിന്റെ അനുരണനങ്ങൾ മുഴക്കി' എന്നു മാത്രം അദ്ദേഹം പറഞ്ഞത്. കുടികിടപ്പുകാരനായ കർഷകത്തൊഴിലാളിയും കുടികിടപ്പുടമയായ ജന്മിയും തമ്മിലുള്ള അന്തരവും താൽപ്പര്യവൈരുദ്ധ്യവും വായനക്കാരുടെ കാതിലും കരളിലും തട്ടും പോലെ കഥയിൽ അനാവൃതമാകുന്നുണ്ടെങ്കിലും ചൂഷണത്തിനിരയാകുന്നവർക്കിടയിൽ ദയനീയമായ കീഴടക്കം മാത്രമേ കാണുന്നുള്ളൂ. മലയപ്പുലയനും കുടുംബവും ആറ്റുനോറ്റ് അദ്ധ്വാനിച്ചു വളർത്തുകയും കരുമാടിക്കുട്ടന്മാരായ മക്കളിൽ ആശ കിളിർപ്പിക്കുകയും ചെയ്ത ആ വാഴയുടെ കുല ജന്മിയുടെ കിങ്കരന്മാർ അധികാരപൂർവം അപഹരിക്കുമ്പോഴും പ്രതിഷേധത്തിന്റെ യാതൊരു കണികപോലും മലയപ്പുലയനിൽനിന്നോ അദ്ദേഹത്തിന്റെ കുടുംബാംഗങ്ങളിൽ നിന്നോ ഉയരുന്നില്ല. "കരയാതെ മക്കളെ.... കല്പിച്ചു തമ്പുരാൻ.... ഒരു വാഴ വേറെ .....ഞാൻ കൊണ്ടു പോട്ടെ"എന്നേ മലയനു സമാധാനിപ്പിക്കാനുള്ളൂവെന്ന് പി.ജി. ചൂണ്ടിക്കാണിക്കുന്നു. എന്നു മാത്രമല്ല 'തമ്പിരാന്' വേണ്ടി വാഴക്കുല അയാൾ തന്നെ ചുമന്ന് കൊണ്ടുപോകുകയും ചെയ്യുന്നു. 'സ്വന്തം കൊലയ്ക്കുള്ള കുരിശ് താൻതന്നെ ചുമന്നുകൊണ്ടു പോകുമ്പോലെയാണതെന്ന് പി.ജി. പരിഹസിക്കുന്നു.'[11]

ഇത് വർഗസമരത്തിന്റെയോ പുരോഗമനത്തിന്റെയോ ലക്ഷണമല്ലെന്നും ഇത് കീഴടക്കത്തിന്റെ സമ്മതപത്രമാണെന്നു ചില പുരോഗമനപക്ഷപാതികൾ അധിക്ഷേപിച്ച കാര്യം പി.ജി. എടുത്തു പറഞ്ഞു. എന്നാൽ കവിത പുറത്തുവന്നകാലത്തല്ല, പിൽക്കാലത്താണ് അതുണ്ടായത്. മഹാകവിയുടെ 40–ാം ചരമ വാർഷികത്തിലെഴുതിയ *വാഴക്കുല: സാഹിത്യ ചരിത്രത്തിൽ അതിന്റെ സ്ഥാനം* എന്ന ലേഖനത്തിൽ ഈ ആക്ഷേപത്തിലെന്തെങ്കിലും കാതലുണ്ടോയെന്ന് പി.ജി. പരിശോധിക്കുന്നു. പി.ജി. ചെന്നെത്തുന്ന നിഗമനങ്ങൾ ഇതൊക്കെയാണ്. ചങ്ങമ്പുഴ *വാഴക്കുല* എഴുതിയ 1936 ൽ കേരളത്തിൽ കർഷകപ്രസ്ഥാനം വടക്കേ മലബാറിലും മറ്റും അങ്ങിങ്ങു നേരിയ നാമ്പുകൾ നീട്ടിത്തുടങ്ങിയിട്ടേ ഉണ്ടായിരുന്നുള്ളൂ. അതിനുമുമ്പ് തിരുവിതാംകൂറിലും കൊച്ചിയിലും മലബാറിലും ഉണ്ടായിരുന്ന കർഷകപ്രസ്ഥാനങ്ങളും മറ്റും കുടിയാന്മാർക്കോ കുടികിടപ്പുകാർക്കോ വേണ്ടിയുള്ളതായിരുന്നില്ല. "കർഷകരിനിയും പോരാടാനെന്നല്ല ഉണരാനോ സംഘടിക്കാനോപോലും ഒരുങ്ങാത്ത ഒരു ഘട്ടത്തിലും സാഹചര്യത്തിലും എഴുതിയ കവിതയിൽ സമരകാഹളങ്ങളോ വർഗ്ഗസ്ഫോടനങ്ങളോ കേൾക്കുന്നില്ലെന്ന ആക്ഷേപം ചരിത്രബോധമില്ലാത്ത അനൗചിത്യമാണ്" എന്ന് പി.ജി. നിരീക്ഷിച്ചു.[12]

ഇങ്ങനെയാണ് പി.ജി തന്റെ ലേഖനം അവസാനിപ്പിക്കുന്നത്:

> ആശാന്റെ സാവിത്രിയുടെയും (1922 ആശാൻ എഴുതിയ *ദുരവസ്ഥ* എന്ന കൃതിയിലെ കഥാപാത്രം- ഗ്രന്ഥകർത്താവ്) ഇടശ്ശേരിയുടെ കോമന്റെയും (1952 ൽ എഴുതിയ *പുത്തൻ കലവും അരിവാളും* എന്ന കൃതിയിലെ കഥാപാത്രം - ഗ്രന്ഥകർത്താവ്) മദ്ധ്യേ മൂന്ന് പതിറ്റാണ്ട് നീണ്ട ഈ വേളയിലെ സംക്രമമുഹൂർത്തത്തിൽ ചങ്ങമ്പുഴയുടെ മലയൻ നിലകൊള്ളുന്നു. അതു തന്നെ 'വാഴക്കുല'ക്ക് മലയാള സാഹിത്യ ചരിത്രത്തിലുള്ള സ്ഥാനം. അതിന് സമാന്തരമല്ലേ മഹാകവി ചങ്ങമ്പുഴയുടെ സ്ഥാനവും?[13]

### 4. ഇടശ്ശേരി ഗോവിന്ദൻ നായർ (1906 –1974)

മലയാളത്തിൽ പി.ജി. ക്ക് ഏറ്റവും ഇഷ്ടപ്പെട്ട കവി ഇടശ്ശേരിയ ായിരുന്നു. *പുത്തൻകലവും അരിവാളും, പൂതപ്പാട്ട്, പെങ്ങൾ* എന്നിവയെല്ലാം നമ്മുടെ കാവ്യ സംസ്കാരത്തെ കുറച്ചൊന്നുമല്ല വികസിപ്പിച്ചിട്ടുള്ളതെന്ന് പി.ജി. പറഞ്ഞു.

ഇടശ്ശേരി കഴിഞ്ഞാൽ തനിക്കിഷ്ടം വൈലോപ്പിള്ളിയെയായിരുന്നു. കീഴാള ജീവിതത്തുടിപ്പുകൾ ഹൃദയസ്പർശിയായി ആവിഷ്കരിക്കാൻ ഇട ശ്ശേരിക്കും വൈലോപ്പിള്ളിക്കും കഴിഞ്ഞിട്ടുണ്ട്. അവർ കീഴാള കർതൃത്വത്തെ ആവിഷ്കരിച്ചത് ഒരു വർഗ്ഗപരമായ അനുകമ്പ (Sympathy) യുടെ തലത്തിൽ നിന്നുകൊണ്ടാണ്. ഇടത്തരക്കാരൻ കാണുന്ന ദളിത് ജീവിതമാണിതെന്ന് പി.ജി. പറഞ്ഞു.

### 5. വയലാർ രാമവർമ്മ (1928–1975)

വയലാർ രാമവർമ്മയുമായി പി.ജി.ക്ക് നല്ല അടുപ്പമുണ്ടായിരുന്നു. പി.ജി.യുടെ അച്ഛൻ മരിച്ചപ്പോൾ ചേർത്തലയിൽ നിന്ന് ആദ്യമായി എത്തി യത് വയലാർ ആണ്. പെരുമ്പാവൂരെവിടെ വന്നാലും പി.ജി.യുടെ വീട്ടിൽ കയറാതെ പോകില്ല. എന്നാൽ മദ്യപിച്ചു കഴിഞ്ഞാൽ വയലാർ പിജിയുടെ വീട്ടിൽ കയറാറില്ല. 1956 ൽ പി.ജിയുടെ അച്ഛൻ മരിക്കുമ്പോൾ ഒരു കവി യെന്ന നിലയിലും ഗാനരചയിതാവെന്ന നിലയിലും വയലാർ പേരെടുത്തു തുടങ്ങിയിരുന്നു.

വയലാർ രാമവർമ്മ (1928–1975) അന്തരിച്ച് 19 വർഷം തികഞ്ഞ അവസരത്തിൽ (1994) അദ്ദേഹത്തിന്റെ കാലത്തേയും കവിതകളെയും പറ്റിയുള്ള ഏതാനും പഠനങ്ങൾ സമാഹരിച്ച് ഒ.എൻ.വി. കുറുപ്പ് എഡിറ്ററായി 1994 ഒക്ടോബറിൽ ചിന്ത പ്രസിദ്ധീകരിച്ച *ഒരു ഗന്ധർവൻ ഈ വഴി വന്നു എന്ന* പുസ്തകത്തിൽ ഉൾപ്പെടുത്താൻ വേണ്ടി പി.ജി എഴുതിയ ദീർഘ ലേഖനമാണ് *കേരളക്കരയുടെ അരുണ ദശകം* (പു: 46–68) വയലാർ എന്ന ഗ്രാമത്തിന്റെ ഭൂപ്രകൃതിയും ചരിത്രത്തിൽ അതിന് കൈവന്ന പ്രത്യേക സ്ഥാനവും ആ സ്ഥാനം നേടിക്കൊടുത്ത മനുഷ്യരും സംഭവങ്ങളുമെല്ലാം ഈ ലേഖനത്തിൽ പി.ജി. പഠനവിഷയമാക്കുന്നു. വയലാർ എന്ന കവിയുടെ കൂടി സൃഷ്ടിയായ മലയാള കവിതയിലെ 'അരുണ ദശകം' എന്നു വിളിക്ക പ്പെടുന്ന ആ കാലഘട്ടത്തിന്റെ പ്രത്യേകതകളും ഇതിൽ ചർച്ച ചെയ്യപ്പെ ടുന്നു. (ഇത് പി.ജി: *സാഹിത്യം സംസ്കാരം ദർശനം* എന്ന പുസ്തകത്തിലെ 6–ാമത്തെ ലേഖനമായി കൊടുത്തിട്ടുണ്ട്.)[14]

വയലാറിനെയും അദ്ദേഹത്തിന്റെ കവിതകളെയും വിലയിരുത്തി ക്കൊണ്ട് പ്രഭാഷണങ്ങൾ നടത്തുകയും ലേഖനങ്ങൾ എഴുതുകയും ചർ ച്ചകളിൽ പങ്കെടുക്കുകയും ചെയ്തിട്ടുണ്ട് പി.ജി. 1982 നവമ്പർ 5 ന് വയലാർ കവിതകളെപ്പറ്റി ഡോ. കെ. രാഘവൻപിള്ള, പുതുശ്ശേരി രാമചന്ദ്രൻ, ഒ.എൻ. വി കുറുപ്പ്, പുനലൂർ ബാലൻ എന്നിവരോടൊപ്പം പി.ജി യും പങ്കെടുത്തു കൊണ്ട് ഒരു ചർച്ച നടക്കുകയുണ്ടായി. ആ ചർച്ചയിൽ പങ്കെടുത്തുകൊണ്ട് വയലാർ കവിതയുടെ സവിശേഷത എന്തെന്ന് പി.ജി. വ്യക്തമാക്കി. അദ്ദേഹം പറഞ്ഞു:

വയലാർ കവിതയെപ്പറ്റി പറയുമ്പോൾ അതിന് ഇന്നുള്ള പ്രസക്തിയെന്ത് എന്നു കൂടി വിലയിരുത്തേണ്ടി വരുന്നു. രണ്ടാം ലോക മഹായുദ്ധത്തെത്തുടർന്ന് ലോകമെമ്പാടും, അതിന്റെ ഭാഗമായി ഇന്ത്യയൊട്ടുക്കും, ഇങ്ങ് കൊച്ചു കേരളത്തിലും, ഉണ്ടായ പുത്തൻ ഉണർവിന്റെ സന്തതികളായിരുന്നു ഇവിടത്തെ സാംസ്കാരിക പ്രപഞ്ചത്തെ രോമാഞ്ചമണിയിച്ച വയലാർ, വൈലോപ്പിള്ളി, ഇടശ്ശേരി, ഒ.എൻ.വി, തിരുനല്ലൂർ, എൻ.വി.കൃഷ്ണവാര്യർ, പുനലൂർ ബാലൻ തുടങ്ങിയ കവികൾ. ലോകമെങ്ങും ഉയർന്നു വരുന്ന നവീന കാവ്യസംസ്കാരം പാശ്ചാത്യ സാഹിത്യത്തിൽ മാത്രം ഒതുങ്ങി നിൽക്കുന്ന ഒരു പ്രതിഭാസമല്ല. അപകർഷബോധത്തിൽ അടിഞ്ഞു കിടക്കുന്നവരുടെ അട്ടഹാസങ്ങളാണ്, വയലാർ ഒന്നും ചെയ്തിട്ടില്ലെന്ന് വാദിക്കുന്നവരിൽ നിന്നുയരുന്നത്. മൂന്നാം ലോകത്തിൽ ആധുനിക സാഹിത്യം സൃഷ്ടിക്കുന്ന ചലനങ്ങൾ വളരെ വലുതാണ്. സാമൂഹ്യ പ്രതിബദ്ധത ചങ്ങലക്കെട്ടുകളാണെന്ന് കരുതുന്നവരെയാണ് ഇന്ന് നോബൽ സമ്മാനം നൽകി ആദരിക്കുന്നത്. സമൂഹത്തിന്റെ തുടിപ്പുകളുമായി ഇണങ്ങുന്നത് ഗതാനുഗതികത്വമാണെന്നുള്ള വിമർശനം അർത്ഥശൂന്യമാണ്. വിശ്വസാഹിത്യത്തിന്റെ അതിർ വരമ്പുകൾ കുറിക്കുന്നത് ആധുനിക കലാസാഹിത്യ രംഗങ്ങളിൽ അടിമത്വത്തിനെതിരെ ശബ്ദിക്കുന്നവരാണ്. ജീർണ്ണിച്ച ഫ്യൂഡലിസത്തിന്റെയും മുതലാളിത്തത്തിന്റെയും നഷ്ടദു:ഖത്തിലും പ്രാപഞ്ചിക ദു:ഖത്തിലും അലയുന്നവർക്ക്, കാലഘട്ടത്തെ അതിജീവിക്കാൻ കഴിയാതെ കുമിള പോലെ പൊട്ടിത്തകരേണ്ടി വരുന്നു.

ശക്തവും സൂക്ഷ്മവുമായ പ്രതികരണം, ഭാരതീയതയുടെ ആഴത്തിൽ നിന്നെടുത്തുപയോഗിച്ച സിംബലുകൾ – വയലാർ കവിതയുടെ പ്രത്യേകതകളാണവ. അടക്കവും ഒടുക്കവും വയലാർ കവിതയ്ക്കവകാശപ്പെടാൻ കഴിയില്ലെങ്കിൽ – അതു വേണമോ വേണ്ടയോ എന്നത് വേറേ കാര്യം – വയലാറിന്റെ ജീവിതത്തിന്റെ പ്രത്യേകതകളുമായി അത് ബന്ധപ്പെട്ടു കിടക്കുന്നു. മാനവികതയോടുള്ള പ്രതിബദ്ധത വയലാർ കവിതയുടെ സവിശേഷതയാണ്.[15]

## 6. വൈലോപ്പിള്ളി ശ്രീധരമേനോൻ (1911–1985)

പി.ജി.യെ സാഹിത്യത്തിൽ ശ്രദ്ധേയമാക്കിയ ഒന്നാണ് വൈലോപ്പിള്ളിയെ (1911 –1985) ക്കുറിച്ച് അദ്ദേഹമെഴുതിയ ലേഖനം. "കേരളത്തിനൊരു കവിത്രയമുണ്ട്. അത് ആശാനും വള്ളത്തോളും വൈലോപ്പിള്ളിയുമാണ്" എന്നദ്ദേഹം ആ ലേഖനത്തിൽ എഴുതി. ഉള്ളൂരിനെയും ജി.ശങ്കരക്കുറുപ്പിനെയും ഒന്നാം നിരയിൽപ്പെടുത്തുന്നത് ശരിയല്ലെന്നും അദ്ദേഹം എഴുതി.[16]

"ആദ്യത്തെ പ്രസിദ്ധ കവിതയായ *മാമ്പഴം* കൊണ്ടുതന്നെ സാഹിത്യ സദസ്സിൽ മായാത്ത കൊള്ളിയാൻ പോലെ മിന്നിയുയർന്ന" വൈലോപ്പിള്ളി ശ്രീധരമേനോൻ അന്തരിച്ചതിനെത്തുടർന്ന് 1986 ജനുവരി 10 ന്റെ *ചിന്ത വാരിക*യിൽ അദ്ദേഹത്തെ അനുസ്മരിച്ചുകൊണ്ട് പി.ജി എഴുതിയ ലേഖനത്തിൻ കുമാരനാശാനും വള്ളത്തോളിനും ശേഷം 20–ാം നൂറ്റാണ്ടു കണ്ട അത്യു

ന്നതശീർഷനായ മഹാകവിയാണ് അദ്ദേഹമെന്ന് പറഞ്ഞു. പുരോഗമന സാഹിത്യ നിരൂപകരും ഇടതുപക്ഷക്കാരും *ദേശാഭിമാനിയും* മറ്റും വൈലോപ്പിള്ളിയെ കേരളത്തിന്റെ മഹാകവി എന്ന് വിശേഷിപ്പിച്ചപ്പോൾ പത്തു വർഷം മുമ്പുപോലും പരിഹസിക്കാൻ മടിക്കാതിരുന്ന "പ്രഗൽഭമതികൾ" കേരളത്തിലുണ്ടായിരുന്നുവെന്ന് പി.ജി. ലേഖനത്തിൽ ഓർമ്മിപ്പിക്കുന്നു. അവരും ഇപ്പോൾ അതിന് ധൈര്യപ്പെടുകയില്ല.

പക്ഷേ, വരേണ്യ വിമർശക വർഗം തുടങ്ങിവച്ചിട്ടുള്ള ചില വ്യാഖ്യാനങ്ങൾ അംഗീകരിക്കാനാവില്ലെന്നും അത് മഹാകവിയോട് ചെയ്യുന്ന മഹാപരാധമായിരിക്കുമെന്നും പി.ജി പറഞ്ഞു. ഒരു പരാമാനന്ദവാദിയോ വിനോദവ്യവസായിയോ ആയിരുന്നില്ല വൈലോപ്പിള്ളി. ഒരു കക്ഷി രാഷ്ട്രീയക്കാരനല്ലായിരുന്നു അദ്ദേഹം. ഒരു അരാഷ്ട്രീയക്കാരനുമായിരുന്നില്ല. അരാഷ്ട്രീയനാട്യം എന്നത് വ്യവസ്ഥാപിത രാഷ്ട്രീയത്തിന്റെ പൊയ്മുഖമാണ് എന്ന് മനസ്സിലാക്കിയ ഒരു കൂർമ്മ ബുദ്ധിയും മനുഷ്യസ്നേഹിയുമായിരുന്നു വൈലോപ്പിള്ളി. കർണാടകത്തിലെ ശിവരാമകാരന്തിനെപ്പോലെ അടിയന്തരാവസ്ഥയെ വൈലോപ്പിള്ളി വെല്ലുവിളിക്കുകയുണ്ടായി. വിക്രമികളും പരാക്രമികളും എന്ന് നടിക്കുന്ന പല ബുദ്ധിജീവി വരേണ്യരും ധൈര്യപ്പെടാത്ത ഒന്നായിരുന്നു പ്രായാധിക്യത്തെയും രോഗത്തെയും കൂസാതെ അപകടത്തെ ക്ഷണിച്ചുവരുത്തിക്കൊണ്ടുള്ള വൈലോപ്പിള്ളിയുടെ ആ സാഹസം.

സമകാലികരായ പല സമശീർഷരും ചെയ്യാൻ ധൈര്യപ്പെടാത്ത കൃത്യമായിരുന്നതിനാൽ അതല്പം വിസ്മയകരമെന്ന് നമുക്ക് തോന്നാം. എന്നാൽ ചുഴിഞ്ഞാലോചിച്ചാൽ അതിൽ അത്ഭുതത്തിന് വകയില്ല. കാരണം വൈലോപ്പിള്ളിയുടെ ബുദ്ധിപരമായ സത്യസന്ധതയുടെയും വിട്ടുവീഴ്ചയില്ലാത്ത മനുഷ്യാവകാശ പക്ഷപാതത്തിന്റെയും സർവ്വോപരി കാവ്യ സംസ്കാരത്തിന്റെയും യുക്തിയുക്തമായ തുടർച്ച മാത്രമായിരുന്നു അതെന്ന് പി.ജി. ചൂണ്ടിക്കാണിച്ചു.

1936–ൽ ഒരു മഹാകവിയുടെ ജനനം പ്രഖ്യാപിച്ചുകൊണ്ട് പ്രത്യക്ഷപ്പെട്ട തന്റെ പ്രഥമപ്രഖ്യാപിത കൃതിയായ *മാമ്പഴ*ത്തിലെ മഹനീയമായ മാതൃവാത്സല്യ സങ്കല്പത്തിന്റെ യുക്തിയുക്തമായ പരിണാമമായിരുന്നു വൈലോപ്പിള്ളിയുടെ വിപ്ലവ കാവ്യസപര്യയും മാനവിക മൂല്യ സങ്കല്പങ്ങളുമെന്ന് പി.ജി. നിരീക്ഷിച്ചു. "കന്നിക്കൊയ്ത്തു" മുതൽ "മകരക്കൊയ്ത്തു"വരെയും തുടർന്നും കേരളീയർ ആറും ആയിരവും മേനികളായി വിളഞ്ഞ ആ സംസ്കാരസമൃദ്ധി കൊയ്തെടുത്തുകൊണ്ട് ഉദ്ബുദ്ധത നേടുന്നു, ആർത്തുല്ലസിക്കുന്ന കാഴ്ചയാണ് നമുക്കു കാണാൻ കഴിയുന്നത്.[17]

ജനകീയ സാഹിത്യത്തിന്റെയും വിപ്ലവ സംസ്കാരത്തിന്റെയും അനുപമനായ ആവിഷ്കർത്താവു മാത്രമായിരുന്നില്ല വൈലോപ്പിള്ളി. അതിനുവേണ്ടിയുള്ള ബോധപൂർവമായ സംഘടിത പ്രവർത്തനവുമായി സഹകരിക്കാനും അവയുടെ നേതൃത്വം ഏറ്റെടുക്കാനും വൈലോപ്പിള്ളി തയ്യാറായി എന്ന് പി.ജി. ചൂണ്ടിക്കാണിച്ചു. അങ്ങനെയാണ് *ദേശാഭിമാനി സ്റ്റഡി സർക്കിളി*ന്റെയും *പുരോഗമന കലാസാഹിത്യ സംഘ*ത്തിന്റെയും അധ്യക്ഷ പദം അദ്ദേഹം വഹിച്ചത്.

ന്യായമായി ലഭിക്കേണ്ടിയിരുന്ന പല പുരസ്കാരങ്ങളും സ്ഥാനമാനങ്ങളും മറ്റും യാഥാസ്ഥിതികർ അദ്ദേഹത്തിന് കിട്ടാതാക്കിയെങ്കിലും സ്വപ്രത്യയസ്ഥൈര്യവും മാനവിക കാവ്യ സംസ്കാരവും മുഖമുദ്രയായിരുന്ന

വൈലോപ്പിള്ളിയെ അത്തരം കുനുഷ്ഠുകളും കുന്നായ്മകളും ഒരു തരത്തിലും വ്യതിചലിപ്പിച്ചില്ല എന്ന് പി.ജി. വ്യക്തമാക്കി. വ്യക്തി മാഹാത്മ്യവും കാര്യ മഹത്വവും സമന്വയിക്കുന്ന അപൂർവ പ്രതിഭാസങ്ങളിൽ ഒന്നായിരുന്നു അദ്ദേഹം.

പി.ജി. വൈലോപ്പിള്ളിയെ അനുസ്മരിച്ചുകൊണ്ട് എഴുതിയ ലേഖനം ഇങ്ങനെ ഉപസംഹരിക്കുന്നു:

> ആ മനുഷ്യൻ അന്തരിച്ചു. പക്ഷേ, ആ മഹത്വം മലയാളിയുടെ പൈതൃകമായി മാറുന്നു. നൂറ്റാണ്ടുകളിൽ ഒരിക്കലോ മറ്റോ ഒരു ജനതയ്ക്ക് ചരിത്രം സംഭാവന ചെയ്യുന്ന അപൂർവ മഹത്വം.......ആ മഹൽ സ്മരണയും സംഭാവനകളും മാതൃകയും ഒരിക്കലും ഉറവവറ്റാത്ത പ്രചോദനമായിരിക്കും. എത്രയുഗങ്ങൾ താണ്ടിയാലും തുഞ്ചനെയും കുഞ്ചനെയും ഉണ്ണായിയേയും ആശാനേയും വള്ളത്തോളിനെയും പോലെ മഹാകവി വൈലോപ്പിള്ളി മലയാളിയുടെ ചേതനയിൽ നിത്യസാന്നിദ്ധ്യമായി പ്രചോദനമരുളും; വരും തലമുറകൾക്കാവേശം പകരും. നമുക്ക് വൈലോപ്പിള്ളിയുടെ നിത്യനൂതനമായ അനേകമാഹ്വാനങ്ങളിലൊന്നിവിടെ ആവർത്തിച്ചു പാടാം:

“ചോരതുടിക്കും ചെറുകയ്യുകളെ
പേറുക വന്നീ പന്തങ്ങൾ”

## 7. പുനലൂർ ബാലൻ (1929–1987)

പ്രശസ്ത കവിയും പ്രഗൽഭനായ നിരുപകനും പുരോഗമന സാഹിത്യ പ്രസ്ഥാനത്തിന്റെ പ്രമുഖനായകരിലൊരാളുമായിരുന്നു പുനലൂർ ബാലൻ. അവസാന നാളുകളിലും ബാലന്റെ മനസ്സിൽ നിറഞ്ഞ ചിന്തകളും ഉൽക്കണ്ഠകളും താൻ സ്നേഹിച്ച ഈ രാഷ്ട്രത്തെയും തന്റെ പ്രതിഭയും പ്രാപ്തിയുംകൊണ്ട് സേവിച്ച കമ്യൂണിസ്റ്റ് പ്രസ്ഥാനത്തെയുംകുറിച്ചായിരുന്നുവെന്ന് അദ്ദേഹത്തിന്റെ അടുത്ത സുഹൃത്തു കൂടിയായിരുന്ന പി.ജി. രേഖപ്പെടുത്തുന്നു. സമകാലികരായ പല സഹോദര വിപ്ലവ കവികളും പതറിയപ്പോഴും ബാലൻ പതറിയില്ല. മിതവാദത്തിനും വർഗ്ഗ സഹകരണത്തിനും എതിരെ നടന്ന ഉൾപാർട്ടി കലാപത്തിൽ പാർട്ടിയിൽ പിളർപ്പുണ്ടായപ്പോൾ വിപ്ലവത്തിന്റെയും വർഗ്ഗ സമരത്തിന്റെയും ഭാഗത്ത് ഉറച്ചുനിന്ന ന്യൂനപക്ഷം സാഹിത്യനായകന്മാരിലൊരാളാണ് ബാലൻ. പ്രസ്ഥാനത്തിൽ ഇടക്കാലത്ത് മേൽക്കോയ്മ നേടിയ മിതവാദത്തിന്റെ ജാഡ്യത ബാലന്റെ കവിത്വത്തേയും ബാധിച്ചിരുന്നില്ലേ എന്ന് പി.ജി. സംശയിക്കുന്നു. *തുടിക്കുന്ന താളുകൾ* എന്ന അദ്ദേഹത്തിന്റെ ആദ്യ കവിതാസമാഹാരം 1950 ലാണ് പ്രസിദ്ധീകരിച്ചത്. എന്നാൽ അടുത്ത സമാഹാരമായ *രാമൻ രാഘവൻ* പുറത്തുവരാൻ നീണ്ട രണ്ടു പതിറ്റാണ്ടുകൾ (1971) വേണ്ടി വന്നു.

എന്താണ് ഈ നീണ്ട മൗനത്തിന് കാരണം? ബാലന്റെ സമപ്രായക്കാരും പ്രസ്ഥാനത്തിൽ സതീർത്ഥ്യരും ആയിരുന്ന വയലാർ, ഒ.എൻ.വി, തിരുനല്ലൂർ, പുതുശ്ശേരി, വി.ടി. കുമാരൻ തുടങ്ങിയവർ ചുവന്ന അമ്പതുകളിൽ അരങ്ങു തകർത്ത് പാടിത്തിമിർത്തുകൊണ്ടിരുന്നപ്പോൾ ബാലൻ എന്തേ ചിലപ്പോൾ മാത്രം രംഗത്തു തലനീട്ടിയശേഷം അണിയറയിലേക്ക് വലിഞ്ഞു കളഞ്ഞു?

ബാലന്റെ ജീവിതഗതി ചുരുക്കമായി പരിശോധിച്ചാണ് പി.ജി ഇതിന് ഉത്തരം കണ്ടെത്താൻ ശ്രമിക്കുന്നത്.

എന്നാൽ ഇക്കാലത്ത് അദ്ദേഹം പൂർണ്ണമൗനിയായിരുന്നില്ല. കായംകുളത്തെ കെ.പി.എ.സി, ആറ്റിങ്ങൽ ദേശാഭിമാനി തിയറ്റേഴ്സ് തുടങ്ങിയ പുരോഗമന നാടകസംഘങ്ങൾക്ക് പാട്ടെഴുതി കൊടുക്കുക, വല്ലപ്പോഴും കവിത കെ.ബാലകൃഷ്ണന്റെ *കൗമുദി വാരിക*യ്ക്ക് അയച്ചുകൊടുത്ത് പ്രസിദ്ധീകരിക്കുക, തെരഞ്ഞെടുപ്പു കാലങ്ങളിലും മറ്റും ഇടതുപക്ഷത്തിനുവേണ്ടി പ്രസംഗിക്കുക തുടങ്ങിയ പ്രവർത്തനങ്ങളൊക്കെ നടത്തിയിരുന്നു. "പക്ഷേ, അതെല്ലാം ചേർന്നാലും 22 വയസ്സിനു ശേഷമുള്ള ബാലന്റെയോ 40 വയസ്സിന് ശേഷമുള്ള ബാലന്റെയോ ഊർജസ്വലമായ കവനോത്സുകതയുമായി താരതമ്യം അർഹിക്കുന്നില്ല" എന്ന് പി.ജി. പറഞ്ഞു.

പുനലൂരിൽ സ്കൂൾ വിദ്യാഭ്യാസം പൂർത്തിയാക്കിയശേഷം തിരുവനന്തപുരത്തുനിന്ന് ഇന്റർമീഡിയേറ്റ് പാസ്സായി നാട്ടിലെത്തി സാഹിത്യ വിശാരദ് പരീക്ഷ സംസ്ഥാനത്ത് ഒന്നാമനായി പാസ്സായി അധ്യാപകജോലിയിൽ പ്രവേശിച്ചു. 1950 മുതൽ 1969 വരെ വാളക്കോട്ട് എൻ.എസ്.വി, പുനലൂർ, ചെമ്മന്നൂർ എന്നീ ഹൈസ്കൂളുകളിൽ അധ്യാപനം നടത്തുന്നതോടൊപ്പം പ്രൈവറ്റായി ബി.എയും, എം.എ യും, ബിഎഡും, എംഎഡും പഠിച്ചു പാസ്സാകുകയും ചെയ്തു. ഈ "ജീവിതക്ലേശങ്ങളും അധ്യാപന ജോലിയോടൊപ്പം സ്ക്കൂളുകൾ മാറേണ്ടി വന്ന സാഹചര്യങ്ങളും എല്ലാം ചേർന്നായിരിക്കാം അനാഗതശ്മശ്രുവായിരിക്കുമ്പോൾ തന്നെ പൊട്ടിപ്പുറപ്പെട്ട് തീരം തകർത്തൊഴുകാൻ തുടങ്ങിയിരുന്ന ആ കാവ്യനിർഝരിയെ മന്ദീഭവിപ്പിച്ചത്" എന്ന് പി.ജി. പറയുന്നു.[18]

എന്നാൽ 1960 കളുടെ ഉത്തരാർദ്ധത്തോടുകൂടി തന്റെ ഉർവരതയ്ക്കും പ്രതിഭയ്ക്കും നേരിട്ടിരിക്കുന്ന മന്ദതയെക്കുറിച്ച് ബാലൻ ബോധവാനും അസ്വസ്ഥനുമാകാൻ തുടങ്ങി. അതിനുള്ള കാരണം പി.ജി വിശദീകരിക്കുന്നുണ്ട്.

കമ്മ്യൂണിസ്റ്റ് പാർട്ടി പിളർപ്പിനെത്തുടർന്നുണ്ടായ വിവാദങ്ങൾ, കോൺഗ്രസിലെ പിളർപ്പ് (1964) 1967 ലെ തെരഞ്ഞെടുപ്പിൽ പിളർപ്പിനെ മറി കടന്നു കൊണ്ട് കേരളത്തിൽ വന്ന തെരഞ്ഞെടുപ്പിൽ ഇടതുപക്ഷം നേടിയ വിജയം, ഇന്ത്യയിലെ പകുതിയിലധികം സംസ്ഥാനങ്ങളിൽ കോൺഗ്രസ് പരാജയപ്പെട്ടത് മുതലായ സംഭവവികാസങ്ങൾ ബാലനിലെ പ്രതിബദ്ധതയുള്ള കലാകാരനെ തട്ടിയുണർത്തുകയുണ്ടായി. മിതവാദത്തിൽ നിന്നു കമ്യൂണിസ്റ്റ് പ്രസ്ഥാനം ഉയിർത്തെഴുന്നേറ്റതാണ് ബാലന്റെ പ്രതിഭ വീണ്ടും പൂവണിയാൻ തുടങ്ങുന്നതിന് ഉത്തേജകമായി ഭവിച്ചത്. 1970 കളുടെ ആദ്യം രൂപംകൊണ്ട *ദേശാഭിമാനി സ്റ്റഡി സർക്കിൾ* യോഗങ്ങളിൽ ഇക്കാര്യം അദ്ദേഹം പ്രഖ്യാപിച്ചിട്ടുണ്ട്. അക്കാലത്ത് ബാലനെക്കൊണ്ട് നിർബന്ധിപ്പിച്ച് കവിത എഴുതിപ്പിക്കുന്നതിൽ എം. എൻ കുറുപ്പും, പി. ഗോവിന്ദപ്പിള്ളയും, *ദേശാഭിമാനി*യും വഹിച്ച പങ്ക് വളരെ വലുതാണ്. അങ്ങനെ കമ്യൂണിസ്റ്റ് പാർട്ടിയുടെ പിളർപ്പിനെത്തുടർന്നുണ്ടായ പാർട്ടിയുടെ ഉയിർത്തെഴുന്നേല്പ് പലരേയും അമ്പരപ്പിക്കുകയും അസ്തപ്രജ്ഞരാക്കുകയും ചിലപ്പോൾ വിപരീതഗതിയിൽ നയിക്കുകയും ചെയ്തപ്പോൾ ബാലനെ അത് ആവേശഭരിതനാക്കുകയാണുണ്ടായത്.

അന്ന് *ദേശാഭിമാനി*യുടെ മുഖ്യ പത്രാധിപരും, കേരളനിയമസഭാംഗവും പാർട്ടി സംസ്ഥാന സെക്രട്ടറിയേറ്റ് അംഗവുമായ പി.ജിയും നിരന്തരം ബാലനുമായി ബന്ധപ്പെടുകയും കവിതയും മറ്റുമെഴുതാൻ അദ്ദേഹത്തെ പ്രേരിപ്പിക്കുകയുമുണ്ടായി.

കുറേശ്ശെ സർഗ്ഗമേഖലയിലേക്ക് പ്രവേശിച്ച ബാലനും അദ്ദേഹത്തിന്റെ സുഹൃത്തുക്കൾക്കും അത് പോരെന്ന് തോന്നി. ഒടുവിൽ തന്റെ ജീവിതചര്യയിലാകെ ഒരു മാറ്റം വരുത്താൻ ബാലൻ തീരുമാനിച്ചു. അധ്യാപക ജോലി രാജിവച്ച് പുനലൂർ വിട്ട് ബാലൻ തിരുവനന്തപുരത്തെത്തി. ആദ്യം (1969-70) *കേരളകൗമുദി*യിൽ സഹപത്രാധിപരായും പിന്നീട് (1971 ൽ) കേരള ഭാഷാ ഇൻസ്റ്റിറ്റ്യൂട്ടിൽ ഗവേഷകോദ്യോഗസ്ഥനായും ചേർന്നു. ക്രമേണ സീനിയർ ഗവേഷക ഉദ്യോഗസ്ഥൻ, *വിജ്ഞാനകൈരളി* പത്രാധിപർ എന്നീ തസ്തികകളിൽ അദ്ദേഹം പ്രവർത്തിച്ചു. 1987 ജനുവരി 21 ന് ഉദ്യോഗകാലാവധി അവസാനിക്കുന്നതിന് മൂന്നുമാസം മുമ്പ് അർബുദ രോഗ ചികിത്സയ്ക്കായി തിരുവനന്തപുരം മെഡിക്കൽകോളേജ് ആശുപത്രിയിൽ പ്രവേശിപ്പിക്കുമ്പോൾ അദ്ദേഹം ഭാഷാ ഇൻസ്റ്റിറ്റ്യൂട്ടിന്റെ അസിസ്റ്റന്റ് ഡയറക്ടറായിരുന്നു.

ഭാഷാ ഇൻസ്റ്റിറ്റ്യൂട്ടിന്റെ പ്രവർത്തനങ്ങൾക്ക് പൊതുവെയും, വിവർത്തനം, ശൈലി, അക്ഷരവിന്യാസം മുതലായവയ്ക്ക് പ്രത്യേകമായും ബാലൻ നല്കിയ സംഭാവനകൾ പരക്കെ അറിയപ്പെടുന്നില്ലെങ്കിലും അവഗണിക്കത്തക്കതല്ലെന്ന് പി.ജി. പറഞ്ഞു. അച്ചടി, പുസ്തക സംവിധാനം, ടൈപ്പ് ഫേസ് സെലക്ഷൻ, ഗ്രന്ഥ-പദസൂചി നിർമ്മാണം മുതലായവയിൽ അതീവ തല്പരനായിരുന്ന ബാലൻ ആ രംഗങ്ങളിൽ പരിഷ്കാരങ്ങൾ വരുത്താൻ പല സംഭാവനകളും നൽകുകയുണ്ടായി.

1950 ലെ *തുടിക്കുന്ന താളുകൾക്ക്* ശേഷം 1971 ൽ *രാമൻ രാഘവൻ*, 1973 ൽ *കോട്ടയിലെ പാട്ട്*, 1976 ൽ *മൃതസഞ്ജീവനി*, 1980 ൽ *അരം* എന്നീ കവിതാ സമാഹാരങ്ങൾ പുറത്തിറങ്ങി. *പുനലൂർ ബാലന്റെ കവിതകൾ* എന്ന പേരിൽ അദ്ദേഹത്തിന്റെ കൃതികളുടെ സമാഹാരം അദ്ദേഹത്തിന്റെ ഒന്നാം ചരമ വാർഷിക വേളയിൽ (1988) പുറത്തു വന്നു.

1973 ൽ പ്രസിദ്ധീകരിച്ച കേരള സാഹിത്യ അക്കാദമിയുടെ പുരസ്കാരം ലഭിച്ചതുമായ *കോട്ടയിലെ പാട്ട്* എന്ന സമാഹാരത്തിന് പി.ജി ആണ് അവതാരിക എഴുതിയത്. അതിൽ താൻ പ്രകടിപ്പിച്ച പ്രതീക്ഷകൾ പതിന്മടങ്ങ് ഫലിച്ചുവെന്ന് പി.ജി പറഞ്ഞു.

സ്വാതന്ത്ര്യ പ്രാപ്തിക്കു ശേഷം പൂർവ്വാധികം ഊർജ്ജസ്വലമായി നമ്മുടെ സാഹിത്യത്തിൽ തൊഴിലാളി വർഗ്ഗ വിപ്ലവത്തിന്റെയും സോഷ്യലിസ്റ്റ് ചിന്തയുടെയും പ്രകാശം പരക്കാൻ തുടങ്ങിയിരുന്നു. കവിതാരംഗത്ത് ഈ പ്രവണതയ്ക്ക് വഴി തെളിച്ചത് പ്രധാനമായും വയലാർ, പി.ഭാസ്കരൻ, ഒ.എൻ.വി, പുതുശ്ശേരി രാമചന്ദ്രൻ, കെ.പി.ജി, പുനലൂർ ബാലൻ തുടങ്ങിയവരായിരുന്നു ഈ കവികളിൽ അക്കാലത്ത് രണ്ട് ദൗർബല്യങ്ങൾ ആരോപിക്കപ്പെട്ടു. വിഷയ വൈവിദ്ധ്യമോ അനുഭവ വ്യാപ്തിയോ പ്രകടിപ്പിക്കാത്ത ഒരു തരം വിരസമായ ഏകതാനതയായിരുന്നു അതിലൊന്ന്. രണ്ടാമത്തേത് നവീന വിപ്ലവ കവിതയ്ക്ക് യോജിക്കാത്ത 'മധുചന്ദ്രികയിൽ മഴവിൽക്കൊടിയുടെ മുനമുക്കി' കവിത എഴുതിയ ചങ്ങമ്പുഴ ശൈലിയോട് ഈ യുവകവികൾക്കുണ്ടായിരുന്ന അധർമണ്യമാണ് രണ്ടാമത്തേത്. ഒ.എൻ.വിയുടെ *ദാഹി*

*ക്കുന്ന പാനപാത്രം*, പുനലൂർ ബാലന്റെ *തുടിക്കുന്ന താളുകൾ* പുതുശ്ശേരിയുടെ *ആവുന്നത്ര ഉച്ചത്തിൽ* തുടങ്ങിയ സമാഹാരങ്ങളിൽ ഈ ദൗർബല്യത്തിന്റെ ഉദാഹരണങ്ങൾ കണ്ടെത്താമെന്ന് പി.ജി. ചൂണ്ടിക്കാണിക്കുന്നു. ആദ്യ ഘട്ടത്തൽ ധാരാളം കവിതകൾ എഴുതാതിരുന്നതുകൊണ്ട് കൂടിയാവാം പുനലൂർ ബാലനിൽ ഈ കൗമാരപീഡ വളരെ കുറച്ചു മാത്രം കാണാൻ കാരണമെന്ന് പി.ജി. പറഞ്ഞു. അതുപോലെ തന്നെ ചുവന്ന പതിറ്റാണ്ടിന്റെ സൃഷ്ടാക്കളായ യുവ പ്രതിഭകളിൽ ആദ്യഘട്ടത്തിൽ പൊതുവെ പ്രകടമായ രണ്ടാമത്തെ ദൗർബല്യവും അദ്ദേഹത്തിൽ താരതമ്യേന കുറവായിരുന്നു. ബാലന്റെ ഒടുവിലത്തെ സമാഹാരമായ *മൃതസഞ്ജീവനി* (1976) യുടെ അവതാരികയിൽ ഒ.എൻ.വി കുറുപ്പ് ഇക്കാര്യം പരാമർശിക്കുന്ന കാര്യം ഒ.എൻ.വിയുടെ വാക്കുകൾ ഉദ്ധരിച്ച് പി.ജി. വ്യക്തമാക്കുന്നു.

വൈലോപ്പിള്ളിയുടെ കവിതകളിൽ *കുടിയൊഴിപ്പിക്കലി*നും കൃഷ്ണവാര്യരുടെ കൃതികളിൽ *ഗോഡ്സെ കവിതകൾ*ക്കും മറ്റുമുള്ള സ്ഥാനം പുനലൂർ ബാലന്റെ കവിതകളിൽ *രാമൻ രാഘവനുണ്ടെന്ന്* ഒന്നിലേറെ നിരൂപകർ അഭിപ്രായപ്പെട്ടിട്ടുള്ള കാര്യം പി.ജി. ചൂണ്ടിക്കാണിച്ചു. താരതമ്യേന നീണ്ട ഈ കവിതയുടെ പ്രഥമ പ്രചോദനം 1960 കളുടെ ഒടുക്കം ഒരു ചുറ്റികയും ത്രിശൂലവുമായി ചുറ്റിനടന്ന് രണ്ടു ഡസനിലേറെപേരെ ഒന്നിനു പുറകെ ഒന്നായി തലയോട്ടി അടിച്ചുടച്ചും വയർ കുത്തിക്കീറിയും കൊന്നുകൊണ്ട് ബോംബെ നഗരപ്രാന്തങ്ങളെ മരണഭയം കൊണ്ട് ഏതാനും ആഴ്ചക്കാലം കിടുകിടെ വിറപ്പിച്ച രാമൻരാഘവൻ എന്ന ഒരു മനോരോഗിയുടെ വാർത്തയാണ്. രാമൻ രാഘവനെ അതിക്രൂരകൃത്യങ്ങളുടെ മൂർത്തിമദ്ഭാവമായ മർദ്ദക സാമൂഹ്യ സംവിധാനമായി സങ്കല്പിച്ചുകൊണ്ട് പുനലൂർ ബാലൻ പൗരാണിക കാലം തൊട്ട് ഇന്നോളമുള്ള മർദ്ദക സാമൂഹ്യ വ്യവസ്ഥയെ കീറിമുറിച്ച് പരിശോധിക്കുകയാണ് ഈ കവിതയിൽ.

ഐതിഹാസിക മാനങ്ങളുള്ള ഈ ദാർശനിക കാവ്യം ഏത് ഭാഷയിലേക്ക് വിവർത്തനം ചെയ്താലും മാത്യു അർനോൾഡ് ഭയപ്പെട്ടതുപോലെ അതിന്റെ സത്ത ചോർന്നു പോകുകയില്ലെന്ന് പി.ജി. വിലയിരുത്തുന്നു. ഇരുപതാം നൂറ്റാണ്ടിലെ മലയാള കവിതകളുടെ ഗണനാ പ്രസംഗത്തിൽ ഏതു മാനദണ്ഡം വെച്ച് അളന്നാലും പുനലൂർ ബാലൻ അവഗണിക്കപ്പെടുകയില്ല. ചില സവിശേഷതകളെ പ്രത്യേകം പരിഗണിച്ചാൽ അദ്ദേഹത്തിന്റെ സ്ഥാനം അനുപമമാണെന്നും പി.ജി. വിലയിരുത്തി.

'ചുവന്ന പതിറ്റാണ്ട്' എന്ന് വിശേഷിപ്പിക്കുന്ന 1950 കളിൽ വിരിഞ്ഞ് സൗരഭം പരത്തിയ യുവപ്രതിഭകളിൽ മുൻനിരയിലായിരുന്നു പുനലൂർ ബാലൻ, വയലാർ, ഒ.എൻ.വി, തിരുനല്ലൂർ കരുണാകരൻ തുടങ്ങിയവരുടെ നിരയെന്ന് പി.ജി. പറഞ്ഞു. ഇവരുടെയെല്ലാം വിട്ടുവീഴ്ചയില്ലാത്ത വിപ്ലവമാനവികത, മാർക്സിസത്തോടും തൊഴിലാളി വർഗ്ഗ നിലപാടിനോടുമുള്ള ആഭിമുഖ്യം ഇങ്ങനെ ഇവരെല്ലാം തമ്മിൽ ചില സമാനതകളുമുണ്ട്.

എന്നാൽ ഒരേ അച്ചിൽ വാർത്തെടുക്കപ്പെട്ടവരായിരുന്നില്ല അവരെല്ലാം. ജീവിതശൈലിയിലും കാവ്യ രചനയിലും വ്യത്യസ്ത വ്യക്തിത്വങ്ങൾ അവരോരോരുത്തർക്കുമുണ്ടായിരുന്നു. ഉദാഹരണത്തിന് ബാലന്റെ നർമബോധവും പരിഹാസകൗതുകവും അൽപ്പമൊക്കെ വയലാറിലും നമുക്ക് കാണാൻ കഴിയുമെങ്കിലും പൊതുവെ പറഞ്ഞാൽ മറ്റാരിലും അതത്ര പ്രകടമല്ല. ആഖ്യാന പാടവം മൂവരിലും മുന്തിനിൽക്കുന്നുണ്ടെങ്കിലും ബാലന്റെ ആഖ്യാ

നശൈലിക്ക് പ്രത്യേകതകളുണ്ടെന്ന് പി.ജി. പറഞ്ഞു. അദ്ദേഹത്തിന്റെ *രാമൻ രാഘവൻ, കോട്ടയിലെ പാട്ട്* എന്നിവ അതിനുദാഹരണമാണ്.[19]

## 8. എം. എൻ. കുറുപ്പ് (1927–2006)

കവി, നാടകനടൻ, നാടകകൃത്ത്, സംവിധായകൻ, പത്രപ്രവർത്തകൻ, *ദേശാഭിമാനി* സ്റ്റഡി സർക്കിൾ, പുരോഗമന കലാ സാഹിത്യ സംഘം എന്നിവയുടെ സ്ഥാപക ജനറൽ സെക്രട്ടറി, കേരള സംഗീതനാടക അക്കാദമി സെക്രട്ടറി, തൊഴിലാളി പ്രവർത്തകൻ, കമ്യൂണിസ്റ്റ് എന്നീ നിലകളിൽ അറിയപ്പെടുന്ന വ്യക്തിയാണ് എം.എൻ. കുറുപ്പ്. കുറച്ചു നാൾ സി.പി.ഐ (എം) ന്റെ ആലപ്പുഴ ജില്ലാ കമ്മിറ്റി അംഗമായി പ്രവർത്തിച്ചിരുന്ന കുറുപ്പ് *എ.വി. കുഞ്ഞമ്പു* (ജീവചരിത്രം), *എം.എൻ കുറുപ്പിന്റെ കവിതകൾ* എന്നീ കൃതികളുടെ കർത്താവു കൂടിയാണ്.

പത്രാധിപരും സാംസ്കാരിക സംഘാടകനും എന്ന നിലയിൽ എം.എൻ കുറുപ്പിന്റെ കർമശേഷിയും കാലവും പ്രസ്ഥാനം അപഹരിച്ചെടുത്തതിനാൽ അദ്ദേഹത്തിന്റെ സ്വന്തമായ കവിതകളും സാഹിത്യവിമർശനങ്ങളും നമുക്ക് വേണ്ടത്ര ലഭിക്കാതെ പോയി എന്ന് പി.ജി പറഞ്ഞു. എം.എന്നിന്റെ ആദ്യകാല കവിതകളിലെ കാല്പനിക ഭാവങ്ങൾ അവസാന കാലത്തെ കവിതകളിൽ എത്തുമ്പോഴേക്കും ചിന്തോദ്ദീപകങ്ങളായ ദാർശനിക പരിവേഷം ചാർത്തുന്നുവെന്ന് പി.ജി വിലയിരുത്തി. മാർക്സിസത്തെ ഒരു വരട്ടുതത്വവാദമാക്കി മാറ്റാൻ ആഗ്രഹിക്കാത്ത എം.എൻ മാർക്സിസത്തിന്റെ മാനവികതയുടെ വിശാലചക്രവാളങ്ങളിലേക്ക് കവിതയിലൂടെ പറന്നുയർന്നു. മാർക്സിസ്റ്റ് സാർവദേശീയത പിറന്ന മണ്ണിനോടുള്ള പ്രതിജ്ഞാബദ്ധതയെ പരിമിതപ്പെടുത്താൻ എം. എന്നിനെ അനുവദിക്കുന്നില്ല. ഉദാഹരണത്തിന് ഭാരതത്തിന്റെ നവീനമാനവികതയുടെ ഘടകമായി ഗാന്ധിയൻ ചിന്തയെയും ഇ.എം.എസ്സിന്റെ ചിന്തയെയും സമന്വയിപ്പിക്കാൻ അദ്ദേഹം നടത്തുന്ന ശ്രമം ശാസ്ത്രീയമായി ശരിയോ തെറ്റോ എന്ന് തർക്കിക്കാൻ അനുവാചകർക്ക് അവകാശമുണ്ടെങ്കിലും അതിന്റെ അന്തർധാരയായി വർത്തിക്കുന്ന മാനവികതയുടെ കാവ്യാത്മക സത്യം കാണാതിരിക്കുന്നത് കവിതയുടെ സവിശേഷമായ ആവിഷ്കരണ തന്ത്രത്തോട് നീതി പുലർത്തലാവില്ലെന്ന് *സംയുക്ത സംഗീതിക* എന്ന കവിതയുടെ അവസാനഭാഗം ഉദ്ധരിച്ച് പി.ജി വ്യക്തമാക്കുന്നു.[20]

വൈലോപ്പിള്ളി ശ്രീധരമേനോനാണ് കാവ്യലോകത്ത് എം.എന്നിനെ വളരെയധികം സ്വാധീനിച്ച മഹാകവി. മഹാകവി വൈലോപ്പിള്ളി കാവ്യ ലോകസ്മരണകൾ പറഞ്ഞു തന്ന് ഞാനെഴുതുമ്പോഴാണ് കവിതയുടെ പണി സൂത്രം താൻ കൂടുതൽ പഠിച്ചത് എന്ന് എം.എൻ പിൽക്കാലത്ത് രേഖപ്പെടു ത്തിയിട്ടുള്ള കാര്യം പി.ജി ചൂണ്ടിക്കാണിക്കുന്നു. മഹാകവിയും എം.എന്നു മായുള്ള വ്യക്തിപരമായ അടുപ്പം ഒരേസമയം ഗുരുശിഷ്യ ബന്ധവും സുഹൃദ് ബന്ധവുമായിരുന്നു. ആഗോളവൽക്കരണത്തിന്റെയും കലയുടെ വ്യാപാര വൽക്കരണത്തിന്റെയും ദുരന്ത ഫലങ്ങൾ എം.എന്നെ എന്നപോലെ വൈലോ പ്പിള്ളിയേയും വല്ലാതെ അലട്ടിയിരുന്നു. വൈലോപ്പിള്ളി ഈ ദുരന്തത്തെ ക്കുറിച്ച് പ്രതികരിച്ചതിനെ എം.എൻ പ്രകീർത്തിക്കുന്നുണ്ട് വൈലോപ്പിള്ളി യെക്കുറിച്ച് എം.എൻ എഴുതിയ *സ്മരണാഞ്ജലി* എന്ന കവിതയിൽ.

കേരള സംഗീത നാടക അക്കാദമിയുടെ സെക്രട്ടറിയായി (1988-91) എം.എൻ പ്രവർത്തിച്ചിരുന്ന കാലത്ത് കലയുടെ ഈ വ്യാപാരവൽക്കരണ പ്രവണതയെയും വരേണ്യവൈകൃതത്തേയും പരാജയപ്പെടുത്താനുള്ള ശ്രമങ്ങൾ നടത്തിയിരുന്നു. വ്യാപാരമൂല്യമുള്ള അഭിനേതാക്കൾക്കും സംവിധായകർക്കും ആട്ടക്കാർക്കും പാട്ടുകാർക്കും മുൻതൂക്കം ഉണ്ടായിരുന്ന സംഗീത നാടക അക്കാദമിയെ ഗ്രാമീണ കലാസമിതികൾക്ക് കൂടി പ്രാതിനിധ്യമുള്ള ഒരു ജനകീയ സ്ഥാപനമായി വളർത്താൻ എം.എൻ കുറുപ്പും അന്ന് അക്കാദമി അധ്യക്ഷനായിരുന്ന കെ.ടി മുഹമ്മദും നടത്തിയ ശ്രമങ്ങൾ ശ്രദ്ധേയമാണെന്ന് പി.ജി പറഞ്ഞു.

സുഗതകുമാരി എം.എന്നിനെ വളരെയധികം ആകർഷിച്ച കവികളിൽ പ്രമുഖയാണ്. 'മകളേ' എന്നു വിളിച്ചുകൊണ്ടുള്ള പ്രകീർത്തനത്തോടൊപ്പം ചില വിമർശനങ്ങളും ചേർത്ത് എം.എൻ എഴുതിയ കവിതയാണ് *പാഞ്ചാലി പ്രതിജ്ഞ.* പുരോഗമന കലാസാഹിത്യ സംഘത്തിന്റെ മൂന്നാം സംസ്ഥാന സമ്മേളനത്തോടനുബന്ധിച്ച് കോട്ടയത്ത് 1987 ജനുവരി 4 ന് നടന്ന കവിയരങ്ങിൽ അവതരിപ്പിച്ച ഈ കവിത സുഗതകുമാരിയുടെ കവിതയെക്കുറിച്ചുള്ള കാവ്യാത്മകമായ നിരൂപണവും സ്വന്തം കാവ്യദർശനങ്ങളുടെ പ്രഖ്യാപനവും ഉൾക്കൊള്ളുന്ന ഒന്നാണ്, സുഗതകുമാരിയുടെ സാമൂഹിക പ്രതിബദ്ധതയെയും സേവന പ്രവർത്തനങ്ങളെയും കവിതാവാസനയെയും കവിതയിൽ എം.എൻ. പ്രകീർത്തിക്കുന്നു. അതോടൊപ്പം അവരിൽ ചിലപ്പോൾ പ്രത്യക്ഷമാകാറുള്ള അതിരു കവിഞ്ഞ അന്തർമുഖത്തെ കാവ്യാത്മകമായി ത്തന്നെ ചൂണ്ടിക്കാട്ടുകയും ചെയ്യുന്നു. ഇതിലൂടെ സ്വന്തം കാവ്യദർശനവും അനാവരണം ചെയ്യാൻ എം.എൻ കുറുപ്പിനു കഴിയുന്നുവെന്ന് പി.ജി. വ്യക്തമാക്കുന്നു.

## 9. കടമ്മനിട്ട രാമകൃഷ്ണൻ (1935-2008)

മലയാള സാഹിത്യത്തിൽ ഒരു പുതിയ കാവ്യസരണി വെട്ടിത്തുറക്കുകയും മലയാളിയുടെ സാഹിത്യാഭിരുചിയിൽ മാറ്റം കുറിക്കുകയും ചെയ്ത പ്രതിഭാശാലി എന്ന നിലയിലായിരിക്കും ഭാവിതലമുറകൾ കടമ്മനിട്ട രാമകൃഷ്ണനെ ഓർക്കുകയും ആദരിക്കുകയും ചെയ്യുക എന്ന് പി ജി പറഞ്ഞു. അതേസമയം സാംസ്കാരിക നായകൻ, ഗ്രന്ഥശാലാ സംഘം പ്രസിഡന്റ് നിയമസഭാ സാമാജികൻ ട്രേഡ് യൂണിയൻ പ്രവർത്തകൻ പുരോഗമന കലാസാഹിത്യ സംഘം അദ്ധ്യക്ഷൻ തുടങ്ങി വിവിധ നിലകളിലും കേരളത്തിന്റെ ആധുനിക ചരിത്രത്തിൽ വ്യക്തമായ കാൽപ്പാടുകൾ പതിക്കാൻ അദ്ദേഹത്തിനായിട്ടുണ്ട്.

നാടോടിക്കലയായ *പടയണി*യിൽ പ്രഗൽഭനായിരുന്ന അച്ഛൻ രാമൻനായരിൽനിന്നും ലഭിച്ച കലാതാല്പര്യവും ഗാനവൈദഗ്ദ്ധ്യവും ജന്മനാ സ്വായത്തമായ സിംഹനാദസദൃശ്യമായ സ്വരഗാംഭീര്യവും അമ്മ കുട്ടിയമ്മയുടെ പുരാണ വായനാ വൈദഗ്ദ്ധ്യവുമെല്ലാം രാമകൃഷ്ണന്റെ കവിതാ വാസനയ്ക്ക് പ്രോത്സാഹനജനകമായിത്തീർന്നു. ബിരുദ വിദ്യാഭ്യാസത്തിനുശേഷം കമ്പി-തപാൽ വകുപ്പിൽ ആഡിറ്റ് സെക്ഷനിൽ ജോലി കിട്ടിയതോടുകൂടി ആരംഭിച്ച ട്രേഡ് യൂണിയൻ പ്രവർത്തനവും ചുവന്ന പതിറ്റാണ്ട് എന്ന പേരിൽ അറിയപ്പെടുന്ന 1950 കളിലെ കേരളത്തിലെ പുത്തനുണർവ്വുമൊക്കെ രാമ

കൃഷ്ണനെ സ്വാധീനിക്കുകയും തുടർന്നദ്ദേഹം കമ്യൂണിസ്റ്റ് പാർട്ടിയിൽ അംഗമായി പ്രവർത്തിക്കുകയും ചെയ്തു.

1959 ൽ കമ്പി–തപാൽ വകുപ്പിൽ ജോലി ലഭിച്ച് ചെന്നൈയിലെത്തിയ രാമകൃഷ്ണൻ താമസിയാതെ എം ഗോവിന്ദന്റെ സദസ്സിൽ അംഗമായി ത്തീർന്നത് വിശ്വസാഹിത്യത്തെപ്പറ്റിയും സാഹിത്യ സിദ്ധാന്തങ്ങളെപ്പറ്റിയും അറിവു നേടാൻ വളരെ സഹായകമായി. എന്നാൽ ഗോവിന്ദന്റെയും കൂട്ടരുടെയും കമ്യൂണിസ്റ്റ് വിരോധം അദ്ദേഹത്തെ സ്വാധീനിച്ചിരുന്നില്ല. എം ഗോവിന്ദന്റെ മാർഗ്ഗ നിർദ്ദേശമനുസരിച്ച് കെ അയ്യപ്പപ്പണിക്കർ പത്രാധിപരായി നടത്തിവന്ന *കവിതാ ഗ്രന്ഥാവലി*ക്കുവേണ്ടി ഒക്ടോവിയോ പാസ്, ലിയോപോൾഡ് സെൻഗോർ, വല്ലെജോ, വിക്ടർ ഹ്യൂഗോ തുടങ്ങിയവരുടെ കവിതകളും നോബൽ സമ്മാനിതനായ സാമുവൽ ബെക്കറ്റിന്റെ *ഗോഥോയെ കാത്ത്* എന്ന നാടകവും മറ്റും വിവർത്തനം ചെയ്തത്. രാമകൃഷ്ണന്റെ കാവ്യരചന പരിശീലനത്തിനും ആസ്വാദനത്തിനും ഏറെ സഹായകമാകുകയുണ്ടായി. എന്നാൽ വിശ്വസാഹിത്യവുമായുള്ള ഈ പരിചയം രാമകൃഷ്ണനെ അയ്യപ്പപ്പണിക്കർ, എൻ എൻ കക്കാട് തുടങ്ങിയവരുടെ ദുർഗ്രഹമായ അത്യാധുനിക കവിതയിലേക്കോ കാവാലം നാരായണപ്പണിക്കർ, ജി ശങ്കരപ്പിള്ള തുടങ്ങിയവരുടെ നാടക ബൗദ്ധിക സർക്കസുകളിലേക്കോ നയിച്ചില്ല എന്നുള്ളത് അദ്ദേഹത്തിന്റെ മൗലിക പ്രതിഭയുടെയും മനുഷ്യപ്പറ്റുള്ള കാവ്യദർശനത്തിന്റെയും കരുത്ത് തെളിയിക്കുന്നുവെന്ന് പി ജി ചൂണ്ടിക്കാട്ടി.

സാധാരണ മലയാളിക്ക് മനസ്സിലാക്കാനും ആസ്വദിക്കാനും കഴിയാത്ത ഒരു വരിപോലും രാമകൃഷ്ണന്റെ കാവ്യ പ്രപഞ്ചത്തിൽ നമുക്ക് കണ്ടെത്താനാവില്ല. കടമ്മനിട്ടയുടെ പ്രസിദ്ധീകരിക്കപ്പെട്ട ആദ്യത്തെ കവിതയായി കരുതപ്പെടുന്നതും എം ഗോവിന്ദന്റെ *സമീക്ഷയിൽ* വന്നതുമായ *ഞാൻ* എന്ന കവിതയിലെ കാവ്യദർശവും ലളിത ശൈലിയുമാണ് രാമകൃഷ്ണനെ ജീവിതാവസാനം വരെ അനുഗമിച്ചിരുന്നതെന്ന് പി ജി പറഞ്ഞു.

1969 ൽ സ്ഥലംമാറ്റം നേടി തിരുവനന്തപുരത്ത് എത്തിയപ്പോൾ തന്റെ കാവ്യചേതനയുമായി പൊരുത്തപ്പെടാത്ത *ഗോവിന്ദസദസ്സി*ന്റെ സ്വാധീനത്തിൽനിന്ന് മിക്കവാറും പൂർണ്ണമായും അദ്ദേഹം മുക്തി നേടി. കെ പി അപ്പനും, രാജകൃഷ്ണനും, ആശാമേനോനും മറ്റുമടങ്ങിയ അത്യാധുനിക വരേണ്യ പക്ഷപാതികൾ കടമ്മനിട്ടയുടെ കവിതയിലെ പുത്തൻശൈലികളും ആധുനികർക്ക് അന്യമായ ലക്ഷ്യബോധവും ആധുനികതയുടെ തുടർച്ചയായും ആധുനികോത്തരതയായും ദുർവ്യാഖ്യാനം ചെയ്ത് സ്വായത്തമാക്കാൻ ശ്രമിച്ചുവെങ്കിലും കടമ്മനിട്ടയുടെ *പറയപ്പട തുള്ളിയിരുന്ന* രീതിയിലുള്ള പടപ്പാട്ടുകൾ കേട്ട് അമ്പരന്ന് പിൻവാങ്ങുകയാണുണ്ടായത്. കടമ്മനിട്ടയുടെ *കാട്ടാളനും കടിഞ്ഞൂൽ പൊട്ടനും കിരാതവൃത്തവും കോഴിയും* ഒന്നും അത്യന്താധുനികരുടെ വാർപ്പ് മൂശയിൽ ഒതുങ്ങുന്നതായിരുന്നില്ലെന്നും പച്ച മണ്ണിന്റെ മണവും വിയർപ്പിന്റെ ഗന്ധവും പടയോട്ടത്തിന്റെ 'ഖുരപുടതാഡിത' രേണുക്കളും കൊണ്ട് നിർഭരമായ കടമ്മനിട്ട കവിത അത്യന്തന്മാർക്ക് അന്യം തന്നെയായിരുന്നുവെന്നും പി ജി വ്യക്തമാക്കുന്നു. അധ്വാനവും അമ്മയും അമ്മ ദൈവങ്ങളും ഉർവരതയും കടമ്മനിട്ടയുടെ കാവ്യ പ്രപഞ്ചത്തിൽ ആവർത്തിച്ച് പ്രത്യക്ഷപ്പെടുന്ന രൂപകങ്ങളും മൂല്യങ്ങളുമാകുന്നു.

പത്തനംതിട്ട ജില്ലയിലെ മലയോര ഗ്രാമമായ കടമ്മനിട്ടയിലെ വയലും വള്ളിക്കാടും ദേവീക്ഷേത്രവും ഇടിഞ്ഞു പൊളിഞ്ഞ കുളവും അവയെ ചുറ്റി

പ്പറ്റി ജീവിക്കുന്ന ഗ്രാമീണരും അവരുടെ നാടോടി കലകളുമാണ് രാമകൃഷ്ണന്റെ ഭാവനയ്ക്ക് ചൈതന്യം നല്കിയതെന്ന് അദ്ദേഹത്തിന്റെ *കടമ്മനിട്ട* എന്ന കവിതയിൽ നിന്ന് വ്യക്തമാകുന്നുവെന്ന് പി ജി പറഞ്ഞു. ഗ്രാമഭംഗിയും നെൽവയലുകളും പാറിപ്പറക്കുന്ന പറവകളും ഓടിച്ചാടി നടക്കുന്ന കന്നുകാലികളും ഹൃദയഹാരികൾ ആണെങ്കിലും ഗ്രാമീണ ജീവിതത്തെ വർഗ്ഗ വൈരുദ്ധ്യങ്ങൾക്കും സമരങ്ങൾക്കും അതീതമായി ആദർശവല്ക്കരിക്കുവാൻ കടമ്മനിട്ടയുടെ ചരിത്രബോധം അദ്ദേഹത്തെ അനുവദിക്കുന്നില്ല. കുറ്റിപ്പുറത്ത് കേശവൻനായരെപ്പോലെ 'നാട്യപ്രധാനം നഗരം ദരിദ്രം', നാട്ടിൻപുറം നന്മകളാൽ സമൃദ്ധം' എന്ന ഗാന്ധിയൻ വീക്ഷണവും അദ്ദേഹത്തിന് സ്വീകാര്യമല്ല. *കുറത്തി*യിലും *കിരാതവൃത്ത*ത്തിലും മാത്രമല്ല, *ശാന്ത* എന്ന പ്രസിദ്ധകവിതയിലും ആധുനിക ഗ്രാമീണ ജീവിതത്തിന്റെ ദുരിതവും ചൂഷണവും വരൾച്ചയും വിളർച്ചയും ഒക്കെ അദ്ദേഹം അനാവരണം ചെയ്തിരിക്കുന്നു. *കുറത്തി*യിലെ 'നിങ്ങളെങ്ങനെ നിങ്ങളായെന്ന് നിങ്ങളോർക്കുക', പോർവിളികളുടെ പശ്ചാത്തലം സമൃദ്ധമായ നന്മകളുടെ നാട്ടിൻപുറമല്ലെന്ന് പി ജി ചൂണ്ടിക്കാട്ടുന്നു. അതേപോലെ വർഗ്ഗസമരസംഘർഷ നിർഭയമായ നഗരങ്ങളും അവിടങ്ങളിലെ ചേരികളും ദുർഗ്ഗന്ധമലീമസമായ ചേരിപ്രദേശങ്ങളും പുകക്കുഴലുകളുയർത്തി അന്തരീക്ഷം വിഷമയമാക്കുന്ന വ്യവസായങ്ങളും കടമ്മനിട്ടയെ രോഷാകുലനാക്കുന്നു.

### 10. ഒ. എൻ. വി. കുറുപ്പ് (1931–2016)

എല്ലാ മൗലിക സൃഷ്ടാക്കളിലും കവികളിലുമെന്ന പോലെ വികാസ പരിണാമങ്ങൾക്ക് ഒ.എൻ. വി കവിതയെയും പി.ജി വിധേയമാക്കുന്നു. ഒ.എൻ.വിയുടെ ഗുരുവും ആരാധകനും കാര്യമർമ്മജ്ഞനുമായ പ്രൊഫസർ എൻ.കൃഷ്ണപിള്ള ഒ.എൻ.വിയുടെ കവിതാ വികാസത്തിൽ മൂന്നു ഘട്ടങ്ങൾ കണ്ടെത്തുന്ന കാര്യം പി.ജി സൂചിപ്പിക്കുന്നു. 'ബാഹ്യദർശനത്തിൽ ഇമ്പവും ഇനിമയും കോരിനിറയ്ക്കുന്ന, വീറും ആവേശവും പകരുന്ന' ആദ്യകാല ഒ.എൻ.വി കവിതകൾ, ചുടു രക്തത്തിന്റെ അരുണിമകൊണ്ട് ഭാസുരമായിരുന്നെങ്കിലും 'സാന്ദ്രതയോ ആഴമോ ബഹുമുഖത്വമോ' അവയ്ക്ക് കൈവന്നിരുന്നില്ലെന്നാണ് കൃഷ്ണപിള്ള വിലയിരുത്തുന്നത്. "സ്ഥൂലമായ സാമൂഹ്യ ജീവിതത്തിൽനിന്ന് സൂക്ഷ്മമായ അന്തർലോകവ്യാപാരങ്ങളിലേക്ക് കവിചേതന തിരിയുക"യും "ജീവിതത്തിന്റെ ഒരംശവും തനിക്കന്യമല്ലെന്ന കാഴ്ചപ്പാട് കൈക്കൊള്ളാനും" തുടങ്ങിയതാണ് രണ്ടാംഘട്ടമെന്ന് കൃഷ്ണപിള്ള വ്യക്തമാക്കുന്നു. ഈ സംക്രമ കാലഘട്ടത്തെ മുൻനിർത്തി ചില നിരൂപകർ ഒ.എൻ.വിയിൽ ആരോപിച്ച 'പാലായന പ്രവണത'യെ കൃഷ്ണപിള്ള ശരിവെക്കുന്നില്ലായെന്ന് പി.ജി. ചൂണ്ടിക്കാണിച്ചു. അത് ഒരു ഒളിച്ചോട്ടമോ വിരക്തന്റെ നിഷ്ക്രമണമോ, വിടപറച്ചിലോ, കലഹിച്ചു പോക്കോ ആയിരുന്നില്ലെന്നദ്ദേഹം കാണുന്നു.

"മനുഷ്യ സംബന്ധിയായ ഒന്നും എനിക്കന്യമല്ല" എന്ന് പ്രഖ്യാപിച്ച കാൾ മാർക്സിന്റെ ദർശനവുമായി പൊരുത്തപ്പെടുന്നതുതന്നെയാണ് പ്രൊഫസർ കൃഷ്ണപിള്ള വിവരിക്കുന്ന തരത്തിലുള്ള ഒ.എൻ.വിയുടെ കാവ്യദർശനവും ജീവിത വീക്ഷണവുമെന്ന് പി.ജി പറഞ്ഞു.

"ചിതയിൽ നിന്നു ഞാനുയർത്തെഴുന്നേല്ക്കും

ചിറകുകൾ പൂപോൽ വിടർത്തെഴുന്നേല്ക്കും" എന്ന യവന പുരാണ പ്രസിദ്ധമായ "ഫിനിക്സ് പക്ഷി"യുടെ പാട്ട് ഒരിക്കലല്ല പലതവണ പല തരത്തിൽ ഒ.എൻ.വി ആവർത്തിക്കുന്നുണ്ടെന്ന് പി.ജി. ചൂണ്ടിക്കാണിച്ചു. ഈ വിലയിരുത്തലിന് കൃഷ്ണപിള്ള ശ്രമിച്ചത് 1960 കളിൽ ആയിരുന്നുവെങ്കിൽ ഇത്ര തറപ്പിച്ച് പറയുമായിരുന്നുവോ എന്നാലോചിക്കുന്നത് വ്യർത്ഥമാണെങ്കിലും അങ്ങനെ ചില വിലയിരുത്തലുകളുടെ പോരായ്മ കാണാൻ സഹായിച്ചേക്കുമെന്ന് പി.ജി ചൂണ്ടിക്കാണിച്ചു. ഒ.എൻ.വിയുടെ കാവ്യസിദ്ധിയും സാധനയും പക്വതയിലെത്തിയ മൂന്നാം ഘട്ടത്തിലാണ് കൃഷ്ണപിള്ള ഇതെഴുതുന്നത്.

മൂന്നാം ഘട്ടത്തെക്കുറിച്ച് കൃഷ്ണപിള്ള പറയുന്നത് പി.ജി. ഉദ്ധരിക്കുന്നു:

> 'ഭൂമിക്കൊരു ചരമഗീതം', 'സൂര്യഗീതം', 'ശാർങ്ഗകപ്പക്ഷികൾ' തുടങ്ങിയ കവിതകളിലെത്തി നിൽക്കുന്ന മൂന്നാം ഘട്ടത്തിൽ ഒ.എൻ.വി കവിത അതിന്റെ ഉച്ചകോടിയെ ആരോഹണം ചെയ്യുന്നു. ഘനഗംഭീരവും നാനാധ്വനിസമ്പന്നവും ആയിത്തീരുന്നു അത്. പ്രയുക്ത ബിംബങ്ങളെല്ലാം ചുറ്റുമുനകളോടുകൂടി ചൂണ്ടുന്നിടത്തൊക്കെ പ്രഭാവലയങ്ങൾ ആരചിക്കുന്നു. സംഗീതം ആത്മാവിന്റേതു മാത്രമായി ഭവിക്കുന്നു. ലോകമനസ്സാക്ഷിയുടെ ഉൾത്തുടിപ്പുകൾ കവി ഹൃദയത്രാസവുമായി സാത്മ്യം പ്രാപിക്കുന്നു.

കൃഷ്ണപിള്ളയുടെ ഈ വിലയിരുത്തലിനോട് പി.ജി യോജിക്കുകയാണ് ചെയ്യുന്നത്. "പ്രൊഫസർ കൃഷ്ണപിള്ളയ്ക്കു മാത്രം കഴിയും വിധം ചിമിഴിലൊതുക്കിയ പോലെ ഏതാനും വാചകങ്ങളിൽ ഒ.എൻ.വിയുടെ കാവ്യപ്രപഞ്ചത്തെ അദ്ദേഹം ലക്ഷണനിർണയം ചെയ്തു വിലയിരുത്തുന്നതിനോട് യോജിക്കുകയല്ലാതെ" മറ്റൊന്നും കൂട്ടിച്ചേർക്കാൻ താനാളല്ലെന്ന് പി.ജി. പറഞ്ഞു. ഒ.എൻ.വി കവിതയുടെ വികാസ പരിണാമങ്ങളെക്കുറിച്ചുള്ള ഉപരിപ്ലവ വിവാദങ്ങൾക്ക് വിരാമം കുറിക്കാൻ സഹായിക്കുന്നതാണ് "പരിണാമ മനുഷ്യ ജീവിതം" എന്ന കവിവാക്യം ഉദ്ധരിച്ചുകൊണ്ടാരംഭിക്കുന്ന ഹ്രസ്വമായ എന്നാൽ സമഗ്രവും സാരവത്തുമായ ലേഖനമെന്ന് പി.ജി. പറഞ്ഞു.

പ്രൊഫസർ കൃഷ്ണപിള്ളയുടെ ഘട്ടനിർണ്ണയത്തോടും വിലയിരുത്തലിനോടും മൗലികമായി യോജിക്കുന്നുവെങ്കിലും അതിലുടനീളം അന്തർധാരയായി കാണുന്ന ഒരു സൂചന അതുപോലെ സ്വീകരിക്കാൻ പി.ജിക്ക് കഴിയുന്നില്ല. ഒ.എൻ.വി കവിതയുടെ വികാസ പരിണാമത്തെക്കുറിച്ചുള്ള പല വികല ധാരണകൾ തിരുത്താനും ഒ.എൻ.വി പഠനത്തിനൊരു "യുക്തിഭദ്രമായ ചട്ടക്കൂട്" പ്രദാനം ചെയ്യാനും കൃഷ്ണപിള്ളയുടെ ഉപന്യാസം ഉപകരിക്കുന്നുവെങ്കിലും ഒ.എൻ.വിയുടെ ആദ്യ ഘട്ടത്തിലെ കവിതകൾ ഉയർന്ന കാവ്യമാനദണ്ഡങ്ങൾ വെച്ച് അളന്നാൽ അല്പം താഴെക്കിടയിലുള്ളവയാണെന്ന സൂചന പ്രൊഫസർ കൃഷ്ണപിള്ളയുടെ വികാസപരിശോധനയിൽ അടങ്ങിയിട്ടുണ്ടെങ്കിൽ അതിനോട് അത്രകണ്ട് യോജിക്കാൻ പി.ജി.ക്ക് ആകുന്നില്ല. പുരോഗമന കലാസാഹിത്യ പ്രസ്ഥാനത്തിന്റെ വക്താക്കളിൽ ചിലർ ഈ വികലധാരണ ആവർത്തിക്കുന്നതിനാലാണ്

പി. ജി ഇക്കാര്യം എടുത്തു പറയുന്നത്. കാലം പിന്നിടുകയും കാവ്യരചനാ പരിചയവും ലോകാനുഭവങ്ങളും വർദ്ധിക്കുകയും ചെയ്തതോടെ ഒ.എൻ.വി യുടെ കവിതയിൽ ഗുണപരമായ മാറ്റങ്ങളുണ്ടായി എന്ന വാദം അംഗീകരി ക്കുമ്പോൾ തന്നെ ആദ്യകാല കവിതകളെ ഗുണനിലവാരത്തെ മുൻ നിർത്തി ഇകഴ്ത്തിക്കാണിക്കേണ്ടതില്ലയെന്നാണ് പി.ജി.യുടെ പക്ഷം. "മധ്യാഹ്ന സൂര്യന്റെ പ്രഭാപൂരത്തെയും വികാസ പൂർണ്ണിമയെയും ആദരിച്ചാരാധിക്കു വാൻ തുഷാരബിന്ദുക്കൾ മുഖത്തു പാകിയ പ്രഭാത പുഷ്പത്തിന്റെ സൗര ഭ്യത്തെയും ഉദയ സൂര്യന്റെ അരുണകാന്തിയേയും തരംതാഴ്ത്തേണ്ടതുണ്ടോ? ഒരേ പ്രതിഭാസത്തിന്റെ രണ്ട് ഘട്ടങ്ങളിലെ അവസ്ഥാ ഭേദങ്ങളാണവ. ഒന്നില്ലാതെ മറ്റേതുണ്ടാവില്ല"- പി.ജി പറഞ്ഞു. ചിന്ത പ്രസാധകർ പുറത്തിറ ക്കുന്ന *ഒ.എൻ.വി യുടെ ആദ്യകാലകവിതകൾ* എന്ന കൃതി ഈ വസ്തുത സമർത്ഥിക്കുന്നുവെന്ന് പി.ജി. ചൂണ്ടിക്കാണിച്ചു.

ഈ സമാഹാരത്തിൽ 1947 മുതൽ 1958 വരെയുള്ള കാലഘട്ടത്തിൽ ഒ.എൻ.വി എഴുതിയ 41 ലഘുകവനങ്ങളും തൊട്ടു തുടർന്നെഴുതിയ "മരുഭൂമി", "നീലക്കണ്ണുകൾ" എന്ന രണ്ട് ദീർഘ കാവ്യങ്ങളുമാണുള്ളത്. ഈ കവിതകളെ വിലയിരുത്തിക്കൊണ്ട് പി.ജി. പറഞ്ഞത് ഉദാത്തവും പക്വവും എന്ന് വിശേഷിപ്പിക്കപ്പെടുന്ന രണ്ടും മൂന്നും ഘട്ടങ്ങളിലെ ഒ.എൻ.വി കവിതകളുടെ പിൻബലമില്ലാതെ തന്നെ സ്വന്തം മേന്മ കൊണ്ട് നിലനിൽ ക്കാനും അതിജീവിക്കാനും കഴിവുള്ളവയാണ് ഈ പ്രഥമ ദശകത്തിലെ കൃതികൾ എന്നാണ്. പിൽക്കാലത്ത് ഒ.എൻ.വിയെ പ്രശസ്തിയുടെ കൊടു മുടിയിലേക്കുയർത്തിയ ശൈലി വിശേഷണങ്ങളും വിഷയ വൈവിധ്യങ്ങളും രചനാ വൈശിഷ്ട്യങ്ങളും താളലയ മാധുര്യവും മനുഷ്യാവസ്ഥയെക്കുറിച്ചുള്ള ഗഹനചിന്തകളും വിഹ്വലതകളുമെല്ലാം ഇതിൽ പ്രതിഫലിക്കുന്നു. "സാന്ദ്ര തയോ ആഴമോ ബഹുമുഖത്വമോ" ഇല്ലാത്ത "ഏകമാന" സൃഷ്ടികളാ യിരുന്നു ഈ ആദ്യകാല കവിതകൾ എന്ന വിമർശനം പിൽക്കാല കവിത കളെ കയറിപ്പിടിച്ചുകൊണ്ടുള്ള ഒരു പിൻനോട്ടം മാത്രമാണെന്നും അല്ലാതെ ഈ കവിതകളിൽ തന്നെ ഊന്നി നിന്നുകൊണ്ടുള്ള വസ്തുനിഷ്ഠമായ നിഗ മനമല്ലെന്നും പി.ജി നിരീക്ഷിച്ചു.

ഇടപ്പള്ളി പാരമ്പര്യത്തിന്റെ തുടർച്ചയോ അനുകരണമോ മാത്രമാണ് ഒ.എൻ.വിയുടെ ആദ്യകാല കവിതകൾ എന്ന വാദത്തെ 1955 ൽ തന്നെ മുണ്ട ശ്ശേരി തിരസ്കരിച്ച കാര്യം പി.ജി. എടുത്തു പറഞ്ഞു. ഒ.എൻ.വിക്ക് 24 വയസ്സായ സന്ദർഭത്തിൽ (1955 ൽ) അദ്ദേഹത്തിന്റെ ആദ്യത്തെ ഏറ്റവും പ്രധാ നപ്പെട്ട കവിതാസമാഹാരത്തിന് മുണ്ടശ്ശേരി എഴുതിയ ആമുഖത്തി ലായിരുന്നു അത്. അതിന് മുമ്പ് ഒ.എൻ.വിയുടെ നാല് ചെറിയ സമാഹാ രങ്ങൾ പ്രസിദ്ധീകരിക്കപ്പെട്ടിരുന്നു. 1940 കളിൽ കൗമാരദശയിലായിരുന്ന ഒരു പ്രതിഭാശാലിക്ക് ഇടപ്പള്ളി പാരമ്പര്യത്തിൽ നിന്ന് തീർത്തും വിട്ടു നിൽ ക്കാനാവുമായിരുന്നില്ല. "ഒ.എൻ.വിയെ ഇടപ്പള്ളി പാരമ്പര്യത്തിൽ നിന്ന് കൊളുത്തിയ ഒരു പന്തം മാത്രമായി കാണുന്നവർ ശബ്ദകോശത്തിന്റെ കൊട്ട ത്താപ്പിൻമേൽ അളന്നു മുറിക്കുന്നവരാ"ണ് എന്ന് മുണ്ടശ്ശേരി അഭിപ്രായ പ്പെട്ടിരുന്നു. ഈ ശബ്ദകോശത്തിന്റെ താപ്പുപയോഗിക്കുന്നതിലും പോരാ യ്മയുണ്ടെന്ന് മുണ്ടശ്ശേരി മനസ്സിലാക്കിയ കാര്യം അദ്ദേഹത്തിന്റെ വാക്കുകൾ ഉദ്ധരിച്ച് പി.ജി വ്യക്തമാക്കുന്നു.

ആവിഷ്കാര ശൈലിയിലും പദപ്രയോഗത്തിലും ജീവിത വീക്ഷണത്തിലും മലയാളകവിതയിൽ ഒരു നവീന അദ്ധ്യായമാണ് ഒ.എൻ.വി പ്രോദ്ഘാടനം ചെയ്തത്. ഒ.എൻ.വിയോടൊപ്പം ചുവന്ന പതിറ്റാണ്ട് എന്ന് മലയാള സാഹിത്യ – സാമൂഹ്യ രാഷ്ട്രീയ ചരിത്രത്തിൽ പ്രഖ്യാതമായ ആ കാലയളവിലെ യുവകവികളായ വയലാർ, പി. ഭാസ്കരൻ, തിരുനല്ലൂർ കരുണാകരൻ, പുതുശ്ശേരി രാമചന്ദ്രൻ തുടങ്ങിയവരിൽ ഒ.എൻ.വിയുടെ പ്രഥമ സ്ഥാനത്തെ പി.ജി. അടയാളപ്പെടുത്തുന്നു.

ശൈലിയിലും ശീലിലും ദർശനത്തിലുമുള്ള "പ്രാകൃതവൽക്കരണത്തിന്റ" മുഖ്യ പ്രണേതാവായി ഒ.എൻ.വി മലയാള കവിതാ ചരിത്രത്തിൽ പ്രത്യക്ഷപ്പെട്ടത് വിസ്മയകരമാണെന്ന് പി.ജി. പറഞ്ഞു. തന്റെ കൃതികളിൽ പലയിടത്തും സംസ്കൃതത്തിന്റെ അഭിജാത പാരമ്പര്യവും ഗ്രാമീണന്റെ അധഃകൃത നാടോടി പാരമ്പര്യവും സമന്വയിപ്പിക്കുന്നതും കാണാൻ കഴിയുന്നു. ഒ.എൻ.വി. കവിതയിലെ പ്രസിദ്ധമായ സംഗീതാത്മകതയും താളലയമേളനവും മലയാളത്തനിമ തുടിക്കുന്ന നാടോടി പാരമ്പര്യത്തിൽ നിന്നാണ് ഉയിർകൊള്ളുന്നതെന്ന് കാണാം. മലയാളത്തിന്റെ തനതായ സംഗീതം നാടോടി ശീലുകളിലും പാണൻ പാട്ടുകളിലും കൊയ്ത്തുപാട്ടുകളിലും മറ്റുമാണ് ആവിഷ്കൃതമാകുന്നതെന്ന് വിശ്വസിക്കുന്ന ഒ.എൻ.വി അവയെക്കുറിച്ച് നന്നായി പഠനം നടത്തിയിട്ടുണ്ടെന്ന് പി.ജി പറഞ്ഞു. "പാടത്ത് പണിയെടുക്കുന്നവരുടെയും, കടലിൽ വള്ളം തുഴയുന്നവരുടെയും ഇടയിലെ നാടോടി ഭാഷയും നാടൻ രംഗങ്ങളും സംസ്കൃതത്തിലും മലയാളത്തിലും ഇംഗ്ലീഷിലും അവഗാഹം നേടിയ ഈ അദ്ധ്യാപകൻ മലയാളത്തിലെ അഭിജാത ശൈലിയുമായി നെയ്തു ചേർക്കുമ്പോഴാണ് നമുക്ക് സുപരിചിതമായ ഒ.എൻ.വി. ശൈലി ഉയിരെടുക്കുന്നത്" എന്ന് *പുഷ്കിൻ: സ്വാതന്ത്ര്യബോധത്തിന്റെ ദുരന്തകഥ* എന്ന ഒ.എൻ.വി.യുടെ കൃതിക്കെഴുതിയ അവതാരികയിൽ പി.ജി. വ്യക്തമാക്കിയിട്ടുണ്ട്. *ആദ്യകാല കവിതകൾ* ഒ.എൻ.വിയുടെ ഈ നവീകരണയത്നങ്ങളുടെയെല്ലാം പൂർണ്ണ നിദർശനമാണെന്ന് പി.ജി പറഞ്ഞു. ഇന്ത്യ സ്വതന്ത്രയായ 1947 മുതൽ കേരളം രൂപീകൃതമാകുകയും (1956) കേരളത്തിന്റെ പ്രഥമ ഭരണസാരഥ്യം കമ്യൂണിസ്റ്റ് പാർട്ടി എറ്റെടുക്കുകയും ചെയ്തതു (1957) വരെയുള്ള പതിറ്റാണ്ട് ഇന്ത്യയുടെ ചരിത്രത്തിൽ പ്രത്യേകം പ്രാധാന്യമർഹിക്കുന്നവെന്ന് പി.ജി ചൂണ്ടിക്കാട്ടി. അക്കാലം രക്തരൂഷിതമായ പീഡനങ്ങളുടെ എന്നപോലെ (1948–50) പുളഗോദ്ഗമകാരിയായ മുന്നേറ്റത്തിന്റെയും കാലമായിരുന്നു. ഈ സമാഹാരത്തിലെ കവിതകളിൽ ആ കാലഘട്ടത്തിന്റെ അനുരണനങ്ങൾ കേൾക്കാൻ കഴിയും. കൂടാതെ പ്രസാദാത്മകതയോടും ശുഭപ്രതീക്ഷയോടും ഒപ്പം ഒ.എൻ.വി കവിതയുടെ മറ്റൊരു സ്ഥായീഭാവമായ ദുഃഖത്തിന്റെ നെടുവീർപ്പുകളും ഈ "ആദ്യകാല കവിതകളിൽ" തന്നെ കേൾക്കാം. അതുപോലെ തന്നെ മിത്തുകളും പുരാണകഥകളും പുനരാവിഷ്കരിക്കുക എന്ന ഒ.എൻ.വിയുടെ ചിരപരീക്ഷിതമായ കാവ്യ തന്ത്രത്തിന്റെ ഉദാഹരണങ്ങളും ആദ്യകാല കവിതകളിലുണ്ട്.

പടപ്പാട്ടുകാരനും, ചോരയും കൊടിയും കൊണ്ട് കളിക്കുന്ന അപക്വമതിയെന്നുമൊക്കെ പ്രൗഢനിരൂപക വേഷക്കാർ ഒ.എൻ.വിയെയും മറ്റും പരിഹസിച്ചിരുന്ന കാലത്താണ് മുണ്ടശ്ശേരിയുടെ മേൽപ്പറഞ്ഞ ഹൃദയംഗമമായ അഭിനന്ദനം. മുണ്ടശ്ശേരിയുടെ അഭിപ്രായം അല്പം അത്യുക്തിയായിപ്പോയോ എന്ന് പി.ജി യെപ്പോലുള്ള ഒ.എൻ.വിയുടെ ആരാധകർ പോലും അക്കാലത്ത്

സംശയിച്ചു. എന്നാൽ മുണ്ടശ്ശേരിയുടേത് അക്ഷരംപ്രതി അനുഭവം ശരിവച്ച പ്രവാചക ശബ്ദമായിരുന്നുവെന്ന് 46 വർഷത്തിനു ശേഷം തിരിഞ്ഞു നോക്കുമ്പോൾ ആർക്കും ബോധ്യപ്പെടുമെന്ന് പി.ജി പറഞ്ഞു.

ഇങ്ങനെ നിരന്തരവും കീഴ്മേൽ മറിയുന്നതായിപ്പോലും അനുവാചകർക്ക് തോന്നത്തക്കവിധം നിർണായകവുമായ പരിവർത്തനങ്ങൾക്കിടയിൽ പോലും കൗമാരോന്മാദ ലഹരിയിൽ *അരിവാളും രാക്കുയിലും* പ്രപഞ്ചനം ചെയ്ത മൗലിക ചോദനകളും കാമനകളും ഒ.എൻ.വി കവിതയെ കൈവെടിഞ്ഞില്ലെന്ന് 1991 ൽ അദ്ദേഹമെഴുതിയ *അപരാഹ്നം* എന്ന കവിതയിലെ വരികളുദ്ധരിച്ച് പി.ജി വ്യക്തമാക്കുന്നു. ഇങ്ങനെ ഉദാഹരണങ്ങൾ നിരത്താൻ തുടങ്ങിയാൽ അവസാനിപ്പിക്കാൻ വിഷമമായിരിക്കും. ഇതാണ് ഒ.എൻ.വി. കവിതയുടെ മഹത്വത്തിനാധാരമെന്ന് പി.ജി. ചൂണ്ടിക്കാണിച്ചു.

1983 ൽ കാൾമാർക്സിന്റെ ചരമശതാബ്ദിക്ക് ഒ.എൻ.വി അർപ്പിക്കുന്ന ആദരാഞ്ജലിയും പി.ജി ഉദ്ധരിക്കുന്നു. അതിൽനിന്ന്:

“ശവകുടീരത്തിൽ
നീയുറങ്ങുമ്പോഴും
ഇവിടെ നിൻവാ–
ക്കുറങ്ങാതിരിക്കുന്നു.”

മാർക്സിനെയും മാർക്സിസത്തെയും പേരെടുത്തു പറയാതെയാണെങ്കിലും *ഉജ്ജയിനി*യിലും *സ്വയംവരത്തിലും, ഭൈരവന്റെ തുടിയിലും* (1988) ഈ പ്രത്യയശാസ്ത്രത്തിന്റെ ചൈതന്യം ഒരു ശോണസൂത്രം പോലെ അനുസ്യൂതം ത്രസിക്കുന്നുവെന്ന് പി.ജി. വിലയിരുത്തുന്നു.

മലയാള സാഹിത്യത്തിൽ ഒ.എൻ.വിയുടെ സ്ഥാനം പി.ജി. ഇങ്ങനെ അടയാളപ്പെടുത്തുന്നു:

മലയാള സാഹിത്യ നവോത്ഥാനത്തിന്റെ പുംസ്കോകിലമായി പ്രകീർത്തിക്കപ്പെടുന്ന മഹാകവി കുമാരനാശന്റെ സമശീർഷനായി മറ്റാരുണ്ട് ഈ നൂറ്റാണ്ടിൽ? അദ്ദേഹത്തിന്റെ സമകാലികനായിരുന്ന വള്ളത്തോളും തുടർന്നുവന്ന ചങ്ങമ്പുഴയും വൈലോപ്പിള്ളിയും അനുപമമായ കാവ്യ വ്യക്തിത്വങ്ങളുടെ ഉടമകളായിരുന്നെങ്കിലും അടിസ്ഥാനപരമായി അവരെല്ലാം ആശാൻ പ്രോദ്ഘാടനം ചെയ്ത യുഗത്തിന്റെ സൃഷ്ടികളായിരുന്നു എന്ന് പരക്കെ അംഗീകരിക്കപ്പെട്ടിരിക്കുന്നു. ഈ നവയുഗത്തിന്റെ സന്തതികളായി പലരെയും എടുത്തുയർത്തി മലയാളത്തിനഭിമാനിക്കാനുണ്ടെങ്കിലും ഇപ്പറഞ്ഞ പേരുകൾക്കൊപ്പം ചേർക്കാൻ ഈ നൂറ്റാണ്ടിൽ എടുത്തു പറയാവുന്ന ഒരു പേര് ഒ.എൻ.വി. കുറുപ്പിന്റേതാണ്.

മഹാകവി എന്ന പദപ്രയോഗത്തിന് എന്തെങ്കിലും അർത്ഥമുണ്ടെങ്കിൽ അത് ഒ.എൻ.വിയുടെ പേരിനോട് ചേർക്കാൻ മടിക്കേണ്ടതില്ല. ഭാവി തലമുറകൾ അങ്ങനെയേ അദ്ദേഹത്തെ അറിയൂ എന്ന് പ്രാഥമിക സാഹിത്യ ചരിത്രബോധമുള്ളവർക്ക് തീർച്ചയുണ്ട്. എന്നാൽ അനർഹമായ അനേകം സ്ഥാനങ്ങളിൽ പ്രയോഗിച്ച് തേയ്മാനം വന്ന ആ പ്രയോഗം അർഹമായ സ്ഥാനത്ത് പ്രയോഗിക്കാൻ അനല്പമായ വികല്പം അനുഭവപ്പെടുന്നു.

മലയാള കാവ്യലോകത്തിലെ ഈ അധിനായകത്വം ഒ.എൻ.വിക്ക് പൊടുന്നനേ വീണു കിട്ടിയതല്ല. അനാഗത ശ്മശ്രുവായിരുന്ന കാലം മുതൽ നാല് പതിറ്റാണ്ടിലധികം കാലത്തെ നിസ്തന്ദ്രമായ കാവ്യസപര്യയാണദ്ദേഹത്തെ ഈ അപ്രതിരോധ്യമായ പദവിയിലെത്തിച്ചത്. അവിടെ എത്തിനിൽക്കുകയല്ല

അദ്ദേഹം ചെയ്യുന്നത്. ഏറ്റവും ഒടുവിലത്തെ ഒ.എൻ.വിയുടെ കവിതകൾ വിളംബരം ചെയ്യുന്നത് അനുക്ഷണവികസ്വരമായ ആ സർഗ പ്രതിഭ നവം നവങ്ങളായ അനുഭവമേഖലകളെയും അചുംബിതങ്ങളായ ഭാവനാശൃംഗ ങ്ങളെയും തഴുകി പ്രയാണം തുടരുന്നു എന്നാണ്.

## സൂചനകൾ

1. പി. ഗോവിന്ദപ്പിള്ള, *പൂന്താനം മുതൽ സൈമൺ വരെ*, പു: 2–3
2. *പൂന്താനം മുതൽ സൈമൺ വരെ*, പു: 9
3. *പി.ജിയും ലോകവും*, പു: 44
4. *പൂന്താനം മുതൽ സൈമൺ വരെ*, പു: 14
5. *മേൽചൊന്നത്*, പു: 152
6. *മേൽചൊന്നത്*, പു: 158
7. *മുൽക്ക്രാജ് മുതൽ പവനൻ വരെ*, പു:49
8. *മേൽചൊന്നത്*
9. *മേൽചൊന്നത്*, പു: 52
10. മുൽക്ക്രാജ് മുതൽ പവനൻ വരെ, പു: 55
11. പി.ഗോവിന്ദപ്പിള്ള, *ഇ.എം.എസ്സിന്റെ മരണാനന്തര ജീവിതവും കലാസാഹിത്യ ചിന്തകളും*, പു: 193 –94
12. *മേൽചൊന്നത്*, പു:176
13. *മേൽചൊന്നത്*, പു:178
14. *പി.ജി. അഭിമുഖങ്ങൾ*, പു:13
15. *സെക്രട്ടേറിയറ്റ് സർവ്വീസ്*, ഡിസംബർ 1982, പു: 10–11
16. കരുവന്നൂർ രാമചന്ദ്രൻ, *ഗ്രന്ഥാലോകം*, ഡിസംബർ 2012, പു:64
17. *ചിന്താവാരിക*, 10 ജനുവരി 1986 പു:7
18. *പൂന്താനം മുതൽ സൈമൺ വരെ*, പു:96
19. *ഗ്രന്ഥാലോകം*, മാർച്ച് 1989, പു:9
20. *തെരഞ്ഞെടുത്ത പ്രബന്ധങ്ങൾ*, പു: 634–35

# മലയാള നോവലിസ്റ്റുകൾ, കഥാകാരന്മാർ

**ഈ** അദ്ധ്യായത്തിൽ മലയാളത്തിലെ പ്രമുഖരായ ഏതാനും നോവലിസ്റ്റുകളെയും കഥാകാരന്മാരെയും മാർക്സിസത്തിന്റെ വെളിച്ചത്തിൽ പി.ജി. നിരൂപണം ചെയ്തതിനെക്കുറിച്ച് പ്രതിപാദിക്കുന്നു.

## 1. ചന്തുമേനോൻ (1847 – 1899)

1889 ൽ പ്രസിദ്ധീകരിക്കപ്പെട്ട ചന്തുമേനോന്റെ *ഇന്ദുലേഖ* മലയാള സാഹിത്യത്തിലെ ആദ്യത്തെ ഏറ്റവും പ്രധാനപ്പെട്ട ഗദ്യസർഗസാഹിത്യകൃതിയാണെന്ന് *ഇന്ദുലേഖയും വീണപൂവും* എന്ന ലേഖനത്തിൽ പി.ജി വ്യക്തമാക്കി.[1] മലയാള ഗദ്യ സാഹിത്യത്തിൽ അത്ഭുതാവഹമായ അഭിരുചി മാറ്റങ്ങൾക്ക് ഈ കൃതി വഴിതെളിച്ചുവെങ്കിലും ഈ കൃതി പ്രതിനിധാനം ചെയ്ത സാംസ്കാരിക നവോത്ഥാനത്തിന്റെ പശ്ചാത്തലത്തിൽ ആ വിലയിരുത്തൽ അത്യന്തം സമുചിതമായി പോകുന്നുവെന്ന് പി.ജി. നിരീക്ഷിച്ചു.

ഇരുപതാം നൂറ്റാണ്ടിലെ മലയാള സാഹിത്യത്തിന്റെ അടിത്തറപാകുകയും ആധുനിക കേരളത്തിന്റെ നവോത്ഥാന മൂല്യങ്ങൾ വിളംബരം ചെയ്യുകയും ചെയ്ത ചന്തുമേനോൻ *ഇന്ദുലേഖ*യെപ്പോലും വെല്ലാൻ കഴിവുള്ളത് എന്ന് നിരൂപകർ കരുതുന്ന രണ്ടാം നോവൽ *(ശാരദ)* പൂർത്തിയാക്കുന്നതിനുമുമ്പ് 52–ാം വയസ്സിൽ അകാല ചരമമടഞ്ഞു. തന്റെ സർഗശക്തി ജ്വലിച്ച് ഉച്ചകോടിയിലേക്ക് കുതിക്കുന്ന ഘട്ടത്തിലെ ഈ അകാല മരണത്തെ താരതമ്യം ചെയ്യാവുന്ന മറ്റു രണ്ടു മഹാനഷ്ടങ്ങൾ മാത്രമേ കേരള സാഹിത്യ ചരിത്രം രേഖപ്പെടുത്തിയിട്ടുള്ളൂവെന്ന് പി.ജി പറഞ്ഞു. മലയാള കവിതയിലെ അത്ഭുത വാഗ്ദാനമായിരുന്ന വി. സി ബാലകൃഷ്ണപ്പണിക്കരുടെ (1889 – 1915) ഇരുപത്തിയാറാം വയസ്സിലെ മരണവും മഹാകവി കുമാരനാശാന്റെ (1873 –1924) അമ്പത്തിയൊന്നാം വയസ്സിലെ അപകട മരണവുമാണ് അത്.

*ദുരവസ്ഥ* എന്ന കൃതിയെക്കുറിച്ച് വികൽപങ്ങളുടെ രൂപത്തിൽ ആശാൻ

അവതരിപ്പിച്ച അഭിപ്രായങ്ങളോട് താരതമ്യം ചെയ്യാവുന്നതാണ് *ഇന്ദുലേഖ*യെക്കുറിച്ച് ചന്തുമേനോൻ പ്രകടിപ്പിച്ച അഭിപ്രായങ്ങൾ എന്ന് പി.ജി. പറഞ്ഞു. ആശാന്റെ 'വിലക്ഷണ' പ്രയോഗം പോലെ ചില പ്രയോഗങ്ങൾ ചന്തുമേനോൻ നടത്തുന്നത് പി.ജി ഉദ്ധരിക്കുന്നുണ്ട്. ഇന്ദുലേഖയുടെ ഒന്നാം പതിപ്പിന്റെ മുഖവുരയിൽ ചന്തുമേനോൻ "ഞാൻ എഴുതിയ ഈ കഥ ഭംഗിയായിട്ടുണ്ടെന്ന് ലേശംപോലും എനിക്ക് വിശ്വാസമില്ല" എന്ന് സത്യവാങ്മൂലം രേഖപ്പെടുത്തുന്നതും "ഈ മാതിരി ഒരു ബുക്കിനെപ്പറ്റി എന്റെ നാട്ടുകാർക്ക് എന്തഭിപ്രായം ഉണ്ടാകുമോയെന്ന് ഞാൻ അറിയുന്നില്ല" എന്നും "ഈ വക കഥകളെ ആദ്യമായി വായിക്കുമ്പോൾ അതുകളിൽ അഭിരുചി ഉണ്ടാകുമോ" എന്ന സംശയവും ചന്തുമേനോൻ പ്രകടിപ്പിക്കുന്നത് പി.ജി ചൂണ്ടിക്കാണിക്കുന്നു. എങ്കിലും കാലക്രമേണ പുതിയ അഭിരുചി സംജാതമാകും എന്ന ആത്മവിശ്വാസവും സംജാതമാകണമെന്ന ലക്ഷ്യബോധവും ചന്തുമേനോന്റെ വിശദീകരണത്തിൽ കാണാമെന്ന് പറഞ്ഞുകൊണ്ട് ആ ഭാഗം ദീർഘമായിത്തന്നെ പി.ജി. ഉദ്ധരിക്കുന്നുണ്ട്.

പുതിയ സാഹിത്യ രൂപങ്ങളും ആവിഷ്കാരശൈലികളും ആസ്വദിക്കാൻ തക്കവിധം ജനകീയാഭിരുചിയിൽ ഭാവത്തിനൊത്ത രൂപമാറ്റം നടത്താൻ ചന്തുമേനോനും ആശാനും ഈ പരിവർത്തനം സർഗമേഖലയിൽ യത്നിച്ചത് വെറും പരിഷ്കാരത്തിന് വേണ്ടി മാത്രമായിരുന്നില്ല. നവോത്ഥാനം തൊടുത്തുവിട്ട നവ സംസ്കാരത്തിന്റെ ആശയങ്ങൾ അവതരിപ്പിക്കാനും നവോത്ഥാനം രാഷ്ട്രീയ സാമൂഹ്യ ജീവിതത്തിൽ ജന്മം നൽകിയ വിപുലമായ പുത്തൻ സഹൃദയ വിഭാഗത്തെ ആകർഷിക്കാനും ഉതകുന്നതായിരുന്നു ഈ പരിഷ്കാരങ്ങളെന്ന് പി.ജി. വ്യക്തമാക്കി. ആശാനെപ്പോലെ ബംഗാളിൽ പോകുകയോ താമസിക്കുകയോ ഒന്നും ചന്തുമേനോൻ ചെയ്തിരുന്നില്ലെങ്കിലും രാജാറാം മോഹൻറോയിയുടെയും മറ്റും നേതൃത്വത്തിൽ അവിടെ നടന്നു വന്ന വമ്പിച്ച മാറ്റങ്ങളെക്കുറിച്ച് പഠിച്ച് മനസ്സിലാക്കിയിരുന്നുവെന്ന് *ഇന്ദുലേഖ*യിൽ 18–ാം അധ്യായത്തിൽ നിന്ന് നമുക്ക് ബോധ്യമാകും. 18–ാം അധ്യായം നോവലിലെ 'കഥാപ്രവാഹത്തെ പ്രതിരോധിക്കുന്ന ശിഖാഖണ്ഡം' ആണെന്ന് നോവൽ സാഹിത്യം എന്ന കൃതിയിൽ എം.പി. പോൾ നടത്തുന്ന വിധിയേക്കാൾ പി.ജിക്ക് യോജിപ്പ് *ചന്തുമേനോൻ: ഒരു പഠനം* എന്ന കൃതിയിൽ അതിനെ ന്യായീകരിക്കുന്ന പി.കെ ബാലകൃഷ്ണനോടാണ്. പി.ജി. തുടർന്നെഴുതുന്നു:

> ശുദ്ധകലയുടെ നിയമം വെച്ചു നോക്കിയാൽ ഈ അധ്യായം ആശാൻ ദുരവസ്ഥയെക്കുറിച്ച് പറഞ്ഞതുപോലെ 'വിലക്ഷണ'മായിരിക്കാം. പക്ഷേ, ഏതു കലാസൃഷ്ടിയുടെയും ശരാശരി മേന്മയ്ക്കപ്പുറമുള്ള മഹത്വം സ്ഥിതിചെയ്യുന്നത് അത് ആവിഷ്കരിക്കുന്ന ജീവിതാവബോധത്തിനും മൂല്യവ്യവസ്ഥയിലുമാണെങ്കിൽ 18–ാം അധ്യായം *ഇന്ദുലേഖ*യുടെ പൂർണിമയ്ക്ക് അനിവാര്യമാണ് എന്ന് കാണാം. ആശാൻ പറയുന്നതുപോലെ രേഖയുടെയും വർണത്തിന്റെയും ന്യൂനതകളെ മായ്ച്ചുകളയാൻ ഈ മഹത് ഘടകങ്ങൾക്ക് കഴിയും എന്ന് ചന്തുമേനോൻ വിശ്വസിച്ചിരുന്നുവെന്ന് വ്യക്തം.[2]

ആധുനിക വിദ്യാഭ്യാസത്തിന്റെ ആവശ്യകതയും സ്ത്രീ വിദ്യാഭ്യാസത്തിന്റെയും സ്വാതന്ത്ര്യത്തിന്റെയും അനുപേക്ഷണീയതയുമാണ് ബംഗാൾ നവോത്ഥാനത്തിൽ നിന്ന് ഇരുവരും ഉൾക്കൊണ്ട ആദർശങ്ങളിൽ പ്രധാനമായവയെന്ന് പി.ജി പറഞ്ഞു. അതുപോലെ തന്നെ ജാതിമതഭേദങ്ങളോടും ഉച്ചനീചത്വത്തോടും ഇരുവർക്കുമുണ്ടായിരുന്ന എതിർപ്പും പൊതുവെ രാഷ്ട്രീയ നിലപാടുകളിൽ ഇരുവരിലും പ്രകടമായ മിതവാദപരതയും അവരെ ഒരേ ലെവലിൽ നിർത്തുന്നു. രാഷ്ട്രീയമിതവാദിയാണ് ചന്തുമേനോന്റെ ആദർശ കഥാപാത്രമായ മാധവൻ. അതുപോലെ തന്നെ ആശാന്റെ പ്രസിദ്ധമായ "എന്തിന് ഭാരതധരേ കരയുന്നു" എന്നു തുടങ്ങുന്ന ശ്ലോകത്തിലെ ആശയം തന്നെയാണ് ഗോവിന്ദൻകുട്ടി മേനോനിലൂടെ ചന്തുമേനോൻ പ്രകടിപ്പിക്കുന്നത് എന്ന കെ.പി ശരത്ചന്ദ്രന്റെ അഭിപ്രായത്തോടാണ് തനിക്ക് യോജിപ്പെന്ന് ഗോവിന്ദൻ കുട്ടി മേനോന്റെ വാക്കുകൾ ഉദ്ധരിച്ച് പി.ജി. വെളിപ്പെടുത്തുന്നു.

*ഇന്ദുലേഖ*യിലും *ശാരദ*യിലും ചന്തുമേനോൻ അതിശക്തമായി മുന്നോട്ടുവയ്ക്കുന്ന മുഖ്യപ്രമേയം ഇംഗ്ലീഷ് വിദ്യാഭ്യാസംകൊണ്ട് സമൂഹത്തിനുണ്ടാകുന്ന പൊതു ഉണർവിനെയും സ്ത്രീകൾക്ക് കൈവരുന്ന അഭികാമ്യമായ സ്വാതന്ത്ര്യബോധത്തെയും പറ്റിയാണ്. ആശാനും ചന്തുമേനോനും ഒരേപോലെ ഉയർത്തിപ്പിടിക്കുന്ന ആദർശമായ വൈയക്തിക പ്രേമവും വനിതാ വിമോചനവുമായി ബന്ധപ്പെട്ടിരിക്കുന്നുവെന്ന് പി.ജി. വ്യക്തമാക്കി. ചന്തുമേനോൻ തന്റെ സ്ത്രീ സമത്വ സിദ്ധാന്തം നേരിട്ടും തന്റെ കഥാപാത്രങ്ങളുടെ സംഭാഷണങ്ങളിലൂടെയും സർവോപരി കഥാഗതിയിലൂടെയും പലതവണ പ്രഖ്യാപിക്കുന്ന കാര്യം ഇന്ദുലേഖ തന്റെ പ്രാണനാഥനായ മാധവനോടുപോലും കയർക്കുന്നത് ഉദ്ധരിച്ചു പി.ജി. തെളിയിക്കുന്നു.

42-ാം വയസ്സിൽ ചരിത്രം സൃഷ്ടിച്ച പ്രഥമ നോവലെഴുതിയ ചന്തുമേനോൻ 52-ാം വയസ്സിൽ അന്തരിച്ചു. തന്റെ ആദർശങ്ങൾ പ്രചരിപ്പിക്കാനും സർഗശക്തി പ്രകടിപ്പിക്കാനും അൽപ്പകാലമെ അദ്ദേഹത്തിനു ലഭിച്ചുള്ളുവെങ്കിലും ആധുനിക കേരളത്തിന്റെ നവോത്ഥാന ശില്പികളുടെ ഗണനാപ്രസംഗത്തിൽ അദ്ദേഹം തലയെടുപ്പോടെ ഉയർന്നു നിൽക്കുന്നുവെന്ന് പി.ജി പറഞ്ഞു.

*ഇന്ദുലേഖ*യ്ക്ക് മലയാള സാഹിത്യ ചരിത്രത്തിലുള്ള സ്ഥാനത്തെ പി.ജി ഇങ്ങനെ അടയാളപ്പെടുത്തി. മൂന്ന് നൂറ്റാണ്ടുകൾക്കപ്പുറത്ത് തുഞ്ചത്താചാര്യൻ കേരളീയരുടെ ഭാഷയിൽ തുടക്കംകുറിച്ച വിപ്ലവം സാഹിത്യത്തിലും ഭാഷയിലുമായി ഒതുങ്ങി നിൽക്കുന്നതായിരുന്നില്ല. സമൂഹനീതികളിലും ജീവിതത്തിലും ആകെ സംഭവിച്ചുകൊണ്ടിരുന്ന അവ്യക്തമെങ്കിലും ആശാവഹമായ ഒരു പരിവർത്തനത്തിന്റെ അലകളാണ് ആ ദിവ്യ കോകിലത്തിന്റെ കളകളങ്ങളിൽ അനുരണനം ചെയ്തിരുന്നത്. അന്നത്തെ ആ പരിവർത്തനത്തോട് സർവഥാ തുലനം ചെയ്യാവുന്ന മറ്റൊരു യുഗപ്രഭാതത്തിന്റെ പ്രപഞ്ചനമാണ് ഒരു നൂറ്റാണ്ടു മുമ്പ് എഴുതപ്പെട്ട ഒയ്യാരത്ത് ചന്തുമേനോന്റെ *ഇന്ദുലേഖയിൽ* കേരളം കേട്ടുണർന്നതെന്ന് പി.ജി. അഭിപ്രായപ്പെട്ടു. 1889 ലെ *ഇന്ദുലേഖ* പ്രസിദ്ധീകരണത്തോട് താരതമ്യം അർഹിക്കുന്ന മറ്റൊരു സംഭവം കൂടി മാത്രമേ കേരളത്തിന്റെ ഇക്കഴിഞ്ഞ നൂറ്റാണ്ടിൽ എടുത്ത് പറയത്തക്ക

തായി ഉള്ളുവെന്ന് പറഞ്ഞ പി.ജി. അത് 1909 ലെ കുമാരനാശാന്റെ *വീണ പൂവി*ന്റെ പ്രസിദ്ധീകരണമാണെന്നും പറഞ്ഞു.[3]

ഫ്യൂഡൽ കോട്ടയിലേക്ക് ബോംബെറിയുകയാണ് ചന്തുമേനോൻ ചെയ്തതെന്ന് പി.ജി പറഞ്ഞു.[4] നാടുവാഴിത്തം, നമ്പൂരിത്തം, ബഹുഭാര്യാത്വം, സംബന്ധവിവാഹം തുടങ്ങിയ അനാചാരങ്ങളെയെല്ലാം അദ്ദേഹം ശക്തമായി എതിർത്തു. ചന്തുമേനോനെ ഈ രീതിയിൽ വിലയിരുത്തുമ്പോൾ അദ്ദേഹത്തിന്റെ നിലപാട് സി.വിയുടേതിനേക്കാൾ പുരോഗമനപരമാണ്. ഇന്ത്യയുടെ പുരോഗതിക്ക് അത്യന്താപേക്ഷിതമായി ചന്തുമേനോൻ കാണുന്നത് ഇംഗ്ലീഷ് വിദ്യാഭ്യാസമാണ്. അക്കാലത്ത് അത് ശരിയുമായിരുന്നു. *ഇന്ദുലേഖ*യിലെ പ്രസിദ്ധമായ 18–ാം അധ്യായത്തിലെ വിശദമായ ചർച്ചയിലെല്ലാം കഥാനായകനായ മാധവനിലൂടെ ചന്തുമേനോൻ തന്റെ നിലപാട് വ്യക്തമാക്കുന്നു. ഇന്ത്യയിലെ കൊളോണിയൽ ആധുനികതയ്ക്ക് ആക്കംകൂട്ടുകയാണ് ചന്തുമേനോനും കഥാപാത്രമായ മാധവനും ചെയ്യുന്നത്. അതുകൊണ്ടാണ് പി.ജി. പറഞ്ഞത് ചന്തുമേനോൻ *ഇന്ദുലേഖ* എഴുതിയത് ഫ്യൂഡൽ ആധിപത്യത്തെ എതിർക്കാനായിരുന്നെങ്കിലും അതിലെല്ലാം കൊളോണിയൻ വീക്ഷണമുണ്ടെന്ന്. ഇംഗ്ലീഷ് സംസ്കാരത്തെയും ഭാഷാധീശത്വത്തെയും അന്ധമായി പിന്തുടരലും അനുകരിക്കലുമാണ് സംസ്കാരം എന്ന ചിന്താഗതിയാണത്.

## 2. സി.വി രാമൻ പിള്ള (1858 – 1922)

*മാർത്താണ്ഡ വർമ്മ, ധർമ്മരാജ, രാമരാജബഹദൂർ* തുടങ്ങിയ നോവലുകളെഴുതിയ പ്രശസ്തനായ നോവലിസ്റ്റും ഉപന്യാസകാരനും പത്രപ്രവർത്തകനുമൊക്കെയായിരുന്ന സി.വി.രാമൻപിള്ളയെ വിലയിരുത്തിക്കൊണ്ട് പ്രഭാഷണങ്ങൾ നടത്തിയിട്ടുള്ളതിനു പുറമെ ലേഖനവും പി.ജി എഴുതിയിട്ടുണ്ട്. ചില അഭിമുഖങ്ങളിലും പി.ജി സി.വിയെ നിരൂപണം ചെയ്തിട്ടുണ്ട്. *സിവിയുടെ പ്രത്യയശാസ്ത്രവും ഇ.എം.എസ്സിന്റെ നിരീക്ഷണവും* എന്ന തന്റെ ലേഖനത്തിൽ പി.ജി സി.വി രാമൻപിള്ള എന്ന മഹാനായ സാഹിത്യകാരനെക്കുറിച്ചുള്ള ഇ.എം.എസ്സിന്റെ അഭിപ്രായത്തോട് യോജിക്കുകയാണ് ചെയ്യുന്നത്.

സി.വി. രാജഭക്തനാണെന്ന ഇ.എം.എസിന്റെ പ്രസ്താവനയോട് പലരും രോഷാകുലരായി പ്രതികരിച്ചു. അവർക്ക് മറുപടി പറഞ്ഞുകൊണ്ട് സി.വിയുടെ രാജഭക്തിയേയും രാഷ്ട്രീയത്തേയും വിമർശിച്ച ആദ്യത്തെ ആളല്ല ഇ.എം.എസ്. എന്ന് മേൽപ്പറഞ്ഞ ലേഖനത്തിൽ പി.ജി ചൂണ്ടിക്കാട്ടുന്നു. സ്വദേശാഭിമാനി രാമകൃഷ്ണപിള്ളയും, എം.പി. പോളും, സി.വിയുടെ ജീവചരിത്ര കർത്താവായ പി.കെ പരമേശ്വരൻ നായരും, പ്രശസ്ത സാഹിത്യനിരൂപകനും നോവലിസ്റ്റും ചരിത്രകാരനും പത്രാധിപരും മറ്റുമായിരുന്ന പി.കെ. ഗോപാലകൃഷ്ണനുമൊക്കെ സി.വി.യെ പഴമയുടെ പരിരക്ഷകനായി തന്നെ വിവരിക്കുന്നുവെന്ന് പി.ജി പറഞ്ഞു.

ഫ്യൂഡൽ സംസ്കാരത്തെയും രാജാധിപത്യത്തെയും പരിരക്ഷിക്കുന്ന പ്രത്യയശാസ്ത്രമാണ് സി.വി. രാമൻ പിള്ളയുടേതെന്ന് പി.ജിയും വ്യക്തമാക്കി. *മാർത്താണ്ഡവർമ്മ* എന്ന നോവലിനെക്കുറിച്ച് അദ്ദേഹം പറഞ്ഞു.

അതിലെ അനന്തപത്മനാഭൻ ഒളിവിൽ താമസിക്കുന്ന സമയം അയാൾ ഭ്രാന്തൻ ചാന്നാന്റെ വേഷം കെട്ടി നടക്കുകയാണ്. ഫ്യൂഡൽ വ്യവസ്ഥിതിയുടെ സൂക്ഷിപ്പുകാരനായിട്ടാണ് അയാളെ അതിൽ ചിത്രീകരിച്ചിരിക്കുന്നത്. മാർത്താണ്ഡവർമ്മ മാങ്കോയിക്കൽ കുറുപ്പിന്റെ ഭവനത്തിൽ ഇരിക്കുമ്പോൾ ആ ഭവനം അഗ്നിക്കിരയാവുകയും രാജാവ് അപകടത്തിൽപ്പെടുകയും ചെയ്യുന്നു. ആ സമയം 'രാജാവിന്റെ അന്നം തിന്നവർ ആരുമില്ലെടാ ആദ്ദേഹത്തെ രക്ഷിക്കാൻ ' എന്ന ചോദ്യമുയരുമ്പോൾ, 'അടിയൻ ലച്ചിപ്പോ' എന്നു പറഞ്ഞുകൊണ്ട് ഭ്രാന്തൻ ചാന്നാൻ എരിതീയിലൂടെ രാജാവിനെ രക്ഷിക്കുകയാണ്. ആ ഭ്രാന്തൻ ചാന്നാൻ തകർന്നടിയുന്ന വ്യവസ്ഥയുടെ സൂക്ഷിപ്പുകാരനാണെന്ന് കാണാവുന്നതാണെന്ന് പി.ജി വിലയിരുത്തി.[5]

### 3. മുത്തിരിങ്ങോട് ഭവത്രാതൻ നമ്പൂതിരിപ്പാട് (1902 – 1944)

2002 ൽ മുത്തിരിങ്ങോട് ഭവത്രാതൻ നമ്പൂതിരിപ്പാടിന്റെ (1902–1944) ജന്മശതാബ്ദിയോടനുബന്ധിച്ച് പി.ജി എഴുതിയ *അവിസ്മരണീയ പ്രതിഭ* എന്ന ലേഖനത്തിൻ വി.ടി.ഭട്ടതിരിപ്പാട്, എം.പി. ഭട്ടതിരിപ്പാട് (പ്രേംജി), എം.ആർ ഭട്ടതിരിപ്പാട്, ഇ.എം.എസ് നമ്പൂതിരിപ്പാട് തുടങ്ങിയ ആദ്യകാല സമുദായ പരിഷ്കർത്താക്കളുടെ സഹപ്രവർത്തകനും സമശീർഷനുമായിരുന്നു ഭവത്രാതൻ നമ്പൂതിരിപ്പാട് എന്ന് വിലയിരുത്തുന്നു. ലേഖനത്തിലുടനീളം നമ്പൂതിരി സമുദായത്തിന്റെ സാമൂഹ്യ പരിഷ്കരണ പ്രസ്ഥാനത്തിൽ അദ്ദേഹം വഹിച്ച അവിസ്മരണീയമായ പങ്ക് പി.ജി. വ്യക്തമാക്കുന്നുണ്ട്. അതോടൊപ്പം മലയാള സാഹിത്യചരിത്രത്തിലും ശ്രദ്ധേയമായ വ്യക്തിമുദ്രകൾ പതിപ്പിക്കാൻ അദ്ദേഹത്തിന് കഴിഞ്ഞു എന്ന കാര്യവും പി.ജി. രേഖപ്പെടുത്തുന്നു.[6]

സാഹിത്യ രംഗത്ത് അദ്ദേഹം പിച്ചവച്ചത് അദ്ദേഹത്തിന്റെ അമ്മാവൻ ഒളപ്പമണ്ണ പരമേശ്വരൻ നമ്പൂതിരിപ്പാട് നടത്തിവന്ന *സാഹിതി* എന്ന മാസികയിൽ *ബാലകവിതകൾ* എഴുതിക്കൊണ്ടാണ്. തുടർന്ന് യോഗക്ഷേമ സഭയുടെ മുഖപത്രമായ *യോഗക്ഷേമമാസികയിലും* അതിലെ ഉല്പതിഷ്ണുക്കളായ യുവാക്കൾ നടത്തിവന്ന *ഉണ്ണിനമ്പൂതിരിയിലും* അദ്ദേഹം എഴുതുകയുണ്ടായി. സമുദായത്തിലെ പരിഷ്കരണ യത്നങ്ങളിൽ ഉയർന്നുവന്ന പ്രശ്നങ്ങളിലെല്ലാം മുത്തിരിങ്ങോട് ഉല്പതിഷ്ണു വിഭാഗത്തിനാണ് തന്റെ വാമൊഴിയിലും വരമൊഴിയിലുമുള്ള വചോവിലാസവും സംഘടനാസാമർഥ്യവും സംഭാവന ചെയ്തതെന്ന് പി.ജി. വ്യക്തമാക്കി. മറ്റു സമുദായങ്ങളിലെല്ലാം കാണുന്നതുപോലെ നമ്പൂതിരി സമുദായത്തിലും ആളോഹരി ഭാഗം നടത്തണമെന്ന നിർദ്ദേശം അക്കാലത്ത് മദിരാശി നിയമസഭയിൽ അവതരിപ്പിച്ച നമ്പൂതിരി ബില്ലുമായി ബന്ധപ്പെട്ട് ഉയർന്നു വന്നപ്പോൾ *ഭാഗം ഭംഗിയല്ല* എന്നൊരു ലേഖന പരമ്പര *യോഗക്ഷേമ*ത്തിൽ പ്രസിദ്ധീകരിച്ചു. എന്നാൽ ഇതിനെതിരെ *ഭാഗമേ ഭംഗിയാകൂ* എന്ന മുത്തിരിങ്ങോടന്റെ മറുപടി ആളോഹരി ഭാഗത്തിനനുകൂലമായ ചലനം സൃഷ്ടിക്കുകയുണ്ടായി. തായ്‌വഴി ഭാഗം ഏർപ്പെടുത്തണമെന്ന മധ്യസ്ഥ നിലപാടുകളെയും അദ്ദേഹം എതിർക്കുകയുണ്ടായി.

വി.ടി.ഭട്ടതിരിപ്പാടിന്റെ *അടുക്കളയിൽ നിന്ന് അരങ്ങത്തേക്ക്* എന്ന ചരി

ത്രപ്രസിദ്ധമായ നാടകത്തിന്റെ സംഘാടകരിൽ പ്രധാനിയും നടനുമായിരുന്നു മുത്തിരിങ്ങോട്. നമ്പൂതിരി പുരുഷന്മാർ പരമ്പരാഗത ശൈലിയിലുള്ള കുടുമ മുറിച്ച് ക്രോപ്പ് ചെയ്യാൻ അന്ന് വ്യാപകമായ ഒരു പ്രസ്ഥാനം ഉടലെടുത്തപ്പോൾ ആദ്യം മുടി മുറിച്ചവരിൽ ഒരാളായിരുന്നു അദ്ദേഹം. *അധഃപതിച്ച ശിഖ* എന്ന തലക്കെട്ടിൽ ഫലിതവും യുക്തിയും കലർന്ന ഒരു ലേഖനമെഴുതിയ കാര്യവും പി.ജി. എടുത്തു പറയുന്നു.

സ്വജാതീയ വിവാഹം, അധിവേദന നിരോധം, സ്ത്രീവിദ്യാഭ്യാസം, ആളോഹരിഭാഗം എന്നീ നാല് കാര്യങ്ങൾക്ക് ഊന്നൽ നല്കിക്കൊണ്ടുള്ളതായിരുന്നു അക്കാലത്തെ മുത്തിരിങ്ങോടിന്റെ ആവർത്തന വിരസത കൂസാതെയുള്ള ഉജ്ജ്വലമായ പ്രഭാഷണ പരമ്പര.

മുത്തിരിങ്ങോടിന്റെ പ്രശസ്ത *കൃതിയായ അപ്ഫന്റെ മകൾ* എന്ന ആഖ്യായികയെക്കുറിച്ച് ഈ ലേഖനത്തിലും മറ്റൊരിടത്തും[7] പി.ജി. വിശദമായി പ്രതിപാദിക്കുന്നുണ്ട്.

സാധാരണ ഗതിയിൽ മുത്തിരിങ്ങോടിന്റെ കഥ വളരെ ഋജുവും സന്ദേശം വ്യക്തവുമാണ്. "അപൂർവസാധാരണമായ വാസനാ വൈഭവവും വിവരണ സാമർത്ഥ്യവുംകൊണ്ട് പരിഹാസവും രോഷവും തുളുമ്പുന്ന ശൈലിയിൽ അന്നത്തെ യാഥാസ്ഥിതിക നമ്പൂതിരി സമൂഹത്തിന്റെ വൈകൃതങ്ങളെയും ക്രൂരതകളെയും മുത്തിരിങ്ങോട് അനാവരണം ചെയ്യുന്നു.[8]

## 4. കാരൂർ നീലകണ്ഠപ്പിള്ള (1898 – 1975)

മലയാള ഭാഷയിൽ ചെറുകഥകളുടെ സുവർണ്ണകാലമായിരുന്നു 1930 കളുടെ അവസാന പകുതിതൊട്ട് 1950 കളുടെ ഏതാണ്ട് ആദ്യ പകുതി വരെയുള്ള രണ്ടു പതിറ്റാണ്ടു കാലമെന്ന് പി.ജി. പറഞ്ഞു. ഈ കാലഘട്ടത്തിൽ മലയാള സാഹിത്യത്തിൽ രൂപത്തിലും ഭാവത്തിലും ഒരു മഹത്തായ പരിവർത്തനം നടത്തിയ മഹാരഥന്മാരിൽ തകഴി, കേശവദേവ്, പൊൻകുന്നം വർക്കി, ബഷീർ, പി.സി കുട്ടികൃഷ്ണൻ, എസ്.കെ പൊറ്റെക്കാട്ട് എന്നിവരോടൊപ്പം കാരൂർ നീലകണ്ഠപ്പിള്ളയും ഉൾപ്പെടുന്നു. സ്വാതന്ത്ര്യ പ്രാപ്തിക്ക് തൊട്ട് മുമ്പും പിമ്പുമായി കിടക്കുന്ന ഈ രണ്ട് പതിറ്റാണ്ട് കാലത്താണ് ഇന്നത്തെ കേരളത്തിൽ രാഷ്ട്രീയം, വർഗസമരം, സാമ്പത്തിക ജീവിതം, സാംസ്കാരിക രൂപങ്ങൾ, സാഹിത്യാഭിരുചി എന്നിവയുടെയെല്ലാം രൂപരേഖ വരയ്ക്കപ്പെട്ടത്. "ഈ കാലഘട്ടത്തിന്റെ ആത്മാംശവും കഥാകാരനുമായിരുന്നു കഥാവശേഷനായ കാരൂർ" എന്ന് *കാരൂർ: ചെറിയവരുടെ വലിയ കാഥികൻ* എന്ന ലേഖനത്തിൽ പി.ജി. വിലയിരുത്തി.[9]

കാരൂരിന്റെ കഥാസാഹിത്യത്തെക്കുറിച്ച് പലരും എഴുതിയ ചരമക്കുറിപ്പുകളും പലരും ഇറക്കിയ അനുശോചന പ്രസ്താവനകളും ശരിയാണെങ്കിലും അവ ഭാഗികമായി മാത്രമേ പി.ജി അംഗീകരിക്കുന്നുള്ളൂ. കാരൂരിന്റെ ആത്മാർത്ഥത നിറഞ്ഞുനിൽക്കുന്ന സരള ശൈലിയെയും കൃതഹസ്തർക്ക് മാത്രം വശമായ മിതത്വത്തെയും മിഴിവിനെയും ഈ വിലയിരുത്തലുകൾ അടിവരയിട്ട് കാട്ടുന്നുവെന്നത് ശരിയാണ്. എന്നാൽ ഇത്ര പതിഞ്ഞ സ്വരത്തിലും പ്രസാദമധുരമായ ശൈലിയിലും കാരൂർ വരച്ചുകാണിക്കുന്ന കേരളീയ ചിത്രം തകർച്ചയും ദാരിദ്ര്യവുംകൊണ്ട് സ്ഫോടനാത്മക

മായി പുകഞ്ഞു നീറുന്ന ഒരു ജനതയുടേതാണെന്ന് പി.ജി കാണുന്നു. കാരൂരിന്റെ *അതിനും കൊള്ളുകയില്ല, പൊതിച്ചോറ്, തന്ത ഒരു കേമനാ, ചെകുത്താൻ, പൂവമ്പഴം, സാർ വന്ദനം* തുടങ്ങിയ കഥകളെയൊക്കെ നിരൂപണം ചെയ്തുകൊണ്ടാണ് പി.ജി. ഇക്കാര്യം വിശദീകരിക്കുന്നത്. സമൂഹ മനഃസാക്ഷിയിൽ തറഞ്ഞു കയറുന്ന സൂചിമുനപോലെ നമുക്കനുഭവപ്പെടുന്നതാണ് *ചെകുത്താൻ* എന്ന കഥയെന്ന് പി.ജി. പറഞ്ഞു. പട്ടിണിയും ദാരിദ്ര്യവും രോഗവുമൊക്കെ സഹിക്കവയ്യാത്ത നല്ലവളായ ഒരു മാതാവ് തന്റെ ഓമനപ്പുത്രിയെ തെറ്റിലേക്ക് പറഞ്ഞുവിടുന്നതാണ് ഈ കഥ. "കാരൂരിലെ മഹാനായ മനുഷ്യസ്നേഹിയും അതുല്യനായ കലാകാരനും എല്ലാം ഈ ചെറുകഥയുടെ തുടക്കത്തിൽ തന്നെ സമ്മേളിക്കുന്നു. കാരൂരിന്റെ കഥയിലെ സ്വരം പതിഞ്ഞതായിരിക്കാം. പക്ഷേ, അതിലെ സത്യം പതിഞ്ഞതല്ല, ആ സത്യം കുളിരല്ല കോരിയിടുന്നത്, കനലാണ്"- പി.ജി. നിരീക്ഷിച്ചു.

കാരൂരിന്റെ *വാധ്യാർ കഥ*കളിലെ സാഹചര്യം ഇന്നത്തെ തലമുറയ്ക്ക് ഊഹിക്കാൻ പോലും കഴിയാത്തവിധം പോയി മറഞ്ഞുവെങ്കിലും ആ കഥകൾ ഇന്നും കാലഹരണപ്പെടാത്തതിനു കാരണം അവയിൽ മുറ്റി നിൽക്കുന്ന മാനുഷികമൂല്യങ്ങളും അവയുടെ അനവദ്യസുന്ദരമായ രചനാശിൽപവും ആ കഥകളെ അനശ്വരമാക്കുന്നതാണ്. സമകാലികവും താൽക്കാലികവുമായ പ്രശ്നങ്ങൾ ഇതിവൃത്തമായി സ്വീകരിക്കുന്നതുകൊണ്ട് സാഹിത്യകൃതി അൽപായുസ്സായി പോകില്ലെന്ന് ലോകസാഹിത്യ ചരിത്രത്തിലെ അനേകം ഉദാഹരണങ്ങളോടൊപ്പം കാരൂരിന്റെ വാധ്യാർ കഥകളും തെളിയിക്കുന്നു.

ഈ പരിമിതികളൊക്കെയുണ്ടെങ്കിലും അനേകം തലമുറക്കാലം മലയാളിയുടെ സാമൂഹ്യ മനഃസാക്ഷിയെ തട്ടിയുണർത്തിക്കൊണ്ടും യുവലേഖകൻമാർക്ക് വഴികാട്ടിക്കൊണ്ടും നമ്മുടെ കണ്ണീരിലൂടെയും ചിരിയിലൂടെയും കാരൂർ നീലകണ്ഠപിള്ള നീണ്ടനാൾ ജീവിക്കുകതന്നെ ചെയ്യുമെന്ന് പി.ജി. വിലയിരുത്തി.[10]

## 5. ചെറുകാട് (1914 – 1976)

പി.ജി.യുടെ അടുത്ത സുഹൃത്തായിരുന്നു ചെറുകാട്. മലയാള നോവലിന്റെ നൂറാം വാർഷികാഘോഷങ്ങളുടെ ഭാഗമായി കേരള സാഹിത്യ അക്കാദമി പ്രസിദ്ധീകരിച്ച പത്ത് പ്രശസ്ത നോവലുകളിൽ ചെറുകാടിന്റെ *മുത്തശ്ശി* കൂടി ഉൾപ്പെടുത്തിയത് ഉചിതമായി എന്ന് പി.ജി. പറഞ്ഞു. ആ നോവലിനെ വിലയിരുത്തിക്കൊണ്ട് *ചെറുകാടിന്റെ മാസ്റ്റർപീസ്* എന്ന തലക്കെട്ടിൽ പി.ജി. എഴുതിയ ലേഖനത്തിലായിരുന്നു ഈ വിലയിരുത്തൽ. *മുത്തശ്ശി* ചെറുകാടിന്റെ സർവോത്തരകൃതി എന്ന നിലയിൽ മാത്രമല്ല, മലയാളത്തിലെ ഇതഃപര്യന്തമുള്ള പത്ത് ഉത്തമാഖ്യായികകൾ തെരഞ്ഞെടുക്കുമ്പോൾ ഒരിക്കലും ഒഴിവാക്കാനാവാത്തത് എന്ന നിലയിലും മുൻഗണന അർഹിക്കുന്നുവെന്ന് പി.ജി. പറഞ്ഞു.[11]

ചെറുകാട് എന്ന ചുരുക്കപ്പേരിൽ അറിയപ്പെടുന്ന ചെറുകാട് പിഷാരത്ത് ഗോവിന്ദപ്പിഷാരടി ഇപ്പോഴത്തെ മലപ്പുറം ജില്ലയിൽ പെരിന്തൽമണ്ണയ്ക്കടുത്ത് പുലാമന്തോളിനടുത്ത ചെമ്മലശ്ശേരിയിൽ ജനിച്ചു. അക്കാലത്ത്

നിലവിലിരുന്ന മരുമക്കത്തായ സമ്പ്രദായ പ്രകാരം അമ്മയുടെ വീട്ടുപേരായ 'ചെറുകാട്' എന്നത് ഗോവിന്ദ പിഷാരടിക്ക് വിശേഷണമായി മാറി. ചെറുകാടിന്റെ ആത്മകഥയിലും നാടകങ്ങളിലും നോവലിലുമെല്ലാം മരുമക്കത്തായത്തിനെതിരെ തിളച്ചുമറിയുന്ന രോഷത്തിനതിരില്ലെന്ന് പി.ജി. ചൂണ്ടിക്കാണിച്ചു. ചെറുകാടിന്റെ സ്ത്രീകഥാപാത്രങ്ങൾ പലപ്പോഴും പുരുഷ കഥാപാത്രങ്ങളേക്കാൾ തിളക്കമുറ്റവയായിത്തീർന്നത് അദ്ദേഹത്തിൽ വേരൂന്നിയ കമ്യൂണിസ്റ്റാശയങ്ങൾ കൊണ്ടു മാത്രമായിരുന്നില്ലെന്നും തന്റെ ധർമ്മപത്നിയായ ലക്ഷ്മിക്കുട്ടി പിഷാരസ്യാരിലൂടെ ചെറുകാടിന് സ്ത്രീലോകത്തെക്കുറിച്ച് ലഭിച്ച ഉൾക്കാഴ്ചയും നിസ്സാരമല്ലാത്ത ഒരു ഘടകമായിരുന്നുവെന്നും പി.ജി. കാണുന്നു.

ചെറുകാടിന്റെ സാഹിത്യ മേഖലകളെ കവിത, ചെറുകഥ, നോവൽ, ബാലസാഹിത്യം, നാടകം, ആത്മകഥ എന്നിങ്ങനെ മേൽവിലാസത്തിൽ ഉൾപ്പെടുത്താമെന്ന് പി.ജി. പറഞ്ഞു. ഇവയിൽ കവിതകളിൽ ഹാസ്യകവനത്തിനൊരു പ്രത്യേക വകുപ്പും ഏകാങ്ക നാടകങ്ങൾക്ക് മറ്റൊരു വകുപ്പും ഗദ്യലേഖനങ്ങൾക്ക് മൂന്നാമതൊരു വകുപ്പും കൂടി കൽപ്പിച്ചാൽ മൊത്തം ഒമ്പത് വകുപ്പാകും. *തിരമാല (1945), ആരാധന (1954), അന്തഃപുരം (1945), മെത്താപ്പ് (1954), മനുഷ്യനെ മാനിക്കുക* എന്നിവയാണ് പ്രസിദ്ധീകരിച്ച കവിതകളും സമാഹാരങ്ങളും.

*ഒരു ദിവസം* (1960), *കറപ്പൻകുട്ടി* (1962), *തന്തക്കുറുക്കൻ* (1968) എന്നിവയാണ് പുസ്തകരൂപത്തിൽ പ്രസിദ്ധീകരിച്ച ബാലസാഹിത്യ കൃതികൾ.

*നമ്മളൊന്ന്* (1948), *തറവാടിത്തം* (1954), *സ്നേഹബന്ധങ്ങൾ* (1954), *സ്വതന്ത്ര*(1955), *മനുഷ്യ ഹൃദയങ്ങൾ* (1955), *വിശുദ്ധനുണ*(1956), *രക്തേശ്വരി* (1956), *ഒടുക്കത്തെ ഓണം* (1956), *കുട്ടിത്തമ്പുരാൻ* (1958), *മുളങ്കൂട്ടം* (1958), *ജന്മഭൂമി* (1958), *അണക്കെട്ട്* (1958), *ചിറ്റുവിളക്ക്* (1960), *വാൽ നക്ഷത്രം* (1960), *കൊടുങ്കാറ്റ്* (1966), *ഡോ. കചൻ* (1970), *അടിമ, കുട്ടിത്തമ്പുരാട്ടി, അടിമകൾ, സ്വതന്ത്രകൾ* (തെരഞ്ഞെടുത്ത നാടകങ്ങളുടെ സമാഹാരം) എന്നിവയാണ് നാടകങ്ങൾ.

ആത്മകഥയായ *ജീവിതപ്പാത* 1974 ൽ പ്രസിദ്ധീകരിച്ചു. നോവലുകൾ മണ്ണിന്റെ *മാറിൽ* (1954), *മുത്തശ്ശി* (1959), ശനിദശ (1959), *പ്രമാണി* (1962) *മരുമകൾ (1963) ദേവലോകം (1971) ഭൂപ്രഭു* (1976) *മരണപത്രം* (1977) എന്നിവയാണ്.

*മണ്ണിന്റെ മാറിൽ* ഒഴികെ ചെറുകാടിന്റെ മറ്റെല്ലാ നോവലുകളിലെയും പ്രതിപാദ്യം മുഖ്യമായും തെക്കൻ മലബാറിലെ ഇടത്തരക്കാരുടെ ജീവിതമായിരുന്നു. മൂന്നുതലമുറക്കാരുടെ കഥ പറയുന്ന ചെറുതെങ്കിലും ഇതിഹാസതുല്യമായ *മണ്ണിന്റെ മാറിൽ* മാത്രമാണ് ശാരിരീകാദ്ധ്വാനം നടത്തുന്ന അധഃകൃത കർഷകവിഭാഗങ്ങളെ മുഖ്യപ്രതിപാദ്യമാക്കുന്നതെന്ന് പി.ജി പറഞ്ഞു. സ്വാതന്ത്ര്യാനന്തര കേരളത്തിലെ അവിസ്മരണീയമായ ഒരു പീഡനകാലത്തിന്റെ (1948–50) സ്ഫോടനാത്മകമായ ഒരു തീക്ഷ്ണ ചിത്രീകരണമാണ് പിരിമുറുക്കമുള്ള *ശനിദശ* എന്ന നോവൽ. ചെറുകാടിന്റെ മിക്ക നോവലുകളും കേരളത്തിലെ വിപ്ലവപ്രസ്ഥാനത്തിന്റെ ആദർശദീപ്

തമായ വശങ്ങൾ ആവിഷ്കരിക്കുമ്പോൾ *ദേവലോകം* ചില ജീർണ്ണ ഭാവങ്ങൾക്ക് മുൻതൂക്കം കൊടുക്കുന്നുവെന്ന് പി.ജി. പറഞ്ഞു. കുപ്രസിദ്ധമായ 'വിമോചന' സമരത്തെക്കുറിച്ചുള്ള അത്യപൂർവമായ കൃതികളിലൊന്നാണ് *പ്രമാണി.* ചെറുകാടിന് ഏറെ പ്രിയമായ മരുമക്കത്തായ കുടുംബബന്ധങ്ങളും ജാതിവ്യത്യാസങ്ങളുടെ തകർച്ചയും *മരുമകളിൽ* പ്രതിപാദിക്കുന്നു. *ഭൂപ്രഭു*വാകട്ടെ ചെറുകാടിന്റെ പ്രഥമ പ്രസിദ്ധീകൃതാഖ്യായികയുടെ യുക്തിഭദ്രവും സാമൂഹ്യവികാസാധിഷ്ഠിതവുമായ തുടർച്ചയാണെന്ന് പി.ജി നിരീക്ഷിച്ചു. അങ്ങനെ ഓരോന്നും ഒരു സവിശേഷലോകത്തെയും സവിശേഷ പ്രശ്നത്തെയും ഊന്നുമ്പോൾ ചെറുകാടിന്റെ മാസ്റ്റർപീസ് ഏതാണെന്ന് ചോദിച്ചാൽ പറയുക ദുഷ്കരമാണെങ്കിലും മാസ്റ്റർപീസ് തെരഞ്ഞെടുക്കേണ്ടി വന്നാൽ നാം ആദ്യം കൈവയ്ക്കുക *മുത്തശ്ശിയി*ലായിരിക്കുമെന്ന് പി.ജി. പറഞ്ഞു.

*മുത്തശ്ശി* ചെറുകാടിന്റെ *മാസ്റ്റർപീസ്* ആയി പി.ജി. കരുതുന്നു. ആവിഷ്കാരത്തിലും ശൈലിയിലും ഒരേസമയം പഴമയിൽ ഊന്നുകയും പുതുമയെ പുൽകുകയും ചെയ്യുന്നു *മുത്തശ്ശി.* അതായത് ചില 'പൂർവതകളോടൊപ്പം ചില അപൂർവതകളും' 716 പേജുകളിലായി നീണ്ടു പരന്ന് കിടക്കുന്ന ആ നോവലിനുണ്ട്. അതിരുകവിഞ്ഞ ആത്മനിഷ്ഠതയും അമൂർത്തതയും മറ്റും അത്യാധുനിക ഫാഷനായി തലപൊക്കിത്തുടങ്ങിയ കാലത്ത് അത്തരം പ്രലോഭനങ്ങളിലും അപചയപ്രവണമായ റൊമാന്റിസിസം എന്ന വഷളത്തത്തിലും വഴുതി വീണുപോകാതെ റിയലിസത്തിന്റെ ചിരപരീക്ഷിതമായ തട്ടകത്തിൽ തന്നെ നിന്നു പയറ്റി ചെറുകാട് വിജയിക്കുന്നതിനെപ്പറ്റി കെ.പി. ശങ്കരൻ പരാമർശിക്കുന്നത് പി.ജി. അദ്ദേഹത്തിന്റെ വാക്കുകൾ ഉദ്ധരിച്ച് വെളിപ്പെടുത്തുന്നു.

ഒ.ചന്തുമേനോന്റെ *ഇന്ദുലേഖയുമായി* ചെറുകാടിന്റെ *മുത്തശ്ശി*യെ താരതമ്യപ്പെടുത്തിക്കൊണ്ട് അവ തമ്മിലുള്ള വൈരുധ്യങ്ങൾ പി.ജി. വെളിപ്പെടുത്തുന്നു. കേരള നവോത്ഥാനത്തിന്റെ ആരംഭകാലത്ത് പുറത്തു വന്ന *ഇന്ദുലേഖ* (1889) യിലെ നായികാനായകന്മാരും മുത്തശ്ശിയിലെ നായികാനായകന്മാരും ബാഹ്യ പ്രകൃതിയിലും അവസ്ഥയിലും പൂർണ്ണമായും വ്യത്യസ്തരായിരുന്നുവെന്ന് പി.ജി. പറഞ്ഞു.

അതീവസുന്ദരിയും അഭിജാതയും സമ്പന്നയുമാണ് ഇന്ദുലേഖ എങ്കിൽ കറുത്ത് മെലിഞ്ഞ് കോന്ത്രപ്പല്ലുള്ള താഴ്ന്ന ഇടത്തരക്കാരിയാണ് നാണി. അതുപോലെ പ്രഭുകുമാരനും ഉന്നതവിദ്യാധനനും സുന്ദരനുമാണ് മാധവനെങ്കിൽ പഠിക്കാൻ പോലും പണമില്ലാതെ അലഞ്ഞവനാണ് ചാത്തുനായർ. അതുപോലെതന്നെ ജന്മിയിൽ നിന്നാശ്വാസം ലഭിക്കാൻ വേണ്ടി വന്നാൽ മകളെ കാര്യസ്ഥന് കാഴ്ചവയ്ക്കാനാലോചിക്കുന്നു മുത്തശ്ശി എങ്കിൽ സ്വയം കുറ്റൻ ജന്മിയായ കാരണവരാണ് പഞ്ചുമേനോൻ എന്ന് പി.ജി. ചൂണ്ടിക്കാണിച്ചു.

> ചെറുകാടിന്റെ നായികാനായകന്മാർ, തെറ്റിദ്ധരിച്ചേക്കാവുന്ന ഒരു പരമ്പരാഗത പദം ഉപയോഗിച്ചാൽ ആത്മജ്ഞാനം ലഭിച്ച കർമ്മയോഗികളാണ്. തന്റെ ജീവിതത്തിലെ ഏതെങ്കിലും ദുർഘട സന്ധി

യെയോ വൈഷമ്യത്തെയോ മറികടക്കുന്നതിനപ്പുറം തന്റെ സാഹചര്യങ്ങളെയാകെ മാറ്റാൻ ബോധപൂർവ്വം ശ്രമിക്കുന്നവർ. അവർക്ക് ആത്മജ്ഞാനം അഥവാ സെൽഫ് അവയർനെസ്സ് ഉണ്ട്. താനാര്? തനിക്ക് എന്തു കഴിയും? തന്റെ ലക്ഷ്യമെന്ത്? തന്റെ പരിമിതിയെന്ത്? ഇതൊക്കെ അറിയലാണ് ആത്മജ്ഞാനം. തന്നെപ്പറ്റിയും തന്റെ ലക്ഷ്യത്തെപ്പറ്റിയും ഉള്ള അറിവ്. സൃഷ്ടിയുടെ മകുടവും സാഹചര്യത്തിന്റെ അധിപതിയുമായ മനുഷ്യൻ. പഴയരീതിയിൽ മനുഷ്യൻ സംഭവഗതികളുടെ കളിപ്പാവയാകുന്നു. വെള്ളത്തിൽ ഒതളങ്ങപോലെ ഒഴുകിനടക്കുന്ന ലക്ഷ്യബോധമോ ഇച്ഛാശക്തിയോ ഇല്ലാത്ത 'പാസ്സീവ്' ഘടകം. സോഷ്യലിസ്റ്റ് റിയലിസത്തിലെ മനുഷ്യൻ സർഗ്ഗശക്തിയുള്ള പ്രവൃത്യുന്മുഖനാണ് - മാറ്റങ്ങളുടെ നിയന്താവ് - ക്രിയേറ്റീവ് ആൻഡ് ആക്ടീവ് ഡിസൈനർ ഓഫ് ചേഞ്ച്.[12]

മേൽ വിവരിച്ച അർത്ഥത്തിൽ മാക്സിം ഗോർക്കിയുടെ *അമ്മ* മുതലായ കൃതികളിലെ പരിവർത്തനാത്മക വീക്ഷണവും കഥാപാത്രങ്ങളുടെ പരിണാത്മക സ്വഭാവവും ചെറുകാടിന്റെ കൃതികൾക്കും കഥാപാത്രങ്ങൾക്കുമുണ്ട് എന്നതിനാൽ കേരളത്തിന്റെ മാക്സിംഗോർക്കി എന്ന് ചെറുകാടിനെ വിളിക്കുന്നതിൽ തെറ്റില്ലെന്നാണ് പി.ജി.യുടെ വിലയിരുത്തൽ. ചെറുകാടിന്റെ *മുത്തശ്ശി* പ്രതിനിധീഭവിക്കുന്നത് 1889 ൽ ചന്തുമേനോൻ തുടങ്ങിയ നവോത്ഥാന നോവൽ പ്രസ്ഥാനത്തിന്റെ യുക്തിയുക്തമായ പുരോഗതിയെയും ഗുണാത്മകമായ പരിണാമത്തെയുമാണ്.

'വള്ളുവനാടൻ സാഹിത്യകാരൻ' എന്ന് ചെറുകാടിനെ പലരും വിശേഷിപ്പിച്ചിരുന്നത് അദ്ദേഹം ഇഷ്ടപ്പെട്ടിരുന്നുവെന്ന് പി.ജി. ചൂണ്ടിക്കാണിച്ചു. അത് തുറന്നു പറഞ്ഞിട്ടുള്ള അദ്ദേഹം ചിലപ്പോൾ കുറെക്കൂടി ചുരുങ്ങി തന്റെ പ്രിയപ്പെട്ട മരച്ചുവട്ടിലേക്ക് ഒതുങ്ങിക്കൂടുന്നതുകാണാം. "എന്റെ മുരിങ്ങയുടെ ചുവട്ടിൽ ഇരുന്നേ എനിക്ക് നക്ഷത്രങ്ങൾ നോക്കാൻ അറിയൂ" എന്ന് ചെറുകാട് ഒരിക്കൽ പറഞ്ഞത് പി.ജി. *മുരിങ്ങയും കടലും നക്ഷത്രവും* എന്ന ലേഖനത്തിൽ ഉദ്ധരിക്കുന്നു.[13]

പൂർണ്ണനായ ഒരു മനുഷ്യനായിരുന്നു ചെറുകാട് എന്ന് പി.ജി. പറഞ്ഞു. ജീവിതത്തിന്റെ തുറകളൊന്നും വാതിലടച്ചു അദ്ദേഹം ബന്ധിച്ചില്ല. പ്രേമവും പ്രേമഭംഗവും, മോഹവും മോഹഭംഗവും രാഷ്ട്രീയവും വർഗസമരവും അധ്യാപകവൃത്തിയും സാഹിത്യ രചനയും കുടുംബജീവിതവും പിതൃപുത്രബന്ധങ്ങളും ഉൾപ്പെടെ ജീവിതത്തിന്റെ ഭിന്നരംഗങ്ങളൊന്നും അദ്ദേഹം അവഗണിച്ചില്ല. അതുകൊണ്ടദ്ദേഹത്തിന് ജീവിതാനുഭവങ്ങളുടെ പാരാവാരത്തിൽനിന്നും സാഹിത്യത്തിന്റെ നന്മുത്തുകൾ ശേഖരിക്കാൻ കഴിഞ്ഞുവെന്ന് പി.ജി. പറഞ്ഞു. തന്റെ മുരിങ്ങയുടെ ചുവട്ടിൽ ഉറച്ചു നിന്നുകൊണ്ട് നക്ഷത്രരാശികളിലേക്ക് കണ്ണയയ്ക്കാൻ അദ്ദേഹത്തിനായി. ഇതിഹാസ പ്രക്രിയയുടെ തേരുരിളിന് ആക്കം നൽകുന്ന അശ്വശക്തിയായ കമ്യൂണിസ്റ്റ് പാർട്ടിയിൽ അദ്ദേഹം ഉറച്ചു നിന്നു. ആ അപൂർവപ്രതിഭയുടെ തിളക്കം ദിക്കെങ്ങും വ്യാപിക്കാൻ അതു കാരണമായി. ചെറുകാടിന് ശേഷവും ആ

അനശ്വരകൃതികൾ കേരളത്തിന്റെ വഴിവിളക്കുകളായി പ്രശോഭിക്കുന്നുവെന്ന് പി.ജി. കണ്ടു.[14]

## 6. ഉറൂബ് (1915 – 1979)

*ഉറൂബ്: മനുഷ്യപ്പറ്റുള്ള മഹാൻ* എന്ന ലേഖനത്തിൽ പ്രസിദ്ധ നോവലിസ്റ്റ് പി.സി. കുട്ടികൃഷ്ണൻ (1915 – 79) എന്ന ഉറൂബിന്റെ വ്യക്തിത്വത്തെയും കൃതികളെയും പി.ജി. വിലയിരുത്തുന്നു. മായാത്ത മനുഷ്യപ്പറ്റാണ് പി.സിയുടെ പ്രത്യേകത എന്ന് തന്റെ സ്വന്തം അനുഭവത്തിൽനിന്നും പി.ജി പറയുന്നു. ഈ മനുഷ്യപ്പറ്റാണ് അദ്ദേഹത്തിന്റെ കഥാപാത്രങ്ങളെയും നാടകീയ മുഹൂർത്തങ്ങളെയും അവിസ്മരണീയങ്ങളാക്കിത്തീർത്തതെന്ന് പി.ജി പറഞ്ഞു.[15]

പി.സിയുടെ മനുഷ്യപ്പറ്റും അഗാധമായ മനുഷ്യ ഹൃദയജ്ഞാനവും അസൂയാർഹമായ ശില്പചാതുരിയും *ഉമ്മാച്ചു*വെന്ന നോവലിൽ കാണാമെന്ന് അതിലെ സന്ദർഭങ്ങൾ വിശകലനം ചെയ്തുകൊണ്ട് പി.ജി തെളിയിക്കുന്നു. *ഉമ്മാച്ചു*വിന്റെ കാര്യസ്ഥനായിത്തീർന്ന ചാപ്പുണ്ണി നായരും ഉമ്മാച്ചുവും തമ്മിലുള്ള അനിതരസാധാരണമായ ബന്ധത്തിലെ ചില മുഹൂർത്തങ്ങൾ ഏതൊരു പരുക്കൻ വായനക്കാരന്റെയും കണ്ണു നിറയ്ക്കുന്നതാണെന്ന് പി.ജി. പറഞ്ഞു.

പി.സി യുടെ അതീവ മനോഹരമായ ശില്പചാതുരിയോടൊപ്പം അദ്ദേഹത്തിന്റെ മതേതര ജനാധിപത്യ വീക്ഷണത്തിന്റെയും കൂടി ഉത്തമോദാഹരണമാണ് *ഉമ്മാച്ചു*വിലും *സുന്ദരികളും സുന്ദരന്മാരിലും* മറ്റും അദ്ദേഹം കൈകാര്യം ചെയ്തിരിക്കുന്ന സാമൂഹ്യബന്ധങ്ങൾ. "തെക്കേ മലബാറിലെ മുസ്ലീം മലയാളത്തിന്റെ തേനോലുന്ന മാധുരി അനുഭവേദ്യമെന്നേ പറഞ്ഞുകൂടൂ."

മലയാള സാഹിത്യത്തിൽ *ഉമ്മാച്ചു, സുന്ദരികളും സുന്ദരന്മാരും* എന്നീ കൃതികൾക്കുള്ള സ്ഥാനം പി.ജി ഇങ്ങനെ അടയാളപ്പെടുത്തുന്നു:

> കെട്ടുറപ്പും ശില്പഭംഗിയും മനുഷ്യ മനസ്സിന്റെ സങ്കീർണമായ ഉള്ളറകളിലേക്കുള്ള ഉൾക്കാഴ്ചയും കൊണ്ട് *ഉമ്മാച്ചു* പി.സിയുടെ കൃതികളിൽ പ്രഥമ സ്ഥാനത്തിന് വേണ്ടി മത്സരിക്കുമ്പോൾ ഐതിഹാസിക വ്യാപ്തിയും സാമൂഹ്യ പരിവർത്തനങ്ങളെക്കുറിച്ചുള്ള അവഗാഹവും കൊണ്ട് *സുന്ദരികളും സുന്ദരന്മാരും* അതേ സ്ഥാനത്തിനവകാശവാദം പുറപ്പെടുവിക്കുന്നു. ബിമൽമിത്രയേയും യശ്പാലിനേയും മറ്റും അനുസ്മരിപ്പിക്കുന്ന ഈ ഐതിഹാസിക വ്യാപ്തിയും കഥാപാത്രങ്ങളുടെ വൈവിധ്യവും ഉറൂബിനെ ആധുനിക ഇന്ത്യൻ സാഹിത്യകാരന്മാരുടെ മുൻപന്തിയിൽ എത്തിക്കുന്നു. ഇത്ര വിപുലമായ ക്യാൻവാസിൽ ആധുനിക കേരളത്തിന്റെ ചരിത്രം വരച്ചുകാട്ടുവാൻ പിന്നീട് തകഴിയും *(ഏണിപ്പടികൾ, കയർ)* കേശവദേവും *(അയൽക്കാർ)* പൊറ്റെക്കാട്ടും *(ഒരു ദേശത്തിന്റെ കഥ)* മറ്റും ശ്രമിച്ചെങ്കിലും ശില്പസൗകുമാര്യത്തിലും കഥാഘടനയുടെ കെട്ടുറപ്പിലും അവരാരും ഉറൂബിന്റെ മുന്നിലെത്തിയിട്ടില്ല. *ഇന്ദുലേഖ* പ്രസിദ്ധീകരിച്ചിട്ട് 90 വർഷമാകുന്നു.

അതെഴുതിയ സാമൂഹ്യ പശ്ചാത്തലം എന്നേ ചരിത്രത്തിന്റെ മൂടൽ മഞ്ഞിൽ അസ്തമിച്ചു പോയിരിക്കുന്നു. എങ്കിലും ഇപ്പോഴും മലയാളി *ഇന്ദുലേഖ* വായിച്ചു മടുത്തു തുടങ്ങിയിട്ടില്ല. അതുപോലെ *ഉമ്മാച്ചു*വിന്റെയും *സുന്ദരികളും സുന്ദരന്മാ*രുടെയും പശ്ചാത്തലം വിസ്മരിക്കപ്പെട്ടതിന് ശേഷവും അനേകകാലം അവ മലയാളി വായനക്കാരനെ നവസൗരഭം പരത്തി ആഹ്ലാദിപ്പിച്ചുകൊണ്ടിരിക്കും എന്നതിൽ സംശയമില്ല.

നോവലിസ്റ്റ് എന്ന നിലയിൽ ഉറൂബിന്റെ മഹത്വത്തേയും പോരായ്മയേയും പി.ജി. ഇങ്ങനെ വിലയിരുത്തുന്നുണ്ട്. രചനാകൗശലം, നർമബോധം, പാത്രസൃഷ്ടി എന്നീ ഘടകങ്ങൾ വേർതിരിച്ചെടുത്താൽ തകഴിയെയും ചെറുകാടിനെയും ആദ്യകാല കേശവദേവിനെയും പിൻതള്ളാനുള്ള കഴിവ് ഉറൂബിനുണ്ടെന്ന് പി.ജി. പറഞ്ഞു. പിൽക്കാലത്ത് മാസികകൾക്ക് കൊടുത്ത് കാശുണ്ടാക്കാൻ മാത്രമായി എഴുതിയ കഥകളിൽ ചില മൂന്നാംതരക്കാരെപ്പോലെ അശ്ലീലം വിറ്റഴിക്കാൻ തകഴിയും ദേവും മറ്റും മുതിർന്നതുപോലെ ഉറൂബ് ചെയ്തില്ല. മധ്യവയസ്സ് തരണം ചെയ്യുന്നതിന് മുമ്പുതന്നെ പലരുടെയും പ്രതിഭ മങ്ങിയപ്പോൾ ഉറൂബിന്റേതു മരണം വരെ തിളങ്ങിനിന്നിരുന്നു എന്ന കാര്യവും പി.ജി. കാണുന്നു. എന്നാൽ ആധുനിക കേരളീയ ജീവിതത്തിന്റെ അവിഭാജ്യഘടകമായ വർഗസമരങ്ങളും അതിൽനിന്നുയർന്ന ഉജ്ജ്വലപാത്രങ്ങളും ചിത്രീകരിക്കുമ്പോൾ ചെറുകാടിനോട് മാത്രമല്ല, തകഴിയോടോ ദേവിനോടോ ഒപ്പംപോലും എത്തുവാൻ ഉറൂബിന് കഴിയുന്നില്ല എന്ന് പി.ജി. ചൂണ്ടിക്കാട്ടി. ഇത് രചനാകൗശലത്തിലുള്ള കുറവിനേക്കാൾ സാമൂഹ്യവീക്ഷണത്തിലുള്ള കുറവുതന്നെയാണ്. *രണ്ടിടങ്ങഴി*യോടോ, *മുത്തശ്ശി*യോടോ താരതമ്യപ്പെടുത്താവുന്ന പ്രമേയം ഉറൂബ് കൈകാര്യം ചെയ്താൽ വിജയിക്കില്ലെന്ന് പി.ജി. പറയുമ്പോൾ ഈ പ്രശസ്തരേക്കാൾ താഴെയാണ് ഉറൂബിന്റെ പ്രതിഭ എന്ന് അദ്ദേഹം സൂചിപ്പിക്കുകയല്ല ചെയ്യുന്നത്. ജീവിതത്തെ മൊത്തമായി കാണുക, ജീവിതത്തിന്റെ ഐതിഹാസിക വ്യാപ്തിയാകെ ഉൾക്കൊള്ളുക എന്ന നോവൽ ധർമ്മം ഉറൂബിൽ വേണ്ടത്ര പൂർണ്ണമായില്ല എന്നേ അദ്ദേഹം സൂചിപ്പിക്കുന്നുള്ളൂ. എങ്കിലും മലയാളത്തിലെ ഏറ്റവും പ്രഗത്ഭരായ അരഡസൻ നോവലിസ്റ്റുകളുടെ പട്ടിക തയ്യാറാക്കുകയാണെങ്കിൽ ഉറൂബിന്റെ പേരതിൽ ഉൾപ്പെടുത്താതിരിക്കാൻ കഴിയില്ല എന്ന് പി.ജി. പറഞ്ഞു. മാനവിക മഹത്വത്തിന്റെ മലയാള മഹാകാവ്യങ്ങളിൽ ചിലത് എന്നുമെന്നും ഉറൂബിന്റെ തന്നെയായിരിക്കും എന്നും പി.ജി. കൂട്ടിച്ചേർത്തു.[16]

### 7. എസ്. കെ. പൊറ്റെക്കാട്ട് (1913 – 1982)

സർഗാത്മകതലത്തിൽ തന്നെ ഏറെ സ്പർശിച്ച എഴുത്തുകാർ തകഴി, കേശവദേവ്, പൊൻകുന്നം വർക്കി എന്നിവരായിരുന്നുവെന്ന് പി.ജി. പറഞ്ഞു. എന്നാൽ ഉറൂബിന്റെ കൃതികളോട് കാര്യമായ ഒരു പ്രതിപത്തിയുണ്ടായിരുന്നില്ല. അക്കാലത്തെ പുരോഗമന സാഹിത്യ പ്രസ്ഥാനത്തിന്റെ വക്താവായിരുന്ന എസ്.കെ.പൊറ്റെക്കാട്ടിന്റെ കൃതികളും പി.ജി. ഏറെ ഇഷ്ടപ്പെട്ടിരുന്നു. കലാപരമായി ഒരു പരിവർത്തനത്തെ തകഴി, കേശവദേവ് എന്നിവ

രുടെ കൃതികൾ പ്രതിനിധീകരിച്ചിരുന്നുവെങ്കിലും ഇന്നു (2008 ൽ) വിലയിരുത്തുമ്പോൾ അവരുടെ കൃതികൾക്ക് കലാപരമായ വൈശിഷ്ട്യം കുറവാണെന്ന് പി.ജി പറഞ്ഞു. പൊറ്റക്കാട്ടിനാണ് സർഗാത്മകമായ മേന്മ കൂടുതലുള്ളത്.[17]

## 8. മലയാറ്റൂർ രാമകൃഷ്ണൻ (1927 – 1997)

മലയാറ്റൂർ രാമകൃഷ്ണന്റെ 52 കഥകളടങ്ങിയ *തെരഞ്ഞെടുത്ത കഥകൾ* എന്ന സമാഹാരത്തിന് *മലയാറ്റൂരിന്റെ കാവ്യ പ്രപഞ്ചം* എന്ന ശീർഷകത്തിൽ പി.ജി. എഴുതിയ അവതാരികയിൽ (1982 ൽ) മലയാറ്റൂരിന്റെ ചെറുകഥകളെ ശരിയായി പി.ജി. വിലയിരുത്തുന്നുണ്ട്. മലയാറ്റൂരിന്റെ ആത്മാവിഷ്കാര മാധ്യമങ്ങളിൽ ഒന്നു മാത്രമാണ് ചെറുകഥ എന്ന് പി.ജി. പറഞ്ഞു. അതുപോലെ തന്നെ അയത്നലളിതമായി അദ്ദേഹം ഉപയോഗപ്പെടുത്തുന്ന കലാമാധ്യമങ്ങൾ വേറെയുമുണ്ട്. നോവൽ, ഹാസ്യ ചിത്രം, വർണചിത്രം, നാടകം, സിനിമ, ഹാസ്യലേഖനം, അഭിനയം, പ്രസംഗം ഇവയെല്ലാം അനുസരണയോടെ അദ്ദേഹത്തിന്റെ പ്രതിഭയ്ക്ക് വഴങ്ങുമെന്ന് പി.ജി ചൂണ്ടിക്കാണിച്ചു.

ഈ വിവിധകലാവല്ലഭത്വം മാത്രമല്ല, വിവിധ നിലവാരവൈഭവത്വവും മലയാറ്റൂരിന്റെ സവിശേഷതയാണ്. ഇംഗ്ലീഷിൽ Flippant, Sillycynic എന്നെല്ലാം വിശേഷിപ്പിക്കുന്ന മനോഭാവം മുതൽ ഉദാത്തമായ ആദർശശുദ്ധിയും അപ്രതിരോധ്യമായ കലാപവാസനയും അടക്കാനാവാത്ത സാമൂഹ്യ പരിഷ്കരണാഭിമുഖ്യവും വരെ പലതും അദ്ദേഹത്തിന്റെ കൃതികളിൽ മങ്ങിയും വിളങ്ങിയും കാണാം. ഇതെല്ലാം ചിലപ്പോൾ ഒരേ കൃതിയിൽ തന്നെ കാണപ്പെട്ടുവെന്നും വരാം. അതുകൊണ്ടാണ് 'ഊതിവീർപ്പിച്ച ബലൂൺ പൊട്ടുന്ന മട്ടിലാണ് രാമകൃഷ്ണൻ കഥ പറഞ്ഞവസാനിപ്പിക്കുക' എന്നൊരു നിരീക്ഷകൻ അഭിപ്രായപ്പെട്ടതെന്ന് പി.ജി ചൂണ്ടിക്കാട്ടി. ഈ വ്യത്യാസം സാധാരണ സംഭാഷണങ്ങളിലും കാര്യഗൗരവം നിറഞ്ഞ ചർച്ചകളിലും കൂടി രാമകൃഷ്ണൻ പ്രകടിപ്പിക്കുന്നത് കാണാമെന്ന് രാമകൃഷ്ണന്റെ വാക്കുകൾ ഉദ്ധരിച്ച് പി.ജി വ്യക്തമാക്കി.[18]

മലയാള ചെറുകഥാസാഹിത്യത്തിൽ പ്രഥമഗണനീയരായ ചുരുക്കം പേരിൽ അതീവ ശ്രദ്ധേയനായ ഒരാളാണ് മലയാറ്റൂർ രാമകൃഷ്ണനെന്ന് പി.ജി. വിലയിരുത്തി. ചിലയിനം കഥകളുടെ കാര്യത്തിൽ പ്രഥമഗണനീയൻ തന്നെയെന്ന് പി.ജി. പറഞ്ഞു. പ്രതിപാദ്യത്തിലും ആഖ്യാനസമ്പ്രദായത്തിലും അങ്ങേയറ്റം വൈവിധ്യം പുലർത്തുന്ന രാമകൃഷ്ണൻ സമൂഹത്തിന്റെ ഭാവിയിലേക്ക് വിരൽ ചൂണ്ടുന്നവ തീരെ രചിച്ചിട്ടില്ല. അദ്ദേഹത്തിന്റെ തീപ്പൊരി ചിതറുന്ന രാഷ്ട്രീയ കഥകൾ പോലും ഇന്നലെയുടെ വ്യാഖ്യാനവും ഇന്നിന്റെ വിമർശനവും ആണെങ്കിലും അത് പരോക്ഷമായി ഒരു മെച്ചപ്പെട്ട നാളെയെ പ്രപഞ്ചനം ചെയ്യുന്നുണ്ട് എന്നതിനാൽ അവ വസ്തുനിഷ്ഠമായി സോദ്ദേശ്യവും സാമൂഹ്യ പരിവർത്തനനോത്സുകവുമാണെന്ന് പി.ജി ചൂണ്ടിക്കാണിച്ചു.

*വേരുകളു*ടെയും, *അഞ്ചുസെന്റി*ന്റെയും, *മൊട്ടച്ചി*യുടെയും *ഷർട്ടി*ന്റെയും, *വെടിയുണ്ട*യും *വിശപ്പി*ന്റെയും, *ഫാസ്കെ*യുടെയും മറ്റും കർത്താ

വായ രാമകൃഷ്ണൻ എത്ര സ്വയം ഒഴിഞ്ഞുമാറിയാലും വായനക്കാർ അയാളെ 'പരിവർത്തനസാഹിത്യത്തിന്റെയും കലാപസാഹിത്യത്തിന്റെയും പന്തിയിലെ പ്രതിഷ്ഠിക്കൂ'വെന്ന് പി.ജി. പറഞ്ഞു.

ക്രിട്ടിക്കൽ റിയലിസത്തിന്റെ ശക്തിയും മഹത്വവും അതിനുള്ള വിപ്ലവ മൂല്യവും മലയാറ്റൂർ രാമകൃഷ്ണന്റെ സിദ്ധിയും സാധനയുമാണെങ്കിലും ഒരു ചുവടുകൂടെ മുന്നോട്ടു വെച്ചുകൂടെയെന്ന് പി.ജി. ചോദിച്ചു. ക്ഷീണിക്കാത്ത മനീഷയും മഷിയുണങ്ങാത്ത പേനയുമായിരുന്നു മലയാറ്റൂരിനുണ്ടായിരുന്നതെന്ന് അദ്ദേഹത്തിന്റെ *യന്ത്രം* മുതലായ നോവലുകൾ തെളിയിക്കുന്നു. ചിരപരിചിതമായ മേച്ചിൽസ്ഥലങ്ങളിൽ നിന്ന് പുതുവൽക്കളങ്ങളിലേക്ക് എടുത്തുചാടാനുള്ള സാഹസബുദ്ധിയും വാസനാ വൈഭവവും അദ്ദേഹത്തിനുണ്ട്. രാമകൃഷ്ണന്റെ സമശീർഷന്മാരും സമകാലികരും പഴയ മേച്ചിൽസ്ഥലങ്ങളിൽത്തന്നെ കുറ്റിയടിച്ച് ചർവിതചർവണം ചെയ്ത് സാഹിത്യോപജിവനം നിൽവഹിക്കുമ്പോൾ പുതിയ പരീക്ഷണങ്ങൾക്കും ചുവടുവെപ്പുകൾക്കും കഴിവുള്ളവനാണ് താനെന്ന് പലതവണ രാമകൃഷ്ണൻ തെളിയിച്ചിട്ടുണ്ടെന്ന് പി.ജി പറഞ്ഞു.[19]

## 9. തകഴി ശിവശങ്കരപ്പിള്ള (1912 – 1999)

തകഴി ശിവശങ്കരപ്പിള്ള തകഴിയെന്ന കഥാകാരനെ എങ്ങനെയാണ് വിലയിരുത്തുന്നതെന്ന ടി എൻ ജയചന്ദ്രന്റെ ചോദ്യത്തിന് "മലയാള സാഹിത്യവും ജീവിതവും ഗതിമുട്ടിനിന്ന കാലഘട്ടത്തിൽ ജീവിതവും സാഹിത്യവും പുതിയൊരു സരണിയിലൂടെ പ്രവഹിപ്പിക്കാൻവേണ്ടി തന്റേടത്തോടുകൂടി പ്രവർത്തിച്ചവരിൽ ഒരാൾ" താൻ ആണെന്ന് വിനയാന്വിതനായി തകഴി മറുപടി പറഞ്ഞു. 'പലരിൽ ഒരാൾ' എന്നത് 'പലരിൽ മുമ്പൻ' എന്നാക്കി മാറ്റുന്നതിൽ തീരെ അതിശയോക്തിയില്ലെന്ന് പറഞ്ഞ പി.ജി. കേശവദേവിനെയും ബഷീറിനെയും പൊറ്റെക്കാട്ടിനെയും മറ്റും ഒരു വിധത്തിലും പിൻനിരയിലേക്ക് തള്ളാനല്ല ഇങ്ങനെ പറയുന്നതെന്നും വ്യക്തമാക്കി. തകഴിയുടെ സമകാലികരും സമധർമികളുമായ ഈ മൂന്നുപേർക്കും ഓരോരോ കാര്യങ്ങളിൽ തകഴിയേക്കാൾ മേന്മ അവകാശപ്പെടാമെങ്കിലും ഈ പുതുയുഗത്തിന്റെയും പുതുയുഗ അഭിരുചിയുടെയും ഏറ്റവും മുതിർന്ന ആവിഷ്കർത്താവ് തീർച്ചയായും തകഴിതന്നെയെന്ന് പി.ജി ചൂണ്ടിക്കാണിച്ചു.[20]

> *രണ്ടിടങ്ങഴി* എന്റെ തന്നെ ജീവിതത്തിന്റെ ഭാഗമാണത്. എന്റെ നേരിട്ടുള്ള അനുഭവത്തിന്റെ ചിത്രീകരണവുമാണ്. കുട്ടനാടിന് ഇന്ത്യയുടെ ഭൂപടത്തിലും അതുവഴി ലോകഭൂപടത്തിലും ഈ നോവൽ വഴി സ്ഥാനം കണ്ടെത്തി എന്ന അഭിമാനം ഈ നോവലിന്റെ കാര്യത്തിൽ എനിക്കുണ്ട്.[21]

തകഴിയുടെ അധഃസ്ഥിതപക്ഷപാതത്തിനും സോഷ്യലിസ്റ്റ് മൂല്യബോധത്തിനും മറ്റൊരുദാഹരണം കൂടി പി.ജി. നൽകുന്നുണ്ട്.

ഈ പക്ഷപാതം തകഴിയുടെ കുറവല്ലെന്നും കരുത്താണെന്നും പി.ജി. ചൂണ്ടിക്കാണിച്ചു. *രണ്ടിടങ്ങഴി*യിലും, *തോട്ടിയുടെ മകനി*ലും, *ഏണിപ്പടി*

കളിലും *കയറിലും*, *ചെമ്മീനിൽപ്പോലും* ഹൃദയഹാരികളായ രംഗങ്ങൾ ചിത്രീകരിക്കാൻ തകഴിയെ പ്രാപ്തനാക്കിയത് ഈ പക്ഷപാതമാണ്. "ആധുനിക കേരളത്തിന്റെ സ്രഷ്ടാക്കളിൽ മഹാന്മാരായ സാമൂഹ്യ പരിഷ്കർത്താക്കളോടും രാഷ്ട്രീയ വിപ്ലവകാരികളോടുമൊപ്പം ആധുനിക സാഹിത്യ കലാകോവിദർക്കും അതുല്യമായ സ്ഥാനമാണുള്ളത്. ആ നിരയിൽ തകഴിയുടെ സ്ഥാനം അനുപമമായി ചരിത്രം പ്രകീർത്തിക്കും."

ഇരുപതാം നൂറ്റാണ്ടിലെ മലയാളിയുടെ സാഹിത്യ വ്യവഹാരത്തിലും ഭാവുകത്വത്തിലും സംഭവിച്ച മഹാമാറ്റങ്ങളുടെ അധിനായകരായ രണ്ടുപേരുടെ പേർ മാത്രം പറയണമെന്ന് നിർബന്ധിച്ചാൽ ആ രണ്ടുപേർ കവിതയിൽ മഹാകവി കുമാരനാശാനും സാഹിത്യത്തിൽ തകഴി ശിവശങ്കരപ്പിള്ളയും ആണെന്ന് നിസ്സംശയം പറയാമെന്ന് പി.ജി. വ്യക്തമാക്കി.[22]

തകഴിയുൾപ്പെടെയുള്ള സാഹിത്യനായകരുടെയും അവയുടെ മുഖ്യപ്രമേയമായിരുന്ന വർഗസമരങ്ങളുടെയും മറ്റും ഫലമായി തകഴിയുടെ കോരന്റെയും ചാത്തന്റെയും കറുത്തമ്മയുടെയും വള്ളിയുടെയും മുരുകന്റെയും മാത്രമല്ല പുഷ്പവേലി ചാക്കോമാരുടെയും കേശവപിള്ളമാരുടെയും കേരളം എന്നേ ചരിത്രത്തിൽ വിലയം പ്രാപിച്ചു കഴിഞ്ഞുവെന്ന് പി.ജി. പറഞ്ഞു. എന്നാൽ തകഴിയെപ്പോലെ അദ്ദേഹത്തിന്റെ കഥാപാത്രങ്ങളും അനശ്വരമായി 21–ാം നൂറ്റാണ്ടിലും തുടർന്നും മലയാളിക്ക് മൂല്യബോധവും ദിശാബോധവും പ്രദാനം ചെയ്തുകൊണ്ട് വിരാജിക്കുമെന്ന് പി.ജി. ദീർഘദർശനം ചെയ്തു.

ഈ സാഹിത്യ സാർവഭൗമൻ നിര്യാതനായപ്പോൾ എല്ലാവരും ഒരേ സ്വരത്തിൽ അദ്ദേഹത്തിന്റെ സാഹിത്യ സേവനങ്ങളെ മുക്തകണ്ഠം വാഴ്ത്തിപ്പാടി. തീർച്ചയായും അതുതന്നെയാണ് വേണ്ടത്. തുടർന്ന് ഇങ്ങനെ രേഖപ്പെടുത്തിക്കൊണ്ട് പി.ജി. തന്റെ ലേഖനം ഉപസംഹരിക്കുന്നു:

> തകഴിയെ ആദരിച്ച് സ്വയം ആദരണീയരാകാനുള്ള സാർവത്രികശ്രമം ആക്ഷേപകരമല്ല. എങ്കിലും തകഴിയുടെ സാഹിത്യത്തെ " ഓക്കാന സാഹിത്യ" മെന്ന് അധിക്ഷേപിച്ച സഞ്ജയ പ്രഭൃതികളുടെ പിൻമുറക്കാരും, സാഹിത്യവും സമൂഹവും തമ്മിലുള്ള നാഭീനാളബന്ധത്തെ ഇന്നും പരിഹസിക്കുന്നവരും, സാഹിത്യത്തിലെ പ്രതിബദ്ധത പ്രതിഭയുടെ കടിഞ്ഞാണാണ് എന്ന് സിദ്ധാന്തിക്കുന്നവരും വർഗസമരവും ചെങ്കൊടിയുമെല്ലാം സാഹിത്യത്തിന് അസ്പൃശ്യമായ സങ്കല്പവൈകൃതങ്ങളാണ് എന്ന് ഇന്നും പുരപ്പുറത്ത് കയറി തൂക്കുന്നവരും ഈ മരണാനന്തര പ്രകീർത്തനഘോഷങ്ങളിൽ ഉണ്ട് എന്നത് സാഹിത്യ വിദ്യാർഥികളെ ചിരിപ്പിക്കാതിരിക്കില്ല. അമേധ്യം ചുമക്കുന്ന വള്ളിയുടെയും ചെങ്കൊടി പിടിക്കുന്ന കോരന്റെയും കഥാകാരൻ മരണാനന്തരമെങ്കിലും ഈ വകക്കാർക്ക് ആദരണീയനാണല്ലോ എന്നതിൽ ചാരിതാർത്ഥ്യത്തിനും വകയുണ്ട്. ഒലിവർ ഗോൾഡ്സ്മിത്തിന്റെ ഗ്രാമീണ വികാരിക്കെന്നപോലെ "പുച്ഛിക്കാൻ വന്നവർ പ്രാർത്ഥിക്കാൻ കൂടിയപ്പോൾ" (ദോസ് ഹു കെയിം ടു സ്കോഫ് റിമൈൻഡ് ടു പ്രേ). മലയാളക്കരയുടെ ഇരുപതാം നൂറ്റാണ്ടിന്റെ ഇതിഹാസകാരന്, അദ്ദേഹത്തിന് പ്രചോദനം നൽകുകയും അദ്ദേഹത്തിൽ

നിന്ന് ഉന്മേഷം ഉൾക്കൊള്ളുകയും ചെയ്ത തൊഴിലാളിവർഗ പ്രസ്ഥാനത്തിന്റെ ആദരാഞ്ജലികൾ. തകഴിയുടെ ഏറെ ശ്രദ്ധേയരായ അനശ്വര കഥാപാത്രങ്ങൾ ഉയർത്തിപ്പിടിച്ച ചെങ്കൊടി ഞങ്ങൾ പ്രശ്രയ പൂർവം താഴ്ത്തുന്നു.....[23]

## 10. വി. കെ. എൻ (1932 – 2004)

"കിള്ളിക്കുറിശി മംഗലത്തെ രണ്ടാം കുഞ്ചൻ" എന്നാണ് വി. കെ.എൻ എന്ന വടക്കേ കൂട്ടാല നാരായണൻ കുട്ടി നായരെ പി.ജി. വിശേഷിപ്പിച്ചത്. 'ചിരിയുടെയും ചിന്തയുടെയും കേരള കുലശേഖരൻ' ആണ് പതിനഞ്ചോളം നോവലുകളും പത്തിലേറെ കഥാസമാഹാരങ്ങളും പ്രസിദ്ധീകരിച്ച വി.കെ.എൻ എന്ന് പി.ജി വിലയിരുത്തി. കുറെനാൾ വി.കെ.എൻ തന്റെ പൂർവികനും കുലഗുരുവുമായ മഹാകവി കുഞ്ചൻനമ്പ്യാരുടെ കിള്ളിക്കുറിശ്ശി മംഗലത്തെ കുഞ്ചൻസ്മാരകത്തിൽ അധ്യക്ഷനായിരുന്നു. ആ മഹാസ്ഥാപനത്തെ ഒരു ഉയർന്ന ദേശീയ ഗവേഷണ പഠന കേന്ദ്രവും കേരള സംസ്കാരത്തിന്റെ കാഴ്ചബംഗ്ലാവുമാക്കി വളർത്താനുള്ള തന്റെ പദ്ധതികൾ അധികാരി വൃന്ദത്തിന്റെ അലംഭാവവും വിഭവദാരിദ്ര്യവുംമൂലം നടക്കാതെ പോയത് വി. കെ എന്നിനെ വളരെ വേദനിപ്പിച്ചിരുന്നു.

വി.കെ. എന്നിന്റെ കഥകളും നോവലുകളും വായിച്ച് ചിരിക്കുന്നതിനു മുമ്പ് അദ്ദേഹത്തിന്റെ അനുപമമായ സംഭാഷണ ചാതുരി അനുഭവിച്ചാണ് പി.ജി അദ്ദേഹത്തെ അടുത്തറിഞ്ഞത്. 1962 ൽ കമ്യൂണിസ്റ്റ് പാർട്ടി കേന്ദ്രപ്രസിദ്ധീകരണ വിഭാഗമായ പീപ്പിൾസ് പബ്ലിഷിംഗ് ഹൗസിലെ (പി. പി.എച്ച്) എഡിറ്ററായി പി.ജി ഡൽഹിയിലെത്തിയിരുന്നു. ഇന്ത്യാ ഗവൺമെന്റിന്റെ കീഴിൽ ഒരു അർദ്ധഔദ്യോഗിക ഇംഗ്ലീഷ് പ്രസിദ്ധീകരണത്തിന്റെ ചുമതലക്കാരനായി 1959 ൽ വി. കെ. എന്നും ഡൽഹിയിലെത്തിയിരുന്നു. മികവുറ്റ പത്രലേഖകനും എഡിറ്ററും ഇംഗ്ലീഷ് സ്റ്റൈലിസ്റ്റുമായിരുന്നു വി. കെ.എൻ. പി. കെ. വാസുദേവൻ നായർ എം.പിയുടെ സൗത്ത് അവന്യൂവിലുള്ള 56–ാം നമ്പർ വീട്ടിലായിരുന്നു പി.ജിയുടെ താമസം. വി.കെ എന്നിനെ കൂടാതെ പി.പി. എച്ചിലെ ചീഫ് എഡിറ്റർ ടി.സി.എൻ. മേനോൻ, മൊഹിത് സെൻ, സി.പി.രാമചന്ദ്രൻ, ജി.വി കാക്കനാടൻ, എം.പി നാരായണപിള്ള, തോമസ് മുണ്ടശ്ശേരി, എം. മുകുന്ദൻ, ഒ.വി. വിജയൻ എന്നിവരുമൊക്കെ പി.കെ.വിയുടെ വീട്ടിലോ പാർട്ടി ആഫീസിന്റെ മുന്നിലെ പച്ചപുൽ മൈതാനിയിൽ ഒത്തുകൂടുകയും ലോകത്തുള്ള സർവവിഷയങ്ങളെക്കുറിച്ചും ചർച്ച ചെയ്യുകയും പതിവായിരുന്നു. ഏതാനും മണിക്കൂർ ചെലവഴിച്ച ശേഷം പിരിയുമ്പോഴേക്കും ചിരിച്ച് ചിരിച്ച് വാരിയെല്ലുകൾ വേദനിച്ചിരുന്നുവെന്ന് പി.ജി രേഖപ്പെടുത്തി. പ്രധാനപ്പെട്ട സംഭാഷകൻ വി.കെ.എൻ ആയിരുന്നു. എന്നാൽ ഇങ്ങനെ ചിരിയുടെ മാലപ്പടക്കത്തിന് തിരികൊളുത്തുമ്പോഴും ഈ പറയുന്നതിലെല്ലാം വളരെ ഗൗരവമുള്ള ആശയങ്ങൾ അടങ്ങിയിരുന്നുവെന്ന് പി. ജി കണ്ടു.

ഇന്ത്യാ ചൈന അതിർത്തി തർക്കത്തിൽ ചൈനയുടെ നിലപാടിനെ വി.കെ.എൻ അംഗീകരിച്ചിരുന്നില്ല. ഗാന്ധിയെയും നെഹ്റുവിനെയും

അവരുടെ മതനിരപേക്ഷതയെയും എപ്പോഴും പ്രകീർത്തിച്ചിരുന്ന ഒരു ഉറച്ച ദേശീയവാദിയും ദേശാഭിമാനിയുമായിരുന്നു വി.കെ.എൻ. എന്നാൽ 1960 കളുടെ ആദ്യ പകുതിയിൽ ഇംഗ്ലീഷിൽ നർമലേഖനങ്ങളും മലയാളത്തിൽ കല്പനകഥകളും എഴുതാൻ തുടങ്ങിയ കാലത്ത് ഗാന്ധിയുടെയും നെഹ്റുവിന്റെയും കോൺഗ്രസ് അധോഗതിയിലേക്ക് നീങ്ങിത്തുടങ്ങിയത് അദ്ദേഹത്തെ വേദനിപ്പിച്ചു. 1964 ൽ കമ്യൂണിസ്റ്റ് പാർട്ടിയിലുണ്ടായ പിളർപ്പും അത്രത്തോളമോ അതിലേറെയോ അദ്ദേഹത്തെ വിഷമിപ്പിക്കുകയും വേദനിപ്പിക്കുകയും ചെയ്യുകയുണ്ടായി. ഈ പിളർപ്പിന്റെ അനിവാര്യത ആദ്യം അദ്ദേഹത്തിനു ബോധ്യപ്പെട്ടില്ലെങ്കിലും 1970 കളായപ്പോൾ അതിനു മാറ്റമുണ്ടായി. തന്റെ നോവലുകളിലും കഥകളിലും ഈ പ്രശ്നങ്ങൾ കഴിവുള്ളത്ര ഒഴിവാക്കാൻ അദ്ദേഹം ശ്രമിച്ചിരുന്നെങ്കിലും ഒരിക്കൽ കമ്യൂണിസ്റ്റ് പാർട്ടിയേയും കർഷകത്തൊഴിലാളി പ്രസ്ഥാനത്തെയും ആക്ഷേപിച്ചുകൊണ്ട് ഒരു ചെറു നോവൽ അദ്ദേഹമെഴുതി. അതിൽ പരിഭവം പ്രകടിപ്പിച്ച പി.ജി ഉൾപ്പെടെയുള്ള ചിലരോട് താൻ പറഞ്ഞ കഥയിൽ കാര്യമുണ്ടോയെന്ന് ചിറ്റൂർ താലൂക്കിൽ പോയി അന്വേഷിക്കാൻ പറഞ്ഞു. അധികം താമസിയാതെ വി.കെ എന്നിന്റെ ആക്ഷേപത്തിന് വിധേയമായ ചിറ്റൂർ താലൂക്കിലെ പ്രസ്ഥാനത്തിൽ നിന്ന് അഴിമതിക്കാരായ രണ്ടു നേതാക്കളെ ബഹിഷ്കരിക്കേണ്ടിവന്നതോടെ വി.കെ.എന്നിന്റെ വിമർശനം ശരിയാകുകയായിരുന്നു.[24]

എന്നാൽ വി.കെ എന്നിന്റെ പരിഹാസത്തിന്റെ കൂരമ്പുകൾ ഏറ്റവും കൂടുതൽ ഏല്ക്കേണ്ടി വന്നത് കോൺഗ്രസിനും കോൺഗ്രസ് ഭരണത്തിനുമാണ്. കോൺഗ്രസിന്റെ അപചയകാലത്തെക്കുറിച്ചുള്ള അതിശക്തമായ പരിഹാസങ്ങളാണ് *ആരോഹണം, പിതാമഹൻ, സിൻഡിക്കേറ്റ്, അധികാരം* തുടങ്ങിയ അദ്ദേഹത്തിന്റെ കൃതികൾ എന്ന് പി.ജി കണ്ടു. ഈ കൃതികളുടെ രൂപം കല്പിതകഥകളുടെയും ശൈലി നർമനിർഭരവും എന്നത് ശരിയാണ്. എങ്കിലും 1960 കളുടെയും 1970 കളുടെയും 1980 കളുടെയും ഇന്ത്യാചരിത്രം പഠിക്കുന്നവർക്ക് അവ ആഴം കാണാൻ കഴിയാത്ത രത്നഖനികളാണെന്ന് പി.ജി വിലയിരുത്തി.

വ്യക്തികളുടെയും വസ്തുതകളുടെയും സംഭവങ്ങളുടെയും വൈകാരികമാനങ്ങൾക്കും നർമരസികത്വത്തിനും ആണ് ഈ രചനകളിൽ മുൻതൂക്കമെങ്കിലും അവയെല്ലാം ഉൾക്കാഴ്ചയും ജനകീയ പ്രതിബദ്ധതയുമുള്ള ഒരു നിരീക്ഷകന്റെ വിലയിരുത്തലുകളായി അനുവാചകർക്ക് അനുഭവപ്പെടുന്നുവെന്ന് പി.ജി ചൂണ്ടിക്കാട്ടി. വി.കെ.എന്നിനെ പലരും കലക്കത്ത് കുഞ്ചൻ നമ്പ്യാരോടും വൈക്കം മുഹമ്മദ് ബഷീറിനോടും താരതമ്യപ്പെടുത്തുന്നത് അനുയോജ്യം തന്നെയെങ്കിലും ചില കാര്യങ്ങളിൽ വി.കെ.എന്നിന്റെ രാഷ്ട്രീയ ഗഹനതയും നിരീക്ഷണപാടവവും കുറെക്കൂടി മികച്ചു നിൽക്കുന്നുവെന്നാണ് പി.ജി.യുടെ വിലയിരുത്തൽ.[25]

### 11. പൊൻകുന്നം വർക്കി (1910 – 2004)

കലാപകാരിയും കലാസാംസ്കാരിക നായകനുമായിരുന്ന പൊൻകുന്നം വർക്കി ഇന്ത്യൻ സ്വാതന്ത്ര്യ സമരവും തിരുവിതാംകൂറിലെ ഉത്തരവാദഭരണ പ്രക്ഷോഭവും കേരളത്തിന് നൽകിയ അപൂർവ വരദാനമായിരു

ന്നുവെന്ന് പി.ജി. കണ്ടു. കമ്മ്യൂണിസ്റ്റും പുരോഗമന സാഹിത്യ സംഘത്തിന്റെ സജീവ പ്രവർത്തകനുമായിരുന്ന വർക്കി യൗവനകാലം തൊട്ടേ പള്ളിക്കാരുടെയും പട്ടക്കാരുടെയും ദുരധികാരത്തെയും യാഥാസ്ഥിതിക രാഷ്ട്രീയത്തെയും ആഡംബര ജീവിതത്തെയും നിശിതമായി എതിർത്ത് സംസാരിക്കുകയും കഥയെഴുതുകയും ചെയ്ത് അവരുടെ ശത്രുത നേടിയ മത സാമൂഹ്യപരിഷ്കർത്താവായിരുന്നു. തന്റെ മരണാനന്തര ചടങ്ങുകളിൽ യാതൊരു മതാചാരവും ഉണ്ടാകരുതെന്നും കുടുംബവളപ്പിൽ തന്റെ ശവ സംസ്കാരം നടത്തരുതെന്നും ജീവിച്ചിരുന്ന കാലത്ത് ബന്ധുമിത്രാദികൾക്ക് അദ്ദേഹം കർശന നിർദേശം നൽകിയിരുന്നു. എല്ലാം അങ്ങനെ തന്നെയാണ് നടന്നത്. ഈ സംഭവം അദ്ദേഹത്തിന്റെ എല്ലാ ജീവിതാദർശങ്ങളുടെയും മേൽ പ്രകാശം പരത്തി ജനങ്ങളെല്ലാവരെയും ബോധ്യപ്പെടുത്തുന്ന ഒന്നായി എന്ന് പി.ജി. ചൂണ്ടിക്കാണിക്കുന്നു.[26]

ക്രിസ്തുമത യാഥാസ്ഥിതികത്വത്തിനെതിരെയും ദിവാൻ ഭരണത്തിനെതിരെയും അതിശക്തമായി പോരാടിയ സാഹിത്യനായകനായ വർക്കിയുടെ ഏറ്റവും പ്രചാരം ലഭിച്ച ആവിഷ്കാരമാധ്യമം ചെറുകഥയും നാടകവും ആയിരുന്നു. 120 ചെറുകഥകൾ അദ്ദേഹത്തിന്റേതായിട്ടുണ്ട്. കൂടാതെ കുറെ സിനിമാ തിരക്കഥകളും, കവിതകളും, ഒരു ലഘുനോവലും, ആത്മകഥയും അദ്ദേഹത്തിന്റേതായിട്ടുണ്ട്.

വർക്കിയുടെ ആദ്യകൃതിയായ *തിരുമുൽക്കാഴ്ച* പ്രസിദ്ധീകരിച്ചത് 1939 ലാണെങ്കിലും അതിനു മുമ്പുതന്നെ അദ്ദേഹത്തിന്റെ കൃതികൾ കാലികങ്ങളിൽ വെളിച്ചം കണ്ടിരുന്നു. ചില വൃത്തനിബദ്ധമായ കവിതകളും അവയിൽ ഉൾപ്പെട്ടിരുന്നു. മഹാകവി ഉള്ളൂരാണ് ഈ കൃതിക്ക് അവതാരിക എഴുതിയിരിക്കുന്നത്. *തിരുമുൽക്കാഴ്ച* പ്രധാനമായും അക്കാലത്ത് ഒരു ഫാഷനായിത്തീർന്ന ഗദ്യ കവിതാശൈലിയിൽ എഴുതപ്പെട്ട വികാര തരളിതവും ചങ്ങമ്പുഴയുടെയും മറ്റും മധുരകോമളകാന്തപദാവലികളെ അനുസ്മരിപ്പിക്കുന്ന ശൈലിയാർന്നതും ജനപ്രീതി നേടിയതുമായ കൃതിയാണ്. പിൽക്കാലത്തെ വിപ്ലവകാരിയായ വർക്കിയുടെ വീക്ഷണങ്ങൾ ഈ കൃതിയിൽ തെളിഞ്ഞു തുടങ്ങിയിരുന്നില്ലെന്ന് പി.ജി. വ്യക്തമാക്കി. "കാൽപ്പനിക ഭാവനയുടെ അതിമധുരം കൊണ്ട് മധുവർഷംപോലെ പ്രവഹിക്കുന്ന അതിലെ കൃതികളിൽ വർക്കിയുടെ മനുഷ്യപ്പറ്റും ഭാഷാ വൈദഗ്ധ്യവും പതഞ്ഞു പൊന്തുന്നു" വെന്ന് പി.ജി വിലയിരുത്തി.[27]

ഫ്യൂഡൽ മുതലാളിത്ത സാമ്പത്തിക ബന്ധങ്ങളിൽ നിന്ന് ഉളവാകുന്ന ദുരിതങ്ങളുടെ ഉൽപ്പന്നങ്ങളാണ് വർക്കിയുടെ രാഷ്ട്രീയം. സി.പി. രാമസ്വാമി അയ്യരുടെ സ്വേച്ഛാധിപത്യ വാഴ്ചയ്ക്കെതിരെ സമരം ചെയ്ത് ജയിലിൽ പോയിട്ടുണ്ട് വർക്കി. കഥയെഴുതിയതിനും വർക്കിക്ക് തടവറയിൽ കിടക്കേണ്ടി വന്നു. *മന്ത്രിക്കെട്ട്, മോഡൽ* എന്നീ ചെറുകഥകൾ എഴുതിയതിനാണ് വർക്കിയെ സി.പി. തടവിലാക്കിയത്. ഭരണനടപടികളെ വിമർശിക്കുന്ന മറ്റു പല കഥകളും അദ്ദേഹത്തിന്റേതായിട്ടുണ്ട്. വിവർത്തനങ്ങളിലൂടെ വിശ്വപ്രശസ്തി നേടിയ വർക്കിയുടെ കഥ *ശബ്ദിക്കുന്ന കലപ്പ*യാണ്. അത്യുത്തമ ലോകസാഹിത്യങ്ങളുടെ സമാഹാരങ്ങളിൽ ഉൾപ്പെടുത്തപ്പെട്ടിട്ടുള്ള ഈ കഥ മനുഷ്യനും മണ്ണും കലപ്പയും കാളയും തമ്മിലുള്ള ഹൃദയ വേഴ്ചയുടെ

അതീവ ശക്തവും സുന്ദരവുമായ ആവിഷ്കാരമാണെന്ന് പി.ജി. വിലയിരുത്തുന്നു. ഔസേപ്പ് എന്ന കൃഷിക്കാരനും കണ്ണനെന്ന ഉഴവുകാളയും തമ്മിലുള്ള ഹൃദയ വേഴ്ച ഭാരതീയ കർഷക ജനതയുടെ ആത്മാവിലേക്കുള്ള തീർത്ഥയാത്രയായാണ് പി.ജി കാണുന്നത്.[28]

പള്ളിക്കാരുടെ ആഡംബരസമൃദ്ധമായ ജീവിതത്തെയും കള്ള നാട്യങ്ങളെയും തിരഞ്ഞെടുപ്പിലും മറ്റും അവിഹിതമായി ഇടപെട്ട് സ്ഥാപിതതാൽപ്പര്യക്കാരുടെ ദല്ലാളുമായി പ്രവർത്തിക്കുന്നതുമെല്ലാം വളരെ രസകരവും തീക്ഷ്ണവുമായ ഭാഷയിൽ ആവിഷ്കരിക്കുന്ന കഥയാണ് *അന്തോണി നീയും അച്ചനായോടാ* എന്ന വർക്കിയുടെ കഥ. ആക്ഷേപഹാസ്യകഥകൾക്ക് ഉത്തമ മാതൃകയാണ് *ഫാദർ പാളയങ്കോടൻ* എന്ന വർക്കിയുടെ ചെറുകഥ. ഇതുപോലുള്ള ഡസൻ കണക്കിനു കഥകൾ കത്തോലിക്ക പൗരോഹിത്യത്തെ വിറളിപിടിപ്പിച്ചു.

ഒരേ സമയം വാസനാ സമ്പന്നനായ എഴുത്തുകാരനും കർമകുശലനായ സംഘാടകനും ത്യാഗിയായ പൊതുപ്രവർത്തകനും ആയിരുന്ന പൊൻകുന്നം വർക്കിയെ ബഹുമുഖപ്രതിഭ, വിപ്ലവകാരിയായ പ്രതിഭാശാലി, വിട്ടുവീഴ്ചയില്ലാത്ത ആദർശശാലി എന്നിങ്ങനെ പി.ജി. വിശേഷിപ്പിക്കുന്നു. രാഷ്ട്രീയ രംഗത്തെ കിടമൽസരങ്ങളെയും കുതികാൽവെട്ടുകളെയും പിന്തള്ളുന്ന തൊഴുത്തിൽകുത്തും കാലുവാരലും ഒളിയമ്പുകളുംകൊണ്ട് മലീമസമായ സാഹിത്യ കലാരംഗത്ത് അഗ്നിജ്വാലയുടെ വിശുദ്ധിയോടെ അദ്ദേഹം വിരാജിച്ചുവെന്ന് പി.ജി പറഞ്ഞു.

### 12. ഒ.വി. വിജയൻ (1931 – 2005)

പ്രശസ്ത നോവലിസ്റ്റും, ചെറുകഥാകൃത്തും, ഉപന്യാസകാരനും, ജേർണലിസ്റ്റും, കാർട്ടൂണിസ്റ്റും രാഷ്ട്രീയ ചിന്തകനുമായ ഒ.വി. വിജയൻ പി.ജി.യുടെ അടുത്ത സുഹൃത്തായിരുന്നു. സാഹിത്യകാരൻ, രാഷ്ട്രീയ ചിന്തകൻ, വ്യക്തി എന്നീ നിലകളിലെല്ലാമുള്ള ഒ.വി. വിജയന്റെ സംഭാവനകളെ വിലയിരുത്തിക്കൊണ്ട് ഏതാനും ലേഖനങ്ങൾ അദ്ദേഹത്തിന്റെ മരണാനന്തരം പി.ജി. എഴുതിയിട്ടുണ്ട്. *ഇന്ദ്രപ്രസ്ഥത്തിലെ സൗഹൃദസദസ്സുകൾ* , *കമ്യൂണിസം മുതൽ ഖസാക്ക് വരെ*, *അവിസ്മരണീയനായ വിജയൻ: പ്രതിഭാവിലാസവും ആദർശധീരതയും* എന്നിവ അതിൽ ഉൾപ്പെടുന്നു.

പ്രതിഭാ സമ്പന്നനായ ഒരു എഴുത്തുകാരനായിരുന്നു ഒ.വി. വിജയനെങ്കിലും രാഷ്ട്രീയനിലപാടുകളിൽ ചിലപ്പോഴൊക്കെ മാറിമറിയുന്ന സ്വഭാവം അദ്ദേഹത്തിൽ കാണാമായിരുന്നു. കമ്യൂണിസ്റ്റുകാരനായി ജീവിതം ആരംഭിച്ച അദ്ദേഹം പിന്നീട് കമ്യൂണിസ്റ്റ് വിരുദ്ധനായി. ഉറച്ച വിശ്വാസത്തേക്കാൾ ആദ്യം തൊട്ടേ സംശയങ്ങൾക്കും പ്രശ്നങ്ങൾക്കുമായിരുന്നു വിജയന്റെ വ്യക്തിത്വത്തിൽ മുൻതൂക്കമെന്ന് പി.ജി. ചൂണ്ടിക്കാണിച്ചു. 1956 ലെ സോവിയറ്റ് കമ്യൂണിസ്റ്റ് പാർട്ടിയുടെ 20–ാം കോൺഗ്രസിലെ നികിതാ ക്രൂഷ്ചേവിന്റെ സ്റ്റാലിൻ വിരുദ്ധ ആരോപണങ്ങളും ആക്രോശങ്ങളും അദ്ദേഹത്തെ മഥിക്കാൻ തുടങ്ങി. എന്നാൽ 1959 ൽ കേരളത്തിലെ ആദ്യ കമ്യൂണിസ്റ്റ് മന്ത്രിസഭയ്ക്കെതിരെ പ്രതിപക്ഷ കക്ഷികളും സാമുദായിക

ശക്തികളും ചേർന്ന് "വിമോചന സമര"മെന്ന പേരിൽ കുപ്രസിദ്ധമായ സമരം നടത്തിയപ്പോൾ വിജയന്റെ അനുഭാവം ഇടതുപക്ഷത്തോടായിരുന്നു.

1956 ൽ ഹംഗറിയിൽ സോഷ്യലിസ്റ്റ് വ്യവസ്ഥക്കെതിരെ നടന്ന കലാപം അടിച്ചമർത്താൻ സോവിയറ്റ് ചെമ്പട പ്രവേശിച്ചതിനെ വിമർശിച്ച ഒ.വി. വിജയൻ വിയത്നാമിനെതിരെ അമേരിക്ക നടത്തിയ ആക്രമണത്തിന് ന്യായീകരണം കണ്ടെത്താൻ ചിലപ്പോഴൊക്കെ മുതിർന്നത് കമ്യൂണിസ്റ്റ് വിരുദ്ധ രാഷ്ട്രീയം പലരേയും വഴിതെറ്റിക്കുന്നതിന് ഒരു ഉദാഹരണമാണെന്ന് പി.ജി ചൂണ്ടിക്കാണിച്ചു.[29]

പല സാഹിത്യ സാംസ്കാരിക നായകരും അടിയന്തരാവസ്ഥയെ അനുകൂലിക്കുകയോ അല്ലെങ്കിൽ സ്ഥിരമായ മൗനം ഭജിക്കുകയോ ചെയ്തപ്പോൾ മഹാരാഷ്ട്രയിലെ ശ്രീമതി ദുർഗാഭഗവത്, കർണാടകത്തിലെ ശിവരാമകാരന്ത്, കേരളത്തിലെ മഹാകവി വൈലോപ്പിള്ളി, രാംനാഥ് ഗോയങ്കയെപ്പോലെയുള്ള ചില പത്ര ഉടമകളും കുൽദീപ് നയ്യാരെയും *സ്റ്റേറ്റ്സ്മാൻ* പത്രാധിപർ ഇറാനിയെയും പോലുള്ള ചുരുക്കം പത്രപ്രവർത്തകരും മാത്രമാണ് ഭവിഷ്യത്തുകളെ വകവയ്ക്കാതെ അടിയന്തരാവസ്ഥയെ എതിർക്കാൻ പരസ്യമായി രംഗത്തു വന്നത്. അങ്ങനെ വന്നവരിൽ ഒരാളായിരുന്നു ഒ.വി. വിജയൻ എന്നത് അദ്ദേഹത്തിന് സവിശേഷമായ പേരും പെരുമയും നൽകിയെന്ന് പി.ജി. പറഞ്ഞു. ഈ രാഷ്ട്രീയ നിലപാടെടുക്കാൻ അദ്ദേഹത്തെ പ്രേരിപ്പിച്ച കാരണങ്ങളെക്കുറിച്ച് പലപ്പോഴും സുഹൃദ്സദസ്സുകളിൽ വിവാദം നടക്കാറുണ്ട്. അതിനുള്ള ന്യായീകരണം വിജയൻ പറയുന്നത് ഇങ്ങനെയാണെന്ന് പി.ജി. വ്യക്തമാക്കി:

> കമ്യൂണിസത്തെയും കമ്യൂണിസ്റ്റ് രാഷ്ട്രീയങ്ങളിലെ രാഷ്ട്രീയ സംവിധാനങ്ങളെയും താൻ വിമർശിക്കുന്നതിന്റെ മുഖ്യകാരണം അവർ പൗരസ്വാതന്ത്ര്യങ്ങളെയും മനുഷ്യാവകാശങ്ങളെയും മാനിക്കുന്നില്ല എന്നതാണ്. ഇതേകുറ്റം തന്നെ ഇന്ദിരാഗാന്ധി ചെയ്യുമ്പോൾ താനതിനെ എതിർക്കാതിരിക്കുന്നതെങ്ങനെ, താനൊരു രാഷ്ട്രീയ പ്രവർത്തകനല്ല പക്ഷേ, രാഷ്ട്രീയ പ്രശ്നങ്ങളെയും സംഭവങ്ങളെയും കുറിച്ചഭിപ്രായം പറയാൻ ആഗ്രഹിക്കുന്നു. അങ്ങനെ ആഗ്രഹിക്കുന്നവർ ചില തത്വങ്ങളിൽ - പ്രത്യേകിച്ച് മനുഷ്യാവകാശ നിഷേധം, അഴിമതി, വർഗീയത, മതമൗലികത തുടങ്ങിയവയെ സംബന്ധിച്ച് - ഉറച്ചു നിൽക്കേണ്ടതുണ്ട്. തങ്ങൾ പ്രഖ്യാപിക്കുന്ന തത്വങ്ങൾ തങ്ങൾക്കിഷ്ടമുള്ള ഭരണാധികാരികളോ പാർട്ടികളോ നിഷേധിച്ചാൽ അതിനെ എതിർക്കാത്തവർ ഉണ്ടായിരിക്കാം. തന്നെ ആ വിഭാഗത്തിൽ പെടുത്തേണ്ടതില്ല....[30]

അടിയന്തരാവസ്ഥയ്ക്കെതിരെ ധീരമായ നിലപാട് എടുത്തപ്പോഴാണ് വിജയനെ ഒരു മാമൂൽ കമ്യൂണിസ്റ്റ് വിരുദ്ധൻ എന്ന നിലയിൽനിന്നും മാറി ചിന്തിക്കാൻ അനുവാചകർ ആരംഭിച്ചത്. കമ്യൂണിസ്റ്റുകാരെ എതിർക്കുവാൻ അദ്ദേഹം പറഞ്ഞ കാര്യങ്ങൾ തന്നെയാണ് അടിയന്തരാവസ്ഥയെ എതിർക്കാനും അദ്ദേഹം പറഞ്ഞത് എന്നത് അദ്ദേഹത്തിന്റെ ആദർശനിഷ്ഠയുടെ തെളിവായി പ്രകീർത്തിക്കപ്പെട്ടു. കമ്യൂണിസ്റ്റുകാരെ എതിർക്കുന്നത് അതിന്റെ

സാമൂഹ്യ ലക്ഷ്യങ്ങളെ മുൻനിർത്തി അല്ലെന്നും കമ്യൂണിസ്റ്റുകാരുടെ തൊഴിലാളി സർവ്വാധിപത്യത്തിൽ മനുഷ്യാവകാശങ്ങൾ ലംഘിക്കുന്നതാണെന്നുമുള്ള ന്യായീകരണം ഒരുപക്ഷേ, തന്നെപ്പോലുള്ള കമ്യൂണിസ്റ്റുകാർക്ക് സ്വീകാര്യമല്ലായിരിക്കാം. എന്നാൽ വിജയനെ സംബന്ധിച്ചിടത്തോളം അതിനൊരു യുക്തിയുണ്ട്. അദ്ദേഹത്തിന്റെ വിമർശകരും അതംഗീകരിക്കുന്നു. അടിയന്തരാവസ്ഥയെ എതിർത്ത് അപകടസാധ്യതകളെ അവഗണിച്ചുകൊണ്ടാണെന്നു കൂടി ഓർക്കുമ്പോൾ വിജയന്റെ യുക്തിക്ക് വിശ്വാസ്യതയും കൈവരുന്നുവെന്ന് പി.ജി. ചൂണ്ടിക്കാണിച്ചു.

*ഖസാക്കിന്റെ ഇതിഹാസം* എന്ന വിചിത്രമെങ്കിലും വിശിഷ്ടമായ നോവലിലൂടെ മലയാള സാഹിത്യ നായകരുടെ മുൻനിരയിലെത്തിയ വ്യക്തിയാണ് ഓട്ടു പുലായ്ക്കൽ വേലുക്കുട്ടി വിജയൻ എന്ന് പി.ജി. പറഞ്ഞു. കേരളത്തിൽ മറ്റൊരു സാഹിത്യകാരനും കഴിയാത്ത അളവിൽ അദ്ദേഹം കഴിഞ്ഞ നാലു പതിറ്റാണ്ടുകാലത്ത് ഭാരതീയ മാധ്യമങ്ങളിലെ നിറവും തിറവുമുള്ള സാന്നിദ്ധ്യമായിരുന്നു. അദ്ദേഹത്തിന്റെ പല കൃതികളും ഇംഗ്ലീഷിൽ വിവർത്തനം ചെയ്യപ്പെട്ടു എന്നതിനു പുറമെ ദേശീയ പത്രങ്ങളിലെ ഹാസ്യ ചിത്രങ്ങളും കുറിക്കുകൊള്ളുന്ന പംക്തികളും മലയാള സാഹിത്യകാരൻ എന്നതിനപ്പുറം അദ്ദേഹത്തെ ഭാരതീയ സാഹിത്യകാരനും നിരീക്ഷകനും ചിന്തകനുമായുയർത്തിയെന്ന് പി.ജി. നിരീക്ഷിച്ചു.[31]

ഒ.വി. വിജയൻ എന്ന വ്യക്തിയെക്കുറിച്ച് പി.ജി. വിലയിരുത്തുന്നു. ലളിതമായ സമവാക്യങ്ങളിൽ ഒതുങ്ങുന്നതല്ല വിജയൻ എന്ന രാഷ്ട്രീയക്കാരന്റെയും ആത്മീയവാദിയുടെയും എഴുത്തുകാരന്റെയും നിലപാടുകൾ. അദ്ദേഹത്തിന്റെ നിലപാടുകളിലും സാഹിത്യരചനകളിലുമെന്നല്ല കാർട്ടൂണുകളിൽപ്പോലും പ്രകടമാകുന്ന ദാർശനിക മുൻവിധികളും ശാഠ്യങ്ങളും അദ്ദേഹത്തിന്റെ കലയെ ദുർബലപ്പെടുത്തുമ്പോഴും വ്യക്തിത്വത്തിന്റെ ഗഹനതയെ കൂടുതൽ ഗംഭീരമാക്കുന്നതായി പി.ജി. കാണുന്നു. "വിജയനെന്ന വ്യക്തി വിജയനെന്ന രാഷ്ട്രീയക്കാരനെയും എഴുത്തുകാരനെയും വരപ്പുകാരനെയും പിന്തള്ളി നമ്മുടെ വിചാരങ്ങളിലും വികാരങ്ങളിലും ഉന്നതശീർഷനായി നിലകൊള്ളുന്നു."[32]

### 13. വൈക്കം ചന്ദ്രശേഖരൻ നായർ (1928 – 2005)

1969 വരെ ഇന്ത്യൻ കമ്യൂണിസ്റ്റ് പാർട്ടിയിൽ അംഗമായി തുടരുകയും പിന്നീട് ജീവിതാവസാനം വരെ കമ്യൂണിസ്റ്റ് ആദർശത്തിൽ അടിയുറച്ച് നിൽക്കുകയും ചെയ്ത വൈക്കം ചന്ദ്രശേഖരൻ നായർ പത്രപ്രവർത്തനം, സാഹിത്യ പഠനം, ആഖ്യായിക, ചെറുകഥ, നാടക രചന, നാടകാഭിനയം, ഗാനരചന, പ്രഭാഷണം, പത്രാധിപത്യം എന്നിങ്ങനെ നാനാമേഖലകളിൽ വിജയകരമായി പ്രവർത്തിക്കുകയുണ്ടായി എന്ന് *പ്രതിബദ്ധതയും പ്രതിഭയും സമന്വയിച്ച വൈക്കം* എന്ന ലേഖനത്തിൽ പി.ജി വിലയിരുത്തി. ഇവയിൽ ഭാവി കേരളം കൂടുതൽ ഓർക്കുക അദ്ദേഹത്തിന്റെ ആഖ്യായികകളെ ആയിരിക്കും എന്ന് പി.ജി. കാണുന്നു. 32 നോവലുകളാണ് അദ്ദേഹത്തിന്റെ വകയായി മലയാളിക്ക് ലഭിച്ചിട്ടുള്ളത്. സി.വി. രാമൻ പിള്ളയുടേയോ തകഴിയുടേയോ എം.ടി വാസുദേവൻ നായരുടേയോ ഉറൂബിന്റേയോ പോലെ

ഏതെങ്കിലും ചില കള്ളികളിൽ പെടുത്താൻ കഴിയുന്നതല്ല വൈക്കത്തിന്റെ നോവലുകളെന്ന് പി.ജി വിലയിരുത്തി. അവയുടെ ഇതിവൃത്തങ്ങളും ആവിഷ്കാര ശൈലികളും അത്രമാത്രം വൈവിധ്യമാർന്നതാണ്.

പണ്ഡിതനും സംസ്കാരസമ്പന്നനും സംഗീത പ്രതിഭയും ഭരണനിപുണനും ആയ സ്വാതിതിരുനാൾ മഹാരാജാവിന്റെ ദുരന്തകഥയെ ആധുനിക രാഷ്ട്രീയമീമാംസയുടെയും ചരിത്ര വിജ്ഞാനത്തിന്റെയും വീക്ഷണത്തിലൂടെ ആവിഷ്കരിക്കുന്ന വൈക്കത്തിന്റെ ഏറ്റവും നല്ല നോവലുകളിലൊന്നായ *സ്വാതിതിരുന്നാൾ,* സി.വി, സർദാർ പണിക്കർ, കപ്പന കൃഷ്ണമേനോൻ തുടങ്ങിയ സ്ഥിരപ്രതിഷ്ഠ നേടിയ ചരിത്രാഖ്യായികാകാരന്മാരുടേതിൽ നിന്നും തികച്ചും വ്യത്യസ്തമാണെന്ന് പി.ജി. വിലയിരുത്തി. എന്നാൽ ഇതുപോലെ തന്നെ തിരുവതാംകൂറിന്റെ ചരിത്രവുമായി കെട്ടുപിണഞ്ഞതാണെങ്കിലും പരമ്പരാഗതമായ യക്ഷിക്കഥകളും ഐതിഹ്യങ്ങളും, നെയ്തുചേർത്ത ഹൃദയംഗമമായ ഒരു കഥാകാവ്യമാണ് *പഞ്ചവൻകാട്* എന്ന് പി.ജി. പറഞ്ഞു. *കയീന്റെ വംശം* എന്ന നോവലിൽ എത്തുമ്പോൾ രംഗവും കാലവും ആകെ മാറി വേദപുസ്തകത്തിന്റെ പഴയ നിയമത്തിൽ എത്തുന്നു. രംഗം പശ്ചിമേഷ്യയും കഥാപാത്രങ്ങൾ പഴയകാല യഹൂദരും ആട്ടിടയ സമൂഹവും. ധാർമികത സഹോദര പോരിന്റെയും വഞ്ചനയുടെയും ഗതകാല അനുഭവങ്ങളും. സമകാലിക ദളിതസമൂഹ ചിത്രീകരണമാണ് *പഞ്ചമി* എന്ന നോവലിൽ. സ്മൃതികാവ്യത്തിൽ ആധുനിക ഇടത്തരം കുടുംബജീവിതത്തിന്റെ സമസ്യകളും പ്രാരാബ്ധങ്ങളും. അനന്തമെന്നു പോലും തോന്നിപ്പോകുന്ന വൈക്കത്തിന്റെ ഇതിവൃത്ത വൈവിദ്ധ്യങ്ങളും ആവിഷ്കാര ശൈലീപരിണാമങ്ങളും ഇങ്ങനെ നീളുന്നുവെന്ന് പി.ജി. പറഞ്ഞു. എന്നാൽ ഇവയിലെല്ലാം ഒരന്തർധാരയായി വർത്തിക്കുന്ന ഇടതുപക്ഷ ധാർമികതയും മാനവികമൂല്യപക്ഷപാതവും ചരിത്രപരമായ ഭൗതികവാദം നൽകുന്ന സാമൂഹ്യവിശകലന വീക്ഷണവും കണ്ടെത്താം എന്നതാണ് വൈക്കത്തിന്റെ പ്രത്യയശാസ്ത്ര പ്രതിബദ്ധതയുടെ തെളിവ് എന്ന് പി.ജി. കണ്ടു.[33]

ചെറുപ്പം തൊട്ടേ കമ്യൂണിസത്തിലും മാർക്സിസത്തിലും ആകൃഷ്ടനായ വൈക്കം കുറെക്കാലം മുഴുവൻ സഹപ്രവർത്തകനായി പാർട്ടിയിലും ട്രേഡ് യൂണിയനുകളിലും പ്രവർത്തിച്ച അനുഭവങ്ങളും വായനയിലൂടെ സ്വാംശീകരിച്ച ഇടതുപക്ഷ പ്രത്യയ ശാസ്ത്ര നിലപാടുകളും അദ്ദേഹത്തിന്റെ ജീവിതചര്യയിലും കൃതികളിലും വഴികാട്ടിയായിത്തീർന്നിട്ടുണ്ടെന്ന് പി.ജി വിലയിരുത്തി. എന്നാൽ മാർക്സിസത്തിന്റെ സൈദ്ധാന്തിക പ്രശ്നങ്ങളിലേക്ക് ആഴത്തിൽ പ്രവേശിക്കാനുള്ള വിമുഖതമൂലമോ സി.പി.ഐ.യിലും മറ്റും പ്രകടമാവാറുള്ള മിതവാദ പ്രവണതമൂലമോ ചിലപ്പോഴൊക്കെ അദ്ദേഹത്തിന്റെ യുക്തികളിൽ അപാകത സംഭവിച്ചിട്ടുണ്ടെന്ന് പി.ജി. എടുത്തു പറഞ്ഞു.

വൈക്കത്തിന്റെ ജീവിതത്തിലും കൃതികളിലും പൊതുവെ ഇടതുപക്ഷ സ്വാധീനം പ്രകടമാണെങ്കിലും ചിലപ്പോൾ ആ പ്രതിഭയുടെ ധാരാളിത്തം പതഞ്ഞുകയറി കരകവിഞ്ഞൊഴുകുമ്പോൾ മാർക്സിസത്തിന്റെ ചില അതിർവരമ്പുകൾ ലംഘിച്ചു പോയിട്ടുണ്ട് എന്നത് പി.ജി വിസ്മരിക്കുന്നില്ല.

വിശദമായി വിശകലനം നടത്തിയാൽ രചനാശില്പവും വീക്ഷണവും മറ്റും സംബന്ധിച്ച് വൈക്കം ചന്ദ്രശേഖരൻ നായരുടെ കൃതികളിൽ മേന്മകൾ എന്ന പോലെ പോരായ്മകളും കാണാമെന്ന് പി.ജി അഭിപ്രായപ്പെട്ടു. എന്നാൽ ആരുടെ കൃതിയിലാണ് പോരായ്മകൾ ഒന്നുമില്ലാതെ സർവഗുണ സമ്പന്നത മാത്രം കണ്ടെത്താൻ കഴിയുന്നതെന്ന മറുചോദ്യവും പി.ജി ചോദിക്കുന്നു. ഈ കാലഘട്ടത്തിലെ മലയാള പത്രപ്രവർത്തനത്തിന്റെയും സാഹിത്യത്തിന്റെയും ചരിത്രത്തിൽ വൈക്കത്തെ തിളങ്ങുന്ന പ്രകാശഗോപുരമായി തന്നെ ഭാവിതലമുറ വിലയിരുത്തുമെന്ന് പി.ജി വ്യക്തമാക്കി.

## 14. ടി. പത്മനാഭൻ (1931 – )

ഒന്നാംതരം ചെറുകഥകൾ എഴുതിയിട്ടുള്ള ടി. പത്മനാഭൻ, എം.ടി, മാധവിക്കുട്ടി എന്നിവരെയെല്ലാം പോലെ മലയാള സാഹിത്യത്തിൽ സംഭാവന നൽകിയിട്ടുള്ള സാഹിത്യകാരനാണെന്ന് പി.ജി. വിലയിരുത്തി.[34]

നിയമബിരുദമെടുത്ത് വക്കീലായി ജീവിതമാരംഭിച്ച പത്മനാഭൻ അധികം താമസിയാതെ എഫ്.എ.സി.ടിയിൽ ജീവനക്കാരനായി. പഠിച്ചുകൊണ്ടിരിക്കുമ്പോൾ സ്വാതന്ത്ര്യത്തിനു വേണ്ടി പ്രചാരവേല നടത്തുകയും കോൺഗ്രസിന്റെ വിദ്യാർത്ഥി സംഘടനയിൽ പ്രവർത്തിക്കുകയും ചെയ്ത പത്മനാഭൻ സ്വാതന്ത്ര്യാനന്തരം സജീവ രാഷ്ട്രീയം വിട്ടു. സ്വാതന്ത്ര്യാനന്തരം രാഷ്ട്രീയ നേതാക്കളുടെ പെരുമാറ്റവും ജീവിതരീതികളും അധികാരഭ്രമവും അദ്ദേഹത്തിന്റെ മനസ്സിന് യോജിക്കുന്നതുമായിരുന്നില്ല.

പത്മനാഭൻ പതിനഞ്ചാം വയസ്സിലാണ് കഥ എഴുതിത്തുടങ്ങിയത്. ആദ്യ കഥ 1946 ൽ *നവയുഗ*ത്തിലെഴുതിയ *കുറ്റവാളി.* 1949 ൽ *മദിരാശി പത്രിക, മംഗളോദയം* എന്നിവയിലെഴുതിയ *ഭർത്താവ്* എന്ന കഥയാണ് പത്മനാഭനെ ശ്രദ്ധേയനാക്കിയത്.

തന്റെ വീട്ടിലെ പൂച്ചകളും പട്ടികളുമൊക്കെ അദ്ദേഹത്തിന്റെ കഥകൾക്ക് വിഷയമായി. പൂച്ചകളെപ്പറ്റി രണ്ടു കഥകൾ അദ്ദേഹം എഴുതുകയുണ്ടായി. അച്ഛൻ നേരത്തെ മരിച്ചുപോയ പത്മനാഭന്റെ സർവസ്വവും അമ്മയാണ്. അമ്മയുടെയും രക്ഷാകർത്താവായ ജ്യേഷ്ഠന്റെയുമൊക്കെ ദൃശ്യങ്ങൾ പത്മനാഭന്റെ കഥകളിൽ മിന്നലാട്ടം നടത്തുന്നതുകാണാം.

പല കഥകളിലും പത്മനാഭന്റെ ദേശീയപ്രതിബദ്ധത പ്രതിഫലിക്കുന്നത് കാണാം. കേരളത്തിന് പുറത്തു നടക്കുന്നതായിട്ടാണ് അദ്ദേഹത്തിന്റെ പല കഥകളുടെയും രചന.

പത്മനാഭന്റെ *പ്രകാശം പരത്തുന്ന പെൺകുട്ടി* എന്ന കഥ വായിച്ചതോടെയാണ് പി.ജി അദ്ദേഹത്തെ മാനസികമായി പരിചയപ്പെട്ട് ആരാധിക്കാൻ തുടങ്ങിയത്.[35] തന്റെ മാധ്യമം ചെറുകഥയാണെന്നും താനൊരിക്കലും നോവലെഴുതുകയില്ലെന്നും ടി. പത്മനാഭൻ ഒരിക്കൽ പറഞ്ഞെങ്കിലും പല സുഹൃത്തുക്കളുടെയും നിർബന്ധപ്രകാരം *ഗൗരി* എന്നൊരു ചെറിയ നോവൽ അദ്ദേഹം എഴുതുകയുണ്ടായി. അദ്ദേഹത്തിന്റെ ചെറുകഥകളുമായി താരതമ്യം ചെയ്യുമ്പോൾ *ഗൗരി* ഒന്നാംകിടയാണെന്ന് പറഞ്ഞുകൂടാ എന്നാണ് പി.ജി.യുടെ വിലയിരുത്തൽ. "മലയാള ചെറുകഥയിൽ കാല്പനിക യാഥാതഥ്യത ടി. പത്മനാഭന്റെ കഥകളോടുകൂടി വ്യക്തമായി കണ്ടു

തുടങ്ങുന്നു" എന്ന് ഡോ. എം.എം. ബഷീർ തന്റെ *മലയാള ചെറുകഥാ സാഹിത്യ ചരിത്രം 1950 –2007* എന്ന കൃതിയിൽ വിലയിരുത്തുന്നതിനോടും മലയാള ചെറുകഥാ സാഹിത്യത്തിൽ മൂന്നാം തലമുറയുടെ പ്രാരംഭകനായി ടി. പത്മനാഭനെ എം. അച്ചുതൻ തന്റെ *ചെറുകഥാ സാഹിത്യ ചരിത്രത്തിൽ* വിലയിരുത്തുന്നതിനോടും, പി.ജി യോജിക്കുന്നു. തകഴി, കേശവദേവ്, പൊൻകുന്നം വർക്കി തുടങ്ങിയ രണ്ടാം തലമുറയിൽ പെട്ടവർ പ്രധാനമായും റിയലിസ്റ്റ് അഥവാ യാഥാർത്ഥ്യവാദം എന്ന് വിശേഷിപ്പിക്കപ്പെടാവുന്ന വകുപ്പിൽപ്പെട്ട കഥകളായിരുന്നു എഴുതിയത്. 1937 ൽ രൂപംകൊണ്ട ജീവൽ സാഹിത്യ സംഘത്തിന്റെ സ്വാധീനം ഇവരിൽ പ്രകടമായിരുന്നു. കെ. സുകുമാരൻ, ഇ.വി. കൃഷ്ണപിള്ള തുടങ്ങിയ ഒന്നാംഘട്ടത്തിൽപ്പെട്ടവർ തികച്ചും കാല്പനിക ശൈലിയിൽ കഥ എഴുതിയവരാണ്. എം.ടി, മാധവിക്കുട്ടി തുടങ്ങിയവർ പത്മനാഭന്റെ പിൻഗാമികളാണ്.

പയ്യന്നൂർ കുഞ്ഞിരാമൻ ടി. പത്മനാഭനെക്കുറിച്ചെഴുതിയ *മുരിങ്ങമരം ചാഞ്ഞ വീട്* എന്ന കൃതിയെ വിലയിരുത്തിക്കൊണ്ട് പി.ജി എഴുതിയ ലേഖനത്തിന്റെ തലക്കെട്ട് *ചെറുകഥാ സാഹിത്യത്തിലെ അപൂർവ പ്രതിഭ* എന്നാണ്. അതിൽ പി.ജി എഴുതി:

> ക്രാന്തദർശിയായ കേസരി എ. ബാലകൃഷ്ണപിള്ള ഒരിക്കൽ പറയുകയുണ്ടായി: "സാഹിത്യത്തിൽ ഗദ്യമായും പദ്യമായും ഒരു പുതിയ പ്രസ്ഥാനം അഥവാ വഴിത്തിരിവിന് തുടക്കം കുറിക്കുന്നവരാണ് യഥാർത്ഥ മഹാകവിപ്പട്ടത്തിന് അർഹരാകുന്നത്; ഒരു പക്ഷേ, ആ പ്രസ്ഥാനത്തിൽ ആദ്യപഥികനേക്കാൾ മികച്ച കൃതികൾ എഴുതുന്നവരും ഉണ്ടായി എന്നുവരാം. എങ്കിലും ആദ്യ പഥികനുതന്നെയാണ് മഹാകവിപ്പട്ടം എന്ന ഈ വിശേഷണം നൽകാനാവൂ." കേസരിയുടെ ഈ വിലയിരുത്തലിൽ അതിശയോക്തിയുടെ സ്പർശം ഇല്ലെന്നില്ല. എങ്കിലും അടിസ്ഥാനപരമായി അർത്ഥവത്തായ ഒരു നിഗമനമാണ് അദ്ദേഹം മുന്നോട്ടു വയ്ക്കുന്നത്. ഈ വിലയിരുത്തൽ പ്രകാരം മലയാള കഥാകൃത്തായ ടി. പത്മനാഭൻ ഒരു മഹാകവിയാണ്. അദ്ദേഹം മലയാള ചെറുകഥാസാഹിത്യരംഗത്ത് ഒരു പുതിയ വഴിത്താര വെട്ടിത്തുറന്ന കൃതഹസ്തനാണ്...[36]

## 15. എം. ടി വാസുദേവൻ നായർ (1933– )

'സർഗഭാവനയും കർമശേഷിയും തമ്മിലുള്ള അപൂർവമായ ഒരു സംഗമം' ആണ് എം.ടിയിൽ കാണാൻ കഴിയുന്നതെന്ന് പി.ജി.ചൂണ്ടിക്കാട്ടി. അദ്ദേഹത്തിന്റെ കർമശേഷിക്ക് ഉദാഹരണമാണ് 1993 ൽ തുഞ്ചൻ സ്മാരകത്തിൽ അദ്ധ്യക്ഷനായി അവരോധിക്കപ്പെട്ട ശേഷം ആ സ്മാരകത്തിനുണ്ടായ അത്ഭുതകരമായ പുരോഗതി. എം.ടി.യുടെ നേതൃത്വത്തിൽ 1990 കളിൽ തുഞ്ചൻ സ്മാരകത്തിന് കൈവന്ന ഈ വമ്പിച്ച പുരോഗതിയെ 'അഭൂതപൂർവമായ ഒരു കുതിച്ചുചാട്ടം' അഥവാ 'ക്വാണ്ടം ലീപ്പ്' എന്നാണ് പി.ജി. വിശേഷിപ്പിക്കുന്നത്. ഇന്ത്യയിലെ തത്തുല്യമായ ഏത് സ്ഥാപനത്തോടും

കിടപിടിക്കത്തക്ക നിലയിൽ എത്തിയിട്ടുണ്ട് ഈ സ്ഥാപനം. കേരളത്തിനാകെ അഭിമാനകരമായ ഈ പുരോഗതിയിൽ ഗവൺമെന്റിന്റെ പങ്ക് പരിമിതമോ പൂജ്യമോ ആണ്. ഇന്ത്യയുടെ പല ഭാഗങ്ങളിൽനിന്നു വ്യക്തികളോടും സ്ഥാപനങ്ങളോടും തന്റെ സൽപ്പേരും എഴുത്തച്ഛൻ പാരമ്പര്യത്തിന്റെ മഹത്വവും ഉപയോഗപ്പെടുത്തി എം.ടി ഉണ്ടാക്കിയതാണവയെല്ലാം.

ഒരേ സമയത്ത് ഒന്നിലേറെ സ്ഥാപനങ്ങളുടെ ചുമതല വഹിക്കുക എന്ന ഭാരിച്ച ബാധ്യതയും എം.ടിക്ക് ഉണ്ടായിട്ടുണ്ടെങ്കിലും തന്റെ സർഗാത്മക കർമങ്ങൾക്കൊന്നും വിഘാതം വരാതെ അതെല്ലാം സ്വതസിദ്ധമായ ശാന്തതയോടെയും നിശബ്ദമായ കാര്യശേഷിയോടെയും നിർവഹിക്കാൻ ഈ കലാകാരന് കഴിഞ്ഞെന്ന് പി.ജി. ചൂണ്ടിക്കാണിച്ചു. നോവലിസ്റ്റ്, ചെറുകഥാകൃത്ത്, ചലച്ചിത്രകാരൻ, പത്രാധിപർ, മിതഭാഷിയെങ്കിലും വിട്ടുവീഴ്ചയില്ലാത്ത മതനിരപേക്ഷതാവാദി, സാമൂഹ്യ പ്രതിബദ്ധതയുള്ള കൈരളീസേവകൻ, ജ്ഞാനപീഠ പുരസ്കാരം ഉൾപ്പെടെ ഇന്ത്യയിലെ ഏത് എഴുത്തുകാരനും നേടാനഭിലഷിക്കുന്ന നിരവധി പുരസ്കാരങ്ങളുടെ ജേതാവ് തുടങ്ങിയ നിലകളിൽ എം.ടി.യോട് താരതമ്യപ്പെടുത്താവുന്നവർ കേരളത്തിന്റെ സാംസ്കാരിക മണ്ഡലത്തിൽ ഒന്നോ രണ്ടോ പേരല്ലാതെ ഉണ്ടാകില്ല.

എം.ടി.ക്ക് എഴുപത് വയസ്സ് തികഞ്ഞപ്പോൾ പി.ജി. എഴുതിയ *സർഗഭാവനയും കർമശേഷിയും നൽകിയ സമ്മാനം* എന്ന ലേഖനത്തിലാണ് പി.ജി മേൽ പറഞ്ഞ കാര്യങ്ങളെല്ലാം വെളിപ്പെടുത്തുന്നത്.[37]

മലയാള സാഹിത്യ ലോകത്തിലെ അത്യുന്നത കഥാകൃത്തുക്കളുടെ നിരയിലാണ് പി.ജി. എം.ടിയെ പ്രതിഷ്ഠിക്കുന്നത്. നീണ്ട നിരയല്ല അത്. കൈവിരലിലെണ്ണിത്തീർക്കാൻ തന്നെ പാടുപെടേണ്ടിവരുന്ന ചെറിയ നിരയാണത്. എം.ടിയുടെ 'കഥാകഥന വിരുത്' ആണ് ആ നിരയിലേക്ക് അദ്ദേഹത്തെ ഉയർത്തിയ ഘടകങ്ങളിലൊന്ന്. ഇംഗ്ലീഷിൽ 'സ്റ്റോറി ടെല്ലർ ഫോർ എക്സലെൻസ്'എന്ന് നിരൂപകർ വകതിരിച്ചു കാട്ടുന്ന ശില്പചാതുരിയാണത്. ഈ ചാതുരി കഥാകഥനത്തിൽ മാത്രം ഒതുങ്ങി നിൽക്കുന്നില്ലായെന്ന് അദ്ദേഹത്തിന്റെ വിജയകരമായ ചലച്ചിത്രങ്ങൾ തെളിയിക്കുന്നു. സുഘടിതവും ഹൃദയംഗമവുമായ കഥ അദ്ദേഹത്തിന്റെ തിരക്കഥകളിലും ചിത്രങ്ങളിലും ഉൾച്ചേർന്നിട്ടുണ്ട്. പക്ഷേ, കഥകൊണ്ട് മാത്രം നല്ല ഒരു ചലച്ചിത്രമുണ്ടാവില്ല. ചലച്ചിത്രം എന്ന അത്യാധുനിക കലാമാധ്യമത്തിന്റെ പരിമിതികളും സാധ്യതകളും കണ്ടറിഞ്ഞ് കൃതഹസ്തനായ ഒരു സംവേദകൻ (കമ്യൂണിക്കേറ്റർ)കൂടിയായി വന്നാലെ ചലച്ചിത്രകാരൻ എന്ന നിലയിൽ വിജയിക്കാൻ കഴിയൂ. “കൃതഹസ്തനും മനുഷ്യാവസ്ഥയുടെ നിഗൂഢതലങ്ങൾ പോലും ഹൃദയംഗമമായി ആവിഷ്കരിച്ച് അവതരിപ്പിക്കാൻ കഴിവുള്ള കമ്യൂണിക്കേറ്റർ ഫോർ എക്സലന്റ് കൂടിയാണ്''എം.ടി.യെന്ന് പി.ജി. വിലയിരുത്തി.

ഈ വിരുത് എം.ടി നേടിയെടുത്തത് 'നിസ്തന്ദ്രമായ' പഠന പരിശീലനങ്ങളുടെ ഫലമായി മാത്രമല്ല. 'ജന്മവാസനയും' യും അതിൽ നിർണ്ണായകമായ പങ്ക് വഹിച്ചിട്ടുണ്ടെന്ന് എം.ടി.യുടെ തന്നെ വാക്കുകൾ ഉദ്ധരിച്ച് പി.ജി സമർഥിക്കുന്നു. സ്കൂൾ പഠനകാലത്തുതന്നെ കഥയും കവിതയും

ലേഖനവുമൊക്കെ എം.ടി. എഴുതിയിരിക്കുന്നു. 1953 ൽ, എം.ടി.യുടെ ഇരുപതാം വയസ്സിൽ അദ്ദേഹത്തിന്റെ സാഹിത്യ ജീവിതത്തിൽ ഒരു വിസ്ഫോടനം സംഭവിച്ചു. *മാതൃഭൂമിയും ഹിന്ദുസ്ഥാൻ ടൈംസും ന്യൂയോർക്ക് ഹെറാൾഡും യോജിച്ച് നടത്തിയ ഒരു മൽസരത്തിൽ എം.ടി.യുടെ വളർത്തു മൃഗങ്ങൾ* എന്ന് പിൽക്കാലത്ത് പേരെടുത്ത കഥ മലയാളത്തിലെ അത്യുത്തമകഥയായി പുരസ്കാരം നേടുകയുണ്ടായി. പിന്നീടദ്ദേഹത്തിന് തിരിഞ്ഞു നോക്കേണ്ടി വരാത്ത വിധം വെച്ചടിവച്ചടി കയറ്റമായിരുന്നു. "ജന്മവാസനയും അതോടൊപ്പമോ അതിന്റെ തുടർച്ചയായോ സംവേദന ത്വരയും (എർജ് ടു കമ്യൂണിക്കേറ്റ്) യൗവനാരംഭത്തിൽ തന്നെ കൃതഹസ്തനായ ഒരു എഴുത്തുകാരനായി എം.ടി.യെ രൂപപ്പെടുത്തി കഴിഞ്ഞിരുന്നു" എന്നാണ് ഇതിൽ നിന്നെല്ലാം വ്യക്തമാകുന്നതെന്ന് പി. ജി. പറഞ്ഞു.

ജീവിതത്തെ നിരീക്ഷിക്കുകയും പഠിക്കുകയും അപഗ്രഥിക്കുകയും കലാസൃഷ്ടിയുടെ നിയമങ്ങൾക്കനുസൃതമായി പുനരാവിഷ്കരിക്കുകയും ചെയ്യുമ്പോൾ എം.ടി എന്ന കാഥികൻ നിഷ്പക്ഷനോ നിസ്സംഗതനോ അല്ലെന്ന് അദ്ദേഹത്തിന്റെ *വളർത്തു മൃഗങ്ങളിലെ* ജാനമ്മയും *അയൽക്കാരി*ലെ സരോജനിയും *ചെറിയ ചെറിയ ഭൂകമ്പങ്ങളി*ലെ ജാനകിക്കുട്ടിയും മറ്റും നമ്മോട് പറയുന്നുവെന്ന് പി.ജി നമ്മോടു പറയുന്നു. മനുഷ്യർക്ക് ദുഷ്ടതയും സ്വാർത്ഥതയും ക്രൂരതയുമൊന്നുമില്ലെന്ന് എം.ടി കരുതുന്നില്ലെന്ന് മാത്രമല്ല ഈ ദോഷവശങ്ങൾ അദ്ദേഹത്തിന്റെ ചില കഥാപാത്രങ്ങളിൽ കാണാതെയും ഇരിക്കുന്നില്ല. എന്നാൽ മനുഷ്യരിലെ നന്മ കണ്ടെത്താനാണ് അദ്ദേഹം ഏറിയ പങ്കും ശ്രമിക്കുന്നത്. മനുഷ്യനിലെ ദൂഷ്യമായ ബാഹ്യപ്രകൃതിക്ക് പുറകിലെ ദൈന്യതകളും ധർമ്മ സങ്കടങ്ങളും സാക്ഷാത്കൃതമാകാത്ത അഭിലാഷങ്ങളും അനാവരണം ചെയ്യാനാണ് അദ്ദേഹം ശ്രമിക്കുന്നത്. *അസുരവിത്തി*ലെ ഗോവിന്ദൻകുട്ടി എന്ന കഥാപാത്രത്തിന്റെ കാര്യം പി.ജി ഉദാഹരിക്കുന്നു. എം.ടിയുടെ ആഴത്തിൽ വേരോടിയ മനുഷ്യപ്പറ്റും മനുഷ്യന്റെ സ്വാതന്ത്ര്യത്തോടും സാക്ഷാത്കാരവാഞ്ഛയോടുമുള്ള ആഭിമുഖ്യമാണ് ഈ പക്ഷപാതത്തിന് പിറകിലുള്ളത്. എം.ടി പ്രതിഭയുടെ മുഖ്യമായ ഘടകവും അടിത്തറയുമാണ് ഈ മാനവികത എന്ന് പി.ജി വ്യക്തമാക്കി.[38]

ജന്മവാസന, അദമ്യമായ സംവേദന ത്വര, ആത്മാർത്ഥതയിൽ ചാലിച്ചെടുത്ത മനുഷ്യപ്പറ്റ്, ഉൾക്കടമായ സ്വാതന്ത്ര്യവാഞ്ഛ, സാമൂഹ്യനിരീക്ഷണ പാടവം, പരപ്പേറിയ വായന തുടങ്ങിയ ചില ഘടകങ്ങളാണ് എംടിയുടെ കഥാകഥനപ്രതിഭയുടെ ആധാരമായി പി.ജി. കാണുന്നത്.[39]

## സൂചനകൾ

1. *സാഹിത്യം : അധോഗതിയും പുരോഗതിയും*, പു: 106
2. *മേൽചൊന്നത്*
3. *സാഹിത്യം: അധോഗതിയും പുരോഗതിയും*, പു:105
4. *ഇ.എം.എസ്സിന്റെ മരണാനന്തര ജീവിതവും കലാസാഹിത്യ ചിന്തകളും*, പു: 233–46
5. *പി.ജി അഭിമുഖങ്ങൾ*, പു:32

6. *ഇ.എം.എസ്സിന്റെ മരണാനന്തര ജീവിതവും കലാ സാഹിത്യ ചിന്തകളും*, പു: 242
7. *ഇ.എം.എസും മലയാള സാഹിത്യവും*, പു: 32 – 40 കാണുക
8. *സാഹിത്യവും രാഷ്ട്രീയവും*, പു:44
9. *മേൽചൊന്നത്*, പു:48
10. *മേൽചൊന്നത് പു:55*
11. *ചെറുകാടിന്റെ മാസ്റ്റർപീസ്, ഗ്രന്ഥാലോകം*, ഒക്ടോബർ–നവംബർ 2008, പു:54
12. *ഗ്രന്ഥാലോകം*, ഒക്ടോബർ – നവംമ്പർ 2008, പു: 58
13. *തെരഞ്ഞെടുത്ത പ്രബന്ധങ്ങൾ*, പു:626
14. മേൽചൊന്നത്
15. *പി. ഗോവിന്ദപ്പിള്ള, സാഹിത്യവും രാഷ്ട്രീയവും*, പു: 60
16. *മേൽചൊന്നത്*, പു:67 –68
17. *പി.ജി അഭിമുഖങ്ങൾ*, പു: 49
18. *സാഹിത്യവും രാഷ്ട്രീയവും*, പു:75 –76
19. *മേൽചൊന്നത്*, പു: 94
20. *പി.ജി: സാഹിത്യം സംസ്കാരം ദർശനം*, പു: 76
21. *മേൽചൊന്നത്*, പു: 81
22. *തകഴി: ഇരുപതാം നൂറ്റാണ്ടിന്റെ ഇതിഹാസകാരൻ*, ചിന്തവാരിക, 23 ഏപ്രിൽ 1999, പു: 3
23. *മേൽചൊന്നത്*
24. *മുൽക്ക്‌രാജ് മുതൽ പവനൻ വരെ*, പു: 94 –99
25. *മേൽചൊന്നത്*, പു: 99
26. *മുൽക്ക് രാജ് മുതൽ പവനൻ വരെ*, പു:89
27. *മേൽചൊന്നത്*, പു: 90
28. *പൊൻകുന്നം വർക്കിയും, മർലൻ ബ്രാണ്ടോയും*, മലയാളം വാരിക, 23 ജൂലൈ 2004, പു:25
29. *മലയാളം*, 8 ഏപ്രിൽ 2005, പു: 22–26
30. *മുൽക്ക്‌രാജ് മുതൽ പവനൻ* വരെ , പു:24
31. *ഇന്ദ്രപ്രസ്ഥത്തിലെ സൗഹൃദസദസ്സുകൾ, മലയാളം വാരിക*, 8 ഏപ്രിൽ 2005, പു:23
32. *കലാകൗമുദി*, 10 ഏപ്രിൽ 2005, പു:20
33. *മുൽക്ക്‌രാജ് മുതൽ പവനൻ വരെ*, പു: 125–126
34. *പി.ജി. അഭിമുഖങ്ങൾ*, പു:41
35. *പി.ജിയുടെ പുസ്തകം*, പു: 131
36. *മേൽചൊന്നത്*, പു:128
37. *ഇ.എം.എസ്സിന്റെ മരണാനന്തര ജീവിതവും കലാസാഹിത്യ ചിന്തകളും*, പു:134 –38
38. *മേൽചൊന്നത്*, പു:261
39. *മേൽചൊന്നത്*

# മലയാള സാഹിത്യ നിരൂപകർ

മലയാളത്തിലെ പ്രമുഖ സാഹിത്യ നിരൂപകരുടെ സംഭാവനകളെ വിലയിരുത്തിക്കൊണ്ടുള്ള പി.ജി.യുടെ അഭിപ്രായങ്ങളാണ് ഈ അധ്യായത്തിൽ പ്രതിപാദിക്കുന്നത്.

## 1. കെ. രാമകൃഷ്ണപിള്ള (1878 – 1916 )

കേരളവർമ്മ വലിയകോയിത്തമ്പുരാനും മറ്റും സാഹിത്യ നിരൂപണങ്ങളും അവതാരികകളുമൊക്കെ എഴുതി തുടങ്ങിയിരുന്നുവെങ്കിലും നിരൂപണത്തെ സാഹിത്യശാഖയായി മുഖംനോക്കാതെ ത്യാജ്യഗ്രാഹ്യവിവേചനത്തോടെ വളർത്തിയത് 1889 ൽ മലയാളത്തിലെ പ്രഥമ സാഹിത്യനിരൂപണ മാസികയായ *വിദ്യാവിനോദിനി*യുടെ സ്ഥാപക പത്രാധിപർ സി.പി. അച്യുതമേനോനാണ്. അച്യുതമേനോന്റെ ചുവട് പിടിച്ച് മലയാള നിരൂപണത്തെ വളർത്തിയത് ജനാധിപത്യ രാഷ്ട്രീയത്തിന്റെയും അഭിപ്രായ പ്രകടന സ്വാതന്ത്ര്യത്തിന്റെയും ഉത്തിഷ്ടമാന പ്രയോക്താവായ കെ. രാമകൃഷ്ണപിള്ള തന്നെയാണെന്ന് പി.ജി ചൂണ്ടിക്കാണിച്ചു.[1]

സ്വദേശാഭിമാനി രാമകൃഷ്ണപിള്ളയുടെ പുസ്തകനിരൂപണങ്ങളിലൂടെയാണ് പലപ്പോഴും അദ്ദേഹത്തിന്റെ സാഹിത്യ സിദ്ധാന്തങ്ങൾ അനാവരണം ചെയ്യപ്പെടുന്നത്. മലയാളത്തിലെ ലക്ഷണമൊത്ത സാഹിത്യ നിരൂപണത്തിന്റെ സ്ഥാപകനായി പി.ജി. കരുതുന്നത് 1989 ൽ ആരംഭിച്ച *വിദ്യാവിനോദിനി* മാസികയുടെ പത്രാധിപരായിരുന്ന സി.പി. അച്യുതമേനോനെയാണ്. അച്യുതമേനോന്റെ വിമർശനസരണിയോട് ഉയർന്ന മതിപ്പാണ് സ്വദേശാഭിമാനിക്ക് ഉണ്ടായിരുന്നത്. രാജരാജ വർമ്മ *നളചരിതം* കഥകളിയുടെ വ്യാഖ്യാനത്തിലൂടെയും *സാഹിത്യസാഹ്യം എന്ന* ഗദ്യസാഹിത്യ ലക്ഷണ ഗ്രന്ഥത്തിലൂടെയും, പ്രാസവാദത്തിൽ കൈക്കൊണ്ട നിലപാടുകളിലൂടെയും പുതിയ നിരൂപണത്തിന് സംഭാവനകൾ ചെയ്തെങ്കിലും അവ എണ്ണത്തിലും

വ്യാപ്തിയിലും പരിമിതങ്ങൾ ആയിരുന്നതിനാൽ സി.പി. അച്യുതമേനോൻ തുടങ്ങി വെച്ച സാഹിത്യ നിരൂപണ പദ്ധതിയുടെ രണ്ടാമത്തെ പ്രമുഖൻ സ്വദേശാഭിമാനി കെ. രാമകൃഷ്ണപിള്ളയാണെന്ന് പി.ജി. ഉറപ്പിച്ചു പറഞ്ഞു. *വിദ്യാവിനോദിനി*യേയും പത്രാധിപർ സി.പി. അച്യുതമേനോനെയുംകുറിച്ച് രാമകൃഷ്ണപിള്ളയ്ക്കുണ്ടായിരുന്ന മതിപ്പും തന്റെയും അച്യുതമേനോന്റെയും നിരൂപണ സമ്പ്രദായങ്ങൾ തമ്മിലുള്ള സാമ്യവും രാമകൃഷ്ണപിള്ളയുടെ വാക്കുകൾ ഉദ്ധരിച്ച് പി.ജി വ്യക്തമാക്കുന്നു.

ഇതിൽ നിന്ന് വ്യക്തമാകുന്നത്, സ്വദേശാഭിമാനി രാമകൃഷ്ണപിള്ള മലയാളത്തിലെ ഉന്നത സാഹിത്യ നിരൂപകരിൽ ഒരാളായിരുന്നു എന്നതിനപ്പുറം സി.പി അച്യുതമേനോനോടൊപ്പം യഥാർത്ഥ മലയാള സാഹിത്യ നിരൂപണത്തിന്റെ സ്ഥാപകരിൽ ഒരാളായിരുന്നു എന്നു കൂടിയാണെന്ന് പി.ജി വിലയിരുത്തി.[2] സ്വദേശാഭിമാനിയുടെ സാഹിത്യനിരൂപണത്തെ ടി.വി വേണുഗോപാലൻ കാണുന്നത് ഒരു നവഭാവുകത്വത്തിന്റെ മാറ്റെഴുത്തായിട്ടാണെന്ന് അദ്ദേഹത്തിന്റെ വാക്കുകൾ ഉദ്ധരിച്ച് പി.ജി നമുക്ക് ബോധ്യപ്പെടുത്തിതരുന്നു.

ഉപന്യാസം, നോവൽ, ചെറുകഥ മുതലായ സാഹിത്യരൂപങ്ങൾ പത്തൊമ്പതാം നൂറ്റാണ്ടിന്റെ അന്ത്യപാദത്തിൽ പ്രചരിക്കാൻ തുടങ്ങി. ഇക്കാലത്ത് മലയാള നിരൂപണത്തിന്റെ പിതാവ് എന്ന് വിശേഷിപ്പിക്കുന്ന സി.പി അച്യുതമേനോൻ "മഹാകവിപ്പട്ടത്തിന് പദ്യം എഴുതേണ്ടതില്ലെന്നും ഗദ്യം എഴുതിയാൽ മതി" എന്നും അർത്ഥം വരത്തക്ക വിധത്തിൽ പ്രഖ്യാപനം നടത്തുകയുണ്ടായി. ഗദ്യസാഹിത്യത്തിന്റെ ഈ പുതിയ പ്രാധാന്യവും പദവിയും കണ്ടെത്തിയ സാഹിത്യകാരനാണ് എ.ആർ. രാജരാജവർമ്മ. ഗദ്യസാഹിത്യത്തിനും രചനകൾക്കും *സാഹിത്യസാഹ്യം* എന്ന പേരിൽ ഒരു ലക്ഷണഗ്രന്ഥം രചിച്ച രാജരാജവർമ്മയുടെ വാത്സല്യത്തിനും ആദരവിനും പാത്രമായിരുന്ന ശിഷ്യനായിരുന്നു രാമകൃഷ്ണപിള്ള. മലയാള ഗദ്യസാഹിത്യ പുരോഗതിക്കു വേണ്ടി പല പദ്ധതികളും ഇരുവരും ചേർന്ന് ആവിഷ്കരിക്കുകയുണ്ടായി. എന്നാൽ രാമകൃഷ്ണപിള്ളയുടെ നാടുകടത്തൽ അതിന് തടസ്സമായി. ശാസ്ത്രസാങ്കേതിക പദങ്ങൾക്ക് സമാനയായ മലയാള പദങ്ങൾ കണ്ടെത്തിയോ, കണ്ടുപിടിച്ചോ ചേർത്ത് ഒരു നിഘണ്ടു നിർമ്മിക്കണമെന്നത് ഇവർ ഇരുവരും ചേർന്ന് ആവിഷ്കരിച്ച പദ്ധതികളിൽ ഒന്നു മാത്രമായിരുന്നു.

നാം സംസാരിക്കുന്ന രീതിയിൽ എഴുതുന്നതാണ് ഗദ്യ രചന എന്നതിനാൽ വൃത്തനിബദ്ധമായ പദ്യരചനയേക്കാൾ അത് ഒരു അനായാസ കൃത്യമാണെന്ന പൊതുവേയുള്ള ധാരണകളെ രാമകൃഷ്ണപിള്ള തിരുത്തുന്നത് അദ്ദേഹത്തിന്റെ വാചകങ്ങളിലൂടെ തന്നെ പി.ജി തെളിയിക്കുന്നു. സി.വി രാമൻപിള്ളയുടെ ദുർഗ്രഹ ഗദ്യരീതിയെ രാമകൃഷ്ണപിള്ള നിശിതമായി വിമർശിച്ചു. കഠിനപദ ബാഹുല്യങ്ങളെയും വളച്ചുകെട്ടിനീട്ടിയ വാക്യഘടനയേയും അദ്ദേഹം പരിഹാസപൂർവം ത്യജിച്ചു. അതേസമയം ലളിതവും സരളവും ആയതുകൊണ്ടു മാത്രം ഗദ്യത്തിന്റെ ഓജസ്സും സൗന്ദര്യവും പ്രകടമാവുകയില്ലെന്നും അദ്ദേഹം ഓർമിപ്പിച്ചു.

## പൗരസ്ത്യ ദീപം

പ്രശസ്ത ഇംഗ്ലീഷ് കവി സർ എഡ്വിൻ ആർനോൾഡ് ഗൗതമ ബുദ്ധനെക്കുറിച്ച് എഴുതിയതും വിവിധ ഭാഷകളിൽ പദ്യവിവർത്തനമായും സംഗ്രഹീത ആഖ്യാനമായും വന്നിട്ടുള്ള പ്രശസ്ത കാവ്യമാണ് *ലൈറ്റ് ഓഫ് ഏഷ്യാ* അഥവാ *ഏഷ്യൻ ദീപം.* ആർനോൾഡിന്റെ കാവ്യത്തെ *പൗരസ്ത്യദീപം* എന്ന പേരിൽ നാലപ്പാട്ട് നാരായണ മേനോൻ പദ്യ വിവർത്തനം നടത്തുകയുണ്ടായി.

ഈ കൃതിയെക്കുറിച്ച് രാമകൃഷ്ണപിള്ള നടത്തിയ വിമർശന പഠനം 1915 ൽ *ആത്മപോഷിണിയിൽ* വരുകയുണ്ടായി. ഈ പഠനം സാമാന്യം ദീർഘമാണെങ്കിലും അപൂർണമായിരുന്നു. രാമകൃഷ്ണപിള്ളയെ മരണത്തിലെത്തിച്ച രോഗബാധയുടെ മൂർധന്യത്തിലെഴുതിയതാകാം കാരണം. എന്നാൽ ശാരീരികമായ അവശതയ്ക്കും വേദനയ്ക്കും ഇടയിലും അദ്ദേഹത്തിന്റെ ബുദ്ധിക്കോ വീക്ഷണത്തിനോ ഒരു തളർച്ചയും ബാധിച്ചിരുന്നില്ലെന്ന് ഈ വിമർശന പഠനം നമ്മെ ബോധ്യപ്പെടുത്തുകയും അൽഭുതപ്പെടുത്തുകയും ചെയ്യുന്നുവെന്ന് പി.ജി വ്യക്തമാക്കുന്നു. രാമകൃഷ്ണപിള്ളയുടെ ഈ പുസ്തക നിരൂപണം വിവർത്തന വിദ്യയുടെ പരിമിതികളെയും സാധ്യതകളെയും പ്രശ്നങ്ങളെയും സർവ്വോപരി സാംസ്കാരിക ധർമ്മത്തേയും കുറിച്ച് ഇപ്പോൾ പ്രസക്തമായ ഒരു പാഠമായി അവശേഷിക്കുന്നുവെന്നാണ് പി.ജിയുടെ വിലയിരുത്തൽ. വിവിധ തരത്തിലുള്ള വിവർത്തനങ്ങളിൽ ഏർപ്പെട്ടിട്ടുള്ളവർക്കും അവ പരിശോധിക്കാൻ ചുമതലപ്പെട്ട പ്രസാധകർക്കും അമൂല്യമായ ഒരു വഴികാട്ടിയാണ് സ്വദേശാഭിമാനിയുടെ ഈ അപൂർണ കൃതിയെന്ന് പി.ജി. പറഞ്ഞു.

പദാനുപദ വിവർത്തനവും ആശയാധിഷ്ഠിത വിവർത്തനവും തമ്മിലുള്ള ഗുണദോഷ താരതമ്യത്തേയും അനുഷ്ടുപ്പ് വൃത്തത്തിന്റെ അനുയോജ്യതയേയുംകുറിച്ചുള്ള സ്വദേശാഭിമാനിയുടെ താത്വിക വിചാരങ്ങൾ വിവാദ വിഷയങ്ങൾ ആകാമെങ്കിലും പദനിർദ്ധാരണത്തെയും ശൈലീ രംഗങ്ങളേയുംകുറിച്ച് അദ്ദേഹം പറയുന്ന കാര്യങ്ങൾ മിക്കവാറും ശരിയാണെന്നാണ് പി.ജിയുടെ വിലയിരുത്തൽ. മാതൃകാപരമായ വിവർത്തനം എപ്രകാരം നടത്തണം എന്നതിനെക്കുറിച്ച് കുറ്റമറ്റ സൂചനകളാണ് അദ്ദേഹം നൽകുന്നതെന്ന് ഉദാഹരണങ്ങൾ എടുത്തുകാട്ടി പി.ജി സമർത്ഥിക്കുന്നു.

## ബാലകലേശവിവാദം

കവിയും നവോത്ഥാന നായകനും കൊച്ചി രാജാവിൽ നിന്ന് കവിതിലകൻ എന്ന പദവി ലഭിച്ച ആളുമായ പണ്ഡിറ്റ് കെ,പി. കറുപ്പന്റെ *ബാലകലേശം* എന്ന നാടകം സ്വദേശാഭിമാനിയുടെ നിശിത വിമർശനത്തിന് വിധേയമായി.

രാമകൃഷ്ണപിള്ളയുടെ *ബാലകലേശം* വിമർശനം കുറ്റമറ്റതാണെന്നോ അതിൽ പാകപ്പിഴകൾ ഒന്നും പറ്റിയിട്ടില്ലെന്നോ അല്ല പി.ജി.യുടെ വാദം. അത്തരം പാകപ്പിഴകളെ ജാതിസ്പർദ്ധയുടെ തെളിവുകളായി അവതരിപ്പിക്കുന്നതിനെ മാത്രമാണ് അദ്ദേഹം വിമർശിക്കുന്നത്. സ്വന്തം ജാതിക്കാരുടെ കൃതികളെ വിമർശിക്കുമ്പോൾ 'സ്വദേശാഭിമാനി വിരുദ്ധർ' വ്യക്തിപരമായ

വിരോധത്തെ ആയിരിക്കും ആരോപിക്കുക, അതുമല്ലെങ്കിൽ രാഷ്ട്രീയ വിരോധമായിരിക്കും വിരുദ്ധന്മാരുടെ 'കച്ചിത്തുരുമ്പ്' എന്ന് പി.ജി. പറഞ്ഞു.[3]

കവിത, കഥ, നാടകം, വിവർത്തനം എന്നിവയെക്കുറിച്ചെല്ലാം വളരെ സുചിന്തിതമായ അഭിപ്രായങ്ങൾ രാമകൃഷ്ണപിള്ളയ്ക്കുണ്ടായിരുന്നുവെന്ന് പി.ജി ചൂണ്ടിക്കാണിച്ചു. നാലപ്പാട്ടു നാരായണമേനോന്റെ *പൗരസ്ത്യ ദീപ*ത്തെ സംബന്ധിച്ചുള്ള വിമർശനത്തിൽ വിവർത്തനത്തെക്കുറിച്ചുള്ള അദ്ദേഹത്തിന്റെ സൈദ്ധാന്തിക നിലപാടുകൾ നാം മനസ്സിലാക്കിയതാണ്. നാടകത്തെപ്പറ്റി അതുപോലെ ഉറച്ച പ്രമാണങ്ങളെ ആധാരമാക്കിയാണ് കെ.സി കേശവപിള്ളയുടെ *സദാരാമ* നാടകത്തെ അദ്ദേഹം വിമർശിച്ചത്. മിക്കവാറും ഇതേരീതിയിലുള്ള പ്രമാണങ്ങളെ അടിസ്ഥാനപ്പെടുത്തി തന്നെ യാണ് *ബാലകലേശ*ത്തെയും അദ്ദേഹം വിമർശിച്ചിട്ടുള്ളത്. പി.ജി ഇവിടെ ഒരു ചോദ്യം ഉന്നയിക്കുന്നു: "നാടകകൃത്ത് കേശവപിള്ളയായതുകൊണ്ട് ഈ പ്രമാണങ്ങൾ ബാധകമാക്കുന്നതിൽ തെറ്റില്ലെന്നും നാടകകൃത്ത് കെ. പി. കറുപ്പനാകുമ്പോൾ ആ പ്രമാണങ്ങൾ ബാധകമല്ലെന്നും വരുമോ?"

ചന്തുമേനോനും, സി.വി. രാമൻപിള്ളയുമൊക്കെ സൂരിനമ്പൂതിരി പ്പാടിനെയും, ജയന്തൻ ശങ്കരൻ നമ്പൂതിരിപ്പാടിനെയും മറ്റും വിമർശിച്ചത് നമ്പൂതിരി സമുദായത്തെ മുഴുവൻ ആക്ഷേപിക്കലാകുന്നതെങ്ങനെയെന്ന് പി.ജി ചേദിച്ചു. സി.വി രാമൻപിള്ള ചന്ദ്രക്കാരനേയും പപ്പുതമ്പിയേയും പരിഹാസപാത്രമാക്കിയത് നായർ സമുദായത്തിനാകെ ആക്ഷേപമുണ്ടാ കുന്നതെങ്ങനെയെന്നും ചന്തുമേനോന്റെ സർപ്പദൃഷ്ടിക്കാരൻ വൈത്തിപ്പട്ടർ എങ്ങനെ പരദേശി ബ്രാഹ്മണർക്ക് മുഴുവൻ ആക്ഷേപമാകുമെന്നും പി.ജി ചോദിക്കുകയുണ്ടായി.

സ്വദേശാഭിമാനി രാമകൃഷ്ണപിള്ളയുടെ വിമർശനങ്ങളും അഭിപ്രായ ങ്ങളും അക്ഷരംപ്രതി അംഗീകരിക്കണമെന്നല്ല പി.ജിയുടെ വാദം. സ്വന്തം ഇഷ്ടാനിഷ്ടങ്ങളും സാഹിത്യ പക്ഷപാതങ്ങളും അദ്ദേഹത്തിനുണ്ടാകാമെ ങ്കിലും അദ്ദേഹത്തിന്റെ വിമർശനം ദുരുദ്ദേശ്യ പ്രേരിതമാണെന്ന ആക്ഷേപം ഒരു തരത്തിലും നിലനിൽക്കത്തക്കതല്ലെന്ന് പി. ജി പറഞ്ഞു.

## സ്വദേശാഭിമാനിയുടെ പുസ്തക രചനകൾ ജീവചരിത്രങ്ങൾ

നാലു ജീവചരിത്രങ്ങൾ കെ.രാമകൃഷ്ണപിള്ള രചിച്ചിട്ടുണ്ട്. *കാൾ മാർക്സ്* ആണ് അവയിലൊന്ന്. ഇന്ത്യയിലെ ജീവചരിത്ര രചനകളുടെ ചരി ത്രത്തിൽ സ്ഥാനം പിടിക്കുന്നതാണിതെന്ന് പി.ജി. വിലയിരുത്തി. പുസ്തക ത്തിന്റെ മുന്നുരയിൽ കൊടുത്തിരിക്കുന്ന തീയതി പ്രകാരം 1912 ആഗസ്റ്റ് 4 നാണ് ഈ കൃതി എഴുതിത്തീർത്ത് അച്ചടിക്കാൻ കൊടുത്തത്. മാർക്സി സത്തെക്കുറിച്ച് ലോകമാകെ അറിയാൻ തുടങ്ങിയത് 1917 ലെ റഷ്യയിലെ ഒക്ടോബർ വിപ്ലവത്തോടെയാണ്. അതിനും 5 വർഷം മുമ്പ് രാമകൃഷ്ണ പിള്ള എഴുതിയ ഈ കൃതിയിൽ 'ചില പാകപ്പിഴകളോ നോട്ടക്കുറവുകളോ സംഭവിച്ചിരിക്കാം.' പക്ഷേ, അടിസ്ഥാനപരമായി രാമകൃഷ്ണപിള്ളയുടെ വീക്ഷണം ശരിയായിരുന്നു എന്നു കാണാൻ വിഷമമില്ല. മാർക്സിസത്തിന്റെ വർഗ്ഗ സമരം, ദ്വന്ദാത്മക ഭൗതികവാദം എന്നിവ സൂക്ഷ്മദൃക്കായ രാമകൃ ഷ്ണ പിള്ള ഹൃദിസ്ഥമാക്കിയിരുന്നു എന്ന് ഈ കൃതിയും സമഷ്ടിവാദം അഥവാ സോഷ്യലിസം എന്ന *ആത്മപോഷിണി*യിലെ ലേഖനപരമ്പരയും

വ്യക്തമാക്കുന്നുവെന്ന് പി.ജി. ചൂണ്ടിക്കാണിച്ചു. സോഷ്യലിസത്തിന്റെ ഉറവിടങ്ങളും അതുവരെയുള്ള വികാസ പരിണാമങ്ങളും അവയ്ക്ക് കാരണക്കാരായ പ്രമുഖ ചിന്തകരുടെയും പോരാളികളുടെയും വിവരണങ്ങളും 1913 മെയ് മുതൽ *ആത്മപോഷിണി* വാരികയിൽ പ്രസിദ്ധീകരിച്ച ലേഖന പരമ്പരയിൽ രാമകൃഷ്ണപിള്ള വിവരിക്കുന്നു. ഈ ലേഖനങ്ങൾ ഒരു പ്രത്യേക പുസ്തകമായി രൂപപ്പെടുത്തിയാൽ താൽപ്പര്യമുള്ളവർക്ക് സോഷ്യലിസത്തെക്കുറിച്ചുള്ള ഒരു പ്രാഥമിക പാഠപുസ്തകമായി തീരുന്നതാണെന്ന് പി.ജി. നിരീക്ഷിക്കുന്നു. അൽപ്പം ചില വെട്ടലും തിരുത്തലും അതിനെ കുറ്റമറ്റതാക്കും.

സോഷ്യലിസത്തിന് *സമഷ്ടിവാദം* എന്നും, *വർക്കിങ് ക്ലാസ്*, *പ്രോലിറ്റേറിയറ്റ്* എന്നീ പദങ്ങൾ മാർക്സ് ഉപയോഗിക്കുന്നതിനോടൊപ്പം *വേജ് ലേബർ* എന്നും ഉപയോഗിച്ചതിനെ *കൂലിവേലക്കാർ* എന്നും രാമകൃഷ്ണപിള്ള വിവർത്തനം ചെയ്തത് മൂലത്തോട് കൂടുതൽ നീതി പുലർത്തുന്നുവെന്ന് തോന്നിപ്പോകുന്നുവെന്നത് പി.ജി രേഖപ്പെടുത്തിയിട്ടുണ്ട്.

രാമകൃഷ്ണപിള്ളയുടെ മറ്റൊരു കൃതിയാണ് *മോഹൻദാസ് ഗാന്ധി.* തന്റെ സമകാലീനനും തന്നെപ്പോലെ ഭാരതീയനുമായിരുന്ന ഒരാളുടെ ജീവചരിത്രം മാത്രമേ അദ്ദേഹം എഴുതിയിട്ടുള്ളൂ. അതാണ് ഈ കൃതി. ഗാന്ധി മഹാത്മാവാകുന്നതിന് മുൻപുതന്നെ, മാത്രമല്ല ഇന്ത്യൻ സ്വാതന്ത്ര്യ സമരത്തിന്റെ നേതൃത്വനിരയിലേക്ക് ഒന്നാം ലോക മഹായുദ്ധത്തിന്റെ അന്ത്യത്തോടു കൂടി ഉയരുന്നതിന് മുൻപുതന്നെ രാമകൃഷ്ണപിള്ള അദ്ദേഹത്തിന്റെ മഹത്വവും ഭാവിയും ഒരു പ്രവാചക ദൃഷ്ടിയോടെ കണ്ടെത്തി എന്നതാണ് ഈ ലഘുകൃതിയുടെ പ്രാധാന്യം എന്ന് പി.ജി. വിലയിരുത്തി. ഗാന്ധിയുടെ സവിശേഷശീലങ്ങളെയും അദ്ദേഹത്തിന്റെ സതീരത്നമായ ഭാര്യ കസ്തൂർബായുടെ പ്രകൃതത്തേയും ഗാന്ധിയൻ സമരമുറയുടെ അനന്യസാധാരണമായ രീതിയേയും തെക്കെ ആഫ്രിക്കയിലെ സത്യഗ്രഹ സമരത്തിന്റെ നേട്ടങ്ങളേയുമെല്ലാം സ്വതസിദ്ധമായ രീതിയിൽ രാമകൃഷ്ണപിള്ള ഈ കൃതിയിൽ വിവരിക്കുന്നു എന്ന് പി.ജി. നിരീക്ഷിക്കുന്നു.[4]

രാമകൃഷ്ണപിള്ളയുടെ മറ്റൊരു കൃതി ക്രിസ്തുവിന് മുമ്പ് ജീവിച്ചിരുന്ന ഗ്രീക്ക് ദാർശനികൻ *സോക്രട്ടീസി*നെ(B.C.E. 470-399) ക്കുറിച്ചായിരുന്നു. ക്രിസ്തുവിനു ശേഷം പതിനെട്ടാം നൂറ്റാണ്ടിൽ ജീവിച്ചിരുന്ന അമേരിക്കൻ മനീഷി *ബഞ്ചമിൻ ഫ്രാൻക്ലി*നെ (B.C. 1706-1790) ക്കുറിച്ചുള്ള ജീവചരിത്രമാണ് അദ്ദേഹത്തിന്റെ മറ്റൊരു കൃതി. സോക്രട്ടീസിനെയും ബഞ്ചമിൻ ഫ്രാൻക്ലിനെയും കുറിച്ച് ധാരാളം പുസ്തകങ്ങൾ അനായാസമായി കിട്ടാൻ സാധിക്കുമായിരുന്ന അന്ന് രാമകൃഷ്ണപിള്ള എഴുതിയ ഈ കൃതികൾക്ക് വലിയ സവിശേഷതകളൊന്നും കൽപ്പിക്കാനില്ലെങ്കിലും അന്നത്തെ മലയാള വായനക്കാർക്ക് പുതുമയുള്ള പ്രമേയങ്ങൾ ആയിരുന്നിരിക്കാം അവയെന്ന് പി.ജി വിലയിരുത്തി. അതെഴുതിയിട്ട് ഒരു നൂറ്റാണ്ട് തികയാറായിട്ടും അവ കാലഹരണപ്പെട്ടിട്ടില്ല എന്നതാണ് ആ കൃതികളുടെ മറ്റൊരു വസ്തുതയെന്നും പി.ജി. കണ്ടു.

**ദില്ലി ദർബാർ:** 1911 ൽ ബ്രിട്ടീഷ് രാജാവ് ജോർജ് അഞ്ചാമനെ ഔപചാരികമായി ഇന്ത്യയുടെ ചക്രവർത്തിയായി പ്രഖ്യാപിക്കാൻ നടന്ന ദില്ലിയിലെ ദർബാറിനെക്കുറിച്ച് കോഴിക്കോട്ടെ *കേരള സഞ്ചാരി*ക്കു വേണ്ടി പത്രാധിപർ ഗോവിന്ദൻ നായർ ആവശ്യപ്പെട്ട പ്രകാരം എഴുതിയ ലേഖന

പരമ്പരയാണിത്. ജോർജ് അഞ്ചാമനെയും ഭാര്യ മേരി രാജ്ഞിയേയും ദില്ലിയിലെ ചരിത്രസ്മാരകങ്ങളെയും മറ്റും വിവരിക്കുന്ന ഈ ലേഖനപരമ്പരയിൽ രാമകൃഷ്ണപിള്ളയുടെ മറ്റ് പല കൃതികളിലും ലേഖന പരമ്പരകളിലും പ്രകടമായി കാണുന്ന സാമ്രാജ്യ വിരുദ്ധ മനോഭാവം എന്തുകൊണ്ടോ കാണാനില്ലെന്ന് പി.ജി നിരീക്ഷിക്കുന്നു.[5]

**നരകത്തിൽ നിന്ന്:** *നരകത്തിൽ* നിന്ന് രാമകൃഷ്ണപിള്ള എഴുതിയ ഏക ആഖ്യായികയാണ്. നൂറ്റിഅൻപത് പുറത്തോളം വരുന്ന ഇതിനെ ഒരു ലഘുനോവൽ എന്നോ നോവലൈറ്റ് എന്നോ വിളിക്കുന്നതായിരിക്കും ഉചിതമെന്ന് പി.ജി പറഞ്ഞു. എന്നാൽ ഇതിൽ കൈകാര്യം ചെയ്യുന്ന രാഷ്ട്രീയവും സാമൂഹ്യവുമായ പശ്ചാത്തലത്തിന്റെ വ്യാപ്തിയും കഥാപാത്രങ്ങളുടെ എണ്ണവും വൈവിധ്യവും സംഭവങ്ങളുടെ ആകർഷകമായ വിവരണവും എല്ലാം പരിഗണിക്കുമ്പോൾ വലുപ്പം കൊണ്ട് മാത്രമേ ഇതൊരു നോവലൈറ്റ് ആകുകയുള്ളൂവെന്നും പ്രതിപാദ്യവും പ്രതിപാദനവുമെല്ലാം ഒരു വലിയ നോവലിനോടൊപ്പം എത്തുമെന്നും പി.ജി നിരീക്ഷിക്കുന്നു.

## സ്വദേശാഭിമാനിയുടെ പാഠപുസ്തകങ്ങൾ

തിരുവിതാംകൂർ സർക്കാരിന്റെ വിദ്യാഭ്യാസ വകുപ്പുമായി സഹകരിച്ച് പ്രാഥമിക വിദ്യാഭ്യാസത്തിന് സഹായകമാകും വിധം അഞ്ചു ലഘുകൃതികൾ രാമകൃഷ്ണപിള്ള എഴുതുകയുണ്ടായി. പൗരവിദ്യാഭ്യാസം, കൃഷി ശാസ്ത്രം, അങ്കഗണിതം, ക്ഷേത്രഗണിത സാധനപാഠങ്ങൾ, ബാലബോധിനി (ഒന്നും രണ്ടും ഭാഗങ്ങൾ) എന്നിവയാണവ. വിദ്യാലയങ്ങൾക്കുള്ള പാഠപുസ്തകങ്ങൾ തന്നെയാണ് ഇവയെല്ലാം. *സ്വദേശാഭിമാനി* പത്രം ഏറ്റെടുക്കുന്നതിനു മുമ്പുള്ള താരതമ്യേന ശാന്തമായ ജീവിതകാലത്ത് തന്റെ ഗുരുവായ എ.ആർ. രാജരാജവർമ്മയുടെ സഹായിയായ ഉത്തമശിഷ്യനെന്ന നിലയിൽ എഴുതിയതാണ് ഇവ. പാഠ്യപദ്ധതിക്ക് യോജിച്ച വിധം ചിട്ടപ്പടി എഴുതിയ ലഘുകൃതികളാണ് ഇവയെങ്കിലും അതിലെല്ലാം രാമകൃഷ്ണപിള്ളയുടെ വ്യക്തിമുദ്ര പതിഞ്ഞ് കിടക്കുന്നതു കാണാമെന്ന് പി.ജി. പറഞ്ഞു.

## ഭാഷാ പരിഷ്കരണ യത്നങ്ങൾ

സ്വദേശാഭിമാനിയുടെ ഭാഷാപരിഷ്കരണ സംരംഭങ്ങളെക്കുറിച്ച് *സ്വദേശാഭിമാനി പ്രതിഭാവിലാസം* എന്ന പി.ജി.യുടെ ഗ്രന്ഥത്തിലെ *ഭാഷാപരിഷ്കരണ യത്നങ്ങൾ* എന്ന നാലാം അദ്ധ്യായത്തിലും (പു:46 –62) *പി.ജി:സാഹിത്യം സംസ്കാരം ദർശനം* എന്ന പി.ജി.യുടെ സമാഹൃത കൃതിയിലെ *സ്വദേശാഭിമാനിയും ഭാഷാപരിഷ്കരണവും* എന്ന പ്രബന്ധത്തിലും വിശദീകരിച്ചിട്ടുണ്ട്.

### 2. എ.ആർ. രാജരാജവർമ്മ (1863 – 1918)

ഈ നൂറ്റാണ്ടിന്റെ ഒന്നാം പാദാന്ത്യത്തിന് മുമ്പ് തന്നെ കാലയവനികയ്ക്കുള്ളിൽ മറഞ്ഞ എ.ആർ. രാജരാജവർമ്മ, എൻ. കുമാരനാശാൻ (1873 – 1924) എന്നീ രണ്ട് മഹാമതികളാണ് ഈ നൂറ്റാണ്ടിലെ മലയാള ഭാഷയുടെയും സാഹിത്യത്തിന്റെയും ജാതകം കുറിച്ചത്. ഈ നൂറ്റാണ്ടിന്റെ അന്ത്യപാദ

ത്തിലേക്ക് നാം പ്രവേശിച്ചു കഴിഞ്ഞിട്ടും ഈ രണ്ടുപേരുടെ ചൈതന്യപൂരമാണ് ഇപ്പോഴും മലയാള ഭാഷയേയും സാഹിത്യത്തേയും മുന്നോട്ടു നയിക്കുന്ന മുഖ്യധാര. ഈ നൂറ്റാണ്ടു പിന്നിട്ടാലും നമ്മുടെ പിൻമുറക്കാർ ഈ രണ്ടു തേജഃപുഞ്ജങ്ങളിൽ നിന്ന് ലക്ഷ്യബോധവും മാർഗവ്യക്തതയും നേടി മുന്നേറിക്കൊണ്ടിരിക്കുമെന്ന് പി.ജി. നിരീക്ഷിച്ചു. 1982 ൽ പി.ജി. എഴുതിയ *രാജരാജന്റെ സമകാലിക പ്രസക്തി* എന്ന ലേഖനത്തിലാണ് പി.ജി. ഈ നിരീക്ഷണം നടത്തിയത്.[6]

കുമാരനാശാൻ ഭാഷാസാഹിത്യത്തിൽ ഉദ്ഘാടനം ചെയ്ത നവ്യപ്രസ്ഥാനത്തെ മുൻകൂട്ടി കണ്ടറിഞ്ഞു അഭിനന്ദിച്ച ഒരേ ഒരു വ്യക്തി രാജരാജവർമ്മയായിരുന്നുവെന്ന് അദ്ദേഹം *നളിനി*ക്കെഴുതിയ ചെറുതെങ്കിലും അർത്ഥഗർഭമായ അവതാരിക ബോധ്യപ്പെടുത്തിത്തരുന്നു. അതുപോലെ രാജരാജന്റെ ഐതിഹാസിക പ്രാധാന്യം അന്നേ കണ്ടറിഞ്ഞ ഒരേയൊരാൾ ആശാനായിരുന്നുവെന്ന് *പ്രരോദനം* എന്ന പ്രൗഢവിലാപകാവ്യം പ്രഖ്യാപിക്കുന്നു. വെറുമൊരു വിലാപകാവ്യം മാത്രമല്ല *പ്രരോദനം.* അർത്ഥഗാംഭീര്യവും ശില്പചാതുരിയും ഒത്തുചേർന്ന *പ്രരോദനം* ആയിരം പ്രബന്ധത്തേക്കാൾ സമർത്ഥമായും സംക്ഷിപ്തമായും രാജരാജവർമ്മ എന്ന യുഗപ്രഭാവന്റെ സംഭാവനകളെ വിലയിരുത്തുന്ന കാവ്യമാണ്.

എ.ആറിന് തികച്ചും അർഹവും അനുയോജ്യവുമായ ഒരു ബിരുദമാണ് *കേരളപാണിനി.* എന്നാൽ അദ്ദേഹത്തിന്റെ ബഹുമുഖ സിദ്ധികളിൽ ഒന്നു മാത്രമാണത്. *കേരളപാണിനീയം* തൊട്ട് *സാഹിത്യസാഹ്യം*വരെയുള്ള ഗ്രന്ഥങ്ങളിലൂടെ മലയാളഭാഷയുടെ 'ഭരണഘടന' തിട്ടപ്പെടുത്തി പുരോഗതിയിലേക്കുള്ള രാജപഥം തുറന്നുതന്ന രാജരാജവർമ്മ ദുഷിച്ചുപോയ രുചിയെ പ്രത്യാനയിപ്പാൻ ചെയ്ത മഹത് യത്നങ്ങൾ കേരളപാണിനി എന്ന ആ ബിരുദത്തിൽ വേണ്ടത്ര പ്രതിഫലിക്കുന്നില്ല എന്ന് പി.ജി പറഞ്ഞു.[7] മഹാകവിയും മഹാസംസ്കൃത പണ്ഡിതനുമായിരുന്ന രാജരാജൻ മലയാളഭാഷയെ സംസ്കൃതത്തിന്റെ കടുംപിടിയിൽ നിന്ന് രക്ഷിച്ച് സാധാരണക്കാരന്റെ വാമൊഴിക്കും വരമൊഴിക്കും മാന്യത നൽകാൻ യത്നിച്ചുവെന്ന് പി.ജി വിലയിരുത്തി. മലയാള സാഹിത്യത്തിന്റെ തിരുമുറ്റത്തുനിന്ന് ആശാനും രാജരാജനും ചേർന്ന് അടിച്ചിറക്കിയ "ചേട്ട"യാണ് സാഹിത്യത്തിലെ *ഫോർമലിസം* അഥവാ *രൂപഭദ്രതാവാദം* എന്ന് പി.ജി. വ്യക്തമാക്കുന്നു. നളിനിയെ മുക്തകണ്ഠം പ്രശംസിക്കുന്നതിനിടയിലും ശബ്ദാലങ്കാരത്തോട് ആശാൻ പ്രകടിപ്പിക്കുന്ന ആഭിമുഖ്യത്തെ എ.ആർ പതുക്കെയൊന്ന് താഡിച്ച് കടന്നു പോകുന്നുവെന്ന് പി.ജി ചൂണ്ടിക്കാട്ടി.

സംസ്കൃതത്തേക്കാൾ മലയാളത്തോടും പദ്യത്തേക്കാൾ ഗദ്യത്തോടും ശബ്ദാടോപത്തേക്കാൾ അർത്ഥഗാംഭീര്യത്തോടും പഴമയേക്കാൾ പുതുമയോടും ആണ് തനിക്ക് ആഭിമുഖ്യമെന്ന് എ.ആർ തന്റെ വിവിധ കൃതികളിൽ ആവർത്തിച്ചാവർത്തിച്ച് വിളംബരം ചെയ്തിട്ടുണ്ട്. അതാണ് എ.ആറിനെ കുമാരനാശാനോടൊപ്പം നവോത്ഥാനത്തിന്റെ നായകനാക്കിത്തീർത്തതെന്ന് പി.ജി വിലയിരുത്തുന്നു:[8]

> അത്യന്താധുനികതയുടെ പേരിൽ അറുപഴഞ്ചനായ ഉക്തിവൈചിത്ര്യവും ശബ്ദാലങ്കാരാദികളും രൂപഭദ്രതാവാദവും അവയുടെയെല്ലാം ഔരസസന്തതികളായ നിരാശാവാദവും കർമവിമുഖതയും ഇന്ദ്രിയ

> തർപ്പണത്വരയും കലാസാഹിത്യരംഗത്ത് പകർച്ചവ്യാധിപോലെ പടർന്നു പിടിക്കുന്ന ഇക്കാലത്ത് രാജരാജന്റെ പ്രസക്തി നിരുപമമത്രെ. നമ്മുടെ നൂറ്റാണ്ടിന്റെ ഭാഷയേയും സാഹിത്യത്തെയും രൂപപ്പെടുത്തി മലയാളിക്ക് ഭാരതസാഹിത്യ ചക്രവാളത്തിൽ മേൽവിലാസമുണ്ടാക്കിക്കൊടുത്ത മഹാമതിയാണ് രാജരാജൻ.....[7]

രാജരാജവർമ്മയ്ക്ക് സംസ്കൃതത്തിന്റെയും പരമ്പരാഗതത്വത്തിന്റെയും ഒരു ആദ്യകാലവും കാല്പനികതയുടെയും ജനാധിപത്യ പുരോഗതിയുടേതുമായ ഒരു പിൽക്കാലവുമുണ്ടെന്ന് പി.ജി ചൂണ്ടിക്കാണിച്ചു. *കേരളപാണിനീയ*ത്തിന്റെ ഒന്നാം പതിപ്പും (1896) രണ്ടാം പതിപ്പും (1917) തമ്മിലുള്ള മൗലിക വീക്ഷണ വൈപരീത്യം ശ്രദ്ധിച്ചാൽ ഇത് വ്യക്തമാകുമെന്ന് പി.ജി പറഞ്ഞു. ഒന്നാം പതിപ്പിന്റെ അലകും പിടിയും മാറ്റിയാണ് രണ്ടാം പതിപ്പ് പ്രസിദ്ധീകരിച്ചത്. പ്രാസവാദ കോലാഹലത്തിൽ ദ്വിതീയാക്ഷരപ്രാസ പ്രശ്നത്തിൽ തന്റെ ഗുരുവും അമ്മാവനുമായ കേരളവർമ്മയെ എതിർക്കുകയും *സാഹിത്യസാഹ്യം* രചിച്ച് ഗദ്യസാഹിത്യത്തിന്റെ മേൽക്കോയ്മയ്ക്ക് മുത്തുക്കുട പിടിക്കുകയും ആശാന്റെ *നളിനി*യിൽ പുതിയ പ്രസ്ഥാനത്തിന്റെ ഉദയം കാണുകയും ചെയ്ത രാജരാജവർമ്മ കേരളപാണിനീയം രണ്ടാം പതിപ്പിലെ പുനരവതാരമാണെന്ന് പി.ജി വിലയിരുത്തി.[8]

### 3. സി.പി. അച്യുതമേനോൻ (1863 –1937)

1889 ൽ ആരംഭിച്ച *വിദ്യാവിനോദിനി* മാസികയുടെ പത്രാധിപരായിരുന്ന സി.പി. അച്യുതമേനോനെ 'മലയാളത്തിലെ ലക്ഷണമൊത്ത സാഹിത്യനിരൂപണത്തിന്റെ സ്ഥാപകനായി' പി.ജി. കരുതുന്ന കാര്യം പറഞ്ഞല്ലോ. "മലയാള സാഹിത്യ നിരൂപണത്തിന്റെ പിതാവ്" എന്നാണ് പി.ജി. അദ്ദേഹത്തെ വിശേഷിപ്പിക്കുന്നത്.[9]

മലയാള സാഹിത്യ നിരൂപകൻ എന്നനിലയിൽ സി.പി. അച്യുതമേനോന്റെ സ്ഥാനം അടുത്ത കാലത്തായി കൂടുതൽ കൂടുതലായി മനസ്സിലാക്കിത്തുടങ്ങിയിട്ടുണ്ടെങ്കിലും വിദ്യാഭ്യാസം, ചരിത്രം, പുരാലിഖിതശാസ്ത്രം, പുരാവസ്തുഗവേഷണം, സാമൂഹ്യ നിയമനിർമാണം, കേരളസാമൂഹ്യ വിജ്ഞാനീയം എന്നീ വിവിധ രംഗങ്ങളിൽ അദ്ദേഹം കേരളത്തിന് നൽകിയ സംഭാവനകൾ വിലയിരുത്തപ്പെട്ടിട്ടില്ലായെന്ന് പി.ജി വ്യക്തമാക്കി.

'ശാസ്ത്രീയ വിഷയങ്ങളെ കാഠിന്യം കളഞ്ഞ് ലളിതപ്പെടുത്തി കവിസൂക്തിസുലഭമായ മാധുര്യത്തോടുകൂടി എഴുതുന്ന'തിൽ വിശേഷ സാമർത്ഥ്യം പ്രകടിപ്പിച്ചിരുന്ന അച്യുതമേനോനെ മഹാനായ കേരളവർമ്മയും 'ഭാഷയിൽ സജീവവും സമീചീനവും ആയ സാഹിത്യ വിമർശനത്തിന്റെ ഉപജ്ഞാതാവിനെ' മഹാകവി ഉള്ളൂരും ഉള്ളഴിഞ്ഞ് പ്രകീർത്തിച്ചിട്ടുണ്ടെങ്കിലും സുകുമാർ അഴീക്കോടാണ് *മലയാള സാഹിത്യ വിമർശനം* എന്ന തന്റെ കൃതിയിൽ സി.പിയുടെ ആദ്യ പഥികത്വം സവിസ്തരമായി പരിശോധിച്ച് സമർഥിച്ചത് എന്ന് പി.ജി. പറഞ്ഞു. കേരളവർമ്മയുടെയും രാജരാജവർമ്മയുടെയും ഇടയ്ക്കുള്ള ഒരു കണ്ണിയായി സി.പിയെ ചുരുക്കി കാണേണ്ടതില്ലായെന്നാണ് ഉള്ളൂരിന്റെ ഹ്രസ്വമായ വിലയിരുത്തൽ പോലെ അഴീക്കോടിന്റെ സാമാന്യം ദീർഘമായ അപഗ്രഥനവും ബോധ്യപ്പെടുത്തു

ന്നതെന്ന് ആ ഭാഗം ഉദ്ധരിച്ചുകൊണ്ട് പി.ജി വ്യക്തമാക്കുന്നു. സി.പിയെക്കുറിച്ചുള്ള ഉള്ളൂരിന്റെ നിർണ്ണായകമായ വിലയിരുത്തലിൽ ഉറച്ചുനിൽക്കുകയാകും യുക്തിഭദ്രമെന്ന് പി.ജി പറഞ്ഞു.

ആധുനികതയോടും നവോത്ഥാനമൂല്യങ്ങളോടുമുള്ള അച്യുതമേനോന്റെ പ്രതിപത്തി അദ്ദേഹത്തിന്റെ വിദ്യാഭ്യാസ പ്രവർത്തനങ്ങളിൽ പൊതുവെയും സ്ത്രീവിദ്യാഭ്യാസ കാര്യത്തിൽ പ്രത്യേകിച്ചും കാണാൻ കഴിയുമെന്ന് പി.ജി പറഞ്ഞു. *ഇന്ദുലേഖ, കുന്ദലത* മുതലായ കൃതികളെക്കുറിച്ചുള്ള നിരൂപണങ്ങളിലും സ്റ്റേറ്റ് മാന്വലിലെ പരാമർശങ്ങളിലും തന്റെ ഭരണകാലത്ത് പെൺകുട്ടികൾക്കുള്ള സ്കൂൾ ഫീസ് നിർത്തലാക്കിയതിലും മറ്റും സി.പിയുടെ സ്ത്രീവിദ്യാഭ്യാസ താല്പര്യം തെളിഞ്ഞു കാണാം.

പുസ്തകമായി രണ്ട് കൃതികളേ സി.പി അച്യുതമേനോൻ രചിച്ചിട്ടുള്ളൂ: കൊച്ചി ദിവാന്മാരായിരുന്ന ശങ്കുണ്ണി മേനോന്റെയും ശങ്കരവാര്യരുടെയും ഇംഗ്ലീഷിലെഴുതിയ ജീവചരിത്രഗ്രന്ഥമാണവ. ബാക്കിയെല്ലാം അദ്ദേഹത്തിന്റെ പുസ്തക നിരൂപണങ്ങളും *വിദ്യാവിനോദിനി* ലേഖനങ്ങളുമാണ്. പുസ്തക നിരൂപണങ്ങൾ എഴുതുന്നതിനു മുമ്പായി അദ്ദേഹം സാഹിത്യകലാ സംഘടനാ പ്രവർത്തനങ്ങളിലും നാടകാവതരണത്തിലും ഏർപ്പെട്ടിരുന്നു. 1892 ൽ *വിനോദ ചിന്താമണി* എന്ന പേരിൽ ഒരു നാടക സംഘം *ഉത്തരരാമചരിതം* കർത്താവായ ചമ്പത്തിൽ ചാത്തുക്കുട്ടി മന്നാടിയാരുമായി സഹകരിച്ച് അദ്ദേഹം സ്ഥാപിച്ചു. പിന്നീട് സി.പി യുമായി അത്ര സ്വരച്ചേർച്ചയിലല്ലാതിരുന്ന കൊച്ചി വീരകേരളവർമ്മ തമ്പുരാന്റെ പ്രേരണ നിമിത്തം ചാത്തുക്കുട്ടി മന്നാടിയാർ അച്യുതമേനോനുമായി തെറ്റിപ്പിരിഞ്ഞ് *രസികരഞ്ജിനി* എന്നൊരു നാടകസംഘം സ്ഥാപിച്ചതും തുടർന്നുണ്ടായ മൽസരങ്ങളും അക്കാലത്തെ സാംസ്കാരിക ലോകത്ത് കോളിളക്കം സൃഷ്ടിച്ച സംഭവ പരമ്പരകളാണ്.

ഇങ്ങനെ ബഹുമുഖമായ പ്രവർത്തന മേഖലകളിലും വൈജ്ഞാനിക രംഗങ്ങളിലും നേടിയ അനുഭവ സമ്പത്തും അറിവുമാണ് അച്യുതമേനോനെ അച്യുതമേനോനാക്കിയത്. അല്ലാതെ വെറും സാഹിത്യവിദ്യകൾ മാത്രമല്ലെന്ന് പി.ജി നിരൂപണം നടത്തി.

ഒരു സിദ്ധാന്തത്തിന്റെയും കാഴ്ചപ്പാടിന്റെയും പിൻബലമില്ലാതെ നിരൂപണകൃത്യം ഏറ്റെടുക്കുന്നത് നിരർത്ഥകമായിരിക്കും എന്ന ഡോക്ടർ ജോൺസണിന്റെ നിലപാട് അച്യുതമേനോന് സ്വീകാര്യമായിരുന്നിരിക്കണമെന്ന് പി.ജി. കരുതുന്നു. നാട്യാചാര്യനായ ഭരതമുനിയുടെ 'രസം' എന്ന സിദ്ധാന്തത്തേയും അതിൽ നിന്നു രൂപപ്പെടുത്തിയ ഒരു മാനദണ്ഡത്തെയും അദ്ദേഹവും ആശ്രയിക്കുകയുണ്ടായി. 'രസം' 'നായകാദിലക്ഷണം' 'നായികാലക്ഷണം' 'ശൃംഗാരരസം' 'ഹാസ്യാദിരസങ്ങൾ' 'രസോദാഹരണങ്ങൾ' രസഭാസാദികൾ തുടങ്ങി ഇതേ മുൻനിർത്തി അനേകം ലേഖനങ്ങൾ അദ്ദേഹം എഴുതിയതായി പി.ജി ചൂണ്ടിക്കാണിച്ചു. രസസിദ്ധാന്തത്തെ ഉദാഹരണങ്ങളോടുകൂടി വിശദീകരിക്കാൻ ഈ ലേഖനങ്ങളിൽ സി.പി. ശ്രമിക്കുന്നുണ്ടെങ്കിലും അദ്ദേഹത്തിന്റെ സാഹിത്യ നിരൂപണങ്ങളെല്ലാം ഭരതന്റെ ചുവട് പിടിച്ചാണ് എന്ന അഭിപ്രായം പി.ജി.ക്കില്ല. ഇംഗ്ലീഷ് നിരൂപകരായ മെക്കാളെയും മാത്യു ആർനോൾഡും മറ്റുമാണ് ഭരതനെക്കാളേറെ അദ്ദേഹത്തെ സ്വാധീനിച്ചത്. *ആർനോൾഡിന്റെ സംസ്കാരവും അരാജകത്വവും*

എന്ന കൃതിയിൽ പ്രതിഫലിപ്പിക്കുന്ന സംസ്കാരാധിഷ്ഠിത സാഹിത്യനിരൂപണമാണ് സി.പിയുടെ നിരൂപണങ്ങളിലുടനീളം പ്രതിഫലിപ്പിക്കുന്നതെന്ന് പി.ജി. വ്യക്തമാക്കി. നിരർത്ഥകമായ ശബ്ദാലങ്കാരങ്ങളിലും ബാഹ്യമോടികളിലും ഭ്രമിച്ച് കഴിഞ്ഞുപോന്ന ഒരു കാലഘട്ടത്തിൽ സാഹിത്യത്തിന്റെ ആത്മാവിലേക്ക് തുളച്ചു കയറുവാൻ സി.പി എത്തിപ്പിടിച്ച ഒരു പിടിവള്ളിയിൽ കൂടുതലൊന്നുമായിരുന്നില്ല അദ്ദേഹത്തെ സംബന്ധിച്ചിടത്തോളം രസസിദ്ധാന്തം.

1889 ൽ ആരംഭിച്ച *വിദ്യാവിനോദിനി* 1903 വരെ നിലനിന്നിരുന്നുവെങ്കിലും 1898 സി.പി. പത്രാധിപസ്ഥാനം ഒഴിയുകയുണ്ടായി. മലയാള സാഹിത്യപുരോഗതിയിൽ ദൂരവ്യാപകമായ ചലനങ്ങൾ സൃഷ്ടിച്ച *വിദ്യാവിനോദിനി*ക്ക് സമമായി മറ്റൊന്നിനെ എടുത്തു പറയാൻ കഴിയുകയില്ലെന്നും ആ ചലനത്തിന്റെ മുഴുവൻ പ്രചാരശക്തി അച്യുതമേനോൻ ആയിരുന്നുവെന്നും പി.ജി വിലയിരുത്തി.[10]

അമ്പതാമത്തെ വയസ്സിൽ ഉദ്യോഗത്തിൽ നിന്ന് വിരമിച്ച സി.പി. സാഹിത്യരംഗത്തുനിന്ന് അതിനും ഒരു വ്യാഴവട്ടം മുമ്പുതന്നെ വിരമിച്ചിരുന്നുവെന്നും അദ്ദേഹത്തിന്റെ സേവന ചരിത്രം ഒരു പതിറ്റാണ്ട് കവിയുകയില്ലെന്നും പി.ജി. ചൂണ്ടിക്കാണിച്ചു.

## 4. കേസരി ബാലകൃഷ്ണപിള്ള (1889–1960)

തന്നെ ഏറ്റവും കൂടുതൽ സ്വാധീനിച്ച മലയാളി എഴുത്തുകാരൻ കേസരി ബാലകൃഷ്ണപിള്ളയായിരുന്നുവെന്ന് പി.ജി. പറഞ്ഞു പറവൂർകാരനായിരുന്ന അദ്ദേഹവുമായി പി.ജി.ക്ക് അടുത്ത വ്യക്തിബന്ധമുണ്ടായിരുന്നു. കേസരിയുടെ സഹോദരനായ പരമേശ്വരൻ പിള്ളയെയും പി.ജി.ക്ക് പരിചയമുണ്ടായിരുന്നു. പി.ജി. ആലുവ കോളേജിൽ പഠിക്കുമ്പോൾ കേസരിയുടെ വീടായ മാടവനപ്പറമ്പിൽ പോയി കാണുമായിരുന്നു. സാഹിത്യത്തിലെ ഏറ്റവും പുതിയ ചലനങ്ങളെയും പുതുപ്രവണതകളെയും ശരിക്കു മനസ്സിലാക്കുന്നതിൽ ഏറ്റവും മുന്നിലായിരുന്നു കേസരിയെന്ന് പി.ജി പറഞ്ഞു. പാശ്ചാത്യ സാഹിത്യത്തിലെ കേസരിയുടെ വിപുലമായ അറിവ് പി.ജിയെ ഏറെ സ്വാധീനിച്ചു. ഫ്രഞ്ച് ഭാഷ അദ്ദേഹത്തിനറിയാമായിരുന്നു. മനഃശാസ്ത്രജ്ഞന്മാരായ സിഗ്മണ്ട് ഫ്രോയിഡ്, ഹാവ്‌ലോക്ക് എല്ലിസ് തുടങ്ങിയവരെയൊക്കെ കേസരിക്ക് നല്ല പരിചയമുണ്ടായിരുന്നു. കേസരി നന്നായി വായിക്കും. പക്ഷേ, ഏറ്റവും പുതിയ പുസ്തകമേതാണോ അതായിരിക്കും അല്ലെങ്കിൽ അതിലെ ആശയമായിരിക്കും അദ്ദേഹത്തിന്റേത്. സച്ചിദാനന്ദനും ഇതേ പോലെയാണെന്നാണ് പി.ജി.യുടെ അഭിപ്രായം.[11]

ഒരു നോവൽ കേസരി എഴുതിയിട്ടുണ്ട്. അതൊരു ബൗദ്ധിക വ്യായാമം മാത്രമാണെന്നാണ് പി.ജി.യുടെ അഭിപ്രായം. എന്നാൽ ചിത്രകല, സാഹിത്യം, ചരിത്രം, രാഷ്ട്രീയ ചിന്തകൾ, മനഃശാസ്ത്രം തുടങ്ങി വിഭിന്ന മേഖലകളിൽ വ്യാപരിച്ചിരുന്ന ധൈഷണികനായിരുന്നു കേസരിയെന്ന് പി.ജി. പറഞ്ഞു. മലയാളിക്ക് ആധുനിക ചിത്രകലയെ പരിചയപ്പെടുത്തിയതാണ് അദ്ദേഹത്തിന്റെ മറ്റൊരു സംഭാവന.

ഈ മേഖലകളിലൊക്കെ കേസരിക്ക് പാണ്ഡിത്യമുണ്ടായിരുന്നെങ്കിലും അദ്ദേഹത്തിന്റെ ചരിത്ര സങ്കല്പങ്ങളെല്ലാം തന്നെ ആശയവാദപരമായിരുന്നു.

ചരിത്ര സംഭവങ്ങളെ അദ്ദേഹത്തിന്റെ ഭാവനയിൽ മാത്രം നിലനിൽക്കുന്ന ആശയങ്ങൾക്കും സങ്കല്പങ്ങൾക്കുമനുസരിച്ച് വിലയിരുത്തുകയായിരുന്നു അദ്ദേഹം ചെയ്തത്. കൽപ്പഗണിതം പോലുള്ള അസംബന്ധങ്ങൾക്ക് ശാസ്ത്രീയാടിത്തറ നൽകാനുള്ള ശ്രമവും അദ്ദേഹം നടത്തിയിരുന്നു. ഇതൊന്നും തന്നെ ശാസ്ത്രീയമായിരുന്നില്ലെങ്കിലും ചില ഉൾക്കാഴ്ചകൾ അവിടെയും ഇവിടെയും മിന്നിമറയുന്നുണ്ടെന്ന് പി.ജി. ചൂണ്ടിക്കാട്ടി. സാഹിത്യ പഞ്ചാനനെപ്പോലെയുള്ള യാഥാസ്ഥിതിക സാഹിത്യകാരന്മാർക്കെതിരെ അദ്ദേഹം ആഞ്ഞടിച്ചു.

ഡോ. ടി.പി സുകുമാരൻ എഴുതിയ നിരൂപകനായ കേസരി എന്ന കൃതിയെ വിലയിരുത്തിക്കൊണ്ട് *നിരൂപക കേസരി, രാജരാജനും കേസരിയും* എന്നീ തലക്കെട്ടുകളിൽ പി.ജി എഴുതിയ രണ്ട് ലേഖനങ്ങളും കേസരിയുടെ പ്രതിഭയിലേക്ക് വെളിച്ചം വീശാൻ സഹായിക്കുന്നവയാണ്.[12]

ജീവിതകാലത്ത് പ്രശസ്തിയുടെയും പ്രാമാണ്യത്തിന്റെയും ഉന്നതികളിൽ വിഹരിച്ച പലരും മരണത്തോടെ വിസ്മൃതിയുടെ അഗാധ ഗർത്തങ്ങളിലേക്ക് താണുപോകുന്നത് നാം കാണാറുണ്ട്. മറ്റു ചിലർ ജീവിതകാലത്ത് അധിക്ഷേപങ്ങളും പരിഹാസങ്ങളും ഏറ്റുവാങ്ങുകയും പീഡിപ്പിക്കപ്പെടുകയും മരണാനന്തരം വളർന്ന് ജനകോടികളുടെ ആരാദ്ധ്യനായി ചരിത്രത്തിൽ സ്ഥാനം നേടുകയും ചെയ്യുന്നു. ഈ രണ്ടാമത്തെ വകുപ്പിലാണ് കേസരി എന്ന അപരാഭിധാനത്താൽ അറിയപ്പെടുകയും ആ നാമത്തിനു കാരണമായ പത്രാധിപത്യവും പത്രവും പണ്ടേ മണ്ണടിഞ്ഞു പോയിട്ടും അതൊരു ബിരുദം പോലെ അഭിമാനപൂർവ്വം കൊണ്ടു നടക്കുകയും ചെയ്ത അയ്യപ്പൻ പിള്ള ബാലകൃഷ്ണപിള്ള (1889 – 1960) യെന്ന് പി.ജി. വിലയിരുത്തി.[13]

എന്നാൽ കേസരിയുടെ ജീവിതകാലമാകെ അവഗണിക്കപ്പെട്ടതായി പി.ജി. കാണുന്നില്ല. കാരണം അധൃഷ്യമായ ആ വ്യക്തിത്വത്തെ ആർക്കും അവഗണിക്കാൻ കഴിയുമായിരുന്നില്ല. പത്രാധിപത്യത്തിൽനിന്നും പൊതുജീവിതത്തിൽ നിന്നുമെല്ലാം വിരമിച്ച് വടക്കൻ പറവൂരിലെ മാടവനപ്പറമ്പെന്ന ആശ്രമത്തിൽ രോഗിയായി കഴിഞ്ഞ അന്ത്യനാളുകളിൽ അദ്ദേഹത്തെ അപകടമൊഴിഞ്ഞ മഹർഷിയായി വാഴ്ത്താനും ചെന്നുകണ്ട് പൂജിക്കാനും ആളുകളുണ്ടായിരുന്നു. എന്നാൽ അവരിലും അദ്ദേഹത്തെ ആഴത്തിൽ അടുത്തറിഞ്ഞവർ ചുരുക്കമായിരുന്നു. സ്ഫോടകങ്ങളായ അദ്ദേഹത്തിന്റെ ആശയങ്ങളെയും കലാപോദ്യുക്തങ്ങളായ അദ്ദേഹത്തിന്റെ ആദർശങ്ങളെയും അറിഞ്ഞനുകൂലിക്കുന്നവരാകട്ടെ അതിലും ചുരുക്കമായിരുന്നു. അറിയുകയും ആദരിക്കുകയും അനുസരിക്കുകയും ചെയ്യേണ്ട വിവാദഗ്രസ്തനായ ഒരു യുഗസൃഷ്ടാവായി കാണാതെ നിരുപദ്രവിയായ ഒരു പൂജാവിഗ്രഹമായി കേസരിയെ പ്രതിഷ്ഠിക്കാനാണ് പലർക്കും താല്പര്യമെന്ന് പി.ജി. പറഞ്ഞു.

## 5. കുറ്റിപ്പുഴ കൃഷ്ണപിള്ള (1900 –1971)

ഇരുപതാം നൂറ്റാണ്ടിലെ മലയാള മനസ്സിനെ വിപ്ലവോന്മുഖമായി തൃപ്തിപ്പെടുത്തിയ സാംസ്കാരിക നായകരിൽ പ്രൊഫസർ കുറ്റിപ്പുഴ കൃഷ്ണപിള്ള (1900 – 1971)യുടെ സ്ഥാനം മുൻപന്തിയിലാണെന്ന് പി.ജി വ്യക്തമാക്കി.[14] സാമൂഹ്യ പരിഷ്കാരം, തത്വചിന്ത, സാഹിത്യനിരൂപണം, യുക്തിവാദം, രാഷ്ട്ര മീമാംസ തുടങ്ങി വിവിധ മേഖലകളെ ഉൾക്കൊള്ളുന്നതാണ്

ഉജ്ജ്വലനായ വാഗ്മി, കൃതഹസ്തനായ എഴുത്തുകാരൻ, പ്രശസ്തനായ അദ്ധ്യാപകൻ, ധീരനായ സാമൂഹ്യ പരിഷ്കർത്താവ് എന്നീ നിലകളിൽ കേരളത്തിൽ നിറഞ്ഞു നിന്നിരുന്ന കുറ്റിപ്പുഴ കൃഷ്ണപിള്ള.

പുരോഗമന സാഹിത്യ സംഘം നേതാവ്, കേരളസാഹിത്യ അക്കാദമി അധ്യക്ഷൻ, മാർക്സിന്റെ *മൂലധനം* വിവർത്തനത്തിന്റെ മുഖ്യകൈകാര്യ കർത്താവ്, വിവിധ സർവകലാശാലകളിലെ അംഗം, അദ്ധ്യക്ഷൻ എന്നീ പദവികളിൽ മലയാളത്തിന് നൽകിയ സംഭാവനകൾക്ക് പുറമെ പ്രഗൽഭനായ ഒരു സാഹിത്യ നിരൂപകൻ കൂടിയായിരുന്നു കുറ്റിപ്പുഴയെന്ന് പി.ജി വിലയിരുത്തി.

സാഹിത്യനിരൂപണം പൊതുവെ സാഹിത്യ പുരോഗതിക്കും ജനകീയ സംസ്കാരവ്യാപനത്തിനും നിരൂപണത്തിന് വിധേയമാകുന്ന കൃതിയുടെ കർത്താവിനും അവശ്യം ആവശ്യമാണെന്ന അഭിപ്രായമായിരുന്നു കുറ്റിപ്പുഴയുടേതെന്ന് പി.ജി പറഞ്ഞു. സ്വന്തം സൃഷ്ടിയോടുള്ള പ്രണയാതിരേകത്താൽ അതിൽ ഉണ്ടായിരിക്കാവുന്ന കാവ്യദോഷം അഭിജ്ഞന്മാരായ കവികൾക്കുപോലും പലപ്പോഴും കാണാൻ കഴിഞ്ഞില്ലെന്ന് വന്നേക്കാം എന്ന മേല്പത്തൂരിന്റെ പ്രസിദ്ധമായ ശ്ലോകം ഉദ്ധരിച്ചുകൊണ്ടാണ് *നിരൂപണവും നിരൂപകന്മാരും* എന്ന ലേഖനം കുറ്റിപ്പുഴ ആരംഭിക്കുന്നതുതന്നെ.

നിരൂപകന്മാരോടും നിരൂപണങ്ങളോടും അസഹിഷ്ണുത പ്രകടിപ്പിക്കുന്ന എഴുത്തുകാരുടെ അപകർഷതാബോധത്തെ കുറ്റിപ്പുഴ പരിഹസിക്കുകയാണ് ചെയ്യുന്നത്. അതേസമയം നിരൂപണത്തെ ഗൗരവപൂർവം ഒരു ദൗത്യമായെടുക്കാത്തവരെയും അതിനാവശ്യമായ യോഗ്യതകളൊന്നുമില്ലാത്തവരെയുംകുറിച്ച് കുറ്റിപ്പുഴയ്ക്ക് മതിപ്പൊന്നുമില്ലെന്ന് പി.ജി. ചൂണ്ടിക്കാണിക്കുന്നു.

സാഹിത്യ നിരൂപണത്തിന് സാഹിത്യത്തിന്റെ മാത്രമായിട്ടുള്ള ചില മാനദണ്ഡങ്ങളെയല്ലാതെ മറ്റേതെങ്കിലും അളവുകോൽ ഉപയോഗിച്ചാൽ അത് സാഹിത്യബാഹ്യവും അപ്രസക്തവുമായിരിക്കുമെന്ന വാദഗതിയോടും കുറ്റിപ്പുഴ തീരെ യോജിക്കുന്നില്ലെന്ന് പി.ജി പറഞ്ഞു.

ഇതിനൊക്കെ പുറമെ നിരൂപകന് സഹൃദയത്വം അത്യന്താപേക്ഷിതമാണെന്ന് കുറ്റിപ്പുഴ കണക്കാക്കുന്നു. "പാണ്ഡിത്യഭാണ്ഡം എത്ര വമ്പിച്ചതായാലും, അതിൽ എന്തെല്ലാം സംഭരിച്ചാലും സഹൃദയനല്ലെങ്കിൽ നിരൂപകൻ കാടുകയറുമെന്നുതന്നെ പറയണം" എന്ന് കുറ്റിപ്പുഴ അടിവരയിട്ട് പ്രഖ്യാപിക്കുന്ന കാര്യം പി.ജി എടുത്തു പറയുന്നു. അനന്യസാധാരണമായ പാണ്ഡിത്യം കൊണ്ട് അനുഗൃഹീതനായിരുന്നുവെങ്കിലും സാഹിത്യ നിരൂപണത്തിൽ കുറ്റിപ്പുഴയുടെ തെറ്റാത്ത വഴികാട്ടി സഹൃദയത്വം തന്നെയായിരുന്നുവെന്ന് പി.ജി. ചൂണ്ടിക്കാണിച്ചു.

ഒരു സാഹിത്യകൃതി ശരിയാംവണ്ണം ആസ്വദിക്കാനും വിലയിരുത്താനും കുറ്റിപ്പുഴയ്ക്ക് സഹായകമായത് സഹൃദയത്വമാണെങ്കിലും അവയെപ്പറ്റിയുള്ള വിശകലനത്തിൽ കുറ്റിപ്പുഴയിലെ തത്വചിന്തകൾ ആണ് തലയുയർത്തി നിന്നതെന്ന് പി.ജി. പറഞ്ഞു. സാഹിത്യത്തിന്റെ മുഖ്യധർമ്മങ്ങൾ ആനന്ദദായകത്വവും വിജ്ഞാനവിനിമയവുമാണെന്നാണ് കുറ്റിപ്പുഴയുടെ അഭിപ്രായം. പുരോഗമനസാഹിത്യ സംഘത്തിന്റെ നേതാക്കളിലൊരാളും മാർക്സിസ്റ്റ് സിദ്ധാന്തത്തിൽ വിശ്വാസിയും ആയിരുന്നുവെങ്കിലും സാഹിത്യ

ത്തെയും കലയേയും സംബന്ധിച്ചുള്ള ഈ പരമ്പരാഗതമായ പ്രയോജനവാദം കുറ്റിപ്പുഴയിൽ നിന്ന് ഒരിക്കലും വിട്ടകന്നിട്ടില്ലെന്ന് പി.ജി. കാണുന്നു. സാഹിത്യത്തിലെ തത്വചിന്താഘടകത്തിന് അദ്ദേഹം പ്രാധാന്യം കല്പിച്ചത് ഈ വീക്ഷണം കൊണ്ടുതന്നെയായിരിക്കണമെന്ന് പി.ജി നിരീക്ഷിക്കുന്നു.[15]

സാഹിത്യത്തിലെ ഇതരശാഖകളെ അപേക്ഷിച്ച് കവിതാരംഗത്താണ് തത്വചിന്തയുടെ കളിയാട്ടം എന്നും ഛന്ദോബദ്ധവും ഭാവാത്മകവുമായ കാവ്യഭാഷ തത്വപ്രബോധനത്തിന് പ്രത്യേകിച്ചും പ്രയോജനപ്പെടുമെന്നും കുറ്റിപ്പുഴ കരുതുകയുണ്ടായി.

എത്ര മഹനീയമായ സന്ദേശം നൽകുന്നതായാലും എത്രമേൽ അചുംബിതമായ പ്രമേയം ആവിഷ്കരിക്കുന്നതായാലും കലാസൗഷ്ഠവവും ശില്പചാതുരിയും ഇല്ലാത്ത സൃഷ്ടികളെ കുറ്റിപ്പുഴ അംഗീകരിക്കുകയില്ല. പുരോഗമന സാഹിത്യ പ്രസ്ഥാനത്തിന്റെ പ്രമുഖ നേതാക്കളിലൊരാളായിരുന്ന കുറ്റിപ്പുഴ ഭാവത്തെ പൊതുവെയും അധസ്ഥിതമോചനോന്മുഖ ഭാവത്തെ പ്രത്യേകിച്ചും വിലമതിച്ചിരുന്നു. പുരോഗമനസാഹിത്യം എന്ന ലേഖനത്തിൽ കുറ്റിപ്പുഴ അതിനെതിരായ നിരവധി വാദങ്ങളെ സഹജമായ യുക്തി സാമർത്ഥ്യത്തോടെ അരിഞ്ഞു വീഴ്ത്തുന്നത് ഉദാഹരണസഹിതം പി.ജി ചൂണ്ടിക്കാണിക്കുന്നു. അതുപോലെതന്നെ പുരോഗമന സാഹിത്യവക്താക്കാളും പ്രയോക്താക്കളും കലയുടെ സൗന്ദര്യ ധർമ്മത്തെ അവഗണിക്കുന്നു എന്ന് തോന്നിയപ്പോൾ ആഞ്ഞടിക്കാനും കുറ്റിപ്പുഴ മടിച്ചിരുന്നില്ലെന്ന് അദ്ദേഹത്തിന്റെ വാക്കുകൾ യഥേഷ്ടം ഉദ്ധരിച്ച് പി.ജി വ്യക്തമാക്കുന്നു. ഈ സൗന്ദര്യപക്ഷപാതവും അതിൽ നിന്ന് നിർഗളിക്കുന്ന സഹൃദയത്വവും തനിക്ക് ഏറ്റവും അഭിമതരായ സാഹിത്യ രചയിതാക്കളുടെ കൃതികൾ വിമർശിക്കപ്പെടുമ്പോഴും കുറ്റിപ്പുഴയിൽ ലോപിച്ചുപോകുന്നില്ലെന്ന് കുറ്റിപ്പുഴയുടെ ആത്മസുഹൃത്തും പ്രത്യയശാസ്ത്ര ഭ്രാതാവുമായ കേശവദേവിന്റെ *ഭാവിവരൻ, ചിത്രശാല* എന്നീ *കഥാ* സമാഹാരങ്ങൾക്ക് അദ്ദേഹം എഴുതിയ നിരൂപണത്തിലെ ഭാഗങ്ങൾ ഉദ്ധരിച്ച് പി.ജി വെളിവാക്കുന്നു. ഈ നിരൂപണങ്ങളിൽ തന്റെ സുഹൃത്തായ കേശവദേവിനെ മുക്തകണ്ഠം പ്രശംസിക്കുന്നതിൽ കുറ്റിപ്പുഴ പിശുക്ക് കാണിക്കുന്നില്ല. "ഈ മുക്തകണ്ഠമായ പ്രശംസയിലൂടെ പുരോഗമന സാഹിത്യപ്രസ്ഥാനത്തിന്റെ പുതിയ സൗന്ദര്യശാസ്ത്രവും കാഴ്ചപ്പാടും എം.പി. പോളിനെയും കേസരി ബാലകൃഷ്ണ പിള്ളയേയും ഇ.എം.എസ്. നമ്പൂതിരിപ്പാടിനെയും വെല്ലുന്ന അളവിൽ താൻ സ്വായത്തമാക്കിയിരിക്കുന്നു എന്ന് കുറ്റിപ്പുഴ തെളിയിക്കുന്നു"വെന്ന് പി.ജി വിലയിരുത്തി.[16]

എന്നാൽ കേശവദേവിന്റെ വ്യക്തിത്വത്തിൽ കടന്നുകൂടിയ ചില കരടുകളെ അനിതരസാധാരണമായ സൂക്ഷ്മതയോടെ കുറ്റിപ്പുഴ കണ്ടെത്തുന്നതും പി.ജി. എടുത്തു പറയുന്നു. ഈ കരടുകൾ കൂടുതൽ അസുഖകരമായത് കുറ്റിപ്പുഴയുടെ ജീവിതകാലത്തു തന്നെയെങ്കിലും തന്റെ മൗലികതയുടെയും ഉയർച്ചയുടെയും ഉച്ചകോടിയിൽ ഉയർത്തിപ്പിടിച്ച രാഷ്ട്രീയ ആദർശങ്ങളും ജീവിത പരിപ്രേക്ഷ്യവും കേശവദേവ് തിരസ്കരിച്ചത് *ചിത്രശാല* നിരൂപണത്തിന് ശേഷമായിരുന്നുവെന്ന് പി.ജി. ചൂണ്ടിക്കാട്ടുന്നു.

കുറ്റിപ്പുഴ കൃഷ്ണപിള്ളയുടെ സഹൃദയത്വവും വിപ്ലവാഭിമുഖ്യവും വ്യക്തമായിരിക്കുമ്പോൾ തന്നെ അതിന്റെയൊക്കെ അന്തർധാരയിൽ ഈ

ക്ലാസിക് പ്രവണത കണ്ടെത്താൻ അദ്ദേഹത്തിന്റെ സൗന്ദര്യസിദ്ധാന്തത്തിലെ കോഗ്നിറ്റീവ് ഇലമെന്റ് അഥവാ ജ്ഞാനഘടകം സഹായിക്കുന്നുവെന്ന് പി.ജി കണ്ടെത്തി.[17]

### 6. കെ. ദാമോദരൻ (1912 – 1976)

ഹൈസ്കൂൾ വിദ്യാർഥിയായിരിക്കുമ്പോൾ തന്നെ കെ. ദാമോദരനിൽ സാഹിത്യവാസനയും സർഗ്ഗശേഷിയും പ്രകടമായിത്തുടങ്ങിയെന്ന് പി.ജി. ചൂണ്ടിക്കാണിച്ചു. താൻ എഴുതിയ ചില കവിതയും കഥയും പത്രമാസികകൾക്കയച്ച് പ്രസിദ്ധീകരിക്കുകയും ചെയ്തു. വിവർത്തനങ്ങളും രാഷ്ട്രീയം, സാഹിത്യം, ചരിത്രം തുടങ്ങി വിവിധ വിഷയങ്ങളെ മുൻനിർത്തിയുള്ള ലേഖനങ്ങളും ചെറുപ്പത്തിലെത്തന്നെ ദാമോദരൻ എഴുതാൻ തുടങ്ങിയിരുന്നു. *മാതൃഭൂമി* ദിനപത്രത്തിലും ആഴ്ചപ്പതിപ്പിലും അത് പ്രസിദ്ധീകരിക്കുകയുമുണ്ടായി. കാശിവിദ്യാപീഠത്തിലേക്ക് പോകാനുള്ള യാത്രാച്ചെലവിന് പണമില്ലാതെ വന്നപ്പോൾ *മാതൃഭൂമി*യിൽ ദാമോദരൻ എഴുതിയ ലേഖനങ്ങളും മറ്റും സമാഹരിച്ച് പ്രസിദ്ധീകരിച്ചും നേരിട്ടു വിറ്റഴിച്ചും കുറെ പണമുണ്ടാക്കാമെന്ന് പത്രാധിപരായിരുന്ന കെ. കേളപ്പൻ നിർദ്ദേശിച്ചതും, അവ കേളപ്പന്റെ സ്വാധീനമുപയോഗിച്ച് സൗജന്യമായി അച്ചടിച്ചു കൊടുക്കുകയുമുണ്ടായി. കാശി വിദ്യാപീഠത്തിലെത്തിയ ശേഷവും ദാമോദരൻ ഈ എഴുത്തും വിവർത്തനവും മുന്നോട്ടു കൊണ്ടുപോയി.

1940 കളുടെ അവസാനവും അമ്പതുകളുടെ ആദ്യവുമായി മുണ്ടശ്ശേരിയും മറ്റും *രൂപഭദ്രതാവാദം* ഉയർത്തിക്കൊണ്ടു വന്നപ്പോൾ അതിനെ ശക്തിയുക്തം എതിർക്കുന്നതിനും ദാമോദരൻ മുന്നണിയിൽ തന്നെയുണ്ടായിരുന്നു. സാഹിത്യത്തിലെ പിന്തിരിപ്പന്മാർക്ക് ദാമോദരൻ *രൂപഭദ്രൻ* എന്ന വിശേഷണം ചാർത്തിക്കൊടുത്തത് മാധ്യമങ്ങളിലും പ്രസംഗങ്ങളിലും വ്യാപകമായി ആവർത്തിക്കപ്പെട്ടതും പി.ജി ചൂണ്ടിക്കാണിച്ചു. പിൽക്കാലത്ത് ഇ.എം.എസും ദാമോദരനും മറ്റും രൂപഭദ്രത സംബന്ധിച്ച ആദ്യ നിലപാടുകളിൽ മാറ്റം വരുത്തുകയും രൂപവും ഭാവവും തുല്യ പ്രാധാന്യമുള്ളതാണെന്നും ഒന്നിൽ നിന്ന് മറ്റേതിനെ അടർത്തുക എന്നത് മാർക്സിസ്റ്റ് സിദ്ധാന്തപ്രകാരം പിശകാണെന്നും സമ്മതിക്കുകയുണ്ടായി. എന്നാൽ തുല്യ പ്രാധാന്യം കണക്കിലെടുക്കാതെ രൂപത്തിന് മുൻതൂക്കം നൽകുന്ന മുണ്ടശ്ശേരിയുടെ നിലപാടിലും പാകപ്പിഴയുണ്ടെന്ന് അവർ ചൂണ്ടിക്കാട്ടി.[18]

1937 ൽ സ്ഥാപിക്കപ്പെട്ട ജീവൽ സാഹിത്യസംഘത്തിന്റെ ആശയസമരങ്ങളുടെ ഭാഗമായിട്ടാണ് കെ.ദാമോദരന്റെ സാഹിത്യസിദ്ധാന്തങ്ങൾ പുറത്തുവന്നത്. *മാതൃഭൂമി* ആഴ്ചപ്പതിപ്പിലും *പ്രഭാതം* വാരികയിലും പ്രത്യക്ഷപ്പെട്ട ഈ ലേഖനങ്ങളിൽ സാഹിത്യസിദ്ധാന്തസംബന്ധിയായ ലേഖനങ്ങളുമുണ്ടായിരുന്നു. ദാമോദരന്റെ സാഹിത്യ സിദ്ധാന്തങ്ങൾ അവതരിപ്പിച്ചിരിക്കുന്ന രണ്ടു പ്രധാന കൃതികൾ *എന്താണ് സാഹിത്യം?, സാഹിത്യ നിരൂപണം* എന്നിവയാണ്. ഈ കൃതികൾ കൈപ്പുസ്തകം പോലെ മാർക്സിസ്റ്റുകാരും പുരോഗമനവാദികളും ഉപയോഗിച്ചപ്പോൾ കുട്ടികൃഷ്ണമാരാർ, സഞ്ജയൻ തുടങ്ങിയവർക്ക് എതിർക്കാൻ ആവശ്യമായ വസ്തുതകളും ഉദ്ധരണികളും അതിലുണ്ടായിരുന്നു.

## കല കലയ്ക്കു വേണ്ടിയോ?

1937 ൽ *ജീവൽ സാഹിത്യ സംഘം* രൂപംകൊണ്ട കാലം മുതൽ രൂക്ഷമായ വാദപ്രതിവാദത്തിന് ഇടയായ വിഷയമാണ് 'കല കലയ്ക്കുവേണ്ടി' എന്ന യാഥാസ്ഥിതികരുടെ നിലപാട്. കല കലയ്ക്കുവേണ്ടിയല്ല സമൂഹത്തിനു വേണ്ടിയാണെന്ന് ദാമോദരനുൾപ്പെടെയുള്ള പുരോഗമനപക്ഷം തിരിച്ചടിച്ചു. ഈ പ്രശ്നം ചർച്ചചെയ്തുകൊണ്ടാണ് ദാമോദരന്റെ ഈ പുസ്തകത്തിലെ അവസാന അദ്ധ്യായമായ *സാഹിത്യത്തിന്റെ പ്രയോജനം* ആരംഭിക്കുന്നത്. 'കല കലയ്ക്കുവേണ്ടി'യെന്ന പ്രയോഗം അസംബന്ധമാണെന്നും അത് 'വിളക്ക് വിളക്കിനുവേണ്ടി' എന്നും 'ഭക്ഷണം ഭക്ഷണത്തിനുവേണ്ടി' എന്നും പറയുന്നതുപോലെ യുക്തിരഹിതമാണ് എന്ന് ദാമോദരൻ പറഞ്ഞു.

പി.ജി. പറയുന്നത്:

> ദാമോദരന്റെ സാഹിത്യ നിരൂപണവും തായാട്ട് ശങ്കരൻ വിവരിക്കുന്നതിൽനിന്നും വ്യത്യസ്തമല്ല. കൃഷ്ണവാര്യർ വ്യവച്ഛേദിച്ചു കാണിക്കുന്ന നിരൂപണവും വിമർശനവും ദാമോദരന്റെ നിരൂപണത്തിൽ സമന്വയിക്കുന്നു. തീർച്ചയായും ഉള്ളടക്കത്തിനാണ് ദാമോദരൻ പ്രാധാന്യം നൽകുന്നത്. ധാർമ്മിക മൂല്യങ്ങൾ എന്ന പുസ്തകത്തിൽ മഹാഭാരതത്തിൽനിന്നും ഉദ്ധരിച്ച് വ്യാഖ്യാനിക്കുമ്പോൾ അതിൽ ദാമോദരന്റെ നിരൂപണശൈലിയുടെ പ്രത്യേകത നമുക്ക് കാണാം. കലാസൃഷ്ടി രൂപംകൊണ്ട സാഹചര്യം. അവനിൽ പ്രതിഫലിക്കുന്ന വർഗ്ഗബന്ധങ്ങൾ മുതലായവ ദാമോദരന്റെ നിരൂപണത്തിൽ കണ്ടെത്താൻ കഴിയും. മാർക്സിസ്റ്റ് കലാനിരൂപണം 1950 കളോടെ പുതിയ വികാസം നേടുകയുണ്ടായി. റെയ്നോൾഡ് വില്യംസ് എന്ന പ്രശസ്തനായ ഇംഗ്ലീഷ് പണ്ഡിതനാണ് ഈ വികാസത്തിന്റെ മുഖ്യ പ്രണേതാവ്. അദ്ദേഹത്തിന്റെ കലാസാമൂഹ്യ ദർശനത്തിന്റെ പേര് 'കൾച്ചറൽ മെറ്റീരിയലിസം' അഥവാ സാംസ്കാരിക ഭൗതികവാദമെന്നാണ്. ഇതിൻപ്രകാരമുള്ള വിമർശനത്തിന് സാംസ്കാരിക വിമർശനം എന്നു പറഞ്ഞുവരുന്നു. സാംസ്കാരിക വിമർശനം മാർക്സിസ്റ്റ് വിമർശനത്തിന്റെ കുറെക്കൂടി സമ്പന്നമായ വികാസമാണ്. ദാമോദരൻ റെയ്മണ്ട് വില്യംസിനെ കാര്യമായി ശ്രദ്ധിച്ചിട്ടുണ്ടെന്നുള്ളതിന് തെളിവില്ല. എങ്കിലും റെയ്മണ്ട് വില്യംസ് ആവിഷ്കരിക്കുന്ന നിരൂപണ ശൈലിയുടെ അവികസിത രൂപങ്ങൾ ദാമോദരന്റെ നിരൂപണശൈലിയിൽ പ്രതിഫലിക്കുന്നുണ്ടെന്ന് അദ്ദേഹത്തിന്റെ 'എന്താണ് സാഹിത്യം', 'സാഹിത്യനിരൂപണം' എന്നീ കൃതികൾ വ്യക്തമാക്കുന്നു.[19]

## 7. ജോസഫ് മുണ്ടശ്ശേരി (1903 –1977)

പ്രൊഫസർ ജോസഫ് മുണ്ടശ്ശേരിയുടെ സാഹിത്യ നിരൂപണ രംഗത്തെ സംഭാവനകളെ വിലയിരുത്തിക്കൊണ്ട് രണ്ട് പ്രധാന ലേഖനങ്ങൾ പി.ജി എഴുതിയിട്ടുണ്ട്. അതിൽ ആദ്യത്തേത് *മുൽക്ക് രാജ് മുതൽ പവനൻ* വരെ എന്ന പി.ജി.യുടെ ലേഖനസമാഹാരത്തിൽ പെടുത്തിയിരിക്കുന്ന *ആധുനിക*

*നിരൂപണത്തിന്റെ പഞ്ചമഹാസരണികളും ജോസഫ് മുണ്ടശ്ശേരിയും* എന്നാണ്. മറ്റൊന്ന് 2004 ഏപ്രിൽ – ജൂൺ ലക്കത്തിലെ *സംസ്കാരകേരളം* എന്ന ത്രൈമാസികയിൽ പ്രസിദ്ധീകരിച്ച *കേരളചരിത്രത്തിൽ ഉന്നതശീർഷനായ ജോസഫ് മുണ്ടശ്ശേരി* എന്ന ലേഖനം. ഈ ലേഖനങ്ങളെ ആസ്പദമാക്കി സാഹിത്യ നിരൂപണരംഗത്ത് ജോസഫ് മുണ്ടശ്ശേരിയുടെ സംഭാവനകളെ പി.ജി. എങ്ങനെ വിലയിരുത്തുന്നു എന്ന് വിശദീകരിക്കുകയാണിവിടെ.

പ്രശസ്തനായ അദ്ധ്യാപകൻ, വിദ്യാഭ്യാസ വിചക്ഷണൻ, കൃതഹസ്തനായ എഴുത്തുകാരൻ, ഉജ്ജ്വലനായ വാഗ്മി, അദ്ധ്യാപക–സഹകരണ പ്രസ്ഥാനങ്ങളുടെ ആദ്യപഥികരിൽ പ്രമുഖൻ, ശൈലീവല്ലഭൻ, ദീർഘദൃഷ്ടിയായ ഭരണാധികാരി, സാഹിത്യ നിരൂപക ശ്രേഷ്ഠൻ, പുരോഗമനവാദിയായ രാഷ്ട്രീയ പ്രവർത്തകൻ, തുടങ്ങിയ വിവിധ നിലകളിൽ മുണ്ടശ്ശേരി ആധുനിക കേരളചരിത്രത്തിന്റെ താളുകളിൽ തെളിഞ്ഞു നിൽക്കുന്നു. 1930 കളിലാണ് മുണ്ടശ്ശേരി അധ്യാപകനായിരുന്ന തൃശൂർ സെന്റ് തോമസ് കോളേജിന്റെ നാല് അതിരുകൾക്ക് പുറത്ത് പ്രഭാഷണങ്ങളിലൂടെയും ലേഖനങ്ങളിലൂടെയും അറിയപ്പെടാൻ ആരംഭിച്ചത്. രാഷ്ട്രീയ സാമൂഹിക രംഗങ്ങളിലും സാഹിത്യ കലാ രംഗങ്ങളിലും 1930 കളിൽ ആരംഭിച്ച പുത്തനുണർവിന്റെ പ്രതിധ്വനികൾ സ്വാഭാവികമായി സാഹിത്യ നിരൂപണരംഗത്തും പ്രതിഫലിക്കുകയുണ്ടായി. ഈ പുത്തനുണർവിന്റെ സന്തതിയും സംവിധായകരിൽ ഒരാളുമായിരുന്നു മുണ്ടശ്ശേരിയെന്ന് പി.ജി ചൂണ്ടിക്കാട്ടി. പുതിയ സാഹിത്യ രൂപങ്ങളും കലാവിഷ്കാരങ്ങളും വ്യാഖ്യാനിക്കാനും ആസ്വദിക്കാനും വിമർശിക്കാനും പുതിയ മാനദണ്ഡങ്ങളും കാഴ്ചപ്പാടുകളും ഉണ്ടാകേണ്ടി വന്നു. നിരൂപണത്തിന്റെ രണ്ടാം ഘട്ടമായിരുന്നു ഇതെന്ന് പി.ജി. വെളിപ്പെടുത്തുന്നു.

യഥാർത്ഥത്തിൽ നവോത്ഥാനത്തിന്റെ ഒന്നാം ഘട്ടത്തോടുകൂടി ആരംഭിച്ച കലാസാഹിത്യ രംഗത്തെ മുന്നേറ്റത്തോടുകൂടിത്തന്നെ പുതിയ നിരൂപണ പ്രസ്ഥാനവും ആരംഭിച്ചു. ഇതിന് തുടക്കംകുറിച്ചത് 1889 ൽ സി.പി. അച്യുതമേനോൻ തൃശൂരിൽ നിന്നാരംഭിച്ച *വിദ്യാവിനോദിനി* മാസികയാണ്. ഇതിനെത്തുടർന്ന് നിരൂപണ പ്രസ്ഥാനത്തിന് ആക്കം നൽകിയവരിൽ പ്രമുഖൻ എ.ആർ. രാജരാജവർമ്മയായിരുന്നു. എ.ആർ. രാജരാജവർമ്മ ഒരു ഭാഗത്തും കേരളവർമ്മ വലിയകോയിത്തമ്പുരാൻ മറുഭാഗത്തുമായി നടത്തിയ ഇതിഹാസ പ്രസിദ്ധമായ ദ്വിതീയാക്ഷര പ്രാസ സംവാദകോലാഹലം ആഴത്തിൽ ചിന്തിച്ചാൽ സാഹിത്യ മേന്മ വെറും ആവിഷ്കാരോപാധികളെ ആശ്രയിച്ചാൽ പോരെന്നും കൃതിയുടെ ആത്മാവിലേക്ക് കടക്കണം എന്നുമുള്ള അടിസ്ഥാന സിദ്ധാന്തത്തെ ഉപജീവിച്ചുകൊണ്ടുള്ളതായിരുന്നു – പി.ജി പറഞ്ഞു. സാഹിത്യവും കലയും കൂടുതൽ കൂടുതലായി ജനകീയമാകുകയും അവയെ വിമർശിക്കാനും വിലയിരുത്താനുമുള്ള അവകാശം മറ്റുള്ളവർക്കുണ്ടെന്നുള്ള ധാരണ സാഹിത്യവും കലയും കൂടുതൽ ജനകീയമായതിന്റെ പരിണതഫലങ്ങളിൽ ഒന്നാണെന്ന് ടെറി ഈഗിൾട്ടണും മറ്റും വ്യക്തമാക്കിയിട്ടുണ്ട്. നവോത്ഥാനത്തിന്റെ രണ്ടാം ഘട്ടമായി വിലയിരുത്തിയ 1930 കളിൽ ഈ പുതിയ പരിവർത്തനം പൂർവാധികം വ്യാപിക്കുകയും ശക്തിയാർജ്ജിക്കുകയും ചെയ്തുവെന്ന് പി.ജി. ചൂണ്ടിക്കാണിച്ചു.[20]

ഈ പരിവർത്തനത്തിന് സംഭാവന ചെയ്ത പ്രഗല്ഭമതികൾ പലരുമുണ്ടെങ്കിലും അതിൽ ദീപശിഖാവാഹകരായി പി.ജി. എടുത്ത് കാട്ടുന്നത് കേസരി ബാലകൃഷ്ണപിള്ള (1889 – 1960), കുട്ടികൃഷ്ണമാരാർ (1900 –1974), എം.പി. പോൾ (1904 –1952), ജോസഫ് മുണ്ടശ്ശേരി (1903 –1977), ഇ.എം.എസ്. നമ്പൂതിരിപ്പാട് (1909 – 1998) എന്നിവരെയായിരുന്നു.

അടിസ്ഥാനപരമായി ഇവർ അഞ്ചുപേരും തായാട്ട് ശങ്കരനും മറ്റും വിവരിച്ച നിലപാടുകളിൽ നിന്നുകൊണ്ടാണ് നിരൂപണ ദൗത്യം നിർവഹിച്ചതെങ്കിലും അവർ തമ്മിലുള്ള ഭിന്നതകൾ ചെറുതായിരുന്നില്ല. പുരോഗമന സാഹിത്യ പ്രസ്ഥാനത്തിന്റെ കടുത്ത ശത്രുവായിരുന്നു കുട്ടികൃഷ്ണ മാരാരെങ്കിൽ മറ്റു നാലുപേരും അതിന്റെ സ്ഥാപകാചാര്യന്മാരായിരുന്നു. *നോവൽ സാഹിത്യം*, *ചെറുകഥാപ്രസ്ഥാനം* എന്നീ കൃതികളിലൂടെ ആധുനിക യുഗത്തിന്റെ മുഖ്യസാഹിത്യ രൂപമായ ഗദ്യരചനകളിലാണ് പോൾ ശ്രദ്ധ കേന്ദ്രീകരിച്ചിരിക്കുന്നത്. എന്നാൽ കവിതയായിരുന്നു മുണ്ടശ്ശേരിയുടെ മുഖ്യരംഗം. പാശ്ചാത്യ സാഹിത്യ മീമാംസകർ ആയിരുന്നു പോളിന് വഴികാട്ടിയായത്. എന്നാൽ മുണ്ടശ്ശേരി തന്റെ പ്രധാന സൈദ്ധാന്തിക ഗ്രന്ഥമായ *കാവ്യപീഠിക*യിൽ പാശ്ചാത്യ പൗരസ്ത്യ സാഹിത്യ സിദ്ധാന്തങ്ങളെ സമന്വയിപ്പിച്ച് ഒരു പുതിയ മാനദണ്ഡം രൂപപ്പെടുത്തുകയാണുണ്ടായത്. അതേസമയം കേസരി സാഹിത്യത്തിനു പുറമെ രാഷ്ട്രീയ പത്രപ്രവർത്തനം, ചരിത്രം, ചിത്രകല, വാസ്തുശില്പം, മനഃശാസ്ത്രം തുടങ്ങിയ മേഖലകളിൽ തന്റെ അതുല്യമായ പ്രതിഭാവിലാസം പ്രകടിപ്പിച്ചു. രാഷ്ട്രീയത്തിലെന്ന പോലെ സാഹിത്യവീക്ഷണത്തിലും കേസരി സോഷ്യലിസ്റ്റും ജനാധിപത്യവാദിയുമായ ഒരാളായിരുന്നു. പത്തൊമ്പതാം നൂറ്റാണ്ടിന്റെ അവസാനത്തോടുകൂടി യൂറോപ്പിലെ വിവിധ ദേശീയ സംസ്കാരങ്ങളിൽ പ്രത്യക്ഷപ്പെട്ട വിവിധ ചിന്താസരണികളെയും കൃതികളെയും പരിചയപ്പെടുത്തിക്കൊണ്ട് അതുവരെ ഇംഗ്ലീഷ് സാഹിത്യത്തോടു മാത്രം ആഭിമുഖ്യം ഉണ്ടായിരുന്ന മലയാളി സഹൃദയന്റെ താത്പര്യസീമകളെ ആഗോളതലത്തിലേക്ക് വികസിപ്പിക്കാൻ അദ്ദേഹത്തിന് കഴിഞ്ഞു. 1937 ൽ പുറത്തു വന്ന *രൂപമഞ്ജരി* എന്ന ലക്ഷണഗ്രന്ഥവും പിന്നീട് പുറത്തുവന്ന *രാജരാജീകം* എന്ന കൃതിയും മറ്റും 1930 കളിലെ പുത്തനുണർവിന് ആക്കം വർദ്ധിപ്പിച്ചു.

സംസ്കൃതത്തിലെ വാല്മീകി, വ്യാസൻ, കാളിദാസൻ തുടങ്ങിയ ക്ലാസിക് കവികളുടെ പഠനത്തിലും വ്യാഖ്യാനത്തിലുമാണ് കുട്ടികൃഷ്ണ മാരാർ ശ്രദ്ധ പതിപ്പിച്ചത്. എങ്കിലും ആധുനിക ജീവിത മൂല്യങ്ങളെയും വീക്ഷണങ്ങളെയും അളവുകോലായി എടുത്തുകൊണ്ടാണ് ഇതിഹാസ നായികാ നായകന്മാരെയും കാളിദാസാദികളുടെ ക്ലാസ്സിക് കഥാപാത്രങ്ങളെയും അദ്ദേഹം നിരൂപണം നടത്തിയത്. അദ്ദേഹത്തിന്റെ *ഭാരതപര്യടനം* മഹാഭാരതപഠനത്തിനും *രാജാങ്കണം* രാമായണ പഠനത്തിനും സഹായിക്കുന്ന ആധുനിക പഠനസഹായികളാണ്.

മലയാളത്തിലെ മാർക്സിസ്റ്റ് സാഹിത്യ നിരൂപണത്തിന്റെ പിതാവാണ് ഇ.എം.എസ്. വളരെ ചെറുപ്പം തൊട്ടേ സാഹിത്യ നിരൂപണങ്ങൾ അദ്ദേഹം എഴുതാറുണ്ടെങ്കിലും 1937ൽ മാതൃഭൂമിയിൽ ജീവൽ സാഹിത്യത്തെക്കുറിച്ച് അദ്ദേഹമെഴുതിയ ലേഖനം ഇപ്പോഴും കാലഹരണപ്പെടുന്നതല്ലെന്ന് പി.ജി പറഞ്ഞു. പിന്നീട് വലിയ രാഷ്ട്രീയ നേതാവായി അദ്ദേഹം പ്രവർത്തിക്കുമ്പോഴും സാഹിത്യവും കലയുമായുള്ള അദ്ദേഹത്തിന്റെ ബന്ധവും എഴുത്തും

അന്ത്യകാലംവരെ നിർബാധം തുടർന്നു. സാഹിത്യത്തെയും ഭാഷയെയും കുറിച്ച് പല പുസ്തകങ്ങളും അദ്ദേഹം എഴുതിയിട്ടുണ്ടെങ്കിലും അവയ്ക്ക് ഒരു മാതൃകയായി വർത്തിക്കുന്നത് 1974 ൽ പ്രസിദ്ധീകരിച്ച *മാർക്സിസവും മലയാള സാഹിത്യവും* എന്ന സമാഹാരകൃതിയാണ്.

മലയാളം, ഇംഗ്ലീഷ്, സംസ്കൃതം എന്നീ മൂന്ന് ഭാഷകളിലെ പാണ്ഡിത്യത്തിനു പുറമെ ബിരുദത്തിനായി ഭൗതികവും രസതന്ത്രവും ഉൾപ്പെടെയുള്ള ശാസ്ത്ര വിഷയങ്ങൾ പഠിക്കാൻ ഇടയായതും മുണ്ടശ്ശേരിയുടെ ബൗദ്ധിക വികാസത്തിനെ സഹായിച്ചു. മാനവികങ്ങളും പ്രകൃതിശാസ്ത്രവും തമ്മിലുള്ള വേർതിരിവും അകൽച്ചയും പല ചിന്തകരുടെയും ബുദ്ധിജീവികളുടെയും വീക്ഷണത്തിന് നൽകുന്ന അനാരോഗ്യകരമായ വിഭക്തത മുണ്ടശ്ശേരിയുടെ ചിന്തയെ ബാധിച്ചില്ല. എന്നു മാത്രമല്ല വിവിധ പാരമ്പര്യങ്ങളുടെയും പ്രസ്ഥാനങ്ങളുടെയും യുക്തിസഹമായ സമന്വയം അദ്ദേഹത്തിന്റെ വിചാരത്തിന് സവിശേഷവ്യക്തിത്വം നൽകുകയും ചെയ്തു. അതുകൊണ്ട് ഒരേസമയം അക്കാദമീഷ്യനും പ്രക്ഷോഭകാരിയും പുരോഗമനവാദിയും ക്ലാസിസിസ്റ്റും ക്രിസ്ത്യാനിയും കമ്യൂണിസ്റ്റും പാശ്ചാത്യ സാഹിത്യപ്രേമിയും പൗരസ്ത്യ പാരമ്പര്യ ആരാധകനും ആകാൻ മുണ്ടശ്ശേരിക്ക് കഴിഞ്ഞു. അതുപോലെ സമന്വയമായിരുന്നു അദ്ദേഹത്തിന്റെ സാഹിത്യസിദ്ധാന്തവും. ഭരതനും ആനന്ദവർദ്ധനനും അഭിനവഗുപ്തനും രാജശേഖരനും മഹടനും ദണ്ഡിയും മറ്റും രൂപം നൽകിയ ഭാരതത്തിന്റെ കാവ്യശാസ്ത്ര പാരമ്പര്യവും അരിസ്റ്റോട്ടിലും, ലോംഗിനസും, കോൾറിഡ്ജും ആർനോൾഡും റിച്ചാർഡും മറ്റും ആവിഷ്കരിച്ച പാശ്ചാത്യ സാഹിത്യസിദ്ധാന്തവും പാരമ്പര്യവും തമ്മിലുള്ള സമന്വയമായിരുന്നു അത്. മുണ്ടശ്ശേരി ഈ സിദ്ധാന്ത സമന്വയത്തിന് ശാസ്ത്രീയ അടിത്തറ പാകിയത് 1946 ൽ പ്രസിദ്ധീകരിച്ച *കാവ്യപീഠിക*യിലാണ്.

*കാവ്യപീഠിക* പ്രസിദ്ധീകരിക്കുന്നതിന് മുമ്പു തന്നെ അതിൽ ആവിഷ്കരിക്കുന്ന സിദ്ധാന്തത്തിന്റെ മുൻകൂർ പ്രയോഗം എന്ന നിലയിൽ കേരളത്തിന്റെ കവിത്രയത്തെ വിലയിരുത്തിയ *മാറ്റൊലി* (1944) യും *അന്തരീക്ഷവും* പ്രസിദ്ധീകരിക്കുകയുണ്ടായി. ആശാന്റെ *കരുണ*യും വള്ളത്തോളിന്റെ *മഗ്ദലനമറിയ*വും ഉള്ളൂരിന്റെ *പിംഗളയും മാറ്റൊലി*യും, ഉള്ളൂരിന്റെ *കർണ്ണഭൂഷണവും* ആശാന്റെ *ചിന്താവിഷ്ടയായ സീതയും* ഭവഭൂതിയുടെ *ഉത്തരരാമചരിതം* നാടകത്തിലെ ചില സംഘർഷാത്മക രംഗങ്ങളും ആണ് *അന്തരീക്ഷ*ത്തിലെയും പ്രതിപാദ്യങ്ങൾ. ഇതിൽ *ഉത്തരരാമചരിതം* നാടകത്തിലെ ഒരു രംഗത്തെക്കുറിച്ചുള്ള പഠനത്തിൽ തുടങ്ങിവയ്ക്കുന്ന ചിന്താസരണി അദ്ദേഹത്തിന്റെ പല വിമർശനങ്ങളിലും പ്രതിഫലിപ്പിക്കുന്നുണ്ടെങ്കിലും അതിന് സൈദ്ധാന്തികമായ സമർഥനം നൽകിയത് 1862 ൽ പ്രസിദ്ധീകരിക്കപ്പെട്ട *നാടകാന്തം കവിത്വം* എന്ന സൈദ്ധാന്തിക കൃതിയിലാണെന്ന് പി.ജി പറഞ്ഞു. *മാറ്റൊലിയിലും അന്തരീക്ഷത്തിലും* അവശേഷിക്കുന്ന അഞ്ച് പ്രബന്ധങ്ങളിലൂടെ മുണ്ടശ്ശേരി 20-ാംനൂറ്റാണ്ടിന്റെ പൂർവാർദ്ധത്തിൽ മലയാള കവിതയിൽ നിറഞ്ഞു നിന്നിരുന്ന കവിത്രയ സങ്കല്പത്തെ ആകെ പൊളിച്ചെഴുതി തന്റെ സാഹിത്യ നിരൂപണ ദൗത്യത്തിന്റെ അർത്ഥവത്തായ ഒരു ഭാഗം പൂർത്തിയാക്കി എന്ന് പി.ജി. പറഞ്ഞു.[21]

## കവിത്രയത്തെ പൊളിച്ചെഴുതി

കവിത്രയത്തിൽ മുണ്ടശ്ശേരിക്കുറ്റവ്യക്തി കുമാരനാശാൻ തന്നെയായിരുന്നു. ആശാന്റെയും തൊട്ടു പിന്നിലെ വള്ളത്തോളിന്റെയും ദ്വിപാത്ര ചിത്രത്തിന് ഒരു കറുത്ത പശ്ചാത്തലമായിട്ടാണ് ഉള്ളൂരിനെ മുണ്ടശ്ശേരി കരുതിയത്. എങ്ങനെ കാവ്യമെഴുതണമെന്ന് കാണിക്കാൻ ആശാനെയും വള്ളത്തോളിനെയും, എങ്ങനെ എഴുതരുത് എന്ന് കാണിക്കാൻ ഉള്ളൂരിനെയും അദ്ദേഹം ഉപയോഗപ്പെടുത്തി. കേരള സർവകലാശാലയുടെ ആഭിമുഖ്യത്തിൽ ഉള്ളൂർ സ്മാരക പ്രസംഗം നടത്തിയപ്പോഴും ഈ നിലപാടിന് അദ്ദേഹം മാറ്റമൊന്നും വരുത്തിയില്ലെന്ന് പി.ജി ചൂണ്ടിക്കാണിച്ചു. ആധുനീകരണത്തിന്റെ വ്യത്യസ്തമായ മൂന്ന് മുഖങ്ങളെ പ്രതിനിധീക്കിരിക്കുന്ന ഈ പ്രതിഭാശാലികളുടെ കൃതികൾ അനാവരണം ചെയ്യുന്ന വ്യത്യസ്തധാരകളെ മാത്രമല്ല അവരുടെ പ്രതിഭയുടെയും അവർ ചെലുത്തിയ സ്വാധീനത്തിന്റെ ഏറ്റക്കുറച്ചിലുകളെയും തിട്ടപ്പെടുത്തുകയുണ്ടായി മുണ്ടശ്ശേരി. ആശാൻ "ആശയ ഗംഭീരനും" വള്ളത്തോൾ "ശബ്ദസുന്ദരനും" ഉള്ളൂർ "ഉജ്ജ്വല ശബ്ദാഢ്യനും" ആണെന്നും മൂവരും തുല്യ മഹത്വത്തിന്റെ ഉടമകളാണെന്നുമുള്ള പരമ്പരാഗത ധാരണയെ പൊളിച്ചെഴുതി ആശാനെ ഒന്നാം സ്ഥാനത്ത് പ്രതിഷ്ഠിക്കുന്നതിൽ അൽഭുതകരമായ വിജയമാണ് മുണ്ടശ്ശേരി കൈവരിച്ചതെന്ന് പി.ജി. വിലയിരുത്തി.[22] ആശാനു തുല്യൻ ആശാൻ മാത്രമേയുള്ളൂവെന്നും പതിനാറാം നൂറ്റാണ്ടിൽ തുഞ്ചനുശേഷം മലയാള കാവ്യാത്മാവിൽ പുതിയൊരു വഴിത്തിരിവ് കുറിച്ച യുഗപ്രഭാവനാണ് ആശാൻ എന്നും മുണ്ടശ്ശേരി സ്ഥാപിച്ചപ്പോൾ അതുണ്ടാക്കിയ കോളിളക്കം വളരെ വലുതായിരുന്നു. "ഈ കൃത്യനിർവഹണത്തിലൂടെ മുണ്ടശ്ശേരി സാധിച്ചത് ഒരു മഹാകവിയെ അർഹമായ പീഠത്തിൽ പ്രതിഷ്ഠിക്കുക എന്നതിലുപരി ഒരു നവീനമായ കാവ്യസംസ്കാരത്തെ മലയാള സാഹിത്യ നിരൂപണരംഗത്ത് സന്നിവേശിപ്പിക്കുക എന്നതായിരുന്നു"വെന്ന് പി.ജി. വിലയിരുത്തി. മഹാകവി കുമാരനാശാനെ "വിപ്ലവത്തിന്റെ ശുക്രനക്ഷത്രം" എന്ന നിഗമനത്തിലാണ് ആശാനെക്കുറിച്ചുള്ള മുണ്ടശ്ശേരിയുടെ പഠനം ചെന്നെത്തി നിൽക്കുന്നത്.

## രൂപഭദ്രതാ വാദം

രൂപഭദ്രതാവാദ കോലാഹലം മുണ്ടശ്ശേരിയുടെ സാഹിത്യ നിരൂപണ സപര്യയിൽ വളരെയേറെ സ്മരിക്കപ്പെടുന്ന ഒന്നാണ്. 1940 കളുടെ അവസാനം കമ്യൂണിസ്റ്റ് നിരൂപകരും കമ്യൂണിസ്റ്റിതര നിരൂപകരും തമ്മിൽ പല വിവാദങ്ങളിലും ഏർപ്പെടുകയുണ്ടായി, അതിൽ ഏറ്റവും പ്രധാനം രൂപഭദ്രതയെച്ചൊല്ലിയുള്ളതായിരുന്നു. സാഹിത്യത്തിലും ഇതര കലകളിലും രൂപത്തേക്കാൾ പ്രാധാന്യം ഭാവത്തിനാണെന്നും ആ ഭാവമാകട്ടെ രാഷ്ട്രീയ വിപ്ലവ ലക്ഷ്യങ്ങളുമായി പൊരുത്തപ്പെടണമെന്നുമായിരുന്നു കമ്യൂണിസ്റ്റുകാരുടെ വാദം. എന്നാൽ കമ്യൂണിസ്റ്റിതരരുടെ വാദം കലയെ കലയാക്കുന്നത് ഭാവമല്ല രൂപമാണെന്നും ഭാവത്തിൽ രാഷ്ട്രീയപ്രശ്നങ്ങൾ കടന്നുവരുന്നതിൽ തെറ്റില്ലെങ്കിലും അവ പലപ്പോഴും കലാമൂല്യത്തെ ചോർത്തിക്കളഞ്ഞ് കലാസൃഷ്ടിയെ വെറും പ്രചരണോപാധിയാക്കി ചുരുക്കുമെന്നായിരുന്നു. ഇ.എം.എസ് കമ്യൂണിസ്റ്റ് പക്ഷത്തിന് നേതൃത്വം നൽകിയപ്പോൾ മറുപക്ഷ

ത്തിന്റെ നേതാവ് മുണ്ടശ്ശേരിയായിരുന്നു. ഇതു സംബന്ധിച്ച് കാലാകാല ങ്ങളിൽ പ്രസിദ്ധീകരിച്ച ലേഖനങ്ങളും ഉപോൽബലകമായ മറ്റു പല രേഖ കളും സമാഹരിച്ച് 1951 ൽ പ്രസിദ്ധീകരിച്ച മുണ്ടശ്ശേരിയുടെ കൃതിയാണ് *രൂപഭദ്രത.*

വിവാദത്തിന്റെ കയ്പുനീർ കുറെക്കാലം ബന്ധപ്പെട്ടവരുടെ വായിൽ തിങ്ങിനിന്നിരുന്നുവെങ്കിലും രാഷ്ട്രീയ രംഗത്ത് മുണ്ടശ്ശേരി കമ്യൂണിസ്റ്റ് പ്രസ്ഥാനത്തിന്റെ സഹയാത്രികനും ഇ.എം.എസ്സിന്റെ സഹപ്രവർത്തകനു മായി ഐക്യകേരളത്തിന്റെ പ്രഥമ മന്ത്രിസഭയിൽ അംഗമാകുകയും ചെയ്തു.

രൂപഭദ്രതാവാദത്തിന്റെ പ്രശ്നത്തിൽ തന്റെ നിലപാടിൽ ശരിയായ അംശത്തോടൊപ്പം തെറ്റായ ഒരംശവുമുണ്ടായിരുന്നുവെന്ന് ഇ.എം.എസ് പിൽക്കാലത്ത് പറയുകയുണ്ടായി. എന്നാൽ മുണ്ടശ്ശേരി അത് വെട്ടിത്തുറന്ന് പറയുകയോ എഴുതുകയോ ചെയ്തില്ലയെങ്കിലും ഒ.എൻ.വി കുറുപ്പിന്റെ *ദാഹിക്കുന്ന പാനപാത്രം* എന്ന കവിതാസമാഹാരത്തിന് അദ്ദേഹം എഴുതിയ അവതാരികയിലും വയലാർ രാമവർമയെ പോലെയുള്ള കമ്യൂണിസ്റ്റ് സാഹി ത്യകാരന്മാരെ പറ്റി അദ്ദേഹമെഴുതിയ കുറിപ്പുകളിലുമെല്ലാം ആത്മവിമർശന ത്തിന്റെ അംശങ്ങളുണ്ടായിരുന്നു.[23]

കലയിലെ രൂപവും ഭാവവും തമ്മിലുള്ള വിഭജനം അശാസ്ത്രീയവും മാർക്സിസ്റ്റ് വിരുദ്ധവുമാണെന്നും അവ തമ്മിലുള്ള പൊരുത്തം പരസ്പര പൂരകപ്രവണതയും ആണ് മാർക്സിസ്റ്റ് സൗന്ദര്യശാസ്ത്രത്തിന്റെ കാത ലെന്നും അതുകൊണ്ട് ഭാവത്തെ പുകഴ്ത്തി രൂപത്തെ ഇകഴ്ത്താനുള്ള ശ്രമം ശരിയായിരുന്നില്ലെന്നും ഇ.എം.എസ് ഉൾപ്പെടെയുള്ള കമ്യൂണിസ്റ്റ് നിരൂപകർ ഏറ്റ് പറഞ്ഞ കാര്യം പി.ജി. പരാമർശിക്കുന്നു. ഭാവത്തെ ഇകഴ്ത്തി രൂപത്തെ പുകഴ്ത്തുക എന്ന തെറ്റിനോട് തുല്യമായിരുന്നു ഭാവത്തെ പുകഴ്ത്തി രൂപത്തെ ഇകഴ്ത്തുന്ന തെറ്റെന്നും ഇ.എം.എസ് പറയുകയുണ്ടായി. ഇ.എം.എസിന്റെ ഈ ശരിയായ നിലപാട് പുരോഗമന കലാസാഹിത്യത്തിന്റെ *പുതിയ കാലഘട്ടവും പുതിയ കാഴ്ചപ്പാടും* എന്ന 1992 ലെ *പെരുമ്പാവൂർ രേഖയിൽ* അംഗീകരിച്ചിട്ടുണ്ടെന്ന് പി.ജി വ്യക്തമാക്കി.

### 8. തായാട്ട് ശങ്കരൻ (1926 –1985)

മലയാള സാഹിത്യ നിരൂപണ രംഗത്ത് ശ്രദ്ധേയനായിരുന്ന പ്രൊഫസർ തായാട്ട് ശങ്കരൻ സാഹിത്യത്തിനു പുറമെ ചരിത്രം, രാഷ്ട്രമീമാംസ, നവോ ത്ഥാനം, വിദ്യാഭ്യാസം, ഭാരതീയ ദർശനം തുടങ്ങിയ വിവിധ മേഖലകളിലും വിജയകരമായി പെരുമാറിയിട്ടുണ്ട്. തായാട്ടു ശങ്കരന്റെ ജീവിത ദർശനത്തിന്റെ തുടർച്ചയാണ് അദ്ദേഹത്തിന്റെ സാഹിത്യ ചിന്തയെന്ന് പി.ജി വ്യക്തമാക്കി. ആത്യന്തികമായ മനുഷ്യനന്മയിലുള്ള അടിയുറച്ച വിശ്വാസം, മാനവ പുരോഗതിയെക്കുറിച്ചുള്ള അദമ്യമായ ശുഭപ്രതീക്ഷ, അധഃസ്ഥിതരോടും പീഡിതരോടും അടിപതറാത്ത പക്ഷപാതം, അധൃഷ്യമായ സ്വാതന്ത്ര്യാഭി വാഞ്ഛ, മഹനീയമായ ദേശാഭിമാനം, വിട്ടുവീഴ്ചയില്ലാത്ത സത്യദീക്ഷ, ശാസ്ത്ര സമ്മതമായ ധർമ്മബോധം എന്നിവയാണ് തായാട്ടിന്റെ ജീവിത ദർശനത്തിന്റെ അവിഭാജ്യ ഘടകങ്ങളായി പി.ജി കാണുന്നത്.[24] മാനവികമായ ഒന്നും തനിക്കന്യമല്ല എന്ന കാൾ മാർക്സിന്റെയും എല്ലാത്തിന്റെയും മാനദണ്ഡം മനുഷ്യനാണെന്ന പ്രാചീന യവന സംസ്കാരത്തിന്റെയും

ആപ്തവാക്യങ്ങളെ തന്റെ ആഴത്തിൽ വേരോടിയ ഭാരതീയത്വവുമായി സമന്വയിപ്പിക്കാൻ തായാട്ടിനു കഴിഞ്ഞു. പല രംഗങ്ങളിലും വ്യക്തിമുദ്ര ചാർത്താനും മൗലിക സംഭാവനകൾ നല്കാനും തായാട്ടിന് കഴിഞ്ഞിട്ടുണ്ടെങ്കിലും കേരള ചരിത്രത്തിൽ തായാട്ട് ശങ്കരന്റെ സ്ഥാനം ഭാവിതലമുറ നിർണ്ണയിക്കുന്നത് അദ്ദേഹത്തിന്റെ സാഹിത്യ സംഭാവനകളെ ആസ്പദിച്ചായിരിക്കുമെന്ന് പി.ജി. പറഞ്ഞു. സാഹിത്യത്തിലെ ഒരു വകുപ്പും തനിക്കന്യമല്ലെങ്കിലും കവിതയിലാണ് തായാട്ട് ശങ്കരൻ കൂടുതൽ ശ്രദ്ധ പതിപ്പിച്ചിട്ടുള്ളതെന്ന് പി.ജി. പറഞ്ഞു. തായാട്ടിന്റെ പരിഗണനയ്ക്കും പഠനത്തിനും വിലയിരുത്തലിനും വിഷയമാകാത്ത ശ്രദ്ധേയരായ കവികളൊന്നും തന്നെ ഇരുപതാം നൂറ്റാണ്ടിൽ കാണാൻ കഴിയില്ല. താൻ നിഷ്കൃഷ്ടമായ പഠനത്തിനും വിശകലനത്തിനും വിഷയമാക്കിയ കുമാരനാശാൻ, വള്ളത്തോൾ നാരായണമേനോൻ, വൈലോപ്പിള്ളി ശ്രീധരമേനോൻ തുടങ്ങിയ മഹാകവികളുടെ കാവ്യജീവിതം പോലെ തായാട്ട് ശങ്കരന്റെ *കാവ്യ സമീക്ഷ*യും വികാസ പരിണാമപ്രക്രിയക്ക് വിധേയമായിട്ടുണ്ടെന്ന് പി.ജി നിരൂപണം ചെയ്യുന്നു. ബുദ്ധിപരമായ സത്യസന്ധതയും നിരന്തരമായ പഠനവും വർദ്ധമാനമായ അനുഭവസമ്പത്തും ഒത്തിണങ്ങിയാൽ മാറ്റമുണ്ടാകാതിരിക്കാൻ കഴിയില്ലല്ലോ.

തായാട്ടിന്റെ *കാവ്യ സമീക്ഷ* ചരിത്രത്തിലെന്നപോലെ മലയാള സാഹിത്യ നിരൂപണ ചരിത്രത്തിലും ഒരു നാഴികക്കല്ലായിരുന്നു. 1973 ൽ പ്രസിദ്ധീകൃതമായ തായാട്ടിന്റെ *ആശാൻ – നവോത്ഥാനത്തിന്റെ കവി* എന്ന കൃതി "സോഷ്യോളജിക്കൽ ക്രിട്ടിസിസം" എന്ന പേരിൽ അറിയപ്പെടുന്ന വിശ്വസാഹിത്യ വിമർശനശാഖയിൽപ്പെടുന്ന ഒന്നാമത്തെ പ്രമുഖ ഗ്രന്ഥമാണ് തന്റേതെന്നും അതിൽ തായാട്ട് സൂചിപ്പിക്കുന്നത് 'അടിസ്ഥാന രഹിതമല്ലെ'ന്നുമാണ് പി.ജി.യുടെ വിലയിരുത്തൽ. കവിയുടെ ജീവിതത്തെയും ആ കാലഘട്ടത്തിൽ സമൂഹത്തെ ചലിപ്പിച്ച ഊർജ്ജസ്വലമായ ആശയധാരയെയും ആ കവിതാ പ്രപഞ്ചവുമായി സമന്വയിപ്പിച്ച് പഠിക്കുന്നതിനുള്ള ഉദ്യമങ്ങൾ മുമ്പ് തീരെ ഉണ്ടായിട്ടില്ലെന്നല്ല പി.ജി വ്യക്തമാക്കുന്നത്. ഇ.എം.എസ് നമ്പൂതിരിപ്പാട്, എം.എസ്.ദേവദാസ്, കെ. ദാമോദരൻ മുതലായ മാർക്സിസ്റ്റ് നിരൂപകന്മാർ ആ വഴിക്ക് ചിന്തിക്കുകയും എഴുതുകയും ചെയ്തിട്ടുണ്ടെന്നും അദ്ദേഹം എടുത്തു പറയുന്നു. എൻ.വി. കൃഷ്ണവാരിയരെപ്പോലെയുള്ള മാർക്സിസ്റ്റുകാർ എന്നവകാശപ്പെടാത്ത ചിലരും ഇത്തരത്തിലുള്ള സാഹിത്യ പഠനത്തിൽ താല്പര്യം കാണിച്ചിരുന്നു. തായാട്ട് ശങ്കരൻ തന്നെ സാമൂഹ്യ ശാസ്ത്രാധിഷ്ഠിത നിരൂപണ വിദ്യയുമായി 1970 കളിൽ ഒരു ദിവസം കടന്നുവന്നതുമല്ല. 1950 കളിലും 1960 കളിലും അദ്ദേഹമെഴുതിയ നിരൂപണങ്ങൾ സോഷ്യോളജിക്കൽ ക്രിട്ടിസിസത്തിലേക്ക് പടിപടിയായി നീങ്ങിയിരുന്നു. "എങ്കിലും ഒരു കവിയുടെ ജീവിതവും കാലഘട്ടവും കൃതികളും ആകെ പഠിച്ച് സാമൂഹ്യാധിഷ്ഠിത സാഹിത്യ നിരൂപണവിദ്യ വിജയകരമായി പരീക്ഷിക്കുന്ന പ്രഥമ മലയാള ഗ്രന്ഥം തായാട്ടിന്റെ ആശാൻ പഠനം തന്നെയാണ്" എന്ന് പി.ജി. വിലയിരുത്തുന്നു.[25]

കുമാരനാശാന്റെ കാര്യത്തിൽ ഈ വികാസ പരിണാമ പ്രക്രിയ തായാട്ട് പടിപടിയായി വിവരിച്ചു തരുന്നതിനെക്കുറിച്ച് പി.ജി. എഴുതി:

> സ്തോത്ര കവിതകളുമായി രംഗപ്രവേശം ചെയ്ത 'കായിക്കര കുമാരു' എങ്ങനെ 'വീണപൂവ്' കണ്ട് മഹാകവിത്വത്തിന്റെ പടവുകൾ ചവിട്ടിക്കയറി? ഹിമവൽ സാനുവിലെയും വിന്ധ്യാടവിയിലെയും ഇതിവൃത്തങ്ങളിൽകൂടി പടർന്നു കയറിയ ആ മഹാകവിത്വം ഒടുവിൽ 'വിലക്ഷണ'മായ മലപ്പുറത്തെ ചെമ്മണ്ണിൽ മറ്റൊരു പുത്തൻ കാവ്യ ശൈലിക്ക് എങ്ങനെ ബീജാവാപം ചെയ്തു? മലയാളത്തിൽ റൊമാന്റിസത്തിന് അടിത്തറയിട്ട മഹാകവി തന്നെ മറ്റൊരു മഹാപ്രസ്ഥാനമായ റിയലിസത്തിന്റെയും ഉപജ്ഞാതാവായതെങ്ങനെ? സാമൂഹ്യ സമന്വയത്തിന്റെ പ്രവാചകനായ കവികളുടെ ആശാൻ എന്തുകൊണ്ട് രാഷ്ട്രീയ സ്വാതന്ത്ര്യ സമരത്തിൽ ഉദാസീനനായി? 'ഉത്തരരാമായണ' ത്തിലെ സീതയെ അഗ്നിസ്നാനത്തിലൂടെ ആശാൻ എങ്ങനെ ആധുനിക സ്വാതന്ത്ര്യബോധത്തിന്റെ മൂശയിൽ വാർത്തെടുത്തു? പലരെയും കുഴയ്ക്കുകയും ചിലർ വിഗണിക്കുകയും ചെയ്ത ഈ പ്രശ്നങ്ങൾക്ക് യുക്തിയുക്തമായ വിശദീകരണങ്ങൾ കണ്ടെത്തി, കാവ്യാസ്വാദനത്തെ നേർവഴിക്ക് നയിക്കുന്നതിന് തായാട്ടിന് കഴിഞ്ഞിട്ടുണ്ട്.[26]

ആശാൻ "വിപ്ലവത്തിന്റെ ശുക്രനക്ഷത്രം" എന്ന മുണ്ടശ്ശേരിയുടെ വിശേഷണത്തിലെ അവ്യക്തത നീക്കാൻ തായാട്ട് "ഏത് വിപ്ലവം, ഏത് വർഗം നടത്തുന്ന എന്തു വിപ്ലവം" എന്ന പ്രസക്തമായ ചോദ്യം ഉന്നയിച്ച് ഉത്തരം പറയുന്ന കാര്യവും പി.ജി എടുത്ത് പറയുന്നു. സാമൂഹ്യ ശാസ്ത്രത്തിന്റെ കരുക്കൾ ഉപയോഗിച്ചാണ് ആശാന്റെ വിപ്ലവത്തിന്റെ വർഗ്ഗസ്വഭാവവും കാലിക പ്രസക്തിയും തായാട്ട് നിർണയിച്ചത്. ആ വിപ്ലവം സോഷ്യലിസ്റ്റ് വിപ്ലവമോ തൊഴിലാളിവർഗ വിപ്ലവമോ അല്ലെന്നും അവർക്ക് മുമ്പുള്ള ഘട്ടത്തിലെ ബൂർഷ്വ അഥവാ ലിബറൽ ജനാധിപത്യ വിപ്ലവമായിരുന്നുവെന്നും തായാട്ട് കണ്ടെത്തി. എന്നാൽ *നളിനി*യിലെ പ്രേമത്തിന്റെ സ്വഭാവം വിലയിരുത്തുവാൻ തായാട്ട് അവലംബിച്ച മാനദണ്ഡം സാമൂഹ്യശാസ്ത്രത്തിന്റേതാണെന്ന് പി.ജിക്ക് അഭിപ്രായമില്ല.

സാമൂഹ്യശാസ്ത്രാധിഷ്ഠിത നിരൂപണം സാമൂഹ്യോൽക്കർഷത്തെയും പുരോഗതിയെയും ലക്ഷ്യമാക്കിക്കൊണ്ടുള്ളതു തന്നെയെന്ന് പി.ജി തീർത്തു പറയുന്നു. വായനക്കാരെ കർമവിമുഖരും അന്ധവിശ്വാസികളും വർഗീയവാദികളും പരിവർത്തന വിരോധികളുമാക്കുന്ന ക്ഷുദ്രകൃതികളെയും പ്രവണതകളെയും ഈ നിരൂപകർ എതിർക്കുമെന്ന കാര്യത്തിൽ ഒരു സംശയവും വേണ്ട. എന്നാൽ 'സാമൂഹ്യ ശാസ്ത്രാധിഷ്ഠിത കലാനിരൂപണം സൗന്ദര്യ ശാസ്ത്രത്തിലെ അവസാന വാക്കാണെന്നോ അത് മാർക്സിസ്റ്റ് സൗന്ദര്യ ശാസ്ത്രത്തെ മുഴുവൻ ഉൾക്കൊള്ളുന്നുവെന്നോ ആരും ധരിക്കരുതെന്ന് പി.ജി അപേക്ഷിക്കുന്നു. ഇനിയും വളർന്നു വരേണ്ട മലയാള മാർക്സിയൻ നിരൂപണ പദ്ധതിക്ക് ഇളക്കം തട്ടാത്ത ഒരടിത്തറയായാണ് പി.ജി അതിനെ കാണുന്നത്.[27]

തായാട്ടിന്റെ നിരൂപണത്തെ സാമൂഹ്യശാസ്ത്രാധിഷ്ഠിതം എന്ന് വിശേഷിപ്പിക്കുന്നതിനേക്കാൾ ശരിയാകുക *മൂല്യനിർണ്ണയാധിഷ്ഠിതം* എന്നോ *സാംസ്കാരിക നിരൂപണം* എന്നോ പറയുന്നതായിരിക്കുമെന്ന് പി.ജി. പറഞ്ഞു. ഇംഗ്ലീഷിലെ 'കൾച്ചറൽ ക്രിട്ടിസിസം' ആണത്.

തായാട്ട് ആദ്യമായി മലയാളത്തിൽ അവതരിപ്പിച്ചതൊന്നുമല്ല ഈ സാംസ്കാരിക-മൂല്യാധിഷ്ഠിത സാഹിത്യനിരൂപണ പദ്ധതി. രാജരാജനു ശേഷം കേസരി ബാലകൃഷ്ണ പിള്ളയും എ.പി. പോളും ജോസഫ് മുണ്ടശ്ശേരിയും എൻ.വി. കൃഷ്ണവാര്യരും എൻ.കൃഷ്ണപിള്ളയും പി.കെ പരമേശ്വരൻ നായരും പി.കെ. ബാലകൃഷ്ണനും മറ്റും മറ്റും അംഗീകരിച്ച് പ്രയോഗിച്ചിട്ടുള്ളതാണിത്. പക്ഷേ അതൊന്നും വായിച്ച് അരിശപ്പെടാതെ പലരും അതേ മാർഗമവലംബിക്കുന്ന തായാട്ടിന്റെ നേരെ കുരച്ചു ചാടുന്നതിന് കാരണം 'തായാട്ട് ശങ്കരനാണ് ഈ ചരിത്രപരവും സാമൂഹ്യവും സർവ്വോപരി സാംസ്കാരിക മൂല്യാധിഷ്ഠിതവുമായ സാഹിത്യനിരൂപണ വിദ്യ കുറ്റമറ്റ ഒരു ബൃഹദ് പദ്ധതിയായി വികസിപ്പിച്ചെടുത്തത്' എന്നതാണ്.

മാർക്സിസ്റ്റ് നിരൂപണ പദ്ധതി എന്ന് തീർത്തും വിശേഷിപ്പിക്കാനായിട്ടില്ലെങ്കിലും അതിലേക്ക് ഒരു അതിവേഗം ഉയർന്നുകൊണ്ടിരുന്ന തായാട്ടിന്റെ നിരൂപണ പൈതൃകം മാർക്സിസത്തിന് ഒരു വിലിയ മുതൽക്കൂട്ടാണെന്ന് പി.ജി എടുത്തു പറയുന്നു. വിശ്വസാഹിത്യത്തിലും ദേശീയസാഹിത്യത്തിലും ആഴത്തിൽ വേരോടിയിരിക്കുന്ന ആധുനിക ശാസ്ത്രീയ സാഹിത്യ നിരൂപണത്തിന്റെ - സാംസ്കാരിക മൂല്യാധിഷ്ഠിത നിരൂപണത്തിന്റെ- പൊതു പ്രവാഹത്തിലെ ശക്തമായ ഒരു ധാരയായാണ് തായാട്ടിന്റെ നിരൂപണ രീതിയെ പി.ജി. കാണുന്നത്. അതിനാൽ സമകാലിക സാഹിത്യ നിരൂപകരിൽ തായാട്ടിന് സമശീർഷർ വിരളമാണ് എന്നാണ് പി.ജി യുടെ നിഗമനം. അതുകൊണ്ട് പി.ജി ഇങ്ങനെ കുറിച്ചു:

> മലയാള സാഹിത്യ നിരൂപണം ഇന്ന് തായാട്ട് ശങ്കരനിൽ എത്തിനില്ക്കുന്നു. ഇനിമേൽ എതിർക്കാനായാലും അനുകൂലിക്കാനായാലും മറ്റൊരു വഴി വെട്ടിത്തുറക്കാനായാലും അതെല്ലാം തായാട്ടിനെ തൊട്ടും ഉരുമ്മിയും ഉരസിയും തുടർന്നുമേ പോകാനൊക്കൂ;[28]

തായാട്ടിന്റെ *തെരഞ്ഞെടുത്ത സാഹിത്യ പ്രബന്ധങ്ങൾ*ക്കെഴുതിയ അവതാരികയായ തായാട്ട് *ശങ്കരന്റെ കാവ്യസമീക്ഷയിലും* പി.ജി. ഇതേ അഭിപ്രായം തന്നെ രേഖപ്പെടുത്തിയിട്ടുണ്ട്.

തായാട്ടിന്റെ സാഹിത്യ നിരൂപണത്തിൽ രണ്ടു മുഖ്യമായ കുറവുകൾ പി.ജി. കാണുന്നു. അദ്ദേഹത്തിന്റെ സാഹിത്യ നിരൂപണം മുഖ്യമായും കാവ്യശാഖയിൽ ഒതുങ്ങിക്കൂടുന്നു എന്നതും അദ്ദേഹം പഠിച്ചെഴുതാൻ പരിപാടിയിട്ട എല്ലാം എഴുതി തീർക്കുന്നതിനു മുമ്പ് കാലം അദ്ദേഹത്തെ അപഹരിച്ചു കളഞ്ഞു എന്നതുമാണ് ആ കുറവുകൾ. ഈ കുറവുകളുണ്ടെങ്കിലും അടിസ്ഥാനപരമായി തന്റെ നിഗമനത്തിൽ തെറ്റില്ലെന്ന് പി.ജി. പറഞ്ഞു.

## 9. എം. എസ്. ദേവദാസ് (1912 –1987)

ഉൾക്കാഴ്ചയുള്ള ചിന്തകൾ, പ്രതിഭാശാലിയായ ഗ്രന്ഥകർത്താവ്, വിപ്ലവകാരിയായ പത്രപ്രവർത്തകൻ, പണ്ഡിതനായ സാഹിത്യ മർമ്മജ്ഞൻ, വിദ്യാർത്ഥികളുടെ ഹൃദയം കവർന്ന അദ്ധ്യാപക ശ്രേഷ്ഠൻ തുടങ്ങി പല നിലകളിലും ശ്രദ്ധേയനായിരുന്നു എം.എസ്. ദേവദാസ്. കേരളത്തിലെ കമ്യൂണിസ്റ്റ് പ്രസ്ഥാനത്തിന്റെ ആദ്യകാല പ്രവർത്തകരിൽ പ്രമുഖനായിരുന്നു ദേവദാസ്. കേരളത്തിലെ ആദ്യ കമ്യൂണിസ്റ്റ് ദിനപത്രത്തിന്റെ ആദ്യ പത്രാധിപർ

എന്ന നിലയിൽ കേരള പത്ര ലോകത്തിന് ദേവദാസ് നൽകിയ ആദ്യപഥിക സംഭാവനകൾ അദ്വിതീയമാണ്.

അല്പകാലം കേരള കലാമണ്ഡലം സെക്രട്ടറിയായിരുന്നു. 1957 ൽ ഇ.എം.എസ് മന്ത്രിസഭ അധികാരത്തിൽ വന്നതോടെയാണ് അദ്ദേഹം ആ സ്ഥാനത്ത് നിയമിക്കപ്പെട്ടത്. കേരള കലാമണ്ഡലത്തെ യാഥാസ്ഥിതികത്വത്തിന്റെ നാലുകെട്ടിനകത്തുനിന്ന് മോചിപ്പിച്ച് കൂടുതൽ ജനകീയവൽക്കരിക്കാൻ ദേവദാസ് ചെയ്ത ശ്രമങ്ങൾ ഏറെ വിമർശനങ്ങൾക്കിടവരുത്തുകയും മാനേജിംഗ് കമ്മിറ്റിയുമായുള്ള അഭിപ്രായവ്യത്യാസം കാരണം അദ്ദേഹം സെക്രട്ടറി സ്ഥാനം രാജി വയ്ക്കുകയും ചെയ്തു.

1964 ൽ പാർട്ടി പിളർന്നപ്പോൾ സി.പി.ഐയിൽ നിന്ന ദേവദാസ് 1970 ൽ സി.പി.ഐ (എം) ലെത്തി. അതോടെ സി.പി.ഐ (എം) ന്റെ മുഴുവൻ സമയ പ്രവർത്തകനായി *ചിന്ത വാരിക*യുടെ പത്രാധിപ സമിതിയിൽ തുടർന്നുകൊണ്ട് ജീവിതാവസാനം വരെ ഇടമുറിയാതെ ലേഖനങ്ങൾ എഴുതികൊണ്ടിരുന്നു. പുരോഗമന സാഹിത്യ പ്രസ്ഥാനത്തിന്റെ ശക്തമായ വക്താവായിരുന്ന ദേവദാസ് ആ പ്രസ്ഥാനത്തിന്റെ പിറവിക്കും പിന്നീടുണ്ടായ വളർച്ചയ്ക്കും താങ്ങും തണലുമായി എന്നും നിലകൊണ്ടു.

ദേവദാസിന്റെ സാഹിത്യ സംഭാവനകളെക്കുറിച്ചായിരിക്കും പിൽക്കാല തലമുറകൾ കൂടുതൽ ഓർക്കുന്നത് എന്ന് പി.ജി. പറഞ്ഞു. എന്നാൽ അത്രയുംതന്നെ പ്രാധാന്യമർഹിക്കുന്ന ലേഖനങ്ങളും കൃതികളും മറ്റു പല വിഷയങ്ങളെക്കുറിച്ചും ദേവദാസ് എഴുതിയിട്ടുണ്ട്. *പ്രേമവും പുരോഗമന സാഹിത്യവും, പുരോഗമന സാഹിത്യത്തിന്റെ പരിപ്രേക്ഷ്യം, സാഹിത്യ പ്രതിഭയും സമൂഹവും, സാഹിത്യ വിപ്ലവവും സാമൂഹ്യ വിപ്ലവവും, മാർക്സിസ്റ്റ് ദർശനം, ലോക കമ്യൂണിസ്റ്റ് പ്രസ്ഥാനത്തിന്റെ ചരിത്രം (3 വോള്യങ്ങൾ)* എന്നിവയാണ് അദ്ദേഹത്തിന്റെ പ്രധാന കൃതികൾ. ഇതിൽ അവസാനം പറഞ്ഞ രണ്ട് ബൃഹദ് ഗ്രന്ഥങ്ങൾ 'പാഠപുസ്തകങ്ങൾ എന്ന നിലയിൽ മാത്രമല്ല മൗലിക പ്രബന്ധങ്ങൾ എന്ന നിലയിലും മലയാളത്തിൽ മുമ്പും പിമ്പും ഉണ്ടായിട്ടുള്ള തദ് വിഷയ സംബന്ധിയായ കൃതികളേക്കാൾ മികച്ചവയാ'ണെന്ന് പി.ജി രേഖപ്പെടുത്തുന്നു.[29]

വിശ്വസാഹിത്യത്തിൽ പൊതുവെയും സോവിയറ്റ് സാഹിത്യത്തിൽ പ്രത്യേകിച്ചും ദേവദാസ് അവഗാഹം നേടിയിരുന്നെങ്കിലും ആംഗല സാഹിത്യത്തോടുള്ള അദ്ദേഹത്തിന്റെ മമത എടുത്തു പറയേണ്ടതാണ്. ഇംഗ്ലീഷ് സാഹിത്യത്തെയും സാഹിത്യകാരന്മാരേയും ആക്ഷേപിക്കുകയോ തരം താഴ്ത്തുകയോ ചെയ്യുന്നവരോട് ദേവദാസ് ഒരു സഹിഷ്ണുതയും പ്രകടിപ്പിച്ചു കണ്ടില്ല. ദേവദാസിന്റെ ഇംഗ്ലീഷ് പ്രേമത്തിന്റെ പ്രതിഫലനങ്ങൾ അദ്ദേഹത്തിന്റെ വീക്ഷണങ്ങളിലും പ്രതിഫലിച്ചിരുന്നുവെന്ന് പി.ജി ചൂണ്ടിക്കാട്ടി.

ദേവദാസിന്റെ സംഭാവനകൾ പല രംഗങ്ങളിലും മുദ്രപതിപ്പിച്ചിട്ടുണ്ടെങ്കിലും സാഹിത്യ രംഗത്താണ് ഏറ്റവും കൂടുതൽ മറ്റുള്ളവരുടെ ശ്രദ്ധയിൽ പെട്ടിട്ടുള്ളത്. മലയാളത്തിലെ പുരോഗമന സാഹിത്യ പ്രസ്ഥാനത്തിന്റെ ആദ്യപഥികരായ സൈദ്ധാന്തികരിൽ മുൻപന്തിയിലുണ്ടായിരുന്ന മൂന്ന് മാർക്സിസ്റ്റ് നേതാക്കളിൽ ഒരാളാണ് എം.എസ്. ദേവദാസ് എന്ന് പി.ജി പറഞ്ഞു. മറ്റു രണ്ടുപേർ ഇ.എം.എസ്. നമ്പൂതിരിപ്പാടും കെ. ദാമോദരനും.

ജീവൽ സാഹിത്യ സംഘത്തിലും പിന്നീട് പുരോഗമന സാഹിത്യ സംഘടനയിലും നേതൃനിരയിൽ സ്ഥാനമുണ്ടായിരുന്നു ദേവദാസിന്. 1940

കളിൽ നവീന സാഹിത്യത്തിനു വേണ്ടി അടരാടിയ പ്രഗൽഭരിൽ പ്രമുഖനായിരുന്നു അദ്ദേഹം. ദേവദാസിന്റെ മൂർച്ചയുള്ള തൂലിക *ദേശാഭിമാനി*യുടെ സാഹിത്യ പംക്തികളിലും മറ്റു പത്രമാസികകളിലും തലയുയർത്താൻ തുടങ്ങി. കേശവദേവ്, ബഷീർ, പൊൻകുന്നം വർക്കി, തകഴി, ചെറുകാട് തുടങ്ങിയ സാഹിത്യകാരന്മാർക്കുവേണ്ടി യാഥാസ്ഥിതികർക്കെതിരെ ദേവദാസ് നിരന്തരം പോരാടി. സ്നേഹാദരങ്ങളോടെയാണ് മഹാകവി വള്ളത്തോളും മഹാകവി ജി. ശങ്കരക്കുറുപ്പും അന്നത്തെ യുവകവിയായിരുന്ന ചങ്ങമ്പുഴയും മറ്റും ഈ യുവ നിരൂപകനെ നോക്കിക്കണ്ടത്.

താൻ അംഗമായിരുന്ന കമ്യൂണിസ്റ്റ് പാർട്ടിയും ലോക കമ്യൂണിസ്റ്റ് പ്രസ്ഥാനവും സെക്ടേറിയൻ സങ്കുചിത നിലപാടുകളിലേക്ക് വഴുതിപ്പോയ സന്ദർഭങ്ങളിൽ മറ്റു പലർക്കും എന്നപോലെ ദേവദാസിനും കൈപ്പിഴകൾ സംഭവിച്ചിട്ടുണ്ടെങ്കിലും 'തന്റെ യുക്തിബോധവും സഹൃദയത്വവും കൈമോശം വരാതിരിക്കാൻ' ദേവദാസ് ശ്രദ്ധ ചെലുത്തിയിരുന്നുവെന്ന് പി.ജി പറഞ്ഞു. സ്റ്റാലിനിസവും ഷഡ്ഡാനോവിസവും നിഴൽ പരത്തിയിരുന്ന 1948 –49 കാലത്ത് കമ്യൂണിസ്റ്റ് പാർട്ടി നിയമവിരുദ്ധമായിരുന്നപ്പോൾ *പുരോഗമന സാഹിത്യവും പ്രേമവും*' എന്ന വിഷയം വിവാദവിധേയമായപ്പോൾ ഒളിവിലായിരുന്ന ദേവദാസ് എം.ബി. മേനോൻ എന്ന തൂലികാനാമത്തിൽ എഴുതിയ ലേഖനത്തിൽ 'ഉദാരവും വിശാലവുമായ നിലപാടാ'ണ് എടുത്തതെന്ന് പി.ജി. വെളിപ്പെടുത്തുന്നു.[30]

പ്രതിഭയെയും പ്രതിബദ്ധതയെയുംകുറിച്ചുള്ള മാർക്സിസ്റ്റ് നിലപാടുകൾ സമർഥിക്കുമ്പോൾ ചില സന്ദർഭങ്ങളിൽ ചില മാർക്സിസ്റ്റുകാർ അനവധാനതകൊണ്ടോ അജ്ഞതകൊണ്ടോ പ്രകടിപ്പിക്കുന്ന അത്യുക്തികളെയും ലാഘവവൽക്കരണങ്ങളെയും ദേവദാസ് അനുകൂലിക്കുന്നില്ലെന്നും അങ്ങനെ പാകപ്പിഴകൾ സംഭവിക്കാറുണ്ടെന്ന് അദ്ദേഹം സമ്മതിക്കുന്നുവെന്നും പി.ജി പറഞ്ഞു. 1957 ൽ അഴീക്കോടിനെഴുതിയ മറുപടിയിൽ ദേവദാസിന്റെ ബൗദ്ധിക വ്യക്തിത്വവും പ്രതിബദ്ധതയും ഒരു കണ്ണാടിയിൽ എന്നപോലെ പ്രതിഫലിച്ചു കാണാമെന്ന് അക്കാര്യം എടുത്ത് ഉദ്ധരിച്ചുകൊണ്ട് പി.ജി. തെളിയിക്കുന്നു.

ആധുനിക മലയാള കവികളിൽ ദേവദാസിന് ഏറ്റവും അഭിമതരായിരുന്നവർ മഹാകവി വള്ളത്തോളും ജി. ശങ്കരക്കുറുപ്പുമായിരുന്നുവെന്ന് പി.ജി പറഞ്ഞു. കുമാരനാശാനെ അദ്ദേഹം വളരെയധികം ആരാധിച്ചിരുന്നെങ്കിലും തന്റെ സമകാലികർ എന്ന നിലയിൽ വള്ളത്തോളിനെയും ശങ്കരക്കുറുപ്പിനെയും കുറിച്ചാണ് ദേവദാസ് ഏറ്റവും കൂടുതൽ എഴുതിയിരുന്നത്. മാർക്സിസ്റ്റ് ആശയങ്ങളുടെ ഉൾക്കാഴ്ച ധ്വനിപ്പിക്കുന്ന നിരവധി കൃതികൾ വള്ളത്തോൾ എഴുതിയിട്ടുള്ള കാര്യം ദേവദാസ് വിവരിക്കുന്നുണ്ട്. 'യുഗപ്രഭാവനായിരുന്നു വള്ളത്തോൾ' എന്നായിരുന്നു എം.എസ്. ദേവദാസിന്റെ വിലയിരുത്തൽ എന്ന് പി.ജി വ്യക്തമാക്കി. വള്ളത്തോളിന്റെയും മുകുന്ദരാജയുടെയും കുടുംബങ്ങൾ തമ്മിലുള്ള അടുത്ത ബന്ധവും വള്ളത്തോളിന്റെ ദേശീയവാദവും കമ്യൂണിസ്റ്റ് അനുഭാവവുമെല്ലാം ദേവദാസിന്റെ ഈ വള്ളത്തോൾ ആരാധനയ്ക്ക് സാഹചര്യം സൃഷ്ടിച്ചിരിക്കാം എന്ന് പി. ജി കരുതുന്നു. കൂടാതെ ദേശീയ വാദികളും മാർക്സിസ്റ്റുകാരും പൊതുവെ ഈ നിലപാടുകളോട് യോജിക്കുകയും ചെയ്തിരുന്നു.

ഏറ്റവും നല്ല അർത്ഥത്തിൽ 'ലിബറൽ' ആയിരുന്നു എം.എസ്.ദേവദാസ്. പരമസഹിഷ്ണുതയും പ്രതിപക്ഷ ബഹുമാനവും ഉൾക്കൊള്ളുന്ന ഒരു നിലപാടിനെ സൂചിപ്പിക്കുന്നതിനാണ് ഇവിടെ ലിബറൽ എന്ന വാക്ക് പി.ജി. ഉപയോഗിക്കുന്നത്. പുരോഗമന സാഹിത്യപ്രസ്ഥാനത്തിന്റെ ആദ്യകാലങ്ങളിലെ ചില വരട്ടു വാദങ്ങളിൽനിന്നും സങ്കുചിത വീക്ഷണങ്ങളിൽനിന്നും തീർത്തും ദേവദാസ് വിമുക്തനായിരുന്നില്ല. ആദർശവീറിന്റെ ഊഷ്മളതയും സ്വപ്രത്യയസ്ഥൈര്യവും അദ്ദേഹത്തെ ചിലപ്പോൾ കടുത്ത വിമർശകനാക്കിയിട്ടുണ്ട്. എങ്കിലും തന്റെയോ തന്റെ പ്രസ്ഥാനത്തിന്റയോ നിലപാടുകളോട് വിയോജിക്കുന്നവരെയെല്ലാം ശത്രുപക്ഷത്താക്കി അപലപിക്കുന്ന സമ്പ്രദായത്തോട് ദേവദാസ് പല സന്ദർഭങ്ങളിലും വിയോജിപ്പ് പ്രകടിപ്പിച്ചതായി കാണാം. ജി. ശങ്കരക്കുറുപ്പിനെക്കുറിച്ച് 1950 കളിൽ ഉയർന്നുവന്ന വിവാദം ഈ സ്വതന്ത്രമായ നിലപാടിന്റെ ഒരുദാഹരണമായി പി.ജി. എടുത്തു കാട്ടുന്നു.

ശങ്കരക്കുറുപ്പ് ഒരു മഹാകവിയെന്നല്ല ഒരു കവിയേ അല്ല എന്നാണ് മുണ്ടശ്ശേരി പ്രഖ്യാപിച്ചത്. മുണ്ടശ്ശേരിയെ പിന്തുടർന്നുകൊണ്ട് അഴീക്കോടും ജി വിരുദ്ധസമരത്തിൽ പങ്കുചേർന്നു. *നാടകാന്തം കവിത്വം* എന്ന മുണ്ടശ്ശേരിയുടെ കൃതിയിലെ ഒളിയമ്പുകളും *ശങ്കരക്കുറുപ്പ് വിമർശിക്കപ്പെടുന്നു* എന്ന അഴീക്കോടിന്റെ കൃതിയിലെ കൂരമ്പുകളും ശങ്കരക്കുറുപ്പിന്റെ പ്രശസ്തിക്ക് വലിയ മങ്ങലേൽപ്പിച്ചു. ഈ വിവാദത്തെക്കുറിച്ച് ദേവദാസ് എഴുതിയ *ജി. എന്റെ നോട്ടത്തിൽ* എന്ന ലേഖനത്തിൽ അക്കാലത്തെ പക്ഷപാതജഡിലമായ അനുകൂല പ്രതികൂല നിലപാടുകളെ പരിഹസിച്ച ശേഷം "ഞാൻ ജിയെയും അദ്ദേഹത്തിന്റെ കവിതകളെയും വളരെ ബഹുമാനിക്കുന്ന കൂട്ടത്തിലാണ്; വിലമതിക്കുന്ന കൂട്ടത്തിലാണ്; പക്ഷേ, അദ്ദേഹത്തെ അന്ധമായാരാധിക്കുന്നതും കണ്ണടച്ചു ശകാരിക്കുന്നതും രണ്ടും തെറ്റാണെന്നെനിക്കു തോന്നുന്നു"[31] എന്ന തന്റെ സ്വന്തം നിലപാട് വ്യക്തമാക്കുന്നു.

കേരളത്തിന്റെ തൊഴിലാളിവർഗ പ്രസ്ഥാന ചരിത്രത്തിലും പുരോഗമന സാഹിത്യപ്രസ്ഥാനത്തിലും ഇടതുപക്ഷ പത്രപ്രവർത്തന ശൈലിയിലും മാത്രമല്ല 'മലയാളത്തിലെ ബൗദ്ധിക വികാസചരിത്രത്തിലും' സവിശേഷമായ ഒരു സ്ഥാനമാണ് ദേവദാസിന് പി.ജി നൽകുന്നത്. 'ഇതാ ഒരു മാതൃകാ ബുദ്ധി ജീവി' എന്ന് ദേവദാസിനെ ചൂണ്ടി പറയാൻ അല്പം പോലും' മടികാണിക്കേണ്ട കാര്യമില്ലെന്ന് പി.ജി പറഞ്ഞു.[32]

ദേവദാസിന്റെ സാഹിത്യ സംഭാവനകളെ പി.ജി ഇങ്ങനെ വിലയിരുത്തി:

> മലയാളത്തിലെ മാർക്സിസ്റ്റ് സാഹിത്യ നിരൂപണത്തിനും മാർക്സിസ്റ്റ് പത്രപ്രവർത്തനത്തിനും അടിത്തറ പാകിയ ആദ്യപഥികരുടെ നിരയിൽ എം.എസ്. ദേവദാസിന്റെ സ്ഥാനം ഇ.എം.എസ്. നമ്പൂതിരിപ്പാടിന്റെയും കെ. ദാമോദരന്റെയും നിരയിലാണ്. കാലത്തിന്റെ പരിമിതികൾ അദ്ദേഹത്തിന്റെ വീക്ഷണത്തിലും ലേഖനങ്ങളിലും പോറലുകൾ ഏല്പിച്ചിട്ടുണ്ടെങ്കിലും അദ്ദേഹത്തിന്റെ ബൗദ്ധികമായ സത്യസന്ധതയും ഉൾക്കാഴ്ചയും സർവ്വോപരി സഹൃദയത്വവും തന്റെ സമകാലികർ വീണുപോയ പല പടുകുഴികളിൽനിന്നും അദ്ദേഹത്തെ രക്ഷിച്ചു. പുരോഗമന സാഹിത്യത്തിനും പ്രസ്ഥാനത്തിനും

കമ്യൂണിസ്റ്റിതരർ നൽകിയ സംഭാവനകളെ ഉച്ചൈസ്തരം പ്രകീർത്തിക്കാൻ ദേവദാസ് മടിച്ചിരുന്നില്ല.[33]

### 10. പി. കെ. പരമേശ്വരൻ നായർ (1903 – 1988)

പ്രഖ്യാത ജീവചരിത്രകാരനും പ്രശസ്ത സാഹിത്യ നിരൂപകനും ആധുനിക സാമൂഹ്യ മൂല്യങ്ങളോടും ജീവിതാദർശങ്ങളോടും തന്റെ കാലയളവിന്നതീതമായ തോതിൽ ആഭിമുഖ്യം പ്രകടിപ്പിച്ചിരുന്ന മാനവിക വാദിയും ആയിരുന്നു പി.കെ പരമേശ്വരൻ നായർ എന്ന് പി.ജി. വിലയിരുത്തി.

ബി.എ പാസ്സായ ശേഷം രണ്ടു വർഷം നിയമ പഠനം നടത്തിയെങ്കിലും ബിരുദമെടുത്തില്ല. പല പത്രങ്ങളിലുമായി കുറെക്കാലം പത്രപ്രവർത്തനം നടത്തി. കുറെക്കാലം സെൻസസ് റിപ്പോർട്ടിന്റെ പരിഭാഷകനായും ദേവസ്വം വകുപ്പിൽ ഗുമസ്തനായും കഴിഞ്ഞ ശേഷം 1938 ൽ സ്റ്റേറ്റ് ട്രാൻസ്പോർട്ട് വകുപ്പിൽ ക്ലർക്കായി പണി ചെയ്തു. 1955 ൽ കേരള സർവകലാശാലയുടെ ലക്സിക്കൺ വകുപ്പിൽ സൂപ്പർവൈസറായി ചേർന്നു. 1961 ൽ അതിൽനിന്ന് പിരിഞ്ഞു. പ്രധാന കൃതികൾ *സാഹിത്യ പഞ്ചാനനൻ* (1944), *നെപ്പോളിയന്റെ ജീവിത സായാഹ്നം* (1945), *വാൾട്ടയർ* (1947), *സി.വി. രാമൻ പിള്ള* (1948), *പ്രേമ ഗൗതമൻ* (1948) *മഹാത്മാഗാന്ധി* (1950), *ആധുനിക മലയാള സാഹിത്യം* (1954) *മലയാള സാഹിത്യ ചരിത്രം* (1958) എന്നിവയാണ്. *സാഹിത്യ പഞ്ചാനനൻ, സി.വി. രാമൻപിള്ള, വലിയ കോയിത്തമ്പുരാൻ* എന്നീ ജീവചരിത്രങ്ങളും, *ആധുനിക മലയാള സാഹിത്യം, മലയാള സാഹിത്യ ചരിത്രം* എന്നീ കൃതികളുമാണ് അദ്ദേഹത്തിന് മലയാള സാഹിത്യ ചരിത്രത്തിൽ സ്ഥിര പ്രതിഷ്ഠ നേടിക്കൊടുത്തത്.

കേന്ദ്ര സാഹിത്യ അക്കാദമിക്കു വേണ്ടി പി.കെ എഴുതിയതാണ് *മലയാള സാഹിത്യ ചരിത്രം.* ഇംഗ്ലീഷിലും വിവിധ ഭാരതീയ ഭാഷകളിലും അതിന്റെ വിവർത്തനം വരികയുണ്ടായി. 1961 ൽ ലക്സിക്കണിൽ നിന്ന് പിരിഞ്ഞ ശേഷം പി.കെ എഴുതിയ *വലിയകോയിത്തമ്പുരാൻ* എന്ന ജീവചരിത്ര ഗ്രന്ഥം കേരള വർമ്മ വലിയകോയിത്തമ്പുരാനെയും അദ്ദേഹത്തിന്റെ കാലഘട്ടത്തെയും കുറിച്ചുള്ള അനവധി ചെറുതും വലുതുമായ കൃതികളിൽ ഇതഃപര്യന്തം കണ്ടെത്തിയിട്ടില്ലാത്ത വസ്തുതകളും ഉൾക്കാഴ്ചകളും കൊണ്ടു നിറഞ്ഞതാണെന്ന് പി.ജി. വിലയിരുത്തി. ചില കാര്യങ്ങളിൽ പി.കെ യുടെ തന്നെ *സി.വി. രാമൻ പിള്ള*യേയും *സാഹിത്യ പഞ്ചാനനനേ*യും കവച്ചു വയ്ക്കുന്ന മേന്മകൾ ഉള്ള ഈ കൃതി പി.കെ.യുടെ നീണ്ട സാഹിത്യ സപര്യയിലെ വെന്നിക്കൊടിയാണ്.

ശൈലി മാത്രമല്ല ചിന്തയും സ്വന്തവും സ്വതന്ത്രവുമായി ഉണ്ട് എന്നതാണ് പി.കെ.യുടെ മൗലികത്വമായി പി.ജി കാണുന്നത്. ഈ സ്വതന്ത്ര ചിന്തയും നിരൂപണ ബുദ്ധിയും അദ്ദേഹത്തിന്റെ ജീവചരിത്ര കൃതികളിൽ പോലും കാണാൻ കഴിയുമെന്ന് ഉദാഹരണ സഹിതം പി.ജി ചൂണ്ടിക്കാട്ടി.[34]

പി.കെ. ഒരു ഗാന്ധിയനാണ്, നെഹ്റുവിയൻ അല്ല. അധഃസ്ഥിതവർഗ്ഗ സാമൂഹ്യ വീക്ഷണത്തോട് വളരെ അടുത്തു നിൽക്കുന്നതായി അദ്ദേഹത്തിന്റെ ചില കൃതികളിൽ നിന്ന് ബോധ്യപ്പെടും. അദ്ദേഹത്തിന്റെ സാഹിത്യ ചരിത്രങ്ങളും അതിന് തെളിവാണ്. ആധുനിക മലയാള സാഹിത്യത്തിന്റെ

മുഖവുരയിൽ പി.കെ. തന്റെ സാഹിത്യ വീക്ഷണത്തിന്റെ രൂപരേഖ വിവരിക്കുന്നത് ഉദ്ധരിച്ചുകൊണ്ട് പി.ജി ഇങ്ങനെ എഴുതുന്നു:

> ആധുനിക ചരിത്ര വീക്ഷണവും സാഹിത്യ ദർശനവും ഏത്രകണ്ട് സ്വാംശീകരിക്കാൻ പഴയ തലമുറയിൽപ്പെട്ട ഈ ഗംഭീരാശയന് സാധിച്ചിട്ടുണ്ട് എന്ന് ഈ ഉദ്ധരണിയും അക്ഷരം പ്രതി അതിന്റെ സിദ്ധവൽക്കരണമായ സാഹിത്യ ചരിത്രങ്ങളും തെളിയിക്കുന്നു. മലയാള സാഹിത്യത്തിന്റെ നൂറ്റാണ്ടുകൾ നീണ്ട ചരിത്രത്തിൽ ഓരോരോ ഘട്ടത്തിലും പരിവർത്തന പ്രക്രിയകൾ ഉദ്ഘാടനം ചെയ്ത മാറ്റങ്ങളെപ്പോലെ ദേശീയ സ്വാതന്ത്ര്യ പ്രസ്ഥാനവും തുടർന്ന് കമ്യൂണിസ്റ്റ്-മാർക്സിസ്റ്റ് പ്രസ്ഥാനങ്ങളും പുരോഗമന -സാഹിത്യ സിദ്ധാന്തങ്ങളും മലയാള സാഹിത്യത്തിൽ ഓരോരോ കാലത്ത് വിളംബരം ചെയ്ത മകര സംക്രമണങ്ങളെ വസ്തുനിഷ്ഠമായി വിലയിരുത്താൻ പി.കെ. പരമേശ്വരൻ നായരെപ്പോലെ മറ്റധികം പേർക്ക് കഴിഞ്ഞിട്ടില്ല.[35]

### 11. എം. ഗോവിന്ദൻ (1919 –1989)

1950 കളുടെ അവസാനത്തിലാണ് എം. ഗോവിന്ദനുമായി പി.ജി. പരിചയപ്പെടുന്നത്. പി.ജി.യുടെ ചിറ്റമ്മയുടെ മകനായ ഗോവിന്ദൻ ഇടയ്ക്ക് പുല്ലുവഴിയിലെ പി.ജി.യുടെ വീട്ടിൽ വന്നു താമസിക്കുമായിരുന്നു. 1959 ലെ കുപ്രസിദ്ധ കമ്യൂണിസ്റ്റ് വിരുദ്ധ സമരമായ "വിമോചന സമരത്തെ" അനുകൂലിച്ചയാളായിരുന്നു ഗോവിന്ദൻ. നവഹ്യൂമനിസത്തിന്റെ വക്താവായ അദ്ദേഹം കമ്യൂണിസ്റ്റ് വിരുദ്ധ സമീപനമാണ് എക്കാലത്തും പുലർത്തിയത്. വിവരവും ബുദ്ധിയുമൊക്കെയുണ്ടായിരുന്ന ഗോവിന്ദൻ ഏതു വിഷയത്തെക്കുറിച്ചും സംസാരിക്കുമായിരുന്നുവെന്ന് പി.ജി. പറഞ്ഞു. എന്നാൽ തീർത്തും അദ്ദേഹം അമേരിക്കൻ പക്ഷപാതിയും കമ്യൂണിസ്റ്റ് വിരുദ്ധനുമായിരുന്നു. സൈദ്ധാന്തിക കാരണങ്ങളാലാണ് അദ്ദേഹം ഇങ്ങനെ പുരോഗമന വിരുദ്ധനായത്. നിരീശ്വരവാദിയായിരുന്നു. ഭൗതിക വാദത്തെ ആസ്പദമാക്കി അദ്ദേഹം നിരവധി ലേഖനങ്ങൾ എഴുതിയിട്ടുണ്ട്. പച്ചമലയാളത്തിൽ അദ്ദേഹം കവിതയെഴുതിയിരുന്നു. പച്ചമലയാള പ്രസ്ഥാനത്തിന് അദ്ദേഹം നൽകിയ സംഭാവനകൾ അവഗണിക്കാൻ കഴിയില്ല. ഇന്ത്യയിലെ പ്രധാനപ്പെട്ട ചിന്തകരുമായി ഗോവിന്ദന് നല്ല അടുപ്പമുണ്ടായിരുന്നു. 1970 കളിൽ പി.ജി അനന്തമൂർത്തിയുമായി പരിചയപ്പെടുന്ന ഘട്ടത്തിൽ അദ്ദേഹം ഗോവിന്ദനെപ്പറ്റി പി.ജി യോട് പറയുമായിരുന്നു.

എം. വി. ദേവനെയൊക്കെ ഇങ്ങനെ നശിപ്പിച്ചത് ഗോവിന്ദനാണെന്ന് പി.ജി പറഞ്ഞു. അതേസമയം കടമ്മനിട്ടയെ വളരെയേറെ പ്രോൽസാഹിപ്പിച്ചതും അദ്ദേഹം തന്നെ.[36] എന്നാൽ കടമ്മനിട്ട പറയുന്നത് ഗോവിന്ദനുമായി ബന്ധമുണ്ടായിരുന്നെങ്കിലും അദ്ദേഹത്തിന്റെ ആശയം താൻ പങ്കിട്ടിട്ടില്ലെന്നാണ്. പക്ഷേ, യോഗത്തിൽ വച്ചെങ്ങാനും ഗോവിന്ദനെ ആക്ഷേപിക്കുകയോ എങ്ങാനും ചെയ്താൽ കടമ്മനിട്ട ഉടനെ പറയും, 'പി.ജി. അത് വേണ്ടാട്ടോ' എന്ന് .

## 12. എൻ.വി. കൃഷ്ണവാര്യർ(1916 –1989)

“ബഹുമുഖ പ്രതിഭ” എന്നാണ് പി.ജി. എൻ.വി. കൃഷ്ണവാരിയരെ വിശേഷിപ്പിക്കുന്നത്. വിവിധ ഭാഷകളിലും വ്യാകരണവും അത്യാധുനിക സാങ്കേതിക വിദ്യയും പോലെ പരസ്പര വിരുദ്ധമായ വിഷയങ്ങളിലും അവഗാഹം നേടിയതിനു പുറമെ മൗലികമായ സർഗശക്തിയുള്ള ഒരു കവിയും കൂടിയായിരുന്നു എൻ.വി എന്ന് പി.ജി പറഞ്ഞു. കാല്പനികതയുടെ മധുരോദാത്തമായ ലളിത കോമള പദാവലികളിൽ മദിച്ച് പുളച്ച് കഴിഞ്ഞിരുന്ന കാലഘട്ടത്തിൽ തന്റെ *നീണ്ട കവിതകളും, കുറെക്കൂടി നീണ്ടകവിതകളും* വഴി പരുക്കൻ യാഥാർത്ഥ്യങ്ങളുടെയും പൊള്ളുന്ന സൗന്ദര്യത്തിന്റെയും ഒരു പുതുയുഗത്തിന് തുടക്കംകുറിച്ച കവിയായിരുന്നു എൻ. വി എന്ന് പി.ജി വിലയിരുത്തി.[37]

രാഷ്ട്രീയത്തിൽ ഒരു കലാപകാരിയായിട്ടാണ് യൗവന കാലത്ത് എൻ. വി രംഗപ്രവേശം ചെയ്തത്. കാലടിയിലെ ആഗമാനന്ദ ആശ്രമത്തിലെ ബ്രഹ്മോദയം ഹൈസ്കൂളിൽ എൻ.വി. പഠിച്ചുകൊണ്ടിരിക്കുമ്പോഴാണ് പി.ജി. ആശ്രമത്തിലെ അന്തേവാസിയായി അവിടെയെത്തിയത്. സന്യാസത്തിന്റെ മാർഗത്തിൽ നിന്ന് രാഷ്ട്രീയത്തിന്റെ മാർഗ്ഗത്തിലേക്ക് പി.ജി.യെ തിരിച്ചു വിട്ടത് പ്രധാനമായും എൻ.വി.യുടെ സ്വാധീനമായിരുന്നു. അങ്ങനെയാണ് പി.ജി. 1942 ആഗസ്റ്റിലെ ക്വിറ്റ് ഇന്ത്യ സമരത്തിൽ പങ്കെടുത്തത്. 1942 ലെ കോൺഗ്രസ് സമരത്തിന് നേതൃത്വം കൊടുത്ത ഒളിവ് സംഘടനയുടെ പ്രചാരകനും പത്രാധിപരുമായിരുന്ന എൻ.വി. പിൽക്കാലത്ത് കോൺഗ്രസിലെ തന്നെ ഇടതുപക്ഷമായ സോഷ്യലിസ്റ്റ് പ്രസ്ഥാനത്തിലേക്ക് നീങ്ങുകയാണുണ്ടായത്. ഈ ഇടതുപക്ഷ രാഷ്ട്രീയം എൻ.വിയുടെ കവിതകളിലും ലേഖനങ്ങളിലും പ്രഭാഷണങ്ങളിലും കഴിഞ്ഞ ഒരു പത്തു പതിനഞ്ച് വർഷം മുൻപു വരെ (1989 ലാണ് പി.ജി എൻ. വി.യെക്കുറിച്ചുള്ള ലേഖനങ്ങൾ എഴുതുന്നത്) പ്രതിഫലിച്ചിരുന്നുവെന്ന് പി.ജി ചൂണ്ടിക്കാണിച്ചു. എന്നാൽ 1970 കളിലെ ഇന്ദിരാഗാന്ധിയുടെ ഇടതുപക്ഷ നാട്യങ്ങൾ മറ്റു പലരെയും എന്നപോലെ എൻ. വി യെയും ആശയക്കുഴപ്പത്തിലാക്കി എന്ന വസ്തുത പി.ജി കാണാതിരിക്കുന്നില്ല.

ഭാഷയ്ക്കും സാഹിത്യത്തിനും അനുപമമായ സംഭാവനയാണ് എൻ. വി നൽകിയത് എന്ന് പി.ജി കാണുന്നു. വ്യാകരണം, നിരൂപണം, കവിത എന്നിവയിൽ അദ്ദേഹത്തിന്റെ സംഭാവന ‘മൗലികവും വിലയുറ്റതും’ ആണ്. ആധുനിക യന്ത്രസാങ്കേതിക യുഗത്തിന് അനുയുക്തമായ രീതിയിൽ ലിപി പരിഷ്കാരം, അക്ഷരവിന്യാസ ക്രമീകരണം, വിജ്ഞാനസാഹിത്യ രചന, റഫറൻസ് ഗ്രന്ഥനിർമ്മാണം മുതലായ രംഗങ്ങളിൽ എൻ.വി. വരുത്തിയ പരിഷ്കാരങ്ങൾ മലയാളിയുടെ ഭാഷാ സാഹിത്യ ജീവിതത്തിന്റെ ഭാഗമായി തന്നെ മാറിയിരിക്കുന്നുവെന്ന് പി.ജി വിലയിരുത്തുന്നു. ഈ രംഗങ്ങളിലെല്ലാം പഴമയുടെ വക്താക്കളെ ചെറുത്തു നിൽക്കാൻ പുതിയ തലമുറയ്ക്ക് കരുത്തു സമ്പാദിച്ചുകൊടുത്തത് പഴമക്കാർക്ക് തള്ളിപ്പറയാൻ കഴിയാത്ത എൻ. വിയുടെ നേതൃത്വം തന്നെയായിരുന്നു.

നമ്മുടെ ഭാഷാ ചരിത്രത്തിലെ അവിസ്മരണീയമായ ഒരദ്ധ്യായമാണ് ഭാഷാ ഇൻസ്റ്റിറ്റ്യൂട്ട് സ്ഥാപക ഡയറക്ടറെന്ന നിലയിലുള്ള എൻ. വി. യുടെ സേവനമെന്ന് പി.ജി. വിലയിരുത്തുന്നു. തന്റെ ആജീവനാന്ത ദൗത്യങ്ങളിൽ

പ്രധാനപ്പെട്ടതായ വിദ്യാഭ്യാസത്തിന്റെയും ഭരണത്തിന്റെയും മാധ്യമം മാതൃഭാഷയാക്കുക എന്നതിന് ആവശ്യമായ അനേകം കരുക്കൾ അദ്ദേഹം നിർമ്മിച്ചു നൽകുകയുണ്ടായി.

മലയാള കാലിക പ്രസിദ്ധീകരണ മേഖലയിലുണ്ടായ അനവധി പരിഷ്കാരങ്ങൾക്ക് തുടക്കംകുറിച്ചത് 1950 കളിൽ സജീവരാഷ്ട്രീയം വിട്ട് മദിരാശിയിൽ നിന്ന് ഗവേഷണ ബിരുദം നേടി *മാതൃഭൂമി* വാരികയുടെ പത്രാധിപരായി എത്തിയ എൻ. വിയാണ്. കവിയോ കഥാകാരനോ ആകണമെങ്കിൽ ഒരു തവണയെങ്കിലും *മാതൃഭൂമി* വാരികയിൽ എഴുതിയിരിക്കണമെന്ന അലിഖിത നിയമം നിലവിൽ വന്നത് എൻ.വിയുടെ *മാതൃഭൂമി* പത്രാധിപത്യത്തോടും കൂടിയാണെന്ന് പറഞ്ഞാൽ അതിൽ തെറ്റില്ലെന്നാണ് പി.ജി. യുടെ അഭിപ്രായം. ഇന്ന് പ്രശസ്തിയുടെ കൊടുമുടിയിൽ പ്രകാശം പരത്തി നില്ക്കുന്ന അനവധി സാഹിത്യകാരന്മാരും സാഹിത്യകാരികളും എൻ. വി യുടെ ഹസ്താവലംബത്തിലാണ് ഉയർന്നുവന്നതെന്ന വസ്തുത അനിഷേധ്യമാണ്.

മലയാള ഭാഷയ്ക്കും സാഹിത്യത്തിനും മലയാളിയുടെ ചിന്തയ്ക്കും എൻ.വി നൽകിയ മഹൽ സംഭാവനകളെയും അഭൂതപൂർവമായ വ്യാപ്തിയേയും കേസരി ബാലകൃഷ്ണപിള്ളയുടേതിനും രാജരാജവർമ്മയുടേതിനും തുല്യമായി പി.ജി. പരിഗണിക്കുന്നു.[38] കേസരി ചിലപ്പോൾ നിരർത്ഥകമായ അരാജക വാദത്തിലേക്കും ബാലിശമായ അപക്വഭാവനകളിലേക്കും വഴുതി വീഴാറുള്ളതുപോലെ എൻ. വി.യും പലപ്പോഴും കാൽ തെറ്റി വീഴാറുണ്ടെങ്കിലും - പ്രത്യേകിച്ച് *മാതൃഭൂമി*യിൽ നിന്ന് പിന്നീട് ബഹിഷ്കൃതനായതും ഒടുവിൽ തിരിച്ചു വന്ന് വിവാദങ്ങളിൽ മുങ്ങിപ്പോയതും - അതെല്ലാം അദ്ദേഹത്തിന്റെ മഹത്വത്തിന്റെ ചന്ദ്രികയിലെ നേരിയ കളങ്കങ്ങൾ മാത്രമായേ പി.ജി. കാണുന്നുള്ളൂ.

### 13. എൻ. ഇ. ബാലറാം (1920-1992)

ഉന്നതനായ ഒരു സ്വാതന്ത്ര്യ പോരാളിയും കമ്യൂണിസ്റ്റ് നേതാവുമായിരുന്നു എൻ. ഇ. ബാലറാം. നിയമസഭാംഗം. മന്ത്രി, പാർലമെന്റംഗം, സി.പി.ഐ. സംസ്ഥാന സെക്രട്ടറി എന്നിവയ്ക്ക് പുറമെ ഉത്തരവാദിത്വമുള്ള പല പദവികളും അദ്ദേഹം വഹിച്ചിട്ടുണ്ട്. തടവിലും ഒളിവിലും തെളിവിലും കഴിഞ്ഞിട്ടുള്ള ബാലറാം മലയാളം, തമിഴ്, ഇംഗ്ലീഷ്, ഹിന്ദി, ബംഗാളി, സംസ്കൃതം, പാലി തുടങ്ങിയ ഭാഷകൾ നന്നായി കൈകാര്യം ചെയ്തിരുന്നതിനു പുറമെ ഫ്രഞ്ച്, റഷ്യൻ എന്നിവയുമായി പരിചയവും നേടിയിരുന്നു. ഔപചാരികക വിദ്യാഭ്യാസം ജന്മനാടായ തലശ്ശേരിയിൽ ഹൈസ്ക്കൂളിൽ വച്ചുതന്നെ പൂർത്തീകരിച്ചു.

ഒരു വിപ്ലവ രാഷ്ട്രീയ പ്രവർത്തകൻ എന്ന നിലയിൽ ചരിത്രവും അർത്ഥശാസ്ത്രവും രാഷ്ട്രമീമാംസയും ദർശനവും മാർക്സിസവും പഠിച്ചതിനു പുറമെ പുരാവസ്തു വിജ്ഞാനീയം, നരവംശശാസ്ത്രം, പ്രാചീന സംസ്കാരങ്ങൾ, സാഹിത്യം തുടങ്ങിയവയിലും ബാലറാം അസൂയാവഹമായ പാണ്ഡിത്യം നേടിയിരുന്നു. 23 പുസ്തകങ്ങൾക്ക് പുറമെ അനവധി പുസ്തകങ്ങൾക്കായി അദ്ദേഹം എഴുതിവച്ച കുറിപ്പുകളുടെ കൂമ്പാരവും പൂർത്തിയാക്കാതെ അവശേഷിപ്പിച്ച നാലോ അഞ്ചോ ഗ്രന്ഥങ്ങളുടെ കൈയ്യെഴുത്തു പ്രതികളും അദ്ദേഹത്തിന്റേതായിട്ടുണ്ട്.

ഇങ്ങനെ വിവിധ വിഷയങ്ങളിൽ താല്പര്യമുണ്ടായിരുന്നെങ്കിലും ബാലറാമിന്റെ ഹൃദയം കവർന്ന പ്രേമഭാജനം സാഹിത്യ തന്നെയായിരുന്നുവെന്ന് പി.ജി വിലയിരുത്തി. മലയാളത്തിനു പുറമെ വിവിധ ഇന്ത്യൻ ഭാഷകളിലെ സാഹിത്യ കൃതികളും വിശ്വസാഹിത്യത്തിലെ പ്രാചീനവും അർവാചീനവുമായ സാഹിത്യ കൃതികളും ആർത്തിയോടെ അദ്ദേഹം വായിച്ചുതീർത്തു. ഇവയിൽ ഫിക്ഷൻ അഥവാ കൽപ്പിത കഥകളോട് ബാലറാമിന് ഒരുവക കമ്പം തന്നെയുണ്ടായിരുന്നു. മലബാറിലെ സ്വാതന്ത്ര്യ സാമൂഹിക പോരാട്ടങ്ങളുടെ പശ്ചാത്തലത്തിൽ ഒരു ആഖ്യായിക രചിക്കാൻ പോലും ബാലറാം പ്ലാനിട്ടിരുന്നെങ്കിലും കാലം അദ്ദേഹത്തിന് സമയം നൽകിയില്ല.

സാഹിത്യത്തിൽ ഇത്രയേറെ താല്പര്യവും അവഗാഹവും ഉണ്ടായിരുന്നെങ്കിലും അദ്ദേഹത്തിന്റെ സാഹിത്യ സംബന്ധിയായ കൃതികൾ ആറോ മറ്റോ മാത്രമേയുള്ളൂവെന്ന് പി.ജി പറഞ്ഞു. ഇതു കൂടാതെ രണ്ടോ മൂന്നോ ചെറിയ സമാഹാരങ്ങളായി ഇറക്കാവുന്ന കുറെ ലേഖനങ്ങൾ പ്രസിദ്ധീകരിച്ചവയും അല്ലാത്തവയും. പുസ്തകരൂപത്തിൽ പ്രസിദ്ധീകരിച്ചവ *എന്താണ് ആധുനിക സാഹിത്യം* (1979), *മാർക്സും സൗന്ദര്യശാസ്ത്രവും* (1983, ഉണ്ണിരാജയുടെ രണ്ട് ലേഖനങ്ങളും ഇതിലുണ്ട്), *സംസ്കാരവും സാഹിത്യവും, വിമർശന സരണി* (1987), *വിശ്വമഹാകവി രവീന്ദ്രനാഥ ടാഗോർ* തുടങ്ങിയവയാണ്.

ടാഗോറിന്റെ ജിവിതത്തെയും കലയെയും കുറിച്ചെഴുതിയ ചുരുങ്ങിയത് ആറു പുസ്തകങ്ങളെങ്കിലും മലയാളത്തിലുണ്ട്. എന്നാൽ അവ പലതും ഇംഗ്ലീഷിലും മറ്റും വന്ന പുസ്തകങ്ങളെ ഉപജീവിച്ച് എഴുതിയ രചനകളാണ്. എന്നാൽ നേരിട്ട് ബംഗാളി സാഹിത്യം ആസ്വദിച്ചും പഠിച്ചും നടത്തിയ ആദ്യത്തെ മൗലിക രചനയാണ് ബാലറാമിന്റെ കൃതി. 1937 ൽ രാജമന്ത്രി ജയിലിലും 1940 മുതൽ 43 വരെ വെല്ലൂർ ജയിലിലും തടവുകാരനായി കഴിഞ്ഞ കാലത്താണ് ബംഗാളി ഭാഷയും ടാഗോർ സാഹിത്യവും പഠിക്കാൻ ബാലറാമിന് കഴിഞ്ഞത്. "അകൃത്രിമമായ ശൈലിയിലാണ് ടാഗോർ കൃതികൾ ബാലറാം മൊഴിമാറ്റം ചെയ്തിരിക്കുന്നത്. ബാലറാമിന്റെ പ്രകൃതവും പെരുമാറ്റവും പോലെ ആർജവവും ലാളിത്യവും പകരുന്ന ശൈലി. 'സ്റ്റൈൽ ഈസ് ദ മാൻ' എന്ന ചൊല്ല് ബാലറാമിന് തികച്ചും ഉചിത" മായിരുന്നുവെന്ന് പി.ജി. പറഞ്ഞു.[39]

ബാലറാമിന്റെ പ്രസിദ്ധീകരിച്ച സാഹിത്യ നിരൂപണകൃതികളിൽ ഏറ്റവും അവസാനത്തേതായിരുന്നു *സൗന്ദര്യോൽസവം* (1993). പി. കേശവദേവ്, എസ്.കെ. പൊറ്റെക്കാട്ട്, പി.സി. കുട്ടികൃഷ്ണൻ (ഉറൂബ്)എന്നീ കഥാകൃത്തുകളെക്കുറിച്ചുള്ള സമഗ്ര പഠനമാണിത്. കേശവദേവിനെ 'ഗുണപക്ഷപാത സാഹിത്യത്തിന്റെ ഉപാസകൻ' എന്നും പൊറ്റെക്കാട്ടിനെ 'കഥനകലയുടെ രാജശില്പി' എന്നും ഉറൂബിനെ 'ഉദാത്ത ഗർഭിതമായ വാങ്മയ ചിത്രത്തിന്റെ ശില്പി' എന്നുമാണ് ബാലറാം വിശേഷിപ്പിക്കുന്നത്. ഈ മൂന്നുപേരുടെയും സമാനതകളും വൈജാത്യങ്ങളും തെളിവുകളുടെയും ഉദ്ധരണികളുടെയും സമൃദ്ധമായ പ്രയോഗത്തിലൂടെ ബാലറാം തെളിയിക്കുന്നു.

പ്രസിദ്ധ നോവലിസ്റ്റ് എം മുകുന്ദന്റെ *എന്താണ് ആധുനികത?* (1976) എന്ന ലഘുകൃതിക്ക് പ്രത്യാഖ്യാനമായിട്ടാണ് *എന്താണ് ആധുനികസാഹിത്യം?* എന്ന കൃതി ബാലറാം എഴുതിയത്. 47 പേജുകൾ മാത്രമുള്ള ഈ ലഘുകൃതി ബാലറാമിന്റെ സാംസ്കാര സമ്പന്നമായ പ്രതിപക്ഷ ബഹുമാന

ത്തോടു കൂടിയ വാദപ്രതിവാദ സാമർത്ഥ്യത്തിനും ആഴമേറിയ അറിവിനും മാർക്സിസ്റ്റ് പ്രത്യയശാസ്ത്ര വിശ്വാസത്തിനുമുള്ള ഉത്തമ സാക്ഷ്യപത്ര മാണ്. കിർക്കി ഗാർഹുസേൾ, ജാസ്പേഴ്സ്, ഹൈഡഗർ, സാർത്ര് തുടങ്ങി യവർ മറിച്ചും തിരിച്ചും ആവിഷ്കരിച്ച ഗഹനമായ അസ്തിത്വവാദത്തിന്റെ അസ്തിവാരങ്ങൾ അയത്നലളിതമായി അനാവരണം ചെയ്തുകൊണ്ട് മുകു ന്ദന്റെ വാദങ്ങളെ ബാലറാം ഖണ്ഡിക്കുന്നു. മുകുന്ദന്റെ അത്യന്താധുനിക നാട്യമുള്ള *കൂട്ടംതെറ്റി മേയുന്നവരെ* നിശിതമായി വിമർശിക്കുന്ന ബാലറാം അദ്ദേഹത്തിന്റെ *മയ്യഴിപ്പുഴയുടെ തീരങ്ങളിൽ* തുടങ്ങിയവയെ മുക്തകണ്ഠം പ്രശംസിക്കുകയും ചെയ്യുന്നു.

ബാലറാമിന്റെ വിമർശന മാനദണ്ഡങ്ങളും സിദ്ധാന്തങ്ങളും അദ്ദേഹ ത്തിന്റെ സാഹിത്യ നിരൂപണ കൃതികളിലെല്ലാം പടർന്ന പ്രകാശം വീശുന്നു ണ്ടെങ്കിലും *മാർക്സും സൗന്ദര്യ ശാസ്ത്രവും* (1983) എന്ന ലേഖനസമാ ഹാരത്തിലാണ് അവയെല്ലാം അദ്ദേഹം പ്രത്യേകം നിർവചിച്ചു വ്യവച്ഛേദി ക്കുന്നതെന്ന് പി.ജി. പറയുന്നു.

മാർക്സിയൻ സൗന്ദര്യ ശാസ്ത്രം വളർത്തിയെടുക്കാൻ എല്ലാം കൊണ്ടും കഴിവുള്ളയാളായിരുന്നു ബാലറാം. എന്നാൽ കൃത്യാന്തര ബാഹു ല്യങ്ങളും എഴുതുന്നതിനേക്കാൾ വായിക്കാനുള്ള ത്വരയുംമൂലം അദ്ദേഹ ത്തിന് വളരെയൊന്നും ചെയ്യാൻ കഴിഞ്ഞില്ലെന്ന് പി.ജി നിരീക്ഷിച്ചു. എങ്കിലും അദ്ദേഹത്തിന്റെ പ്രസിദ്ധീകരിക്കപ്പെട്ട പുസ്തകങ്ങൾക്ക് പുറമെ ഇനിയും പുസ്തകരൂപത്തിൽ വരാത്ത ഏതാനും ലേഖനങ്ങൾ ഈ വഴി ക്കുള്ള സാധന പാഠങ്ങളാണെന്ന് പി.ജി പറഞ്ഞു. മാർക്സിയൻ സൗന്ദര്യ ശാസ്ത്രം നിർവചിക്കുകയും വ്യവച്ഛേദിക്കുകയും ചെയ്യുന്നതിനു പകരം ഈ ലേഖനങ്ങളിലെ വിമർശന പരാമർശങ്ങളിലൂടെ മാർക്സിയൻ സൗന്ദര്യ ശാസ്ത്രം നമുക്ക് അനുഭവവേദ്യമാക്കുകയാണ് അദ്ദേഹം ചെയ്യുന്നത്. മുകു ന്ദന്റെ *കൂട്ടം തെറ്റി മേയുന്നവർ* എന്ന നോവലിനെപ്പറ്റി ബാലറാം പറയുന്നത് ഉദ്ധരിച്ചുകൊണ്ട് പി.ജി. ഇത് വ്യക്തമാക്കിത്തരുന്നു.

## 14. ഇ.എം.എസ്. നമ്പൂതിരിപ്പാട് (1909 –1998)

ഇ.എം.എസ് എന്ന ധിഷണാശാലിയുടെ സാഹിത്യ സാംസ്കാരിക ഇട പെടലുകളെ സൂക്ഷ്മമായി അപഗ്രഥിക്കുന്ന കൃതിയാണ് പി.ജി.യുടെ *ഇ.എം.എസും മലയാള സാഹിത്യവും.* കേരളമുൾപ്പെടെ ഇന്ത്യയിൽ മാർ ക്സിസ്റ്റ് സൗന്ദര്യശാസ്ത്രം വളർത്തുന്നതിൽ ഇ.എം.എസ് നൽകിയ സംഭാ വനകളിൽ ചിലതാണ് ഈ പുസ്തകത്തിന്റെ പ്രമേയമെന്ന് പി.ജി വ്യക്തമാ ക്കുന്നു. ഇങ്ങനെ മാർക്സിസ്റ്റ് സൗന്ദര്യശാസ്ത്രം പ്രയോഗിക്കുമ്പോൾ ചില തെറ്റുകൾ തനിക്ക് പറ്റിയിട്ടുണ്ടെന്ന് ഇ.എം.എസ് തുറന്ന് സമ്മതിക്കുന്നു. ഇങ്ങനെയുള്ള പല തെറ്റുതിരുത്തലുകളുടെയും, അങ്ങനെ മാർക്സിസ്റ്റ് നിരൂപണം പടിപടിയായി മലയാളത്തിൽ പ്രാബല്യം നേടിയതിന്റെയും ചരിത്രം കൂടിയാണ് ഈ പുസ്തകമെന്ന് പി.ജി വ്യക്തമാക്കുന്നു. ചുരുക്കി പറഞ്ഞാൽ മലയാള സാഹിത്യത്തിൽ പൊതുവെയും മാർക്സിസ്റ്റ്, സൗന്ദര്യ ശാസ്ത്രത്തിന് പ്രത്യേകിച്ചും ഇ.എം.എസ് നൽകിയിട്ടുള്ള സംഭാവനകളെ വിലയിരുത്തുന്ന കൃതി.

2006 ഏപ്രിലിൽ ഡി.സി. ബുക്സ് (കോട്ടയം) പ്രസിദ്ധീകരിച്ച പുസ്തകത്തിന്റെ രണ്ടാം പതിപ്പ് (പു:290) 2011 ഏപ്രിൽ 11 ന് പുറത്തിറക്കി. പുരോഗമന കലാസാഹിത്യ പ്രസ്ഥാനത്തിന്റെ പുനരുത്ഥാനത്തിൽ ഇ.എം.എസിന്റെ വലം കൈയായി പ്രവർത്തിച്ച എം. എൻ കുറുപ്പിനാണ് പി.ജി ഈ പുസ്തകം സമർപ്പിച്ചിരിക്കുന്നത്.

ഇ.എം.എസ് ജീവിച്ചിരുന്ന സമയത്താണ് പുസ്തകത്തിന്റെ ആദ്യ അധ്യായങ്ങൾ പി.ജി.എഴുതിയത്. അവയെക്കുറിച്ച് ഇ.എം.എസുമായി അദ്ദേഹം ചർച്ച ചെയ്തിരുന്നു. പി.ജി.യുടെ അഭിപ്രായ പ്രകടനങ്ങളിലൊന്നും ഇടപെടാതെ വായിച്ചു കേട്ട ശേഷം, സംശയങ്ങൾക്ക് മറുപടി പറയുകയും 'പി.ജി.ക്ക് സ്വന്തമായി അഭിപ്രായങ്ങൾ പ്രകടിപ്പിക്കാമെന്ന്' പറയുകയുമാണ് ഇ.എം.എസ് ചെയ്തത്.

നാലു ഭാഗങ്ങളായി പുസ്തകത്തെ തരം തിരിച്ചിരിക്കുന്നു. *പ്രതിഭയുടെ പ്രഭാവം* എന്ന ഒന്നാം ഭാഗത്ത് (പു:15–40)മൂന്ന് അധ്യായങ്ങളാണുള്ളത്.

നവോത്ഥാന പ്രതിഭ എന്ന ഒന്നാം അദ്ധ്യായത്തിൽ പത്രപ്രവർത്തകനും സാഹിത്യ നിരൂപകനുമായുള്ള ഇ.എം.എസിന്റെ വളർച്ചയെക്കുറിച്ച് പ്രതിപാദിക്കുന്നു. മാർക്സിസത്തിന് എടുത്തുകാട്ടത്തക്ക വിധത്തിലുള്ള ഒരു സൗന്ദര്യശാസ്ത്രമുണ്ടോ, മാർക്സിന്റെയും എംഗൽസിന്റെയും ഏതെല്ലാം കൃതികളിലാണ് പക്വമായ ഒരു സൗന്ദര്യശാസ്ത്രം അവതരിപ്പിക്കുന്നത് എന്നും മറ്റുമുള്ള വിമർശകരുടെ ചോദ്യങ്ങൾക്ക് ഇ.എം.എസ് പലതവണ മറുപടി പറഞ്ഞ കാര്യം പി.ജി പരാമർശിക്കുന്നു. മാർക്സും എംഗൽസും ലെനിനുമൊന്നും അർഥശാസ്ത്രം, രാഷ്ട്രമീമാംസ മുതലായ വിഷയങ്ങളിൽ അവർ എഴുതിയ സമ്പൂർണ്ണ കൃതികളോട് താരതമ്യപ്പെടുത്തത്തക്കവിധം സൗന്ദര്യശാസ്ത്രത്തെയോ സാഹിത്യ നിരൂപണത്തെയോ കുറിച്ചൊന്നും എഴുതിയിട്ടില്ലെന്ന് ഇ.എം.എസ് വ്യക്തമാക്കി. എന്നാൽ സൗന്ദര്യശാസ്ത്രമടക്കം ഒരൊറ്റ വിജ്ഞാന ശാഖയെയും ഒഴിവാക്കാതെ എല്ലാറ്റിന്റെയും പൊതുനിയമങ്ങൾ ആവിഷ്കരിച്ചുകൊണ്ടുള്ള ഒരു ദർശനമാണ് മാർക്സിസം- ലെനിനിസത്തിന്റെ താത്വികാടിസ്ഥാനം എന്ന് ഇ.എം.എസ് ചൂണ്ടിക്കാണിച്ച കാര്യം പി.ജി വ്യക്തമാക്കുന്നു.[40]

ഇ.എം.എസിന്റെ മാതൃഭാഷാ പ്രണയത്തെക്കുറിച്ചാണ് രണ്ടാം അധ്യായത്തിൽ വിശദീകരിക്കുന്നത്. പി.ജി. അതേക്കുറിച്ചെഴുതി:

> .....വൈവിദ്ധ്യമേറിയ ജീവിത തലങ്ങളിലും മാറ്റംമറിച്ചിലുകളിലും എല്ലാം ഒരിക്കലും മാറാത്ത ഒരു പ്രണയവും ഒരു പ്രതിബദ്ധതയും അദ്ദേഹത്തിനുണ്ടായിരുന്നു- മാതൃഭാഷയോടുള്ള അതിരറ്റ പ്രണയവും അധഃസ്ഥിതരോടുള്ള അദമ്യമായ പ്രതിബദ്ധതയും....
>
> ജനകീയ പുരോഗതി ജനകീയ ഭാഷയെ അവഗണിച്ചുകൊണ്ട് നേടാൻ ഒരിക്കലുമാവില്ലെന്ന് ഇ.എം.എസും അടിയുറച്ചു വിശ്വസിച്ചു. ഭാഷാ പ്രയോഗത്തിന്റെ മുഖ്യധർമ്മം സംവേദനക്ഷമതയായിരിക്കണമെന്നതിനാൽ അത് ലളിതവും സരളവുമായിരിക്കണം എന്നും ഇ.എം.എസ് വാദിച്ചു.

മാർക്സിസം സ്വീകരിക്കുന്നതിനു മുമ്പുള്ള ഇ.എം.എസ്സിന്റെ നിരൂപണത്തെ വിലയിരുത്തുകയാണ് മൂന്നാം അദ്ധ്യായത്തിൽ. മുത്തിരിങ്ങോട് ഭവത്രാതൻ നമ്പൂതിരിപ്പാടിന്റെ *അപ്ഫന്റെ മകൾ* എന്ന ചരിത്രപ്രസിദ്ധമായ ആഖ്യായികയ്ക്ക് 1932 ൽ ഇ.എം.എസ് എഴുതിയ അവതാരികയെ വിലയിരുത്തിക്കൊണ്ടാണ് പി.ജി അത് ചെയ്യുന്നത്. മാർക്സിസത്തിലേക്ക് അനായാസം പ്രവേശിക്കാൻ ഇ.എം.എസിന് സഹായകമായ ചരിത്ര വീക്ഷണത്തിനു പുറമേ മറ്റ് ചില ശ്രദ്ധേയമായ കാര്യങ്ങൾ കൂടി ഈ അവതാരിക പുറത്തുകൊണ്ടു വരുന്നുവെന്ന് പി.ജി വിലയിരുത്തി. മാർക്സിസത്തിൽ ചെന്നെത്തുന്നതിനു മുമ്പുതന്നെ മാർക്സിസത്തിന്റെ ഉൾക്കാഴ്ച ഒരു മിന്നലാട്ടം പോലെ ഇ.എം.എസിൽ പ്രതിഫലിച്ചിരുന്നുവെന്ന് ഈ അവതാരിക ബോധ്യപ്പെടുത്തിത്തരുന്നുവെന്ന് പി.ജി പറഞ്ഞു.

*പ്രസ്ഥാനവും പ്രത്യയശാസ്ത്രവും* (പു:41 – 90) എന്ന രണ്ടാം ഭാഗത്തുള്ള നാലുമുതൽ 10 വരെയുള്ള അദ്ധ്യായങ്ങൾ 1937 ൽ ജീവൽ സാഹിത്യ സംഘം രൂപീകരിക്കുന്നതിലും അത് വളർന്ന് 1944 ൽ പുരോഗമന സാഹിത്യ സംഘടനയായതിലും 1970 ൽ ദേശാഭിമാനി സ്റ്റഡി സർക്കിൾ രൂപീകരിക്കുന്നതിലും അത് വിപുലീകരിച്ച് 1981 മുതൽ പുരോഗമന സാഹിത്യ സംഘം രൂപീകരിക്കുന്നതിലും 1992 ലെ പെരുമ്പാവൂർ രേഖ എഴുതിയുണ്ടാക്കിയതിലും ഇ.എം.എസ് വഹിച്ച പങ്ക് പ്രതിപാദിക്കുന്നു. ഇക്കാലത്ത് പുരോഗമന സാഹിത്യത്തിനെതിരെ രൂക്ഷമായ വിമർശനങ്ങളുയർത്തിയ സഞ്ജയൻ (എം.ആർ.നായർ), കുട്ടികൃഷ്ണമാരാർ, എസ്.ഗുപ്തൻ നായർ തുടങ്ങിയവരുൾപ്പെടെയുള്ള മഹാരഥന്മാരോട് ഇ.എം.എസ്. ഏറ്റുമുട്ടിയതും പി.ജി. ഇവിടെ വിശദീകരിക്കുന്നു."കല കലയ്ക്കുവേണ്ടിയോ സമൂഹത്തിനുവേണ്ടിയോ" എന്ന തർക്കത്തിൽ കല സാമൂഹ്യ പുരോഗതിക്കു വേണ്ടി എന്ന നിലപാടിൽ ഇ.എം.എസ് ഉറച്ചു നിന്നതും, "രൂപഭദ്രതയും ഭാവഭദ്രതയും'' തമ്മിലുള്ള ഏറ്റുമുട്ടലിൽ മുണ്ടശ്ശേരി മാസ്റ്ററോടും മറ്റും ഇ.എം.എസിന് രൂക്ഷമായി ഏറ്റുമുട്ടേണ്ടി വന്നതുമൊക്കെ, അതിലുണ്ടായ ശരിതെറ്റുകളുമൊക്കെ പി.ജി ഈ ഭാഗത്ത് സവിസ്തരം പ്രതിപാദിക്കുന്നുണ്ട്.

മലയാളത്തിലെ മാർക്സിസ്റ്റ് സാഹിത്യ നിരൂപണത്തിന് തുടക്കം കുറിച്ച ഇ.എം.എസിന്റെ ലേഖനത്തെക്കുറിച്ചും പി.ജി. ഈ ഭാഗത്ത് പരാമർശിക്കുന്നു. ഇന്ന് പൂത്തുലഞ്ഞു നില്ക്കുന്ന മാർക്സിസ്റ്റ് സാഹിത്യ നിരൂപണ വൃക്ഷത്തിന്റെ ആദ്യമുകുളം പ്രത്യക്ഷപ്പെട്ടത് 1937 ജൂലൈ 19–ാം തീയതിയിലെ *മാതൃഭൂമി* ആഴ്ചപ്പതിപ്പിലാണെന്ന് പി.ജി പറഞ്ഞു. ആ വർഷം ആദ്യം രൂപീകരിക്കപ്പെട്ട *ജീവൽ സാഹിത്യ സംഘ*ത്തിന്റെ നയവും ലക്ഷ്യവും വിശദീകരിച്ചുകൊണ്ട് ഇ.എം.എസ് നമ്പൂതിരിപ്പാട് എഴുതിയ *ജീവൽ സാഹിത്യവും സൗന്ദര്യബോധവും* എന്ന ലേഖനമാണ് മലയാളത്തിലെ മാർക്സിസ്റ്റ് സാഹിത്യ നിരൂപണത്തിന് തുടക്കം കുറിച്ചത്.

പ്രതിഭാ സംഗമം (പു: 91–168) എന്ന മൂന്നാം ഭാഗത്തെ 11 മുതൽ 18 വരെയുള്ള അദ്ധ്യായങ്ങളിൽ എഴുത്തച്ഛൻ, കുമാരാനാശാൻ, സി.വി. രാമൻ പിള്ള, ചങ്ങമ്പുഴ, കേസരി ബാലകൃഷ്ണപിള്ള, വള്ളത്തോൾ തുടങ്ങി മലയാള സാഹിത്യത്തിലെ പ്രഗൽഭമതികളെയും അവരുടെ കൃതികളെയും കുറിച്ചുള്ള ഇ.എം.എസിന്റെ പഠനത്തെയും നിഗമനത്തെയുംകുറിച്ചാണ് വിവരിക്കുന്നത്. സാഹിത്യകാരന്മാരെ പ്രത്യയശാസ്ത്രപരമായി വിലയിരുത്തുമ്പോൾ വളരെ ശ്രദ്ധയോടെയാണ് ഇ.എം.എസ് കാര്യങ്ങൾ വിശകലനം

ചെയ്തിട്ടുള്ളതെന്ന് പി.ജി. വ്യക്തമാക്കി. സി.വി. രാമൻ പിള്ള, ചന്തുമേനോൻ, വള്ളത്തോൾ, ചങ്ങമ്പുഴ എന്നിവരെയൊക്കെ വളരെ വ്യക്തമായി ഇ.എം.എസ് വിലയിരുത്തിയിട്ടുണ്ടെന്ന് പി.ജി ചൂണ്ടിക്കാട്ടി. *ആശാൻ – വിപ്ലവത്തിന്റെ ശുക്രനക്ഷത്രം* എന്നെഴുതിയപ്പോൾ *പൂർത്തിയാകാത്ത വിപ്ലവത്തിന്റെ ശുക്രനക്ഷത്രം* എന്ന് ഇ.എം.എസ് തിരുത്തി.

സാഹിത്യ പ്രപഞ്ചം (169 മുതൽ 251 വരെയുള്ള പേജുകൾ) എന്ന നാലാം ഭാഗത്ത് 19 മുതൽ 30 വരെയുള്ള അദ്ധ്യായങ്ങളിൽ ഇ.എം.എസ് നമ്പൂതിരിപ്പാടിന്റെ കൃതികളെ വിശദമായി പി.ജി. വിലയിരുത്തുന്നു. ഇന്ത്യൻ സ്വാതന്ത്ര്യ സമര ചരിത്രമാണ് വലിപ്പം കൊണ്ട് ഇ.എം.എസിന്റെ കൃതികളിൽ ഒന്നാം സ്ഥാനത്തെങ്കിലും 1963 ൽ എഴുതിത്തീർന്ന് 1966 ൽ പ്രസിദ്ധീകരിച്ച *ഇക്കണോമിക്സ് ആന്റ് പൊളിറ്റിക്സ് ഓഫ് ഇന്ത്യൻ സോഷ്യലിസ്റ്റ്* പാറ്റേൺ (ഇന്ത്യൻ സോഷ്യലിസ്റ്റ് മാതൃകയുടെ സാമ്പത്തികവും രാഷ്ട്രീയവും) എന്ന കൃതിയാണ് ഇ.എം.എസിന്റെ മാസ്റ്റർപീസ് എന്ന് പി.ജി വിലയിരുത്തുന്നു.

രണ്ട് അനുബന്ധങ്ങളും പുസ്തകത്തിനുണ്ട്. ഒന്ന്, പെരുമ്പാവൂരിൽ വെച്ച് 1992 ഏപ്രിൽ 26–27 എന്നീ തീയതികളിൽ നടന്ന പുരോഗമന കലാസാഹിത്യ സംഘത്തിന്റെ നാലാം സംസ്ഥാന സമ്മേളനം അംഗീകരിച്ച *പുതിയ കാലഘട്ടവും പുതിയ കാഴ്ചപ്പാടും* എന്ന പെരുമ്പാവൂർ രേഖ (പു: 259–272). രണ്ട്, ഇ.എം.എസിന്റെ *ജീവിത രേഖ* (പു: 273 – 278).

ഇ.എം.എസ്. മലയാള ഭാഷയ്ക്കും സാഹിത്യത്തിനും നൽകിയ സംഭാവനകളെ സാമൂഹ്യ പശ്ചാത്തലത്തിൽ വിലയിരുത്തുന്ന സമഗ്രമായ ഒരു കൃതിയാണിത്.[41] ഇ.എം.എസ് എന്ന ബഹുമുഖ വ്യക്തിത്വത്തിന്റെ പ്രതിനിരൂപ വൈദഗ്ദ്ധ്യം, പ്രത്യയശാസ്ത്ര വീക്ഷണം എന്നിവയും ഈ കൃതിയിൽ നിന്ന് വെളിവാകുന്നു. പി.ജി.യുടെ ഗവേഷണ സാമർത്ഥ്യത്തിന്റെയും മാർക്സിസ്റ്റ് വിശകലനത്തിന്റെയും കയ്യടക്കമുള്ള സർഗാത്മക എഡിറ്റിങ്ങിന്റെയും സൃഷ്ടിയാണിത്. മലയാളത്തിലെ സാഹിത്യ പഠനങ്ങൾക്ക് അപൂർവമായ ഒരു മാതൃകയാണ് ഈ കൃതി. നമ്മുടെ പുരോഗമന സാഹിത്യ ചരിത്രവും അതിന്റെ വളർച്ചയിലെ തടസ്സങ്ങളും പൊതുവിൽ മലയാള സാഹിത്യത്തിലെ ഗതിവിഗതികളും പഠിക്കാൻ പറ്റുന്ന ഒരു സാഹിത്യ പാഠപുസ്തകമാണ് പി. ഗോവിന്ദപ്പിള്ളയുടെ *ഇ.എം.എസും മലയാള സാഹിത്യവും.*

## 15. കെ.എം. ജോർജ് (1914 –2002)

ഭാരതമാകെ നിറഞ്ഞു നിന്ന മലയാള സാഹിത്യ പ്രതിഭ എന്നാണ് ഡോ. കെ.എം. ജോർജിനെ പി.ജി വിശേഷിപ്പിച്ചത്. സാഹിത്യ ചരിത്രകാരൻ, നിരൂപകൻ, ജീവചരിത്രകാരൻ, സഞ്ചാര സാഹിത്യകാരൻ, പ്രസാധകൻ, നാടകകൃത്ത്, വിവർത്തകൻ ബൃഹത് സാഹിത്യ സമാഹാരങ്ങളുടെ സമ്പാദകൻ – പ്രസാധകൻ, ഉപന്യാസകാരൻ, ഗവേഷകൻ, പത്രാധിപർ, അധ്യാപകൻ, സാംസ്കാരിക സംഘാടകൻ എന്നീ വിവിധ നിലകളിൽ സാഹിത്യ സാംസ്കാരിക ചരിത്രത്തിൽ വ്യക്തിമുദ്ര പതിപ്പിച്ച ഡോ.കെ.എം. ജോർജ് ഇംഗ്ലീഷിലും മലയാളത്തിലുമായി നേരിട്ട് എഴുതിയും എഡിറ്റ് ചെയ്തും വിവർത്തനം നിർവഹിച്ചും 70 ൽപരം കൃതികൾ രചിച്ചിട്ടുണ്ടെന്ന് പി.ജി വ്യക്തമാക്കി. കേന്ദ്ര സർവകലാശാലയുടെ ഡി.ലിറ്റ്, സംസ്ഥാന സർക്കാ

രിന്റെ എഴുത്തച്ഛൻ പുരസ്കാരം, വള്ളത്തോൾ പുരസ്കാരം തുടങ്ങി ധാരാളം ബഹുമതികൾ അദ്ദേഹത്തിന് ലഭിക്കുകയുണ്ടായി.

പ്രസിദ്ധ പ്രാചീന മലയാള കാവ്യമായ *രാമചരിത*ത്തെക്കുറിച്ചുള്ള പഠനമായിരുന്നു ജോർജിന്റെ പി.എച്ച്.ഡി ഗവേഷണ വിഷയം. പിന്നീടത് ഇംഗ്ലീഷിലും മലയാളത്തിലും പ്രസിദ്ധീകരിക്കപ്പെട്ടപ്പോൾ ആ കാലഘട്ടത്തെയും കൃതിയെയുംകുറിച്ചുള്ള ഏറ്റവും ആധികാരികമായ കൃതി മലയാളത്തിനു ലഭിച്ചുവെന്ന് പി.ജി പറഞ്ഞു.

1935 ൽ 21–ാം വയസ്സിൽ ജോർജ് എഴുതിയ *വേദ പുസ്തകമാഹാത്മ്യം* എന്ന കൃതി തെളിയിക്കുന്നത് ആദ്യകാലം മുതലേയുള്ള അദ്ദേഹത്തിന്റെ പഠനകൗതുകവും സാഹിത്യവാസനയുമാണെന്ന് പി.ജി ചൂണ്ടിക്കാട്ടി. 1940 ൽ മദ്രാസിൽ ക്രിസ്ത്യൻ കോളേജിൽ മലയാളഭാഷാ ലക്ചററായി നിയമിക്കപ്പെട്ട ജോർജ് പിന്നീട് വകുപ്പ് മേധാവിയായി. ചെന്നൈയിലെ പഠനകാലവും അധ്യാപനകാലവും ജോർജിലെ സാംസ്കാരിക പ്രവർത്തകനെയും ഗ്രന്ഥകാരനെയും കുറച്ചൊന്നുമല്ല വളർത്തിയത്. ഇക്കാലത്ത് ചെന്നൈയിൽനിന്നു പുറപ്പെട്ടിരുന്ന *ലോകവാണി*യെന്ന നിലവാരപ്പെട്ട ഒരു മലയാള സാഹിത്യ മാസികയുടെ പത്രാധിപത്യവും അദ്ദേഹം വഹിച്ചു.

1955 മുതൽ 1969 വരെ ആദ്യം കേന്ദ്ര സാഹിത്യ അക്കാദമിയുടെ അസിസ്റ്റന്റ് സെക്രട്ടറിയായും പിന്നീട് റീജണൽ സെക്രട്ടറിയായും അദ്ദേഹം സേവനമനുഷ്ഠിച്ചു. 1969 ൽ അക്കാദമിയിൽ നിന്ന് വിരമിച്ച് ചെന്നൈയിൽ താമസമുറപ്പിച്ചപ്പോഴാണ് സർവ വിജ്ഞാനകോശത്തിന്റെ ഉത്തരവാദിത്വമേറ്റെടുക്കണമെന്ന ഇ.എം.എസിന്റെ സന്ദേശവുമായി പി.ജി.യും കേരള വിദ്യാഭ്യാസ സെക്രട്ടറി ശങ്കരനാരായണൻ ഐ.എ എസും അദ്ദേഹത്തെ കാണുന്നത്. അതു സ്വീകരിച്ച അദ്ദേഹം കേരളത്തിലെത്തി.

1969 ൽ ഡോ. ജോർജിനെ ഒമ്പതു വർഷമായി മുടങ്ങിക്കിടന്നിരുന്ന സർവവിജ്ഞാന കോശത്തിന്റെ ഡയറക്ടറായി ഇ.എം.എസ് മന്ത്രിസഭ നിയമിച്ചു. രണ്ടു വർഷം വീതം ഓരോ സഞ്ചിക പ്രസിദ്ധീകരിച്ച് 1990 നകം ഈ പദ്ധതി പൂർത്തിയാക്കണം എന്നായിരുന്നു ഇ.എം.എസ് ജോർജിന് നൽകിയ നിർദ്ദേശം. 1972 ഡിസംബറിൽ സർവ വിജ്ഞാനകോശത്തിന്റെ ഒന്നാം വോള്യം പുറത്തിറക്കിക്കൊണ്ട് ജോർജ് ആ വാക്ക് പാലിച്ചു. ആ സമയം ഇ.എം.എസ് അധികാരമൊഴിഞ്ഞിരുന്നു. അടുത്ത ഒരു വോള്യം ഇ.എം.എസിനോട് ചെയ്ത വാഗ്ദാന പ്രകാരം പുറത്തിറക്കിയ ജോർജ് പിന്നീട് വിരമിച്ചു. പ്രസാധനം പിന്നീട് മന്ദഗതിയിലായി. സാധാരണ സാഹിത്യകാരന്മാർക്കിടയിലും പണ്ഡിതന്മാർക്കിടയിലും കാണാത്ത കൃത്യനിഷ്ഠയും സംഘടനാപാടവവും കർമ്മകുശലതയും ഡോ. ജോർജ് ഒരിക്കൽ കൂടി തെളിയിച്ചുവെന്ന് പി.ജി. ചൂണ്ടിക്കാണിച്ചു.

എൻസൈക്ലോപീഡിയ ബ്രിട്ടാനിക്ക തുടങ്ങിയ സാർവദേശീയ നിലവാരമുള്ള വിജ്ഞാന കോശങ്ങളുമായി താരതമ്യപ്പെടുത്താൻ കഴിയും വിധം കെട്ടുംമട്ടും രൂപകല്പനയും സർവവിജ്ഞാന കോശത്തിന് നൽകാൻ ഡോ. ജോർജിന് കഴിഞ്ഞുവെന്ന് പി.ജി. വിലയിരുത്തി. അത് ഏറക്കുറെ പിന്നിട് തുടരുകയും ചെയ്തു.

മലയാള സാഹിത്യത്തിലും സാംസ്കാരിക ജീവിതത്തിലും ആധുനികയുഗത്തിൽ അനുപമമായ ഒരു സ്ഥാനമാണ് ഡോ. കെ.എം.ജോർജിനുള്ളതെന്ന് പി.ജി പറഞ്ഞു. ഹെർമൻ ഗുണ്ടർട്ട്, കേരള വർമ്മ വലിയകോയിത്ത

മ്പുരാൻ, രാജരാജ വർമ്മ തുടങ്ങിയ മഹാപ്രതിഭാശാലികളായ മലയാള ഭാഷാ പ്രേമികൾ നിർവഹിച്ച, ഭാഷയെ ആധുനികവും സമ്പന്നവുമാക്കി വളർത്തുവാനുതകുന്ന ഉപാധികളും ഉപദാനങ്ങളും നിർമ്മിച്ചു നൽകുക എന്ന കൃത്യം തുടർന്ന് നിർവഹിച്ചത് ഡോ. ജോർജ്ജാണെന്ന് പി.ജി പറഞ്ഞു. ചില കാര്യങ്ങളിൽ ഡോ. ജോർജ് ഇവിടെ പരാമൃഷ്ടരായ പൂർവസൂരികളേക്കാൾ ഒരു ചുവടുകൂടി അപ്പുറം കടന്നുവെന്ന് പി.ജി പറഞ്ഞു.[42]

മലയാള സാഹിത്യത്തെ മറുനാട്ടുകാർക്കും മറുനാടൻ സാഹിത്യത്തെ മലയാളികൾക്കും അഭിഗമ്യമാക്കുവാനുള്ള യത്നത്തിൽ ഡോ. ജോർജിന്റെ പ്രവർത്തനം ആസേതുഹിമാചലംവരെ വ്യാപിച്ചിരിക്കുന്നുവെന്ന് പി.ജി പറഞ്ഞു. മലയാളം സർവവിജ്ഞാനകോശത്തിന്റെ ആദ്യത്തെ രണ്ടു വോള്യങ്ങൾ അദ്ദേഹം ഡയറക്ടറായിക്കൊണ്ടാണ് പുറത്തു വന്നത് (1969 –75) പിന്നീട് അദ്ദേഹത്തിന്റെ മുഖ്യ പ്രസാധകത്വത്തിൽ (1976 –77) തയ്യാറാക്കപ്പെട്ട *എൻസൈക്ലോപീഡിയ ഓഫ് ഇന്ത്യൻ ലിറ്ററേച്ചർ* ഇന്ത്യൻ താരതമ്യ സാഹിത്യ പഠനത്തിന് സുസ്ഥിരമായ അടിത്തറപാകിയെന്ന് പി.ജി പറഞ്ഞു. തുടർന്ന് കേരള സാഹിത്യ അക്കാദമിയും മാക്മില്ലൻ കമ്പനിയും ചേർന്ന് ആദ്യം ഇംഗ്ലീഷിലും പിന്നീട് മലയാളത്തിലും രണ്ടു ബൃഹദ് വാല്യങ്ങളായി പ്രസിദ്ധീകരിച്ച *കമ്പാരറ്റീവ് ഇന്ത്യൻ ലിറ്ററേച്ചർ* (മലയാളത്തിൽ ഭാരതീയ സാഹിത്യ ചരിത്രം) ആസൂത്രണം ചെയ്തതിലും സമ്പാദനവും പ്രസാധനവും നിർവ്വഹിച്ചതിലൂടെയും ഭാരതീയ താരതമ്യ സാഹിത്യ പഠനത്തെ പ്രായപൂർത്തിയിലെത്തിക്കുകയാണ് ജോർജ് ചെയ്തതെന്ന് പി.ജി. വിലയിരുത്തി. മൂന്ന് ബൃഹദ് വാല്യങ്ങളായി കേന്ദ്ര സാഹിത്യ അക്കാദമി പ്രസിദ്ധീകരിച്ച *മോഡേൺ ഇന്ത്യൻ ലിറ്ററേച്ചർ: ആൻ ആന്തോളജി* എന്ന കൃതി തയ്യാറാക്കിയത് ഡോ. ജോർജ് ചീഫ് എഡിറ്റർ ആയിക്കൊണ്ടാണ്.

ഡോ. കെ. എം. ജോർജിന്റെ *ഭാരതീയ സാഹിത്യ സമീക്ഷ* (ഇംഗ്ലീഷിൽ ഇതിന് സമാനമായി *ആസ്പെക്ടസ് ഓഫ് ഇന്ത്യൻ ലിറ്ററേച്ചർ* എന്നൊരു കൃതിയും അദ്ദേഹത്തിന്റേതായിട്ടുണ്ട്) എന്ന കൃതിയെ നിരൂപണം ചെയ്തകൊണ്ട് പി.ജി. എഴുതിയ ലേഖനമാണ് *ആദ്യന്തം രസനിഷ്യന്ദിയും മൂല്യനിർഭരവുമായ ഒരു ഗ്രന്ഥം* എന്നത്. ഇതിനു മുമ്പ് ജോർജ് എഴുതിയ വിശിഷ്ട ഗ്രന്ഥങ്ങളുടെയെല്ലാം സത്തും ചൈതന്യവും ഒരു ചിമിഴിലെന്ന പോലെ ഒതുക്കിത്തന്നിരിക്കുകയാണ് ഡോ. ജോർജ് ഈ കൃതിയിൽ. ഈ കൃതികളെല്ലാം അല്ലെങ്കിൽ അവയുടെ ആവശ്യമെന്നു തോന്നുന്നവ വായിച്ചവർക്ക് ഒരു സംഗ്രഹവും ഉപസംഹാരവുമായി *ഭാരതീയ സാഹിത്യ സമീക്ഷ* അനുഭവപ്പെടുമെന്ന് പി.ജി പറഞ്ഞു. അവ വായിക്കാൻ ആരംഭിക്കുന്നവർക്കും ആരംഭിച്ചവർക്കുമാകട്ടെ ഒരു വിഹഗ വീക്ഷണവും വഴികാട്ടിയുമായ മുഖവുരയായി *സമീക്ഷ* അനുഭവപ്പെടും.[43]

*സമീക്ഷ* മുൻകൃതികളുടെ യാന്ത്രികമായ ഒരു ചുരുക്കെഴുത്താണ് എന്നല്ല ഇതിനർത്ഥം. സമ്പൂർണ്ണവും മൗലികവുമായ ഒരു സ്വതന്ത്ര പ്രബന്ധം (ഇൻഡിപെന്റന്റ് തിസീസ്) തന്നെയാണ് *സമീക്ഷ.* “മേല്പറഞ്ഞ ബൃഹദ് കൃതികളിലെല്ലാം ഒരു ശോണസൂത്രം പോലെ ചലിക്കുന്നതെങ്കിലും ഒരിടത്തും വ്യക്തമായി വ്യവച്ഛേദിച്ച് ആവിഷ്കരിച്ചിട്ടില്ലാത്ത ഒരു മുഖ്യപ്രമേയം യുക്തിഭദ്രമായും രസനിഷ്യന്ദിയായും” ഈ കൃതിയിൽ ആവിഷ്കരിക്കപ്പെട്ടിരിക്കുന്നുവെന്ന് പി.ജി. വിലയിരുത്തി.

404 പുറങ്ങളുള്ള ഈ കൃതിയുടെ ഉള്ളടക്കത്തെക്കുറിച്ച് കൃതിയുടെ പ്രസ്താവനയിൽ ഡോ. ജോർജ് പറയുന്നതിങ്ങനെ: "ഇതൊരു ചരിത്രകൃതിയല്ല. നിരൂപണഗ്രന്ഥവുമല്ല. ഭാരതീയ ഭാഷകളെയും സാഹിത്യങ്ങളെയും കുറിച്ച് ഒരു മൊത്തക്കാഴ്ച നൽകുന്നതും തിരഞ്ഞെടുക്കപ്പെട്ട സാഹിത്യപ്രതിഭകളെയും ഉത്കൃഷ്ട കൃതികളെയും പരിചയപ്പെടുത്തുന്നതുമായ ഒരു ലഘു ഗ്രന്ഥമായി ഇതിനെ പരിഗണിച്ചാൽ മതി."

എന്നാൽ കൃതിയെക്കുറിച്ചുള്ള പി.ജി.യുടെ വിലയിരുത്തലിങ്ങനെയാണ്: "ഡോ. ജോർജിന്റെ അതിവിനയം നമ്മെ വഴി തെറ്റിക്കേണ്ടതില്ല. ഭാരതത്തിന്റെ പ്രാചീനവും അർവാചീനവുമായ സാഹിത്യപാരമ്പര്യത്തെയാകെ പുൽക്കൊടിത്തുമ്പിലെ തുഷാരബിന്ദു പ്രപഞ്ചത്തെയാകെ പ്രതിഫലിപ്പിക്കുന്നതുപോലെ തിളക്കത്തോടെ ഈ മനോഹര കൃതിയിൽനിന്ന് അനുവാചകർക്ക് ലഭ്യമാകുന്നു."

### 16. എസ്. ഗുപ്തൻ നായർ (1919 – 2006)

പ്രസിദ്ധനായ നിരൂപകൻ, പ്രശസ്തനായ അധ്യാപകൻ, സമർത്ഥനായ പ്രഭാഷകൻ എന്നീ നിലകളിലാണ് പി.ജി. ഗുപ്തൻനായരെ വിലയിരുത്തുന്നത്. "പുതിയ ഏതെങ്കിലും ചിന്താധാരകൾ തുറന്നു വിടുകയോ അചുംബിതമായ ഏതെങ്കിലും നവീനാശയങ്ങൾ അവതരിപ്പിച്ച് വിവാദങ്ങൾക്ക് തിരികൊളുത്തുകയോ ചെയ്യുന്നവയല്ല" പ്രൊഫസർ ഗുപ്തൻ നായരുടെ സാഹിത്യ നിരൂപണങ്ങൾ എങ്കിലും "അവയുടെ അക്കാദമികപൂർണിമയും ഒഴുക്കുള്ള ഹൃദ്യമായ ശൈലീ ഭംഗിയും അവയെ നിരൂപണവിഷയമായ സർഗസൃഷ്ടി എന്ന പോലെ അനുവാചകരെ ആഹ്ലാദിപ്പിക്കുന്നു"[44] ഗുപ്തൻ നായരുടെ നിരൂപണങ്ങൾ മറ്റു പല പ്രഗൽഭരെന്ന് കരുതപ്പെടുന്ന നിരൂപകരെപ്പോലെ നിരൂപകർക്ക് വേണ്ടി എഴുതുന്നവയല്ല. അദ്ദേഹത്തിന്റെ ആദ്യകാല സാഹിത്യ കൃതികളായ *ആധുനിക സാഹിത്യം* (1951), *സാഹിത്യ സ്വരൂപം*(1953), *സമാലോചന* (1957), *ക്രാന്തദർശികൾ* (1958) തുടങ്ങിയവയെല്ലാം വിദ്യാർത്ഥികൾക്കും യുവസഹൃദയർക്കും സാഹിത്യ ആരാമത്തിലേക്കുള്ള പുഷ്പാലംകൃത വാതായനങ്ങളാണെന്ന് പി.ജി വിലയിരുത്തി.

ഗുപ്തൻനായർ തന്റെ സാഹിത്യ സപര്യ ആരംഭിച്ചത് പ്രതിബദ്ധതയുള്ള ഉൽബുദ്ധനായ ഒരു പുരോഗമന സാഹിത്യനിരൂപകൻ എന്ന നിലയിലാണെന്ന് പി.ജി ചൂണ്ടിക്കാണിച്ചു. 1951 ൽ പ്രസിദ്ധീകരിച്ച *ആധുനിക സാഹിത്യം* എന്ന കൃതിയിൽ ഗുപ്തൻനായർ എഴുതിയത് പി.ജി ഉദ്ധരിച്ചു:

> സാഹിത്യം സാമൂഹ്യനീതികളുടെ പ്രതിഫലനമാണ്. അതേസമയം ഇച്ഛാനുരൂപമായ പരിവർത്തനത്തിനുള്ള കാഹളവുമാണ്. ഈ പരമാർഥം മനസിലാക്കിയിട്ടുള്ള കലാകാരൻ സമൂഹത്തിന്റെ ഓരോ ചലനത്തെയും സൂക്ഷ്മമായി പഠിച്ചേ മതിയാവൂ. അങ്ങനെ പഠിക്കാതെ നിർവഹിക്കപ്പെടുന്ന കലാ വ്യാപാരങ്ങൾ, സ്വതേ കുഴഞ്ഞിരിക്കുന്ന ലോകത്തെ ഒന്നുകൂടി കുഴയ്ക്കാൻ മാത്രമേ പ്രയോജനപ്പെടുകയുള്ളൂ... മനുഷ്യന്റെ കഴിവുകൾ സീമയറ്റതാണെന്നും മനഃപൂർവമായി പ്രവർത്തിച്ചാൽ ഈ ലോകത്തിന്റെ വ്യാകുലതകൾ വളരെയേറെ പരിഹരിക്കപ്പെടുമെന്നും ഉള്ള വിശ്വാസം ഓരോ മനു

ഷ്യനിലും കുത്തിവയ്ക്കേണ്ടത് മറ്റാരിലും ഉപരി സാഹിത്യകാരന്റെ കടമയാണ്. അമന്ദമായ ഈ ഉത്സാഹവും സയുക്തികമായ ഈ ശുഭാപ്തി വിശ്വാസവും പുരോഗതിയുടെ ആണിക്കല്ലുകളാണ്. ടാഗോർ പറഞ്ഞതുപോലെ നമുക്ക് മുന്നോട്ടു പോകേണ്ടിയിരിക്കുന്നു. സാമൂഹ്യങ്ങളായ കർത്തവ്യങ്ങളുടെ നിർവഹണത്തിനു നമ്മെ പ്രാപ്തരാക്കാൻ; നമ്മുടെ സഹജീവികളുടെ ജീവിതഭാരത്തിൽ പങ്കുകൊള്ളാൻ. ഈ ബോധമാണ് മനുഷ്യസ്നേഹിയായ സാഹിത്യകാരനെ പുരോഗമനത്തിന്റെയും പരിവർത്തനത്തിന്റെയും വക്താവാക്കിത്തീർക്കുന്നത്.[45]

എന്നാൽ *ചുവന്ന പതിറ്റാണ്ട്* എന്നറിയപ്പെടുന്ന 1950 കളുടെ അവസാനത്തോടെ “വിമോചനസമര”ത്തിലൂടെയും മറ്റും കേരളത്തിന്റെ ചുവപ്പിൽ കാളിമ കലരാൻ തുടങ്ങിയപ്പോൾ ആ കെട്ട കാലാവസ്ഥയെ ചെറുത്തു നിൽക്കാൻ അദ്ദേഹം തയ്യാറായില്ല. ഇതോടുകൂടി അദ്ദേഹത്തിന്റെ ആദ്യകാല സാഹിത്യ രചനകളിലെ ആർജവവും തിളക്കവും മങ്ങിത്തുടങ്ങിയെന്ന് പി.ജി. വിലയിരുത്തി. സാഹിത്യത്തിലെ സാമൂഹ്യ പ്രതിബദ്ധത ആദർശ ദാർഢ്യത്തിന്റെയും ദിശാബോധത്തിന്റെയും വഴികാട്ടിയായി കരുതിയിരുന്ന ആദ്യകാലകൃതികളിൽ നിന്ന് ഗുപ്തൻനായരുടെ വ്യതിയാനം ആരംഭിക്കുന്നത് 1966 ൽ പുറത്തു വന്ന അദ്ദേഹത്തിന്റെ *ഇസങ്ങൾക്കപ്പുറം* എന്ന കൃതിയോടെയാണ്. ഇതിന് പ്രത്യാഖ്യാനമായി പി.ജി. എഴുതിയ ഗ്രന്ഥമാണ് *ഇസങ്ങൾക്കിപ്പുറം*.

പി.ജി.യുടെ നിശിതമായ വിമർശനം ഗുപ്തൻനായരെ അലട്ടുകയും ചൊടിപ്പിക്കുകയും ചെയ്യുകയും ചില മറുപടികൾ അദ്ദേഹത്തിന്റെയും ശിഷ്യൻമാരുടെയും പക്ഷത്തുനിന്ന് വരുകയും ചെയ്തു.

*ഇസങ്ങൾക്കപ്പുറത്തിൽ* പ്രതിഫലിപ്പിക്കുന്ന നിലപാടുകൾ ഗുപ്തൻ നായർ ഉപേക്ഷിച്ചതായി തെളിവൊന്നുമില്ലെങ്കിലും അദ്ദേഹത്തിന്റെ അവസാനകാല കൃതികളിൽ ചില മാറ്റങ്ങളുടെ മാറ്റൊലികൾ കേൾക്കാം. നേരത്തെ സൂചിപ്പിച്ച തന്റെ ആദ്യകാല സാഹിത്യ നിരൂപണങ്ങളുടെ സമാഹാരത്തിന് അദ്ദേഹമെഴുതിയ ആമുഖ പഠനം അതിന് തെളിവായി പി.ജി ചൂണ്ടിക്കാട്ടുന്നു.

ഗുപ്തൻ നായരുടെ പുരോഗമന ചിന്തയും യാഥാസ്ഥിതികത്വവും പരസ്പരം ഉരസി നിൽക്കുന്ന പ്രതീതിയാണ് *കേസരിയുടെ വിമർശനം* (1987) എന്ന കൃതിയിൽ കാണുന്നത്. കേസരിയുടെ വിപ്ലവകരമായ രാഷ്ട്രീയം പുരോഗമനോന്മുഖമായ സാഹിത്യ വീക്ഷണവും പൂർണമായി സ്വാംശീകരിക്കാൻ ഗുപ്തൻനായർക്കായിട്ടില്ലെന്ന് പി.ജി. വിലയിരുത്തി. ഇരുവരുടെയും വ്യക്തിത്വങ്ങളും വീക്ഷണങ്ങളും ഇരു ധ്രുവങ്ങളിലാണെന്ന് വ്യക്തമാണെന്നും അദ്ദേഹം കൂട്ടിച്ചേർത്തു.

ഗുപ്തൻ നായരുടെ ആദ്യകാല കൃതികളിലൊന്നും തന്റെ സഹപാഠിയും സ്നേഹപാത്രവുമായിരുന്ന മഹാകവി ചങ്ങമ്പുഴയേയും അദ്ദേഹത്തിന്റെ കവിതയേയുംകുറിച്ച് പരാമർശമൊന്നുമില്ലെങ്കിലും 1948 ചങ്ങമ്പുഴ അന്തരിച്ച് മൂന്ന് പതിറ്റാണ്ടു കഴിഞ്ഞശേഷം പഴയ ചങ്ങാതിയെക്കുറിച്ചെഴുതാൻ ഗുപ്തൻ നായർ തയ്യാറായത് പി.ജി അനുസ്മരിക്കുന്നു. ചങ്ങമ്പുഴയുടെ പുനരുജ്ജീവനത്തിന്റെ കാലമായിരുന്നു 1980 കൾ. ചങ്ങമ്പുഴ അന്ത

രിച്ചതിനു ശേഷം മൂന്ന് പതിറ്റാണ്ടോളം അദ്ദേഹത്തെക്കുറിച്ച് ജീവചരിത്രങ്ങളും പഠനങ്ങളും അനുസ്മരണ സെമിനാറുകളും നടത്താൻ തുടങ്ങിയ പുതിയ കാലാവസ്ഥയാണ് ഗുപ്തൻ നായർക്ക് ചങ്ങമ്പുഴയെ കുറിച്ചെഴുതാൻ പ്രേരകമായതെന്ന് പി.ജി കാണുന്നു.

## 17. എം.കൃഷ്ണൻ നായർ (1923–2006)

'സൂര്യനസ്തമിക്കാത്ത സാഹിത്യ സാമ്രാജ്യത്തിനുടമ' എന്നാണ് പ്രൊഫസർ എം. കൃഷ്ണൻ നായരെ പി.ജി. വിശേഷിപ്പിക്കുന്നത്. മലയാള സാഹിത്യ നിരൂപണ രംഗത്തെ തന്റെ വഴിയിലൂടെയും ശൈലിയിലൂടെയും അദ്ദേഹം സമ്പന്നമാക്കി. പ്രസിദ്ധ നിരൂപകരായ ഗുപ്തൻ നായരെയും കൃഷ്ണൻ നായരെയും താരതമ്യം ചെയ്തുകൊണ്ട് പി. ജി. പറഞ്ഞത് "ഏതു കാര്യവും ആലോചിച്ചും പഠിച്ചിട്ടും അഭിപ്രായങ്ങൾ പറയുകയും എഴുതുകയും ചെയ്യുന്ന ആളായിരുന്നു ഗുപ്തൻ നായരെങ്കിൽ കൃഷ്ണൻ നായരുടെ വിചാരങ്ങളുടെയും വായനയുടെയും മേഖല അതിലേറെ വ്യാപകവും അദ്ദേഹത്തിന്റെ അഭിപ്രായങ്ങൾ സുചിന്തനങ്ങൾ എന്നതിനേക്കാൾ വ്യക്തിപരമായ ഇഷ്ടാനിഷ്ടങ്ങൾ കൊണ്ട് നിറം പകർന്നതുമായിരുന്നു" എന്നാണ്.[46]

ആദ്യം *മലയാളനാടി*ലും പിന്നീട് *കാലാകൗമുദി*യിലും അവസാനം *മലയാളം വാരിക*യിലുമായി നാലു പതിറ്റാണ്ടിലേറെക്കാലം തുടർച്ചയായി ആഴ്ചതോറും എഴുതിക്കൊണ്ടിരുന്ന *വാരഫലം* ആയിരുന്നു കൃഷ്ണൻ നായരുടെ മുഖ്യ സംവേദന രംഗം."സുപരിചിതമായ പഠനങ്ങളെയും വിശകലനങ്ങളെയുംകാൾ കൂടുതൽ ഹ്രസ്വമായ അഭിപ്രായപ്രകടനങ്ങൾക്കും പരിചയപ്പെടുത്തലുകൾക്കുമായിരുന്നു" അതിൽ പ്രസക്തി എന്ന കാഴ്ചപ്പാടാണ് പി.ജിക്കുള്ളത്.

മാതൃഭാഷ കഴിഞ്ഞാൽ അല്പം സംസ്കൃതവും കുറെ ഇംഗ്ലീഷുമായി കഴിഞ്ഞുകൊണ്ടിരുന്ന മലയാളി സഹൃദയർക്ക് വിശ്വസാഹിത്യം ആദ്യം പരിചയപ്പെടുത്തിയത് കേസരി ബാലകൃഷ്ണപിള്ളയായിരുന്നു. അദ്ദേഹത്തെത്തുടർന്ന് ആ മഹത്കൃത്യം തുടരാൻ പലരും തയ്യാറായി മുന്നോട്ടു വന്നെങ്കിലും കൃഷ്ണൻ നായരോളം ആ കൃത്യം ഇത്ര മഹത്തായ രീതിയിൽ നിർവഹിച്ച മറ്റൊരാളില്ലെന്ന് പി.ജി. ചൂണ്ടിക്കാട്ടി. ഇംഗ്ലീഷിലും ഫ്രഞ്ചിലും റഷ്യനിലും പഴയ സംസ്കൃതത്തിലുമുള്ള ഏതാനും കൃതികൾ മലയാളി വായനക്കാർക്ക് പരിചയപ്പെടുത്തുകയും ചിലത് വിവർത്തനം ചെയ്യുകയും അവയിലെ സിദ്ധാന്തങ്ങളും സങ്കൽപ്പങ്ങളും മലയാള നിരൂപണത്തിൽ സന്നിവേശിപ്പിക്കുകയുമാണ് കേസരി ചെയ്തത്. എന്നാൽ ചിലിയിലേയും മെക്സിക്കോയിലേയും നൈജീരിയായിലേയും ചൈനയിലേയും ദക്ഷിണാഫ്രിക്കയിലേയും യൂറോപ്പിലേയും ഓസ്ട്രേലിയായിലേയുമെല്ലാം സാഹിത്യകൃതികൾ കൃഷ്ണൻ നായരുടെ വായനയിലും നിരൂപണത്തിലും പെട്ടിരുന്നു. പഴയ ബ്രിട്ടീഷ് സാമ്രാജ്യം പോലെ കൃഷ്ണൻ നായരുടെ സാഹിത്യസാമ്രാജ്യം സൂര്യനസ്തമിക്കാത്തതായിരുന്നു. പരപ്പിന് തുല്യമായ ആഴം ഉണ്ടായിരിക്കാമെങ്കിലും കൃഷ്ണൻനായരുടെ വാരഫലങ്ങളിൽ ആഴത്തേക്കാൾ പരപ്പിനാണ് പ്രാമാണ്യമെന്ന് പി.ജി. നിരൂപണം ചെയ്യുന്നു.

കൃഷ്ണൻ നായരുടെ സാഹിത്യ നിരൂപണ രീതിയെക്കുറിച്ച് പി.ജി ഇങ്ങനെ എഴുതി:

> കൃഷ്ണൻനായരുടെ അഭിപ്രായ പ്രകടനങ്ങൾക്ക് കൃത്യമായ പ്രത്യയ ശാസ്ത്ര തുടർച്ചയോ, ചായ്‌വോ ഇല്ല. ഗുപ്തൻനായരുടെ ഇസങ്ങൾക്കപ്പുറമുള്ള വീക്ഷണ വ്യാപാരം എന്നതിനേക്കാൾ സ്വന്തം ഇഷ്ടാനിഷ്ടങ്ങളും വായിക്കുന്ന സന്ദർഭത്തിലെ ചഞ്ചലമായ വിചാര വികാരങ്ങളും ആയിരുന്നു കൃഷ്ണൻനായർക്ക് പ്രചോദനം. ചിലപ്പോൾ വളരെ പ്രശസ്തനായ ഒരു കവിയെയോ കഥാകൃത്തിനെയോ ആക്ഷേപിച്ചു തള്ളണമെങ്കിൽ അതു വായിച്ചതിനുശേഷം എന്റെ തലവേദന മാറിയിട്ടില്ലന്നോ ദീപനം ക്ഷയിച്ചുവെന്നോ മാത്രം പറഞ്ഞാൽ അദ്ദേഹം മറ്റുള്ളവർ എന്തു വിചാരിക്കുമെന്നൊന്നും ആലോചിക്കാതെ അവയെ തിരസ്കരിക്കും. ദീർഘമായ തന്റെ ജീവിതത്തിലെ അനുഭവങ്ങളും കേട്ടറിഞ്ഞ സംഭവ കഥകളും ചിലപ്പോൾ സ്വപ്നം കണ്ട കാര്യങ്ങളും വിമർശനങ്ങൾക്കിടയിൽ ഇടയ്ക്കിടെ തെളിഞ്ഞു വരുമ്പോൾ പരാമൃഷ്ട കൃതികളെപ്പറ്റിയുള്ള ധാരണ ലഭിച്ചില്ലെങ്കിലും വായനക്കാർക്ക് ഗൃഹസദസ്സിലെ വെടിപറച്ചിലിന്റെ ഒരു രസം കിട്ടും എന്ന മെച്ചമുണ്ട്. ഒരാഴ്ച താൻ വാനോളം പുകഴ്ത്തിയ ഒരെഴുത്തുകാരനെ പിറ്റേയാഴ്ച പാതാളത്തോളം ചവിട്ടിത്താഴ്ത്താൻ കൃഷ്ണൻനായർക്ക് ഒരു മനശ്ചാഞ്ചല്യവും അനുഭവപ്പെട്ടിട്ടില്ല എന്നുള്ളത് ആലോചനാമൃതമാണ്.[47]

കൃഷ്ണൻ നായരുടെ എഴുതാനുള്ള അദമ്യമായ ആവേശവും അനിതരസാധാരണമായ കഴിവും പി.ജി.യെ അമ്പരപ്പിച്ചിരുന്നു. സാഹിത്യ രംഗത്തെ വിവാദപുരുഷനായിരുന്നു കൃഷ്ണൻ നായർ. "മങ്ങാത്ത മസ്തിഷ്കവും മഷിയുണങ്ങാത്ത പേനയും" ആയിരുന്നു അദ്ദേഹത്തിന്റേത്.

## 18. പവനൻ (1926 –2006)

പി.വി. നാരായണൻ നായർ എന്ന പവനൻ സാഹിത്യകാരൻ, കമ്യൂണിസ്റ്റുകാരൻ, യുക്തിവാദി പ്രസ്ഥാനത്തിന്റെയും മിശ്രവിവാഹ സംഘത്തിന്റെയും പ്രധാന പ്രവർത്തകൻ, പത്രപ്രവർത്തകൻ എന്നീ നിലകളിൽ പ്രസിദ്ധനാണ്. 1950 കളിൽ ചെന്നൈയിൽ *ജയകേരളം* വാരികയിലാരംഭിച്ച് അനവധി പത്രസ്ഥാപനങ്ങളിലൂടെ കടന്ന് ഒടുവിൽ *ദേശാഭിമാനി*യിലെത്തിയ പവനൻ പ്രസിദ്ധനായ പത്രപ്രവർത്തകനായിരുന്നു. യുക്തവാദി പ്രസ്ഥാനത്തിന്റെ നേതാവെന്ന നിലയിൽ ഇ.എം.എസ്. തുടങ്ങിയവരുമായിപോലും പരസ്യവിവാദത്തിൽ ഏർപ്പെടേണ്ടി വന്നിട്ടുണ്ട് പവനന്.

സാഹിത്യകാരൻ എന്ന നിലയിൽ മലയാളത്തിലും ഇംഗ്ലീഷിലുമായി നാൽപ്പതിലേറെ പുസ്തകങ്ങളും അനവധി ലേഖനങ്ങളും പവനൻ എഴുതിയിട്ടുണ്ട്. പത്രലേഖനങ്ങൾക്കും രാഷ്ട്രീയ പ്രബന്ധങ്ങൾക്കും പുറമേ സാഹിത്യ വിമർശനം, യാത്രാവിവരണം, ആത്മകഥ, ഭവിഷ്യ വിചാരം, ശാസ്ത്ര ചിന്ത, യുക്തിവാദം തുടങ്ങി നിരവധി വിഷയങ്ങളിൽ കൃതഹസ്തതയോടെ പവനൻ എഴുതുകയും പ്രസംഗിക്കുകയും ചെയ്തിരുന്നുവെന്ന് പി.ജി. വിലയിരുത്തുന്നു. സാഹിത്യ രംഗത്ത് അദ്ദേഹം എഴുതിയ പഠനങ്ങ

ളുടെയും നിരൂപണങ്ങളുടെയും എണ്ണം വളരെ കൂടുതലാണ്. കേരള സാഹിത്യ അക്കാദമിയെ ഇന്നത്തെ നിലയിലേക്ക് എത്തിച്ചത് അക്കാദമി സെക്രട്ടറി എന്ന നിലയിൽ എട്ടു വർഷക്കാലം അദ്ദേഹം നൽകിയ സംഭാവനയാണെന്ന് പി.ജി. വിലയിരുത്തുന്നു. സാഹിത്യ സിദ്ധാന്തങ്ങളിലും രാഷ്ട്രീയ പ്രശ്നങ്ങളിലും ദാർശനിക സമസ്യകളിലും വിട്ടു വീഴ്ചയില്ലാത്ത നിലപാടും സ്വപ്രത്യയസ്ഥൈര്യവും ആണ് പവനൻ പ്രകടിപ്പിച്ചത്. ആ പവനൻ പക്ഷേ, സാഹിത്യ അക്കാദമിയുടെ പ്രവർത്തനങ്ങളിൽ വിശാല മനസ്കത കാണിച്ചു. സ്വന്തം അഭിപ്രായങ്ങൾ മാറ്റിവെച്ച് വ്യത്യസ്ത അഭിപ്രായഗതിക്കാരെ അതിന്റെ പരിപാടികളിലും പ്രവർത്തനങ്ങളിലും പങ്കാളികളാക്കാൻ അദ്ദേഹം ബോധപൂർവ്വം ശ്രമിച്ചു. ഉത്തമ ഗ്രന്ഥങ്ങൾ പ്രസിദ്ധീകരിക്കുന്ന ഒരു സ്ഥാപനം കൂടിയായി സാഹിത്യ അക്കാദമിയെ മാറ്റാൻ പവനൻ നൽകിയ സംഭാവന വളരെ വലുതാണ്.

### 19. എം.എൻ വിജയൻ (1930 – 2007)

പുരോഗമന കലാ സാഹിത്യ സംഘത്തിന്റെ പ്രസിഡന്റും *ദേശാഭിമാനി വാരിക*യുടെ ചീഫ് എഡിറ്ററും ഉജ്വല പ്രഭാഷകനും സാഹിത്യ വിമർശകനുമായിരുന്ന പ്രൊഫസർ എം.എൻ വിജയനും പി.ജിയും തമ്മിലുള്ള ബന്ധം ആദ്യകാലത്ത് സൗഹൃദപരമായിരുന്നുവെങ്കിലും ക്രമേണ ആ സൗഹൃദത്തിന് അല്പം ഹാനി സംഭവിച്ചു. ആശയപരമായ ഭിന്നതയായിരുന്നു അതിനൊരു പ്രധാന കാരണം.

എം.എൻ. വിജയൻ അന്തരിച്ചതിനെത്തുടർന്ന് 2007 ഒക്ടോബർ 14 ന്റെ ലക്കം *കലാകൗമുദിയിൽ* പി.ജി എഴുതിയ *നിഴലും നിലാവും* എന്ന ലേഖനത്തിൽ ഒരു 'പെർഫക്ട് പെർഫോമർ' ആയിരുന്ന വിജൻ മാസ്റ്ററുടെ അനർഗളമെങ്കിലും കയറ്റിറക്കങ്ങൾ കൂടാതെ നിർഗമിക്കുന്ന വാക്കുകൾ അരനൂറ്റാണ്ടോളം വിദ്യാർത്ഥികളെയും യുവജനങ്ങളെയും ശ്രോതാക്കളെയും ഹരം പിടിപ്പിച്ചിരുന്ന കാര്യം എടുത്തു പറയുന്നുണ്ട്. പക്ഷേ, അതിലടങ്ങിയ യുക്തിഭദ്രതയുടെ താളപ്പിഴകൾ ശ്രോതാക്കൾ ശ്രദ്ധിക്കുകയുണ്ടായില്ല. ആകർഷകമായ ഒരു ആവിഷ്കാരചതുരതയും "താൻ അതതുകാലത്ത് വിശ്വസിച്ചു പോന്ന ആദർശങ്ങളോടുള്ള വീറുറ്റ വിശ്വാസ്യതയുമാണ് അന്തർമുഖനും സ്ഥാനമാനങ്ങളോട് വിമുഖനുമായ വിജയൻ മാസ്റ്ററെ പൊതുജീവിതത്തിൽ താരപ്പൊലിമയുള്ള തേജപുഞ്ജമാക്കി ഉയർത്തിയത്" എന്ന് പി.ജി വിലയിരുത്തി.

മാസ്റ്ററുടെ ഈ സിദ്ധികളും സാധനകളും കേരളത്തിലെ കമ്യൂണിസ്റ്റ് പ്രസ്ഥാനവും പുരോഗമന കലാസാഹിത്യ സംഘവും വളരെയേറെ പ്രയോജനപ്പെടുത്തിയെന്നതിന് തെളിവാണ് പാർട്ടി അംഗങ്ങൾക്കു മാത്രം നൽകുന്ന *ദേശാഭിമാനി* വാരികയുടെ പത്രാധിപത്യം തന്നെ മാസ്റ്റർക്ക് നൽകിയതെന്ന് പി.ജി. ചൂണ്ടിക്കാണിച്ചു. എന്നാൽ കമ്യൂണിസ്റ്റ് പാർട്ടിയെ വരുതിക്ക് നിർത്താൻ വിജയൻ മാസ്റ്റർ ശ്രമിക്കുകയുണ്ടായി എന്ന് പി.ജി പറഞ്ഞു. ഭാവനാസമ്പന്നന്മാരായ വ്യക്തികളുടെ പുതുപുത്തൻ ആശയങ്ങളേക്കാൾ വിപ്ലവത്തിന് അടുപ്പം പരുക്കൻ ജീവിതയാഥാർത്ഥ്യങ്ങളുടെ കല്ലും മുള്ളും നിറഞ്ഞ പാതയോടാണെങ്കിലും വിജയൻ മാസ്റ്ററെ സംബന്ധിച്ചിടത്തോളം വിപ്ലവം കാല്പനിക പ്രഖ്യാപനങ്ങളും വെല്ലുവിളികളുമായിരുന്നു. അതുകൊണ്ടാണ്

തന്റെ വ്യക്തിസ്വാതന്ത്ര്യത്തിന് ഭംഗം സംഭവിക്കുമെന്നു കരുതി ഒരു കമ്യൂണിസ്റ്റ് പാർട്ടിയിലും അംഗത്വം സ്വീകരിക്കാതെ ഏതാനും അനുചരന്മാരുടെ പിൻബലത്തോടെ കനത്ത ജനകീയാടിത്തറയുള്ള തൊഴിലാളി വർഗ്ഗ പ്രസ്ഥാനത്തെ വരുതിക്ക് നിറുത്താമെന്ന് മാഷ് മോഹിച്ചതെന്ന് പി.ജി. കരുതുന്നു.[48]

തുടക്കം തൊട്ടേ എം.എൻ. വിജയൻ ഇടതുപക്ഷ സഹയാത്രികനായിരുന്നില്ലെന്നു പി.ജി. പറഞ്ഞു. സാമ്പത്തിക പരിമിതിമൂലം നിറുത്തിയും തുടർന്നുമാണ് അദ്ദേഹം പഠിച്ചത്. അതുകൊണ്ടാകാം വിദ്യാർത്ഥി പ്രസ്ഥാനങ്ങളിലൊന്നും പങ്കെടുക്കാൻ കഴിയാതെ മാറിനിൽക്കേണ്ടി വന്നത്. സ്വന്തം നിലയിൽ ബിരുദാനന്തരബിരുദം സ്വകാര്യമായി പഠിച്ച് അദ്ദേഹം ജോലിയിൽ പ്രവേശിച്ചു. അപ്പോഴും അദ്ദേഹത്തിന്റെ ചായ്‌വ് ഇടതുപക്ഷത്തോടായിരുന്നില്ല. മാനസഗുരുഭൂതനായി വിജയൻ മാസ്റ്റർ വരിച്ച കേസരി ബാലകൃഷ്ണപിള്ളയുടെ കൃതികൾ ശേഖരിച്ച് എഡിറ്റ് ചെയ്തും കുറയൊക്കെ വ്യാഖ്യാനിച്ചും നമുക്ക് നൽകിയത് വിജയൻ മാസ്റ്ററാണ്. ഇതിൽ നിന്നു ലഭിച്ച വലിയ വരുമാനം ഒരു ചില്ലിക്കാശുപോലും എടുക്കാതെ കേസരിയുടെ വിധവയ്ക്ക് സമർപ്പിക്കുകയാണ് അദ്ദേഹം ചെയ്തത്.

1950 കളിൽ വൈലോപ്പിള്ളി ശ്രീധരമേനോന്റെ *ഓണപ്പാട്ടുകാർ* എന്ന കവിതാസമാഹാരത്തിന് എം.എൻ. വിജയൻ എഴുതിയ *അവതാരികയിൽ* പുരോഗമന സാഹിത്യപ്രസ്ഥാനത്തിനു കടകവിരുദ്ധമായ അഭിപ്രായങ്ങളാണ് എഴുതിയിരിക്കുന്നത്.[49]

അക്കാലത്ത് പുരോഗമന സാഹിത്യ പ്രസ്ഥാനത്തോടും കമ്യൂണിസ്റ്റ് പ്രസ്ഥാനത്തോടും എതിർപ്പുണ്ടായിരുന്ന സുകുമാർ അഴീക്കോട്, തായാട്ട് ശങ്കരൻ, എം.വി.ദേവൻ, എം.കെ സാനു, എം.ഗോവിന്ദൻ തുടങ്ങിയവരുൾപ്പെട്ട സൗഹൃദവലയത്തിലും സാംസ്കാരിക പരിസരത്തിലുമായിരുന്നു വിജയൻ മാസ്റ്റർ.

ഇല്ലായ്മയും വല്ലായ്മയും വളരെയേറെ അനുഭവിച്ച വിജയൻ മാസ്റ്റർക്ക് സ്ഥാനമാനങ്ങളോടും പണത്തിനോടും താല്പര്യമൊന്നുമുണ്ടായിരുന്നില്ല. പ്രശസ്തനായ അദ്ധ്യാപകനും പ്രഭാഷകനുമായി അറിയപ്പെട്ടിരുന്ന മാസ്റ്റർ ഒരു ഗ്രന്ഥകാരനായി ശ്രദ്ധിക്കപ്പെടുന്നത് 1970 ൽ എഴുതിയ *ചിതയിലെ വെളിച്ചം* എന്ന ലേഖന സമാഹാരത്തോടെയാണ്. ഈ കൃതിക്ക് സാഹിത്യ അക്കാദമി പുരസ്കാരം നൽകിയപ്പോൾ അദ്ദേഹമത് തിരസ്കരിക്കുകയാണുണ്ടായത്. എന്നാൽ ആ സമാഹാരത്തിലെ ഒരു പ്രധാനപ്പെട്ട ലേഖനം പുരോഗമന സാഹിത്യ പ്രസ്ഥാനം എന്നെന്നേക്കുമായി അന്തരിച്ചുവെന്ന് സ്ഥാപിക്കുന്നതാണെന്ന് പി.ജി. പറഞ്ഞു.

1992 ൽ നടന്ന പുരോഗമന കലാസാഹിത്യ സംഘത്തിന്റെ പെരുമ്പാവൂർ സമ്മേളന കാലം മുതൽ പി.ജി.യും എം.എൻ. വിജയനും തമ്മിൽ ആശയപരമായ ഭിന്നതയുണ്ടായിരുന്നു. ആ സമ്മേളനത്തിൽ അംഗീകരിച്ച പെരുമ്പാവൂർ രേഖ സംബന്ധിച്ചായിരുന്നു ഭിന്നത. അദ്ദേഹം 'രാജാവിനേക്കാൾ, രാജഭക്തിയുള്ള' (more loyal than the king) എന്ന പോലെ മാർക്സിസ്റ്റ് നിലപാട് എന്ന രീതിയിലുള്ള ചില സങ്കുചിതനിലപാട് കൈക്കൊണ്ടിരുന്നുവെന്ന് പി.ജി. പറഞ്ഞു. അദ്ദേഹത്തിന്റെ കൂടെയുള്ള സുധീഷിനെപ്പോലെയുള്ളവരുടെ നിലപാടും ഇതേ രീതിയിലായിരുന്നു. എഴുത്തച്ഛൻ പോലും സവർണ്ണ മേധാവിയാണെന്നു വാദിക്കുന്നയാളാണ് സുധീഷ് എന്ന് പി.ജി. പറഞ്ഞു. ഇത് കമ്യൂണിസ്റ്റ് പാർട്ടിക്ക് ഒരിക്കലും ഉൾക്കൊള്ളാനായില്ല.

ഈ രീതിയിലാണെങ്കിൽ ഇന്ത്യയിലെ എല്ലാ പ്രധാനപ്പെട്ട എഴുത്തുകാരും സവർണ്ണ മേധാവികളാണെന്ന് പി.ജി. വ്യക്തമാക്കി.

പെരുമ്പാവൂർ രേഖ അംഗീകരിച്ചതിനുശേഷമാണ് മാഷ് പുരോഗമന കലാ സാഹിത്യ സംഘത്തിന്റെ പ്രസിഡന്റായത്. ആ രേഖ ഔപചാരികമായി അദ്ദേഹം അംഗീകരിച്ചുവെങ്കിലും മനസ്സുകൊണ്ട് ഇഷ്ടപ്പെട്ടിരുന്നില്ല. അതിൽ 'വർഗസഹകരണ'ത്തിന്റെ തെളിവു കണ്ടെത്തുകയായിരുന്നു അദ്ദേഹമെന്ന് പി.ജി. പറഞ്ഞു.

പെരുമ്പാവൂർ രേഖ അംഗീകരിച്ച എം.എൻ വിജയൻ അതിനു ശേഷം ഒറ്റപ്പാലത്തു വച്ച് സമ്മേളനം നടന്നപ്പോൾ പിൻവാതിലിലൂടെ പെരുമ്പാവൂർ രേഖയ്ക്കെതിരായ വീക്ഷണങ്ങൾ പ്രസ്ഥാനത്തിനകത്തേക്ക് കടത്താൻ ശ്രമം നടത്തി. അതിനെപ്പറ്റി തർക്കങ്ങളുണ്ടായപ്പോൾ ഇ.എം.എസ് ഇടപെട്ട് പറഞ്ഞത് എല്ലാറ്റിനെയും സമന്വയിപ്പിക്കാനാണ്. എല്ലാവരും വരണമെന്ന് നമ്മൾ തന്നെ പറയുക; പിന്നെ എല്ലാവരും വരുന്നതിനെതിരെ നമ്മൾ തന്നെ നിലപാടെടുക്കുക: ഇതു ശരിയാണോ എന്ന് ഇ.എം.എസ് ചോദിച്ചു.

2003 ൽ *ഭാഷാപോഷിണി*യിൽ പി.ജിയുടെ ഇ.എം.എസിനെയും മറ്റും വിമർശിച്ചുകൊണ്ടുള്ള അഭിമുഖം വന്നതോടെ എം.എൻ. വിജയൻ പി.ജിക്കെതിരെ കടുത്ത ആക്രമണം അഴിച്ചുവിട്ടു. എം.എൻ വിജയന്റെ കൂടെയുള്ള ആളുകളെല്ലാം കൂടി തൃശൂരിൽ യോഗം കൂടി. ഇ.എം.എസിനെക്കുറിച്ച് പി.ജി നടത്തിയ പരാമർശങ്ങളുടെ പേരിൽ അദ്ദേഹത്തിനെതിരെ നടപടിയെടുക്കാൻ വേണ്ടിയായിരുന്നു യോഗം. പി.ജിയെ അധിക്ഷേപിച്ചുകൊണ്ട് *പി.ജിയും ലോകവും* എന്ന ലേഖനം എം.എൻ വിജയൻ എഴുതി. പാർട്ടിക്കെതിരെ കാറ്റും വെളിച്ചവും തുറന്നു വിടുന്നത് ശരിയായില്ലെന്ന് അദ്ദേഹം പ്രഖ്യാപിച്ചു. തുടർന്ന് നടന്ന വിവാദങ്ങളിലൊക്കെ പി.ജിക്കെതിരെ അദ്ദേഹം ആഞ്ഞടിച്ചു. പി.ജിയെ വ്യക്തിപരമായി ആക്ഷേപിക്കാൻ എം.എൻ. വിജയന്റെ സുഹൃത്തായ പ്രൊഫസർ സുധീഷും *പാഠവും* മടിച്ചില്ല. എം.എൻ വിജയൻ മര്യാദ പാലിച്ചെങ്കിലും അദ്ദേഹത്തിന്റെ സഹപ്രവർത്തകരായ *പാഠം* ഗ്രൂപ്പിന്റെ ആക്രമണത്തെ അദ്ദേഹം പിന്തുണച്ചതിൽ പി.ജി.ക്ക് വിഷമമുണ്ടായിരുന്നു.

എന്നാൽ പിജി അതൊന്നും ഗൗരവമായി കണക്കാക്കിയില്ല. "അതെങ്ങനെയാ, എല്ലാവരോടും സഹിഷ്ണുത കാണിക്കണം എന്നു പറയുന്ന നമ്മൾതന്നെ, നമ്മളെ വിമർശിക്കുന്നതിന്റെ പേരിൽ....." എന്നായിരുന്നു പി.ജിയുടെ ചിന്ത.[50]

സി.പി.എം.ന്റെ പേരിൽ മലപ്പുറം സംസ്ഥാന സമ്മേളന (2005 ഫെബ്രുവരി 19–22)ത്തോടനുബന്ധിച്ച് എം.എൻ വിജയനും കൂട്ടരും സി.പി.എംനെതിരെ ഒരു യുദ്ധം തന്നെ പ്രഖ്യാപിച്ചിരുന്നു. പുരോഗമന കലാ സാഹിത്യ സംഘം അധ്യക്ഷസ്ഥാനം എം.എൻ. വിജയൻ രാജിവച്ചു. അതിനെ പ്രതിരോധിക്കാൻ രംഗത്തിറങ്ങണമെന്ന് സി.പി.ഐ. (എം) സംസ്ഥാന സെക്രട്ടറി പിണറായി വിജയൻ പി.ജി.യോട് ആവശ്യപ്പെട്ടു. ഒരു ലേഖനത്തിൽ വിജയൻ മാഷിനെ പി.ജി. അൽപ്പം കടന്ന് വിമർശിക്കുകയുണ്ടായി. *ചിതയിലെ വെളിച്ചം* എന്ന മാഷിന്റെ കൃതിയിലെ അതേ പേരിലുള്ള ലേഖനത്തിൽ നിന്ന് ഇനി പറയുന്ന വാചകങ്ങൾ പി.ജി. ഉദ്ധരിച്ചു: "പുരോഗമന സാഹിത്യ പ്രസ്ഥാനത്തിന്റെ ഉദയാസ്തമയങ്ങൾക്കു ശേഷം ഒരു തലമുറക്കാലം നീങ്ങി

പ്പോയി.....സാർവലൗകിക വിപ്ലവത്തെപ്പോലെ നമ്മുടേതായ അർദ്ധ വിപ്ല വവും അമ്പതുകളിൽ ആത്മഹത്യ ചെയ്തു. അതിന്റെ പ്രേതത്തിന് ഇനിയും കലാകാരന് മാർഗദർശനം നൽകാൻ കഴിയുമെന്ന വ്യർഥവാദം എനിക്ക് ഭക്ഷിക്കാൻ കഴിയുന്നില്ല."

തുടർന്ന് പി.ജി. എഴുതി: "പത്ത് വർഷത്തിനകം തന്നെ പ്രൊഫസറുടെ ആമാശയരോഗം ഭേദപ്പെടുകയും ദീപനശക്തി ഗണ്യമായി വർദ്ധിക്കുകയും ചെയ്തതിനാലാവാം അദ്ദേഹം പുരോഗമന സാംസ്കാരിക പ്രസ്ഥാനത്തിന്റെ അധ്യക്ഷ പദവി ഏൽക്കുകയും മൂന്ന് പതിറ്റാണ്ടുകൾക്ക് മുമ്പ് ആത്മഹത്യ ചെയ്ത വിപ്ലവത്തിന്റെ പ്രേതത്തിനു പുനർജീവനം നൽകാനുള്ള മന്ത്രതന്ത്രാദികളിൽ മുഴുകുകയും ചെയ്തത്."

ചിന്തിച്ചും പഠിച്ചും മുന്നേറിയും കാലം കഴിയുമ്പോൾ പിന്തിരിഞ്ഞ് തുടങ്ങിയിടത്തുതന്നെ എത്തുന്ന 'വർത്തുള ചിന്ത'യാണ് എം.എൻ വിജ യനുള്ളതെന്നും ലേഖനത്തിൽ പി.ജി. ആക്ഷേപിച്ചു. അക്കാലത്ത് ജോണി ലൂക്കോസുമായി നടത്തിയ ഒരുസ്വകാര്യ സംഭാഷണത്തിൽ പി.ജി രോഷം കൊണ്ടു. ഇ.എം.എസ്സിനെപ്പറ്റി ഒരു വാക്കു പറയാൻ സമ്മതിക്കാത്ത വിജ യൻമാഷ് പാർട്ടിയിൽനിന്ന് എല്ലാവരോടും ഇറങ്ങി വരാൻ ആഹ്വാനം ചെയ്യു ന്നതിന്റെ യുക്തി എന്താണെന്ന് പി.ജി. ചോദിച്ചു. പാർട്ടിക്ക് പണം കൂടി പ്പോയി, പാർട്ടിക്ക് അതൊക്കെയാണ് പ്രധാനം എന്നു തോന്നിയെങ്കിൽ വിമർ ശിച്ചോട്ടെ. പണം ഉണ്ടാക്കലും കെട്ടിടം നിർമ്മിക്കലുമാണ് പ്രധാന ആക്ഷേ പമെങ്കിൽ അത് പാർട്ടിയുടെ ഏറ്റവും വലിയ നേതാക്കളായ എ.കെ.ജിയും ഇ.എം.എസ്സും ആണ് കൂടുതൽ ചെയ്തത്. വിജയൻ മാഷ് അന്നെന്താ അതിനെ എതിർക്കാതിരുന്നത് എന്ന് പി.ജി ചോദിച്ചു. പാർട്ടിക്ക് തെറ്റു പറ്റി യെങ്കിൽ തിരുത്താൻ നോക്കാം. പക്ഷേ, തകർക്കാൻ നോക്കരുതെന്ന് പി.ജി പറഞ്ഞു.[51]

എം.എൻ. വിജയൻ അടിയന്തരാവസ്ഥയെ അനുകൂലിച്ച് *മാതൃഭൂമി*യിൽ ലേഖനം എഴുതിയ വിവരവും പി.ജി വെളിപ്പെടുത്തി. പി.ജി യുടെ സ്വകാര്യ രോഷപ്രകടനം ഇത്രത്തോളമൊക്കെ പോയെങ്കിലും ആ മനസ്സിൽ വിജയൻ മാഷിനോട് തെല്ലും കാലുഷ്യമില്ലായിരുന്നുവെന്നും ജോണി ലൂക്കോസ് രേഖപ്പെടുത്തുന്നു.[52]

എം.എൻ വിജയന്റെ സാഹിത്യ കാഴ്ചപ്പാടുകളെയും നിരൂപണ രീതിയെയും പി.ജി ഇങ്ങനെ വിലയിരുത്തുന്നു:

> കേരള സാഹിത്യ അക്കാദമിക്കുവേണ്ടി എം.എൻ വിജയൻ നേതൃത്വം നൽകി ആസൂത്രണം ചെയ്ത 'കേരള സാഹിത്യവും സമൂഹവും' എന്ന ബഹുസഞ്ചിക കൃതിയിലെ പല അദ്ധ്യായങ്ങളിലും കൾച്ചറൽ മെറ്റീരിയലിസത്തിന്റെ സ്വാധീനം പ്രകടമാണ്. എന്നാൽ ഉന്നതനായ ഒരു സാഹിത്യ നിരൂപകനായിട്ടാണ് വിജയൻ മാസ്റ്റർ അറിയപ്പെടു ന്നതെങ്കിലും സുകുമാർ അഴീക്കോട്, എം. പി ശങ്കുണ്ണി നായർ, കുട്ടി കൃഷ്ണ മാരാർ, മുണ്ടശ്ശേരി, എം. ലീലാവതി തുടങ്ങിയവരെപ്പോലെ സമഗ്രമായ നിരൂപണങ്ങളോ പഠനങ്ങളോ സാഹിത്യത്തെപ്പറ്റി അദ്ദേഹം രചിച്ചിട്ടുള്ളതായി തോന്നുന്നില്ല. നേരത്തെ പുരോഗമന സാഹിത്യ പ്രസ്ഥാനത്തെയും വൈലോപ്പിള്ളിയുടെ ഓണപ്പാട്ടുകാ രെയും മറ്റുമെന്നതുപോല ഉൾക്കാഴ്ചകൊണ്ട് ഉദ്ബുദ്ധമായ ചില

ലഘുലേഖനങ്ങളും പരാമർശങ്ങളും മാത്രമേ അദ്ദേഹത്തിൽ നിന്ന് ലഭിച്ചിട്ടുള്ളു. വാസ്തവത്തിൽ അദ്ദേഹത്തിന്റെ മുപ്പത്തിയഞ്ചിൽപ്പരം വരുന്ന ലേഖന സമാഹാരങ്ങളിലും പ്രഭാഷണ സമാഹാരങ്ങളിലും പൊതുസംസ്കാരം, മാധ്യമം, രാഷ്ട്രീയം, മനഃശാസ്ത്രം തുടങ്ങിയ വയ്ക്കാണ് മുൻതൂക്കം. ഫ്രോയിഡിയൻ മനഃശാസ്ത്രത്തെ ആധാരമാക്കിയ ചില സാഹിത്യ പഠനങ്ങൾ വിജയൻ മാസ്റ്ററുടേതായി ലഭിച്ചിട്ടുണ്ടെങ്കിലും ലീലാവതിയും മറ്റും യുങ്ങിന്റെ 'ആർക്കിടെക്റ്റ്' തുടങ്ങിയ സങ്കൽപ്പനങ്ങളെ മുൻ നിർത്തി നടത്തിയിട്ടുള്ള പഠനങ്ങളുമായി താരതമ്യപ്പെടുത്തുമ്പോൾ വിജയൻ മാസ്റ്ററുടേത് വളരെയേറെയുണ്ട് എന്നു പറഞ്ഞുകൂടാ. പക്ഷേ, ഉള്ളത് മൗലിക ചിന്തയുടെയും ഉൾക്കാഴ്ചയുടെയും പക്വഫലങ്ങളാണെന്നതിൽ തർക്കമില്ല.[53]

## 20. കെ. പി. അപ്പൻ (1936–2008)

അറുപതുകളിൽ ആധുനികതയുടെ വക്താവായി രംഗപ്രവേശം ചെയ്ത കെ.പി.അപ്പൻ, ആഷാമേനോൻ, രാജാകൃഷ്ണൻ തുടങ്ങിയവരുടെ മേൽക്കോയ്മ തകർന്നുപോയി എന്ന് പി.ജി. ചൂണ്ടിക്കാട്ടി. ആധുനികതാ പ്രസ്ഥാനം അപ്പൻ ജീവിച്ചിരുന്ന കാലത്തുതന്നെ അപ്രത്യക്ഷമാവുകയായിരുന്നു. "പത്തു പതിനഞ്ചു വർഷക്കാലം ആധിപത്യം ചെലുത്തിയ ശേഷം, ആധുനികതക്കെന്തു സംഭവിച്ചു, അതെവിടെപോയി" എന്ന് അപ്പൻ തന്നെ ചോദിച്ച കാര്യം പി.ജി ഓർമ്മിപ്പിച്ചു. അതിനു കാരണം ആധുനികതയെന്നു പറയുന്നത് ഒരു 'വരേണ്യ പ്രസ്ഥാനം' (Elitist Movement) ആണെന്ന് പി.ജി പറഞ്ഞു. 'ജനകീയത' എന്നു പറയുന്നത് അതിൽ ഒട്ടും തന്നെയില്ല.

കെ.പി. അപ്പൻ, ആഷാമേനോൻ. രാജാകൃഷ്ണൻ എന്നിവരെല്ലാം ആശയവാദത്തിന്റെ ക്യാമ്പുകളിൽ തളയ്ക്കപ്പെട്ടവരാണ്. അവരൊക്കെ ഉയർത്തിപ്പിടിക്കുന്ന ഒരേയൊരു പേര് സൂസൻ സൊന്റാഗ് (Susan Sontag) ആണ്.

സാംസ്കാരിക വിമർശന (Cultural Studies) ത്തെക്കുറിച്ച് ഒന്നും തന്നെ കെ.പി. അപ്പന് അറിയുമായിരുന്നില്ല. ജീവിതത്തിന്റെ വിവിധ തലങ്ങളിൽ അവ ചെലുത്തുന്ന സ്വാധീനത്തെപ്പറ്റി കെ.പി. അപ്പന് അറിവുണ്ടായിരുന്നില്ല. ലോകത്തിലെല്ലാം ഇതുപോലെ സംഭവിക്കുന്ന മാറ്റങ്ങളെക്കുറിച്ച് മനസ്സിലാക്കാൻ അപ്പൻ ശ്രമിക്കുകയുണ്ടായില്ല.

രണ്ടു രീതിയിലാണ് പരിവർത്തനങ്ങൾ സംഭവിക്കുന്നത് എന്ന് പി.ജി. പറഞ്ഞു. സർഗാത്മക മേഖലകളിൽ വരുന്ന മാറ്റങ്ങൾക്കനുസരിച്ച് സിദ്ധാന്തങ്ങളിൽ മാറ്റം വരികയാണ് ഒന്നാമത്തേത്. അതായത് സിനിമ, സാഹിത്യം തുടങ്ങിയ മണ്ഡലങ്ങളിൽ വരുന്ന പുതിയ പ്രവണതകൾക്കനുസൃതമായി ഇന്നലെവരെയുണ്ടായിരുന്ന സൈദ്ധാന്തിക നിഗമനങ്ങളിൽ മാറ്റം വരുത്തുക. രണ്ടാമത്തേത് സൈദ്ധാന്തിക രംഗത്തെ പുതിയ മാറ്റങ്ങൾക്കനുസരിച്ച സർഗാത്മകമേഖലകളിൽ മാറ്റം വരിക. എന്നാൽ കെ.പി. അപ്പൻ, രാജാകൃഷ്ണൻ, ആഷാമേനോൻ തുടങ്ങിയവരൊന്നും തന്നെ ഇത്തരം പരിവർത്തനങ്ങളെ ഉൾക്കൊള്ളുന്നവരല്ലെന്ന് പി.ജി. പറഞ്ഞു.[54]

അതുവരെ പുരോഗമനവാദികളായിരുന്ന പലരും 60–70 കളിൽ

ആധുനികതാ പ്രസ്ഥാനത്തിലേക്ക് മാറാൻ തുടങ്ങിയെന്ന് പി.ജി. പറഞ്ഞു. കക്കാട് അവരിലൊരാളായിരുന്നു. വളരെ നല്ല കവിതകളെഴുതിക്കൊണ്ടിരുന്ന കക്കാട് പുരോഗമനവൃത്തം വിട്ടതോടെ ദുർഗ്രഹങ്ങളായ കവിതകളാണെഴുതാൻ തുടങ്ങിയത്. മറ്റൊരാൾ അയ്യപ്പപ്പണിക്കർ. വളരെ ദുർഗ്രഹവും കൃത്രിമവുമായ കവിതകൾ അദ്ദേഹം എഴുതിയെന്നു മാത്രമല്ല പുരോഗമന പ്രസ്ഥാനത്തിൽ നിന്നു വ്യതിചലിച്ച തകഴിയെ അദ്ദേഹം ആദർശവൽക്കരിക്കാനും തുടങ്ങി. തകഴി കുട്ടനാട്ടുകാരനായതുകൊണ്ട്, അയ്യപ്പപ്പണിക്കരുടെ നാട്ടുകാരനായതുകൊണ്ട്, അദ്ദേഹത്തെ അനുകൂലിച്ചുവെന്ന് പി.ജി. പറഞ്ഞു.

ഉത്തരാധുനികതയെക്കുറിച്ച് പി.ജി. ഇങ്ങനെ പറഞ്ഞു:

> ഉത്തരാധുനികതാ വാദം – 'Post Modernism' – രണ്ടു രീതിയിലുണ്ട്. ഒന്ന് ആധുനികതാവാദത്തെ -Modernism- അനുധാവനം ചെയ്യുന്ന, അതിന്റെ അടിസ്ഥാനമൂല്യങ്ങളെയൊന്നും നിഷേധിക്കാതെ അതിന്റെ, തുടർച്ചയെന്ന നിലയിൽ വരുന്നത്. രണ്ടാമത്, ആധുനികതയുടെ അടിത്തറയെത്തന്നെ നിഷേധിച്ചുകൊണ്ടുള്ള ഒരു പുതിയ Genre–ഉയർന്നു വരുന്നുണ്ട്. അശോകൻ ചരുവിൽ, എൻ. പ്രഭാകരൻ, വൈശാഖൻ, സാറാ ജോസഫ്– ഇവരൊക്കെ പുതിയ, 'Post modernism' – ത്തിലെ healthy trend ന്റെ വക്താക്കളാണ്. ഇവരൊന്നും തന്നെ അയ്യപ്പപ്പണിക്കരുടെ ജനുസ്സിൽപ്പെട്ടവരല്ല. അപ്പോൾ പുതിയ Post modern പ്രവണതകളെ നവയാഥാർത്ഥ്യ വാദം (New Realism) എന്നാണ് ഞാൻ വിശേഷിപ്പിക്കുക.[55]

പി.ജി. ഈ പറഞ്ഞത് ബഷീർ, തകഴി, ദേവ്, വർക്കി, ഉറൂബ് തുടങ്ങിയവർ പ്രതിനിധാനം ചെയ്ത റിയലിസത്തിന്റെ പുതിയ രൂപമാണോ ഉദ്ദേശിക്കുന്നത് എന്ന ചോദ്യത്തിന് പി.ജി ഇങ്ങനെ മറുപടി പറഞ്ഞു. പഴയ റിയലിസം മാറി പുതിയൊരു പ്രസ്ഥാനം ഉയർന്നു വരുന്നതിന്റെ ഇടവേളയിലാണ് മാധവിക്കുട്ടി, ടി. പത്മനാഭൻ, എം. മുകുന്ദൻ, എം.ടി വാസുദേവൻ നായർ തുടങ്ങിയവർ കടന്നുവരുന്നത്. ആദ്യത്തെ കൂട്ടർ നടത്തിയ ചർവിതചർവണങ്ങൾ കേട്ട് മടുത്തവരുടെ മധ്യത്തിലേക്ക് അങ്ങനെ പുതിയ എഴുത്തുകാർ വരികയുണ്ടായി. ആദ്യകാല റിയലിസം ബാഹ്യമായിരുന്നെങ്കിൽ പിന്നീട് വന്നത് ആന്തരികമായിരുന്നു. അത് കേവലം സംഭവങ്ങളെ വിശദീകരിക്കുകയല്ല ചെയ്തത്. എങ്ങനെയാണ് കഥാപാത്രങ്ങൾ ബാഹ്യസംഭവങ്ങളുമായി പ്രതികരിക്കുന്നതെന്ന് വ്യക്തമാക്കുന്നതായിരുന്നു ആ പ്രസ്ഥാനം.

## 21. സുകുമാർ അഴീക്കോട് (1926 –2012)

അഴീക്കോടിന്റെ ആത്മകഥയെ വിലയിരുത്തിക്കൊണ്ട് പി.ജി പറഞ്ഞത്: "വാസ്തവത്തിൽ ഒരു ആത്മകഥയുടെ പരിമിതിയിൽ ഇത് ഒതുങ്ങുന്നില്ല" എന്നാണ്. പുസ്തകത്തിന്റെ ആദ്യ ഭാഗങ്ങളിൽ ആത്മകഥാംശങ്ങൾ നിറഞ്ഞുനിൽക്കുന്നുണ്ടെങ്കിലും അഴീക്കോടിന്റെ സാഹിത്യ ചിന്തയും വിമർശനങ്ങളുംകൊണ്ട് സമ്പന്നമാണ് ഈ പുസ്തകം.

സംസ്കൃതഭാഷയിൽ അവഗാഹം നേടിയ പണ്ഡിതനായ പിതാവിന്റെ ഭാഷാപാണ്ഡിത്യം സുകുമാർ അഴീക്കോടിനേയും സ്വാധീനിച്ചിരുന്നുവെന്ന്

പി.ജി പറഞ്ഞു. ഒരു ശക്തമായ ഉപാധിയായി ഭാഷയെ അദ്ദേഹം ഉപയോഗിച്ചു. ഇത്ര കഴിവോടുകൂടി ഭാഷയെ പ്രയോഗിച്ചവർ മലയാളത്തിൽ വേറെ കാണുമോയെന്ന് സംശയമാണെന്ന് പി.ജി. അഭിപ്രായപ്പെട്ടു. സാഹിത്യരംഗത്ത് എന്നപോലെ അഭിപ്രായങ്ങളുടെ രംഗത്തും പല മാറ്റങ്ങളും വന്നിട്ടുണ്ടെന്നാണ് പി.ജി.യുടെ വിലയിരുത്തൽ. പുരോഗമന സാഹിത്യത്തെ വിമർശിച്ചുകൊണ്ടെഴുതിയതാണ് അഴീക്കോടിന്റെ ഒരു പുസ്തകം. മറ്റൊരു പുസ്തകം *ജി. ശങ്കരക്കുറുപ്പ് വിമർശിക്കപ്പെടുന്നു* എന്നാണ്. ഈ രണ്ട് അഭിപ്രായങ്ങളിലും അഴീക്കോടിന് ഭേദഗതി വരുത്തേണ്ടി വന്നുവെന്ന് പി.ജി ചൂണ്ടിക്കാണിച്ചു.[56]

മലയാള സാഹിത്യ നിരൂപണ പ്രസ്ഥാനത്തിന്റെ ആദ്യത്തേതും ആധികാരികവുമായ ചരിത്രമാണ് ഡോ. സുകുമാർ അഴീക്കോടിന്റെ *മലയാള സാഹിത്യ വിമർശനം*. മലയാള സാഹിത്യ നിരൂപണ പ്രസ്ഥാനത്തിന്റെ പുരോഗതിയുടെ കാലനിർണയം അദ്ദേഹം നടത്തിയിരിക്കുന്നത് ഇങ്ങനെയാണ്.

പൂർവ്വ ഘട്ടം (പ്രാചീന യുഗം) 1890 ന് മുമ്പ്
പ്രാരംഭ ഘട്ടം (കേരളവർമ യുഗം) 1890 – 1911
പ്രതിഷ്ഠാ ഘട്ടം (രാജരാജ യുഗം) 1912 – 1936
വികാസ ഘട്ടം (ത്രിമൂർത്തി യുഗം) 1937 – 1965
നവീന ഘട്ടം (വർത്തമാന യുഗം) 1965 ന് ശേഷം

ഈ ഘട്ട വിഭജനത്തോട് പൊതുവേ പി.ജി.ക്ക് യോജിപ്പാണുള്ളത്. എന്നാൽ ചില പ്രധാന ഭേദഗതികൾ അദ്ദേഹം നിർദ്ദേശിക്കുന്നുണ്ട്. ഇതിൽ പ്രാരംഭ ഘട്ടത്തിന് കേരളവർമ്മ യുഗം എന്ന് പേര് നൽകിയത് അനുയോജ്യമായില്ല എന്നാണ് പി.ജി.യുടെ നിലപാട്. അതിനുള്ള കാരണം പി.ജി. വിശദീകരിക്കുന്നുണ്ട്.

മലയാള ഭാഷയ്ക്കും സാഹിത്യത്തിനും ആധുനികതയുടെയും ജനകീയതയുടെയും അനിവാര്യഘടകമായ ഗദ്യവികാസത്തിന് നേതൃത്വം നൽകിയ മഹാനായിരുന്നു കേരളവർമ്മ വലിയ കോയിത്തമ്പുരാൻ എങ്കിലും സാഹിത്യ നിരൂപണരംഗത്ത് അദ്ദേഹത്തിന്റെ സംഭാവനകൾ ചില ആനുഷംഗികമായ പരാമർശങ്ങളിലും ആശ്രിതവാൽസല്യ പ്രേരിതമായ അവതാരികകളിലും ഒതുങ്ങുന്നു എന്ന വസ്തുത അഴീക്കോടും സമ്മതിച്ചിട്ടുള്ള കാര്യം പി.ജി ചൂണ്ടിക്കാണിക്കുന്നു. അങ്ങനെയിരിക്കെ നിരൂപണ പ്രസ്ഥാനത്തിന്റെ ഘട്ട നിർണയത്തിൽ ഒന്നിന് അദ്ദേഹത്തിന്റെ പേര് നൽകുന്നത് സമീചീനമാണെന്ന് പി.ജി. കരുതുന്നില്ല. ഇനി ഭാഷാ സാഹിത്യസമ്രാട്ട് എന്ന നിലയിൽ ആ കാലഘട്ടത്തിൽ സർവ്വാദരണീയനായി നിറഞ്ഞു നിന്നിരുന്നത് കേരളവർമ്മയായിരുന്നതിനാൽ നിരൂപണമായാലും മറ്റേത് സാഹിത്യ ശാഖയായാലും ആ കാലഘട്ടത്തിന് അദ്ദേഹത്തിന്റെ പേര് നൽകുന്നതിൽ തെറ്റില്ല എന്ന് വാദിച്ചാൽ അത് കുറെയൊക്കെ യുക്തിസഹം ആകാം. അങ്ങനെയായാലും അഴീക്കോട് തന്നെ വിവരിക്കുന്ന പ്രകാരം ആധുനിക സമ്പ്രദായത്തിലുള്ള ലക്ഷണമൊത്ത സാഹിത്യ നിരൂപണങ്ങൾക്ക് തുടക്കം കുറിച്ച സി.പി. അച്യുതമേനോന്റെ *വിദ്യാവിനോദിനി* പ്രസിദ്ധീകരിച്ച് തുടങ്ങിയ 1889 നെ ആ ഘട്ടത്തിന്റെ ആദ്യ വർഷമായി കണക്കാക്കുകയാണ് ഉത്തമം എന്നാണ് പി.ജിയുടെ അഭിപ്രായം. പക്ഷേ, പ്രാരംഭഘട്ടം എന്ന് വിശേഷിപ്പിക്കപ്പെടുന്ന 1890–1911 എന്നത് 1889 ആക്കണം. ഇത് ഒരു വർഷത്തിന്റെ

മാത്രം കാര്യമല്ല. ഈ ഭേദഗതി നിർദ്ദേശിക്കുന്നതിലൂടെ മലയാള സാഹിത്യ നിരൂപണത്തിന്റെ ആദ്യ പഥികസ്ഥാനം കേരളവർമയിൽ നിന്ന് സി.പി അച്യുതമേനോനിലേക്ക് മാറ്റുക എന്ന കാര്യവും ഉൾപ്പെടുന്നു. അതേസമയം ഘട്ടത്തിന്റെ ആകെ നേതൃത്വം കേരളവർമ്മയിൽ നിലനിർത്തുന്നതു വഴി അദ്ദേഹത്തിന്റെ ബഹുമുഖ സംഭാവനകളെ ആദരിച്ചു എന്ന് സമാധാനിക്കുകയും ചെയ്യാമെന്ന് പി.ജി ചൂണ്ടിക്കാണിച്ചു.

1912 മുതൽ 1936 വരെയുള്ള കാലയളവിനെ രാജരാജവർമ്മയുഗം എന്ന് നാമകരണം ചെയ്തതിലെ യുക്തി അനിഷേധ്യമാണെന്ന് വസ്തുതകൾ നിരത്തി പി. ജി വ്യക്തമാക്കി. ഒന്നോ രണ്ടോ കൊല്ലം തുടക്കത്തിലും ഒടുക്കത്തിലും അങ്ങോട്ടോ ഇങ്ങോട്ടോ വേണമെങ്കിൽ രുചിഭേദം അനുസരിച്ച് മാറ്റണമെങ്കിൽ ആവാം എന്ന് മാത്രമാണ് പി. ജിയുടെ നിർദ്ദേശം.

നാലാം ഘട്ടത്തിന്റെ ആരംഭവർഷം 1937 ആയി അഴീക്കോട് നിശ്ചയിച്ചതിൽ പ്രകടമാകുന്ന ഉൾക്കാഴ്ചയും ചരിത്രബോധവും പ്രശംസനീയമാണെന്ന് ഉദാഹരണങ്ങൾ നിരത്തി പി.ജി വ്യക്തമാക്കി. എന്നാൽ ഈ നാലാം ഘട്ടത്തിന്റെ പ്രമുഖ സാഹിത്യ നിരൂപണ പ്രതിഭകളായി എം. പി പോളിനേയും ജോസഫ് മുണ്ടശ്ശേരിയേയും കുട്ടികൃഷ്ണമാരാരേയും മാത്രം അംഗീകരിച്ച് കേസരിയെ അൽപ്പം താഴ്ത്തിക്കെട്ടിയതും ഇ.എം.എസിനെപ്പറ്റി പൂർണ്ണമായും മൗനം പൂണ്ടതും അഴീക്കോടിന്റെ വിലയിരുത്തലിന് സംഭവിച്ച വൈകല്യമാണെന്നാണ് പി.ജി.യുടെ വ്യക്തമായ അഭിപ്രായം.[57] വളരെ വിശദമായി അഴീക്കോട് ഉപന്യസിക്കുന്ന കേസരിയുടെ മഹത്വത്തിലെയും സാഹിത്യ നിരൂപകസംഭാവനകളിലെയും പല നിഗമനങ്ങളോടും തനിക്ക് യോജിപ്പാണെന്ന് പി.ജി. വ്യക്തമാക്കി. എന്നാൽ ഈ വിശദമായ വിശകലനത്തിനു ശേഷം കേസരിയുടെ നിരൂപണ പ്രസ്ഥാനം ഒരു പരാജയമായിരുന്നു എന്ന് അഴീക്കോട് നടത്തുന്ന അന്തിമ നിഗമനം പി.ജി. അംഗീകരിക്കുന്നില്ല. അഴീക്കോടിന്റെ അന്തിമ നിഗമനം ഉൾക്കൊള്ളുന്ന ഖണ്ഡിക ഉദ്ധരിച്ചതിനുശേഷം ഈ ഖണ്ഡികയിലെ ആദ്യ ഭാഗം തന്നെ അവസാനത്തെ നിഷേധാത്മകമായ വിധിയെ നിരാകരിക്കുന്നുവെന്ന് പി.ജി. ചൂണ്ടിക്കാട്ടി. അഴീക്കോട് ചൂണ്ടിക്കാട്ടുന്ന ദുർഗ്രഹതയും ദൗർബല്യങ്ങളും എല്ലാം ഉണ്ടായിട്ടും കേസരി ബാലകൃഷ്ണപിള്ള അദ്ദേഹത്തിന്റെ ജീവിതകാലത്തെന്നപോലെ നാല് പതിറ്റാണ്ട് പിന്നിട്ട് ഇപ്പോഴും മലയാളമനസ്സിനെ പ്രബുദ്ധവും പ്രക്ഷുബ്ധവുമാക്കി കൊണ്ട് 21-ാം നൂറ്റാണ്ടിലും തുടരുന്നു എന്ന വസ്തുത ആർക്കും നിഷേധിക്കാൻ കഴിയില്ലെന്ന് പി.ജി അഭിപ്രായപ്പെട്ടു

കേസരിയെ യഥാസ്ഥാനത്ത് പ്രതിഷ്ഠിക്കുന്നതിൽ പാകപ്പിഴ മാത്രമേ അഴീക്കോടിന് പറ്റിയുള്ളുവെങ്കിൽ ഇ.എം.എസ് നമ്പൂതിരിപ്പാടിനെ അപ്പാടെ അവഗണിച്ചത് ഗുരുതരമായ അബദ്ധം തന്നെയായിരുന്നുവെന്ന് പി.ജി പറഞ്ഞു. അതിന്റെ കാരണം പി.ജി ഇങ്ങനെ വ്യക്തമാക്കുന്നു:

> ....1937 ലെ സാംസ്കാരികവും രാഷ്ട്രീയവും ആയ വഴിത്തിരിവിന് അന്ന് 28 വയസ്സ് മാത്രമേ ഉണ്ടായിരുന്നുള്ളു എങ്കിലും ഇ.എം.എസ് നിർണായകമായ പ്രഭാവ കേന്ദ്രമായിരുന്നു എന്ന് അന്ന് മനസ്സിലാക്കാൻ പലർക്കും കഴിഞ്ഞിരുന്നില്ല എന്നത് സ്വാഭാവികം. പക്ഷേ, പതിറ്റാണ്ടുകൾ പിന്നിട്ട് അഴീക്കോട് ഈ കൃതി രചിക്കുമ്പോഴേക്കും അത് സർവസമ്മതമായ സാധാരണ വസ്തുതയായി മാറിക്കഴിഞ്ഞി

> രുന്നു– രാഷ്ട്രീയത്തിലും സാംസ്കാരിക ജിവിതത്തിലും മാത്രമല്ല സാഹിത്യത്തിലും സാഹിത്യ നിരൂപണ ചരിത്രത്തിലും സത്യം മറിച്ചായിരുന്നില്ല. ജീവൽ സാഹിത്യ സംഘത്തിന്റെ രൂപീകരണത്തിലും അത് പ്രതിനിധീകരിച്ച പുതിയ സാഹിത്യ പരിപ്രേക്ഷ്യത്തിന്റെ ആവിഷ്കരണത്തിലും നേതൃത്വപരമായ പങ്കാണ് ഇ.എം.എസ് വഹിച്ചത്. മലയാളത്തിലെ മാർക്സിസ്റ്റ് നിരൂപണത്തിന്റെ ഉപജ്ഞാതാവും അദ്ദേഹം തന്നെ. മാർക്സിസത്തോട് തീരെ യോജിപ്പ് ഇല്ലാത്തവർക്കുപോലും മലയാള സാഹിത്യ നിരൂപണത്തിന്റെ ചരിത്രത്തിൽ ഈ നിരൂപണ പ്രസ്ഥാനത്തെ അവഗണിക്കാൻ കഴിയില്ല. ഇ.എം.എസിനോട് കടുത്ത എതിർപ്പുള്ള കേരള ചരിത്രകാരനുപോലും അദ്ദേഹം രണ്ടു തവണ കേരള മുഖ്യമന്ത്രി ആയിരുന്നു എന്ന വസ്തുത രേഖപ്പെടുത്താതെ കേരള ചരിത്രം എഴുതാൻ കഴിയുമോ എന്ന് പറയുന്നതുപോലെ തന്നെ.[58]

ഈ വസ്തുതകളെല്ലാം കണക്കിലെടുക്കുമ്പോൾ 1937 മുതൽ 1965 വരെയുള്ള മലയാള നിരൂപണ പ്രസ്ഥാന ചരിത്രത്തിലെ നാലാം ഘട്ടത്തിന് *ത്രിമൂർത്തിയുഗം* എന്ന പേരിനേക്കാൾ കൂടുതൽ അനുയോജ്യമായത് *പഞ്ചമൂർത്തിയുഗം* എന്നാണെന്ന് പി.ജി. പറഞ്ഞു. കേസരി ബാലകൃഷ്ണപിള്ള, എം.പി പോൾ, കുട്ടികൃഷ്ണമാരാർ, ജോസഫ് മുണ്ടശ്ശേരി, ഇ.എം.എസ് നമ്പൂതിരിപ്പാട് എന്നിവരാണ് ആ യുഗത്തിലെ പഞ്ച മൂർത്തികൾ ആയി പി.ജി. കണക്കാക്കുന്നത്.

ഡോ. സുകുമാർ അഴീക്കോടിന്റെ *മലയാള സാഹിത്യ വിമർശനം* (1981) എന്ന കൃതിയിൽ 1937 ലെ ജീവൽ സാഹിത്യ സംഘസ്ഥാപനത്തോടു കൂടി കരുത്താർജ്ജിച്ച മാർക്സിസ്റ്റ് സാഹിത്യ നിരൂപണപ്രസ്ഥാനത്തെ വിലയിരുത്താതെ കടന്നു പോയത് അദ്ദേഹത്തിന്റെ കാഴ്ചപ്പാടിന് സംഭവിച്ച ഒരു പോരായ്മയാണെന്ന് പി.ജി. വിമർശിച്ചു. പിൽക്കാലത്ത് പുരോഗമന സാഹിത്യ പ്രസ്ഥാനത്തെ വിമർശിക്കാൻ വേണ്ടിയാണെങ്കിലും ഒരു പുസ്തകം തന്നെ പ്രസിദ്ധീകരിച്ച അഴീക്കോട് ജീവൽ സാഹിത്യ സംഘത്തെ ഭംഗ്യന്തരേണ അംഗീകരിക്കുകയാണ് ചെയ്തതെന്ന് പി.ജി. പറഞ്ഞു. ഒരു പരിഷ്കരിച്ച പതിപ്പ് മലയാളസാഹിത്യ വിമർശനത്തിന് ഉണ്ടാവുകയാണെങ്കിൽ പരിണത പ്രജ്ഞനായ അഴീക്കോട് ഈ പോരായ്മ തിരുത്തുമെന്ന് പി.ജി. വിശ്വാസം പ്രകടിപ്പിച്ചു.[59]

പി.ജി.യുടെ വിമർശനം പിന്നീട് അംഗീകരിച്ചുകൊണ്ട് അഴീക്കോട് എഴുതി:

> ....ആ പോരായ്മയെ ചൂണ്ടിക്കാണിച്ചത് അംഗീകരിക്കുന്നു. ആ സംക്രമണകാലത്ത് ഈ എഴുത്തുകാരൻ പ്രസംഗങ്ങളിലൂടെയും ലേഖനങ്ങളിലൂടെയും തെളിയിക്കാൻ ശ്രമിച്ചത് സാമൂഹിക ലക്ഷ്യമുള്ള സാഹിത്യ രചന വെറുമൊരു സൈദ്ധാന്തിക ഭ്രമമല്ലെന്നും അതിന് പിന്തുണയായി ഒരു സൗന്ദര്യശാസ്ത്രമുണ്ടെന്നുമാണ്. ദേവും തകഴിയും എന്തോ ചിലതൊക്കെ എഴുതുന്നു എന്ന ഒരു തിരസ്കാരരീതി അന്നു വെളിയിലുണ്ടായിരുന്ന ശുദ്ധ സാഹിത്യകാരന്മാരും അനുവർത്തിച്ചിരുന്നു. എന്നാൽ ആനന്ദവർദ്ധനനെയും അരിസ്റ്റോ

ട്ടിലിനെയും ആശ്രയിച്ച് സാഹിത്യമൂല്യങ്ങളെപ്പറ്റി പറയുന്നതുപോലെ വ്യക്തമായൊരു സൗന്ദര്യ ശാസ്ത്രം അന്നത്തെ എഴുത്തുകാർക്കും അവലംബമായി ഉണ്ടായിരുന്നുവെന്ന് പി.ജി വെളിപ്പെടുത്തുന്നു.[60]

പി.ജി.യുടെ *മഹാഭാരതം മുതൽ കമ്യൂണിസം വരെ* എന്ന ഗ്രന്ഥത്തിൽ *ബർട്രണ്ട് റസ്സലും സുകുമാർ അഴീക്കോടും* എന്ന പേരിൽ ഒരു പ്രബന്ധമുണ്ട്. ബർട്രണ്ട് റസ്സൽ, ഇരുപതാം നൂറ്റാണ്ടിലെ മഹാപണ്ഡിതനും പോരാളിയുമായിരുന്ന നീഗ്രോ വംശജനായ അമേരിക്കക്കാരൻ വില്യം ഡ്യൂബോയ് (1868 –1963), അറുപതാം വയസ്സിൽ കമ്യൂണിസ്റ്റ് പാർട്ടിയിൽ ചേർന്ന മറ്റൊരു അമേരിക്കൻ പ്രതിഭാശാലി സിസ്റ്റർ കരി, *അമേരിക്കൻ ട്രാജഡി* തുടങ്ങിയ അനശ്വര കൃതികളുടെ കർത്താവായ തിയഡോ ഡ്രെയ്സർ (1871 –1945), 92–ാം വയസ്സിൽ അന്തരിക്കുന്നതുവരെയും കമ്യൂണിസ്റ്റ് പാർട്ടിയിലെ അംഗത്വം കാത്തു സൂക്ഷിച്ച പാബ്ലോ പിക്കാസോ (1881–1973) തുടങ്ങി ലോകത്തിലെ ഉയർന്ന ബുദ്ധിശാലികൾ കമ്യൂണിസത്തോട് പലപ്പോഴായി കാണിച്ച അനുകൂല പ്രതികൂല മനോഭാവങ്ങളെ തട്ടിച്ചു നോക്കുകയായിരുന്ന പി.ജി സുകുമാർ അഴീക്കോടിനെയും അതിന് വിധേയമാക്കുകയായിരുന്നു.[61]

ഡി.വൈ.എഫ്.ഐ സംസ്ഥാന സമ്മേളനത്തോട് അനുബന്ധിച്ച് നടന്ന ഒരു സെമിനാറിൽ ഡോ. സുകുമാർ അഴീക്കോട് ചെയ്ത ഹൃദയസ്പൃക്കും ചിന്തോദ്ദീപകവുമായ ഒരു പ്രഭാഷാണം വായിച്ചതാണ് ഈ ലേഖനമെഴുതാനുള്ള പ്രേരണ. അഴീക്കോടിന്റെ പ്രസംഗം 2000 ഫെബ്രുവരിയിലെ ഡി.വൈ.എഫ്.ഐ മുഖപത്രമായ *യുവധാര*യിൽ പ്രസിദ്ധീകരിക്കുകയുണ്ടായി. കമ്യൂണിസം ഏതോ ചീത്ത സാധനമാണെന്ന മട്ടിൽ ഇന്നാട്ടിലെ മൂഢന്മാരും പണ്ഡിത മൂഢന്മാരായ പലരും സുചിന്തിതമല്ലാത്ത ഒരു ധാരണ വെച്ചു പുലർത്തുന്നതായി കാണാൻ കഴിയുന്നു. ഒരു ചിന്താ പ്രസ്ഥാനമെന്ന നിലയ്ക്ക് കമ്യൂണിസത്തെ എതിർക്കുന്നവർ പോലും അതിൽ നിന്നു നിർഗമിക്കുന്ന പല ആശയങ്ങളും സ്വീകരിക്കുന്നത് കാണാൻ കഴിയും. ഇതെല്ലാം വെച്ചുകൊണ്ട് കമ്യൂണിസത്തിന് അതിനവകാശപ്പെട്ട സ്വീകാര്യത അനുവദിക്കണമെന്ന പക്ഷക്കാരനാണ് താൻ എന്ന് വ്യക്തമാക്കുന്നതാണ് അഴീക്കോടിന്റെ പ്രസംഗം. "കമ്യൂണിസ്റ്റ് ചിന്താഗതിക്ക് അനഭിമതതത്വം ഇല്ലാതാക്കേണ്ടത് ഇന്ത്യയുടെ അഭിനവസംസ്കാരരൂപീകരണത്തിന് അനിവാര്യമാണ്" എന്ന് അഴീക്കോട് പ്രഖ്യാപിക്കുന്നു.

അഴീക്കോടിന്റെ ഈ നിലപാടിനെ പി.ജി. മുക്തകണ്ഠം പ്രശംസിച്ചു.

ബർട്രണ്ട് റസ്സലിനെപ്പോലെ ഒരു കാലത്ത് കമ്യൂണിസ്റ്റ് പ്രസ്ഥാനത്തിന്റെ കടുത്ത വിമർശകനായിരുന്ന അഴീക്കോടിന്റെ ഈ പ്രസ്താവന കമ്യൂണിസ്റ്റ് വിരുദ്ധരെ അലോസരപ്പെടുത്തുമെങ്കിലും സ്വന്തം അഭിപ്രായങ്ങൾ യുക്തിപൂർവം സമർപ്പിച്ച് ഹൃദയാവർജകമായ ഭാഷയിൽ അവതരിപ്പിക്കുന്നതിൽ പണ്ടേ മുഖം നോക്കുന്ന പ്രകൃതക്കാരനായിരുന്നില്ല അഴീക്കോടെന്ന് പി.ജി. പറഞ്ഞു. അഴീക്കോടിന്റെ ഈ അഭിപ്രായം അദ്ദേഹത്തിന്റെ മനം മാറ്റത്തെ മാത്രമല്ല ധ്വനിപ്പിക്കുന്നതെന്നും അഴീക്കോടിനെപ്പോലെ പലരെയും കമ്യൂണിസത്തിൽ നിന്ന് അകറ്റാൻ കാരണമായിരുന്ന പല പോരായ്മകളും തെറ്റുകളും തിരുത്താനുള്ള ആർജ്ജവവും ആദർശനിഷ്ഠയും കമ്യൂണിസ്റ്റ് പ്രസ്ഥാനം പ്രകടിപ്പിച്ചതിന്റെ സൽഫലം കൂടിയാണിതെന്നും പി.ജി. കണ്ടു.

ഈ നിലപാട് കുറെക്കൂടെ വ്യത്യസ്തമായ സാഹചര്യങ്ങളിൽ പ്രൊഫ. ജോസഫ് മുണ്ടശ്ശേരി, തായാട്ട് ശങ്കരൻ. എം.കെ.സാനു തുടങ്ങിയ പലരും കമ്യൂണിസ്റ്റ് ആശയങ്ങളും നയങ്ങളുമായി നീണ്ടകാലം പോരാടിയശേഷം പ്രസ്ഥാനത്തിന്റെ സുഹൃത്തുക്കളായി മാറിയ കാര്യം പി.ജി. ചൂണ്ടിക്കാട്ടി. ജിവിതത്തിൽ ഏറെക്കാലം തങ്ങൾ മുറുകെപ്പിടിച്ച ചില ആദർശങ്ങൾ സാക്ഷാത്കരിക്കാനാണ് അവർ ഈ നിലപാടെടുക്കുന്നത്. *തത്വമസി* എഴുതിയ ഗാന്ധിയനായ അഴീക്കോട് മാർക്സിസത്തിന്റെ എല്ലാ വിശ്വാസപ്രമാണങ്ങളും പ്രയോഗ രീതികളും ശരിവയ്ക്കുന്നുവെന്നൊന്നും ഈ പ്രസ്താവനയ്ക്ക് അർത്ഥമില്ലെന്ന് പി.ജി. എടുത്തു പറഞ്ഞു. അഴീക്കോടിനെ ആദരിക്കാനായി കോഴിക്കോട് സർവകലാശാലയിൽ ചേർന്ന ഒരു യോഗത്തിൽ ഗാന്ധിസവുമായി പല വിയോജിപ്പുകൾ സാമ്പത്തിക ശാസ്ത്രം മുതലായ മേഖലകളിൽ മാർക്സിസ്റ്റുകാർക്കുണ്ടെങ്കിലും മഹാത്മാഗാന്ധിയുടെ ലളിത ജീവിതം, ത്യാഗസന്നദ്ധത, രക്തസാക്ഷിത്വം, മതനിരപേക്ഷത, ഗ്രാമസ്വരാജ്യം, ഭാരത സ്വാശ്രയത്വം മുതലായവ മാർക്സിസവും ഗാന്ധിസവും തമ്മിൽ സഹകരിക്കാവുന്ന മേഖലകളാണെന്ന് ഇ.എം.എസ് പറയുകയുണ്ടായി. അതുപോലെ അഴിമതിക്കും വർഗീയതയ്ക്കും ഭാരത പരാശ്രയത്വത്തിനുമെതിരായി ഒരവധൂതനെപ്പോലെ നാടാകെ പ്രസംഗിച്ചും പൊരുതിയും ചരിത്രം സൃഷ്ടിക്കുന്ന ഡോ. സുകുമാർ അഴീക്കോടിനും തന്റെ പ്രസ്ഥാനത്തിനും പല കാര്യത്തിലും യോജിക്കാൻ കഴിയുമെന്ന് ഇ.എം.എസ് തുടർന്നു പറഞ്ഞു. ഇ.എം.എസിന്റെ ഈ പ്രസംഗത്തിന്റെ മറുവശമാണ് മേൽ പറഞ്ഞ അഴീക്കോടിന്റെ പ്രസംഗം. ഇ.എം.എസ് പറഞ്ഞതുതന്നെ അഴീക്കോടും പറയുന്നുണ്ടെങ്കിൽ അതിൽ അൽഭുതത്തിനെന്തവകാശം എന്ന് പി.ജി. ചോദിക്കുന്നു. "ചില ബുദ്ധിജീവികൾ ഹൃദയശൂന്യരായിരിക്കും. ചില ഹൃദയാലുക്കൾ മന്ദബുദ്ധികളും. അഴീക്കോട് ഈ രണ്ടു വകുപ്പിലും പെടില്ല" –പി.ജി വ്യക്തമാക്കി.

അഴീക്കോടിന്റെ ഹൃദയവും ബുദ്ധിയും സമന്വയിക്കുന്നതാണ് ആ പ്രസംഗമെന്ന് വിലയിരുത്തിക്കൊണ്ട് പ്രസ്തുത ഭാഗം പി.ജി തന്റെ പ്രബന്ധത്തിൽ ഉദ്ധരിക്കുന്നുണ്ട്.

രാഷ്ട്രീയ രംഗത്ത് ഉറച്ച ഗാന്ധിയനായിരുന്നു അഴീക്കോട്. അതുപോലെ തന്നെ ദേശീയ വാദിയായ കോൺഗ്രസുകാരനുമായിരുന്നു. "അഴീക്കോടിനെപ്പോലെ ഉള്ളവരെ മാർക്സിസ്റ്റുകാർക്ക് പല കാര്യങ്ങളിലും അനുകരിക്കാൻ കഴിയും" എന്ന് ഇ.എം.എസ് ഒരിക്കൽ അഴീക്കോടിനെപ്പറ്റിയെഴുതിയത് പി.ജി. ഉദ്ധരിക്കുന്നു.

പറവൂരിനടുത്ത് മുത്തകുന്നത്ത് ടീച്ചേഴ്സ് ട്രെയിനിങ് കോളേജിലെ പ്രിൻസിപ്പൽ ആയപ്പോഴും കോഴിക്കോട് സർവകലാശാലയുടെ പ്രോ വൈസ് ചാൻസലറായപ്പോഴും അധ്യാപകനെന്ന നിലയിലും ഭരണാധികാരി എന്ന നിലയിലും കഴിവുകൾ തെളിയിക്കാൻ അഴീക്കോടിനു കഴിഞ്ഞു. "കേരളത്തിന്റെ മനഃസാക്ഷി എന്ന നിലയിൽ മുഴങ്ങിക്കൊണ്ടിരുന്ന ധീരമായ ആശബ്ദം ഇനിയും മുഴങ്ങിക്കൊണ്ടിരിക്കും. എവിടെ സത്യവും ധർമ്മവും ന്യായവും ചോദ്യം ചെയ്യപ്പെടുന്നോ അവിടെ അഴീക്കോടിന്റെ ശബ്ദം കേരളത്തെ ഉത്തേജിപ്പിച്ചുക്കൊണ്ടിരുന്നു." ഇനിയും അത് തുടരുമെന്ന് പി.ജി. പറഞ്ഞു.

## സൂചനകൾ

1. പി. ഗോവിന്ദപ്പിള്ള, *സ്വദേശാഭിമാനി പ്രതിഭാവിലാസം*, പു: 18
2. *മേൽചൊന്നത്,* പു:72
3. *മേൽചൊന്നത്,* പു:76 –77
4. *മേൽചൊന്നത്,* പു:84
5. *മേൽചൊന്നത്,* പു: 92–93
6. *സാഹിത്യവും രാഷ്ട്രീയവും*, പു:70
7. *മേൽചൊന്നത്,* പു:73–74
8. *ഇ.എം.എസും മലയാള സാഹിത്യവും*, പു:49
9. പി. ഗോവിന്ദപ്പിള്ള, *സ്വദേശാഭിമാനി പ്രതിഭാവിലാസം*, പു:66
10. *പൂന്താനം മുതൽ സൈമൺ വരെ*, പു:114
11. *പി.ജി അഭിമുഖങ്ങൾ*, പു:46
12. *കലാകൗമുദി*, 17 ജൂലൈ ആന്റ് 24 ജൂലൈ 1980
13. *നിരൂപ കേസരി*, *കലാകൗമുദി*, 17 ജൂലൈ 1988
14. *കുറ്റിപ്പുഴയുടെ സാഹിത്യ വിചാരം*, *മലയാളം വാരിക*, ഓണപ്പതിപ്പ്, 8 സെപ്തംബർ 2000, പു:120
15. *മേൽചൊന്നത്,* പു:121
16. *മേൽചൊന്നത്,* പു:128
17. *മേൽചൊന്നത്,* പു:129
18. പി. ഗോവിന്ദപ്പിള്ള, *കെ. ദാമോദരൻ പോരും പൊരുളും*, പു:123
19. *കെ. ദാമോദരൻ പോരും പൊരുളും*, പു:178 –179
20. *സംസ്കാര കേരളം*, ഏപ്രിൽ–ജൂൺ 2004, പു:14
21. *മുൽക്ക് രാജ് മുതൽ പവനൻ വരെ*, പു:42
22. *സംസ്കാരം കേരളം*, പു:15
23. *മുൽക്ക് രാജ് മുതൽ പവനൻ വരെ*, പു:48
24. *പൂന്താനം മുതൽ സൈമൺ വരെ*, പു: 24
25. *സാഹിത്യവും രാഷ്ട്രീയവും*, പു:96
26. *മേൽചൊന്നത്,* പു: 106 –107
27. *സാഹിത്യവും രാഷ്ട്രീയവും*, പു: 109
28. *പൂന്താനം മുതൽ സൈമൺ വരെ*, പു:35
29. *മലയാള മാർക്സിസ്റ്റ് ചിന്തയും എം.എസ് ദേവദാസും, ദേശാഭിമാനി ഓണം വിശേഷാൽ പ്രതി –'97*, പു:81
30. *മലയാളത്തിന് മറക്കാനാവാത്ത എം.എസ്. ദേവദാസ്, പൂന്താനം മുതൽ സൈമൺ വരെ*, പു:80–81
31. *ദേശാഭിമാനി* ഓണം *വിശേഷാൽ പ്രതി –'*97, പു:77
32. *പൂന്താനം മുതൽ സൈമൺ വരെ*, പു: 82
33. *പൂന്താനം മുതൽ സൈമൺ വരെ*, പു: 82
34. *പി.ജി. അഭിമുഖങ്ങൾ*, പു:59
35. *മേൽചൊന്നത് പു:* 72–73
36. *മേൽചൊന്നത്*
37. *എൻ. വി. നവോത്ഥാന നായകൻ*, *ഗ്രന്ഥാലോകം*, ഒക്ടോബർ 1989, പു:3

38. *മേൽചൊന്നത്*
39. പാലക്കീഴ് നാരായണൻ, *മുഖമൊഴി*, *ഗ്രന്ഥാലോകം*, ജനുവരി 2007
40. ഇ.എം.എസും മലയാള സാഹിത്യവും, പു:20
41. *പി.ജി.യും ലോകവും*, പു: 53
42. *ആദ്യന്തം രസനിഷ്യന്ദിയും മൂല്യനിർഭരവുമായ ഒരു ഗ്രന്ഥം*, *ഗ്രന്ഥാലോകം*, ജൂലൈ 1995, പു:26
43. *മേൽചൊന്നത്*, പു:29
44. *സാഹിത്യം : അധോഗതിയും പുരോഗതിയും*, പു:10–11
45. *മേൽചൊന്നത്*, പു:76
46. *മുൽക്ക് രാജ് മുതൽ പവനൻ വരെ*, പു:101
47. *മേൽചൊന്നത്*, പു: 101 –102
48. *കലാകൗമുദി, 14 ഒക്ടോബർ 2007, പു: 10*
49. *കലാകൗമുദി*, ജനുവരി 2004, പു: 14

# നാടക പഠനം

മലയാള നാടകങ്ങളുടെ വികാസപരിണാമങ്ങളെയും, നാടക കൃത്തുക്കളെയും അവരുടെ സംഭാവനകളെയും, നാടക സമിതികളുടെ സംഭാവനകളെയുമൊക്കെക്കുറിച്ച് ആധികാരികമായിത്തന്നെ പി.ജി. പഠനം നടത്തിയിട്ടുണ്ട്. അതിൽ ഏറ്റവും പ്രധാനം 1882 മുതൽ 1964 വരെയുള്ള നാടകങ്ങളെ നിരൂപണം ചെയ്തുകൊണ്ടെഴുതിയ *മലയാള നാടകവും സാമൂഹ്യജീവിതവും - ഒരു ചരിത്ര വീക്ഷണം* എന്ന ദീർഘമായ പ്രബന്ധമാണ്.[1] കൂടാതെ നാടകസംബന്ധിയായ പല ലേഖനങ്ങളും അദ്ദേഹം എഴുതിയിട്ടുണ്ട്. എൻ. കൃഷ്ണപിള്ള, ജി.ശങ്കരപ്പിള്ള, എൻ.എൻ പിള്ള, എസ്.എൽ.പുരം സദാനന്ദൻ, തോപ്പിൽ ഭാസി, ഒ.മാധവൻ, കെ.ടി മുഹമ്മദ് തുടങ്ങി മലയാള നാടക രംഗത്തെ പല കുലപതിമാരുടെയും കെ.പി.എ.സി, കാളിദാസ കലാകേന്ദ്രം, മലബാർ കേന്ദ്ര കലാ സമിതി തുടങ്ങിയ വിവിധ സമിതികളുടെയും സംഭാവനകളെ വിലയിരുത്തിക്കൊണ്ടും നിരൂപണം ചെയ്തുകൊണ്ടുമുള്ള രണ്ട് ഡസനോളം ലേഖനങ്ങളും അദ്ദേഹത്തിന്റേതായിട്ടുണ്ട്. അവയെക്കുറിച്ചുള്ള ചർച്ചയാണ് ഈ അധ്യായത്തിൽ. ഒപ്പം ലോക പ്രശസ്തരായ രണ്ട് നാടകകൃത്തുക്കളുടെ സംഭാവനകളെക്കുറിച്ചുള്ള പി.ജി. യുടെ നിരൂപണവും സമകാലിക നാടക രംഗത്തെ അവസ്ഥയെക്കുറിച്ചുള്ള പി.ജി.യുടെ അഭിപ്രായവും വിശകലനം ചെയ്യുന്നു.

## I. നാടക ചരിത്രം

*മലയാള നാടകവും സാമൂഹ്യ ജീവിതവും - ഒരു ചരിത്രവീക്ഷണം* എന്ന പ്രബന്ധത്തിൽ മലയാള നാടകങ്ങളുടെ ചരിത്രം ചുരുക്കി വിവരിക്കുകയാണ്. മാർക്സിസത്തിന്റെ വീക്ഷണമുപയോഗിച്ച് നാടക ചരിത്രം പഠിക്കുമ്പോൾ ലഭിക്കുന്ന ഉൾക്കാഴ്ചയും ലക്ഷ്യബോധവും ആ പ്രബന്ധത്തിന് നൽകുന്ന കരുത്ത് ശ്രദ്ധേയമാണ്. നാടക ചരിത്രം നമുക്ക് കുറെയുണ്ടെങ്കിലും അതിൽ നിന്നെല്ലാം വേർതിരിഞ്ഞു നിൽക്കുന്നതാണ് പി.ജിയുടെ

ഈ ലഘുനാടക ചരിത്രം.[2] ദശകങ്ങളുടെ അടിസ്ഥാനത്തിൽ നാടകപ്രവർത്തനങ്ങൾ വിവരിച്ചുകൊണ്ടാണ് പ്രൊഫ. ജി. ശങ്കരപ്പിള്ള മലയാള നാടക ചരിത്രത്തിന്റെ രചന നിർവഹിച്ചതെങ്കിൽ വേറെ ചിലർ വർഷങ്ങളിലൂടെ നാടകത്തെ വീക്ഷിക്കാൻ ശ്രമിച്ചു. എന്നാൽ 1882 മുതൽ 1964 വരെയുള്ള മലയാള നാടകങ്ങളുടെ ചരിത്രത്തിന്റെ ഗതിയെ മൂന്ന് സവിശേഷ ഘട്ടങ്ങളായി (അങ്കങ്ങളായി) തിരിച്ചുകൊണ്ടാണ് തന്റെ നാടക ചരിത്ര പഠനം പി.ജി. നടത്തുന്നത്. ഒന്നാമങ്കം 1882 മുതൽ 1908 വരെ. രണ്ടാമങ്കം 1909 മുതൽ 1936 വരെ. മൂന്നാമങ്കം 1937 മുതൽ 1964 വരെ. നാടകവും മലയാളിയുടെ സാമൂഹ്യ ജീവിതവുമായുള്ള ബന്ധമാണ് പി.ജിയുടെ ഈ അങ്കവിഭജനത്തിനാധാരം.

1882 ൽ കേരളവർമ്മ വലിയകോയിത്തമ്പുരാൻ മണിപ്രവാള ശൈലിയിൽ ആദ്യം പുറത്തുകൊണ്ടുവന്ന കാളിദാസന്റെ *അഭിജ്ഞാനശാകുന്തളം* വിവർത്തനം മുതൽ 1909 ന് മുമ്പുള്ള ഘട്ടം വരെയാണ് ഒന്നാമങ്കം. *ശാകുന്തളം* വിവർത്തനം ചെയ്ത 1882 നെ മലയാള നാടകങ്ങളുടെ ജന്മവർഷമായി പി.ജി തിട്ടപ്പെടുത്തുന്നു.[3] 1885 ൽ സി.വി. രാമൻപിള്ള *ചന്ദ്രമുഖീവിലാസം* എന്നൊരു നാടകം എഴുതി അഭിനയിപ്പിച്ചെങ്കിലും അത് അക്കാലത്തോ പിൽക്കാലത്തോ പ്രസിദ്ധീകരിച്ചില്ല. എന്നാൽ കേരളീയ പശ്ചാത്തലത്തിലെഴുതിയ ഒരു സ്വതന്ത്ര നാടകം ആദ്യമായി പുറത്തു വന്നത് 1888 ലാണ് കൊടുങ്ങല്ലൂർ കൊച്ചുണ്ണിത്തമ്പുരാൻ എഴുതിയ *കല്യാണീ നാടകം* ആയിരുന്നു അത്. 19–ാം നൂറ്റാണ്ടിന്റെ അവസാനം കുറിച്ച ഒന്നൊന്നര ദശകകാലത്ത് *അഭിജ്ഞാനശാകുന്തളം, കല്യാണീ നാടകം* എന്നിവയുടെ അനുകരണങ്ങളുടെ ഒരു വേലിയേറ്റം മലയാളത്തിൽ അരങ്ങ് തകർക്കുകയുണ്ടായി. ഇവ രണ്ടും മെച്ചപ്പെട്ട കൃതികളായിരുന്നു എന്ന് ഇതിനർത്ഥമില്ല. കേരളവർമ്മയുടെ വിവർത്തനം പലയിടത്തും വികലമായിരുന്നുവെന്ന് പി.ജി ചൂണ്ടിക്കാട്ടി. *കല്യാണീനാടകം* ആധുനികം പോയിട്ട് പ്രാചീന മാനദണ്ഡങ്ങൾ വെച്ചുപോലും ഒരു വികല സൃഷ്ടിയാണ്. എങ്കിലും തന്റെ ചുറ്റുമുള്ള ജീവിതത്തിൽ നിന്നൊരു സംഭവമെടുത്ത് സ്വതന്ത്രമായ നാടകം വിഷയമാക്കിയ തമ്പുരാൻ അനുമോദനത്തിനർഹനാണെന്ന് പി.ജി. കണ്ടു. കോരപ്പൻ നായർ എന്ന ഒരാളുടെ ഭാര്യയായ കല്യാണിയിൽ ഒരു തഹസീൽദാർ രാമൻനായർക്കുണ്ടാകുന്ന പ്രേമവും കൊലയും മറ്റുമടങ്ങിയതാണ് കഥ. പുരാണ കഥകളും ക്ലാസിക് കൃതികളുമൊക്കെ മറിച്ചും തിരിച്ചും വിവർത്തനം ചെയ്തു വന്നിരുന്ന അക്കാലത്ത് കൊച്ചുണ്ണിത്തമ്പുരാൻ *കല്യാണീനാടകം* എഴുതിയത് 'സ്മരണീയമായ ഒരു സാഹസകൃത്യം' തന്നെയായിരുന്നുവെന്ന് പി.ജി. രേഖപ്പെടുത്തുന്നു.

1998 ൽ രാമഭദ്ര ദീക്ഷിതരുടെ *ജാനകീപരിണയം* ചാത്തുക്കുട്ടി മന്നാടിയാർ വിവർത്തനം ചെയ്തു. മന്നാടിയാരുടെ ഏറ്റവും പ്രസിദ്ധവും സാഹിത്യപരമായി ഉയർന്നതുമായ കൃതി ഭവഭൂതിയുടെ *ഉത്തരരാമചരിത*ത്തിന്റെ വിവർത്തനമായിരുന്നു. കേരളവർമയുടേതിനേക്കാൾ വളരെ മെച്ചപ്പെട്ടതായിരുന്നു *ഉത്തരരാമചരിതം* എന്നാണ് പി.ജിയുടെ അഭിപ്രായം. തുടർന്ന് നിരവധി നാടകങ്ങൾ വിവർത്തനം ചെയ്യപ്പെട്ടു.

അതുപോലെ കൊച്ചുണ്ണിത്തമ്പുരാന്റെ ചുവടുപിടിച്ച് സ്വതന്ത്രനാടകങ്ങളും ഉണ്ടായി. സ്വതന്ത്ര നാടകങ്ങളിൽ ചിലത് പുരാണ കഥകളെയും ചരിത്ര കഥകളെയും അവലംബിച്ചുള്ളവയായിരുന്നു.

തിരുവട്ടാർ നാരായണപിള്ള എന്ന സുപ്രസിദ്ധ നടന്റെ നേതൃത്വത്തിൽ തെക്കൻ കേരളത്തിൽ രൂപീകരിക്കപ്പെട്ട *മനോമോഹനം* നാടകക്കമ്പനിയും ചാത്തുക്കുട്ടി മന്നാടിയാരുടെ ഉത്സാഹത്തിൽ മധ്യകേരളത്തിൽ പ്രവർത്തിച്ചു വന്ന *രസികരഞ്ജിനി* നടന സഭയുമാണ് ഈ നാടക പ്രസരത്തിന് പ്രചോദനം നൽകിയത്. കേരളത്തിലെ ഒന്നാമത്തെ പ്രൊഫഷണൽ നാടക വേദി *മനോമോഹനമാണ്*.

പത്തൊൻപതാം നൂറ്റാണ്ടിലെ എൺപതുകളിൽ അറച്ചറച്ച് ചുവടുവച്ച നാടകശാഖ തൊണ്ണൂറുകളിൽ ഒരു നാടക പ്രളയം തന്നെ വരുത്തി വെക്കുകയുണ്ടായി. ഏതാണ്ട് 200 ൽ പരം നാടകങ്ങളാണ് ഈ പത്ത് പതിനഞ്ച് കൊല്ലം കൊണ്ട് കേരളത്തിൽ പിറന്നു വീണത്. സാഹിത്യ തറവാട്ടിലെ സരസനായ മുൻഷി രാമക്കുറുപ്പിന് ഇത് അസഹ്യമായി തോന്നി. ഈ അല്പ വിഭവന്മാരുടെയും അലവലാതികളുടെയും നാടകാക്രമണത്തിനെതിരായി അദ്ദേഹമെഴുതിയതാണ് *ചക്കീചങ്കരം* എന്ന പ്രസിദ്ധ നാടകം. അക്കാലത്തെ നാടക വൈകൃതങ്ങൾക്കും നാടകഭ്രാന്തിനും എതിരെ കുറിക്കുകൊള്ളുന്ന പരിഹാസമാണ് ഈ നാടകം. ഈ നാടകത്തെക്കുറിച്ച് പി.കെ. പരമേശ്വരൻ നായരുടെ *ആധുനിക മലയാള സാഹിത്യം* എന്ന കൃതിയിൽ പറഞ്ഞിരിക്കുന്ന ഭാഗം ഉദ്ധരിച്ചുകൊണ്ട് നമ്മുടെ നാടക ചരിത്രത്തിന്റെ പ്രഥമ അങ്കത്തിന്റെ ദുരന്തത്തെക്കുറിച്ചൊരു ഏകദേശ രൂപം പി.ജി. നമുക്ക് കാട്ടിത്തരുന്നു. അതിൽനിന്ന് ഏതാനും വാചകങ്ങൾ:

> “പെരുകി വന്ന നാടകങ്ങളുടെയും നാടക കർത്താക്കളുടേയും അപഹാസ്യനിലയെ അതിൽ കടും മഷിയിൽ ചിത്രീകരിച്ചു. അത് കവികളുടെ കണ്ണുതുറപ്പിച്ചു. അവരവരുടെ കൃതികളുടെ ഗുണദോഷങ്ങൾ സ്വയം പരിശോധിക്കാൻ അതവരെ പ്രേരിപ്പിച്ചു. ഒരു ശുദ്ധീകരണോദ്ദേശത്തോടെ എഴുതി പ്രസിദ്ധീകരിച്ച മലയാളത്തിലെ ആദ്യത്തെ പരിഹാസകൃതി ചക്കീചങ്കരമാണ്. അത് കുറിക്കുകൊണ്ടു. ഗർഭത്തിലിരുന്ന പല നാടകങ്ങളേയും അതലസിപ്പിച്ചു...”[4]

അങ്ങനെ രാമക്കുറുപ്പ് മുൻഷിയുടെ *ചക്കീചങ്കരം* എന്ന നാടകത്തോടെ ഒന്നാമങ്കത്തിന് തിരശ്ശീല വീണു.

1909-ൽ സി.വി രാമൻപിള്ള *കുറുപ്പില്ലാക്കളരി* എന്ന പൂർണമായ ഗദ്യ നാടകം അഥവാ പ്രഹസനം എഴുതി തിരുവനന്തപുരത്തെ കോളേജ് വിദ്യാർഥികളുടെയും അധ്യാപകരുടെയും ഉത്സാഹത്തിൽ അവതരിപ്പിക്കുന്നതു മുതൽ 1937 ൽ കെ. ദാമോദരൻ പാട്ടബാക്കി അവതരിപ്പിക്കുന്നതിനു മുമ്പ് വരെയുള്ള സുമാർ 28 വർഷക്കാലമാണ് രണ്ടാമങ്കം.

സി.വി.യുടെ *കുറുപ്പില്ലാക്കളരി, പണ്ടത്തെപാച്ചൻ, ബട്‌ലർ പപ്പൻ, ചെറുതേൻ കൊളംബസ്*, ഇ.വി. കൃഷ്ണപിള്ളയുടെ *ബി.എ മായാവി, പെണ്ണരശുനാട്*, എം.ജി. കേശവപിള്ളയുടെ *സംബന്ധാലോചന, ജസ്റ്റ് എ പെഗ്*, എൻ. പി. ചെല്ലപ്പൻനായരുടെ *പ്രണയജാംബവാൻ, ലഫ്റ്റനന്റ്, നാണി*, കുറുപ്പിന്റെ *ഡെയിലി* മുതലായവയും ഇവയിൽ എടുത്തു പറയേണ്ട നാടകങ്ങളാണ്. ടി.എൻ. ഗോപിനാഥൻ നായരുടെ *കാലം* എൻ. പി യുടേതെന്നപോലെ 1937 കഴിഞ്ഞു നിൽക്കുന്നുവെങ്കിലും സ്വഭാവവും മൂല്യവും വെച്ചുനോക്കിയാൽ സി.വി അങ്കത്തിൽ പെടുന്നവതന്നെയെന്ന് പി.ജി വിലയിരുത്തി. ഈ

മാനദണ്ഡം വച്ചാണ് 1929 ൽ എഴുതിയ വി.ടി ഭട്ടതിരിപ്പാടിന്റെ *അടുക്കളയിൽ നിന്ന് അരങ്ങത്തേക്ക്* എന്ന നാടകം 1937 ന് ശേഷമുള്ള അങ്കത്തിൽ പി.ജി ഉൾപ്പെടുത്തുന്നത്.

സി.വി. പ്രസ്ഥാന കാലഘട്ടം ഇത്തരം പ്രഹസനങ്ങളുടെ മാത്രം കാലമായിരുന്നില്ല. നാടകത്തിലൂടെ ഗൗരവപൂർവമായ ചില പ്രശ്നങ്ങൾ കൈകാര്യം ചെയ്യാനും ശ്രമം വന്നു. സി.വിയുടെ *മാർത്താണ്ഡവർമ്മ, ധർമ്മരാജ* എന്നീ നോവലുകൾ നാടകമായി അവതരിപ്പിക്കാൻ സി.വിയുടെ ആശിസ്സോടെ ഇ.വി. ശ്രമിച്ചു. ഇവ വിജയകരമായിരുന്നു. ഇത് സ്വന്തമായി ചില നാടകങ്ങൾ– *രാജാ കേശവദാസൻ, ഇരവിക്കുട്ടിപ്പിള്ള, സീതാലക്ഷ്മി*–എഴുതി അവതരിപ്പിക്കാൻ ഇവരെ പ്രേരിപ്പിച്ചു. സി.വിയുടെ ചരിത്ര വീക്ഷണത്തിൽ നിന്ന് മൗലികമായ വ്യത്യാസം ഈ നാടകങ്ങൾക്കില്ല. കൈനിക്കര പത്മനാഭപിള്ള എഴുതി അവതരിപ്പിച്ച *കാൽവരിയിലെ കല്പപാദപം, വേലുത്തമ്പി ദളവാ* തുടങ്ങിയ നാടകങ്ങളെയും ഇത്തരം ഗൗരവമുള്ള നാടകങ്ങളുടെ കൂട്ടത്തിൽ പി.ജി. ഉൾപ്പെടുത്തുന്നു. സമകാലീന വിഷയങ്ങളെക്കുറിച്ച് കൈനിക്കര രചിച്ച *യവനിക, അഗ്നിപഞ്ജരം* എന്നീ നാടകങ്ങൾ കെട്ടുറപ്പും അവതരണക്ഷമതയും കൊണ്ട് അനുഗൃഹീതമാണെങ്കിലും സമകാലീന ജീവിതത്തിൽ ചലനങ്ങളുണ്ടാക്കാനോ നാടക പ്രസ്ഥാനത്തിൽ പരിവർത്തനം കുറിക്കാനോ അവയ്ക്ക് കഴിഞ്ഞില്ലെന്നാണ് പി.ജി.യുടെ വിലയിരുത്തൽ.

പരിഷ്കൃതരും അഭ്യസ്തവിദ്യരുമായ അമച്വർ നടീനടന്മാർ അവതരിപ്പിച്ചു പോന്ന ഈ പ്രഹസനങ്ങൾക്കും നാടകങ്ങൾക്കും സമാന്തരമായി മറ്റൊരു നാടക പ്രസ്ഥാനം കൂടി – തമിഴ് നാടക സംഘം–ഇക്കാലത്ത് നടന്നുവന്നു. ഈ നാടക സംഘങ്ങളെയും ഒരിക്കലും അവഗണിച്ചുകൂടെന്ന് വസ്തുതകൾ നിരത്തി പി.ജി സ്ഥാപിക്കുന്നു.

ചുരുക്കത്തിൽ രാജാപാർട്ടിന്റെ സ്ഥാനത്ത് അഭ്യസ്തവിദ്യരായ ഇടത്തരക്കാർ വരുകയും തറവാട്ടു മുറ്റത്തുനിന്ന് നാടകം സ്വതന്ത്രമാകുകയും ചെയ്തെങ്കിലും ഇടത്തരക്കാരിൽനിന്നും നാടകം ഒരിക്കലും കീഴോട്ടിറങ്ങുകയുണ്ടായില്ല.

1937 ൽ കെ. ദാമോദരൻ എഴുതി അവതരിപ്പിച്ച *പാട്ടബാക്കി*യോടെയാണ് മൂന്നാമങ്കത്തിന്റെ തുടക്കം. 1964 വരെ ഈ ഘട്ടം നീണ്ടു നിന്നു. എന്നാൽ *പാട്ടബാക്കി*യോടും *ജീവൽ സാഹിത്യസംഘടന*യുടെ ആവിർഭാവത്തോടും കൂടി ആരംഭിച്ച ഈ ഘട്ടത്തിന്റെ മുൻകൂട്ടിയുള്ള പ്രഭാത കാഹളം 1929 ലെ വി.ടിയുടെ *അടുക്കളയിൽ നിന്ന് അരങ്ങത്തേക്ക്* എന്ന നാടകത്തിൽ കേൾക്കാമെന്ന് പി.ജി. പറഞ്ഞു. അതുപോലെ കഴിഞ്ഞുപോയ കാലത്തിന്റെ മാറ്റൊലികൾ എൻ. പി. ചെല്ലപ്പൻ നായരിലൂടെയും ടി.എൻ. ഗോപിനാഥൻ നായരിലൂടെയും 1937 ന് ശേഷം കേട്ടുകൊണ്ടിരിക്കുകയും ചെയ്തു. ദേശീയ പ്രസ്ഥാനവും ഫാസിസ്റ്റ് വിരുദ്ധ പ്രസ്ഥാനവും കേരളീയ ജീവിതത്തിൽ പുതിയ അലകളുയർത്തിയ കാലമായിരുന്നു ഇത്.

ഈ റിയലിസ്റ്റിക് പുരോഗമനത്തിന് സമാന്തരമായി മറ്റൊരു ധാരയും നാടകരംഗത്തുണ്ടായി. എൻ. കൃഷ്ണപിള്ള, സി.ജെ. തോമസ്, സി.എൻ. ശ്രീകണ്ഠൻ നായർ, കെ. സുരേന്ദ്രൻ, ജി. ശങ്കരപ്പിള്ള മുതലായവരായിരുന്നു ആ പ്രസ്ഥാനത്തിന്റെ ജനയിതാക്കൾ. ഇബ്സനെ പകർത്തുകയോ വിവർത്തനം ചെയ്യുകയോ അല്ല എൻ. കൃഷ്ണപിള്ള ചെയ്തതെന്ന് പി.ജി.

പറഞ്ഞു. ഗ്രാമീണരും നാഗരികരുമായ കേരളത്തിലെ ഇടത്തരം കുടുംബങ്ങളിലെ അന്തഛിദ്രവും മൂല്യത്തകർച്ചയും വിരുദ്ധ വ്യക്തിത്വങ്ങളും വിശകലനം ചെയ്യുകയാണ് *കന്യക, ഭഗ്നഭവനം, അനുരഞ്ജനം* എന്നീ തന്റെ നാടകങ്ങളിൽ അദ്ദേഹം ചെയ്തത്. "അനാവശ്യമായ കോമാളിത്തരങ്ങളും അലവലാതിത്തരങ്ങളും ഒഴിവാക്കി നാടകത്തിന്റെ ഉത്തമ സാങ്കേതികവിദ്യയിലുള്ള പാടവംകൊണ്ട് നാടകീയ സന്ദർഭങ്ങളും സംഘർഷങ്ങളും സൃഷ്ടിച്ച് വായിക്കാനും അഭിനയിക്കാനും കൊള്ളാവുന്ന നാടകങ്ങൾ" ആണ് അദ്ദേഹത്തിന്റേതെന്ന് പി.ജി. വിലയിരുത്തുന്നു.[5]

ഒഴുക്കൻ ജനകീയതയും മൗലിക ജനകീയതയും തമ്മിലുള്ള വ്യത്യാസം വിശദീകരിച്ചുകൊണ്ട് ജനങ്ങളുടെ ആരോഗ്യകരമായ അഭിരുചികളോട് സംവദിക്കുന്നവയാണ് ഉത്തമകലയെന്ന് കെ.ടി മുഹമ്മദിന്റെ *സൃഷ്ടി, സ്ഥിതി, സംഹാരം, സാക്ഷാൽക്കാരം* തുടങ്ങിയ നാടകങ്ങൾ എന്ന് പി.ജി. ബോധ്യപ്പെടുത്തുന്നു.

ജനകീയ കലാവേദിയെന്നോ പുരോഗമന റിയലിസ്റ്റിക് വേദി എന്നോ പറയുന്ന ശാഖയിൽ പിരിവുകൾ പലതുമുണ്ടെങ്കിൽ1950 ൽ രൂപം കൊണ്ട കെ.പി.എ.സിയും 1954 ൽ രൂപംകൊണ്ട് മൂന്നോ നാലോ കൊല്ലക്കാലം മാത്രം പ്രവർത്തിച്ച് ചരിത്രത്തിൽ മായാത്ത മുദ്രപതിപ്പിച്ച് രംഗത്തു നിന്ന് നിഷ്ക്രമിച്ച *മലബാർ കേന്ദ്രകലാസമിതി*യുമാണ് അതിൽ പ്രധാനമെന്ന് പി.ജി. പറഞ്ഞു. 1950 ൽ ജനാർദ്ദനക്കുറുപ്പും എൻ. രാജഗോപാലൻനായരും കൂടി എഴുതിയ *എന്റെ മകനാണ് ശരി* എന്ന നാടകത്തോടെ അരങ്ങേറിയ കെ.പി.എ.സി തോപ്പിൽ ഭാസിയുടെ *നിങ്ങളെന്നെ കമ്യൂണിസ്റ്റാക്കി* എന്ന നാടകത്തോടെ കേരളത്തിലെ പ്രമുഖ പുരോഗമന പ്രൊഫഷണൽ നാടകവേദിയായി ഉയരുകയും കമ്യൂണിസ്റ്റ് പാർട്ടിയുടെ രക്ഷാകർതൃത്വത്തിൽ വളർന്ന് മുന്നേറിക്കൊണ്ട് പത്തുപതിനഞ്ചു വർഷക്കാലം കേരളനാടകവേദിയുടെ നേതൃത്വം വഹിക്കുകയും ചെയ്തു. വർഗസമരത്തിലൂടെ ഒരു യാഥാസ്ഥിതിക കാരണവർ കമ്യൂണിസ്റ്റ് ചേരിയിലേക്ക് നീങ്ങുന്നതിന്റെ ചലനാത്മകമായ കഥയാണ് *നിങ്ങളെന്നെ കമ്യൂണിസ്റ്റാക്കി.* യാഥാസ്ഥിതിക പാത്രസൃഷ്ടി മാതൃകയിൽ സകലതും കറുപ്പും വെളുപ്പുമായി കാണിക്കാനുള്ള പ്രവണതമൂലം നായകനായ കമ്യൂണിസ്റ്റുകാരൻ കുന്തം വിഴുങ്ങിയായ നിർജീവ സത്വമായിപ്പോയി എന്ന് പി.ജി. വിലയിരുത്തി. "സാങ്കേതിക ദൃഷ്ടിയിലും മൂല്യനിർണ്ണയ വീക്ഷണത്തിലും ഗുരുതരമായ പാകപ്പിഴകൾ അതിൽ പറ്റിയിട്ടുണ്ടെങ്കിലും അമ്പതുകളിൽ കേരളത്തിൽ ഊർജ്ജസ്വലമായി അടിച്ചുകയറിയ കമ്യൂണിസ്റ്റ് പ്രസ്ഥാനത്തിന്റെ പ്രതിഫലനം അതിനെ അനശ്വരമാക്കി. സാങ്കേതിക വിദ്യയുടെ ചെപ്പടി വിദ്യയെക്കാൾ ഇതിവൃത്തത്തിന്റെ പ്രസക്തിയും കരുത്തുമാണ് ഏതു കലാസൃഷ്ടിയുടെയും എന്ന പോലെ നാടകത്തിന്റെയും ജീവൻ എന്ന തത്വത്തെ *നിങ്ങളെന്നെ കമ്യൂണിസ്റ്റാക്കി* ഉദാഹരിച്ചു."

പുരോഗമന റിയലിസ്റ്റിക് ശാഖയിൽ മലബാർ കേന്ദ്രകലാസമിതിയുടെ ആഭിമുഖ്യത്തിൽ മറ്റൊരു പ്രവണത വളർന്നു വന്നു.

കെ.ടി. മുഹമ്മദിന്റെയും ഇ.കെ. അയ്മുവിന്റെയും ചെറുകാടിന്റെയും മുഹമ്മദ് യൂസഫിന്റെയും മറ്റും രൂപത്തിലെന്ന പോലെ ഭാവത്തിലും ഉയർന്ന നാടകങ്ങൾ പുറത്തുകൊണ്ടു വരുന്നതിൽ സമിതി വലിയ പങ്ക് വഹിച്ചു. *കറവറ്റ പശു, ഇതു ഭൂമിയാണ്, കണ്ടം ബെച്ച കോട്ട്, ങ്ങള് നല്ല മനിസനാ*

*വാൻ നോക്ക്, തറവാടിത്തം, മനുഷ്യഹൃദയങ്ങൾ* എന്നിങ്ങനെ ഒട്ടനവധി നാടകങ്ങൾ പ്രൊഫഷണൽ സഭകളോ സംഗീത നൃത്തങ്ങളോ കോമാളിത്തങ്ങളോ കൂടാതെ തന്നെ ഈ പുതിയ പ്രസ്ഥാനത്തിന്റെ മേൽനോട്ടത്തിൽ രംഗത്തവതരിപ്പിക്കപ്പെട്ടു.

നാടക ചരിത്രം ഇങ്ങനെ രേഖപ്പെടുത്തിക്കൊണ്ട് പി.ജി സമർത്ഥിക്കുന്നത് രൂപവൈദഗ്ദ്ധ്യത്തിലല്ല, വിഷയനിർദ്ധാരണത്തിലാണ് നാടകത്തിന്റെ വിജയം കുടികൊള്ളുന്നത് എന്നാണ്. ഇതിവൃത്ത ദാരിദ്ര്യം രൂപദൗർബല്യമുണ്ടാക്കും. ജനജീവിതത്തോടു ചേർന്നു നിൽക്കുമ്പോൾ നാടകം തേജസ്സാർന്നതാകുമെന്നും ജീവിതത്തിൽ നിന്നകലുമ്പോൾ നാടകം ബലഹീനമാകുമെന്നും അതുകൊണ്ട് ഗാഢമായ ജീവിതബന്ധമാണ്, ജനകീയതയാണ് കലയുടെ ജീവനെന്നുമാണ് പി.ജി. ഊന്നിപ്പറഞ്ഞത്.[6]

## II. നാടക കൃത്തുക്കൾ

### 1. കെ.ദാമോദരൻ (1912 1976)

1937 ൽ കെ.ദാമോദരൻ എഴുതിയ *പാട്ടബാക്കി* എന്ന നാടകം പല കാരണങ്ങളാൽ സാഹിത്യത്തിലും രാഷ്ട്രീയത്തിലും ഒരു ചരിത്രസംഭവമോ നാഴികക്കല്ലോ ആയിത്തീർന്നുവെന്ന് പി.ജി വിലയിരുത്തി.[7] അർത്ഥവത്തായ ഒരു പുതിയ സമ്പ്രദായത്തിലും സാഹചര്യത്തിലുമാണ് ആ നാടകത്തിന്റെ ഉൽഭവം. പൊന്നാനി താലൂക്ക് കർഷക സമ്മേളനത്തിൽ അവതരിപ്പിക്കുന്നതിനുവേണ്ടിയാണ് നാടകമെഴുതിയത്. അക്കാലത്തെ കൃഷിക്കാരുടെ ദുരിതങ്ങളും കഷ്ടപ്പാടുകളുമാണ് നാടകത്തിലെ പ്രമേയം. *മാതൃഭൂമി അഴ്ചപ്പതിപ്പിൽ* മൂന്നു ലക്കങ്ങളിലായി നാടകം പ്രസിദ്ധീകരിച്ചതോടെ പാവപ്പെട്ട കർഷകരുടെയും കർഷകപ്രവർത്തകരുടെയും മനസ്സിൽ മാത്രമുണ്ടായിരുന്ന പാട്ടബാക്കി പണ്ഡിതന്മാരുടെയും നിരൂപകശ്രേഷ്ഠന്മാരുടെയും ശ്രദ്ധയിൽപ്പെട്ടെന്ന് പി.ജി. ചൂണ്ടിക്കാട്ടി.

*ഉയരുന്ന യവനിക* എന്ന തന്റെ നാടക പഠന കൃതിയിൽ നാടക കലാമർമ്മജ്ഞനും നിരൂപകനുമായ സി.ജെ. തോമസ് *പാട്ടബാക്കി*യുടെ മേന്മകളെ പ്രശംസിക്കുകയും ദൗർബല്യങ്ങളെ ചൂണ്ടിക്കാട്ടുകയും ചെയ്യുന്ന കാര്യം പ്രസ്തുത ഭാഗം ഉദ്ധരിച്ച് പി.ജി. വ്യക്തമാക്കുന്നു. മലയാള നാടകവേദിയിലെ ഒരതികായനായി കരുതപ്പെടുന്ന ജി. ശങ്കരപ്പിള്ളയ്ക്കും *പാട്ടബാക്കി*യെപ്പറ്റി മതിപ്പാണെന്ന് പി.ജി ചൂണ്ടിക്കാട്ടി.

വർഗസമരത്തെ അടിസ്ഥാനമാക്കി രചിക്കപ്പെട്ട ആദ്യ നാടകമാണ് *പാട്ടബാക്കി* എന്ന ആ നാടകത്തിന്റെ പ്രാധാന്യം എന്ന് പി.ജി വിലയിരുത്തി. വി.ടി. ഭട്ടതിരിപ്പാടിന്റെ *അടുക്കളയിൽനിന്ന് അരങ്ങത്തേക്ക്* (1929) പ്രേംജി എന്ന എം.പി ഭട്ടതിരിപ്പാടിന്റെ *ഋതുമതി*, എം.ആർ.ബിയുടെ *മറക്കുടയ്ക്കുള്ളിലെ മഹാനരകം* തുടങ്ങിയ സോദ്ദേശപരവും സാമൂഹ്യ പുരോഗതിക്ക് ഊർജ്ജം നൽകുന്നതുമായ നാടകങ്ങൾ *പാട്ടബാക്കി* പുറത്തു വരുന്നതിനു മുമ്പ് എഴുതപ്പെടുകയും അഭിനയിക്കപ്പെടുകയും ചെയ്തിട്ടുണ്ടെങ്കിലും അവയിലൊന്നിലും വർഗസമരം എന്ന വിഷയം കൈകാര്യം ചെയ്തിരുന്നില്ലെന്ന് പി.ജി വ്യക്തമാക്കി.

......രൂപത്തിലും ഭാവത്തിലും സർവലക്ഷണസംയുക്തമായ *പാട്ടബാക്കി* വർഗസമരത്തെ അടിസ്ഥാനമാക്കി രചിക്കപ്പെട്ടതും സ്വാതന്ത്ര്യപ്പോരാളികളും കർഷകപ്രക്ഷോഭകരും കമ്യൂണിസ്റ്റുകാരും ചേർന്നു പൊതുവേദികളിൽ അരങ്ങേറിയതും. അങ്ങനെയാണ് കൊട്ടാരക്കെട്ടുകളിൽനിന്നും മാടമ്പി മാളികകളിൽനിന്നും കോളേജുമുറ്റങ്ങളിലേക്കും വായനശാലാങ്കണങ്ങളിലേക്കും സി.വി മോചിപ്പിച്ച നാടകം അവിടെനിന്നും വിടുതൽ തേടി ഗ്രാമീണ മൈതാനങ്ങളിലെ സാർവജനീന സഭകളിലേക്ക് മുക്തി പ്രാപിച്ചത്. *പാട്ടബാക്കി* കണ്ടവരും അഭിനയിച്ചവരും മാത്രമല്ല, അതിലെ നായികാനായകന്മാരും ആ സാർവജനീന സദസ്സുകളിലെ ഭൂരിപക്ഷക്കാരുടെ പ്രതിനിധികളായിരുന്നു. "അതിപ്രതാപഗുണവാൻ, ധരാപാലൻ" മുതലായ നാടക ഗുണങ്ങൾ അഭ്യസ്തവിദ്യരായ ഇടത്തരക്കാരിലോളം സി.വി. എത്തിച്ചു. ദാമോദരൻ ഒരു പടി കൂടി മുന്നോട്ടു പോയി. പാട്ടക്കാരനെയും ജന്മിത്വത്തിന്റെ വീർപ്പുമുട്ടലിൽ സൻമാർഗഭ്രംശം വന്ന വേശ്യയേയും തടവുപുള്ളിയേയും നായകാനായിക സ്ഥാനങ്ങളിൽ കയറ്റി. ഇതൊരു യുഗപ്പിറവിയല്ലെങ്കിൽ മറ്റെന്താണത്?[8]

## 2. പ്രൊഫസർ ജി. ശങ്കരപ്പിള്ള (1930 – 1989)

*ജി. ശങ്കരപ്പിള്ളയും മലയാള നാടക പ്രസ്ഥാനവും* എന്ന പ്രബന്ധത്തിൽ മലയാള നാടക രംഗത്തെ കുലപതികളിൽ ഒരാളായ പ്രൊഫസർ ജി. ശങ്കരപ്പിള്ളയുടെ സംഭാവനകളെ പി.ജി വിലയിരുത്തുന്നു.[9]

പ്രൊഫസർ ജി. ശങ്കരപ്പിള്ളയ്ക്ക് കേരളത്തിന്റെ സാംസ്കാരിക ജീവിതത്തിൽ പൊതുവെയും നാടക പ്രസ്ഥാനചരിത്രത്തിൽ പ്രത്യേകിച്ചും ഉള്ള പദവി അനന്യ സാധാരണമാണെന്ന് പി.ജി പറഞ്ഞു. മലയാള നാടകവേദിയുടെ ചരിത്രത്തിൽ ഉന്നതരായ നാടകകൃത്തുക്കളും പ്രതിഭാശാലികളായ നാടക സംവിധായകരും ക്രാന്തദർശികളായ നാടകനിരൂപരും നാടകാധ്യാപകരും നാടക ചരിത്ര ഗവേഷകരും അതാതു ശാഖകളിൽ വ്യക്തിമുദ്ര പതിപ്പിച്ചവരായി ചരിത്രത്തിൽ സ്ഥാനം പിടിച്ചിട്ടുണ്ട്. അതുപോലെ തന്നെ കൈവിരലിലെണ്ണാവുന്നവരാണെങ്കിലും നാടക സൈദ്ധാന്തികരും ദാർശനികരും നമുക്കുണ്ട്. എന്നാൽ ഈ വിവിധ മേഖലകളിൽ ഒരേസമയം വിജയകരമായി വ്യാപരിച്ച് പ്രാമാണികത്വം നേടിയവർ ചുരുക്കമെന്നല്ല, ശങ്കരപ്പിള്ളയെ കഴിച്ചാൽ മറ്റാരും തന്നെ ഇല്ലെന്ന് ഉറപ്പിച്ചു പറയാമെന്ന് പി.ജി. വ്യക്തമാക്കി. ബുദ്ധമുനിയായി വളർന്ന സിദ്ധാർത്ഥ രാജകുമാരനെക്കുറിച്ചുള്ള *സ്നേഹദൂതൻ* (1950) എന്ന ശ്രദ്ധേയമായ നാടകം രചിച്ചുകൊണ്ട് തന്റെ ജീവിതദൗത്യം പ്രഖ്യാപിച്ച ശങ്കരപ്പിള്ള തുടർന്ന് നിരവധി നാടകങ്ങൾ രചിക്കുകയും സംവിധാനം ചെയ്യുകയുമുണ്ടായി. *നാടക സാഹിത്യ ചരിത്രം* (1980) അദ്ദേഹത്തിന്റെ ശ്രദ്ധേയമായ കൃതിയാണ്. ശങ്കരപ്പിള്ളയുടെ നാടകാദർശത്തിന്റെ അടിത്തറ നാടകകൃത്ത് – നടൻ–പ്രേക്ഷകൻ എന്നീ ത്രിത്വ സങ്കല്പമാണ്. അടിസ്ഥാനപരമായി ഈ ത്രിത്വ സങ്കല്പത്തിൽ ഉറച്ചുനിന്നുകൊണ്ടാണ് ഏതു നാടകങ്ങളെയും ശങ്കരപ്പിള്ള വിലയിരുത്തുന്നതെന്ന് പി.ജി ചൂണ്ടിക്കാണിച്ചു. ഈ ത്രിത്വ സങ്കൽപ്പവും അതിന് ശങ്കരപ്പിള്ളയും

മറ്റും നൽകുന്ന സവിശേഷ വ്യാഖ്യാനവും അനുസരിച്ചുള്ള നാടകപ്രസ്ഥാനവും പ്രചരിപ്പിക്കാൻ അക്കാലത്ത് ശാസ്താംകോട്ട, കൂത്താട്ടുകുളം, ധനുവച്ചപുരം, ആലപ്പുഴ തുടങ്ങി പലയിടത്തും പ്രൊഫസർ ശങ്കരപ്പിള്ളയും മറ്റും ചേർന്ന് സംഘടിപ്പിച്ച നാടകക്കളരികൾ ഒരു പ്രസ്ഥാനമായി മാറുകയുണ്ടായി. *ആധുനികത, അത്യാധുനികത, അത്യന്താധുനികത* എന്നെല്ലാമുള്ള പേരുകളിൽ സാമൂഹ്യ പ്രതിബദ്ധതയോടും പുരോഗമന പ്രസ്ഥാനത്തോടും ശത്രുത പ്രഖ്യാപിച്ച ഒരു വിഭാഗം ആൾക്കാരും നാടകക്കാർക്ക് പുറമെ ഈ കളരികൾക്ക് നേതൃത്വം നൽകുന്നതിനു പുറകിലുണ്ടായിരുന്നു, രാഷ്ട്രീയവും സാമൂഹ്യവുമായ ഈ സങ്കല്പവും പക്ഷപാതവും നാടകക്കളരിയുടെ പ്രയോജനത്തെ പരിമിതപ്പെടുത്തിയിട്ടുണ്ടെങ്കിലും നാടക രചനയുടെയും അവതരണത്തിന്റെയും നവീനമാനങ്ങൾ അനാവരണം ചെയ്യാനും വെറും കച്ചവട താൽപര്യങ്ങൾക്കപ്പുറം ഈ മഹോന്നത കലയെ വളർത്തിയെടുക്കാനും ഈ കളരികൾ ചരിത്രപരമായ ഒരു ദൗത്യം നിർവഹിച്ചിട്ടുണ്ടെന്ന് പി.ജി. വിലയിരുത്തുന്നു.[10]

നാടക കൃത്തും നാടക സംഘപ്രവർത്തകനും അധ്യാപകനും മറ്റുമായി പ്രവർത്തിച്ചിരുന്ന കാലത്തുതന്നെ തുടങ്ങിവച്ച തന്റെ നാടകവേദി പരിഷ്കരണ ദൗത്യം കൂടുതൽ സൗകര്യങ്ങളോടെ ഔദ്യോഗിക തലത്തിൽ നിന്നുതന്നെ ആധികാരികമായി നിർവഹിക്കാൻ കേരള സംഗീത നാടക അക്കാദമിയിൽ അധ്യാപകനായി പ്രവർത്തിച്ചപ്പോൾ അദ്ദേഹത്തിന് കഴിഞ്ഞു. പിന്നീട് കാലിക്കറ്റ് സർവകലാശാലയുടെ ആഭിമുഖ്യത്തിൽ നാടക വിദ്യാപീഠം (സ്കൂൾ ഓഫ് ഡ്രാമ) സ്ഥാപിക്കപ്പെട്ടപ്പോൾ അതിന്റെ പ്രഥമാധ്യക്ഷനായി നിയമിക്കപ്പെട്ടതിനെത്തുടർന്ന് അതേ പ്രവർത്തനം കൂടുതൽ ഫലപ്രദമായും അടിത്തറയിട്ടും തുടരുവാനും അദ്ദേഹത്തിന് സാധിക്കുകയുണ്ടായി. എല്ലാ സ്ഥാനങ്ങൾക്കുമെന്നപോലെ സ്കൂൾ ഓഫ് ഡ്രാമയുടെ അധ്യക്ഷ സ്ഥാനത്തിനും അന്ന് മൽസരമുണ്ടായിരുന്നുവെങ്കിലും സിൻഡിക്കേറ്റിലോ സെലക്ഷൻ കമ്മിറ്റിയിലോ ശങ്കരപ്പിള്ളയുടെ സ്ഥാനാർത്ഥിത്വത്തെക്കുറിച്ച് ഭിന്നാഭിപ്രായങ്ങളൊന്നും ഉണ്ടായില്ലായെന്നത് നാടക രംഗത്തെ അദ്ദേഹത്തിന്റെ അപ്രമാദിത്വത്തെയും ആധികാരികതയെയും ആണ് കാണിക്കുന്നതെന്ന് ഡ്രാമ സ്ക്കൂൾ രൂപീകരിക്കുന്നതിലും അതിന്റെ പ്രഥമ ഡയറക്ടറെ തെരഞ്ഞെടുക്കുന്നതിലും വളറെയേറെ ചുമതലയുള്ള ഒരു സിൻഡിക്കേറ്റംഗം കൂടിയായിരുന്ന പി.ജി സാക്ഷ്യപ്പെടുത്തുന്നു.

## 3. തോപ്പിൽ ഭാസി (1924 – 1992)

കഴിഞ്ഞ നാലു പതിറ്റാണ്ടു കാലത്ത് നാടകവും സിനിമയുമുൾപ്പെടെ മലയാള രംഗ കലാമേഖലയിലാകെ അതികായനായി നിറഞ്ഞു നിന്ന ഉജ്വല പ്രതിഭയാണ് സഖാവ് തോപ്പിൽ ഭാസി എന്ന് പി.ജി. പറഞ്ഞു. നാടകകൃത്ത്, നാടകസംവിധായകൻ, ചലച്ചിത്ര കഥാകാരൻ, തിരക്കഥാകൃത്ത്,ചലച്ചിത്ര സംവിധായകൻ എന്നീ നിലകളിൽ മാത്രമല്ല ഒരു കമ്യൂണിസ്റ്റ് പോരാളിയും, സംഘാടകനും, നിയമസഭാ സാമാജികനും, പംക്തികാരനും, പ്രക്ഷോഭകനും കൂടിയായിരുന്നു തോപ്പിൽ ഭാസി എന്ന് പി.ജി. വിലയിരുത്തി.

*നിങ്ങളെന്നെ കമ്യൂണിസ്റ്റാക്കി* എന്ന തന്റെ ഒന്നാമത്തെ നാടകം കൊണ്ടുതന്നെ തോപ്പിൽ ഭാസി ചരിത്രം സൃഷ്ടിച്ചു. അത് കെ.പി.എ.സി

രംഗത്ത് അവതരിപ്പിച്ച 1952 ൽ തന്നെ ആ നാടകത്തെ നിരോധിക്കുകയുണ്ടായി. തിരു-കൊച്ചി നിയമസഭയ്ക്കകത്തും പുറത്തും പൊട്ടി പുറപ്പെട്ട ഗംഭീരമായ പ്രതിഷേധത്തെതുടർന്ന് കോൺഗ്രസ് മന്ത്രി സഭയ്ക്ക് നിരോധനം പിൻവലിക്കേണ്ടി വന്നു. പിന്നീടങ്ങോട്ട് ഭാസിയുടെയും കെ.പി.എ.സിയുടേയും ജൈത്രയാത്രയായിരുന്നു. *നിങ്ങളെന്നെ കമ്യൂണിസ്റ്റാക്കി* എന്ന നാടകത്തിന്റെ അത്ഭുതകരമായ ജനപ്രീതിയും അത് നിരോധിച്ച തിരു-കൊച്ചിയിലെ കോൺഗ്രസ് ഗവൺമെന്റിന്റെ ഭ്രാന്തൻ നടപടികൾക്കുമെതിരെ ഉയർന്നു വന്ന ജനരോഷവുമാണ് 1957-ലെ കമ്യൂണിസ്റ്റ് മന്ത്രിസഭയ്ക്ക് വഴിതെളിച്ചത് എന്ന് അക്കാലത്തും പിൽക്കാത്തും പലരും പറയാൻ തയ്യാറായി. അതിൽ തീർച്ചയായും അതിശയോക്തി ഉണ്ടെന്ന് പി. ജി പറഞ്ഞു. എങ്കിലും അങ്ങനെ പറയാൻ ചിലർക്കെങ്കിലും തോന്നത്തക്കവിധം അത്ര ഗംഭീരമായിരുന്നു ആ നാടകത്തിന്റെ വിജയം. "ദുർഗ്രഹമായ ന്യൂന പക്ഷ വരേണ്യ പരീക്ഷണങ്ങൾക്കും വികൃതമായ ജനപ്രീതി മസാലകൾക്കും മധ്യേ അവ രണ്ടിൽ നിന്നും വ്യത്യസ്തമായ ഒരു പാത വെട്ടിത്തെളിച്ചതാണ് ഭാസിയുടേയും കെ.പി.എ.സിയുടെയും ഐതിഹാസികമായ സംഭാവന" എന്ന് പി. ജി. വിലയിരുത്തുന്നു.[11]

ഇരുപതാം നൂറ്റാണ്ടിന്റെ ഉത്തരാർദ്ധത്തിലെ കേരള നവോത്ഥാനത്തിന്റെ രാസത്വരകം ആയിരുന്നു കെ.പി.എ.സി. എന്ന് പി.ജി. അഭിപ്രായപ്പെട്ടു. നാടക കലയെ വരിഞ്ഞുകെട്ടുകയല്ല അണമുറിയാതൊഴുകുന്ന ജലപ്രവാഹം പോലെ തുറന്ന് വിടുകയാണ് കെ.പി.എ.സിയുടെ ഇടതുപക്ഷ രാഷ്ട്രീയം ചെയ്തത്.

ഭാസിയുടെ ആദ്യ നാടകമായ *നിങ്ങളെന്നെ കമ്യൂണിസ്റ്റാക്കി*യും അവസാന നാടകമായ *ഒളിവിലെ ഓർമ്മകൾ* എന്നതും ഒരേ പോലെ തോപ്പിൽ ഭാസിയുടെ മരണാനന്തര താല്പര്യങ്ങളെ (കൺസേൺ) പ്രതിഫലിപ്പിക്കുന്നുവെന്ന് പി.ജി. കണ്ടു. ആദ്യത്തേത് മധ്യതിരുവിതാംകൂർ പശ്ചാത്തലത്തിൽ കമ്യൂണിസ്റ്റ് പ്രസ്ഥാനം പിടിപടിയായി മുളച്ചുവളരുന്നതിന്റെ ആവിഷ്കാരമാണെങ്കിൽ രണ്ടാമത്തെ നാടകം കമ്യൂണിസ്റ്റ് പ്രസ്ഥാനം തരണം ചെയ്ത കണ്ണീരും രക്തവും കലർന്ന ആവേശകരമായ പാതയുടെ അനാവരണമാണ്. ഭാസിയുടെ ഒസ്യത്തായി അതിനെ കണക്കാക്കാം. കെ.പി.എ.സിയുടെ നാടകശൈലി മാറ്റത്തിന് വിധേയമാണ് എങ്കിലും ഈ നാടകത്തിലെ ഇതിവൃത്തം വിപ്ലവ പ്രസ്ഥാനത്തിന്റെ നിത്യനൂതനമായ ഒസ്യത്താണ്. പ്രതിസന്ധികളും വെല്ലുവിളികളും നേരിടുന്ന തൊഴിലാളി വർഗപ്രസ്ഥാനത്തിന് ആത്മവിശ്വാസവും കരുത്തും പകരുന്ന പൈതൃക സ്മരണയാണതെന്ന് പി.ജി. വ്യക്തമാക്കി.

*മുടിയനായ പുത്രൻ, മൂലധനം* തുടങ്ങിയ മറ്റനേകം നാടകങ്ങളിലും ഇതേ പ്രമേയം ആകർഷകമായ വൈവിധ്യത്തോടെ ഭാസി കൈകാര്യം ചെയ്യുന്നുവെന്ന് പി.ജി കണ്ടു. "കമ്യൂണിസ്റ്റ് പ്രസ്ഥാനം സമൂഹത്തെ മാത്രമല്ല വ്യക്തിയേയും മാറ്റിത്തീർത്തുവെന്നും പരിസ്ഥിതിജന്യമായ മാലിന്യങ്ങളിൽ നിന്ന് എല്ലാ മനുഷ്യനിലുമുള്ള നൻമയുടേയും സ്നേഹത്തിന്റെയും ധർമ്മബോധത്തിന്റെയും സത്ത തീയിലുരുക്കിയ പൊന്നുപോലെ തിളക്കി എടുക്കുന്നുവെന്നും ഉള്ളതാണ് ഭാസിയുടെ ഒരു പ്രധാന പ്രമേയം."

ചൈനയുടെ ലുഹൂസവനും, റഷ്യയുടെ ഗോർക്കിയും, ഫ്രാൻസിന്റെ റോമങ് റോളാങും, ഇന്ത്യയുടെ ഉൽപ്പൽ ദത്തും, ബാദൽ സർക്കാറും,

ശംഭമിത്രയും മറ്റും നാടകങ്ങളുടെ വിജയത്തിൽ കൂട്ടായ്മ വഹിക്കുന്ന പങ്ക് അംഗീകരിക്കുന്നുണ്ട്. അതിനാൽ തോപ്പിൽ ഭാസിയുടെ വമ്പിച്ച വിജയത്തിന് അദ്ദേഹത്തിന്റെ സഹകാരികളും വിപ്ലവ പ്രസ്ഥാനവും നൽകിയ സംഭാവനകൾ സ്മരിക്കാത്ത പക്ഷം അത് അശാസ്ത്രീയമായ വിലയിരുത്തലാകും എന്നാണ് പി.ജി.യുടെ പക്ഷം.

മേൽ പറഞ്ഞവരിൽ പലരും കെ.പി.എ.സിയിൽ വച്ചും പിന്നീട് പിരിഞ്ഞുപോയി. മറ്റു നാടക സംഘങ്ങളിലും ശോഭിച്ചു. അപ്പോഴും അവർ കെ.പി.എ.സിയുടെ ശൈലിയും സാധനയും പിന്തുടരുകയുണ്ടായി. എന്നാൽ ഇവയുടെയെല്ലാം ഉത്തമ സാധാരണഘടകം തോപ്പിൽ ഭാസിയായിരുന്നു. അതാണ് ഭാസിയെ ഒരു പ്രസ്ഥാന നായകന്റെ പദവിയിലേക്ക് ഉയർത്തിയതെന്ന് പി.ജി. വിലയിരുത്തി.[12]

മലയാള നാടക വേദിയുടെ ഒരു പുഷ്കലയുഗമായിരുന്നു തോപ്പിൽ ഭാസിയുടെ നാടകസപര്യാ കാലം. എൻ. കൃഷ്ണപിള്ളയെയും. ജി. ശങ്കരപിള്ളയെയും, സി.എൻ. ശ്രീകണ്ഠൻ നായരെയും, കാവാലം നാരായണപ്പണിക്കരേയും പോലെയുള്ള വരേണ്യ നാടക പ്രതിഭകളോടൊപ്പം ജനകീയതയെയും സാമൂഹ്യ പ്രതിബദ്ധതയെയും രചനാസൗഷ്ഠവത്തെയും സമന്വയിപ്പിച്ച പി.ജെ. ആന്റണി, കെ.ടി. മുഹമ്മദ്, ഇബ്രാഹിം വേങ്ങര, പിരപ്പൻകോട് മുരളി, എൻ.എൻ.പിള്ള, ചെറുകാട്, ഇടശ്ശേരി, എസ്.എൽ.പുരം സദാനന്ദൻ, എരൂർ വാസുദേവ്, പൊൻകുന്നം വർക്കി തുടങ്ങിയവർ അരങ്ങ് തകർത്ത വസന്തോൽസവത്തിന്റെ മധ്യത്തിലും ഭാസി വേറിട്ടും വ്യത്യസ്തനായും നിലകൊള്ളുന്നുവെന്നത് പഠനാർഹമാണെന്ന് പി.ജി അഭിപ്രായപ്പെട്ടു. പ്രൊഫസർ കൃഷ്ണപിള്ള സൂചിപ്പിച്ചതുപോലെ രചനാകൗശലത്തിൽ പഴയ ജനപ്രിയ സംഗീത നാടക ശൈലിയെ അർത്ഥവത്താക്കിയ പരിഷ്കാരങ്ങൾക്ക് ഭാസി വിജയകരമായി വിധേയമാക്കിയെങ്കിലും അതിന്റെ പരമ്പര നൂലാമാലകളിൽ നിന്ന് പൂർണമായി രക്ഷപ്പെടാൻ അദ്ദേഹത്തിന് കഴിഞ്ഞിരുന്നോ എന്ന് പി.ജി. സംശയം പ്രകടിപ്പിക്കുന്നു.

മഹാന്മാരായ കലാകാരന്മാർ യുഗസ്രഷ്ടാക്കളാണെന്ന് പി.ജി. അഭിപ്രായപ്പെട്ടു. അതുപോലെതന്നെ അവർ യുഗത്തിന്റെ സൃഷ്ടികളുമാണ്. തോപ്പിൽ ഭാസിയും ഒരു കാലഘട്ടത്തിന്റെ സ്രഷ്ടാവായിരുന്നു. അതിനാൽ ആ കാലഘട്ടത്തിന്റെ കരുത്തെന്നപോലെ ദൗർബല്യങ്ങളും അദ്ദേഹത്തിനുണ്ടായിരുന്നു. കരുത്തുകൾ മുതലാക്കുകയും ദൗർബല്യങ്ങൾ തിരസ്കരിക്കുകയുമാണ് നാം ചെയ്യേണ്ട കർത്തവ്യമെന്ന് പി.ജി പറഞ്ഞു.[13]

## 4. പൊൻകുന്നം വർക്കി (1910 – 2004)

നാടക രംഗത്ത് പൊൻകുന്നം വർക്കിയുടെ സംഭാവനകളെയും പി.ജി വിലയിരുത്തിയിട്ടുണ്ട്. വി.ടി ഭട്ടതിരിപ്പാട്, കെ. ദാമോദരൻ, തോപ്പിൽ ഭാസി, ചെറുകാട് എന്നിവരെപ്പോലെ പൊൻകുന്നം വർക്കിയും നാടക കലയുടെ അനന്യസാധാരണമായ പ്രചാരണ മൂല്യത്തെ കണ്ടറിഞ്ഞ നാടകകൃത്തായിരുന്നുവെന്ന് പി.ജി. വ്യക്തമാക്കി. നാടകങ്ങൾ രചിക്കുന്നതിൽ മാത്രമല്ല അവ അരങ്ങത്ത് അവതരിപ്പിക്കുന്നതിലും അദ്ദേഹം മുന്നിട്ട് നിന്നിരുന്നു. കായംകുളം കേന്ദ്രമായി പ്രവർത്തിച്ചുവന്ന *കെ.പി.എ.സി*യെയും എറണാകുളം കേന്ദ്രമായി പ്രവർത്തിച്ചു വന്ന പി.ജെ ആന്റണിയുടെ *പ്രതി*

*ഭ*യെയും മറ്റും പോലെ *കേരള തിയറ്റേഴ്സ്* എന്ന പേരിൽ ഒരു സംഘടന കോട്ടയം ആസ്ഥാനമാക്കി വർക്കി സ്ഥാപിച്ചു. 1954 ൽ കമ്യൂണിസ്റ്റ് പാർട്ടിയുടെ സഹായത്തോടുകൂടി സംഘടിപ്പിച്ച ഈ സംഘടനയുടെ പ്രസിഡന്റ് വർക്കി തന്നെയായിരുന്നു. സെക്രട്ടറി, നടനും കമ്യൂണിസ്റ്റ് നേതാവുമായ കുമരകം ശങ്കുണ്ണിമേനോനായിരുന്നു.

*കതിരുകാണാക്കിളി, ജേതാക്കൾ, പ്രേമവിപ്ലവം, അൾത്താര, വിശറിക്ക് കാറ്റു വേണ്ട, ചലനം* തുടങ്ങി ഒരുഡസനിലേറെ നാടകങ്ങൾ വർക്കിയുടെ നേതൃത്വത്തിൽ *കേരള തിയറ്റേഴ്സ്* രംഗത്ത് അവതരിപ്പിച്ച് പ്രശസ്തി നേടുകയുണ്ടായിയെന്ന് പി.ജി ചൂണ്ടിക്കാണിച്ചു. പ്രൊഫസർ എം.പി. പോളിന്റെ ജീവിതസമരങ്ങളെയും പുരോഹിത വർഗം അദ്ദേഹത്തോട് കാണിച്ച അന്യായങ്ങളുടെയും കഥയാണ് *വിശറിക്ക് കാറ്റുവേണ്ട* എന്ന നാടകം. വർഗ്ഗ സമരവും രാഷ്ട്രീയ മൽസരങ്ങളും ചേർന്ന ഒരു കഥയെ അവലംബിച്ച് എഴുതിയിട്ടുള്ള നാടകമാണ് *ജേതാക്കൾ.*[14]

വർക്കിയുടെ ചില നാടകങ്ങൾ ചലച്ചിത്രങ്ങളുമാക്കി. *നവലോകം, കതിരുകാണാക്കിളി, ചലനം* എന്നിവ കാണികളുടെയും നിരൂപകരുടെയും പ്രശംസ പിടിച്ചുപറ്റുകയുണ്ടായെങ്കിലും സാമ്പത്തികമായി വിജയം കണ്ടില്ല. പിൽക്കാലത്ത് പ്രസിദ്ധി നേടിയ സത്യൻ, ഗോവിന്ദൻകുട്ടി, പി.ജെ ആന്റണി തുടങ്ങിയ പല അഭിനേതാക്കളും വർക്കിയുടെ സിനിമകളിൽ അഭിനയിച്ചിട്ടുണ്ട്.

### 5. വൈക്കം ചന്ദ്രശേഖരൻ നായർ (1928 – 2005)

നാടക രചയിതാവും നാടക നടനും കൂടിയായിരുന്ന വൈക്കം ചന്ദ്രശേഖരൻ നായരുടെ ഒരു ഡസനോളം വരുന്ന നാടകങ്ങളിൽ *ഡോക്ടർ, തണ്ണീർപ്പന്തൽ, ആള്ളോഹരി, കുറ്റവും ശിക്ഷയും, ജാതുഗൃഹം, കടന്നൽക്കൂട്* തുടങ്ങിയവയാണ് പ്രശസ്തമായവയെന്ന് പി.ജി നിരീക്ഷിച്ചു. നാടക രചനയും അവതരണവും നിർവഹിക്കുന്നതിന് പുറമെ നാടകത്തിന് പാട്ടെഴുതുകയും സംഗീതം കൊടുക്കുകയും ചെയ്തിട്ടുണ്ട് അദ്ദേഹം. ചിലപ്പോൾ നേരിട്ട് പാടുകയുമുണ്ടായിട്ടുണ്ട്.

മേൽ പറഞ്ഞതിനു പുറമെ നാടകത്തിന്റെ വിശ്വവ്യാപകമായ ചരിത്രവും ശാസ്ത്രവും വൈക്കത്തിന്റെ ശ്രദ്ധ പതിഞ്ഞ വിഷയങ്ങളായിരുന്നു. *പ്രാചീന നാടകങ്ങളിലൂടെ ഒരു പര്യടനം* എന്ന വൈക്കത്തിന്റെ നാടക പഠനഗ്രന്ഥം ഈ വിഷയത്തെ മുൻനിർത്തി മലയാളത്തിൽ രചിച്ചിട്ടുള്ള കൃതികളുടെ അഗ്രിമസ്ഥാനത്താണ് നിലകൊള്ളുന്നതെന്ന് പി.ജി. വിലയിരുത്തി.[15] സോഫോക്ലിസ്, ഇസ്കിലസ്, അരിസ്റ്റോഫേനസ് തുടങ്ങിയ പ്രതിഭാശാലികളായ യുവനാടകാചാര്യൻമാരുടെ കൃതികളും അവയുടെ അവതരണ രീതികളും ഈ ഗ്രന്ഥത്തിൽ വൈക്കം വിവരിക്കുന്നു. അതിനു പുറമെ അരിസ്റ്റോട്ടിൽ മുതലായ ചിന്തകരുടെ നാടക സിദ്ധാന്തങ്ങളും പ്രതിപാദിക്കുന്നു. അരിസ്റ്റോട്ടിലിന്റെ പ്രസിദ്ധമായ *വികാരവിരേചന* സിദ്ധാന്തത്തിന്റെ പ്രസക്തിയും പോരായ്മയും വിശകലനം ചെയ്യുന്നതിലും വൈക്കത്തിന്റെ തൂലിക ശ്രമിച്ചിട്ടുണ്ട്.

1978–81 കാലത്ത് കേരള സംഗീതനാടക അക്കാദമിയുടെ അധ്യക്ഷപദവി അലങ്കരിച്ചിരുന്ന വൈക്കം ആ സ്ഥാപനത്തിന്റെ പ്രവർത്തന പരിപാടികളിലും

വീക്ഷണത്തിലും പല പരിഷ്കാരങ്ങളും വരുത്തിയ കാര്യവും പി.ജി. എടുത്തു പറഞ്ഞു. എന്നാൽ ഭരണകാര്യങ്ങളിൽ താൽപര്യമോ നൈപുണ്യമോ വൈക്കത്തിനില്ലായിരുന്നു. ഇത് വൈക്കത്തിന്റെ ആശയങ്ങൾ നടപ്പിലാക്കുന്നതിൽ തടസ്സം നിൽക്കാൻ അക്കാദമിയിലെ സർക്കാർ പ്രതിനിധികൾക്കും രാഷ്ട്രീയക്കാർക്കും സഹായകമാകുകയുണ്ടായി. എന്നിരുന്നാലും വൈക്കത്തിന്റെ ഭരണകാലം അക്കാദമിയുടെ ചരിത്രത്തിലെ അവിസ്മരണീയമായ ഒരു ഘട്ടം തന്നെയായിരുന്നുവെന്ന് നിഷ്പക്ഷമതികൾ അംഗീകരിക്കുന്നുവെന്ന് പി.ജി. അഭിപ്രായപ്പെട്ടു.

## 6 ഒ.മാധവൻ (1924 –2005)

വീറുറ്റ വിപ്ലവവീര്യംകൊണ്ടും മികവുറ്റ അഭിനയപാടവംകൊണ്ടും മലയാളക്കരയെ പുളകംകൊള്ളിച്ച പ്രതിഭാശാലിയാണ് ഒ. മാധവൻ (1924 –2005) എന്ന് പി.ജി. വിലയിരുത്തുന്നു. കെ.പി.എ.സി. യിലെ നടനായി 1953 ൽ കലാജീവിതം ആരംഭിച്ചു. 1960 നു ശേഷം തന്റെ നേതൃത്വത്തിൽ സംഘടിപ്പിക്കപ്പെട്ട കൊല്ലം *കാളിദാസ കലാകേന്ദ്ര*ത്തിലൂടെ അദ്ദേഹം അഭിനയ കലയുടെ ഉത്തുംഗ ശ്രേണികളിലെത്തി. അതിനു പുറമെ കുറെ ചലച്ചിത്രങ്ങളിലും അദ്ദേഹം തന്റെ മികവ് തെളിയിക്കുകയുണ്ടായി.

ഒ.മാധവന്റെ വിജയ രഹസ്യം എന്തായിരുന്നുവെന്ന് പി.ജി യുടെ വാക്കുകളിൽ:

> കെ.പി.എ.സി. എന്നപോലെ കാളിദാസ കലാകേന്ദ്രവും കമ്യൂണിസ്റ്റ് പക്ഷപാതത്തിനും സാമൂഹിക പ്രതിബദ്ധതയ്ക്കും ഊന്നൽ നൽകിയ കലാസംഘടനയായിരുന്നു....ഈ രണ്ട് കലാ സംഘടനകളുടെ എന്നപോലെ മാധവന്റെയും വിജയരഹസ്യം ഈ പ്രതിബദ്ധതയായിരുന്നു. വാസ്തവം പറഞ്ഞാൽ കുട്ടിക്കാലം മുതലേ കലാവാസന പ്രകടിപ്പിച്ചുവന്നെങ്കിലും കലാരംഗത്തേക്കുള്ള കാര്യമായ കാൽവെപ്പുകൾ മാധവൻ നടത്തിയത് രാഷ്ട്രീയ സമരപഥത്തിലൂടെയായിരുന്നു. അതാണ് തന്റെ കലാരംഗത്തെ മികവിന് കാരണമായത് എന്ന് മാധവൻ ജീവിതാന്ത്യം വരെ വിശ്വസിക്കുകയും പ്രഖ്യാപിക്കുകയും ചെയ്തിരുന്നു.[16]

കെ.പി.എ.സിയുടെ ആദ്യകാല നാടകങ്ങളായ *നിങ്ങളെന്നെ കമ്യൂണിസ്റ്റാക്കി, സർവ്വേക്കല്ല്, മുടിയനായ പുത്രൻ, പുതിയ ആകാശം പുതിയ ഭൂമി, അശ്വമേധം, ശരശയ്യ* തുടങ്ങിയ നാടകങ്ങളിൽ മുഖ്യകഥാപാത്രങ്ങളുടെ വേഷമിട്ടിട്ടുണ്ട് മാധവൻ. ഇന്ന വേഷമേ തനിക്കാകൂ എന്ന നിർബന്ധബുദ്ധി അദ്ദേഹം പ്രകടിപ്പിച്ചിരുന്നില്ല. ഏതു വേഷവും ഏതുതരം കഥാപാത്രവും അനായാസമായി അഭിനയിപ്പിച്ച് ഫലിപ്പിക്കാൻ തനിക്കാകുമെന്ന് മാധവൻ തെളിയിച്ചിട്ടുണ്ടെന്ന് പി.ജി അഭിപ്രായപ്പെട്ടു. അനുപമമായ അഭിനയപാടവത്തോടെ കാമ്പിശേരി കരുണാകരൻ അവതരിപ്പിച്ച *നിങ്ങളെന്നെ കമ്യൂണിസ്റ്റാക്കി* എന്ന നാടകത്തിലെ അനശ്വരനായ പരമുപിള്ള മുതൽ *സർവ്വേക്കല്ലിലെ* വാനാറിപാച്ചു, *അശ്വമേധ*ത്തിലെ ഡോക്ടർ വരെ വ്യത്യസ്തമായ കഥാപാത്രങ്ങൾ വിജയകരമായി അഭിനയിച്ച് ഫലിപ്പിക്കാൻ മാധവന് കഴിഞ്ഞു. മാധവന്റെ അഭിനയ കീർത്തിയിലേക്കുള്ള കുതിച്ചുചാട്ടത്തിന്

തുടക്കംകുറിച്ചത് *മുടിയനായ പുത്രനിലെ* സംഗ്രാമധീരനായ മുടിയനായ പുത്രന്റെ വേഷമാണെന്നാണ് പി.ജിയുടെ വിലയിരുത്തൽ.

സ്വന്തം ഉടമസ്ഥതയിൽ *കാളിദാസ കലാകേന്ദ്രം* ആരംഭിച്ചതിനു ശേഷവും കെ.പി.എ.സിയുമായി അദ്ദേഹം സഹോദരബന്ധം നിലനിർത്തുകയും ചില പ്രത്യേക സാഹചര്യങ്ങളിൽ *നിങ്ങളെന്നെ കമ്യൂണിസ്റ്റാക്കി* തുടങ്ങിയ ചില പ്രധാന നാടകങ്ങളിൽ അഭിനയിക്കുകയുമുണ്ടായി. കാളിദാസ കലാകേന്ദ്രം അവതരിപ്പിച്ച അമ്പതോളം നാടകങ്ങളിൽ മിക്കതിലും മാധവൻ നടനെന്നതിനുപുറമെ സംവിധായകനും ചിലപ്പോൾ നാടക കൃത്തുമായി തന്റെ നാടക പ്രതിഭ തെളിയിക്കുകയുണ്ടായി. അന്ധവിശ്വാസങ്ങൾക്കും യാഥാസ്ഥിതിക രാഷ്ട്രീയത്തിനും ആൾ ദൈവങ്ങളുടെ തട്ടിപ്പുകൾക്കും കുടുംബ ബന്ധങ്ങളിലെ സ്ത്രീവിരുദ്ധ പ്രവണതകൾക്കും എതിരെ മാധവന്റെ തൂലികയും അഭിനയ പ്രതിഭയും അസിധാരപോലെ ആഞ്ഞാഞ്ഞ് വെട്ടിയിട്ടുണ്ടെന്ന് പി.ജി. കണ്ടു. നാടകം സാമൂഹിക പരിവർത്തന യത്നങ്ങൾക്കുള്ള ഒരുപാധി എന്ന നിലപാടിൽ ഉറച്ചു നിന്നുകൊണ്ടു തന്നെ അവയെ ആകർഷകമായ വിനോദോപാധിയാക്കാനും വിജയകരമായ ഒരു വിദ്യാഭ്യാസമാധ്യമമാക്കാനും കഴിഞ്ഞതാണ് മാധവന്റെ കലാസപര്യയുടെ സത്തയെന്ന് പി.ജി. വിലയിരുത്തി.

കേരളത്തിലെ വിപ്ലവ നാടക വേദിയിൽ കെ.ടി മുഹമ്മദ്, ചെറുകാട്, പി.ജെ. ആന്റണി, തോപ്പിൽ ഭാസി തുടങ്ങിയവരോടൊപ്പം ഒ.മാധവൻ എക്കാലവും സ്മരിക്കപ്പെടുമെന്ന് പി.ജി. അഭിപ്രായപ്പെട്ടു.

### 7. എസ്.എൽ.പുരം സദാനന്ദൻ (1927 –2005)

പാട്ടെഴുത്തും കവിതാരചനയും കലാപരിപാടി സംവിധാനവും ചെറുകഥാ രചനയും എസ്.എൽ.പുരം സദാനന്ദൻ പയറ്റിയിരുന്നെങ്കിലും തന്റെ വിപ്ലവ രാഷ്ട്രീയ പ്രവർത്തനത്തിനും ആത്മാവിഷ്കാരത്തിനും ഏറ്റവും പറ്റിയ മാധ്യമം നാടകമാണ് എന്ന നിഗമനത്തിൽ 1950 കളുടെ ആരംഭത്തോടെ അദ്ദേഹം എത്തിച്ചേർന്നു. 1960 കളോടെ ചലച്ചിത്രരംഗത്തേക്കും അദ്ദേഹം കടന്നു. കമ്യൂണിസ്റ്റ് പാർട്ടി അംഗത്വവും അതിനാവശ്യമായ പ്രവർത്തനങ്ങളും അതോടൊപ്പം തുടർന്നു.

മറ്റു പല നാടകസംഘങ്ങൾക്കും ഒടുവിൽ തന്റെ വകയായി സംഘടിപ്പിക്കപ്പെട്ട *സൂര്യസോമയ്ക്ക്* വേണ്ടി നാൽപ്പത്തിയെട്ടോളം നാടകങ്ങളെഴുതുക മാത്രമല്ല അവയിൽ പലതിന്റെയും സംവിധാനം നിർവഹിക്കുകയും ചെയ്തു. നിരവധി പുരസ്കാരങ്ങളും അദ്ദേഹത്തിനു ലഭിച്ചിട്ടുണ്ട്. ഇതിനു പുറമെ 140 ൽ പരം ചലച്ചിത്രങ്ങളുടെ തിരക്കഥ രചിക്കുകയും അവയിൽ ചിലതിന്റെ സംവിധാനം നിർവഹിക്കുകയും ചെയ്തു. ചലച്ചിത്ര സംവിധാനം നിർവഹിച്ചിട്ടുണ്ടെങ്കിലും സദാനന്ദന്റെ ഔന്നത്യം കഥാസൃഷ്ടിയിലും തിരക്കഥാരചനയിലുമായിരുന്നുവെന്ന് പി.ജി വിലയിരുത്തുന്നു. ആ രംഗത്ത് വലിയ അംഗീകാരം നേടാനും സദാനന്ദന് കഴിഞ്ഞിരുന്നു. തോപ്പിൽ ഭാസി, പി.ജെ. ആന്റണി, ഒ.മാധവൻ തുടങ്ങിയ സദാനന്ദന്റെ സമകാലികരും വക്താക്കളുമായി താരതമ്യപ്പെടുത്തിക്കൊണ്ട് കുറ്റമറ്റ പ്രൊഫഷണലിസവും അതിരുകളില്ലാത്ത ജനപ്രീതിയും സദാനന്ദനോളം ഇവരിലാരിലും സമന്വയിച്ചിരുന്നില്ല എന്ന് പി.ജി വിലയിരുത്തുന്നു. *ചെമ്മീൻ* എന്ന ചലച്ചിത്രത്തിന്റെ

തിരക്കഥയിലൂടെ സദാനന്ദൻ ദേശീയശ്രദ്ധ പിടിച്ചുപറ്റിയെങ്കിലും അദ്ദേഹത്തിന്റെ എല്ലാ ചിത്രങ്ങളും ആ നിലവാരത്തിലെത്തി എന്ന് പി.ജിക്ക് അഭിപ്രായമില്ല. ജനപ്രീതിയും കലാശില്പ പൂർണിമയും സമന്വയിപ്പിക്കുക എന്ന ധർമ്മം സദാനന്ദന്റെ കലയിൽ, വിശേഷിച്ച് നാടക കലയിൽ നിറഞ്ഞു നിൽക്കുന്നതെന്ന് വ്യക്തമാക്കാനാണ് പി.ജി ഈ താരതമ്യം നടത്തിയത്. ഇവയ്ക്ക് രണ്ടിനും പുറമെ എം.ടിയുടെ എല്ലാ കൃതികൾക്കും ഉണ്ടെന്ന് വാദിക്കാനാവാത്ത സാമൂഹ്യ പ്രതിബദ്ധത സദാനന്ദന്റെ മിക്കവാറും എല്ലാ കൃതികളുടെയും ജീവാത്മാവായി നിലകൊള്ളുകയും ചെയ്യുന്നു.

കെ.പി.എ.സി നാടകങ്ങൾ ചിലപ്പോൾ നാടക ശില്പ സിദ്ധാന്തങ്ങളെ മറികടന്ന് ജനപ്രീതിക്കായി ചില കോമാളികളെയും കഥയിൽ ഒഴിവാക്കാവുന്ന നൃത്തസംഗീത മേളകളും ഉപയോഗിച്ചപ്പോൾ ഈ വഴിക്കുഴികളിൽ വീഴാതെ നാടകരചനാശില്പത്തിന്റെ ഒതുക്കവും മുറുക്കവും വീറും വശ്യതയും ഉള്ള ശൈലി സദാനന്ദന്റെ കൃതികളെ ഉത്തമ കോടിയിൽ എത്തിച്ചുവെന്ന് പി.ജി ചൂണ്ടിക്കാണിക്കുന്നു.

സദാനന്ദന്റെ, പുരസ്കാരം നേടിയ അവസാന സൃഷ്ടികളിലൊന്നായ *പുന്നപ്രവയലാർ* "ധീരമായ ഒരു ചുവടുവെപ്പും തന്റെ ജീവിതത്തിന് അർത്ഥവും ലക്ഷ്യവും നൽകിയ ചരിത്ര സംഭവത്തോടുള്ള ബാധ്യത നിറവേറ്റലുമായിരുന്നു. എന്നാൽ, അതിലെ വാരിക്കുന്തപ്പോരാട്ടവും വെടിവയ്പും മറ്റും യഥാതഥമായി രംഗത്ത് അവതരിപ്പിക്കാനുള്ള ആവേശത്തിന്റെ പാളിച്ചകൊണ്ടോ മറ്റോ ആകാം അതിനാടകീയത (മെലോഡ്രാമ) മൂലം സദാനന്ദന്റെ *കാട്ടുകുതിര* തുടങ്ങിയവയുടെ കലാ നിലവാരത്തിലെത്തുന്നില്ലെന്ന് തോന്നിയെന്ന് പി.ജി. വിലയിരുത്തി."[17]

## 8. എം.എൻ. കുറുപ്പ് (1927 –2006)

എം.എൻ. കുറുപ്പിന് കവിത കഴിഞ്ഞാൽ കമ്പം നാടകത്തോടായിരുന്നു. എം.എൻ നാടക രംഗത്ത് പ്രവേശിക്കുന്നത് തന്റെ അയൽപക്കത്തുകാരനും ആദ്യകാല കമ്യൂണിസ്റ്റ് പ്രവർത്തകനും പ്രശസ്ത നാടകകൃത്തുമായ എസ്.എൽ. പുരം സദാനന്ദനുമായി സഹകരിച്ചാണ്. നാടകങ്ങൾ രചിക്കുന്നതിലും നാടക സംഘങ്ങൾ രൂപീകരിക്കുന്നതിലും സംവിധാനം ചെയ്യുന്നതിലും അദ്ദേഹം എസ്.എൽ.പുരം സദാനന്ദനെ സഹായിക്കുകയുണ്ടായി. എം.എന്റെ അഭിനയപാടവം ആസ്വാദകർ അറിഞ്ഞത് 1949 ൽ അവതരിപ്പിച്ച സദാനന്ദന്റെ *ഒരാൾകൂടി കള്ളനായി* എന്ന നാടകത്തിലെ മുഖ്യ കഥാപാത്രത്തെ അവതരിപ്പിച്ചപ്പോഴാണെന്ന് പി.ജി അഭിപ്രായപ്പെട്ടു. അതിലെ അഭിനയത്തിന് പ്രശംസകൾക്കു പുറമേ പുരസ്കാരവും എം.എന്ന് ലഭിക്കുകയുണ്ടായി. പിന്നീട് ചില നാടകങ്ങളുമായി പല രീതിയിലും എം.എൻ ബന്ധപ്പെട്ട് പ്രവർത്തിച്ചെങ്കിലും ആ സമയമായപ്പോഴേക്കും അദ്ദേഹത്തിന്റെ ശ്രദ്ധ കവിതയെഴുത്തിലും പത്രപ്രവർത്തനത്തിലും കേന്ദ്രീകൃതമാകുകയുണ്ടായി.[18]

## 9. പിരപ്പൻകോട് മുരളിയും പി.കെ വേണുക്കുട്ടൻ നായരും

മലയാള നാടക ചരിത്രത്തിൽ " ഒരു പുതിയ പ്രസ്ഥാനത്തിന്റെ പ്രോദ്ഘാടകനാ"യാണ് പി.ജി പിരപ്പൻകോട് മുരളി (1943 – ) യെ വിശേഷിപ്പി

ക്കുന്നത്. രാഷ്ട്രീയ പ്രവർത്തകൻ, നിയമസഭാ സാമാജികൻ, സാംസ്കാരിക നായകൻ, ഗാനരചയിതാവ്, പത്രാധിപർ, പുസ്തക പ്രസാധകൻ, സാഹിത്യചരിത്ര ഗവേഷകൻ തുടങ്ങി വിവിധ നിലകളിൽ അദ്ദേഹം നേടിയ അനുഭവസമ്പത്തും കാഴ്ചപ്പാടും അദ്ദേഹത്തിലെ നാടക പ്രതിഭയ്ക്ക് മാറ്റുകൂട്ടിയെന്ന് പി.ജി വിലയിരുത്തുന്നു. നാടകകൃത്തും സംവിധായകനും എന്നതിന് പുറമെ ഗാനരചനയിലും ശ്രദ്ധേയനാകാൻ അദ്ദേഹത്തിനു കഴിഞ്ഞു.[19] ആദ്യന്തം ഒരു കമ്യൂണിസ്റ്റായ മുരളിക്ക് വാസനാസിദ്ധമായ സാഹിത്യവും കവിതയുമെല്ലാം തന്റെ കമ്യൂണിസ്റ്റ് ദൗത്യം പൂർത്തീകരിക്കാനുള്ള ഉപാധികൾ മാത്രമാണെന്ന് പി.ജി. കണ്ടു.

അടിയുറച്ച സാമൂഹിക രാഷ്ട്രീയ പ്രതിബദ്ധതയുള്ള പിരപ്പൻകോട് മുരളിയും അദ്ദേഹം നാടകരംഗത്ത് തന്റെ ഗുരുഭൂതനായി കരുതുന്ന പി.കെ. വേണുക്കുട്ടൻ നായരും തെരുവുകളിലും പണിശാലകളിലും വയലേലകളിലും കലാപ്രകടനങ്ങളും പ്രസംഗങ്ങളും ജാഥകളും കൊടിപിടിച്ച് നടത്തുന്നതിൽ ജീവിത സാഫല്യം കണ്ടെത്തുന്നവരാണ്. എഞ്ചിനീയർമാരാണെങ്കിലും വാസനകൊണ്ട് നാടകക്കാരായ പി.കെ. വിക്രമൻ നായരും, അനുജൻ പി.കെ. വേണുക്കുട്ടൻ നായരും മലയാള നാടക വേദിക്ക് അവിസ്മരണീയരാണെന്ന് പി.ജി. കാണുന്നു. നടൻ, നാടകാചാര്യൻ, സംവിധായകൻ, *സുവർണ്ണരേഖ* തുടങ്ങിയ നാടക സമിതികളുടെ സ്ഥാപകനും പ്രവർത്തകനും എന്നീ വിവിധ നിലകളിൽ മലയാള നാടക വേദിയുടെ ഗതിവിഗതികളിൽ പങ്കെടുത്ത് 'പ്രാമാണികത്വം' നേടിയ വ്യക്തിത്വമാണ് വേണുക്കുട്ടൻ നായരുടേത് എന്ന് പി.ജി വിലയിരുത്തുന്നു.

ഇതിവൃത്തങ്ങളുടെ അപൂർവതകൾ കൊണ്ടാണ് നാടകരംഗത്തെ 'പ്രസ്ഥാന നായകൻ' ആകാൻ പിരപ്പൻകോട് മുരളിക്ക് കഴിഞ്ഞതെന്ന് പി.ജി അഭിപ്രായപ്പെട്ടു. സ്വാതിതിരുനാൾ, വേലുത്തമ്പി ദളവ, പഴശ്ശിരാജ തുടങ്ങിയ ചരിത്ര പുരുഷന്മാരെ കൂടാതെ സമകാലികർ എന്ന് വിശേഷിപ്പിക്കുന്ന മഹാകവി ചങ്ങമ്പുഴ കൃഷ്ണപിള്ള *(സ്നേഹിച്ചു തീരാത്ത ഗന്ധർവ്വൻ)*, സഖാവ് പി. കൃഷ്ണപിള്ള, ഇ.എം.എസ്, എ.കെ.ജി, ഇ.കെ.നായനാർ തുടങ്ങിയവരെ നായകരാക്കി രചിച്ച മുരളിയുടെ നാടകങ്ങൾ ഒരു പുതിയ പ്രസ്ഥാനം തന്നെയായി പി.ജി കാണുന്നു. അതുപോലെ തന്നെ വളരെ ജനപ്രീതി നേടിയവയാണ് ഇന്ദുലേഖ, മാർത്താണ്ഡവർമ്മ, ധർമ്മരാജ തുടങ്ങിയ നോവലുകളിലെ ഹൃദയസ്പൃക്കായ ചില രംഗങ്ങളെയും അവിസ്മരണീയമായ കഥാപാത്രങ്ങളെയുമെല്ലാം അടിസ്ഥാനപ്പെടുത്തി അദ്ദേഹം രചിച്ച് സംവിധാനം ചെയ്ത നാടകങ്ങൾ.

## III. നാടകം മരിക്കുന്നുവോ?

സമകാലിക നാടകരംഗത്ത് പുതുമകൾ കാണുന്നില്ലെന്ന് എൻ.എൻ പിള്ളയും മലയാള നാടക വേദിയിൽ അൻപതിനു ഷേഷം ഗണനീയമായ മാറ്റമില്ലെന്ന് തോപ്പിൽ ഭാസിയും അഭിപ്രായപ്പെടുകയുണ്ടായി. ഈ കണ്ടെത്തലുകളെ അപഹസിച്ചുകൊണ്ട് *നാടകം മരിക്കുന്നുവോ?* എന്ന ലേഖനം പി.ജി. എഴുതി.[20] നാടക രംഗത്ത് മാന്ദ്യമുണ്ടെന്ന ആശങ്ക അസ്ഥാനത്തല്ലെന്ന് പി.ജിയും സമ്മതിക്കുന്നു. എന്നാൽ അതിന് പല കാരണങ്ങളുണ്ട്. ദൂരദർശന്റെയും വീഡിയോയുടെയും അതിപ്രസരം, സിനിമയെ എന്നപോലെതന്നെ

വൈകുന്നേരത്തെ പരിപാടിയായ നാടകത്തെയും കാര്യമായി ബാധിച്ചിട്ടുണ്ടെങ്കിലും എൻ.എൻ. പിള്ളയും തോപ്പിൽ ഭാസിയും മറ്റും ഇപ്പോഴത്തെ നാടകമാന്ദ്യത്തെക്കുറിച്ചു വൃദ്ധസഹജമായ രീതിയിൽ, ഗതകാല പ്രൗഢിയിൽ രമിച്ച് അയവിറക്കുന്നത് അപഹാസ്യമാണെന്ന് പി.ജി. വ്യക്തമാക്കി.

ഇത് ഒരുതരം രോഗമാണെന്ന് പി.ജി പറഞ്ഞു. അദ്ദേഹത്തിന്റെ വാക്കുകളിൽ:

> ഇതിന്റെ മറുപുറം തങ്ങൾ ചെയ്തുവച്ച മഹാകാര്യങ്ങൾക്കു ശേഷം പിന്നെയാരും ഒന്നും ചെയ്തിട്ടില്ലെന്നാണല്ലോ? വാർധക്യം ബാധിക്കുകയും പുതുതായി ഒന്നും ചെയ്യാനാവാതെ വ്യർഥതാ ബോധത്തിന് അടിപ്പെടുകയും ചെയ്യുമ്പോൾ ഞാനുൾപ്പെടെയുള്ള വയസന്മാർക്കുണ്ടാകാവുന്ന മാനസികാവസ്ഥയാണിത്!
>
> ഇപ്പോൾ എന്തിരിക്കുന്നു? അതൊക്കെ പണ്ടത്തെ കാലത്തായിരുന്നു. ഇന്നത്തെ കോൺഗ്രസ് എന്തു കോൺഗ്രസ് എന്നു വിലപിക്കുന്ന വയസൻ കോൺഗ്രസുകാരെയും ഇന്നത്തെ കമ്യൂണിസം എന്ത് കമ്യൂണിസമെന്ന് വിലപിച്ചു പഴയ കമ്യൂണിസത്തിൽ ഊറ്റം കൂടുന്ന വയസൻ കമ്യൂണിസ്റ്റുകാരെയും കണ്ടുമുട്ടാൻ പ്രയാസമുണ്ടാവില്ല.
>
> അതുപോലെ തങ്ങളുടെ ചെറുപ്പകാലത്തെ നാടകമേ യഥാർത്ഥ നാടകമായിട്ടുള്ളൂ എന്നു പറയുന്നതും ഒരുതരം രോഗമാണെന്നു ഞാൻ പറയും. വാർധക്യസഹജമായ ഈ അഭിപ്രായങ്ങളോടു നാം സഹതപിക്കുക.

തുടർന്ന് എൻ.എൻ. പിള്ളയുടെ സംഭാവനയെ പി.ജി. ശരിയായി തന്നെ വിലയിരുത്തുന്നുണ്ട്. തോപ്പിൽ ഭാസിയും എൻ.എൻ പിള്ളയും കെ.ടി മുഹമ്മദുമെല്ലാം ആധുനിക മലയാളനാടകവേദിയിലെ അതികായന്മാരാണ്. തോപ്പിൽ ഭാസിയും കെ.ടി മുഹമ്മദും തന്റെ നാടക വീക്ഷണത്തിൽ കുറെക്കൂടി പ്രസക്തി ഉള്ളവരാണെങ്കിലും നാടകമെന്ന കലാമാധ്യമത്തിന്റെ സാധ്യതകൾ ഫലപ്രദമായി ഉപയോഗിക്കാനും പഴയ കച്ചവട ശൈലിയിൽനിന്നു മലയാള നാടകവേദിയെ മോചിപ്പിക്കാനും എൻ.എൻ പിള്ള നൽകിയ സംഭാവന മറക്കാൻ കഴിയില്ലെന്ന് പി.ജി. പറഞ്ഞു. *പി.ജി. ദേശാഭിമാനി വാരിക*യുടെ പത്രാധിപരായിരുന്ന കാലത്ത് എൻ.എൻ പിള്ളയുടെ നാടകങ്ങളെക്കുറിച്ച് ഒരു പ്രത്യേക പതിപ്പ് തന്നെ ഇറക്കുകയുണ്ടായി. സമൂഹത്തിലെ നാട്യങ്ങളെയും ഇടത്തരക്കാരുടെ അസത്യജഡിലമായ സദാചാര ധാരണകളെയും പിച്ചിച്ചീന്താൻ പിള്ളയുടെ *കാപാലിക, ക്രോസ്ബൽറ്റ്* തുടങ്ങിയ നാടകങ്ങൾ ഗണ്യമായി ഉപകരിച്ചിട്ടുണ്ടെന്ന് പി.ജി വിലയിരുത്തി. എന്നാൽ കച്ചവടക്കണ്ണോടുകൂടി അശ്ലീല പദങ്ങളും പ്രയോഗങ്ങളും ഉപയോഗപ്പെടുത്താനും അദ്ദേഹം മടിച്ചില്ല. പിൽക്കാലത്ത് അത്തരം വൈകൃതങ്ങളിൽ നിന്ന് ഒരു പരിധിവരെ അദ്ദേഹം മുക്തനായി എന്നും പി.ജി കാണുന്നു. എങ്കിലും കോഴിക്കോട് സർവകലാശാലയിലെ സ്കൂൾ ഓഫ് ഡ്രാമയുടെയും മറ്റും നേതൃത്വത്തിൽ നടക്കുന്ന നാടകരംഗത്തെ പുതിയ പരീക്ഷണങ്ങളെ ഇത്രമാത്രം പരിഹസിച്ച് തന്റെ ശരീരത്തിനും മനസിനും പിടിപെട്ട വാർധക്യദശയ്ക്കു പരസ്യമായ തെളിവു നൽകേണ്ടതുണ്ടായിരുന്നോ എന്ന് പി.ജി ചോദിക്കുന്നു.

തുടർന്ന് സ്കൂൾ ഓഫ് ഡ്രാമയുടെയും അതിന്റെ പ്രഥമ ഡയറക്ടറായ പ്രൊഫസർ ജി. ശങ്കരപ്പിള്ളയുടെയും സേവനങ്ങളെ ചൂണ്ടിക്കാട്ടുന്നതോടൊപ്പം പോരായ്മകളെയും തന്റെ ലേഖനത്തിൽ വിശദീകരിക്കുന്നു.

നാടോടി പൈതൃകം സംസ്കൃത പാരമ്പര്യത്തിന്റെ ഒരു ചോർന്നൊലിപ്പ് മാത്രമാണെന്ന തോപ്പിൽ ഭാസിയുടെ അഭിപ്രായം തികച്ചും അസംബന്ധമാണെന്നും പി.ജി. വിലയിരുത്തി. വാല്മീകി *രാമായണം* തൊട്ട് അനേകം ഇതിഹാസ കാവ്യങ്ങളും മഹാകാവ്യങ്ങളും നാടോടി പൈതൃകത്തോടു കടപ്പെട്ടിരിക്കുകയാണെന്ന് മാക്സിം ഗോർക്കി തുടങ്ങിയ മഹാമതികൾ തെളിയിച്ചിരിക്കുന്നതിനാൽ നേരെമറിച്ചാണ് സത്യമെന്ന് പി.ജി. പറഞ്ഞു.

ഇന്ത്യയിൽ ദുർഗാ ഭഗവത്തും ജർമനിയിൽ ഫാസിസ്റ്റ് സൈദ്ധാന്തികൻ ന്യൂമാനും മറ്റും നാടോടി പൈതൃകത്തെ അധീശവർഗ സംസ്കാരത്തിന്റെ ജീർണരൂപമോ ചോർന്നൊലിപ്പോ ആണെന്നു പറഞ്ഞിട്ടുണ്ടെങ്കിലും ആധുനിക നാടക ചിന്തകന്മാരെല്ലാം മറിച്ചുള്ള അഭിപ്രായക്കാരാണെന്ന് പി.ജി. പറഞ്ഞു.

നാടോടി ശൈലികളും മിത്തുകളും നാടക ഘടനയിൽ നെയ്തു ചേർക്കുന്നത് അഭികാമ്യമെന്ന് വിശ്വസിക്കുന്നയാളാണ് പി.ജി. പി.എം. താജിനെപ്പോലുള്ള പ്രതിഭാശാലികൾ ഈ സാദ്ധ്യതകളെ അത്ഭുതകരമാം വണ്ണം പുരോഗമന നാടക വേദിക്ക് മുതൽക്കൂട്ടാക്കി മാറ്റിയിട്ടുണ്ടെന്ന് പി.ജി ചൂണ്ടിക്കാട്ടി. താജിന്റെ ഈ പരീക്ഷണങ്ങൾ മലയാള നാടക വേദിയിൽ പുതുമുളകൾ ഉണ്ടായില്ലെന്ന വിമർശനത്തിനു മറുപടിയായി പി.ജി. കാണുന്നു. അതുപോലെ കെ.ടി മുഹമ്മദിന്റെ *സൃഷ്ടി സ്ഥിതി സംഹാരം, സൂത്രധാരൻ* മുതലായ നാടകങ്ങൾ റിയലിസോത്തര പുരോഗമന നാടക പ്രസ്ഥാനത്തെ വളരെയധികം മുന്നോട്ടു കൊണ്ടുപോകുകയുണ്ടായി. അമ്പതുകളിൽ കെ.പി.എ.സി നാടകങ്ങൾക്ക് കിട്ടിവന്ന അതേ ആവേശഭരിത സ്വീകരണം *സഖാവ്, സ്വാതിതിരുനാൾ* മുതലായ പിരപ്പൻകോട് മുരളി എഴുതി പി.കെ വേണുക്കുട്ടൻ നായർ സംവിധാനം ചെയ്ത് അവതരിപ്പിച്ച സംഘചേതനയ്ക്ക് ലഭിച്ചിട്ടുണ്ടെന്നും പി.ജി ചൂണ്ടിക്കാട്ടി.

ശാസ്ത്രസാഹിത്യ പരിഷത്തും മറ്റും വിജ്ഞാന വിതരണത്തെയും ബോധവൽക്കരണത്തെയും മുൻനിർത്തി അവതരിപ്പിച്ച തെരുവു നാടകങ്ങളും സഫ്ദർ ഹഷ്മി പ്രസ്ഥാനക്കാർ വ്യാപകമായി പ്രചരിപ്പിക്കുന്ന ജനകീയ നാടകങ്ങളും സ്വാഗതാർഹമാണ്.

പരമ്പരാഗത നാടക 'മുത്തപ്പന്മാർ' ഈ നാടകങ്ങളെയും അവയിലെ കലാമൂല്യങ്ങളെയും അംഗീകരിച്ചില്ലെന്ന് വിചാരിച്ച് ആ നാടകങ്ങൾ അവതരിപ്പിക്കുന്നവർക്കോ അത് കാണുന്ന ആസ്വാദക ലക്ഷങ്ങൾക്കോ ഒന്നും സംഭവിക്കുന്നില്ലെന്നും പി.ജി. പറഞ്ഞു.

## സൂചനകൾ

1. *ഇസങ്ങൾക്കിപ്പുറം*, പു: 88–116
2. പി. അപ്പുക്കുട്ടൻ, *ഗ്രന്ഥാലോകം*, സെപ്തംബർ – ഒക്ടോബർ, 1995, പു:25
3. *ഇസങ്ങൾക്കിപ്പുറം*, പു:89
4. *മേൽചൊന്നത്*, പു:93

5. *മേൽചൊന്നത്*, പു:110
6. *ഗ്രന്ഥാലോകം*, സെപ്തംബർ-ഒക്ടോബർ 1995, പു:25
7. *കെ. ദാമോദരൻ- പോരും പൊരുളും*, പു:123
8. *ഇസങ്ങൾക്കിപ്പുറം*, പു:108 –109
9. *ഇ.എം.എസി.ന്റെ മരണാനന്തര ജീവിതവും കലാസാഹിത്യ ചിന്തകളും*, പു: 282 –291
10. *മേൽചൊന്നത്*, പു:282
11. *മുൽക്ക് രാജ് മുതൽ പവനൻ വരെ*, പു : 86
12. *മുൽക്ക് രാജ് മുതൽ പവനൻ വരെ*, പു:86
13. *ഇ.എം.എസിന്റെ മരണാനന്തരചിന്തകളും കലാസാഹിത്യ ചിന്തകളും*, പു:281
14. *മുൽക്ക് രാജ് മുതൽ പവനൻ വരെ*, പു:92
15. *മേൽചൊന്നത്*, പു:126
16. *മേൽചൊന്നത്*, പു:117 –118
17. *തെരഞ്ഞെടുത്ത പ്രബന്ധങ്ങൾ*, പു:630
18. *മുൽക്ക് രാജ് മുതൽ പവനൻ വരെ*, പു:11
19. *ഇ.എം.എസിന്റെ മരണാനന്തര ജീവിതവും കലാസാഹിത്യ ചിന്തകളും*, പു:309
20. *ഇ.എം.എസിന്റെ മരണാനന്തര ജീവിതവും കലാസാഹിത്യ ചിന്തകളും*, പു: 271 –74

# നാടൻപാട്ടുകളിലേയും താരാട്ടു പാട്ടുകളിലേയും വർഗ്ഗസമരം

**നാ**ടൻ പാട്ടുകളേയും താരാട്ടു പാട്ടുകളേയും കുറിച്ച് ചർച്ച ചെയ്തുകൊണ്ട് അവയിൽ വർഗ്ഗ സംസ്കാരം കണ്ടെത്താനുള്ള പി.ജിയുടെ ശ്രമത്തെക്കുറിച്ചാണ് ഇവിടെ വിശദീകരിക്കുന്നത്.

## 1. നാടൻ പാട്ടുകളിലെ കലാമേന്മയും വർഗ്ഗസമരവും

നാടൻ കലാരൂപങ്ങളുടെ എന്നപോലെ നാടൻ പാട്ടുകളുടേയും സൃഷ്ടി സ്ഥിതി കർത്താക്കൾ അനാദികാലം മുതലേ നിന്ദിതരും പീഡിതരുമായ ജനവിഭാഗങ്ങളാണെന്ന് പി.ജി പറഞ്ഞു. നാടൻ സാഹിത്യത്തിന്റേയും ഒഴുക്ക് സാമൂഹ്യ ജീവിതത്തിലെ മേലേക്കിടക്കാരുടെ സാമ്പ്രദായിക സാഹിത്യത്തിനു സമാന്തരമായിട്ട് തന്നെയായിരുന്നു.

നാടൻ പാട്ടുകളുടെ ലാളിത്യം, ജീവിതഗന്ധം, മാധുര്യം, സ്വച്ഛത, നിഷ്ക്കളങ്കത, ഹൃദയംഗമമായ ആത്മാർത്ഥത മുതലായവ സാധാരണ എടുത്തു പറയാറുണ്ടെന്ന് പി.ജി. പറഞ്ഞു. ഏറ്റവും നല്ല അർത്ഥത്തിലെടുത്താൽ സമൂഹത്തിന്റേയും സംസ്കാരത്തിന്റേയും ഉന്നത ശൃംഗങ്ങളിൽ വിഹരിക്കുന്നു എന്ന് അഭിമാനിക്കുന്നവർ തങ്ങളിൽ താഴെയുള്ളവരോട് പ്രകടിപ്പിക്കുന്ന അനുകമ്പയോടു കൂടിയ വാൽസല്യം മാത്രമാണിത്. പാമരന്മാരോട് പണ്ഡിതന്മാർക്ക് തോന്നുന്ന അവജ്ഞയും ഇതിൽ നിഴലിക്കുന്നു.

തങ്ങളുടെ ഉത്ഥാനത്തിനും വികാസത്തിനും നാടൻ സാഹിത്യത്തിൽ നിന്ന് കാലാകാലങ്ങളിൽ ലഭിക്കുന്ന ഉത്തേജനത്തെക്കുറിച്ച് സാധാരണ സാമ്പ്രദായിക സാഹിത്യകാരന്മാർ ബോധവാന്മാരല്ല എന്ന് പി.ജി വിമർശിക്കുന്നു. സാമ്പ്രദായിക സാഹിത്യകാരന്മാർക്ക് നാടൻ പാട്ടുകളോടുള്ള അടക്കാനാവാത്ത അവജ്ഞ തന്റെ *കേരള സാഹിത്യ ചരിത്രത്തിൽ* ഉള്ളൂർ പ്രകടിപ്പിക്കുന്നത് പി.ജി ഉദ്ധരിക്കുന്നു. പണ്ഡിത ദൃഷ്ടിയിൽ യാതൊരു മെച്ചവുമില്ലാത്തതും സംഗീതമെന്ന പേരുപോലും അർഹിക്കാത്തതുമായ നാടൻ പാട്ടുകൾ ഒരു വക 'ശൈശവമാധുര്യം' കൊണ്ട് സഹൃദയന്മാരെ

എങ്ങനെയോ രസിപ്പിച്ചു പോരുകയാണ് എന്ന് ഒരു വിട്ടുവീഴ്ച മനോഭാവത്തോടെ വകവച്ചുകൊടുക്കുകയാണ് മഹാകവി ഉള്ളൂർ ചെയ്യുന്നതെന്ന് പി.ജി. വിമർശിക്കുന്നു.

നിരുപദ്രവവും നിഷ്ക്കളങ്കവുമായ ശൈശവസൗന്ദര്യത്തിൽ കവിഞ്ഞൊന്നും നാടൻ പാട്ടുകളിൽ ഇല്ലെന്നാണ് മഹാകവി വള്ളത്തോൾ പറഞ്ഞതെന്ന് അദ്ദേഹത്തിന്റെ കവിത ഉദ്ധരിച്ച് പി.ജി. വ്യക്തമാക്കി. ഉള്ളൂരും വള്ളത്തോളും പറഞ്ഞുവച്ച കാര്യം തന്നെ മറ്റൊരു തരത്തിൽ പറയുകയാണ് നാടൻ പാട്ടു സാഹിത്യം ശേഖരിച്ചവരിലൊരാളായ കിളിമാനൂർ വിശ്വംഭരനും ചെയ്തതെന്ന് അദ്ദേഹത്തിന്റെ വാക്യങ്ങൾ ഉദ്ധരിച്ചുകൊണ്ട് പി.ജി തുടർന്ന് രേഖപ്പെടുത്തി.[1]

പി.ജി. ഇതിനെ നിശിതമായി വിമർശിക്കുന്നു. ഇത്തരം പരാമർശങ്ങളും വിലയിരുത്തലുകളും നാടൻ പാട്ടുകളുടെയും കലകളുടെയും മർമസ്വഭാവം മനസിലാക്കാൻ സാധിക്കുകയില്ല. മേലാളന്മാരുടെ സാമ്പ്രദായികത്വത്തിനും മൂല്യങ്ങൾക്കും കടകവിരുദ്ധമാണ് നാടൻ പാട്ടുകളുടെ മർമസ്വഭാവം. പണ്ഡിതന്മാരുടെ മേലാളസാഹിത്യത്തിന് സമാന്തരമായി പ്രവഹിക്കുന്ന ഈ നാടൻ സരണി സമൂഹത്തിലെ പാമരഭൂരിപക്ഷത്തിന്റെ വ്യത്യസ്തമായ മൂല്യങ്ങളെ പ്രതിനിധാനം ചെയ്യുന്നുവെന്ന് പ്രസിദ്ധ ഇംഗ്ലീഷ് കാവ്യവിമർശകനായ ജയിംസ് റീവ്സിനെ ഉദ്ധരിച്ച് പി.ജി വ്യക്തമാക്കുന്നു.

## കലാമേന്മ

യഥാർത്ഥത്തിൽ നാടൻ പാട്ടുകൾക്ക് ഉപരിവർഗ സാഹിത്യകാരന്മാരുടെ ഈദൃശമായ വിട്ടുവീഴ്ചയൊന്നും കൂടാതെ നിലനിൽക്കാനുള്ള കഴിവുണ്ട്. അതിൽ അടങ്ങിയ കലാമേന്മ കൊണ്ടും ജീവിതമൂല്യം കൊണ്ടും തന്നെ നാടൻ പാട്ടുകൾ അതിജീവിക്കുന്നു. സാമ്പ്രദായിക വിഭാഗത്തിൽപ്പെട്ട സാഹിത്യകൃതികൾക്ക് അർഹതയില്ലെങ്കിൽപ്പോലും നിലനിൽക്കാനും പ്രചരിക്കാനും സഹായിക്കുന്ന കൃത്രിമോപാധികളൊന്നും നാടൻ സാഹിത്യത്തിന് ഊന്നുവടിയായിട്ടില്ലെന്ന് പി.ജി എടുത്തു പറഞ്ഞു. അതേ സമയം സാമ്പ്രദായികസാഹിത്യത്തിന്റെ കൃത്രിമ ഭംഗികളെ വെല്ലുന്നവയാണ് നാടൻപാട്ടുകളുടെ കലാമേന്മ. നാടൻപാട്ടുകളിലെ ബിംബസംസ്കാരത്തിന്റെ പ്രത്യേകതകളാണ് ആസ്വാദകരുടെ ഹൃദയത്തിൽ തറച്ചു കയറുന്ന പുതുമയും ശക്തിയും. കൃത്രിമമായ സങ്കല്പങ്ങളിൽ നിന്നും വാർന്നുവീഴുന്നവയല്ല അതിലെ ബിംബങ്ങൾ. നാടൻ പാട്ടുകളിൽ കാണുന്നത് പച്ചയായ ജീവിതത്തിൽ നിന്നും പറിച്ചെടുത്ത പ്രതിമാനങ്ങളും ബിംബങ്ങളുമാണ്. 'വയനാടൻ മഞ്ഞ മുറിച്ച പോലെ' നിറമുള്ള പെൺകൊടിമാർ 'കുന്നത്തെ കൊന്ന പൂത്തപോലെ' നാടൻപാട്ടുകളിൽ അവതരിക്കുന്നതു കാണാം.

വടക്കേ ഇന്ത്യയിലെ സംസ്കൃത കാവ്യങ്ങളിൽ നിന്ന് പകർന്ന സംസ്കാരത്തിന്റെ സ്വാധീനത്തിൽ കേരളത്തിൽ സാധാരണയല്ലാത്ത കുയിലുകളുടെ നാദത്തോടെയാണ് സാമ്പ്രദായിക കവികൾ സുന്ദരിമാരുടെ സ്വരത്തെ ഉപമിക്കുന്നതെങ്കിൽ നാടൻ പാട്ടുകൾ ആശ്രയിക്കുന്നത് കേരളത്തിലെ ഗ്രാമീണ ജീവിതത്തിൽ സുപരിചിതമായ ഉപമാനങ്ങളാണെന്ന് ഉദാഹരണങ്ങൾ ഉദ്ധരിച്ച് പി.ജി വെളിപ്പെടുത്തുന്നു. അതിലൊന്ന് :

"ചോലപ്പനംകിളി കൂവുംപോലെ

കിണ്ണംമണിയോശ കേക്കുംപോലെ
പനങ്കണ്ടൻതത്ത ചിലയ്ക്കും പോലെ
നാഗത്താൻ പൂതത്താൻ പാട്ടു പാടി"

*പൂമാതൈ പൊന്നമ്മയും കടലിങ്കരനാടുവാഴിയും* എന്ന പ്രസിദ്ധമായ വടക്കൻപാട്ടിലെ വസന്തകാല വർണന വിശ്വസാഹിത്യത്തിലെ ഏതു വർണനയോടും കിടപിടിക്കും എന്നാണ് പി.ജി യുടെ വിലയിരുത്തൽ.[2] ഈ പാട്ടിലെ വസന്തകാല വർണന വെളിപ്പെടുത്തുന്ന "മകരം പിറന്നാറെ മാവു പൂത്തു പൂക്കൈത പൂത്തും മണം പൊന്ത്യല്ലോ" എന്നു ആരംഭിക്കുന്ന ആദ്യത്തെ പതിനാറു വരികൾ ഉദ്ധരിച്ചുകൊണ്ടാണ് പി.ജി ഇത് സമർത്ഥിക്കുന്നത്.

കഥയുടെ ഇതിവൃത്തം സുന്ദരിയും സുശീലയുമായ ഹരിജൻ കർഷകത്തൊഴിലാളി ബാലികയെ വശപ്പെടുത്താൻ മധ്യവയസ്കനും സഭാര്യനുമായ നാടുവാഴി ആദ്യം പ്രലോഭനങ്ങൾ മുഖേനയും പിന്നെ ഭീഷണി കൊണ്ടും ശ്രമിക്കുന്നതാണ്. അവസാനം നിരാശബാധിച്ച നാടുവാഴി പ്രതികാര മൂർത്തിയായി പൊന്നമ്മയെ അപവാദം പറഞ്ഞു പരത്തി തീവെച്ച് ചുട്ടുകൊല്ലുന്നതും ആ ദുഷ്കർമ്മത്തിന്റെ ഫലമെന്നോണം കൊട്ടാരം കത്തി നശിക്കുന്നതുമാണ് ദുരന്ത കഥ. ഈ ദുരന്തത്തിന്റെ മുൻകൂർ നിഴൽ ഈ വസന്ത വർണ്ണനയിൽ വീശിയിരിക്കുന്നുവെന്ന് പി.ജി ചൂണ്ടിക്കാണിച്ചു.

പി.ജി. ലേഖനം ഉപസംഹരിക്കുന്നത് നാടൻ കലകൾക്കും പാട്ടുകൾക്കും തനതായ കലാമേന്മയും മൂല്യവുമുണ്ട് എന്ന് വ്യക്തമാക്കിക്കൊണ്ടാണ്. അവയുടെ നിലനില്പിന് മേലാളന്മാരുടെ ഭൂതദയയും വിട്ടുവീഴ്ചയുമൊന്നും ആവശ്യമില്ല. സാമ്പ്രദായിക സാഹിത്യത്തിന്റെ വൃഥാസ്ഥൂലതയിലും കൃത്രിമ മോടിയിലും മാത്രം ചരിച്ച് സഹൃദയത്വമെല്ലാം മുരടിച്ചു പോയവർക്ക് നാടൻ കലയുടെ പുതുമണം ആസ്വദിക്കണമെങ്കിൽ അവരുടെ പഴയ ചില കാവ്യ സങ്കല്പങ്ങൾ അവർ മാറ്റേണ്ടി വരും. സാധാരണക്കാരന്റെ സംവേദനക്ഷമത അഥവാ സെൻസിബിലിറ്റി ശരിക്കും മുരണ്ടു പോയിരിക്കുന്നതിനാൽ അങ്ങനെയൊരു ശ്രമം നടത്തിയാൽ ഉള്ളൂർ എന്തു പറഞ്ഞാലും ഫലം സംതൃപ്തികരമായിരിക്കുമെന്ന് പി.ജി വ്യക്തമാക്കി.

### വർഗസമരം

നേരംപോയ് നേരംപോയ്
പൂക്കൈത മറപറ്റി
കാനംകോഴി കൊളക്കോഴി
തത്തി തത്തിച്ചാടുന്നേ!
നേരം പോയ നേരത്തും
കൊല്ലാക്കൊല കൊല്ലണിയോ!
അരമുറിക്കരിക്കും തന്നേ
കൊല്ലാക്കൊല കൊല്ലണിയോ!
അരത്താണ്ടു കള്ളും തന്നേ
കൊല്ലാക്കൊല കൊല്ലണിയോ!
ഏനിവിടെ വന്നപ്പം - വന്നപ്പം
ഈാടില്ല, മൂടില്ല.......
ഏനിവിടെ വന്നേപ്പിന്നെ

കെട്ടാപ്പുര കെട്ടിച്ചേ
നേരം പോയ് നേരം പോയ്
പൂക്കൈത മറപറ്റി ......

സംഗീതസാന്ദ്രവും ശക്തിനിർഭരവും ആയ ഈ നാടൻപാട്ടിൽ വ്യക്തവും തിക്തവുമായ വർഗസമരത്തിന്റെ ഭീഷണമായ ഗർജനമാണ് കേൾക്കാൻ കഴിയുന്നതെന്ന് പി.ജി. പറഞ്ഞു. ഇത്തരം ചില ഗാനങ്ങൾ കൂടി ഉദ്ധരിക്കാനുണ്ടെങ്കിലും നാടൻപാട്ടുകളിൽ ഇന്നത്തെ മാതിരിയുള്ള ബോധപൂർവമായ വർഗസമരത്തിന്റെ അലയൊലി സർവസാധാരണമാണെന്ന് പി. ജി. വാദിക്കുന്നില്ല. ഇന്നത്തെപ്പോലെ തുറന്നതും ബോധപൂർവവുമായ വർഗസമരം അക്കാലങ്ങളിൽ ഇല്ലായിരുന്നു എന്നതാണ് അതിനുള്ള പ്രധാന കാരണം. എന്നാലും എല്ലാ വർഗസമൂഹങ്ങളിലും വർഗസമരമുണ്ടായിരുന്നു. തെക്കൻ തിരുവിതാംകൂറിലെ ചാന്നാർ ലഹളയും കല്ലുമാല പ്രക്ഷോഭണവും മറ്റും പോലെ ചിലപ്പോൾ വർഗസമരങ്ങൾ പന്തവും കുന്തവുമായി പൊട്ടിപ്പുറപ്പെടുന്നതുപോലെ ചിലപ്പോൾ "കൊല്ലാക്കൊല" പോലുള്ള പടപ്പാട്ടുകളും പൊട്ടിപ്പുറപ്പെടുമെന്ന് പി.ജി. വ്യക്തമാക്കി. മറ്റു സന്ദർഭങ്ങളിൽ വർഗസമരത്തിന്റേയും ജാതിമൽസരങ്ങളുടെയും രൂപാന്തരങ്ങളായിരിക്കും നാടൻ പാട്ടുകളിൽ പ്രതിബിംബിക്കുക. ജയിംസ് റീവ്സ് പരാമർശിക്കുന്നതുപോലുള്ള കലാപകാരികളായ നായകന്മാരാണ് (ചുരുങ്ങിയ പക്ഷം ജനകീയ ഭാവനകളിലെങ്കിലും) കായംകുളം കൊച്ചുണ്ണിയും ചെങ്ങന്നൂർ കുഞ്ഞാതിയും അതുപോലുള്ളവരും. അവരെപ്പറ്റിയുള്ള മധ്യതിരുവിതാംകൂറിലെ വീരഗാനങ്ങളിൽ രൂപാന്തരം വന്നവർ സമരത്തിന്റെ മാറ്റൊലികൾ നമുക്ക് കേൾക്കാൻ കഴിയുമെന്ന് പി.ജി. പറഞ്ഞു.[3]

തമ്പ്രാക്കളുടെ തിരുമുറ്റത്തും പണിയെടുക്കുന്ന പാടത്തും പാട്ടു പാടുമ്പോൾ പലപ്പോഴും വർഗ്ഗ സമരത്തിന്റെ ഉള്ളടക്കം രൂപാന്തരപ്പെട്ടും താഴ്ന്നും മാത്രമേ കേൾക്കുകയുള്ളൂവെന്ന് പി.ജി. വ്യക്തമാക്കി. ശ്ലേഷോക്തിയിലും പരിഹാസശൈലിയിലുമായിരിക്കും പലപ്പോഴും അവ പ്രകടമാവുന്നത്. ചിലപ്പോൾ വർഗ വിഭജനത്തിനുമുമ്പുള്ള പ്രാകൃത കമ്യൂണിസ്റ്റ് സമൂഹത്തിന്റെ സമത്വ സൗന്ദര്യ സൗശീല്യാദികളെക്കുറിച്ച് പാടുന്നതിലൂടെ തൽക്കാല വർഗസമൂഹത്തിന്റെ അന്യായങ്ങളെ ധ്വനിപ്പിക്കുക മാത്രമേ ചെയ്യാറുള്ളൂ. വാരം പിരിവുകാരെ അപലപിക്കുന്ന "എങ്ങനെ ചെട്ടിയമ്മോ ചീരകം പാകിണത്," എന്ന് ആരംഭിക്കുന്ന പാട്ടും അതിരാവിലെ പണിക്കാരെ പണിക്കിറക്കാൻ വരുന്ന ചീനക്കുടക്കാരൻ തമ്പുരാനെപ്പറ്റിയുള്ള "നേരത്തിലേറെപ്പുലരും മുമ്പേ! തമ്പുരാൻ വന്നു വിളിക്കുന്നേ!" എന്ന് ആരംഭിക്കുന്ന പാട്ടും തമ്പുരാക്കന്മാരേ കളിയാക്കുന്ന മറ്റുചില നാടൻപാട്ടുകളിലെ വരികളുമൊക്കെ ഉദ്ധരിച്ച് പി.ജി. ഇക്കാര്യം സമർഥിക്കുന്നു.

അക്കാലത്തെ "കൊല്ലും കൊലയും കുലാധികാരമായുള്ള" തമ്പുരാക്കന്മാരുടെ മർദനവാഴ്ചയും തൊഴിൽക്കാരുടെ സ്വാതന്ത്ര്യ വാഞ്ഛയും ചിലപ്പോൾ വേദന വിളമ്പുന്ന നർമബോധത്തോടെ നാടൻ പാട്ടുകളിൽ പ്രതിഫലിക്കാറുണ്ട്. ഇതിനുദാഹരണമാണ് പ്രസിദ്ധമായ *മഞ്ഞപ്പാട്ട്* അഥവാ *വിഡ്ഢിയുടെ* പാട്ട്. വർഗസമരവും കലാപവും പ്രതിഷേധവും മാത്രമാണ് നാടൻ പാട്ടുകളുടെ വിഷയം എന്ന് സ്ഥാപിക്കുകയല്ല പി.ജി. അങ്ങനെയുള്ള ശ്രമം നാടൻ പാട്ടുകളുടെ പരിധിയെ ചുരുക്കുകയായിരിക്കും ചെയ്യുന്നതെന്ന് അദ്ദേഹത്തിന് ബോധ്യമുണ്ട്. ജീവിതത്തിന്റെ ഒരൊറ്റവശം പോലും നാടൻ

പാട്ടുകളുടെ മഹാ പ്രപഞ്ചത്തിൽ നിന്ന് അവഗണിക്കപ്പെടുന്നില്ല. ആ പൂർണിമയുടെ അനിവാര്യവും സർവസ്പർശിയുമായ ഘടകമാണ് വർഗസമരമെന്നും അത്തരം ഉദാഹരണങ്ങൾ എന്തോ അപവാദമാണെന്നുമുള്ള വാദം തെറ്റാണെന്നും സ്ഥാപിക്കുകയാണ് പി.ജി.യുടെ ലക്ഷ്യം. "വർഗസമരവും പ്രതിഷേധവും കലാപവും വിപ്ലവവും സമകാലീന സാഹിത്യത്തിന്റെ മുഖ്യധാരയായി വളർന്നുവരുന്ന ഈ ഘട്ടത്തിൽ ഈ നവോത്ഥാനത്തിന്റെ വമ്പിച്ച പോഷക ശക്തിയായി വർത്തിക്കുന്ന നാടൻ സാഹിത്യ പാരമ്പര്യത്തിലെ അരുണരേഖകൾ തെരഞ്ഞ് നോക്കുക മാത്രമാണ്" തന്റെ ലക്ഷ്യമെന്ന് പി.ജി. വ്യക്തമാക്കി.[4]

മലയാളത്തിലെ നാടോടി പാട്ടുകളിലെ വിവിധ ശാഖകളിൽ പ്രധാനപ്പെട്ട രണ്ടിനങ്ങളായ വടക്കൻ പാട്ടുകൾക്കും തെക്കൻപാട്ടുകൾക്കും ചില സാമാന്യ സ്വഭാവങ്ങളുണ്ട്. വീരഗാഥകളും ശൃംഗാര ഗാനങ്ങളുമാണ് അവയിൽ വളരെയെണ്ണം. പലപ്പോഴും ഉയർന്ന വർഗ്ഗത്തിൽപ്പെട്ടവരായിരിക്കും വീരനായകന്മാരും നായികമാരും. എന്നാലും അവയിലെല്ലാം തെളിഞ്ഞു നിൽക്കുന്ന ജീവിത മൂല്യങ്ങൾ അക്കാലത്തെ സാമ്പ്രദായിക സാഹിത്യകൃതികളിലേതിനേക്കാൾ ജീവസ്സും വ്യക്തിത്വവും തുളുമ്പി നിൽക്കുന്നവയാണെന്ന് പി.ജി. ചൂണ്ടിക്കാണിക്കുന്നു. എന്നാൽ അക്കാലത്തെ വർഗ്ഗസമരങ്ങളുടെയും ജാതി മൽസരങ്ങളുടെയും മാറ്റൊലി അവയിൽ അധികമുണ്ടെന്ന് പറയാൻ കഴിയില്ല. ജാതി മൽസരങ്ങളുടെ കാര്യത്തിൽ മുസ്ലീങ്ങളും ഹിന്ദുക്കളും തമ്മിലുള്ള സഹോദരപ്പോരിന് ആക്കം കൂട്ടുന്ന തരത്തിലുള്ള പരാമർശങ്ങൾ ദുർലഭമല്ലെങ്കിലും ചിലയിടങ്ങളിലും ചില പാട്ടുകളിലും വർഗവ്യത്യാസത്തിന്റെയും വർഗസമരത്തിന്റെയും അലയൊലി കേൾക്കാൻ സാധിക്കുമെന്ന് *കടലിങ്കരെ നാടുവാഴിയും പൂമാതൈ പൊന്നമ്മയും* തമ്മിലുള്ള മൽസരത്തിന്റെ ദുരന്തകഥ എടുത്തു കാട്ടി പി.ജി തെളിയിക്കുന്നു. കടലിങ്കരെ നാടുവാഴി മേൽജാതിക്കാരനും സ്ത്രീലമ്പടനുമാണെങ്കിൽ പൊന്നമ്മ പുലുവാ, അഥവാ പുലയ ജാതിയിൽ പെട്ട ഏഴയായ കർഷക തൊഴിലാളിയുമാണ്. ഈ കവിതയിലുടനീളം രണ്ടു വർഗക്കാരുടെ ജീവിത രീതികളിലും മൂല്യങ്ങളിലും അവസ്ഥകളിലുമുള്ള വൈരുദ്ധ്യം തെളിഞ്ഞു കാണാമെന്ന് പി.ജി. ചൂണ്ടിക്കോണിച്ചു. താമസത്തിന്റെയും ആഹാരത്തിന്റെയും കാര്യത്തിൽ മാത്രമല്ല, ഇരുകൂട്ടരുടെയും ജീവിത സമ്പ്രദായത്തിലേയും സദാചാരത്തിലേയും അന്തരം കൂടി ഇതിൽ പലയിടത്തും വ്യക്തമാക്കുന്നുണ്ടെന്ന് നാടൻ പാട്ടിലെ വരികൾ ഉദ്ധരിച്ച് പി.ജി. തെളിയിക്കുന്നു. "കൂറോടെ കഴിയണം" എന്നൊക്കെ നാടുവാഴി പറയുമ്പോൾ ആ കർഷകത്തൊഴിലാളി പെൺകിടാവ് തന്റെ വർഗത്തിന്റെ കൂറും സദാചാരവും പ്രഖ്യാപിക്കുന്നത് നോക്കുക :

കൂറുള്ള പുലുവൻ വന്നെന്നാല്
മാറാതെ കൂറും ഞാൻ നാടുവായിച്ചേ

അവസാനം രോഷാകുലനായ നാടുവാഴിയുടെ ഭീഷണികളും ഉരുളക്കുപ്പേരി പോലെ കർഷകത്തൊഴിലാളി പെൺകിടാവ് കൊടുക്കുന്ന മറുപടികളും ആധുനിക കാലത്തെ ചെങ്കൊടിക്കീഴിലെ പെൺകിടാങ്ങളെ ഓർമ്മിപ്പിക്കുന്നുവെന്ന് വ്യക്തമാക്കിക്കൊണ്ട് പി.ജി ആ വരികൾ ഉദ്ധരിക്കുന്നു:

"തരുവൻ പകരം ഞാൻ പൂമാതൈ യേ"
"വാങ്ങാം പകരം ഞാൻ നാടുവായിച്ചേ"

"കൊല്ലാതെകൊല്ലും പൂമാതൈയേ"
"കൊല്ലുമ്പം കാണും ഞാൻ നാടുവായിച്ചേ"
"തീയിലുരുക്കും ഇന്ന പൂമാതൈയേ"
"മഞ്ഞത്തു പാറക്കും നാടുവായിച്ചേ"
"നീയെന്തറിഞ്ഞെന്നെ പൂമാതൈയേ"
"അടിയനറിഞ്ഞോളി നാടുവായിച്ചേ"

ചുരുക്കത്തിൽ ജീവിത ശൈലിയിലും മൂല്യത്തിലും ഇരുകൂട്ടരും തമ്മിലുള്ള അന്തരം, പാവപ്പെട്ടവരുടെ പ്രേമവിശുദ്ധി, കൊട്ടാരക്കെട്ടുകളിലെ അറയ്ക്കുന്ന അഴിഞ്ഞാട്ടം എന്നിവയൊക്കെ ഈ നാടോടിപ്പാട്ടിൽ തെളിഞ്ഞു കാണാമെന്ന് പി.ജി പറഞ്ഞു.

ഈ കഥയുമായി വളരെ സാമ്യമുള്ളതും എന്നാൽ രൂപത്തിൽ നേരെ തലതിരിഞ്ഞ് കിടക്കുന്നതുമായ ഒരു ഇതിവൃത്തമാണ് തെക്കൻ പാട്ടുകളിൽപ്പെട്ട *കന്നടിയൻ പോര്* എന്ന പാട്ട്. കന്നടിയൻ എന്ന വടുക രാജാവിന്റെ ഓമനപ്പുത്രിക്ക് വഞ്ചിയൂർ രാജാവിനോടുണ്ടായ പരിശുദ്ധ പ്രേമമാണ് ഇതിവൃത്തം. കീഴ്ജാതിക്കാരിയായ വടുക രാജാവിന്റെ പുത്രിയുടെ പ്രേമാഭ്യർത്ഥന മേൽ ജാതിക്കാരനായ വഞ്ചിയൂർ രാജാവും കൂട്ടരും അപമാനമായി കണക്കാക്കി. അതു യുദ്ധത്തിൽ കലാശിച്ചു. വഞ്ചിയൂർ കുലശേഖരൻ തോറ്റതിനാൽ വാൾകൊണ്ട് കഴുത്തുവെട്ടി അയാൾ ആത്മഹത്യ ചെയ്യുകയാൽ ശവം മാത്രമെ വടുക രാജാവിന്റെ സന്നിധിയിൽ എത്തിയുള്ളൂ. എന്നാൽ കന്നടിയന്റെ പുത്രി തന്റെ കമിതാവിന്റെ ശവത്തിൽ മാലയിട്ടു വരിക്കുകയും അയാളുടെ ചിതയിൽ അഗ്നി പ്രവേശം ചെയ്ത് മരിക്കുകയുമുണ്ടായി. ആ ചുടലയിൽ നിന്ന് ആ പതിവ്രത ചെമ്പകക്കുട്ടി എന്ന ദുർദേവതയായി ഉയർന്നുവെന്നും തനിക്കും തന്റെ നാഥനും ഒരു ക്ഷേത്രം വേണമെന്ന് പിതാവിനോട് സ്വപ്നത്തിൽ അറിയിച്ചുവെന്നും അതനുസരിച്ച് അദ്ദേഹം രണ്ടു ക്ഷേത്രങ്ങൾ പണിതുവെന്നുമാണ് കഥ.

ഈ മനോഹരമായ വീര്യത്തിന്റെയും പ്രേമത്തിന്റെയും ഗാനത്തിന്റെയും കാമ്പ് ഒരു സാധാരണ കീഴ്ജാതിക്കാരി പെൺകിടാവിന്റെ പ്രേമസ്ഥിരതയാണെങ്കിലും ആ ഗാനത്തിലുടനീളം മേൽജാതിക്കാരെന്ന് പറയപ്പെടുന്നവരുടെ സദാചാര മൂല്യങ്ങളുടെ പുഴുക്കുത്തുകളും താരതമ്യത്തിനായി അവതരിപ്പിക്കുന്നുണ്ടെന്ന് പി.ജി. ചൂണ്ടിക്കാട്ടുന്നു. ഇതുപോലെ വർഗ്ഗസ്മരണകൾ അലതല്ലുന്ന പല പാട്ടുകളുമുണ്ട്. ഇതുപോലെ മറ്റൊരു തെക്കൻ പാട്ടാണ് *പുരുഷാദേവി അമ്മപാട്ട്*.

തെക്കൻപാട്ടുകളിൽ വലിയൊരു ഭാഗം വില്ലടിച്ചാൻ പാട്ടുകളാണെന്ന് പി.ജി പറഞ്ഞു. ആദ്യകാലങ്ങളിലെ അധികാരപ്പോരാട്ടങ്ങളും കാർഷിക വൃത്തിയും വേട്ടയാടലുമൊക്കെയായി ബന്ധപ്പെട്ടവയാണിവ. പ്രാചീന ഗോത്ര സമുദായം പടല പടലയായി കടന്നു കയറി വന്ന പുറനാട്ടുകാരാൽ തകർക്കപ്പെട്ടതിന്റെ ചിത്രം അവയിൽ പലതിലും കാണാൻ കഴിയും. 'വർഗ സമരം എന്ന് നാം പറയുമ്പോൾ അന്നത്തെ ചരിത്ര സാഹചര്യത്തിലെ സമരങ്ങളാണ്. വിവിധ സാമൂഹ്യവിഭാഗങ്ങൾ തമ്മിലുള്ള സമരമാണ്. അവയിലൊക്കെ അടങ്ങിയ വ്യത്യസ്തങ്ങളായ ജീവിത മൂല്യങ്ങളുടെ സംഘർഷങ്ങളാണ് അർത്ഥമാക്കുന്നത്' എന്ന് പി.ജി വ്യക്തമാക്കി.

ചില വരട്ടു തത്വവാദികളും യാഥാസ്ഥിതികരും പി.ജി.യുടെ ഈ ലേഖനം കണ്ട് പുരികം ചുളിച്ചു. അനുഷ്ഠാനാംശവും തമ്പ്രാൻ പൂജയും

അന്ധവിശ്വാസങ്ങളും മുറ്റിനിൽക്കുന്ന നാടോടി സാഹിത്യത്തിൽ വർഗസമരം കണ്ടെത്താൻ നടത്തുന്ന ശ്രമം അടിസ്ഥാന രഹിതവും അനഭിലഷണീയവുമാണെന്ന് വിമർശകർ ആക്ഷേപമുന്നയിച്ചു. *നേരം പോയ് നേരം പോയ്* എന്ന സുപ്രസിദ്ധവും അനവദ്യസുന്ദരവുമായ നാടോടിപ്പാട്ടുകളിൽ പ്രത്യക്ഷമായിത്തന്നെ വർഗസംഘർഷ മാറ്റൊലികൾ കേൾക്കുമ്പോൾ അനുഷ്ഠാനപരതയുടെയും ആചാരവാക്കുകളുടെയും പുറകിൽ പരോക്ഷമായ വർഗസംഘർഷ മർമരം സൂക്ഷ്മശ്രോതാക്കൾക്ക് കേൾക്കാൻ കഴിയുമെന്ന് പി.ജി ചൂണ്ടിക്കാണിച്ചു. നാടോടിക്കലയെയും സാഹിത്യത്തെയുമെല്ലാം ഏതോ ഗൂഢാത്മകതയിൽ പൊതിഞ്ഞ് അവയുടെ യഥാർത്ഥ ചൈതന്യവും ജീവിതത്തുടിപ്പും ചോർത്തിക്കളയാൻ ആഗ്രഹിക്കുന്നവരാണ് ഇത്തരം വിമർശകർ എന്നും സത്യം അന്ധതയ്ക്കും മുൻവിധിക്കും വഴങ്ങിക്കൊടുക്കുകയില്ലെന്നും പി.ജി. വ്യക്തമാക്കി.[5]

## 2. താരാട്ടു പാട്ടിലെ വർഗസംസ്കാരം

പിഞ്ചോമനകളുടെ കൊഞ്ചിക്കുഴയലിലും താരാട്ടു പാട്ടിലും വരെ വർഗസമരം കണ്ടെത്താമെന്ന് വ്യക്തമാക്കിക്കൊണ്ട് പി.ജി എഴുതിയ ലേഖനമാണ് *താരാട്ടുപാട്ടുകളിലെ വർഗസംസ്കാരം* എന്ന ലേഖനം.[6] കൈകളിലോ തോളിലോ കിടത്തി മന്ദം മന്ദം കുലുക്കിയോ തൊട്ടിലിൽ കിടത്തി ആട്ടിയോ കുഞ്ഞുങ്ങളെ ആശ്വസിപ്പിക്കാനും ഉറക്കാനും പാടുന്ന പാട്ടാണ് താരാട്ട്. ആഗോള വ്യാപകമായി പരിശോധിക്കുമ്പോൾ വിവിധ സംസ്കാരങ്ങളിലേയും ഭാഷകളിലേയും താരാട്ടു പാട്ടുകളിൽ സമാനതകൾ എന്നപോലെ വ്യത്യസ്തതയും കണ്ടെത്താം. അതുപോലെതന്നെ ഓരോ രാഷ്ട്രത്തിലേയും അഥവാ ഭാഷയിലേയും വിവിധ സാമ്പത്തിക - സാമൂഹിക തട്ടുകളിൽ കഴിയുന്നവരുടെ താരാട്ടുകളിൽ മൂലവൈജാത്യങ്ങളും ഭിന്നതകളും കണ്ടെത്താൻ കഴിയുമെന്ന ശ്രദ്ധേയമായ കാര്യവും പി.ജി ചൂണ്ടിക്കാണിക്കുന്നു.

എല്ലാ താരാട്ടുകൾക്കുമുള്ള ഒരു സാർവത്രികഘടകം നിരർത്ഥകമെങ്കിലും സംഗീതാത്മകമായി ആവർത്തിക്കുന്ന ചില സ്വരസമുച്ചയങ്ങളാണെന്ന് പി.ജി. പറഞ്ഞു. ഉദാഹരണത്തിന് 'രാരീരം രാരീരം രാരോ' എന്നതും 'വാവാവോ വാവാവോ' എന്നതും മലയാളികൾക്ക് പ്രിയകരമാണെങ്കിൽ 'ലൂലൂ-ലൂലൂ', 'ലല്ലാ ലല്ലാ' 'നിന്ന-നന്ന', 'ബോ-ബോ' മുതലായ ചില ശബ്ദങ്ങളാണ് മറ്റുരാജ്യങ്ങളിൽ പ്രിയങ്കരം. പലപ്പോഴും താളലയങ്ങളോടുകൂടിയ മൂളലായിരിക്കും പാട്ടിന്റെ മുഖ്യാംശം. പാട്ടുകളിലെ അർഥമുള്ള പദങ്ങളും ബിംബങ്ങളും മറ്റും ഉറങ്ങേണ്ട കുഞ്ഞിനേക്കാൾ ഉറക്കുന്നവർക്കല്ലേ ആനന്ദവും സംതൃപ്തിയും നൽകുക എന്ന് പി.ജി സംശയിക്കുന്നു. കാരണം പാട്ടിന്റെ അർഥമൊന്നുമറിയാതെയാണ് കുഞ്ഞ് സുഖസാന്ദ്രമായ സുഷുപ്തിയിലേക്ക് പോകുന്നത്. താരാട്ടിന്റെ ഭാവാംശം പാടുന്നയാളുടെ ഭാവനയെ ഉദ്ദീപിപ്പിക്കുകയോ ആകാംക്ഷകളെ ആവിഷ്കരിക്കുകയോ ചെയ്യുന്നു.

അമേരിക്കൻ ഐക്യനാട്ടിലെ കുഞ്ഞുങ്ങളെ പ്രസിഡന്റാകാൻ പാടിയുറക്കുമ്പോൾ കെനിയയിലെ കാക്കിയു കുഞ്ഞുങ്ങളെ വേട്ടക്കാരനും വഞ്ചിക്കാരനുമാകാൻ പാടിയുറക്കുന്നുവെന്ന് ആ താരാട്ടു പാട്ടുകൾ ഉദ്ധരി

ച്ചുകൊണ്ട് പി.ജി ബോദ്ധ്യപ്പെടുത്തുന്നു.[7] പലതിനെയും കണ്ട് തെറ്റിദ്ധരിച്ച് ഭയപ്പെടുന്ന കുട്ടികളെ ഉറക്കാൻ അത്തരം കോലങ്ങളെയോ പൂതത്താന്മാരെയോ ഭീഷണിപ്പെടുത്തുന്ന പാട്ടുകൾ പാടാറുണ്ടെന്ന് തെക്കെ ആഫ്രിക്കയിലെ ഗോത്രവർഗക്കാരുടെയിടയിലെ ഒരു താരാട്ടുപാട്ടു ഉദ്ധരിച്ച് പി.ജി വ്യക്തമാക്കുന്നു. 'ഉറങ്ങിയില്ലെങ്കിൽ കുറുക്കൻ വരും', 'ഉമ്മാക്കി വരും' എന്നു പറഞ്ഞ് കുട്ടിയെ ഭയപ്പെടുത്തുന്ന പാട്ടുകളുമുണ്ട്. യൂറോപ്യന്മാർ 'ഭയങ്കരമായ മൂറുകളെപ്പറ്റി' പറഞ്ഞാണ് കുഞ്ഞുങ്ങളെ ഭയപ്പെടുത്തുക. തമിഴ്നാട്ടിൽ നിന്നും മറ്റും വഴിവാണിഭത്തിനായി വലിയ മാറാപ്പും മേൽമീശയും തലേക്കെട്ടുമായി വരുന്ന പാവത്താന്മാരെ ആപൽക്കാരികളായ പാണ്ടിക്കാരായി ചിത്രീകരിച്ച് കുഞ്ഞുങ്ങളെ ഭയപ്പെടുത്തുന്ന രക്ഷിതാക്കളുണ്ട്. അതിനൊത്ത ചില താരാട്ടു പാട്ടുകളും കാണാം.

താരാട്ടുകളെ തരം തിരിക്കാനുതകുന്ന വർഗമൂല്യങ്ങൾ രസാവഹങ്ങളെന്ന പോലെ വിജ്ഞാനപ്രദങ്ങളുമാണെന്ന് പി.ജി. ചൂണ്ടിക്കാണിച്ചു. 1874 ൽ മിസ്സിസ് എഫീകാനിങ് കാൾടൺ എന്ന ഒരു മഹതിയാണ് അമേരിക്കയിലെ ഏറ്റവും പ്രചാരമുള്ള 'Rock-a -bye, Baby'എന്ന താരാട്ടിന് അന്തിമ രൂപം നൽകിയതും ഈണവുമായി ഇണക്കിയതും. അതുപോലെ മലയാളികളുടെ ഏറ്റവും പ്രസിദ്ധമായ താരാട്ടായ "ഓമനത്തിങ്കൾ കിടാവോ നല്ല കോമളത്താമരപ്പൂവോ" എന്നതിന്റെ കർത്താവ് ഇരയിമ്മൻ തമ്പി (1783 –1856) ആണ്. കാൾടൺ നീണ്ടകാലമായി പാടിപ്പതിഞ്ഞ ഒരു നാടോടി ശീല് പരിഷ്കരിക്കുകയായിരുന്നുവെങ്കിൽ ഇരയിമ്മൻ തമ്പിയുടേത് സ്വകൽപ്പിതമാണെന്ന് പി.ജി. വിലയിരുത്തുന്നു. തിരുവിതാംകൂർ കൊട്ടാരത്തിലെ കൊച്ചുതമ്പുരാൻമാർക്കും തമ്പുരാട്ടിമാർക്കും വേണ്ടിയായിരുന്നു രാജ്യസദസ്സിലെ ബഹുമാന്യ അംഗമായിരുന്നു ഇരയിമ്മൻ തമ്പി എഴുതിയത്. ആഡംബര സമൃദ്ധമായ കൊട്ടാരക്കെട്ടിനോടും അഭിജാത സമൂഹത്തോടുമുള്ള പക്ഷപാതം അതിലെ ഭാഷ, ഉപമ-ഉൽപ്രേക്ഷാ-രൂപകാദി അലങ്കാരങ്ങൾ, ബിംബങ്ങൾ എന്നിവയിലെല്ലാം പ്രകടമായി കാണാം. 'കാച്ചിക്കുറുക്കിയ' നറുമ്പാലിൽ നിന്ന് കടഞ്ഞെടുക്കുന്ന സുഗന്ധവാഹിയായ നവനീതം പോലെ, ജിവിതമാകെ കടഞ്ഞ്, കരടും പടലും തള്ളിക്കൊടുക്കുന്ന ശുദ്ധമായ പരികൽപ്പനകൾക്കും സുന്ദരമായ വസ്തുക്കൾക്കും മാത്രമേ കൊട്ടാരക്കെട്ടിലേക്കെന്ന പോലെ തമ്പിയുടെ താരാട്ടിലേക്കും പ്രവേശനമുള്ളൂവെന്ന് പി.ജി ചൂണ്ടിക്കാണിച്ചു. ഉറങ്ങാൻ കിടക്കുന്ന രാജകൊട്ടാരത്തിലെ കുഞ്ഞുങ്ങൾക്ക് ആ കാവ്യഭംഗി മുഴുവൻ ആസ്വദിക്കാൻ കഴിഞ്ഞില്ലെങ്കിലും തമ്പുരാക്കന്മാർക്കും തമ്പുരാട്ടിമാർക്കും അതിനു കഴിയും. അവരെക്കാൾ അല്പം താണവരെങ്കിലും അധികം വ്യത്യസ്തമല്ലാത്ത സംസ്കാരമണ്ഡലത്തിൽ വ്യാപരിക്കുന്നവർക്കും അതിനു കഴിയുമെന്ന് പി.ജി. പറഞ്ഞു.[8]

നമ്മുടെ സമൂഹത്തിന്റെ തികച്ചും വ്യത്യസ്തമായ മറ്റൊരു വശവും മറ്റൊരു തരം താരാട്ടുമാണ് വയനാടൻ മലകളിലെ *പണിയർ* എന്ന ആദിവാസികളുടെ താരാട്ടു പാട്ടായ *മക്കളെ ഉറാക്കിക്കിഞ്ച* എന്നതിൽ കാണുന്നതെന്ന് പി.ജി. പറഞ്ഞു. ഈ പാട്ടിൽ പണിയരുടെ ജീവിതസമരം മുഴുവൻ തുടിച്ചുനിൽക്കുന്നു. ഇതിലെ എല്ലാ വരികളും അവരുടെ വേദനകൾ കൊണ്ടു നിറഞ്ഞതാണ്. അച്ഛനും, അമ്മയും മറ്റു മുതിർന്നവരും രാവിലെ ജന്മിമാരുടെ പാടത്തേക്കിറങ്ങിക്കഴിഞ്ഞാൽ ഇളയകുട്ടികളെ പാടിയുറക്കുന്നത് മൂത്തകുട്ടി

കളാണ്. പാട്ടും പ്രാരാബ്ധം പറച്ചിലുമൊക്കെ ചേർന്ന ഈ താരാട്ടു പാട്ട് പി.ജി ഉദ്ധരിക്കുന്നുണ്ട്.

അമ്മ ഞാറു പറിക്കാനും നടാനും പോയിരിക്കുന്നു എന്നു പറഞ്ഞാണ് പാട്ടു തുടങ്ങുന്നത്. പിന്നീട് പാടത്ത് പണിക്ക് പോയിരിക്കുന്ന അമ്മയോട് വിളിച്ചു പറയുന്ന രീതിയിൽ പാട്ടു തുടരുന്നു. അമ്മേ കുട്ടി വിശന്ന് കരയുകയാണ്. മുലകൊടുക്കാൻ വേഗം വരണം എന്ന്. അടുത്തത് പാടത്ത് നിന്ന് അമ്മ പ്രതികരിക്കുന്ന മട്ടിലാണ് പാട്ടു തുടരുന്നത്. നിൽക്കൂ, നിൽക്കൂ, ഇവിടെ ഞാറ് പിരിച്ചു തീർന്നില്ല. അതിനു മുമ്പേ അവൾ കുട്ടിക്ക് മുല കൊടുക്കാൻ വിളിക്കുന്നു! ഏറ്റ കുത്തക പണി തീരാതെ പോയാൽ തമ്പുരാൻ ഇന്ന് വല്ലിയും തരില്ല, കൂലിയും തരില്ല. നമുക്ക് പട്ടിണി കിടക്കേണ്ടിവരും. കുറച്ച് കരയട്ടെ അവിടെ.

ഈ താരാട്ട് അങ്ങനെ തുടർന്നു പോകുന്നു. കുട്ടിയെ ഉറക്കലും സ്വന്തം ദുരവസ്ഥ മനസിലാക്കലും അതിന്റെ കാവ്യാവിഷ്കാരത്തിലൂടെ സിദ്ധിക്കുന്ന അനുഭൂതിയും അനുഭവം സൃഷ്ടിക്കാൻ ഈ പാട്ടിന് കഴിയുന്നുവെന്ന് പി.ജി ചൂണ്ടിക്കാട്ടി. പണിയരെപ്പോലെ പറയർക്കും പുലയർക്കും ഇത്തരം ചില താരാട്ടുപാട്ടുകളുണ്ടെന്ന് പി.ജി പറഞ്ഞു. ചൂഷണവും ദുരിതവും വിവരിക്കുന്ന താരാട്ടു പാട്ടുകൾ ലോകമെങ്ങും അധഃസ്ഥിതരുടെയിടയിൽ പ്രചാരത്തിലുണ്ട്. സച്ചിദാനന്ദൻ വിവർത്തനം ചെയ്ത *കറുത്ത കവിതയിൽ* നിന്ന് ആഫ്രിക്കൻ രാഷ്ട്രമായ എത്യോപ്യയിലെ ഒരു താരാട്ട് പാട്ട് പി.ജി ഉദ്ധരിച്ചുകൊണ്ട് ഇത് വ്യക്തമാക്കുന്നു.

പണിയരുടെയും എത്യോപ്യരുടെയും ഈ പരുപരുത്ത താരാട്ടുപാട്ടുകളും ഇരയിമ്മൻ തമ്പിയുടെ സർവാംഗസുന്ദരമായ തേനൊലി താരാട്ടും തമ്മിൽ രണ്ടുവർഗങ്ങൾ തമ്മിലും രണ്ടു മൂല്യ വ്യവസ്ഥകൾ തമ്മിലും രണ്ടു കാവ്യസങ്കല്പങ്ങൾ തമ്മിലുമുള്ള അന്തരമാണ് നമുക്ക് കേൾക്കാൻ കഴിയുക എന്ന് പി.ജി വിലയിരുത്തി.

## സൂചനകൾ

1. *പി.ജി: സാഹിത്യം സംസ്കാരം ദർശനം*, പു:18–19
2. *പി.ജി: സാഹിത്യം സംസ്കാരം ദർശനം*, പു:20
3. *ഇസങ്ങൾക്കിപ്പുറം*, പു:120– 121
4. *മേൽചൊന്നത്*, പു:130
5. *പി.ജി: സാഹിത്യം സംസ്കാരം ദർശനം*, പു:23
6. *ദേശാഭിമാനി വാരിക*, ഓണപ്പതിപ്പ്, 1985; *പി.ജി. സാഹിത്യം സംസ്കാരം ദർശനം*, പു:23–28
7. *പി.ജി സാഹിത്യം സംസ്കാരം ദർശനം*, പു:24
8. *മേൽചൊന്നത്*, പു:26–27

# ഇന്ത്യൻ ഇംഗ്ലീഷ് സാഹിത്യവും തമിഴ് സാഹിത്യവും മറ്റും

**ഇം**ഗ്ലീഷ് ഭാഷയിൽ എഴുതുന്ന ഇന്ത്യൻ എഴുത്തുകാർ അനവധിയാണ്. ഇവരിൽ പ്രമുഖരായ ചിലരെക്കുറിച്ചും, ശൂദ്രമഹാകവി സരളദാസനെപ്പറ്റിയും, ഏതാനും ചില തമിഴ് സാഹിത്യകാരന്മാരെക്കുറിച്ചുമുള്ള പി.ജി.യുടെ പഠനങ്ങളും നിരൂപണങ്ങളുമാണ് ഈ അദ്ധ്യായത്തിലെ പ്രതിപാദ്യം

## 1. ഇന്ത്യൻ - ഇംഗ്ലീഷ് സാഹിത്യം

രവീന്ദ്രനാഥ ടാഗോർ, ത്രിപാഠി, യശ്പാൽ, പ്രേംചന്ദ് എന്നിവരുടെ കൃതികൾ തനിക്ക് ഇഷ്ടമാണെന്ന് പി.ജി. പറഞ്ഞു. വിക്രം സേത്ത്, പാർത്ഥസാരഥി, നിസീം എസ്കീൽ തുടങ്ങിയ ഒട്ടേറെ കവികൾ നമുക്കുണ്ടെങ്കിലും അവരുടെ പേരുകൾ ഓർമിച്ചെടുക്കാൻ ബുദ്ധിമുട്ടാണ്. ഇവരുടെയൊക്കെ കൃതികൾ വായിച്ചാലും അതെല്ലാം ഓർമ്മിച്ചെടുക്കാൻ പ്രയാസപ്പെടേണ്ടി വരുന്നുവെന്ന് പി.ജി പറഞ്ഞു. ഇന്ത്യയെ പാശ്ചാത്യർ എങ്ങനെ കാണുന്നുവെന്നതിന്റെ അന്തരീക്ഷത്തിൽ നിന്നെഴുതുന്നവരാണ് കിരൺ ദേശായിയെപ്പോലുള്ള ഇന്ത്യൻ ഇംഗ്ലീഷിൽ എഴുതുന്ന ഭൂരിപക്ഷം പേരും. പടിഞ്ഞാറന്മാരുടെ അഭിരുചികളെയും അനുശീലനങ്ങളെയും രസിപ്പിക്കുന്ന ഒരു ഭാഷാ വ്യതിയാനവും ഭാവുകത്വ പരിണാമങ്ങളും അതനുസരിച്ച് രൂപപ്പെടുത്തുന്നു. കൊളോണിയൽ അനന്തരകാലത്തെ സാംസ്കാരിക പ്രതിഭാസമാണിത്. തങ്ങൾ എഴുതുന്നതെല്ലാം പാശ്ചാത്യരും കൊളോണിയലിസ്റ്റുകളുമായവർ എങ്ങനെ ആസ്വദിക്കുന്നുവെന്നതിനെക്കുറിച്ചുള്ള ഈ സങ്കല്പങ്ങൾ ബോധപൂർവമാവണമെന്നില്ല. അബോധപൂർവമാണിതെന്ന് പി.ജി. പറഞ്ഞു.[1]

ഇന്ത്യൻ- ഇംഗ്ലീഷിൽ എഴുതുന്ന കുറച്ചുപേർ മാത്രമേ അങ്ങനെയല്ലാതെയുള്ളൂ. *അയിത്തക്കാർ* (Untouchables)എഴുതിയ മുൽക്ക് രാജ് ആനന്ദ്, *Nectar in Sea* എന്ന കൃതി എഴുതിയ കമലാ മാർക്കണ്ഡേയ മുതലായവർ ഈ വിഭാഗത്തിൽ പെടുന്നു.[2]

ഇന്ത്യൻ– ഇംഗ്ലീഷ് കവികളേക്കാൾ പലപ്പോഴും മൗലികത കാണുന്നത് ഇംഗ്ലീഷിലെഴുതാത്ത കവികളിലാണെന്ന് പി.ജി. പറഞ്ഞു. ഇംഗ്ലീഷിലെഴുതാത്ത പലരും പുതിയൊരു ഭാഷയും ഭാവനയും തന്നെ വികസിപ്പിച്ചവരാണ്. പക്ഷേ, ഇംഗ്ലീഷിലെഴുതാത്ത എഴുത്തുകാരുടെ കൃതികൾ വേണ്ടത്ര അംഗീകരിക്കപ്പെടുകയോ അവരുടെ പ്രതിഭ വിലയിരുത്തപ്പെടുകയോ ചെയ്തിട്ടില്ലെന്നാണ് പി.ജിയുടെ അഭിപ്രായം.[3]

## 1. ബങ്കിം ചന്ദ്ര ചാറ്റർജി (1838 – 1894)

പ്രശസ്ത ബംഗാളി നോവലിസ്റ്റായ ബങ്കിം ചന്ദ്ര ചാറ്റർജിയുടെ നോവലുകൾ പി.ജി. ആവേശത്തോടെ വായിക്കുമായിരുന്നു. അക്കാലത്ത് ബംഗാളി നോവലുകൾ ധാരാളം മലയാളത്തിലേക്ക് വിവർത്തനം ചെയ്യപ്പെടുമായിരുന്നു.

ഇന്ത്യയിൽ ആധുനിക നോവലിന് രൂപംനൽകിയത് ബങ്കിം ചന്ദ്ര ചാറ്റർജിയാണെന്ന് പി.ജി. പറഞ്ഞു. ഇന്ത്യൻ സർവകലാശാലയിൽനിന്നും പുറത്തു വന്ന രണ്ടോ മൂന്നോ ഇന്ത്യക്കാരിൽ അദ്വിതീയനായ അദ്ദേഹത്തിന്റെ *ആനന്ദ് മഠം* എന്ന നോവലിൽ ദേശീയത്വത്തിന്റെ ആദിനാളങ്ങൾ കാണാമെന്ന് പി.ജി പറഞ്ഞു. *വന്ദേ മാതരം* എന്ന ഗാനം ഈ നോവലിലുള്ളതാണ്. ഹൈന്ദവ പുനരുത്ഥാനവാദ പ്രവണതകൾക്കൊപ്പം നമ്മുടെ നവോത്ഥാനത്തിന് സഹായകമായ പലതും ആ നോവലിലുണ്ടായിരുന്നു. 19–ാം നൂറ്റാണ്ടിന്റെ മധ്യഘട്ടത്തിൽ തന്നെ പ്രസിദ്ധനായിത്തീർന്ന ചാറ്റർജി കമ്യൂണിസത്തിന്റെയും സോഷ്യലിസത്തിന്റെയും മഹത്വങ്ങളെക്കുറിച്ചുമെഴുതി. ഇതെല്ലാം മനസിൽ വെച്ചുകൊണ്ടാണ് (മാരിവിൽ ചുരുളുകൾ) Rainbow Coalition എന്ന പേര് പി.ജി ഈ ഗ്രന്ഥത്തിനു നൽകിയത്.[4] നവോത്ഥാനത്തിന്റെ ഭിന്നധാരകൾ ഭിന്ന വ്യക്തികളായിട്ടും, ഒരു വ്യക്തിയിൽ തന്നെ ഭിന്ന ധാരകളായും വരുമെന്ന് പി.ജി പറഞ്ഞു.

ബംഗാളി നോവലായ *ദുർഗേശനന്ദിനി* പി.ജിക്ക് ഏറെ ഇഷ്ടപ്പെട്ട ഒരു നോവലായിരുന്നു.

## 2. വിശ്വമഹാകവി രവീന്ദ്രനാഥ ടോഗോർ (1861 – 1941)

കവി, നാടകകൃത്ത്, ഉപന്യാസകാരൻ, നോവലിസ്റ്റ്, ചെറുകഥാകൃത്ത്, ചിത്രകാരൻ, വിദ്യാഭ്യാസ വിചക്ഷണൻ, ദാർശനികൻ, സാമൂഹ്യ പരിഷ്കർത്താവ്, ചിന്തകൻ, സ്വാതന്ത്ര്യസമരസേനാനി എന്നീ നിലകളിലൊക്കെ ലോകപ്രസിദ്ധനാണ് ടാഗോർ. ഒരുതരം പാശ്ചാത്യാഭിമുഖ്യം ടാഗോറിന്റെ കവിതകളിൽ പ്രകടമായിരുന്നു. 'വിശുദ്ധമായ സംസ്കാര'ത്തോടുള്ള ഒരു ആഭിമുഖ്യം. എന്നാൽ Austerity (പ്യൂരിട്ടൻവിശുദ്ധി) ടാഗോർ കവിതകളിൽ കാണാമെന്ന് Rainbow Coalition ൽ പി.ജി. പറയുന്നു. യഥാർത്ഥത്തിൽ ടാഗോറിൽ ഇത് രണ്ടുണ്ട്. ഒരു 'വിശ്വപൗരൻ' ആയ ടാഗോർ ആക്രമണോത്സുകമായ ദേശീയതയെ എതിർക്കുന്നു. എന്നാൽ കൊളോണിയൽ സംസ്കാരത്തോടുള്ള തീവ്രമായ ആഭിമുഖ്യം ചിലപ്പോൾ ഇന്ത്യയോടുള്ള അളവറ്റ ആദരവും ആഭിമുഖ്യവും ദേശാഭിമാനവുമായി വരാമെന്ന് പി.ജി പറഞ്ഞു.

ഒരു ചൈനാഭവൻ വിശ്വഭാരതിയിലുണ്ടായിരുന്നു. അവിടെയാണ് ചൈനയിൽ നിന്ന് വരുന്ന പലരും താമസിച്ചിരുന്നത്.

അമിതമായ ദേശീയതയെ അദ്ദേഹം അങ്ങേയറ്റം എതിർത്തു. ഹിന്ദുത്വത്തിന്റെ തീവ്ര വംശീയ മഹിമയെ എതിർക്കുന്ന *ഗോറ* (നോവൽ) പോലുള്ള നിരവധി കൃതികളും ടാഗോർ രചിച്ചിട്ടുണ്ട്. ചുരുക്കത്തിൽ വളരെ വിഷമം പിടിച്ച പ്രശ്നാധിഷ്ഠിതനായ വ്യക്തിയായിരുന്നു ടാഗോർ എന്ന് പി.ജി. വിലയിരുത്തി.[5]

ആധുനിക ഭാരതീയ സംസ്കൃതിയുടെ എന്നല്ല ഇരുപതാം നൂറ്റാണ്ടിലെ വിശ്വനാഗരികതയുടെ തന്നെ പ്രമുഖനാണ് ബംഗാളി മഹാകവി രവീന്ദ്രനാഥ ടാഗോർ (1861 – 1941) എന്ന് പി.ജി വിലയിരുത്തി.[6] ബ്രഹ്മസമാജത്തിന്റെ പ്രവർത്തകനെന്ന നിലയിൽ രാജാറാം മോഹൻ റോയിയുടെ ആരാധകനായി ത്തീർന്ന ശേഷവും വൈഷ്ണവ ഭക്തിഗാനങ്ങൾ ഭാരതത്തിന്റെ അപചയത്തിന് കാരണമായിയെന്ന അദ്ദേഹത്തിന്റെ അഭിപ്രായത്തെ രവീന്ദ്രനാഥ് ശക്തമായി വിമർശിക്കുകയുണ്ടായി. എന്നാൽ ഒരിക്കലും ഒരു ഹൈന്ദവ പുനരുജ്ജീവന വാദിയായിരുന്നില്ല ടാഗോർ. പ്രശസ്ത ബംഗാളി സാഹിത്യകാരനായിരുന്ന ബങ്കിം ചന്ദ്ര ചാറ്റർജി ഇന്ത്യയുടെ ഉയർത്തെഴുന്നേൽപ്പിനും സ്വാതന്ത്ര്യത്തിനും ഹൈന്ദവ പുനരുജ്ജീവനം ആവശ്യമാണെന്ന് വാദിച്ചപ്പോൾ അതിനെ രൂക്ഷമായി രവീന്ദ്രനാഥ് എതിർത്തു. ബങ്കിം ചന്ദ്ര ചാറ്റർജിയുടെ *ആനന്ദമഠം* എന്ന നോവലിലെ സ്വാതന്ത്ര്യ സമരസേനാനികളായ സന്യാസിമാരുടെ ഗാനമായ *വന്ദേമാതരത്തിന്* മനോഹരവും ഉജ്ജ്വലവുമായ ഈണം നൽകിയത് രവീന്ദ്രനാഥായിരുന്നു. ബങ്കിം ചന്ദ്ര ചാറ്റർജിയുടെ നിര്യാണത്തെത്തുടർന്ന് അദ്ദേഹത്തിന് വേണ്ടി അനുസ്മരണ സമ്മേളനം സംഘടിപ്പിക്കാൻ മുൻകൈയെടുത്ത് പ്രവർത്തിച്ചതും രവീന്ദ്രനാഥ് ടാഗോർ ആയിരുന്നു. ഇതൊക്കെ വ്യക്തമാക്കുന്നത് ഹൈന്ദവ പുനരുജ്ജീവനത്തിന്റെ കാര്യത്തിൽ ബങ്കിം ചന്ദ്രനെ രവീന്ദ്രനാഥ് എതിർത്തത് വൈരാഗ്യം കൊണ്ടോ മതിപ്പു കുറവുകൊണ്ടോ അല്ലെന്നും ചെറുപ്പം തൊട്ടേ അദ്ദേഹത്തിന്റെ സംസ്കാരത്തിൽ അലിഞ്ഞുചേർന്നിരുന്ന മതനിരപേക്ഷത കൊണ്ടാണെന്നും വ്യക്തമാകുന്നുവെന്ന് പി.ജി. രേഖപ്പെടുത്തി.

പഠനത്തിനായി ഇംഗ്ലണ്ടിൽ പോയിരുന്ന ടാഗോർ തിരിച്ചുവന്ന ശേഷം 1883 ൽ കുടുംബപാരമ്പര്യപ്രകാരം പത്തു വയസ്സുള്ള ഭാവതരിണിയെന്ന ബാലികയെ വിവാഹം കഴിച്ചു. ഇംഗ്ലണ്ടിൽ നിന്ന് തിരിച്ചു വന്ന ശേഷം കവിത എഴുതുന്നതിൽ ടാഗോർ ശ്രദ്ധിച്ചു. ടാഗോർമാരുടെ കുടുംബ മാസികയായ *ഭാരതി*യിൽ അദ്ദേഹത്തിന്റെ ആദ്യകാല കവിതകൾ പലതും പ്രസിദ്ധീകരിക്കപ്പെട്ടു. പൊതുകാര്യങ്ങളിലും അദ്ദേഹം ശ്രദ്ധ പതിപ്പിച്ചു. 1884 ൽ ബ്രഹ്മസമാജത്തിന്റെ കാര്യദർശിയായി പ്രവർത്തിച്ചു തുടങ്ങി. 1885 ൽ രൂപീകരിക്കപ്പെട്ട കോൺഗ്രസിൽ 1886 ൽ ചേർന്ന് പ്രവർത്തിച്ച രവീന്ദ്രനാഥ് പല കോൺഗ്രസ് സമ്മേളനങ്ങളിലും പങ്കെടുക്കുകയും പ്രവർത്തിക്കുകയും ചെയ്തുവന്നു. മഹാകവിയുടെ മതനിരപേക്ഷമായ ദേശസ്നേഹം തിളച്ചു മറിയുന്നതാണ് സ്വതന്ത്ര ഭാരതത്തിന്റെ ദേശീയഗാനമായ *ജനഗണമന*. അക്കാലത്ത് പലപ്പോഴും സ്വാതന്ത്ര്യ സമരസേനാനികൾ ഉപയോഗിച്ചു വന്ന ബങ്കിം ചന്ദ്ര ചാറ്റർജിയുടെ *വന്ദേമാതരം* ഗാനത്തിലെ ഹൈന്ദവ വിഭാഗീയ പ്രവണത രവീന്ദ്രനാഥിന്റെ ഗാനത്തിൽ തീരെ പ്രതിഫലിപ്പിച്ചിരുന്നില്ല. അതുകൊണ്ടാണ് മതനിരപേക്ഷ ജനാധിപത്യ ഭാരതം അതിനെ ദേശീയ ഗാനമായി തെരഞ്ഞെടുത്തത്. ഇതു കൂടാതെ അക്കാലത്ത് രവീന്ദ്രനാഥ് എഴുതിയ പല

കവിതകളിലും ഗാനങ്ങളിലും ദേശീയ സ്വാതന്ത്ര്യ പ്രസ്ഥാനത്തോടുള്ള ആവേശം പ്രകടമായി കാണാം. ഭീകരവാദികൾ എന്ന് ബ്രിട്ടീഷുകാർ വിശേഷിപ്പിച്ച വിപ്ലവകാരികളോടുള്ള അനുഭാവം അദ്ദേഹത്തിന്റെ കവിതകളിലും കഥകളിലും നാടകങ്ങളിലും കാണാം.

1907 ലെ സൂററ്റ് കോൺഗ്രസ് കഴിഞ്ഞതോടെ സംഘടനാ തലത്തിൽ കോൺഗ്രസുമായുള്ള ബന്ധം ഉപേക്ഷിച്ചെങ്കിലും തന്റെ അന്ത്യംവരെ രവീന്ദ്രനാഥ് ഇന്ത്യൻ സ്വാതന്ത്ര്യ പ്രസ്ഥാനത്തിന്റെ കരുത്തുറ്റ വക്താവും ഉജ്വല ഗായകനുമായിരുന്നു. മഹാത്മാഗാന്ധിയും രവീന്ദ്രനാഥും തമ്മിലുള്ള സ്നേഹാദരങ്ങൾ സുപ്രസിദ്ധമാണെങ്കിലും ഗാന്ധിജിയുടെ പഴമയിലേക്കുള്ള തിരിച്ചുപോക്കും യന്ത്ര വ്യവസായങ്ങളോടുള്ള എതിർപ്പും രവീന്ദ്രനാഥ് അംഗീകരിച്ചില്ല.

1919 ലെ ജാലിയൻ വാലാബാഗ് കൂട്ടക്കൊലയിൽ പ്രതിഷേധിച്ച് ടാഗോർ ബ്രിട്ടീഷ് സർക്കാരിൽനിന്നും ലഭിച്ച 'സർ' സ്ഥാനം ഉൾപ്പെടെയുള്ള എല്ലാ ബഹുമതികളും തിരസ്കരിച്ചുകൊണ്ട് ചെയ്ത ഉജ്ജ്വലമായ പ്രസ്താവന മഹാത്മാഗാന്ധിയുടെ രംഗപ്രവേശത്തെത്തുടർന്ന് കൊടുങ്കാറ്റായി വീശാൻ തുടങ്ങിയ സ്വാതന്ത്ര്യ സമരത്തിന് ആവേശം പകർന്നുകൊടുത്തു. മഹാത്മാ ഗാന്ധിയുമായി പല പ്രശ്നങ്ങളിലും ഭിന്നാഭിപ്രായം ഉണ്ടായിരുന്നിട്ടും അദ്ദേഹത്തിന്റെ പൊതുരാഷ്ട്രീയ നേതൃത്വത്തെ ടാഗോർ എല്ലാക്കാലത്തും അംഗീകരിച്ചിരുന്നു. ഗാന്ധി ടാഗോറിന് *മഹാത്മാവ്* ആയിരുന്നതുപോലെ ടാഗോർ ഗാന്ധിക്ക് എക്കാലത്തും *ഗുരുദേവൻ* ആയിരുന്നു. ഭാവിഭാരത സംവിധാനത്തെക്കുറിച്ചുള്ള ടാഗോറിന്റെ സ്വപ്നങ്ങളും വീക്ഷണങ്ങളും വ്യക്തമാക്കുന്ന *ഗീതാഞ്ജലി*യിലെ യുക്തിചിന്തയും ശാസ്ത്രീയ വീക്ഷണവും ആഭിമുഖ്യവും മറ്റും ഗാന്ധിയുടെ വീക്ഷണവുമായി തികച്ചും പൊരുത്തപ്പെടുന്നതായിരുന്നില്ല. അതിലെ വീക്ഷണത്തിന്റെ തുടർച്ചയോ വ്യാഖ്യാനമോ ആയി കരുതാവുന്ന സോഷ്യലിസ്റ്റ് വ്യവസ്ഥ ടാഗോറിന്റെ മുൻഗാമികളായ ബങ്കിം ചന്ദ്രചാറ്റർജിയേയും സ്വാമി വിവേകാനന്ദനേയും പോലെ ടാഗോറിനേയും ആകർഷിച്ചിരുന്നുവെന്ന് പി.ജി. ചൂണ്ടിക്കാണിച്ചു. സോവിയറ്റ് റഷ്യയുടെ ആദ്യകാ*ലത്ത് അവിടം സന്ദർശിച്ച ടാഗോർ എഴുതിയ കത്തുകൾ റഷ്യയിൽ നിന്നുള്ള കത്തുകൾ* എന്ന പേരിൽ വിശ്വഭാരതി സർവകലാശാല പ്രസിദ്ധീകരിക്കുകയുണ്ടായി. ആ പുത്തൻ സോവിയറ്റ് സമൂഹം ഉയർത്തുന്ന പ്രതീക്ഷകളെക്കുറിച്ച് പ്രശംസകൾ മാത്രമേ ടാഗോറിന് പറയാനുണ്ടായിരുന്നുള്ളൂ.

## അതുല്യ സർഗപ്രതിഭ

കവിത, നാടകം, ചെറുകഥ, ആഖ്യായിക, ദർശനം, ബാലസാഹിത്യം, സംഗീതം, വിദ്യാഭ്യാസ സിദ്ധാന്തം എന്നിങ്ങനെ അദ്ദേഹം വിജയകരമായി കൈകാര്യം ചെയ്യാത്ത വിഷയങ്ങൾ ചുരുക്കമായിരുന്നുവെന്ന് പി.ജി പറഞ്ഞു. സയൻസ്. സാങ്കേതികവിദ്യ തുടങ്ങിയവയെക്കുറിച്ച് അത്രയധികമൊന്നും എഴുതിയിട്ടില്ലെങ്കിലും അവയും തന്റെ ധിഷണയ്ക്ക് വഴങ്ങുമെന്ന് തെളിയിക്കുന്ന കൃതികൾ ടാഗോറിന്റേതായി നമുക്ക് ലഭിച്ചിട്ടുണ്ട്. ലോകത്തിലെ 27 ൽ പരം രാഷ്ട്രങ്ങൾ സന്ദർശിച്ച് അവിടെയുള്ള ധിഷണാശാലികളുമായി സംഭാഷണം നടത്തി അദ്ദേഹം രചിച്ചിട്ടുള്ള സഞ്ചാര സാഹിത്യ

കൃതികൾ ഇതിനുപുറമെയാണ്. വലിയൊരു എഴുത്തുകുത്തുകാരനു മായിരുന്നു ടാഗോർ. അവ പന്ത്രണ്ടോളം സഞ്ചികകളിലായി പ്രസിദ്ധീകരിച്ചിട്ടുണ്ട്. താൻ സന്ദർശിച്ച രാജ്യങ്ങളെയും വ്യക്തികളെയും ആ കാലത്ത് തന്റെ ഭാവനയിലൂടെ കടന്നുപോയ കാര്യങ്ങളെയും ടാഗോർ പരാമർശിക്കുന്നതുകൊണ്ട് അവയും ടാഗോറിനെപ്പറ്റിയുള്ള പഠനത്തിന് അനിവാര്യമാണ്.

ചരിത്രം സൃഷ്ടിച്ചവയാണ് ഭാരതീയ സംഗീതത്തിന് രവീന്ദ്രനാഥ് നൽകിയ സംഭാവനകൾ. കർണാടക സംഗീതമെന്നും ഹിന്ദുസ്ഥാനി സംഗീതമെന്നും ഗസൽ എന്നും മറ്റും സംഗീത പ്രസ്ഥാനങ്ങളെ വേർതിരിച്ച് കാണുന്നതുപോലെ *രവീന്ദ്ര സംഗീതം* ഭാരതീയ സംഗീത പ്രസ്ഥാനങ്ങളിൽ ഒരു പ്രമുഖ സ്ഥാനം കൈവരിച്ചിരിക്കുന്നുവെന്ന് പി.ജി അഭിപ്രായപ്പെട്ടു. നൃത്തം, അഭിനയം, ചിത്രകല എന്നിവയിലും തനതായ കാഴ്ചപ്പാടുകളുണ്ടായിരുന്ന രവീന്ദ്രനാഥിന്റെ രണ്ടായിരത്തിലധികം ചിത്രങ്ങൾ നമുക്ക് ലഭിച്ചിട്ടുണ്ട്.

**കാവ്യ പ്രപഞ്ചം**

ടാഗോർ കാവ്യ നിരൂപണത്തിൽ ആശാവഹമായ ഒരു പുരോഗതി കാണാനുണ്ടെന്ന് എൻ. ഇ. ബാലറാം പറയുന്ന കാര്യം പി.ജി. എടുത്തു പറയുന്നു. പക്ഷേ, ഇപ്പോഴും സാഹിത്യ-സാംസ്കാരിക ഭൂപടത്തിൽ ടാഗോറിന്റെ സവിശേഷ സ്ഥാനം നിർണയിക്കുന്നതിൽ നിരൂപകന്മാർക്കിടയിൽ ഒരു സമവായം ഉണ്ടാക്കാൻ കഴിഞ്ഞിട്ടില്ലെന്ന് ബാലറാം തന്നെ വ്യക്തമാക്കുന്ന കാര്യം പി.ജി. സൂചിപ്പിക്കുന്നു. വിവിധ ധാരകളോടുള്ള ടാഗോർ കവിതയുടെ കടപ്പാട് ബാലറാം അംഗീകരിക്കുമ്പോൾ തന്നെ അദ്ദേഹത്തിന്റെ മുഖ്യകാവ്യധാരാ ദർശനം വേർഡ്സ്വർത്തും, കീറ്റ്സും, ഷെല്ലിയും മറ്റും പ്രോൽഘാടനം ചെയ്ത കാല്പനിക പ്രസ്ഥാനം തന്നെയാണെന്ന് വിലയിരുത്തുന്നു. മറ്റു ചിലർ കാല്പനിക ധാരയുടെ സ്ഥാപകരിൽ പ്രമുഖൻ എങ്കിലും കുറെക്കൂടി ഗഹനതയിൽ ക്ലാസിക് മാനം തേടുന്ന ഗോയ്ഥെയോടാണ് ടാഗോറിനെ ഉപമിക്കുന്നത്. ടാഗോറിന് ചൈതന്യന്റേയും ജയദേവരുടെയും വിദ്യാപതിയുടേയും കാവ്യധാരകളോട് ഉണ്ടായിരുന്ന മമത നിഷേധിക്കുന്നില്ല. പക്ഷേ, ഇതൊക്കെ ശരിയാണെങ്കിലും നവോത്ഥാനത്തിന്റെ സാഹിത്യരംഗത്തെ പ്രതിഫലനം ആയി പ്രത്യക്ഷപ്പെട്ട പുതിയ മൂല്യബോധങ്ങൾക്കാണ് ടാഗോർ കവിതയിൽ പ്രാമുഖ്യം എന്നും ഈ മൂല്യബോധമാകട്ടെ ഫ്രഞ്ച് വിപ്ലവം തൊട്ടുള്ള ജനാധിപത്യവൽക്കരണ പ്രവണതയുടെ പ്രതിഫലനം ആണെന്നും ബാലറാം വാദിക്കുന്നത് പി.ജി ശരിവയ്ക്കുന്നു. എങ്കിലും സുമാർ 70 വർഷത്തോളം നീണ്ട ആ കാവ്യ പ്രവാഹത്തെ മുഴുവൻ ഒരൊറ്റ പദപ്രയോഗത്തിൽ വ്യവസ്ഥപ്പെടുത്താൻ കഴിയുമോ എന്ന സംശയം ആർക്കുമുണ്ടെന്ന് പി.ജി പറഞ്ഞു. കുമാരനാശാന്റെയും വള്ളത്തോളിന്റെയും കാര്യത്തിൽ മാത്രമല്ല ഗോയ്ഥെ, മിൽട്ടൻ, ഷേക്സ്പിയർ തുടങ്ങിയ മിക്ക വിശ്വസാഹിത്യകാരന്മാരുടെയും രചനകളിൽ വ്യത്യസ്തതകളോടും വികാസ പരിണാമങ്ങളോടും കൂടിയ ഘട്ടങ്ങൾ കണ്ടെത്താമെങ്കിൽ ടാഗോറിന്റെ കാര്യത്തിൽ അത് ആദ്യന്തം ഒരേ ശൈലിയും ധാരയും ആയിരുന്നു എന്ന് വാശിപിടിക്കുന്നത് ശരിയാണോ? ഹിമാലയത്തിന്റെ ഉന്നതസാനുക്കളിൽ ഗംഗോത്രിയിൽനിന്നും ആരംഭിച്ച ചെറിയ നീരുറവ സിന്ധു-ഗംഗാ നദീതടത്തിലെത്തി പ്രയാഗയിൽ വച്ച് യമുനയുമായി സംഗമിച്ച് നിരവധി പോഷക

നദികളുടെ പ്രവാഹവുമായി ലയിച്ച് ഒടുവിൽ ബംഗാൾ ഉൾക്കടലിൽ എത്തിച്ചേരുന്ന ഗംഗാ പ്രവാഹം ഒന്നുതന്നെ എങ്കിലും അതിനും ഘട്ടം തിരിവുകൾ ഇല്ലെന്ന് പറയാനാവുമോ എന്ന് പി.ജി ചോദിച്ചു. കേരള സർവകലാശാലയിൽ ടാഗോറിന്റെ ശതാബ്ദി ആഘോഷം പ്രമാണിച്ചു ചെയ്ത അനുസ്മരണ പ്രഭാഷണത്തിൽ (ആൻ ആർട്ടിസ്റ്റ് ഇൻ ലൈഫ്) പ്രസിദ്ധ ബംഗാളി പണ്ഡിതനായ നീഹാർ രഞ്ജൻ റേ അപ്രകാരം ഒരു ഘട്ടം തിരിവിന് ശ്രമിച്ചിരുന്നു. ശ്രീകുമാർ ബാനർജിയാണ് അങ്ങനെ ശ്രമിച്ചവരിൽ ശ്രദ്ധേയനായ മറ്റൊരാൾ. ഈ ഘട്ടം തിരിവുകളോട് ബാലറാം യോജിക്കുന്നില്ലെന്ന് പി.ജി വ്യക്തമാക്കുന്നു.

ടാഗോർ കവിതയെ ഘട്ടം ഘട്ടമായി തരംതിരിക്കുക പ്രയാസമുള്ള കാര്യമാണെന്ന് ബാലറാം പറഞ്ഞു. ആദ്യന്തം ഒരൊഴുക്കായിരുന്നു അദ്ദേഹത്തിന്റെ കവിത. അവിടെയും ഇവിടെയും കുട്ടിമുട്ടി ഒഴുക്കിനു വിഘ്നം വന്ന സന്ദർഭങ്ങൾ ഇല്ലാതില്ല എന്നതിന്റെ അടിസ്ഥാനത്തിൽ ചില ഘട്ട വിഭജനവും ആകാം. ആണ്ടു നിന്ന അന്തർമുഖത്തിൽ നിന്നു നിർഗളിച്ച മനോജ്ഞമായ വിഷാദം മുതൽ പ്രകൃതിസൗന്ദര്യവും സാമൂഹ്യ പ്രതിഭാസവും കണ്ടു പ്രതികരിച്ച ഉദാത്തമായ ഉന്മത്തത വരെ ടാഗോറിന്റെ കവിതയിൽ മാറി മാറി നമുക്ക് ദർശിക്കാം. മിസ്റ്റിസിസത്തിന്റെയോ, റിയലിസത്തിന്റെയോ, ഭാവഗീതത്തിന്റെയോ, പുതുപരീക്ഷണത്തിന്റെയോ ഘട്ടം എന്നെല്ലാം പറഞ്ഞു ആ ധാരയെ മുറിച്ചു മുറിച്ചു കാണാൻ വിഷമമുണ്ടെന്നാണ് ബാലറാം സൂചിപ്പിക്കുന്നത്. എന്നാൽ ചില ഘട്ടങ്ങളിൽ ആ കവിതാധാര കൊടുമുടിയുടെ ഔന്നത്യത്തിലും താഴ്വരയുടെ അഗാധതയിലും ഉയർന്നും താഴ്ന്നും ഒഴുകുമ്പോൾ ആ ഒഴുക്കിൽ ചുഴലിയും മലരിയുമായി എത്രയെത്ര നാടകീയ മുഹൂർത്തങ്ങളാണ് സൃഷ്ടിക്കപ്പെടുന്നത്. *ചിത്രയിലും* (1896), *ക്ഷണികയിലും* (1901), *ഗീതാഞ്ജലിയിലും* (1906 – 1911), *വലാകയിലും* (1916), *പത്രപുടത്തിലും* (1936–37), *നവജാതകയിലും* (1940), *ശേഷലേഖയിലും* (1941) എത്തുമ്പോൾ ഏതാനും ടാഗോർ കവിതകൾ ഇതിഹാസത്തിലെ പർവങ്ങളോളം ഉയർന്നു നിൽക്കുന്നതായി ബാലറാം കാണുന്നു.[7]

## ഗീതാഞ്ജലി

1913 ൽ രവീന്ദ്രനാഥ ടാഗോറിന് സാഹിത്യത്തിനുള്ള നൊബേൽ സമ്മാനം ലഭിക്കുകയുണ്ടായി. സമ്മാനത്തിനർഹമാക്കിയ കൃതി ബംഗാളി ഭാഷയിൽ ടാഗോർ എഴുതിയ *ഗീതാഞ്ജലി* എന്ന കാവ്യ സമാഹാരത്തിന്റെ ടാഗോർ തന്നെ നിർവഹിച്ച ഇംഗ്ലീഷ് വിവർത്തനമാണ്. ഗീതാഞ്ജലി ടാഗോറിന്റെ ഏറ്റവും മെച്ചപ്പെട്ട കവിതാസമാഹാരമാണെന്ന് സൂക്ഷ്മ നിരീക്ഷകർ കരുതുന്നില്ല. ബംഗാളി മൂലകൃതിയിലെ ശോഭയും ചടുലതയും വിവർത്തനത്തിൽ ചോർന്നുപോയിട്ടുണ്ടെന്ന് ടാഗോർ തന്നെ അഭിപ്രായപ്പെട്ടിട്ടുണ്ട്. ടാഗോറിന്റെ ഭാവനാവിലാസത്തിന്റെയും മൂല്യബോധനങ്ങളുടെയും ഒരു മണിച്ചെപ്പാണ് *ഗീതാഞ്ജലി* എന്ന് അത് വായിക്കുന്ന ആർക്കും ബോധ്യമാകുമെന്ന് പി.ജി. പറഞ്ഞു. പ്രശസ്ത ഫ്രഞ്ച് സാഹിത്യകാരനായ ആന്ദ്രെ ജീദ് ഗീതാഞ്ജലി ഫ്രഞ്ച് ഭാഷയിലേക്ക് വിവർത്തനം ചെയ്തു. 1915 ആയപ്പോഴേക്കും സ്പാനിഷ് ഉൾപ്പെടെ പല യൂറോപ്യൻ ഭാഷകളിലേക്കും ഇന്ത്യയിലെ വിവിധ ഭാഷകളിലേക്കും *ഗീതാഞ്ജലി* വിവർത്തനം

ചെയ്യപ്പെടുകയുണ്ടായി. ഗാനം ആലപിച്ചുകൊണ്ട് കൈകൂപ്പുന്നു എന്നാണ് *ഗീതാഞ്ജലി* എന്നതിനർത്ഥം. നൂറ്റിയമ്പത്തി മൂന്ന് കവിതകൾ അതിലുണ്ട്. ഈ സമാഹാരത്തിൽ വേദനയും സാക്ഷാത്കാരവും പ്രകൃതിയും തുഷാര ബിന്ദുക്കളും പ്രേമവും പ്രേമഭംഗവും എല്ലാം ഇടയ്ക്കിടെ പൊങ്ങിയും മുങ്ങിയും താളത്തിനൊപ്പം ഓളം വെട്ടി ഒഴുകുന്നുവെന്ന് പി.ജി. പറഞ്ഞു.

സുപ്രസിദ്ധമായ ഒരു ദേശഭക്തിഗാനമാണ് ഈ കൃതിയുടെ പ്രാണൻ. "അതൊരു ഗാനമാണോ വിജ്ഞപ്തി പ്രഭാഷണമാണോ *മാതൃഭൂമി*ക്കു വേണ്ടി മഹാകവി അവശേഷിപ്പിച്ച ഒസ്യത്താണോ എന്ന് വ്യവച്ഛേദിച്ച് പറയാൻ പ്രയാസം. ടാഗോറിയൻ ദർശനത്തിന്റെ ചിമിഴിൽ ഒരുക്കിയ ഒരു പവിഴമാണത് എന്ന് പറഞ്ഞാൽ ടാഗോറിയൻ ജീവിത വീക്ഷണത്തിന്റെയും ആധുനിക സമൂഹ പുനർനിർമിതിയുടെയും ഒരു രൂപരേഖയായി ഈ കവിതയെ കരുതാം."[8]

ആ കവിതയുടെ ഏകദേശ വിവർത്തനം പി.ജി ഇങ്ങനെ കൊടുക്കുന്നു:

> നിർഭയമായ മനസ്സ്, ഉയർത്തിപ്പിടിച്ച ശിരസ്സ്, സ്വതന്ത്രമായ ജ്ഞാനം, ഇടുങ്ങിയ അന്തർഭിത്തികൾ കൊണ്ടു തുണ്ടം തുണ്ടമാവാത്ത ലോകം, സത്യത്തിന്റെ അഗാധതയിൽ നിന്നു വരുന്ന വാക്യങ്ങൾ, പൂർണ്ണതയിലേക്ക് അവിശ്രമം നീട്ടുന്ന കരങ്ങൾ, ജഡസ്വഭാവമുള്ള മരുഭൂമിയിൽ നഷ്ടപ്പെടാത്ത തൃഷ്ണയുടെ ധാര, ചിന്തയും വൃത്തിയും വികസിക്കുന്നേടത്തേക്ക് നയിക്കപ്പെടുന്ന മനസ്സ്, അവിടെ സ്വാതന്ത്ര്യത്തിന്റെ ആ സ്വർഗത്തിൽ എന്റെ രാജ്യം ഉണർന്നെഴുന്നേറ്റു ചെല്ലട്ടെ.[9]

സ്വാതന്ത്ര്യ പ്രാപ്തിക്ക് ആറ് വർഷം മുമ്പ് കാലയവനികയ്ക്കുള്ളിൽ മറഞ്ഞു പോയ മഹർഷി തുല്യനായ മഹാകവി രവീന്ദ്രനാഥ ടാഗോർ നവഭാരതത്തിന്റെ ശില്പിയും പ്രചാരകനുമായിരുന്നുവെന്ന് പി.ജി വിലയിരുത്തി.

### 3. ബുദ്ധദേവ് ബോസ് (1908 – 1974)

ബുദ്ധദേവ് ബോസിനെക്കുറിച്ച് പ്രസിദ്ധീകരിക്കപ്പെട്ട അനുശോചനക്കുറിപ്പുകളിലും ചരമാനന്തര വിലയിരുത്തലുകളിലും അദ്ദേഹത്തെ രവീന്ദ്രാനന്തര ബംഗാളി സാഹിത്യലോകത്തിലെ അതിനായകനായി അവരോധിക്കുകയുണ്ടായി. എന്നാൽ പി.ജി. ഇതിനോട് യോജിക്കുന്നില്ല. ഇംഗ്ലീഷിലും ഹിന്ദിയിലും മറ്റും വന്ന ഏതാനും ബുദ്ധദേവകൃതികളും പല ബംഗാളി സാഹിത്യ വിമർശനഗ്രന്ഥങ്ങളും വായിച്ചിട്ടുള്ള പരിമിതമായ അറിവു വെച്ചുകൊണ്ടു പറഞ്ഞാൽ ഈ വിശേഷണം അതിശയോക്തിയാണെന്ന് പി.ജി. വിലയിരുത്തി.[10]

എന്നാൽ കവിത, ചെറുകഥ, നോവൽ, സാഹിത്യ വിമർശനം എന്നീ വിവിധരംഗങ്ങളിൽ പ്രശസ്തമായ സംഭാവനകൾ നൽകുകയും അനേകം വാദവിവാദങ്ങൾക്ക് വിധേയനാവുകയും അവയിൽ പങ്കെടുക്കുകയും ചെയ്ത ബുദ്ധദേവ് ശ്രദ്ധേയനാണെന്ന കാര്യത്തിൽ പി.ജി.ക്ക് യാതൊരു സംശയവുമില്ല.

കോളേജ് അധ്യാപകനും, സർവകലാശാലാ വകുപ്പുതലവനും, അമേരിക്കയിലെ കോളേജിൽ സന്ദർശക പ്രൊഫസറും യുനെസ്കോ ഉപദേശകനുമൊക്കെയായി പണിയെടുത്തിട്ടുള്ള ബുദ്ധദേവിന് സാഹിത്യ അക്കാദമി

സമ്മാനവും പദ്മഭൂഷൺ ബഹുമതിയും നൽകി ഇന്ത്യൻ സാഹിത്യ 'എസ്റ്റാബ്ലിഷ്മെന്റ്' അതിന്റെ ഒരു നെടുംതൂണായി അംഗീകരിച്ചാദരിച്ചിട്ടുണ്ടെന്ന് പി.ജി. പറഞ്ഞു.

ബുദ്ധദേവ് *ഡാഡാ* എന്ന തന്റെ ഒന്നാമത്തെ നോവലെഴുതിയത് 22–ാം വയസ്സിലാണ്. തുടർന്ന് *അകർമണ്യ, അമർബന്ധു, ധൂസർ ഗോ ധൂളി, രാത് ഭൊരേ ബൃഷ്ടി* തുടങ്ങി 20 നോവലുകളും *രേഖാചിത്ര, മിസിസ് ഗുപ്ത, ഫേരി ഒലാ* തുടങ്ങി ഡസനോളം ചെറുകഥാ സമാഹാരങ്ങളും *കങ്കാവതി, പൃഥീർപഥേ, ദമയന്തി* തുടങ്ങിയ കവിതകളും സമാഹാരങ്ങളും പ്രസിദ്ധീകരിക്കുകയുണ്ടായി. *സാഹിത്യ ചർച്ച, ഉന്നർതിരിശ്* മുതലായവ അദ്ദേഹത്തിന്റെ വിമർശന പഠനഗ്രന്ഥങ്ങളാണ്. യാത്രാ വിവരണങ്ങളും ബാല സാഹിത്യ കൃതികളും അതിനും പുറമെ.

ഈ നേട്ടങ്ങളെ ഏതളവുകോല് വെച്ചു നോക്കിയാലും കുറച്ചു കാണാൻ കഴിയില്ലെങ്കിലും അദ്ദേഹത്തിന്റെ സാഹിത്യ സൃഷ്ടികൾ ആകെ എടുത്തുനോക്കിയാൽ അവയ്ക്ക് ഗുരുതരമായ പിരിമിതികളുണ്ടെന്ന് പി.ജി പറഞ്ഞു. "അനുപമമായ രചനാകൗശലം കൊണ്ടുപോലും ഒരു യുഗ പ്രഭാവനായ കലാകാരന്റെ നിലയിലേക്കുയരാൻ അദ്ദേഹത്തിനു കഴിയാതെ പോയി. ശ്രദ്ധേയനും വാസനാസമ്പന്നനും മാത്രമായി അദ്ദേഹം ചുരുങ്ങിപ്പോയി."[11]

പ്രധാന കുറവ് ബോസിന്റെ മറ്റെല്ലാ കൃതികൾക്കുമുള്ള ഒന്നാണെന്ന് പി.ജി. പറഞ്ഞു. അന്തർമുഖരായ മാലതി, നയനാൻഷ്ം, ജയന്തബാബു തുടങ്ങിയ രക്തപ്രസാദമില്ലാത്ത ഈ കഥാപാത്രങ്ങളെല്ലാം ബോസിന്റെ സ്ഥിരം ടൈപ്പുകളാണ്. നഗരത്തിലെ ഇടത്തരവും ഉയർന്നതുമായ ഇടത്തരക്കാർ. ഈ പരിമിതവൃത്തത്തിനു പുറത്തു പോകാൻ ബോസ് തയ്യാറായിട്ടില്ലെന്ന് പി.ജി. ചൂണ്ടിക്കാണിച്ചു.[12]

അതായത് നഗരത്തിലെ അഭ്യസ്തവിദ്യരായ മേലേക്കിടക്കാരുടെയും ഇടത്തരക്കാരുടെയും മാനസിക വ്യാപാരങ്ങളാണ് ബുദ്ധദേവ് ബോസിന്റെ "സമകാലീന സാമൂഹ്യയാഥാർത്ഥ്യം" മുഴുവനും. ഗ്രാമീണ ജീവിതം ചിത്രീകരിക്കുന്ന *പഥേർപാഞ്ചാലി* എന്ന ബിഭൂതി ഭൂഷന്റെ ക്ലാസിക്കിനെ പോലും ബോസ് വിമർശിക്കുന്നു. പ്രത്യാശയും പ്രകാശവും പ്രതിഫലിപ്പിക്കുന്ന ശില്പചാതുരിയുള്ള കവിതകൾ പോലും ബോസിന് "മാർക്സിസ്റ്റ്" കവിതകളാണ്. സാമൂഹ്യ സംഘർഷത്തിൽ ഭാഗം പിടിക്കുന്നതും ബോസിന് ഇഷ്ടപ്പെടുന്നില്ല. അങ്ങനെയാണ് ഉക്തിവൈചിത്ര്യവും ശില്പചാതുരിയും മാത്രം കൈമുതലാക്കി ഒരു ചെറിയ വിഭാഗത്തിന്റെ ഹൃദയത്തെ മാത്രം ചലിപ്പിക്കുന്ന സാധാരണ സൃഷ്ടികളായി ബോസിന്റെ കൃതികൾ താഴ്ന്നു പോയതെന്ന് പി.ജി. പറഞ്ഞു. അത്യന്താധുനികനെന്നും ടാഗോർ പാരമ്പര്യത്തിന്റെ ധ്വംസകനെന്നും ബോസിനെ ആരാധകർ വിശേഷിപ്പിച്ചിട്ടുണ്ടെങ്കിലും സൂക്ഷ്മനിരീക്ഷകർ ഇവയെയെല്ലാം നിഷേധിക്കുകയാണ്. ടാഗോർ കവിതയുടെ സർവാംഗീണ സൗകുമാര്യമോ, നസ്റുൾ ഇസ്ലാമിന്റെ ചോര തിളപ്പിക്കുന്ന വിപ്ലവാവേശമോ, ബിഷ്ണു ദേയുടെ സംഗീത സാന്ദ്രമെങ്കിലും പ്രക്ഷുബ്ധമായ മണിമുഴക്കമോ ജീവനാനന്ദ ദാസിന്റെ സാർവത്രികാംഗീകാരമോ പുതുമയോ ബുദ്ധദേവിന്റെ കവിതകൾക്കില്ലെന്ന് പി.ജി. വിലയിരുത്തി.[13]

അത്യന്താധുനികർക്കെല്ലാം സംഭവിച്ച വിന ബുദ്ധദേവിനും പിടിപെട്ടുവെന്ന് പി.ജി നിരീക്ഷിച്ചു. ടാഗോർ പാരമ്പര്യത്തെ ധിക്കരിച്ച് ബംഗാളി കവിതയിലും കഥയിലും പുതിയ രൂപവും ഭാവവും കൊണ്ടുവരാൻ ശ്രമിച്ച ബുദ്ധദേവ് ഒടുവിൽ എവിടെച്ചെന്നെത്തി എന്ന് ഡോ. സുകുമാർ സെന്നിന്റെ വാക്കുകൾ ഉദ്ധരിച്ച് പി.ജി. വശദീകരിക്കുന്നുണ്ട്.

ടാഗോറിന്റേതിൽ നിന്ന് വ്യത്യസ്തമായ മട്ടിൽ എഴുതുവാൻ അങ്ങേയറ്റം ശ്രമിച്ചിട്ടും, ടാഗോറിൽ നിന്ന് തപ്പിപ്പിഴയ്ക്കാൻ ബുദ്ധദേവിന് കഴിഞ്ഞില്ല. ടാഗോർ കൃതികളിൽ നിന്നെടുത്ത വാക്യങ്ങളോ പദാവലികളോ ആണ് ബോസിന്റെ ശീർഷകങ്ങളായിത്തീർന്നത്. ടാഗോറിന്റെ "ശേഷേർ കവിത'യെ അനുസ്മരിപ്പിക്കുന്നവയാണ് അദ്ദേഹത്തിന്റെ ചില കവിതകൾ" എന്നും സുകുമാർ സെൻ വ്യക്തമാക്കി.

ഇതാണ് "അത്യന്താധുനികർ" എന്ന് സ്വയം വിശേഷിപ്പിക്കുന്നവരുടെയെല്ലാം ഗതികേട് എന്ന് പി.ജി. പറഞ്ഞു. പടിഞ്ഞാറൻ "അത്യന്താധുനിക സൃഷ്ടി"കളാൽ വളരെയേറെ ആകർഷിക്കപ്പെട്ട ബോസ് ഇന്ത്യൻ ജീവിതത്തിന്റെ ഒരു നിസ്സാരവിഭാഗത്തിൽ മാത്രം ചൂഴ്ന്നിറങ്ങുകയും മറ്റുള്ള ജീവിത യാഥാർത്ഥ്യങ്ങളുടെയും പ്രശ്നങ്ങളുടെയും നേരെ വാതിൽ കൊട്ടിയടയ്ക്കുകയും ചെയ്തു. അതിനാലാണ് മഹാകവിത്വത്തിന്റെ ആദ്യ പടവുകളിൽ ചവിട്ടിക്കയറിത്തുടങ്ങിയ ബോസ് കയറ്റം പൂർത്തിയാക്കാതെ ഇടയ്ക്ക് തളർന്നിരുന്നുപോയത്. ഈ പരിമിതികൾക്കകത്ത് ശ്രദ്ധേയനും വാസനാ സമ്പന്നനും പണ്ഡിതനുമായ ഒരു സാഹിത്യനായകനായിരുന്നു ബുദ്ധദേവ് ബോസ് എന്ന് പി.ജി. വിലയിരുത്തി.[14]

## 4. കെ. എ അബ്ബാസ് (1903 –1987)

ഇംഗ്ലീഷിലും ഉറുദുവിലും എഴുതുന്ന ഹരിയാനയിൽ ജനിച്ച പ്രശസ്തനായ ഇന്ത്യൻ നോവലിസ്റ്റും ചെറുകഥാകൃത്തും ചലച്ചിത്ര നിർമ്മാതാവും സംവിധായകനും കോളമിസ്റ്റുമായ ഖാജ അഹമ്മദ് അബ്ബാസ് തനിക്ക് വളരെ അടുപ്പമുള്ള എഴുത്തുകാരനാണെന്ന് പി.ജി. പറഞ്ഞു. ഇടതുപക്ഷ പ്രതിബദ്ധതയുള്ള എഴുത്തുകാരനാണ് അദ്ദേഹം. അദ്ദേഹത്തിന്റെ സംഭാവനകളെ വിലയിരുത്തിക്കൊണ്ട് *കെ.എ അബ്ബാസ്: പ്രതിജ്ഞാബദ്ധൻ, പ്രതിഭാധനൻ* എന്ന തലക്കെട്ടിൽ മനോഹരമായ ഒരു ലേഖനം പി.ജി. എഴുതിയിട്ടുണ്ട്.[15]

1935 ൽ പഠിത്തം പൂർത്തിയാക്കി ഒരു പത്രപ്രവർത്തകനായി *ബോംബെ ക്രോണിക്കിൾ* എന്ന ദേശീയസ്വാതന്ത്ര്യസമരത്തിന് വേണ്ടി പോരാടിയ പത്രത്തിൽ ചേർന്നു. ഈ പത്രത്തിന്റെ ഞായറാഴ്ച പതിപ്പിലാണ് പിൽക്കാലത്ത് പേരെടുത്ത അബ്ബാസിന്റെ *അവസാനപുറം* (Last Page)എന്ന പ്രസിദ്ധ പംക്തി ആരംഭിച്ചത്. 1947 ൽ ഈ പത്രത്തിൽ നിന്ന് പോയപ്പോൾ *ബ്ലിറ്റ്സ്* വാരിക അബ്ബാസിന്റെ പംക്തിക്ക് ആതിഥ്യം നൽകി. അന്തരിക്കുന്നതിനും ഏതാനും ആഴ്ച മുമ്പ് രോഗശയ്യയിലാകുന്നതുവരെ ഏകദേശം 40 വർഷക്കാലം അബ്ബാസ് ഈ പംക്തി മുടക്കം കൂടാതെ തുടർന്നു.[16]

കമ്യൂണിസ്റ്റ് പ്രസ്ഥാനത്തോട് അബ്ബാസ് വളരെ അടുത്തുവെങ്കിലും ഒരിക്കലും പാർട്ടിയിൽ അംഗമായിരുന്നില്ല. താനൊരു സോഷ്യലിസ്റ്റും മാർക്സിസ്റ്റുമാണ് എന്ന് അദ്ദേഹം അവകാശപ്പെടാറുണ്ടായിരുന്നു. യഥാർത്ഥത്തിൽ അദ്ദേഹം ആത്മാർത്ഥതയുള്ള ഒരു ഇടതുപക്ഷ ദേശീയവാദിയാ

യിരുന്നു എന്ന് പി.ജി വിലയിരുത്തി.[17] അടിയന്തരാവസ്ഥയെ എതിർത്തവരെ അദ്ദേഹം അധിക്ഷേപിച്ചു. നെഹ്റുപക്ഷവാദിയായിരുന്നു അബ്ബാസ്.

സാഹിത്യ രംഗത്തും സിനിമാരംഗത്തും നൽകിയ സംഭാവനകളെ മുൻനിർത്തിയായിരിക്കും ഭാവിതലമുറ അബ്ബാസിനെ ഓർക്കുക. എഴുപതോളം പുസ്തകങ്ങൾ ഇംഗ്ലീഷിലും ഉറുദുവിലുമായി അദ്ദേഹം എഴുതിയിട്ടുണ്ട്. അവയിൽ പലതും വിവിധ ഇന്ത്യൻ ഭാഷകളിലേക്കും ചില വിദേശ ഭാഷകളിലേക്കും വിവർത്തനം ചെയ്യുകയുണ്ടായി. *ഇങ്കിലാബ്* എന്ന അദ്ദേഹത്തിന്റെ ഏറ്റവും പ്രസിദ്ധമായ നോവൽ ഇന്ത്യൻ സ്വാതന്ത്ര്യ സമരത്തെയും സ്വാതന്ത്ര്യ പ്രാപ്തിയേയും പശ്ചാത്തലമാക്കി രചിച്ചിട്ടുള്ളതാണ്. *സാഫ്രാൻ കെഫൂർ, മേ കോൻ ഹു, സാത് ഹിന്ദുസ്ഥാനി, എക് ലഡ്കി* മുതലായവ അദ്ദേഹത്തിന്റെ മറ്റു പ്രധാനപ്പെട്ട കഥാഗ്രന്ഥങ്ങളാണ്. ഇവയിൽ ചിലതെല്ലാം അദ്ദേഹം പിൽക്കാലത്ത് സിനിമയാക്കുകയുണ്ടായി. ഇംഗ്ലീഷിൽ അദ്ദേഹം എഴുതിയ പുസ്തകങ്ങളിൽ പ്രധാനം *ആത്മകഥയും റോസാപ്പൂവും* ആണ്. ആത്മകഥയുടെ പേർ ഞാനൊരു ദ്വീപല്ല, ആത്മകഥയിൽ ഒരു പരീക്ഷണം (I am not an Island An Experiment in Autobiography) എന്നാണ്. *ഞാനൊരു ദ്വീപല്ല* എന്ന തലവാചകം അബ്ബാസ് സ്വീകരിച്ചത്, 17-ാം നൂറ്റാണ്ടിലെ ഇംഗ്ലീഷ് മഹാകവി ജോൺ ഡോണിന്റെ പ്രസിദ്ധമായ ഒരു കവിതാശകലത്തിൽ നിന്നാണ്. ആത്മകഥയുടെ ആപ്തവാക്യമായി അബ്ബാസ് ആദ്യമേ അത് ഉദ്ധരിച്ചു ചേർക്കുന്നു:

No man is an Island entire of Itself.
Everyman is a piece of the *Continent*.... .
Every man's death diminishes me
Because I am involved in Mankind.
And, therefore, never send to know for whom the bell tolls,
It tolls for thee

(ഇതിന്റെ സാരം പി.ജി. തന്നെ നൽകുന്നുണ്ട്. ഒരുവനും സ്വയം ഒറ്റപ്പെട്ട ദ്വീപല്ല. ഓരോ മനുഷ്യനും സമഗ്രമായ സമൂഹത്തിന്റെ ഘടകമാണ്. ഏതൊരുവന്റെ മരണവും എന്നിൽ അത്രയ്ക്ക് നഷ്ടം വരുത്തുന്നു. എന്തുകൊണ്ടെന്നാൽ ഞാൻ മനുഷ്യ സമൂഹത്തിൽ മുഴുകിയിരിക്കുന്നു. അതുകൊണ്ട് മരണമണി മുഴങ്ങുമ്പോൾ അതാർക്കുവേണ്ടിയാണ് എന്ന് അന്വേഷിക്കാൻ ആളെ അയയ്ക്കേണ്ടതില്ല. എന്തുകൊണ്ടെന്നാൽ അത് മുഴങ്ങുന്നത് എനിക്കുവേണ്ടി തന്നെ.)

ഏതു രംഗത്തിൽ പ്രവർത്തിക്കുമ്പോഴും എന്തൊക്കെ പ്രകോപനം ഉണ്ടാകുമ്പോഴും രാഷ്ട്രീയത്തിലും മറ്റും ഗതിവിഗതികൾ അനുഭവപ്പെടുമ്പോഴും ഈ അടിസ്ഥാനപരമായ ആദർശത്തിൽനിന്നും പ്രതിജ്ഞാബദ്ധതയിൽനിന്നും വഴുതിപ്പോയിട്ടില്ലായെന്നതാണ് അബ്ബാസിനെ അനേകായിരങ്ങളുടെ ആരാധന വിഗ്രഹവും സ്നേഹപാത്രവുമാക്കി തീർത്തതെന്ന് പി.ജി. പറഞ്ഞു.[18]

ക്രൂഷോവിന്റെയും ബഹിരാകാശ സഞ്ചാരി ഗഗാറിന്റെയും ജീവചരിത്രങ്ങൾ, ഇന്ത്യൻ സിനിമയുടെ അകവും പുറവും സംബന്ധിച്ച വിമർശനഗ്രന്ഥമായ *ദി മാഡ്, മാഡ് വേൾഡ് ഓഫ് ഇന്ത്യൻ സിനിമ*, ഇന്ദിരാഗാന്ധിയെപ്പറ്റി എഴുതിയിരിക്കുന്ന *ദാറ്റ് വുമൺ* എന്നിവയാണ് മറ്റ് ഇംഗ്ലീഷ് പുസ്തകങ്ങൾ.

സ്വാതന്ത്ര്യപ്പോരാളി, പത്രപ്രവർത്തകൻ, പംക്തികാരൻ, ഇടതുപക്ഷ ബുദ്ധിജീവി, ഉറുദുവിലും ഇംഗ്ലീഷിലും അനേകം കഥകളും നോവലുകളും എഴുതിയ സർഗധനൻ, പുരോഗമന സാഹിത്യ പ്രസ്ഥാനത്തിന്റെ പ്രഥമപഥികരിൽ പ്രധാനി, ഇന്ത്യൻ പീപ്പിൾസ് തിയേറ്റർ അസോസിയേഷന്റെ (ഇപ്റ്റ) ആദ്യകാല സംഘാടകരിൽ ഒരാൾ, തിരക്കഥാകൃത്ത്, ചലച്ചിത്ര സംവിധായകൻ, സോഷ്യലിസ്റ്റ് ചേരിയുടെ അടിപതറാത്ത സുഹൃത്ത്, മതേതരത്വത്തിന്റെയും ജനാധിപത്യത്തിന്റെയും ഉജ്ജ്വലനായ വക്താവ് എന്നീ നിലകളിലൊക്കെ പ്രസിദ്ധനാണ് അബ്ബാസ്. ഇതിൽ ഏതെങ്കിലുമൊരു രംഗം മാത്രമെടുത്താൽ ആ രംഗത്തെ അത്യുന്നതനായിരുന്നു അബ്ബാസ് എന്ന് പറയാൻ കഴിയില്ല. അബ്ബാസിനെ ശ്രദ്ധേയനും അവിസ്മരണീയനുമാക്കുന്നത് മേൽ വിവരിച്ച വിവിധ രംഗങ്ങളിൽ ഒരേ സമയത്ത് അബ്ബാസ് കൈവരിച്ച നേട്ടങ്ങളും സർവ്വോപരി രാഷ്ട്രത്തോടും അധഃസ്ഥിതരോടും വിശ്വമാനവികതയോടും അദ്ദേഹം പുലർത്തിപ്പോന്ന പ്രതിജ്ഞാബദ്ധതയാണ്. ആത്മാർത്ഥത, സത്യസന്ധത, ശുദ്ധത എന്നിവ ഒരു വ്യക്തി, പൗരൻ, എഴുത്തുകാരൻ, കലാകാരൻ എന്നീ വിവിധ നിലകളിലും അബ്ബാസിന്റെ മുഖമുദ്രയായിരുന്നു. അബ്ബാസിന്റെ ആത്മാർത്ഥത അതിന് തെളിവായി പി.ജി ചൂണ്ടിക്കാണിക്കുന്നു.

പ്രതിഭാശാലിയായ ചലച്ചിത്രകാരൻ കൂടിയായിരുന്നു കെ.എ അബ്ബാസ്.

## 5. ഹരീന്ദ്രനാഥ ചതോപാദ്ധ്യായ (1898 –1990)

പ്രസിദ്ധ എഴുത്തുകാരനും വിപ്ലവകാരിയുമായിരുന്ന ഹരീന്ദ്രനാഥ ചതോപാദ്ധ്യായ അന്തരിച്ചപ്പോൾ (ജൂലൈ 23) അദ്ദേഹത്തെക്കുറിച്ച് പി.ജി എഴുതിയ ലേഖനമാണ് *ഇരുപതാം ശതകത്തിന്റെ വിപ്ലവ പ്രതീകം.*[19]

ശാസ്ത്രജ്ഞനും കവിയും വിദ്യാഭ്യാസ വിചക്ഷണനുമായിരുന്ന അഘോരെനാഥിന്റെയും സുന്ദരിയുടെയും മകനായി പിറന്ന ഹരീന്ദ്രനാഥ് ചതോപാദ്ധ്യായ (1898 –1990) യുടെ പൂർവ്വികന്മാരെല്ലാം ബംഗാളികളും മാതൃഭാഷ ബംഗാളിയുമായിരുന്നു. പണവും പ്രശസ്തിയുംകൊണ്ടു മാത്രമല്ല സംസ്കാരംകൊണ്ടും സമ്പന്നമായ കുടുംബമായിരുന്നു അദ്ദേഹത്തിന്റേത്. ഹരീന്ദ്രനാഥ് ജനിച്ചതും വളർന്നതും ആന്ധ്രയുടെ തലസ്ഥാനമായ ഹൈദ്രാബാദിൽ. എന്നാൽ ദീർഘകാലം കഴിച്ചുകൂട്ടിയത് മദിരാശിയിലും ദില്ലിയിലും ബോംബെയിലും. ബംഗാളി, ഹിന്ദുസ്ഥാനി ഭാഷകളിൽ എഴുതാറുണ്ടെങ്കിലും മുഖ്യ മാധ്യമം ഇംഗ്ലീഷ് ആയിരുന്നു. "ഭാരതത്തിന്റെ രാപ്പാടി" എന്ന പേരിൽ അറിയപ്പെടുന്ന സ്വാതന്ത്ര്യ സമര ചരിത്രത്തിലെ വീരനായിക കൂടിയായ സരോജിനി നായിഡു അദ്ദേഹത്തിന്റെ ഒരു സഹോദരിയാണ്. മറ്റു രണ്ടു സഹോദരിമാരായ മൃണാളിനിയും സുഹാസിനിയും ദേശീയപ്രസ്ഥാനത്തിലും ഇടതുപക്ഷ പ്രസ്ഥാനത്തിലും സജീവമായി പങ്കെടുത്ത് ത്യാഗങ്ങൾ അനുഷ്ഠിച്ചവരാണ്. സഹോദരൻ വിരേന്ദ്രനാഥ ചതോപാദ്ധ്യായയും ഇന്ത്യൻ സ്വാതന്ത്ര്യ സമരചരിത്രത്തിൽ അവിസ്മരണീയനാണ്. സ്വാതന്ത്ര്യ സമര സേനാനിയും സോഷ്യലിസ്റ്റ് നേതാവും സാമൂഹ്യപ്രവർത്തകയും കലാരസികയും മറ്റുമായിരുന്ന കമലാദേവി ചതോപാദ്ധ്യായയായിരുന്നു ഹരീന്ദ്രനാഥിന്റെ ആദ്യ ഭാര്യ. രണ്ടാം ഭാര്യയിൽ രാമൻ, ലക്ഷ്മണൻ എന്നീ പേരുകളിലുള്ള രണ്ടു മക്കളുണ്ട്.

ദേശീയ സ്വാതന്ത്ര്യ സമരം, സാമൂഹ്യ പരിവർത്തനത്തിനു വേണ്ടിയുള്ള സോഷ്യലിസ്റ്റ് പ്രസ്ഥാനം, മാനവരാശിയുടെ മുഖച്ഛായ തന്നെ മാറ്റിത്തീർത്ത വൈജ്ഞാനിക-സാങ്കേതിക വിപ്ലവം തുടങ്ങി ഇരുപതാം നൂറ്റാണ്ടിന്റെ സവിശേഷ ചൈതന്യപ്രവാഹങ്ങളെല്ലാം തന്റെ ജീവിതത്തിലും കലയിലും സ്വാംശീകരിക്കാൻ ഹരീന്ദ്രനാഥിന് കഴിഞ്ഞുവെന്ന് പി.ജി ചൂണ്ടിക്കാണിച്ചു. ഒരു നൂറ്റാണ്ടുകൊണ്ട് സഹസ്രാബ്ദങ്ങളെ പിന്നിടാൻ കഴിഞ്ഞ പരിവർത്തന പ്രക്രിയയുടെ ഗതിവേഗത്തിനൊപ്പം ചലിക്കാൻ ഹരീന്ദ്രനു കഴിഞ്ഞിരുന്നു. അതോടൊപ്പം തന്റെ പൈതൃകത്തോടുള്ള കടപ്പാടും കെട്ടുപാടും അദ്ദേഹം മറന്നുമില്ല. *കന്യകമാരും മുന്തിരിത്തോപ്പുകളും* (1967) എന്ന കാവ്യകൃതിയുടെ മുഖവുര ഹരീന്ദ്രനാഥ് ഉപസംഹരിക്കുന്നത് ഉദ്ധരിച്ച് പി.ജി ഇത് വ്യക്തമാക്കുന്നു.[20]

സ്വാതന്ത്ര്യസമരകാലത്ത് അനിവാര്യമായിരുന്ന പീഡാനുഭവങ്ങളും തടവറകളും ഹരീന്ദ്രന്റെ കാവ്യപ്രതിഭയ്ക്കും കലാവാസനകൾക്കും കാന്തിയും മൂല്യവും വർദ്ധിപ്പിച്ചു. ദേശാഭിമാന പ്രവർത്തനങ്ങളും അധഃസ്ഥിതരോടുള്ള ആഭിമുഖ്യം തങ്ങളുടെ സർഗ്ഗവാസനകളെ ചുരുക്കിക്കളയുമെന്ന അല്പവിഭവന്മാരുടെ രീതി ഹരീന്ദ്രനെ അല്പം പോലും ബാധിച്ചിരുന്നില്ലെന്ന് പി.ജി. പറഞ്ഞു. അടിയുറച്ച ഉശിരൻ ദേശീയതയിൽനിന്നും ഇടതുപക്ഷത്തേക്കും സോഷ്യലിസത്തിലേക്കും മാർക്സിസത്തിലേക്കുമുള്ള ഹരീന്ദ്രന്റെ തീർത്ഥയാത്ര യുക്തിസഹവും സ്വാഭാവികവുമായ രീതിയിലായിരുന്നു. പ്രായം 90 കളിലെത്തുകയും ശരീരം പ്രായാധിക്യത്തിന്റെ അവശതകൾ പലതിനും വിധേയമായിട്ടും അദ്ദേഹത്തിന്റെ മനസ്സ് തളർന്നില്ല. മറ്റു ചിലരെപ്പോലെ മോഹഭംഗത്തിൽപ്പെടുകയുമുണ്ടായില്ല.

മരണത്തിന് ഏതാനും ദിവസം മുമ്പ് ദൂരദർശന് നൽകിയ അഭിമുഖ സംഭാഷണവേളയിൽ ഹരീന്ദ്രനാഥ് ആലപിച്ച ഒരു പ്രസിദ്ധഗാനം ഇങ്ങനെ ആരംഭിക്കുന്നു: "അബ് ആയി സഞ്ജ് കി ബേലാ" (എത്തിപ്പോയ് സന്ധ്യാവേള).

സുവർണ്ണ സന്ധ്യയെ സന്തോഷത്തോടെ സ്വാഗതം ചെയ്യുന്ന ഈ ഗാനം അതിനപ്പുറം വരാനിരിക്കുന്ന അസ്തമനത്തെയും വരവേൽക്കുന്നു. പലരും പറയുന്നത് ആസന്നമായ മരണത്തെ മണത്തറിഞ്ഞുകൊണ്ടായിരിക്കാം അദ്ദേഹം അത് ചൊല്ലിയതെന്നാണ്. "ശരിയാകാം. അതിൽ മരണത്തെ പ്രകീർത്തിക്കുകയോ ദുഃഖത്തെ ഉപാസിക്കുകയോ ഒന്നുമല്ല ചെയ്യുന്നത്. അനിവാര്യമായ അന്ത്യത്തെ ഭയപ്പെടുന്നുമില്ല. തന്റെ അദമ്യമായ ശുഭാപ്തിവിശ്വാസം ആസന്നമായ മരണത്തിന്റെ മുമ്പിൽപോലും കൈമോശം വരുന്നുമില്ല." അങ്ങനെ എല്ലാ അർത്ഥത്തിലും -കാലംകൊണ്ടെന്നപോലെ കലകൊണ്ടും - 20-ാം നൂറ്റാണ്ടിന്റെ പ്രചോദനവും പ്രതീകവുമായിരുന്നു ഹരീന്ദ്രനാഥ് ചതോപാദ്ധ്യായ.

ആദ്യം സാധാരണ ദേശീയവാദിയും പിന്നീട് ജ്യേഷ്ഠൻ വീരേന്ദ്രന്റെ സ്വാധീനത്തിൽ ഒട്ടൊരു തീവ്രവാദിയും പിന്നീട് സോഷ്യലിസ്റ്റും മാർക്സിസ്റ്റുമൊക്കെയായി പരിവർത്തനം ചെയ്തതിൽ അനുക്രമമായ ജീവിതാവബോധ വികാസത്തിന്റെയും അനുഭവ സീമാവ്യാപനത്തിന്റെയും നീരൊഴുക്കുകളാണ് നാം കാണുന്നതെന്ന് പി.ജി. പറഞ്ഞു. എന്നാൽ ദേശീയ പ്രസ്ഥാനത്തിലും പിന്നീട് ഇടതുപക്ഷ പ്രസ്ഥാനത്തിലും ഇടവിട്ടിടവിട്ട അനുഭവപ്പെട്ട പ്രസ്ഥാനങ്ങൾക്കെല്ലാം സ്വാഭാവികമായ കയറ്റിറക്കങ്ങളും കീഴ്മേൽ

മറിച്ചിലുകളും ഹരീന്ദ്രന്റെ അടിസ്ഥാന ദേശാഭിമാനത്തെയോ അധഃസ്ഥിത വർഗ്ഗ പ്രേമത്തെയോ വിശ്വപൗരത്വത്തെയോ മൗലിക സാഹിത്യ നിലപാടുകളെയോ തെല്ലും ഉലയ്ക്കുകയുണ്ടായില്ല.

കേവല സൗന്ദര്യത്തെയും ഐഹികേതര സന്ത്രാസങ്ങളെയും മറ്റും കുറിച്ച് ഹൃദയത്തിൽ തട്ടാതെ സൃഷ്ടി നടത്തുന്ന പദ്യമൂശാരികളെക്കുറിച്ച് ഹരീന്ദ്രന് തീരെ മതിപ്പില്ലായിരുന്നുവെന്ന് അദ്ദേഹത്തിന്റെ കവിത ഉദ്ധരിച്ച് പി.ജി. വ്യക്തമാക്കുന്നു. തന്റെ കാവ്യാദർശത്തെയും ദൗത്യത്തെയുംകുറിച്ചുള്ള ഈ വീക്ഷണവും മേൽവിവരിച്ച ദാർശനികാവബോധ വികാസത്തോടൊപ്പം രൂപംകൊണ്ടതാണെന്ന് പി.ജി കണ്ടു.

ഭൂരിപക്ഷം യുവകവികളെയും പോലെ ഹരീന്ദ്രന്റെ തുടക്കവും ശുദ്ധമായ കാല്പനികതയിൽ നിന്നാണെന്ന് പി.ജി പറഞ്ഞു. എട്ടോ ഒമ്പതോ വയസ്സിൽ കവിത എഴുതിത്തുടങ്ങിയ ഹരീന്ദ്രനാഥിന്റെ ആദ്യ കവിതാ സമാഹാരമായ *യൗവ്വനോൽസവം* (1918) അതിന് സാക്ഷ്യം വഹിക്കുന്നു. അദ്ദേഹത്തിന്റെ ഇരുപതാം വയസ്സിൽ പ്രസിദ്ധീകരിച്ച ഇതിലെ ചില കവിതകളെങ്കിലും പ്രായപൂർത്തിയാകുന്നതിനു മുമ്പ് രചിച്ചതാണ്. എന്നിട്ടും അന്നു തന്നെ മഹർഷിവര്യനും, സ്വയം വാസനാ സമ്പന്നനായ കവിയും, ക്രാന്തദർശിയായ സാഹിത്യ നിരൂപകനുമായിരുന്ന അരവിന്ദ്ഘോഷ് *ആര്യ* എന്ന പ്രസിദ്ധമായ കാലികത്തിൽ ഇതിനെ നിരൂപണം ചെയ്തുകൊണ്ടെഴുതി. ഈ യുവകവിയിൽ വലിയൊരു വാഗ്ദാനമാണ് അരവിന്ദൻ ദർശിച്ചതെന്ന് പി.ജി. ചൂണ്ടിക്കാണിച്ചു. പേർഷ്യൻ ഭാഷകളിലൂടെ വന്നെത്തിയ “സൂഫി” സംസ്കാരത്തിന്റെ സ്വാധീനം എങ്ങനെ ഹരീന്ദ്രനിലും സരോജിനിയിലും കാണുന്നതായി അരവിന്ദൻ പറയുന്നത് പി.ജി ശരിവയ്ക്കുന്നു. അന്നത്തെ ഹൈദരാബാദ് സംസ്ഥാനവും തലസ്ഥാനവും പേർഷ്യൻ–ഉറുദു ഭാഷകളുടെ സാങ്കേതമായിരുന്നതിനാൽ അവിടെ പഠിച്ചുവളർന്ന സരോജിനിയിലും ഹരീന്ദ്രനിലും അവ പ്രതിഫലിച്ചതിൽ അത്ഭുതത്തിനവകാശമില്ല. ഈ ആദ്യസമാഹാരത്തിലെ ചില കവിതകൾ രവീന്ദ്രനാഥടാഗോറിന്റെ വരികളെപ്പോലും അനുസ്മരിപ്പിക്കുന്നവയാണെന്ന് പി.ജി പറഞ്ഞു.[21]

സരോജിനി നായിഡുവിന്റെ കവിതകളിൽ ഇത് അവസാനംവരെ തുടർന്നെങ്കിലും ഹരീന്ദ്രൻ കാലക്രമേണ അതിനെ അതിജീവിക്കുകയുണ്ടായി. ദൈവത്തിന്റെ സ്ഥാനത്ത് മനുഷ്യനെ അദ്ദേഹം ആരാധനാ വിഗ്രഹമായി പ്രതിഷ്ഠിച്ചു. സ്ഥലകാലങ്ങളെ വരുതിക്കുകീഴിൽ കൊണ്ടുവരികയും പ്രകൃതി രഹസ്യങ്ങളെ ഒന്നൊന്നായി പിടിച്ചെടുക്കുകയും സൂര്യനെപ്പോലും മെരുക്കിയ കുതിരയാക്കി മാറ്റി സവാരി നടത്തുകയും ചെയ്യുന്ന മനുഷ്യൻ.

അങ്ങനെ ദാർശനികമായ ഭൗതികവാദത്തിലും ഉശിരൻ മാനവികതയിലും എത്തിച്ചേർന്നപ്പോഴും ഹരീന്ദ്രൻ പ്രഭവകാലപ്രഭാവത്തിൽ നിന്ന് തികച്ചും മുക്തനായോ എന്ന് പി.ജി. ചോദിക്കുന്നു. ഇല്ലെന്ന് *Sing of Man* എന്ന കവിതയിലെ അവസാന വരികൾ ഉദ്ധരിച്ചു പി.ജി. വ്യക്തമാക്കുന്നു.

ഇതുപോലെ തന്നെയാണ് മരണത്തെക്കുറിച്ചുള്ള ഹരീന്ദ്രന്റെ കാഴ്ചപ്പാടുമെന്ന് പി.ജി പറഞ്ഞു. നേരത്തെ പറഞ്ഞപോലെ “അബ് ആയി സഞ്ജ് കി ബേലാ” ആലപിച്ചപ്പോൾ ഏതൊരു വിപ്ലവകാരിയേയും പോലെ അനിവാര്യമായ സ്വന്തം അന്ത്യത്തെ ശാന്തമായെങ്കിലും ഒട്ടൊരു കുസൃതി കൗതുകത്തോടെ കാത്തിരുന്ന ഹരീന്ദ്രൻ വേണ്ടപ്പെട്ടവരുടെ മരണശയ്യയ്ക്ക

രികിലെത്തുമ്പോൾ അല്പം പതറിപ്പോകുന്നുവെന്ന് 1950 കളിലെഴുതിയ ഒരു *മരണശയ്യയ്ക്കരികിൽ* എന്ന കവിതയിലെ വരികളുദ്ധരിച്ച് പി.ജി. വ്യക്തമാക്കുന്നു. ഇതെല്ലാം പ്രത്യാശയുടെയും പ്രകാശത്തിന്റെയും പോരാട്ടത്തിന്റേതുമായ ഹരീന്ദ്രവീക്ഷണത്തിന്റെ ബഹുവർണ്ണ ശോഭയുടെ ചില കതിരുകൾ മാത്രമാണെന്ന് പി.ജി. പറഞ്ഞു.

ഹരീന്ദ്ര പ്രതിഭയുടെ ഒരംശം മാത്രമാണ് കവിത. അത് പ്രധാന അംശം തന്നെ. എന്നാൽ ഒരു നവോത്ഥാന പ്രതിഭയെ അനുസ്മരിപ്പിക്കും വിധം വിവിധവും വിപുലവും ആയിരുന്നു അദ്ദേഹത്തിന്റെ കഴിവുകൾ. നാടകകൃത്ത്, അഭിനേതാവ്, ചലച്ചിത്ര സംവിധായകൻ, സിനിമാനടൻ, ദൂരദർശൻ പരിപാടികളുടെ നിർമ്മാതാവ്, പ്രഭാഷകൻ, രാഷ്ട്രീയ പ്രവർത്തകൻ, പാർലമെന്റേറിയൻ, ഗാനരചയിതാവ്, ഗായകൻ, വർണ്ണചിത്രകാരൻ എന്നിങ്ങനെ നിരവധി മേഖലകളിൽ അദ്ദേഹം ശോഭിച്ചു. മലയാളത്തിലെ കുഞ്ഞിക്കുട്ടൻ തമ്പുരാനെപ്പോലെ ഒരു നിമിഷകവിയായിരുന്നു അദ്ദേഹമെന്ന് പി.ജി പറഞ്ഞു. സമയക്കുറവു കാരണം ബജറ്റ് ചർച്ചാ വേളയിൽ അദ്ദേഹം നിമിഷം കൊണ്ട് കവിത ഉണ്ടാക്കി ചൊല്ലി പ്രസംഗിച്ചതും കേരളത്തിലൊരു യോഗത്തിന് ക്ഷണിക്കാൻ ചെന്ന പി.ജിയോടും മറ്റും കവിത ചൊല്ലി മറുപടി പറഞ്ഞതും ഉദാഹരണമായി പി.ജി ഉദ്ധരിക്കുന്നു.[22]

യുവാക്കളോടും വിദ്യാർത്ഥികളോടുമുള്ള ഹരീന്ദ്രന്റെ സ്നേഹവാൽസല്യങ്ങൾക്ക് അവസാനംവരെ ഭംഗം നേരിട്ടിരുന്നില്ല. യുവജനപ്രസ്ഥാനത്തിനുവേണ്ടി അദ്ദേഹം രചിച്ച യൗവനാഭിനിവേശം തിളച്ചു മറിയുന്ന ഒരു "മാർച്ചിംഗ് സോങ്ങ്" ഉദ്ധരിച്ച് പി.ജി ഇത് വ്യക്തമാക്കുന്നു.

ഷേക്സ്പിയർ നാടകങ്ങൾ അവതരിപ്പിക്കുന്നതിൽ ഹരീന്ദ്രനാഥ് പ്രകടിപ്പിച്ച അനന്യസാധാരണമായ മൗലികതയും പ്രതിഭയും മറുനാടുകളിൽ പോലും പ്രശംസ പിടിച്ചുപറ്റുകയുണ്ടായി. ഇന്ത്യൻ പീപ്പിൾസ് തിയേറ്റർ അസോസിയേഷന്റെ (ഇപ്റ്റ) സ്ഥാപകാംഗമെന്ന നിലയിൽ 20–ാം നൂറ്റാണ്ടിന്റെ ഉത്തരാർദ്ധത്തിൽ ഭാരതത്തിലെ നാടകവേദിയുടെ രൂപവും ഭാവവും മാറ്റിത്തീർക്കാൻ ഹരീന്ദ്രനാഥ് നൽകിയ സംഭാവന മികച്ചതാണ്. ഇന്ത്യൻ പുരോഗമന സാഹിത്യ പ്രസ്ഥാനനായകരിൽ മുൻനിരയിലാണ് ഹരീന്ദ്രന്റെ സ്ഥാനമെന്ന് പി.ജി. വിലയിരുത്തുന്നു.

ചലച്ചിത്ര നടനായും ഗായകനായും കഥാസംഭാഷണ രചയിതാവായും മറ്റും അദ്ദേഹം പേരെടുത്തു. സത്യജിത്റായി, ഋഷികേശ് മുഖർജ്, ദേവ് ആനന്ദ്, സായിപരാഞ്ജലി പൈ തുടങ്ങിയ അത്യുന്നതരുമായി സഹകരിച്ചായിരുന്നു അത്. *ആശീർവാദ്, സാഹിബ് ബീബി ഔർഗുലാം, രാത് ഔർ ദിൻ, തീൻ ദേവിയാം* തുടങ്ങിയവയാണ് അദ്ദേഹത്തിന്റെ അഭിനയവും മറ്റു സംഭാവനകളുംകൊണ്ട് പേരെടുത്ത ചിത്രങ്ങൾ.

തന്റെ തിരോധാനത്തിനു ശേഷം ഭാരതീയ കാവ്യസിംഹാസനം ഹരീന്ദ്രനാഥ് ചതോപാദ്ധ്യായ അലങ്കരിക്കുമെന്ന് മരണം ആസന്നമായ കാലത്ത് ചില പത്രക്കാരുടെ ചോദ്യത്തിനു മറുപടിയായി രവീന്ദ്രനാഥ് ടാഗോർ പറയുകയുണ്ടായിയെന്ന് പി.ജി. പറഞ്ഞു. അതേക്കുറിച്ച് പി.ജി. പറഞ്ഞത് അരവിന്ദന്റെ എന്നപോലെ രവീന്ദ്രന്റെയും പ്രവചനം ഫലിച്ചോ എന്ന ചോദ്യം പ്രസക്തമാണെങ്കിലും അകാലികമാണ്. ഹരീന്ദ്രന് ചരിത്രം കല്പിക്കുന്ന സ്ഥാനമെന്ത് എന്ന് കാലക്രമത്തിലേ അറിയാനൊക്കൂ എങ്കിലും ആ പ്രതീ

ക്ഷകൾ വലിയൊരളവു വരെ സഫലമായി എന്ന് പറയാൻ പി.ജി. മടിക്കുന്നില്ല. പൂർണ്ണമായോ എന്നകാര്യം അദ്ദേഹം പിൻതലമുറയ്ക്ക് വിടുന്നു.[23]

ഹിന്ദിയിലും ബംഗാളിയിലും ഭംഗിയായി എഴുതാൻ അദ്ദേഹത്തിന് കഴിയുമായിരുന്നുവെങ്കിലും അതിലൊന്നും അദ്ദേഹം എഴുതിയില്ല. താൻ ജനിച്ചുവളർന്ന ആന്ധ്രായിലെ ഭാഷയായ തെലുങ്ക് വായിക്കാനും എഴുതാനും അറിയാമായിരുന്നെങ്കിലും അതിലും അദ്ദേഹം എഴുതിയില്ല. സംസ്കാരവും ഭാഷയും തമ്മിലുള്ള അഭേദ്യബന്ധം കണക്കിലെടുക്കുമ്പോൾ ഈ പോരായ്മ അത്ര നിസ്സാരമല്ലെന്ന് പി.ജി. പറഞ്ഞു. അതിന്റെ ഫലമായി ഭാരതീയ സഹൃദയമണ്ഡലം എന്ന അമൂർത്തവും ന്യൂനപക്ഷവുമായ ഒരു ഭാഗത്തിനപ്പുറം കടന്നു ചെല്ലാൻ ഹരീന്ദ്രന് കഴിഞ്ഞിരുന്നില്ല. ഒരു ഭാഷക്കാരും അദ്ദേഹത്തെ സ്വന്തമെന്ന് വാഴ്ത്തി പാടാനോ അംഗീകരിക്കാനോ തയ്യാറായില്ല.

സ്വാതന്ത്ര്യ സമരത്തിലും പിൽക്കാലത്തെ സാമൂഹ്യ വിപ്ലവ പ്രസ്ഥാനത്തിലുമുള്ള പങ്കാളിത്തം, നാട്ടിലുടനീളം നിരന്തരമായി സഞ്ചരിച്ചുള്ള പ്രഭാഷണങ്ങൾ, ഗാനാലാപനങ്ങൾ, കവിത ചൊല്ലലുകൾ, നാടകത്തിലും സിനിമയിലും ദൂരദർശനിലും ഉള്ള പ്രകടനങ്ങൾ മുതലായവ ഈ പരിമിതിയെ കുറെയേറെ പരിഹരിക്കാൻ ഉതകിയിട്ടുണ്ട് എന്ന് പി.ജി. പറഞ്ഞു. ഇംഗ്ലീഷിൽ കവിതയും കഥയും എഴുതിപ്പോന്ന അനേകം പ്രതിഭാധനർ ഉണ്ടെങ്കിലും അവരാരും ഇംഗ്ലീഷ് വായനക്കാരുടെ പരിധിക്ക് പുറത്ത് അറിയപ്പെടുന്നില്ല. എന്നാൽ ഹരീന്ദ്രൻ അങ്ങനെയല്ല എന്നത് തർക്കമറ്റ കാര്യമാണ്. ഹരീന്ദ്രനാഥ ചതോപാദ്ധ്യായ ചരിത്രത്തിന്റെ ഏടുകളിലേക്ക് നിഷ്ക്രമിച്ചെങ്കിലും അദ്ദേഹത്തിന്റെ വ്യക്തിത്വവും കവിതയും കലയും ആദർശവും ഭാരതത്തിൽ സജീവ സാന്നിദ്ധ്യമായി വളരെക്കാലം തുടരുമെന്ന് പി.ജി. വിലയിരുത്തി.[24]

## 6. നിരാദ് സി. ചൗധരി (1897 –1999)

1897 നവംബർ 23–ാം തീയതി ഇപ്പോൾ ബംഗ്ലാദേശിലായ കിശോർ ഗഞ്ച്ഗ്രാമത്തിൽ ഒരുൾനാടൻ വക്കീലിന്റെയും നിരക്ഷരരായ മാതാവിന്റെയും മകനായി ജനിച്ച നിരാദ് സി. ചൗധരി 1999 ആഗസ്റ്റ് 1 ന് മുപ്പത് വർഷമായി താമസിച്ചു വരുന്ന ഇംഗ്ലണ്ടിലെ ഓക്സ്ഫോർഡിലുള്ള സ്വന്തം വീട്ടിൽ വെച്ച് അന്തരിച്ചു. "കാലവും ദേശവും തെറ്റി ജനിച്ച പാവത്താൻ. 20–ാം നൂറ്റാണ്ടിന്റെ വികാരങ്ങളും വിചാരങ്ങളുമായി പൊരുത്തപ്പെടാൻ കഴിയാതിരുന്ന നിർഭാഗ്യവാൻ" എന്നാണ് ഈ വിശ്വപ്രശസ്ത സാഹിത്യകാരന് പലരും നൽകിയ പ്രകീർത്തനമോ അപകീർത്തനമോ എന്ന് പി.ജി പറഞ്ഞു. തന്റെ ജന്മനാടിന്റെ പാരമ്പര്യത്തോടും മൂല്യങ്ങളോടും അവജ്ഞയായിരുന്നു നിരാദിനുണ്ടായിരുന്നത്. ഓർമയും വിവേകവും വെച്ചതുമുതലേ ജനിച്ച നാടിനോടും അതിന്റെ പാരമ്പര്യങ്ങളോടും സ്വാതന്ത്ര്യം തുടങ്ങിയ അതിന്റെ അഭിലാഷങ്ങളോടും സ്വാതന്ത്ര്യസമരത്തോടും അതിന്റെ നായികാനായകരോടും ഒരുതരം അവ്യാഖ്യായമായ അറപ്പായിരുന്നു അദ്ദേഹത്തിന്. അതേസമയം ഇന്ത്യയെ വഞ്ചനയിലൂടെയും അതിക്രമത്തിലൂടെയും വെട്ടിപ്പിടിച്ച ബ്രിട്ടനോടും യൂറോപ്യൻ സംസ്കാരത്തോടും അവരുടെ പാരമ്പര്യത്തോടും അദമ്യവും ചിലപ്പോൾ യുക്തിരഹിതവുമായ ആഭിമുഖ്യമായിരുന്നു നിരാ

ദിന്. ഇത് അദ്ദേഹത്തെ പടിഞ്ഞാറന്മാർക്ക് പ്രത്യേകം പ്രിയപ്പെട്ടവനാക്കി.[25]

ഒരു ക്ലാർക്കായി കൽക്കത്തയിലെ സർക്കാരാഫീസുകളിൽ തൊഴിൽ ജീവിതമാരംഭിച്ചു. 1932 ൽ വിവാഹിതനായ നിരാദിന് മൂന്നു പുത്രന്മാരാണുള്ളത്. 1930 കളിൽ സുഭാഷ് ചന്ദ്രബോസിന്റെ കുടുംബവുമായി പരിചയപ്പെട്ട നിരാദ് സുഭാഷിന്റെ സഹോദരനും കോൺഗ്രസ് നേതാവുമായ ശരത്ചന്ദ്ര ബോസിന്റെ സെക്രട്ടറിയായി. രണ്ടാം ലോക മഹായുദ്ധ കാലത്ത് ജപ്പാനുമായി അവിഹിത ബന്ധമുണ്ടെന്ന് ആരോപിക്കപ്പെട്ട് ശരത്ചന്ദ്ര ബോസ് അറസ്റ്റിലായതിനെത്തുടർന്ന് തൊഴിലും വരുമാനവും നഷ്ടപ്പെട്ട നിരാദിന് അഖിലേന്ത്യാ റേഡിയോയിൽ ജോലി ലഭിച്ചു. ശരത്ചന്ദ്ര ബോസിന്റെ സെക്രട്ടറിയായിരുന്നെങ്കിലും അതിനകം തന്നെ പത്രലേഖനങ്ങളിലൂടെ പേരെടുത്ത നിരാദ് ചൗധരിയെ വിശ്വസിക്കാൻ ബ്രിട്ടീഷ് അധികൃതർക്ക് ബുദ്ധിമുട്ടൊന്നുമുണ്ടായില്ല. അതിനകം തന്നെ നിരാദിന്റെ ഇംഗ്ലീഷ് ഭാഷാ വൈവിദ്ധ്യമെന്നപോലെ അറിവിന്റെ വ്യാപ്തിയും രാഷ്ട്രീയ പക്ഷപാതങ്ങളും അധികൃതരെ ആകർഷിക്കുകയുണ്ടായി. 1941 മുതൽ 1952 വരെ ദില്ലിയിൽ റേഡിയോയിൽ പണിയെടുത്ത ശേഷം പിരിഞ്ഞു. അങ്ങനെ ഒരു പത്രലേഖകനും പ്രക്ഷോഭകനുമെന്ന നിലയിൽ 1940 കൾ മുതൽ തന്നെ ഇംഗ്ലീഷ് ഭാഷ അറിയാവുന്നവർക്കിടയിൽ അദ്ദേഹം അറിയപ്പെട്ടിരുന്നു.

1951 ൽ ആണ് നിരാദിന്റെ പ്രഥമവും പ്രശസ്തിയിലേക്കുള്ള ആദ്യ ചവിട്ടുപടിയുമായ *അറിയപ്പെടാത്ത ഒരിന്ത്യാക്കാരന്റെ ആത്മകഥ* (Autobiography of an Unknown Indian)പ്രസിദ്ധീകരിച്ചത്. പിന്നീട് ഒരു ഗ്രന്ഥകാരനും കാലിക പ്രസിദ്ധീകരണങ്ങളിലെ ലേഖകനും ആയി തുടർന്ന നിരാദ് 1970 ലാണ് തന്റെ ഭാവനാസ്വർഗമായ ഇംഗ്ലണ്ടിലെ ഓക്സ്ഫോർഡിൽ കുടിയേറി താമസമാക്കിയത്. അപ്രസിദ്ധനായിരുന്ന നിരാദിനെ വിദേശങ്ങളിൽ പ്രസിദ്ധനും സ്വദേശത്ത് കുപ്രസിദ്ധനുമാക്കുകയുണ്ടായി, ഈ പ്രഥമ ഗ്രന്ഥം. പിൽക്കാലത്ത് അദ്ദേഹത്തിന് പേരും പെരുമയും സമ്പാദിച്ചു കൊടുത്ത എല്ലാ സവിശേഷതകളും ഈ ഗ്രന്ഥത്തിനുണ്ട്. അവയിൽ മുന്നിട്ട് നില്ക്കുന്നത് അനായാസമായി രസിച്ച് വായിച്ചു പോകാവുന്ന ലളിതസുന്ദരമായ ഇംഗ്ലീഷ് ശൈലിയാണെന്ന് പി.ജി വിലയിരുത്തി. ഇരുപതാം നൂറ്റാണ്ടിന് തൊട്ടു മുമ്പും ആരംഭ കാലത്തും ഇപ്പോൾ ബംഗ്ലാദേശായി വേർപെട്ടു കിടക്കുന്ന ഭൂവിഭാഗത്തിലെ ജനജീവിതത്തിന്റെ വശ്യമായ ഒരു ചിത്രം നമുക്ക് അതിൽ നിന്ന് ലഭിക്കും. ബംഗാളി കുടുംബ മര്യാദകളും ആചാരാനുഷ്ഠാനങ്ങളും രക്തബന്ധത്തിന്റെ വലക്കെട്ടുകളുമെല്ലാം മനോഹരമായ ഇംഗ്ലീഷ് ശൈലിയിൽ ഈ കൃതിയിൽ അനാവരണം ചെയ്തിരിക്കുന്നു.

കൊളോണിയൽ വാഴ്ചയുടെ മൂർധന്യവും കഴ്സൺ പ്രഭുവിന്റെ ദുരുപദിഷ്ടിതമായ ബംഗാൾ വിഭജനത്തെ തുടർന്നുണ്ടായ ദേശീയസമര മുന്നേറ്റവും ബംഗാളിൽ പലയിടത്തും ബ്രിട്ടീഷ് ഗവൺമെന്റിനെതിരെ ഭീകരവാദികൾ എന്ന് അധിക്ഷേപിക്കപ്പെട്ട വിപ്ലവകാരികളുടെ കലാപവും കൊണ്ട് മുഖരിതമായിരുന്നു ബംഗാൾ പൊതുവെയും ചൗധരി ജനിച്ചുവളർന്ന കിഷോർഗഞ്ച് പ്രത്യേകിച്ചും. ഈ ഉയിർത്തെഴുന്നേറ്റുവന്ന ദേശീയ പ്രബുദ്ധതയോടൊന്നും ചൗധരിക്ക് അനുഭാവമേ ഉണ്ടായിരുന്നില്ല. ഇംഗ്ലീഷ് വാഴ്ചയോട് മാത്രമല്ല ഇംഗ്ലീഷ് ഭാഷയോടും സാഹിത്യത്തോടും ഇംഗ്ലീഷുകാരുടെ സംസ്കാരത്തോടും മൂല്യബോധത്തോടുമെല്ലാം അടക്കാനാവാത്ത അഭിനിവേശമായിരുന്നു ചൗധരിക്കുണ്ടായിരുന്നത്. ഒരു താഴ്ന്ന ഇടത്തരം

കുടുംബത്തിലെ ഇല്ലായ്മകൾക്കിടയിലാണ് ചൗധരി വളർന്നുവന്നതെങ്കിലും ഇംഗ്ലീഷുകാരുടെ കുടുംബമര്യാദകളേക്കുറിച്ചും സൽക്കാരങ്ങളേക്കുറിച്ചും 'ടേബിൾ മാനേഴ്സി'നെക്കുറിച്ചും മാത്രമല്ല അവരുടെ വിവിധതരം മദ്യവിശേഷങ്ങളെക്കുറിച്ചും അവയുടെ ചേരുവകളെക്കുറിച്ചും ചൗധരി വിപുലവും വിശദവുമായ അറിവു നേടിയിരുന്നതായി അദ്ദേഹത്തിന്റെ പിൽക്കാലകൃതികൾ വെളിപ്പെടുത്തുന്നു.[26]

ചൗധരി ഈ ആത്മകഥയിൽ പരാമർശിക്കുന്നത് 1923 വരെയുള്ള തന്റെ ജീവിതകഥയാണ്. അതിന്റെ തുടർന്നുള്ള കഥ (1952 വരെയുള്ള) 90–ാമത്തെ വയസ്സിലാണ് അദ്ദേഹം പൂർത്തിയാക്കുന്നത്. ആ പുസ്തകത്തിന്റെ പേര് ഇംഗ്ലീഷിൽ *ദൈ ഹാൻഡ് ദി ഗ്രേറ്റ് അനാർക്കി.* ഇതിനെ ഏകദേശം പി.ജി ഇങ്ങനെ വിവർത്തനം ചെയ്യുന്നു: *നിന്റെ കയ്യുകളാണ് ഇതൊക്കെ ചെയ്തു വച്ചത് ഹേ വൻ അരാജകവാദി.* മഹാത്മാഗാന്ധിയുടെ രംഗ പ്രവേശത്തോടെ പുതിയ മാനം കൈക്കൊണ്ട ഇന്ത്യൻ ദേശീയ പ്രസ്ഥാനത്തിന്റെ പോരാട്ടങ്ങളും 1947–ലെ അധികാര കൈമാറ്റവും തുടർന്നുള്ള അഞ്ച് വർഷവുമാണ് ഈ പുസ്തകത്തിന്റെ വിഷയവ്യാപ്തി. ഇക്കാലത്തെ തന്റെ ജീവിതാനുഭവങ്ങളും വിജയനൈരാശ്യങ്ങളും രാഷ്ട്ര ചരിത്രത്തിന്റെ പല പടവുകളുമായി ഇടകലർത്തി നെയ്തെടുക്കുകയാണ് ആയിരം പുറങ്ങളിൽ കവിഞ്ഞ ഈ കഥയിൽ ചൗധരി. മഹാത്മാഗാന്ധിയെപ്പറ്റി ചൗധരി എഴുതിവിട്ടിരിക്കുന്ന വികൃതി മാത്രം മതി ഈ കൃതിയുടെ പൊതുസ്വഭാവം മനസ്സിലാക്കാൻ. മഹാത്മാഗാന്ധി ഊതിപ്പെരുപ്പിക്കപ്പെട്ട ഒരു വൻ തട്ടിപ്പു (ഹംബഗ്) കാരനായിരുന്നുവെന്നും അദ്ദേഹത്തിന്റെ നേട്ടങ്ങളായി കൊട്ടിഘോഷിക്കപ്പെടുന്നവ ശുദ്ധ കെട്ടുകഥയാണെന്നും തനിക്ക് അദ്ദേഹത്തിന്റെ പേര് കേൾക്കുമ്പോൾത്തന്നെ വെറുപ്പാണെന്നും. ഗാന്ധിജിയിയുടെ കടുത്ത എതിരാളികൾ പോലും അദ്ദേഹത്തെ ഇങ്ങനെ വിമർശിച്ചിട്ടില്ലെന്ന് പി.ജി ചൂണ്ടിക്കാണിക്കുന്നു. രബീന്ദ്രസംഗീതം ചൗധരിക്ക് പ്രിയപ്പെട്ടതായിരുന്നെങ്കിലും അദ്ദേഹത്തെക്കുറിച്ചും വളരെ ആക്ഷേപകരമായാണ് ചൗധരി എഴുതിപ്പിടിപ്പിച്ചിരിക്കുന്നത്. നെഹ്റു മുതലായവരെപ്പറ്റി ഇനി പുതുതായി പറഞ്ഞുപിടിപ്പിക്കാനൊന്നും അവശേഷിച്ചിട്ടില്ല.

ബ്രിട്ടീഷ് സാമ്രാജ്യത്തോടുള്ള ചൗധരിയുടെ ഹൃദയവേഴ്ചയുടെ മറ്റൊരുദാഹരണമാണ് അദ്ദേഹത്തിന്റെ റോബർട്ട് ക്ലൈവിന്റെ ജീവചരിത്രം. 1757 ൽ നടന്ന പ്ലാസി യുദ്ധത്തോടെ ഇന്ത്യയിലെ ബ്രിട്ടീഷ് സാമ്രാജ്യത്തിന് അടിത്തറയിട്ട ക്ലൈവ് ധാർമിക മൂല്യങ്ങൾക്കോ രാഷ്ട്രീയ മാനദണ്ഡങ്ങൾക്കോ പുല്ലുവിലപോലും കല്പിച്ചിരുന്നില്ല. അഴിമതിക്കാരനും കൈക്കൂലിക്കാരനുമായ ഇയാളെ അതിന്റെ പേരിൽ വിചാരണയ്ക്കുപോലും വിധേയമാക്കുകയുണ്ടായി. സാമാന്യ വിദ്യാഭ്യാസമോ സംസ്കാരമോ പാണ്ഡിത്യമോയില്ലാത്ത ക്ലൈവ് ബംഗാൾ നവാബ് സിറാജ് ഉദ് ദൗളയെ വഞ്ചിക്കാൻ മിർജാഫറെ കൈക്കൂലി കൊടുത്ത് വശത്താക്കിയ ഉപജാപക നേതാവാണ്. അങ്ങനെയുള്ള റോബർട്ട് ക്ലൈവിനെ കുറ്റവിമുക്തനാക്കി വാഴ്ത്താനുള്ള ചൗധരിയുടെ ശ്രമം മിർജാഫർ മനോഭാവത്തിന്റെ പ്രതിഫലനം മാത്രമാണെന്ന് പി.ജി. പറഞ്ഞു.[27] സ്വന്തം നാട്ടിൽ അപമാനിതനായി ആത്മഹത്യ ചെയ്ത ക്ലൈവിന് അയാളുടെ വഞ്ചനയ്ക്കും ക്രൂരകൃത്യങ്ങൾക്കും ഇരയായ ഒരു ജനതയുടെ പിന്മുറക്കാരൻ ഇങ്ങനെ ഒരു പ്രകീർത്തനം എഴുതിയത് ചരിത്രത്തിന്റെ വികൃതി തന്നെയെന്ന് പി.ജി. വിലയിരുത്തി.

*ഹിന്ദുമതം* (ഹിന്ദുയിസം), *മാക്സ് മുള്ളറുടെ ജീവചരിത്രം* ( Scholar Extraordinary - അസാധാരണനായ പണ്ഡിതൻ) എന്നീ ചൗധരിയുടെ കൃതികൾ അതിന്റെ ചാരുതയും പൂർണിമയും കൊണ്ടു മാത്രമല്ല, അവയിൽ തന്റെ പതിവുള്ള ഇന്ത്യ വിരോധവും മറ്റും തല നീട്ടുന്നില്ല എന്നതുകൊണ്ടും ശ്രദ്ധേയമാക്കിയെന്ന് പി.ജി അഭിപ്രായപ്പെട്ടു. പക്ഷേ, 1992 ഡിസംബർ ആറിന് ബാബറി മസ്ജിദ് വർഗീയ ഭ്രാന്തന്മാർ തകർത്ത് ഇന്ത്യയുടെ സൽപേരിന് കളങ്കം വരുത്തിയശേഷം ചൗധരി എഴുതിയ ചില ലേഖനങ്ങളും നടത്തിയ പരാമർശങ്ങളും മേൽപറഞ്ഞ രണ്ടു പുസ്തകങ്ങളുടെയും മിതസ്വരത്തിന് വിചാരിച്ചിരിക്കാത്ത ചില അർത്ഥങ്ങൾകൂടിയുണ്ടെന്ന് വ്യക്തമാക്കി. ഒരു പടിഞ്ഞാറൻ സംസ്കാര ഭക്തനിൽ നിന്ന് ഒരിക്കലും പ്രതീക്ഷിക്കാത്ത ഹൈന്ദവ വർഗീയ പക്ഷപാതം ചൗധരിക്കുണ്ടായിരുന്നുവെന്നതാണ് ഇക്കാലത്തെ അദ്ദേഹത്തിന്റെ ലേഖനങ്ങൾ വ്യക്തമാക്കിയത്. ബാബറി മസ്ജിദ് ധ്വംസനം ചരിത്രത്തിന്റെ സ്വാഭാവികമായ പ്രതികാരമാണെന്നും മുസൽമാന്മാർ ഹിന്ദുക്കളോട് ചെയ്ത കടുംകൈക്കുള്ള പ്രതിക്രിയയായിരുന്നു അതെന്നും വരെ അദ്ദേഹം പ്രഖ്യാപിച്ചു. "ബാബറി മസ്ജിദ് പ്രശ്നം വന്നപ്പോൾ സകലവിധ ആധുനിക ലിബറൽ മൂല്യങ്ങളെയും കാറ്റിൽ പറത്തി മധ്യകാല നാടുവാഴിത്തത്തെയും ഇരുണ്ട സവർണ വ്യവസ്ഥയെയും ആശ്ലേഷിക്കുവാൻ മടിയില്ലാത്തവനാണ് താനെന്നു ചൗധരി തെളിയിച്ചു. ഒരു പക്ഷേ, ചൗധരിയിൽ ഒളിഞ്ഞു കിടന്ന ഈ ഹിന്ദുത്വപക്ഷപാതമല്ലേ അദ്ദേഹത്തിന്റെ രണ്ടു കൃതികളിലെയും അഭൂതപൂർവമായ മിതസ്വരത്തിന് കാരണം എന്ന് സംശയിച്ചു പോയാൽ തെറ്റല്ലെന്നു തോന്നുന്നു" വെന്ന് പി.ജി നിരീക്ഷിച്ചു.

റോബർട്ട് ക്ലൈവിനെപ്പോലുള്ള വഞ്ചകനായ ഒരതിക്രമിയെ പ്രകീർത്തിക്കുകയും മഹാത്മാഗാന്ധിയുടെ വ്യക്തിത്വത്തെയും ശാന്തിവാദത്തെയും (പസിഫിസം) അധിക്ഷേപിക്കുകയും ഇന്ത്യയെ രണ്ടു നൂറ്റാണ്ടോളം അടക്കിഭരിച്ച് ചൂഷണം ചെയ്ത് ദരിദ്രമാക്കിയ വിദേശരാഷ്ട്രത്തെ പാടി പുകഴ്ത്തുക മാത്രമല്ല താനൊരു ബ്രിട്ടീഷ് പൗരനാണെന്ന് വീമ്പിളക്കുകയും അവിടെ സ്ഥിരതാമസമാക്കുകയും ചെയ്ത ഒരാൾക്ക് ബ്രിട്ടീഷ് ഗവൺമെന്റ് സി.ബി.ഇ. പദവിയും ഓക്സ്ഫോർഡ് സർവകലാശാല ഓണററി ഡോക്ടറേറ്റ് ബിരുദവും നൽകിയത് മനസ്സിലാക്കാം. എന്നാൽ മഹാകവി രവീന്ദ്രനാഥ ടാഗോറിന്റെ വിശ്വഭാരതി സർവകലാശാല അദ്ദേഹത്തിന് ഡോക്ടറേറ്റ് നൽകി ആദരിച്ചത് വിചിത്രം തന്നെയെന്ന് പി.ജി പറഞ്ഞു.[28]

അവസാനത്തെ മൂന്നു പതിറ്റാണ്ടുകളെങ്കിലും തന്റെ ആദർശസ്വർഗത്തിൽ കഴിഞ്ഞ് ജീവിത സാക്ഷാത്കാരം നേടാമെന്ന ചൗധരിയുടെ മോഹത്തിനും ഭംഗമേൽക്കുകയുണ്ടായി. താൻ ഇക്കാലമത്രയും പ്രകീർത്തിച്ചു പോന്ന ഇംഗ്ലണ്ട് തന്റെ ഭാവനാമാനദണ്ഡങ്ങൾക്ക് ഒപ്പം വരുന്നില്ലെന്ന വിഷാദം അദ്ദേഹത്തിന്റെ അന്ത്യകാല ചിന്തകളിൽ കാളിമ പകർന്നുവെന്ന് പി.ജി. ചൂണ്ടിക്കാണിച്ചു. താൻ വാനോളം വാഴ്ത്തിയ ബ്രിട്ടീഷ് സാമ്രാജ്യത്വ സംസ്കാരത്തെയും പാരമ്പര്യത്തെയും പുത്തൻ തലമുറയിലെ ഇംഗ്ലീഷുകാരായ പണ്ഡിതന്മാരും യുവാക്കളും തള്ളിപ്പറയുന്നത് കണ്ട് അദ്ദേഹം വേദനിച്ചു. സമകാലിക ഇംഗ്ലണ്ട് യഥാർത്ഥ ഇംഗ്ലണ്ടിന്റെ പാരമ്പര്യം അർ

ഹിക്കുന്നില്ലെന്നുവരെ രാജാവിനേക്കാൾ രാജഭക്തനായിരുന്ന ചൗധരിക്ക് പറയേണ്ടിവന്നു. അങ്ങനെ വൈരുദ്ധ്യങ്ങളും വൈചിത്ര്യങ്ങളും നിറഞ്ഞ ഒരു അപൂർവ പ്രതിഭാശാലിയാണ് നിരാദ് സി ചൗധരിയെന്ന് പി.ജി. വിലയിരുത്തി.

### 7. ആർ. കെ. നാരായൺ (1906 –2001)

മദ്രാസിൽ ജനിച്ച പ്രസിദ്ധ ഇന്ത്യൻ നോവലിസ്റ്റും ചെറുകഥാകൃത്തും ഉപന്യാസ കർത്താവുമാണ് ആർ.കെ നാരായൺ. അദ്ദേഹത്തിന്റെ കൃതികൾ തനിക്ക് വളരെ ഇഷ്ടമാണെന്ന് പി.ജി. പറഞ്ഞു. സരളമായ ഭാഷയിൽ ഗ്രാമീണ ജീവിതത്തിന്റെ വശ്യതയാർന്ന ചിത്രമാണ് അദ്ദേഹത്തിന്റെ കൃതികൾ. വളരെ മനോഹരമാണ് അദ്ദേഹത്തിന്റെ *ലാൽഗുഡി കഥകൾ.* ലളിതമായ ഇംഗ്ലീഷ് ആണ് അദ്ദേഹം ഉപയോഗിക്കുന്നത്.

### 8. മുൽക്ക് രാജ് ആനന്ദ് (1905 – 2004)

മുൽക്ക് രാജ് ആനന്ദിന്റെ പൂർവികർ അധികവും പഞ്ചാബികളായിരുന്നുവെങ്കിലും മുൽക്ക് രാജ് ജനിക്കുമ്പോൾ അദ്ദേഹത്തിന്റെ കുടുംബം താമസിച്ചിരുന്നത് ഇന്നത്തെ പാകിസ്ഥാനിലെ ഒരു സംസ്ഥാനമായ, വടക്കു പടിഞ്ഞാറൻ അതിർത്തി പ്രവിശ്യയുടെ തലസ്ഥാനമായ പെഷവാറിലായിരുന്നു. പെഷവാറിൽ സ്കൂൾ വിദ്യാഭ്യാസം പൂർത്തിയാക്കിയശേഷം ഉപരിപഠനത്തിനായി 1921 ൽ അമൃത്സറിലെ ഖൽസാ കോളേജിൽ ചേർന്നു. നിസ്സഹകരണപ്രസ്ഥാന വേലിയേറ്റമായിരുന്നു അക്കാലം. ആദർശശാലിയായ മുൽക്ക് രാജിന് അതിൽ നിന്നു ഒഴിഞ്ഞുനിൽക്കാൻ കഴിയുമായിരുന്നില്ല. സമരത്തിന്റെ തീച്ചൂളയിലേക്ക് എടുത്തുചാടിയ മുൽക്ക് രാജ് പ്രായപൂർത്തിയാകുന്നതിനു മുമ്പ് തന്നെ തടവുശിക്ഷ അനുഭവിച്ചു. 1922 ലെ ചൗരിചൗര സംഭവത്തോടെ ഗാന്ധി സമരം നിർത്തിവച്ചു. ഈ സമയം ജയിൽ മോചിതനായ മുൽക്ക് രാജ് പഠനം തുടരുകയും 1924 ൽ ബി.എ. ഓണേഴ്സ് ബിരുദം നേടുകയും ചെയ്തു. ഉപരിപഠനത്തിനായി ലണ്ടൻ സർവകലാശാലയിലെത്തിയ മുൽക്ക് രാജ് 1930 ൽ തത്വശാസ്ത്രത്തിൽ ഡോക്ടറേറ്റ് നേടി.

1932 ൽ ഒരു ഹ്രസ്വകാലത്തേക്ക് ഇന്ത്യയിൽ തിരിച്ചെത്തിയ മുൽക്ക് രാജ് ഗാന്ധിയെ സന്ദർശിക്കുകയും സബർമതി ആശ്രമത്തിൽ അല്പകാലം കഴിച്ചുകൂട്ടുകയും ചെയ്തു. അപ്പോഴും ഗാന്ധിജിയുടെ ആരാധകനായിരുന്നെങ്കിലും വർഗസമരത്തിന്റെയും സോഷ്യലിസത്തിന്റെയും മുന്നിൽ ഗാന്ധിസം അല്പാല്പമായി മങ്ങിത്തുടങ്ങിയിരുന്നു. പക്ഷേ, ജീവിതാവസാനംവരെ അദ്ദേഹത്തിന്റെ കൃതികളിലും സമരങ്ങളിലും സോഷ്യലിസത്തോടും മാർക്സിസത്തോടും ഒപ്പം ഗാന്ധിസവും ഒരു സജീവ സാന്നിദ്ധ്യമായിരുന്നു. മുൽക്ക് രാജിന്റെ വഴിത്താരയിൽ വെളിച്ചം വീശിയ മൂന്ന് ദീപസ്തംഭങ്ങളാണ് ഗാന്ധിയൻ മാനവികതയും മാർക്സിയൻ സോഷ്യലിസവും ഭാരതീയ പൈതൃകവുമെന്ന് പി.ജി. വ്യക്തമാക്കി. പിന്നീടദ്ദേഹം ലണ്ടനിലേക്ക് തിരികെ പോയി. 1936 ൽ തിരഞ്ഞെടുക്കപ്പെട്ട സ്പെയിനിലെ ഇടതുപക്ഷ ജനാധിപത്യ സർക്കാരിനെതിരായി ജനറൽ ഫ്രാങ്കോയുടെ നേതൃത്വത്തിൽ നടന്ന ഫാസിസ്റ്റ് ആക്രമണത്തെ ചെറുക്കാൻ രൂപീകരിക്കപ്പെട്ട ഇന്റർനാഷണൽ ബ്രിഗേഡിന്റെ ഭാഗമായി മുൽക്ക് രാജ് സ്പെയിനിൽ പോകുകയുണ്ടായി. 1938 ൽ ഇന്ത്യയിൽ ഒരു സന്ദർശനത്തിനായി വന്ന മുൽക്ക്

രാജ് അഖിലേന്ത്യാ വിദ്യാർത്ഥി ഫെഡറേഷനും അഖിലേന്ത്യാ കിസാൻ സഭയും ഇന്ത്യൻ നാഷണൽ കോൺഗ്രസും മറ്റുമായി ബന്ധപ്പെട്ടു പ്രവർത്തിച്ചിരുന്നു. പ്രസിദ്ധ ഇംഗ്ലീഷ് നാടക നടി കാഥലീൻ വാൻഗെൽഡയെ 1938 ൽ അദ്ദേഹം വിവാഹം കഴിച്ചെങ്കിലും പിൽക്കാലത്ത് ആ ബന്ധം വിച്ഛേദിക്കപ്പെട്ടു.

അമൃത്സറിലെ വിദ്യാർത്ഥി ജീവിതകാലത്ത് (1921–1924) തന്നെ സാഹിത്യത്തിൽ അതീവ തല്പരനായിരുന്ന മുൽക്ക് രാജ് ഉറുദു കവിതകളിലൂടെയാണ് തന്റെ സർഗഭാവനകൾക്ക് തുടക്കംകുറിച്ചത്. അക്കാലത്ത് പഞ്ചാബികൾ സ്വന്തം ഭാഷയായ പഞ്ചാബിക്ക് പുറമെ ഉറുദുവും ഒരു മാന്യ ഭാഷപോലെ കൈകാര്യം ചെയ്തിരുന്നു. അന്നത്തെ പഞ്ചാബിന്റെ തലസ്ഥാനമായ ലാഹോറിൽ നടക്കുന്ന സാംസ്കാരിക സമ്മേളനങ്ങളിലും 'മുശൈര' എന്ന കാവ്യമേളകളിലും നാടക–സംഗീതാദി രംഗ കലകളിലും കേൾവിക്കാരനും കാണിയുമായി പങ്കെടുത്ത മുൽക്ക് രാജ് അക്കാലത്ത് ലാഹോറിൽ താമസിച്ചിരുന്ന ദാർശനികനും ഉറുദു മഹാകവിയും ആയിരുന്ന ഡോ. മുഹമ്മദ് ഇക്ബാലുമായി കണ്ടുമുട്ടുകയും നിരന്തര സമ്പർക്കം പുലർത്തുകയും ചെയ്തു. ഇക്ബാലുമായുള്ള ഈ ബന്ധം തന്റെ ഭാവനാവിലാസത്തിന് വളരെ സഹായകമായിയെന്ന് മുൽക്ക് രാജ് പറഞ്ഞിട്ടുണ്ട്.[29]

1926 ൽ ലണ്ടനിൽ എത്തിയതോടെ പ്രതിഭയുടെയും താല്പര്യങ്ങളുടെയും ചക്രവാളം വികസിച്ചു. പത്രലേഖനങ്ങളും പുസ്തക നിരൂപണങ്ങളും എഴുതി പ്രസിദ്ധീകരിക്കാൻ തുടങ്ങി. ഇംഗ്ലീഷ് നിരൂപണ സാഹിത്യത്തിലെ വഴിത്തിരിവായിത്തീർന്ന മഹാകവി ടി. എസ്. എലിയറ്റിന്റെ *ക്രൈറ്റീരിയൻ* എന്ന പേരുകേട്ട മാസികയിൽ പോലും മുൽക്ക് രാജിന്റെ ചില കൃതികൾ പ്രത്യക്ഷപ്പെട്ടു.

ലണ്ടനിലെ ആദ്യ വർഷങ്ങളിൽ തന്നെ ഇന്ത്യയുടെ പ്രാചീനകാല പഠനങ്ങളിൽ ആദ്യപഥികൻ ആയിരുന്ന ഇംഗ്ലീഷുകാരായ ഇബി, ഹവേൽ, ശ്രീലങ്കക്കാരനായ ആനന്ദ് കുമാരസ്വാമി തുടങ്ങിയ മഹാപണ്ഡിതന്മാരുമായി പരിചയപ്പെടുകയും അവരിൽ നിന്ന് ഭാരതീയ കലാപൈതൃകത്തിന്റെ അർത്ഥാന്തരങ്ങളിൽ അവഗാഹം നേടാൻ തുടങ്ങുകയും ചെയ്ത മുൽക്ക് രാജ് അതിൽനിന്നു കിട്ടിയ പ്രചോദനം ഉൾക്കൊണ്ട് 1930 ൽ എഴുതിയ തന്റെ പ്രഥമ കൃതിയാണ് *പേർഷ്യൻ ചിത്രകഥ* (പേർഷ്യൻ പെയിന്റിംഗ്). 1933 ൽ മുൽക്ക് രാജ് തന്റെ കലയെ സംബന്ധിച്ച *ഹിന്ദുവീക്ഷണം* (ദി ഹിന്ദു വ്യൂ ഓഫ് ആർട്ട്) പ്രസിദ്ധീകരിച്ചു.

1935 ൽ പാരീസിൽ ചേർന്ന ഫാസിസത്തിനെതിരായ എഴുത്തുകാരുടെ സമ്മേളനത്തിൽ ഇന്ത്യയെ പ്രതിനിധീകരിച്ച് മുൽക്ക് രാജ് പങ്കെടുത്തതും പിന്നീട് ഇന്ത്യൻ പുരോഗമന സാഹിത്യസംഘടന രൂപീകരിക്കുന്നതിന് നേതൃത്വം നൽകിയതുമെല്ലാം മറ്റൊരു ഭാഗത്ത് വിശദീകരിച്ചതിനാൽ ഇവിടെ ആവർത്തിക്കുന്നില്ല.

1935 ൽ പ്രസിദ്ധീകരിച്ച മുൽക്ക് രാജിന്റെ *തൊട്ടുകൂടാത്തവൻ* (അൺടച്ചബിൾ) എന്ന പ്രഥമ നോവലിൽ തന്നെ ഗാന്ധിസത്തിന്റെയും മാർക്സിസത്തിന്റെയുമൊക്കെ സ്വാധീനം പ്രകടമായിക്കാണാം. ഹരിജനങ്ങളെയും (ദളിത്) പ്രത്യേകിച്ച് നഗരശുചീകരണം എന്ന അധഃകൃത പ്രവൃത്തിയിൽ ഏർപ്പെട്ടിരുന്ന തൊഴിലാളികളുടെയും പ്രശ്നങ്ങളിൽ ഗാന്ധി പ്രകടിപ്പിച്ചു വന്ന താല്പര്യവും ഹരിജനോദ്ധാരണ സംരംഭങ്ങളുമൊക്കെ ഈ

കൃതിയുടെ രചനയ്ക്ക് മുൽക്ക് രാജിന് പ്രേരകമായി. അതേസമയം ഗാന്ധിയൻ വീക്ഷണത്തിൽ നിന്ന് വ്യത്യസ്തമായി ആധുനിക യന്ത്ര പരിഷ്കാരത്തിന്റെ സഹായത്തോടെ നഗരശുചീകരണ പ്രവൃത്തിയെ ദുർഗന്ധ മലീമസമായ വികൃതാഭ്യാസത്തിൽ നിന്ന് കരകയറ്റുക എന്ന ആശയവും തന്റെ കഥാപാത്രത്തിലൂടെ മുൽക്ക് രാജ് അവതരിപ്പിക്കുന്നുണ്ട്.

1936 ൽ പ്രസിദ്ധീകരിച്ച *കൂലി* ആണ് മുൽക്ക് രാജിന്റെ അടുത്ത നോവൽ. ഗ്രാമത്തിലെ കാർഷിക തകർച്ചയും നാടുവാഴിയുടെ ചൂഷണവും പണമിടപാടുകാരുടെ ദ്രോഹവും മൂലം വഴിയാധാരമായി നഗരങ്ങളിലെത്തി വഴിയോരങ്ങളിലും ചേരിപ്രദേശങ്ങളിലും കിടന്ന് ജീവിക്കുകയും അകാല ചരമമടയുകയും ചെയ്യുന്ന ഹതഭാഗ്യരായ തൊഴിലാളികളുടെ ജീവിത സമരങ്ങൾ ചിത്രീകരിക്കുന്നതാണ് ഈ നോവൽ.

ബ്രിട്ടീഷ് തേയിലത്തോട്ടം ഉടമകളുടെ ക്രൂരനീതികളെ അനാവരണം ചെയ്തു വർഗസമരത്തിന്റെയും സ്വാതന്ത്ര്യ സമരത്തിന്റെയും അനിവാര്യതയെ വിളംബരം ചെയ്യുന്നതാണ് 1937 ൽ പ്രസിദ്ധീകരിച്ച അദ്ദേഹത്തിന്റെ മൂന്നാമത്തെ നോവലായ *രണ്ടിലയും ഒരു മൊട്ടും (ടു ലീവ്സ് ആന്റ് എ ബഡ്)*

1942 ൽ പ്രസിദ്ധീകരിച്ച മുൽക്ക് രാജിന്റെ *ഗ്രാമം* എന്ന അടുത്ത നോവലിന്റെ കഥ ആരംഭിക്കുന്നതും അവസാനിക്കുന്നതും ഗ്രാമത്തിൽ തന്നെയാണ്.

അദ്ദേഹത്തിന്റെ പ്രഥമ ചെറുകഥാ സമാഹാരം 1944 ൽ പ്രസിദ്ധീകരിക്കപ്പെട്ട *ബാർബർമാരുടെ ട്രേഡ് യൂണിയനും മറ്റു കഥകളും* ആണ്. 1945 ൽ അദ്ദേഹത്തിന്റെ ഒരു നോവൽ കൂടി പുറത്തു വന്നു. *വലിയഹൃദയം* (ദി ബിഗ് ഹാർട്ട്) എന്നാണതിന്റെ പേർ.

1946 ൽ മുൽക്ക് രാജ് ഇന്ത്യയിൽ തിരിച്ചെത്തിയതിനു ശേഷം ആദ്യം ചെയ്ത പ്രവർത്തനങ്ങളിലൊന്ന് *മോഡേൺ ആർക്കിടെക്ട്സ് ആന്റ് ആർട്ടിസ്റ്റ് റിസർച്ച് ഗ്രൂപ്പ്* എന്നൊരു സംഘം രൂപീകരിക്കുകയും അതിന്റെ മുഖപത്രം എന്ന നിലയിൽ *മാർഗ്* എന്ന സാർവദേശീയ നിലവാരമുള്ള ഒരു കലാമാസിക ആരംഭിക്കുകയും ചെയ്തതാണ്. ശുദ്ധകല, ചിത്രകല, വ്യവസായകല, വ്യാപാരകല, വാസ്തുശില്പം, രൂപകല്പന, അകച്ചമയം തുടങ്ങി വിവിധ മേഖലകളെക്കുറിച്ച് ഉന്നത നിലവാരം പുലർത്തുന്ന ഒരു മാസികയാണിത്. പിൽക്കാലത്ത് മുൽക്ക് രാജ് അതിന്റെ ഉപദേശകനായി തുടരുകയും പ്രസാധനം റ്റാറ്റാ പ്രസാധകർ ഏറ്റെടുക്കുകയുമുണ്ടായി.

സ്വാതന്ത്ര്യാനന്തരം ഇന്ത്യയിലെ സാമൂഹ്യ ജനകീയ പ്രസ്ഥാനങ്ങളുമായും പുരോഗമന സാഹിത്യ പ്രസ്ഥാനം, ഇന്ത്യൻ പീപ്പിൾസ് തിയേറ്റർ അസോസിയേഷൻ (ഇപ്റ്റ) തുടങ്ങിയ പ്രസ്ഥാനങ്ങളുടെയെല്ലാം പ്രവർത്തനങ്ങളിൽ നേതൃത്വപരമായ പങ്കാണ് മുൽക്ക് രാജ് നിർവഹിച്ചത്. സമാധാന പ്രസ്ഥാനത്തിന്റെ ഉന്നതനായ പ്രവർത്തകനായിരുന്നു അദ്ദേഹം. അതിന്റെ ഭാഗമായി നിരവധി തവണ സോഷ്യലിസ്റ്റ് രാജ്യങ്ങളിലും മറ്റ് വിദേശ രാഷ്ട്രങ്ങളിലും മുൽക്ക് രാജ് പോയിട്ടുണ്ട്. കേന്ദ്ര ലളിതകലാ അക്കാദമി അധ്യക്ഷനായി അദ്ദേഹം പ്രവർത്തിച്ചിരുന്നു. ആഫ്രോ –ഏഷ്യൻ എഴുത്തുകാരുടെ സാർവദേശീയ സമ്മേളനങ്ങളിൽ അദ്ദേഹത്തിന്റെ സാന്നിദ്ധ്യം എപ്പോഴുമുണ്ടായിരുന്നു. 1952 ൽ ഇന്റർനാഷണൽ പീസ് പ്രൈസ് അദ്ദേഹത്തിന് ലഭിച്ചു. 1972 ൽ *മോണിംഗ് ഫേസ്* എന്ന നോവലിന് സാഹിത്യ അക്കാദമി

പുരസ്കാരം ലഭിച്ചു. *കറുത്ത ജലാശയങ്ങൾ താണ്ടി* (എക്രോസ് ദി ബ്ലാക്ക് വാട്ടേഴ്സ്, 1941), *വാളും അരിവാളും* (ദ് സ്വോർഡ് ആന്റ് ദി കൗ, 1960), *പാത* (ദി റോഡ്, 1963), *ഏഴ് ഗ്രീഷ്മങ്ങൾ* (സെവൻ സമ്മേഴ്സ്, 1970), *ഒരു കാമുകന്റെ കുമ്പസാരം* (കൺഫെഷൻസ് ഓഫ് എ ലവർ, 1976)എന്നിവയും അദ്ദേഹത്തിന്റെ പ്രധാന നോവലുകളിൽ ഉൾപ്പെടുന്നു. കൂടാതെ ചെറുകഥാ സമാഹാരങ്ങളും ലേഖന സമാഹാരങ്ങളുമുണ്ട്.

പലതവണ മുൽക്ക് രാജ് കേരളം സന്ദർശിച്ചിട്ടുണ്ട്. ഇവിടത്തെ പുരോഗമന സാഹിത്യ പ്രസ്ഥാനം ഉൾപ്പെടെ പല സാംസ്കാരിക സംരംഭങ്ങളുമായി ബന്ധപ്പെട്ടിട്ടുണ്ട്. എന്നാൽ അദ്ദേഹത്തിന്റെ *കൂലി* തുടങ്ങി രണ്ടു മൂന്ന് കൃതികൾ മാത്രമെ മലയാളത്തിൽ പ്രസിദ്ധീകരിക്കപ്പെട്ടിട്ടുള്ളൂ. അദ്ദേഹത്തിന്റെ വിചാരങ്ങളും കൃതികളും ജീവിതമാതൃകയും ആദർശങ്ങളുമായി കേരളീയർ ഇനിയും വേണ്ടത്ര പരിചയപ്പെട്ടു കഴിഞ്ഞിട്ടില്ല എന്നത് വിപ്ലവ പ്രസ്ഥാനത്തിനും വിപ്ലവ സാഹിത്യത്തിനും മേൽക്കോയ്മയുള്ള കേരളത്തിൽ വലിയൊരു പോരായ്മ തന്നെയാണെന്ന് പി.ജി. പറഞ്ഞു.

## 9. കമലാസുരയ്യ (1934 –2009)

ജീവിതകാലം മുഴുവനും വിവാദങ്ങളിൽ അഭിരമിക്കുകയും വിവാദങ്ങൾ തന്റെ ജീവിത ദൗത്യനിർവഹണത്തിന്റെ ഒരുപാധിയാക്കി മാറ്റുകയും ചെയ്ത പ്രതിഭാശാലിയായിരുന്നു കമലാ സുരയ്യയെന്ന് പി.ജി. നിരീക്ഷിച്ചു. മലയാളത്തിൽ ചെറുകഥയും ഇംഗ്ലീഷിൽ കവിതയുമായിരുന്നു അവരുടെ മാധ്യമം. രണ്ടു മേഖലകളിലും വിപുലമായ ജനപ്രീതിയും നിരവധി അംഗീകാരങ്ങളും പുരസ്കാരങ്ങളും അവർക്ക് കിട്ടുകയും ചെയ്തു. അവരുടെ ചില കൃതികൾ നോവലെറ്റ് അഥവാ ചെറുനോവൽ എന്ന് വിശേഷിപ്പിച്ച് പ്രസിദ്ധീകരിച്ചിട്ടുണ്ടെങ്കിലും അവയൊക്കെ നോവലുകൾ എന്ന വിശേഷണത്തിനർഹമല്ലെന്നും അവ നീണ്ടകഥകൾ മാത്രമാണെന്നും പി.ജി. വിലയിരുത്തി. അതുകൊണ്ടാണ് അവരുടെ മലയാള മാധ്യമം ചെറുകഥകളാണെന്ന് പി.ജി. വിശേഷിപ്പിച്ചത്.

മലയാള ചെറുകഥാകൃത്തുക്കളെ തലമുറകളായി വിഭജിച്ച് പഠിക്കുക എന്നത് സാഹിത്യവിദ്യാർത്ഥികൾ ഇന്ന് പൊതുവെ അംഗീകരിച്ചിരിക്കുന്നു. മലയാളത്തിലെ ആദ്യകാല ചെറുകഥാകൃത്തുക്കളായ എം.ആർ.കെ.സി., ഒടുവിൽ കുഞ്ഞികൃഷ്ണമേനോൻ, മലബാർ കെ. സുകുമാരൻ, മൂർക്കോത്ത് കുമാരൻ, അമ്പാടി നാരായണപൊതുവാൾ തുടങ്ങി 1939 ൽ അകാല ചരമം പ്രാപിച്ച ഇ.വി. കൃഷ്ണപിള്ളവരെയുള്ളവരെയാണ് ഒന്നാം തലമുറക്കാരായി കണക്കാക്കുന്നത്. സാഹിത്യം, ഉണ്ടുറങ്ങി കാലം പോക്കുന്ന വരേണ്യ–മടിയ വിഭാഗങ്ങളുടെ വിനോദോപാധി മാത്രം ആണെന്ന നിലയിൽ രസികത്വം തുളുമ്പുന്ന അന്തസ്സാരശൂന്യമായ സൃഷ്ടികളായിരുന്നു ഇവരുടെ സംഭാവന. കേശവദേവും വർക്കിയും ബഷീറും പൊറ്റെക്കാട്ടും തകഴിയും മറ്റുമുൾപ്പെട്ട രണ്ടാം തലമുറ കഥാരംഗത്ത് പുതിയൊരു ചലനം തന്നെ സൃഷ്ടിച്ചു. അതൊരു സാഹിത്യ വിപ്ലവം തന്നെയായിരുന്നുവെന്ന് പി.ജി. പറഞ്ഞു.[30] ഈ പ്രവണത കവിതയിലും നാടകത്തിലുമെല്ലാം പ്രകടമായി. പക്ഷേ, 1950 കളുടെ തുടക്കത്തോടെ *റിയലിസ്റ്റ്* അഥവാ *യഥാർത്ഥം എന്ന്* വിശേഷിപ്പിക്കാവുന്ന ഇവരുടെ ശൈലി ആവർത്തന വിരസമായി കാലഹരണപ്പെടാൻ

ആരംഭിച്ചു. അതിന്റെ കാരണം അവർ വ്യക്തിജീവിതത്തിന്റെയും സാമൂഹ്യ വ്യവസ്ഥയുടെയും ബാഹ്യലക്ഷണങ്ങളിൽ കേന്ദ്രീകരിച്ച് സമരകാഹളങ്ങൾ മുഴക്കുകയും ഈ ബാഹ്യ യാഥാർത്ഥ്യങ്ങൾ മനുഷ്യരുടെ മനസ്സിൽ ഉളവാക്കുന്ന വിചാര വികാരങ്ങളെയും അന്തർധാരകളെയും അവഗണിക്കുകയും ചെയ്തുവെന്നതാണ്" എന്ന് പി.ജി. വ്യക്തമാക്കി.[31]

ഈ കുറവ് പരിഹരിച്ച് പുതിയൊരു രചനാശൈലിക്ക് തുടക്കം കുറിച്ച മൂന്നാം തലമുറയിൽപ്പെട്ട പ്രമുഖരായിരുന്നു ടി. പത്മനാഭൻ, എം.ടി വാസുദേവൻ നായർ, മാധവിക്കുട്ടി എന്നിവർ. ഈ സംക്രമണ കാലത്തിന് നേതൃത്വം നൽകിയ *പ്രതിഭാത്രയം* എന്നാണ് പി.ജി. അവരെ വിശേഷിപ്പിക്കുന്നത്. പഴയ റിയലിസ്റ്റ് ശൈലിയെ പുറന്തള്ളി കുറെക്കൂടി ഹൃദയസ്പർശിയായ പുതിയ ശൈലി ആവിഷ്കരിച്ചത് ഇവർ മൂന്നുപേരും ചേർന്നാണെങ്കിലും മാധവിക്കുട്ടിയുടേത് വ്യത്യസ്തതയോടുകൂടി നിലനിൽക്കുന്നുവെന്ന് പി.ജി. വ്യക്തമാക്കി. പ്രൊഫസർ എം. അച്യുതന്റെ വാക്കുകൾ ഉദ്ധരിച്ച് പി.ജി. ഈ പ്രത്യേകതകൾ തന്റെ ലേഖനത്തിൽ വിശദീകരിക്കുന്നുണ്ട്.[32]

കമലാ സുരയ്യയുടെ കൃതികളെ പി.ജി. മൂന്നായി തരം തിരിക്കുന്നു. അവയിൽ ആദ്യത്തേത് ചുറ്റപാടും നാം കണ്ടെത്തുന്ന ജീവിതത്തിന്റെ ഗതിവിഗതികളെ പഴയ ശൈലിയിലുള്ള റിയലിസ്റ്റ് കഥാകൃത്തുക്കളിൽനിന്നും വ്യത്യസ്തമായി ബാഹ്യ ചിത്രത്തിന്റെ പുറകിലുള്ള അന്തർധാരകൾ ചികഞ്ഞെടുത്ത് അവതരിപ്പിക്കുന്ന കഥകളാണ്. അത്തരം കഥകൾ റിയലിസ്റ്റ് കഥാകൃത്തുക്കളുടെ ലക്ഷ്യങ്ങൾ കൂടുതൽ ശക്തമായി സാക്ഷാത്ക്കരിക്കുന്നു. 1954 ൽ പ്രസിദ്ധീകരിക്കപ്പെട്ട അവരുടെ ആദ്യകഥാസമാഹാരമായ *മതിലുകളിലെ* പല കഥകളും ഈ രീതിയിലുള്ളവയാണ്. കുഞ്ഞുങ്ങളുടെ മനഃശാസ്ത്രം ഇത്ര ഭംഗിയായി കണ്ടറിഞ്ഞ് ആവിഷ്കരിച്ചവർ മലയാള സാഹിത്യത്തിൽ വേറെയില്ല. *ഗോസായിത്തന്ത, അലാവുദ്ദീൻ നുണകൾ, പ്രഭാതം, വേനലിന്റെ ഒഴിവിൽ* തുടങ്ങിയ കഥകളെല്ലാം കുഞ്ഞുമനസ്സുകളുടെ വ്യാപാരങ്ങളെ സമർത്ഥമായി പ്രതിഫലിപ്പിക്കുന്നവയാണ്. അതേസമയം കുഞ്ഞു മനസ്സുകളിൽ കൂടി സമൂഹത്തിലെ ഉച്ചനീചത്വങ്ങളും ദാരിദ്ര്യദുഃഖവും അനാവരണം ചെയ്യുന്നതോടൊപ്പം അവരുടെ ഹൃദയത്തിലുണ്ടാവുന്ന മുറിവുകളും സ്വഭാവത്തിലുണ്ടാകുന്ന വൈകല്യങ്ങളും അവരാവിഷ്കരിക്കുന്നുണ്ടുവെന്ന് ഉദാഹരണ സഹിതം പി.ജി. വ്യക്തമാക്കുന്നു.[33]

*മതിലുകൾക്ക്* ശേഷം *തരിശ്ശുനിലം, നരിച്ചീറുകൾ, കഥപറയുമ്പോൾ, എന്റെ സ്നേഹിത-അരുണ, ചുവന്ന പാവാട, തണുപ്പ്* തുടങ്ങിയ മറ്റു സമാഹാരങ്ങളും ഒന്നിനൊന്ന് മെച്ചപ്പെട്ടതാണെന്ന് പി.ജി വിലയിരുത്തുന്നു. കുഞ്ഞുങ്ങളുടെ മനഃശാസ്ത്രം മാത്രമല്ല, മധ്യവയസ്കരുടെയും വൃദ്ധരുടെയും മനസ്സുകൾ ചൂഴ്ന്നിറങ്ങി അപഗ്രഥിച്ച് കഥകൾ മെനയാൻ മാധവിക്കുട്ടിക്ക് പ്രത്യേകമായ ഒരു സിദ്ധി തന്നെയുണ്ട്. വൃദ്ധകളുടെയും വിധവകളുടെയും അനാഥരുടെയും പ്രശ്നങ്ങൾ അവരെ വല്ലാതെ അലട്ടിയിരുന്നു. 1984 ൽ തിരുവനന്തപുരം നിയോജക മണ്ഡലത്തിൽ നിന്ന് മൽസരിച്ചപ്പോൾ അവരുയർത്തിപ്പിടിച്ച പ്രശ്നങ്ങൾ ഈ സ്ത്രീജനങ്ങളുടേതായിരുന്നു, പി.ജി. എഴുതി:

> സുഗ്രാഹ്യവും സാമൂഹിക ജീവിതഗന്ധിയും ആയ കഥകളോടൊപ്പം തന്നെ ചിലപ്പോൾ ദുർഗ്രഹമായ ഭ്രമകൽപനകൾകൊണ്ട് നെയ്തെ

ടുത്ത കഥകളും അവർ രചിക്കാറുണ്ട്. വളരെയേറെ നിരൂപക ശ്രദ്ധ പിടിച്ചുപറ്റിയിട്ടുള്ള 'പക്ഷിയുടെ മണം' അത്തരത്തിലുള്ള ഒന്നാണ്. മാനസികാപഗ്രഥനവും അനിതര സാധാരണമായ സാഹചര്യങ്ങളും ദുർഗ്രഹമായ അഭിലാഷങ്ങളും യുക്തിക്ക് നിരക്കാത്ത സംഭവ ഗതികളും കൊണ്ട് അവർ നെയ്തെടുക്കുന്ന കഥകൾ മലയാള സാഹിത്യത്തിൽ ഒരപൂർവതയാണ്. വില്യം ഫോക്നറെയും ഫ്രാൻസ് കാഫ്കയെയും ഗാർഷ്യ മാർക്വേസിനെയും അനുസ്മരിപ്പിക്കുന്ന വിചിത്ര ഭാവനകൾ കൊണ്ട് അവർ വായനക്കാരെ വിഭ്രമിപ്പിക്കുന്നതിനൊപ്പം, അവരിലേക്ക് അചുംബിതമായ ചില ആശയങ്ങളും അനുഭവങ്ങളും പകർന്നുനൽകുന്നു.[34]

ആത്മകഥാംശങ്ങൾ ഉൾക്കൊള്ളുന്നവയാണ് കമലാസുരയ്യയുടെ മൂന്നാമത്തെ ഇനം കൃതികൾ. ഇന്ത്യയിലും പുറത്തുമുള്ള വിവിധ ഭാഷകളിലേക്ക് വിവർത്തനം ചെയ്ത അവരുടെ പ്രഖ്യാതമായ ആത്മകഥ, വസ്തുസ്ഥിതികഥനമാണോ, കല്പനാസൃഷ്ടിയാണോ എന്ന് തീരുമാനിക്കാൻ പാടുപെടേണ്ടതുണ്ടെന്ന് പി.ജി പറഞ്ഞു. സ്നേഹത്തിനു വേണ്ടി ദാഹിക്കുകയും സ്നേഹം എല്ലാവർക്കും വാരിക്കോരിക്കൊടുക്കുകയും ചെയ്ത കമലാദാസ് എന്ന കമലാസുരയ്യയുടെ ജീവിതവും ആദർശങ്ങളും കൃതികളും ഇനിയും ഏറെ പഠനവിധേയമാക്കേണ്ടിയിരിക്കുന്നുണ്ടെന്ന് പി.ജി പറഞ്ഞു.

യാതൊന്നിനെയും അനുകരിക്കാത്തവയാണ് കമലാദാസിന്റെ രചനകളെന്ന് പി.ജി. പറഞ്ഞു. ഒന്നിനോടും ഉപമിക്കാനോ സാദൃശ്യപ്പെടുത്താനോ കഴിയാത്ത, ഹൃദയത്തിൽ നിന്നു വരുന്ന രചനകളാണവ. അപൂർവമായ ഭാവന അതിലുണ്ട്. നൈസർഗിക പ്രവാഹമാണ് അവരുടെ രചനകൾ. അവരുടെ മനസ്സിലൂടെ കടന്നുപോകുന്ന കാര്യങ്ങളാണ് ആത്മകഥയിൽ. അത് തട്ടിപ്പൊന്നുമല്ല. ഭർത്താവ് മാധവദാസിനെ അധിക്ഷേപിച്ചു കൊണ്ടെഴുതുന്നത്. അദ്ദേഹമത് കാര്യമായി എടുക്കാറില്ലെന്നും പി.ജി. പറഞ്ഞു. മറ്റുള്ളവരുമായി തനിക്ക് ഇല്ലാത്ത ബന്ധമുണ്ടെന്നൊക്കെ കമലാദാസ് ചിലപ്പോൾ എഴുതും. അതൊന്നുമില്ലാത്തതാണെന്നും അവർ Absolutely Clean ആണെന്നുമാണ് പി.ജി.യുടെ അഭിപ്രായം. അവിഹിതമായ ബന്ധങ്ങളോ അവിഹിതമായ ചേർച്ചകളോ ഒന്നും അവരുടെ ജീവിതത്തിൽ ഉണ്ടാകാത്തതാണ്. എന്നാൽ അവരുടെ എഴുത്ത് അതുണ്ടെന്നു തോന്നലുളവാക്കുന്ന രീതിയിലാണ്. അവരുടെ ഭാഷാപരമായ ആവിഷ്കാര ശൈലിയാണതെന്നും അതിവിടെ പലരും മനസ്സിലാക്കുന്നില്ലെന്നും പി.ജി പറഞ്ഞു.[35] കമലാദാസിന്റെ കൃതികളെല്ലാം തനിക്കിഷ്ടമാണെന്നും *നീർമാതളം പൂത്തകാലം* തുടങ്ങിയ കൃതികൾ ഒന്നാന്തരമാണെന്നും പി.ജി. വ്യക്തമാക്കി.

പ്രസിദ്ധ കവയിത്രിയും ചെറുകഥാകൃത്തുമായ കമലാദാസ് (മാധവിക്കുട്ടി). ഇംഗ്ലീഷിലും മലയാളത്തിലും അവർ ഒരുപോലെ എഴുതി. *ഹംസധ്വനി, വണ്ടിക്കാളകൾ, Only Soul Knows How to Sing* തുടങ്ങിയവ അവരുടെ മറ്റു ചില പ്രധാന കൃതികളാണ്.

### 10. രാജാറാവു

ദാർശനിക മാനങ്ങളുള്ളവയാണ് രാജാറാവുവിന്റെ കൃതികളെന്ന് പി.ജി പറഞ്ഞു.[36]

## 11. വിക്രം സേത്ത്

വിക്രം സേത്തിനെപ്പോലുള്ള എഴുത്തുകാരിൽ ആളുകൾ പുകഴ്ത്തുന്നതുപോലുള്ള സംഭവങ്ങൾ ഉണ്ടോ എന്ന് പി.ജി സംശയിക്കുന്നു.[37] സേത്തിന്റെ *Suitable Boy* എന്ന കൃതിയെ വിലയിരുത്തിക്കൊണ്ട് പി.ജി. പറഞ്ഞു. സാഹിത്യാസ്വാദനം എന്നത് Subjective (ആത്മനിഷ്ഠം) ആണ്. വിക്രം സേത്ത് സമർത്ഥനായ ഒരു ക്രാഫ്റ്റ്സ്മാൻ എന്നതിൽ കവിഞ്ഞ് ഒന്നുമില്ല. എന്നാൽ കരവിരുതുകൊണ്ടു മാത്രം കലയുണ്ടാവില്ല. എല്ലാറ്റിനും മീതെ, അതിനൊരാത്മാവുണ്ടായിരിക്കണം. കലയുടെ ഒരു ഘടകം മാത്രമാണ് കരവിരുത്. എന്നാൽ ഈ കൃതിയിലൊരാത്മാവില്ല.

## 12. കിരൺ ദേസായി

കിരൺ ദേസായിയുടെ കൃതി മോശമാണെന്നാണ് പി.ജി.യുടെ അഭിപ്രായം. ബുക്കർ പ്രൈസ് അവർക്ക് കിട്ടിയെങ്കിലും 'മഹാമോശം' ആണ് അവരുടെ കൃതി എന്നാണ് പി.ജി.യുടെ വിലയിരുത്തൽ.[38]

അതേസമയം കിരൺ ദേസായിയുടെ അമ്മ അനിതാ ദേസായിയുടെ കൃതി കൊള്ളാമെന്നാണ് പി.ജി.യുടെ വിലയിരുത്തൽ.

## 13. അരുന്ധതിറോയി

അരുന്ധതിറോയിയെ താൻ വിമർശിച്ചത് *God of Small Things* എന്ന നോവലിൽ ഇ.എം.എസിനെ വിമർശിച്ചതുകൊണ്ടല്ലെന്ന് പി.ജി. പറഞ്ഞു. ഇ.എം.എസ്സിനെപ്പറ്റി നുണയെഴുതിയതുകൊണ്ടാണ് താൻ അവരെ വിമർശിച്ചത്. സത്യസന്ധത അതിലില്ല. 'സ്റ്റുപ്പിഡ്' ആണ് ആ നോവൽ. അതിൽ ചില പദപ്രയോഗങ്ങളും രീതികളും ഉണ്ടെന്നല്ലാതെ അവരൊരു നോവലിസ്റ്റല്ലെന്നാണ് പി.ജി.യുടെ കാഴ്ചപ്പാട്.[39]

## 14 സരളാദാസൻ

ശൂദ്രമഹാകവി സരളാദാസനെ ഒറിയഭാഷക്കാരുടെ എഴുത്തച്ഛൻ എന്നാണ് പി.ജി വിശേഷിപ്പിക്കുന്നത്. *അദ്ധ്യാത്മ രാമായണം, മഹാഭാരതം* തുടങ്ങിയ കൃതികളിലൂടെ എഴുത്തച്ഛൻ മലയാളത്തിന് നൽകിയ സേവനം തന്നെയാണ് *വിലങ്കരാമായണം, മഹാഭാരതം, ചണ്ഡിപുരാണം* എന്നീ മൂന്ന് ഇതിഹാസ കാവ്യങ്ങളിലൂടെ സരളാ ദാസൻ ഒറിയ ഭാഷയ്ക്ക് ചെയ്തതെന്ന് പി.ജി. ചൂണ്ടിക്കാണിച്ചു.[40]

അവർ തമ്മിലുള്ള മറ്റൊരു സാമ്യം ഇരുവരും ജാതിശ്രേണിയിൽ ത്രൈവർണ്ണികരേക്കാൾ (ബ്രാഹ്മണൻ, ക്ഷത്രിയൻ, വൈശ്യൻ) വളരെ താഴ്ന്ന ശ്രേണിയിൽപ്പെട്ടവരായിരുന്നുവെന്ന് പി.ജി വെളിപ്പെടുത്തുന്നു. ശാരീരികാദ്ധ്വാനം ചെയ്യാൻ വിധിക്കപ്പെട്ട കീഴ്ജാതിക്കാരായിരുന്നു അവർ. എഴുത്തച്ഛൻ 'ചക്കാട്ടൽ' തൊഴിലായ കീഴ്ജാതി ചക്കാലനായരായിരുന്നു. താനൊരു ശൂദ്രനാണെന്നും വിദ്യാലയങ്ങളിൽ പോയി ഔപചാരിക വിദ്യാഭ്യാസം നേടിയിട്ടില്ലെന്നും താനിപ്പോഴും ഉപജീവനാർത്ഥം വയലിൽ പോയി കണ്ടം പൂട്ടുകയും മറ്റ് ശാരീരിക അധ്വാനങ്ങളിൽ ഏർപ്പെടുകയും ചെയ്യുന്നു

ണ്ടെന്നും സരളാദാസൻ തന്റെ മൂന്ന് കൃതികളിൽ പലയിടത്തും ആവർത്തിച്ചാവർത്തിച്ച് രേഖപ്പെടുത്തുന്നുണ്ട്.

എഴുത്തച്ഛന്റെ എന്നപോലെ സരളാദാസന്റെ ജീവിതകാല നിർണ്ണയവും കുറെയൊക്കെ ഊഹാപോഹങ്ങളെ ആശ്രയിച്ചേ കഴിയൂ എന്ന് പി.ജി ചൂണ്ടിക്കാണിച്ചു. എന്നാൽ 1435 മുതൽ 1467 വരെ ഒറീസയിൽ നാട് വാണിരുന്ന കപിലേശ്വരൻ എന്ന രാജാവിനെ തന്റെ മഹാഭാരതത്തിന്റെ ആദിപർവത്തിൽ ഇഷ്ടദേവത വരുന്ന ഭാഗത്ത് പ്രകീർത്തിക്കുന്നുണ്ട് സരളാദാസൻ. ഇതിൽ നിന്ന് ആ രാജാവിന്റെ കാലം തന്നെയാണ് സരളദാസന്റെ കാലവുമെന്ന് നിർണ്ണയിക്കാവുന്നതുമാണ്. കട്ടക്ക് നഗരത്തിൻ നിന്ന് മുപ്പത് നാഴിക അകലെയുള്ള തെന്തുലിയ ഗ്രാമത്തിലാണ് സരളാദാസൻ ജനിച്ചത്. സരളാദാസന്റെ വ്യക്തിത്വവും കാവ്യ സംസ്ക്കാരവും കപിലേശ്വരന്റെ കാലത്തെ ഒറീസ്സയുടെ സാമൂഹ്യ- രാഷ്ട്രീയ ചരിത്രവും ദൃഢമായി ബന്ധപ്പെട്ടിരിക്കുന്നതിനാൽ അതെല്ലാം പി.ജി വിശദീകരിക്കുന്നുണ്ട്.

'ശുദ്ധമുനി' എന്ന പേരിലും സരളാദാസൻ അറിയപ്പെട്ടിരുന്നു. ഇതൊക്കെ സൂചിപ്പിക്കുന്നത് അദ്ദേഹം ശാന്തനും ഭക്തനും ആയൊരു കവിയായിരുന്നു എന്നാണെങ്കിലും അദ്ദേഹത്തിന്റെ കൃതികളിൽ ഉടനീളം കാണുന്ന യുദ്ധവർണ്ണനകൾ അദ്ദേഹം നേരിട്ട് ഒരു പടയാളി എന്ന നിലയിലോ ഒരുപനായകൻ എന്ന നിലയിലോ സമകാലിക യുദ്ധങ്ങളിൽ പങ്കെടുത്തിരിക്കാൻ ഇടയുണ്ട് എന്നു സൂചിപ്പിക്കുന്നുവെന്നാണ് പി.ജിയുടെ നിഗമനം. അത് സ്വയമേവയോ അല്ലെങ്കിൽ അന്ന് നിലവിലിരുന്ന നിർബന്ധിത സൈനികസേവന വ്യവസ്ഥമൂലമോ ആകാം. ഇതിലേതായാലും കപിലേശ്വരൻ പ്രതിനിധീകരിച്ച ഭരണ നയങ്ങളോടും രാജ്യവ്യാപക നയങ്ങളോടും സരളാദാസന് സഹാനുഭൂതിയുണ്ടായിരുന്നു. കീഴ്ജാതിക്കാരനും സാധാരണക്കാരനുമായിരുന്നു കപിലേശ്വരൻ. അതായത് സരളാദാസനെപ്പോലെ ശൂദ്രനായിരുന്നു കപിലേശ്വരൻ. കപിലേശ്വരൻ ഉൾപ്പെടെയുള്ള ഗജപതി രാജാക്കന്മാരുടെ കാലത്തെ രാഷ്ട്രീയ സംഭവവികാസങ്ങൾ രാഷ്ട്രീയ-സാമൂഹ്യ ദാർശനിക തലങ്ങളിൽ ഉണർത്തിവിട്ട പരിവർത്തനത്തിന്റെ അലകൾ ശൂദ്രമഹാകവിയുടെ വ്യക്തിത്വത്തിലും കൃതികളിലും പ്രതിഫലിച്ചിരുന്നുവെന്ന് പി.ജി കാണുന്നു. അതുകൊണ്ടാണ് ഈ പരിവർത്തന സംരംഭങ്ങളിൽ മാനസികമായിട്ടെന്ന പോലെ ശാരീരികമായിട്ടും സരളാദാസൻ ആവേശപൂർവം പങ്കെടുത്തിരിക്കാൻ ഇടയുണ്ടെന്ന് ചരിത്രകാരന്മാർ കരുതുന്നതെന്ന് പി.ജി. വ്യക്തമാക്കി.[41]

സരളാദാസന്റെ പരിവർത്തനോൽസുകതയും അദ്ദേഹത്തിന്റെ കൃതികളിൽ ഉടനീളം തീപ്പൊരി ചിന്തുന്നുവെന്ന് പി.ജി. ചൂണ്ടിക്കാണിച്ചു. വിനയാന്വിതനും ശാന്തനും അനഭ്യസ്തനായ ശൂദ്രനെന്ന് സ്വയം ഇകഴ്ത്തുന്നതിൽ കുതുകിയുമായ സരളാദാസൻ യാഥാസ്ഥിതിക വികാരങ്ങളേയും പുരാണകഥാപാത്രങ്ങളെയും കൊണ്ട് തന്നിഷ്ടപ്രകാരം അമ്മാനമാടുകയാണ് ചെയ്യുന്നതെന്ന് കെ.സി. സാഹു എഴുതിയ *ഭാരതീയ സാഹിത്യ ചരിത്രം* I ലെ ഭാഗങ്ങൾ (പു:175) ഉദ്ധരിച്ച് പി.ജി. വ്യക്തമാക്കുന്നു.

സരളാദാസൻ *രാമായണ-മഹാഭാരത*ങ്ങളും *ചണ്ഡിപുരാണ*വും ഒറിയയിൽ രചിച്ചു. സംസ്കൃതത്തിലെ പേരുകളും സുവിദിതമായ കഥാപാത്രങ്ങളും ആദർശങ്ങളും ഒഴിവാക്കിയാൽ പിന്നെ അദ്ദേഹത്തിന്റെ കൃതികൾക്ക് മൂലകൃതികളോട് യാതൊരു ബന്ധവുമില്ല. തന്റെ കൃതികൾ അദ്ദേഹം

ഗ്രാമത്തിലെ അധിഷ്ഠാന ദേവതയായ സരളയ്ക്ക് സമർപ്പിക്കുകയും മറ്റു ഹിന്ദു ദൈവങ്ങളോട് അദ്ദേഹം ഭക്ത്യാദരങ്ങൾ പ്രകടിപ്പിക്കുകയും ചെയ്തുവെങ്കിലും അദ്ദേഹത്തിന്റെ കൃതികൾ യഥാർത്ഥത്തിൽ മതനിരപേക്ഷവും എക്കാലത്തേയും മനുഷ്യന് സമർപ്പിതവുമാണ്.[42]

തന്റെ ഭാവനയ്ക്കൊത്ത് കഥാപാത്രങ്ങളെയും കഥാസമാഹാരങ്ങളെയും രൂപാന്തരപ്പെടുത്തുന്ന സരളാദാസൻ അക്കാലത്ത് നാടോടിക്കഥകളായി പ്രചരിച്ചിരുന്ന പലതും തന്റെ കൃതികളിൽ ചേരുംപടിയും അല്ലാതെയും ചേർക്കുന്നു. കൂടാതെ സമകാലിക ചരിത്രസാമൂഹ്യ സംഭവങ്ങളെ പ്രതിഫലിപ്പിക്കുന്ന ചില ആഖ്യാനങ്ങളും കൂട്ടിച്ചേർക്കുന്നു. ഉദാഹരണമായി പി.ജി. ചൂണ്ടിക്കാണിക്കുന്നത് വ്യാസന്റെയോ മറ്റാരുടെയെങ്കിലുമോ *മഹാഭാരത*ങ്ങളിൽ പരാമർശിച്ചു കണ്ടിട്ടില്ലാത്ത ഒരു ബ്രാഹ്മണ- ചണ്ഡാള യുദ്ധത്തെപ്പറ്റി സരള *മഹാഭാരത*ത്തിന്റെ ആദിപർവ്വത്തിൽ ഒരു വിവരണമുള്ളതാണ്. ഈ രീതിയിൽ പല കഥകളും കൂട്ടിച്ചേർക്കുന്നതിനു പുറമെ മൂല *മഹാഭാരത*ത്തിലെ പർവ്വങ്ങളും തിരിച്ചുമറിച്ചാണ് അദ്ദേഹം ചേർത്തിരിക്കുന്നത്. പർവ്വങ്ങൾക്ക് ചിലപ്പോൾ സ്വന്തമായ പേരും നൽകി കാണുന്നു.

രാവണനും അയോദ്ധ്യയിലെ രാമനും തമ്മിലുള്ള യുദ്ധത്തിൽ നിന്ന് വ്യത്യസ്തമായ മറ്റൊരു യുദ്ധം കേന്ദ്രബിന്ദുവാക്കിക്കൊണ്ട് *ലങ്കാരാമായണ*ത്തിന് പകരം സരളാദാസൻ രചിച്ചതാണ് *വിലങ്ക രാമായണം*. പത്തു തലയാണ് *ലങ്കാരാമായണ*ത്തിലെ രാവണനെങ്കിൽ ആയിരം തലകളാണ് - സഹസ്രശിര രാവണൻ-*വിലങ്കരാമായണ*ത്തിലെ രാവണന്. ലങ്കയിലെ ദശശിര രാവണന്റെ ബന്ധുവാണ് സഹസ്രശിരരാവണൻ. *വിലങ്കരാമായണം* ആരംഭിക്കുന്നതുതന്നെ ദശശിര രാവണനെ രാമൻ വധിച്ചതിൽ കുപിതനായി രാമനോട് പ്രതികാരം ചെയ്യാൻ സഹസ്രശിര രാവണൻ രംഗത്തുവന്നതോടെയാണ്. ശ്രീരാമനും, ലക്ഷ്മണനും ഭരതനുമെല്ലാം ഒരാൾക്കു പുറകെ മറ്റൊരാളായി പട നയിച്ച് പോരാടിയിട്ടും വിലങ്കയിലെ സഹസ്രശിരരാവണനെ വധിക്കാൻ കഴിഞ്ഞില്ല. അവസാനം അയാളെ തോല്പിക്കാൻ സീതാദേവി തന്നെ വേണ്ടി വന്നുവെന്നതാണ് സരളാദാസന്റെ ഭാവനാപൂർണ്ണമായ കഥ.

സരളാദാസന്റെ *ചണ്ഡി പുരാണം* എന്ന കൃതിയിലെ കഥ പുരുഷത്വത്തിന്റെ മൂർത്തീകരണമായ മഹിഷാസുരനെ ശക്തി സൗന്ദര്യങ്ങളുടെ മൂർത്തീകരണമായ ചണ്ഡി ഭഗവതി വകവരുത്തുന്നതാണ്. *സരള മഹാഭാരത*ത്തിലാണെങ്കിൽ ഏത് പാണ്ഡവനെയും പിന്തള്ളാൻ പോന്ന മേധാശക്തിയാണ് ദ്രൗപതിക്ക് സരളാദാസൻ നൽകുന്നത്. ഈ മൂന്നു കൃതികളിലും ആവിഷ്കരിക്കപ്പെടുന്ന സന്ദേശം ഒന്നു തന്നെയാണെന്ന് പി.ജി. ചൂണ്ടിക്കാണിക്കുന്നു. "പുരുഷജാതിയേക്കാൾ സ്ത്രീത്വത്തിനുള്ള മഹത്വ" മാണത്.[43]

ദാർശനികമായി സ്ത്രീ പക്ഷപാതിയായിരുന്നു സരളാദാസനെങ്കിലും പുരുഷപ്രജാ പക്ഷപാതിയായി അദ്ദേഹം മാറി. ഇങ്ങനെ പുരുഷ പ്രജകൾക്ക് വേണ്ടി പ്രചാരണം നടത്താൻ അദ്ദേഹത്തെ പ്രേരിപ്പിച്ചത് നിരന്തരമായ യുദ്ധങ്ങളും സംഘട്ടനങ്ങളും കൊണ്ട് മുഖരിതമായിരുന്ന അന്നത്തെ രാഷ്ട്രീയ സാഹചര്യത്തിൽ സൈനിക ശേഖരണം വലിയൊരു ദേശീയാവശ്യമായിരുന്നിരിക്കാമെന്ന് പി.ജി പറയുന്നു.[44]

പുതുമയിൽ മാത്രമല്ല വലിപ്പത്തിലും സരളാദാസന്റെ കൃതികൾ അത്ഭുതകരമാണെന്ന് പി.ജി വ്യക്തമാക്കുന്നു. അദ്ദേഹത്തിന്റെ *വിലങ്കരാമാ*

*യണ*ത്തിൽ 28000 ഈരടികളും, *ചണ്ഡിപുരാണ*ത്തിൽ 55000 ഈരടികളും, *സരളമഹാഭാരത*ത്തിൽ 83000 ഈരടികളുമുണ്ട്. ഇക്കാലത്തുപോലും ഇതൊരു കഠിനപ്രയത്നമായിരിക്കെ ഓലയുടെയും നാരായത്തിന്റെയും അക്കാലത്ത് എത്ര കഠിനമായ ശ്രമമായിരുന്നു അതെന്ന് പി.ജി ഓർമിപ്പിക്കുന്നു.

ആധുനിക ഒറിയ ഭാഷയുടെയും സാഹിത്യത്തിന്റെയും സൃഷ്ടാവും സംസ്കൃതകർത്താവും ആയിരുന്ന ശൂദ്രമഹാകവി സരളാദാസൻ ജീവിതത്തിന്റെ അന്തിമദശയിലും ഒരു സാധാരണക്കാരനായി എല്ലാ പ്രാരാബ്ധങ്ങളോടും കൂടി ബുദ്ധിമുട്ടിയാണ് കഴിഞ്ഞതെന്ന് പി.ജി ഊഹിക്കുന്നു. "നാടുവാണിരുന്ന ഗജപതി രാജാക്കന്മാരുടെ നയങ്ങളോടും നടപടികളോടും മഹാകവിക്ക് മനസ്സുകൊണ്ട് ആഭിമുഖ്യം ഉണ്ടായിരുന്നുവെങ്കിലും അവരിൽ നിന്നൊന്നും പ്രതിഫലമോ സമ്മാനമോ വാങ്ങി വാർദ്ധക്യകാലം കഴിച്ചുകൂട്ടാൻ അധ്വാനത്തിന്റെ ആരാധകനായിരുന്ന ഈ മഹാകവി ആഗ്രഹിച്ചിരുന്നില്ലെന്ന് തോന്നുന്നു" വെന്ന് പി.ജി ചൂണ്ടിക്കാണിച്ചു.[45]

## II. തമിഴ് സാഹിത്യം

ഇന്ത്യൻ ഭാഷാ സാഹിത്യങ്ങളിൽ മലയാളം കഴിഞ്ഞാൽ പി.ജിക്ക് ഏറ്റവും താല്പര്യവും ബന്ധവുമുണ്ടായിരുന്നത് തമിഴ് സാഹിത്യത്തോടായിരുന്നു.

തമിഴിലെ പ്രാചീന കവിതകൾ, സംഘം കൃതികൾ എന്നിവയിലൊക്കെ പി.ജി.ക്ക് താല്പര്യമുണ്ടായിരുന്നു. തിരുവള്ളുവരുടെ തിരുക്കുറൾ, സാത്തനാരുടെ *മണിമേഖല, കമ്പരുടെ കമ്പരാമായണം,* ഇളങ്കോ അടികൾ രചിച്ച *ചിലപ്പതികാരം* എന്നീ കൃതികളൊക്കെ അദ്ദേഹത്തിനു മനഃപാഠമായിരുന്നു, ചെന്തമിഴിലുള്ളവ മനസ്സിലാക്കാൻ ചിലപ്പോൾ നിഘണ്ടു വേണമായിരുന്നു. ഇതൊക്കെയടങ്ങിയ തമിഴ് സാഹിത്യ ചരിത്രം പി.ജി.യെ വളരെയേറെ പ്രചോദിപ്പിച്ചു.

തമിഴിലെ ഏറ്റവും വലിയ നിഘണ്ടു എഡിറ്റർ വയ്യാപുരിപിള്ളെ ഇടതുപക്ഷ ചിന്തകനാണ്. 12 വർഷം കൊണ്ട് വിപുലമായ തമിഴ് നിഘണ്ടു അദ്ദേഹം തയ്യാറാക്കി. എന്നാൽ മലാളത്തിൽ നിഘണ്ടു തയ്യാറാക്കാൻ വേണ്ടി പത്തുമുപ്പത് വർഷമായി നടക്കുന്നു. തമിഴ്നാട്ടിലെ എഴുത്തുകാരുടെ ഭാഷാഭിമാനത്തെയും ആർജവത്തെയും സർവോപരി നാടിന്റെ ആന്തരിക പാരമ്പര്യത്തോടുള്ള മമതയെയും ഇതിൽ നിന്നാണ് നാം മനസ്സിലാക്കേണ്ടതെന്ന് പി.ജി. പറഞ്ഞു.

### 1. സുബ്രഹ്മണ്യ ഭാരതി (1882–1921)

തമിഴ് കവികളിലെന്നല്ല, ഇന്ത്യൻ കവികളിൽ തന്നെ പി.ജിയെ ഏറ്റവുമധികം പ്രചോദിപ്പിച്ചത് സുബ്രഹ്മണ്യ ഭാരതിയാണെന്ന് പി.ജി പറഞ്ഞു.[46] ദേശീയതയുടെയും വിപ്ലവത്തിന്റെയും മാധുര്യത്തിന്റെയും കവിയാണ് അദ്ദേഹം. തമിഴനല്ലാത്തവൻ പോലും ആവേശം കൊണ്ടുപോകുന്നതാണ്

'ചെന്തമിൾ നാടെന്റ്രു പോതിനിലെ

...... ഇമ്പത്തേൻവന്ത് വീഴിതു കാതിനിലെ' എന്ന ഭാരതിയുടെ വരികൾ എന്ന് പി.ജി. പറഞ്ഞു.

*വിടുതലൈ* എന്ന കവിതയിലെ 'പറയനുക്കും വിടുതലൈ..... മറ്റുള്ള വർക്കും വിടുതലൈ' (എല്ലാവർക്കും വിമോചനം എന്നർത്ഥം) എന്ന വരികൾ ആവേശകരമാണ്. അതുപോലെ പാപ്പാനായി നടക്കുന്നവനെ അയ്യരെന്നു വിളിക്കുന്നതിനെ ആക്ഷേപിച്ചുകൊണ്ടുള്ള കവിത. സോവിയറ്റ് യൂണിയനെ ക്കുറിച്ച് സുബ്രഹ്മണ്യ ഭാരതിയെഴുതിയതാണ് *പരാശക്തി* എന്ന കവിത.

### 2. കാരക്കൽ അമ്മയാർ

പി.ജിയെ സ്വാധീനിച്ച മറ്റൊരു തമിഴ് കവിയാണ് കാരക്കൽഅമ്മയാർ.[47]

തമിഴ് സാഹിത്യത്തിലെ ആധുനികരായ ജയകാന്തൻ, അഴഗിയ പെരി യവൻ, തമിഴ് അൻപെവർ സുന്ദരസ്വാമി എന്നിവരുടെ കൃതികളുമായി പി.ജി ക്ക് നല്ല അടുപ്പമായിരുന്നു. സുന്ദരസ്വാമിയുടെ കൃതികളോട് തനിക്ക് വലിയ മതിപ്പില്ലെന്ന് പി.ജി പറഞ്ഞു.

### 3. ഷെൽവരാജ്

തമിഴിൽ തന്നോട് ഏറ്റവും അടുപ്പമുള്ളയാൾ ഷെൽവരാജ് ആണെന്ന് പി.ജി. പറഞ്ഞു. അദ്ദേഹത്തിന്റെ ഒരു പുസ്തകം *തേയിലക്കാട്* (തമിഴിൽ *തേനീർ*) എന്ന പേരിൽ മലയാളത്തിൽ പ്രസിദ്ധീകരിച്ചിട്ടുണ്ട്. അദ്ദേഹം വിദ്യാർത്ഥിയായിരുന്നപ്പോൾ ദേവികുളത്ത് താമസിച്ചിരുന്നു. പി.ജി.ക്ക് അപ്പോഴെ അദ്ദേഹത്തെ അറിയാമായിരുന്നു.

### 4. നീല പത്മനാഭൻ

മലയാളിയാണെങ്കിലും തമിഴിൽ എഴുതിയിരുന്ന ജയമോഹൻ, നീല പത്മനാഭൻ എന്നിവരുടെ കൃതികൾ പി.ജി.ക്ക് നല്ല പരിചയമായിരുന്നു. കേര ളത്തിൽ പാർക്കുന്ന തമിഴ് നോവലിസ്റ്റും ഇംഗ്ലീഷിലും തമിഴിലും മലയാ ളത്തിലും കഥകൾ, കവിതകൾ, ഉപന്യാസങ്ങൾ എന്നിവ രചിക്കുകയും ചെയ്യുന്ന നീല പത്മനാഭന്റെ *തലമുറകൾ, തേരോടും വീഥി, പള്ളികൊണ്ട പുരം* എന്നിവയൊക്കെ പി.ജി.ക്ക് വലിയ ഇഷ്ടമായിരുന്നു. *ഉറവുകൾ, വിൻ ഉലകം, ഫയലുകൾ, നേറ്റുവന്തവൻ, ഉദയതാരക, വട്ടത്തിൻ വെളി* എന്നിവ അദ്ദേഹത്തിന്റെ മറ്റു പ്രധാന നോവലുകളാണ്. പി.ജി.യുടെ പ്രിയ സുഹൃ ത്തായിരുന്നു അദ്ദേഹം. തമിഴിലെ ഏറ്റവും പ്രശസ്തമായ നോവലുകളി ലൊന്നായ *തലമുറകൾ* എന്ന കൃതിയുടെ ഒന്നാം പതിപ്പിനും (1981 ൽ) രണ്ടാം പതിപ്പിനും (2013 ൽ) അവതാരിക എഴുതിയിരിക്കുന്നത് പി.ജി. ആണ്. *തല മുറകൾ* കാനാ സുബ്രഹ്മണ്യം ഇംഗ്ലീഷിലേക്ക് വിവർത്തനം ചെയ്തിരുന്നു. പി.ജി. ആദ്യം വായിക്കുന്നത് അതാണ്. പിന്നീടാണ് തമിഴ് പുസ്തകം വായിച്ചത്. 1967 മാർച്ചിൽ തന്റെ 28-ാം വയസ്സിൽ നീലപത്മനാഭൻ എഴുതി തീർത്ത *തലമുറകൾ* എന്ന നോവൽ അദ്ദേഹത്തിന്റെ മാസ്റ്റർപീസായിട്ടാണ് പി.ജി. കരുതുന്നത്. ആധുനിക ഭാരതീയ സാഹിത്യങ്ങളിലെ ഏറ്റവും ശ്രദ്ധേ യമായ 10 നോവലുകളിൽ ഒന്നായി *തലമുറകളെ* തെരഞ്ഞെടുത്ത കാന സുബ്രഹ്മണ്യത്തിന്റെ നിഗമനം അസ്ഥാനത്തല്ലെന്ന് പി.ജി. വിലയിരുത്തി.[48] 2008 ൽ നീലപത്മനാഭന്റെ *ഇലയുതിർകാലം* എന്ന കൃതിക്ക് കേന്ദ്രസാഹിത്യ അക്കാദമി പുരസ്കാരം ലഭിച്ചപ്പോൾ അദ്ദേഹത്തെ അനുമോദിക്കുന്നതിനു

വേണ്ടി 2008 ജനുവരി 15 ന് തൈപ്പൊങ്കൽ ദിനത്തിൽ തിരുവനന്തപുരത്തു കൂടിയ ചടങ്ങിൽ മുഖ്യ പ്രഭാഷണം നടത്തിയത് പി.ജി ആയിരുന്നു. ആ പ്രസംഗത്തിൽ ഒരു ഭാഗത്ത് അദ്ദേഹം പറഞ്ഞു:

> സാഹിത്യ അക്കാദമിയെപ്പറ്റി ഒരു പരാതിയുണ്ട്. ഈ ഒടുവിലത്തെ കൃതി വരുംവരെ നീലപത്മനാഭന് ഒരു പുരസ്കാരം നൽകാൻ അവർ ഒരുങ്ങാത്തതാണ് പരാതിക്കാസ്പദം. അക്കാദമിയിൽ തന്നെ ഏതാനും വർഷം പ്രശസ്ത സേവനമനുഷ്ഠിച്ചിരുന്ന നീലയെ അവർ അറിഞ്ഞില്ലെന്ന് വരുകയില്ലല്ലോ, അദ്ദേഹത്തിന്റെ ആദ്യത്തെ ശ്രദ്ധേയമായ കൃതിയായ 'തലൈമുറകൾ' കണ്ടപ്പോൾ തന്നെ ഇതാ "തമിഴ് സാഹിത്യ നഭോമണ്ഡലത്തിൽ ഒരു പുതിയ നക്ഷത്രം ഉദിച്ചു വരുന്നു" എന്നു കാണാൻ പ്രശസ്ത നിരൂപകനും സാഹിത്യകാരനും ആയിരുന്ന കാന സുബ്രഹ്മണ്യത്തിന് കഴിഞ്ഞു. അദ്ദേഹം ആ പുസ്തകം ഇംഗ്ലീഷിലേക്ക് വിവർത്തനം ചെയ്ത് തന്നെക്കാൾ വളരെ ഇളപ്പമായിരുന്ന ആ യുവസാഹിത്യകാരനെ കണ്ടറിഞ്ഞ് ആദരിച്ചു. എന്നിട്ടും അക്കാദമിക്കാർ ശ്രദ്ധിക്കാതിരുന്നത് എന്നെപ്പോലുള്ളവരെ വിസ്മയിപ്പിച്ചിട്ടുണ്ട്. ഞാൻ കേന്ദ്ര സാഹിത്യ അക്കാദമിയിലെ നിർവാഹക സമിതി അംഗമായിരുന്ന രണ്ടു വർഷകാലത്ത് തമിഴിനെപ്പറ്റി പറയാൻ മാത്രം തമിഴ് വിദഗ്ദ്ധൻ അല്ലായിരുന്നുവെങ്കിലും നീലപത്മനാഭനെ അംഗീകരിപ്പിക്കാൻ ചില ശ്രമങ്ങൾ നടത്തിയത് വിജയിച്ചില്ല ....ദ്രാവിഡ പ്രസ്ഥാനത്തിന്റെ 'അടുക്ക് മൊഴി' വാദത്തിന്റെ കോലാഹലത്തിൽപെട്ട് പോയവർ നീലപത്മനാഭന്റെ ഭാഷയിൽ മലയാളം അല്പം കലർന്നിട്ടുണ്ട് എന്ന് ആക്ഷേപിച്ചു. അത് ശുദ്ധ തമിഴല്ല എന്ന് വാദിച്ചു കേട്ടിട്ടുണ്ട്. തെക്കൻ മലയാളവും വടക്കൻ മലയാളവും തൃശൂർ മലയാളവും മാപ്പിള മലയാളവും വ്യത്യസ്തമായിരിക്കുന്നതുപോലെ തമിഴകത്തും കന്യാകുമാരി തമിഴും തഞ്ചാവൂർ തമിഴും മധുര തമിഴും വ്യത്യസ്തമാണ്. ഈ വ്യത്യസ്തതകൾ അതേ പോലെ നിലനിർത്താതെ 'അടുക്ക് മൊഴിയുടെ' പേരിൽ സ്റ്റീംറോളർ ഉരുട്ടി നിരപ്പാക്കുന്നത് മൊഴിയിലെ മിഴിവും ഈണവും നഷ്ടപ്പെടുത്തുമെന്ന് അവർ ചിലർ മനസ്സിലാക്കിയില്ല. ഏതായാലും..... ഇപ്പോഴെങ്കിലും അക്കാദമിക്ക് നേർബുദ്ധി ഉദിച്ചതിൽ സന്തോഷം. ഈ പുരസ്കാരദാനം നീലപത്മനാഭന്റെ പ്രശസ്തി ഉയർത്തുന്നതിനേക്കാൾ സാഹിത്യ അക്കാദമിയുടെ ഒരു തെറ്റ് തിരുത്തലായി മാത്രമെ ഞാൻ കരുതുന്നുള്ളൂ......

പി.ജിയുടെ ഈ പ്രസംഗം പിന്നീട് *ഇലപൊഴിയും കാലത്ത് വസന്തത്തിന്റെ പൂക്കാലം* എന്ന തലക്കെട്ടിൽ ലേഖനമായി പ്രസിദ്ധീകരിക്കുകയുണ്ടായി. ചിന്ത പബ്ലിഷേഴ്സിന്റെ ചുമതലക്കാരിൽ ഒരാളെന്ന നിലയിൽ *തലമുറകൾ* എന്ന നോവൽ മലയാളത്തിലേക്ക് വിവർത്തനം ചെയ്യിപ്പിച്ച് പ്രസിദ്ധീകരിക്കാൻ (1981) പി.ജി. മുൻകൈയെടുക്കുകയുണ്ടായി.

**സൂചനകൾ**

1. *പി.ജി അഭിമുഖങ്ങൾ*, പു:30
2. *മേൽചൊന്നത്*, പു: 28
3. *മേൽചൊന്നത്*
4. *മേൽചൊന്നത്*,, പു: 37
5. *മേൽചൊന്നത്*, പു:36
6. *സർഗാത്മകതയും പ്രതിബദ്ധതയും*, പു:7
7. *മേൽചൊന്നത്*, പു:16–17
8. *മേൽചൊന്നത്*, പു:19
9. *മേൽചൊന്നത്*
10. *സാഹിത്യവും രാഷ്ട്രീയവും*, പു:31
11. *മേൽചൊന്നത്*, പു:35
12. മേൽചൊന്നത്, പു:37
13. മേൽചൊന്നത്, പു:40
14. *സാഹിത്യവും രാഷ്ട്രീയവും*, പു: 41 –42
15. *പൂന്താനം മുതൽ സൈമൺ വരെ*, പു: 36–49
16. *മേൽചൊന്നത്*, പു:40
17. *മേൽചൊന്നത്*, പു:43
18. *പൂന്താനം മുതൽ സൈമൺ വരെ*, പു: 38
19. *കലാകൗമുദി*, ജൂലൈ 1990, പു:7–11
20. *മേൽചൊന്നത്*, പു:7
21. *മേൽചൊന്നത്*, പു:9
22. *മേൽചൊന്നത്*, പു:10
23. *മേൽചൊന്നത്*
24. *മേൽചൊന്നത്*, പു:11
25. *ചിന്താവാരിക*, 13 ആഗസ്റ്റ് 1999, പു:13
26. *ചിന്താവാരിക*, 20 ആഗസ്റ്റ് 1999, പു:14
27. *മേൽചൊന്നത്*
28. *മേൽചൊന്നത്*, പു:15
29. *മുൽക്ക് രാജ് മുതൽ സൈമൺ വരെ*, പു:10–11
30. *വ്യാഖ്യാനങ്ങൾക്ക് വഴങ്ങാത്ത എഴുത്ത്, ജീവിതം*, ദേശാഭിമാനി വാരിക, 14 ജൂൺ
2009,പു:7
31. *മേൽചൊന്നത്*, പു:7–8
32. *മേൽചൊന്നത്*, പു:8
33. *മേൽചൊന്നത്*, പു:8–9
34. *മേൽചൊന്നത്*, പു:9
35. *പി.ജി. അഭിമുഖങ്ങൾ*, പു:30
36. *മേൽചൊന്നത്*, പു:29
37. *മേൽചൊന്നത്*
38. *മേൽചൊന്നത്*, പു:14
39. *മേൽചൊന്നത്*

40. *പൂന്താനം മുതൽ സൈമൺ വരെ*, പു:133
41. *മേൽചൊന്നത്*, പു:139
42. *മേൽചൊന്നത്*, പു:140
43. *മേൽചൊന്നത്*, പു:141
44. *മേൽചൊന്നത്*, പു:142
45. *മേൽചൊന്നത്*, പു:143
46. *പി.ജി. അഭിമുഖങ്ങൾ*, പു:26
47. *മേൽചൊന്നത്*, പു:27
48. *നീല പത്മനാഭന്റെ തലമുറകൾ എന്ന നോവലിന്റെ രണ്ടാം പതിപ്പിന് എഴുതിയ അവതാരിക*

# വിശ്വസാഹിത്യം

**വി**ശ്വസാഹിത്യം പി.ജി.യുടെ കൈവെള്ളയിലായിരുന്നു. നിരവധി ലോകപ്രശസ്ത കവികൾ, നാടകകൃത്തുക്കൾ, നോവലിസ്റ്റുകൾ, കഥാകൃത്തുക്കൾ തുടങ്ങിയവരെയും അവരുടെ കൃതികളെയുംകുറിച്ച് ആധികാരികമായിത്തന്നെ പി.ജി. പഠിക്കുകയും അവരെ മലയാളികൾക്ക് പരിചയപ്പെടുത്തുകയും ചെയ്യുകയുണ്ടായി. അവരിൽ പ്രമുഖന്മാരായ ഏതാനും ചിലരെക്കുറിച്ചുള്ള പി.ജി.യുടെ വിലയിരുത്തലുകളെക്കുറിച്ചാണ് ഈ അധ്യായത്തിൽ ചർച്ച ചെയ്യുന്നത്.

## I കവികളും നാടകകൃത്തുക്കളും

### 1. കവിയും നാടകകൃത്തുമായ ഷേക്സ്പിയർ (1564 –1616)

ലോകപ്രസിദ്ധ നാടകകൃത്തും കവിയുമായ ഷേക്സ്പിയറിന്റെ കൃതികൾ പി.ജിക്ക് വലിയ ഇഷ്ടമായിരുന്നു. ഇംഗ്ലണ്ടിലെ വാർവിക്ഷയറിൽ ആവൺ നദിയുടെ തീരത്ത് സ്ട്രാറ്റ്ഫോർഡ് എന്ന അന്നത്തെ ഗ്രാമത്തിൽ 1564 ഏപ്രിൽ 23–ാം തീയതി ജനിക്കുകയും 52–ാമത്തെ ജന്മദിനത്തിൽ 1616 ഏപ്രിൽ 23–ാം തീയതി അന്തരിക്കുകയും ചെയ്ത വില്യം ഷേക്സ്പിയർ 37 ലോകപ്രസിദ്ധ നാടകങ്ങളും 154 ഗീതകങ്ങളും (സോണറ്റ്), രണ്ടു ആഖ്യാന കാവ്യങ്ങളും (Narrative Poems) രചിച്ചിട്ടുണ്ട്. *ഹാംലറ്റ്, ഒഥല്ലോ, കിങ്‌ലിയർ, മാക്ബത്ത്, ജൂലിയസ് സീസർ, ആന്റണി ആന്റ് ക്ലിയോപാട്ര, റോമിയോ ആന്റ് ജൂലിയറ്റ്, ദ മർച്ചന്റ് ഓഫ് വെനീസ്, എ മിഡ്സമ്മർ നൈറ്റ് ഡ്രീം, റ്റു ജെന്റിൽമെൻ ഓഫ് വെറോണ, ടെയിമിങ് ഓഫ് ദ ഷ്രൂ* എന്നിവ അദ്ദേഹത്തിന്റെ പ്രസിദ്ധ നാടകങ്ങളാണ്. ഈ നാടകങ്ങളെ ട്രാജഡി, കോമഡി, ചരിത്രം എന്നീ മൂന്നു വിഭാഗങ്ങളായി തരം തിരിച്ചിരിക്കുന്നു. സോണറ്റുകൾ (ഭാവഗീതങ്ങൾ) ഇംഗ്ലീഷ് ഭാഷയിലെ അതീവ സുന്ദരങ്ങളും ഹൃദയസ്പർശക്ഷമങ്ങളും ആയ കവിതകളാണ്. നാടകങ്ങൾ ഒന്നും

എഴുതാതെ ഷേക്സ്പിയർ ഈ സോണറ്റുകൾ മാത്രമേ എഴുതിയിരുന്നു ള്ളൂവെങ്കിൽ പോലും മിൽട്ടനെയും വേർഡ്സ് വർത്തിനെയും ഷെല്ലിയെയും ബൈറനെയും പോലെ ഒന്നാം നിരയിൽപ്പെട്ട കവിയായി അംഗീകരിക്ക പ്പെടുമായിരുന്നുവെന്ന് പി.ജി വിലയിരുത്തി.[1] ആ ഗീതകങ്ങളിൽ അതുല്യമായ കാവ്യ പ്രതിഭയ്ക്കു പുറമേ ഷേക്സ്പിയറുടെ അറിയപ്പെടാത്ത ജീവിത അഭി നിവേശങ്ങളും അഭിലാഷങ്ങളും നിരാശകളുമൊക്കെ പ്രതിഫലിക്കുന്നതായി ഗവേഷകർ കണ്ടെത്തുകയുണ്ടായി. ആ ഗീതകങ്ങളിൽ പലയിടത്തും പ്രത്യ ക്ഷപ്പെടുന്ന ഒരു കറുത്ത (കറുത്തതെന്ന് പറയുമ്പോൾ വെള്ളക്കാരെക്കാൾ അല്പമൊന്ന് ഇരുണ്ടതെന്നേ അർത്ഥമുള്ളൂ) വിലാസവതിയായ സുന്ദരി മഹാകവിയുടെ തീവ്രമായ അഭിനിവേശത്തിന്റെ പാത്രമായിരുന്നു. അവർ വിവാഹിതയുമായിരുന്നു. മഹാകവിയെ ഭ്രമിപ്പിച്ച ആ സുന്ദരി അന്നത്തെ എലിസബത്തൻ പ്രഭു കുടുംബത്തിൽപ്പെട്ടവർ ആയിരുന്നതിനാൽ സാമൂഹി കമായും മറ്റും ഷേക്സ്പിയർക്ക് എത്തിപ്പിടിക്കാവുന്നതിലധികം ഉയരെ ആയിരുന്നുവെന്ന് ഗീതകങ്ങളിൽ നിന്നും മനസ്സിലാക്കാമെന്ന് പി.ജി. പറഞ്ഞു. എങ്കിലും അവരുമായി എന്തെങ്കിലും വേഴ്ച ഷേക്സ്പിയറിനുണ്ടായിരുന്നോ എന്നത് ഇപ്പോഴും അഭ്യൂഹമാണ്. ഈ കറുത്ത സുന്ദരി ആരായിരുന്നു എന്നത് അനേകം ഷേക്സ്പിയർ ഗവേഷകരുടെ ഉറക്കം കെടുത്തുന്നുവെന്ന് പി.ജി. പറഞ്ഞു.[2] ഷേക്സ്പിയറെക്കുറിച്ച് ഇതുവരെ ഉണ്ടായിട്ടുള്ളതും ഇപ്പോഴും ദിനംപ്രതിയെന്നോണം വിവിധ ഭാഷകളിൽ ഇറങ്ങിക്കൊ ണ്ടിരിക്കുന്നതുമായ പുസ്തകങ്ങളുടെ എണ്ണം 25000 ത്തിലധികമായി എന്ന് പറയപ്പെടുന്നുവെന്ന് പി.ജി. പറഞ്ഞു. ഷേക്സ്പിയർ കൃതികളും, ഷേക് സ്പിയറെക്കുറിച്ചുള്ള കൃതികളുമെല്ലാം പി.ജി. വായിച്ചിട്ടുണ്ട്. ഇതെല്ലാം വായിച്ചപ്പോൾ പി.ജി.യുടെ മനസ്സിനെ ചില ചിന്തകൾ അലട്ടുകയുണ്ടായി. മറ്റു പല ഭാഷകളിലെന്നപോലെ മലയാളത്തിൽ എന്തുകൊണ്ടാണ് ഷേക്സ്പിയർ വിചാരം ഇത്ര ലോലമായി പോയത്? ഇംഗ്ലീഷ് ഭാഷയോടും സാഹിത്യത്തോടും മാതൃഭാഷയോടുമുള്ളതിനേക്കാൾ കമ്പം നടിക്കുന്ന മലയാളികൾ എന്തുകൊണ്ടാണ് ഷേക്സ്പിയർ കാര്യത്തിൽ ഇത്ര അലം ഭാവം പ്രകടിപ്പിക്കുന്നത്?[3]

ഷേക്സ്പിയറെപ്പറ്റി ഒരു പുസ്തകം എഴുതിയാൽ കൊള്ളാമെന്ന് പി.ജി ആഗ്രഹിച്ചിരുന്നു. ഷേക്സ്പിയർ സാഹിത്യവും ഷേക്സ്പിയറിനെക്കുറി ച്ചുള്ള ഗ്രന്ഥങ്ങളും ഇപ്പോഴും വൻതോതിൽ വിറ്റഴിക്കപ്പെടുന്നു. അദ്ദേഹ ത്തിന്റെ വ്യക്തിത്വത്തെ സംബന്ധിച്ച് പലതരം വ്യാഖ്യാനങ്ങൾ ഉണ്ടാകുന്നു. കാലം കടന്നുപോകുന്തോറും കൂടുതൽ കൂടുതൽ മാറ്റു കൂടിവരുന്ന ഈ മഹാപ്രതിഭ യഥാർത്ഥത്തിൽ ആരാണ്? സാധാരണ സ്കൂൾ വിദ്യാഭ്യാസം മാത്രം കരസ്ഥമാക്കിയ ഒരു ഗ്രാമീണനോ? അതോ ഫ്രാൻസിസ് ബേക്കണെ പ്പോലെയോ എലിസബത്ത് രാജ്ഞിയെപ്പോലെയോ പണ്ഡിതരായ ആരെ ങ്കിലും ഷേക്സ്പിയർ എന്ന തൂലികാ നാമത്തിൽ എഴുതിയതോ? ഇതെ ല്ലാമാണ് പി.ജി യെ അലട്ടിയത്. അവയ്ക്ക് ഉത്തരം കണ്ടെത്താൻ പൊളി റ്റിക്കൽ ഷേക്സ്പിയർ, മെറ്റീരിയൽ ഷേക്സ്പിയർ, മാർക്സിസ്റ്റ് ഷേക്സ് പിയർ. എമ്പിരിക്കൽ ഷേക്സ്പിയർ തുടങ്ങിയ പുസ്തകങ്ങളൊക്കെ വായിച്ചു കൂട്ടി പി.ജി.[4] ഷേക്സ്പിയറെപ്പറ്റി ഇരുപത് പുസ്തകങ്ങളെങ്കിലും പി.ജിയുടെ കൈവശമുണ്ട്. യർവാദ ജയിലിൽ വച്ച് ഷേക്സ്പിയറുടെ സമ്പൂർണ്ണ കൃതികൾ പി.ജി വായിച്ചിരുന്നു.

മനഃശാസ്ത്രം, തത്വചിന്ത, രാഷ്ട്രതന്ത്രം, ജനങ്ങളും ഭരണാധികാരികളും തമ്മിലുള്ള ബന്ധം ഇവയിലെല്ലാം ഇക്കാലത്തും ഉദ്ധരിക്കാവുന്ന ഭാഗങ്ങൾ ഷേക്സ്പിയറുടെ നാടകങ്ങളിലുണ്ടെന്ന് പി.ജി പറഞ്ഞു. ഇത്രയേറെ പാണ്ഡിത്യവും ഉൾക്കാഴ്ചയും ഗ്രാമീണനായ അദ്ദേഹത്തിന് എങ്ങനെ ലഭിച്ചു എന്ന് പി.ജി ചിന്തിച്ചു. കാൾ മാർക്സിന് ഷേക്സ്പിയറെ വലിയ ഇഷ്ടമായിരുന്നുവെന്നും മാർക്സ് പല സ്ഥലത്തും ഷേക്സ്പിയറെ ഉദ്ധരിച്ചിട്ടുണ്ടെന്നും പി.ജി വ്യക്തമാക്കി.[5]

ലോക സാഹിത്യത്തിലെ മറ്റു ചില കൃതികളെ പോലെ ഷേക്സ്പിയറുടെ കൃതികളും രാഷ്ട്രീയ ധർമം നിർവഹിച്ചിട്ടുണ്ടെന്ന് പി.ജി പറഞ്ഞു. രണ്ടുതരത്തിലാണ് ഷേക്സ്പിയർ രാഷ്ട്രീയ സംഭവങ്ങളോട് പ്രതികരിച്ചത്. ഒന്നാമതായി യാഥാസ്ഥിതിക പക്ഷത്തു നിന്നുകൊണ്ട്. കത്തോലിക്ക മതവിശ്വാസിയായിരുന്നു ഷേക്സ്പിയർ. രണ്ടാമതായി എലിസബത്തൻ കാലഘട്ടത്തിൽ ഉയർന്നുവന്ന ഇംഗ്ലീഷ് നവോത്ഥാന ധാരയെ ശക്തിപ്പെടുത്തിക്കൊണ്ട്. അദ്ദേഹത്തിന്റെ കൃതികളിൽ മാനവതാ വാദത്തിന്റെ മൂല്യങ്ങൾ കാണാമെന്നും പി.ജി പറഞ്ഞു.[6]

## 2. വില്യം വേർഡ്സ്വർത്ത് (1770 –1850)

ബ്രിട്ടീഷ് റൊമാന്റിക് കവിയായ വില്യം വേർഡ്സ് വർത്തിന്റെ കവിതകളെല്ലാം പി.ജിക്ക് പ്രിയപ്പെട്ടതായിരുന്നു. വില്യം വേർഡ്സ് വർത്തിന്റെ പ്രസിദ്ധ കവിതയായ *ടിന്റേൺ എബി* (Tintern Abbey) പി. ജിക്ക് കാണാപാഠമായിരുന്നു. 80 വയസ്സു വരെ ദീർഘായുസ്സായിരിക്കുകയും അവസാനം കാലം വരെ നിരന്തരമായി എഴുതുകയും ചെയ്തുകൊണ്ടിരുന്ന വേർഡ്സ് വർത്തിന്റെ സമ്പൂർണ്ണ കവിതാ സമാഹാരത്തിന്റെ മൂന്നിൽ രണ്ടു ഭാഗവും അദ്ദേഹം 35 വയസ്സിന് ശേഷം എഴുതിയതാണെന്ന് പി.ജി പറഞ്ഞു. ഫ്രഞ്ച് വിപ്ലവത്തിന്റെ ആരാധകനും സങ്കീർത്തകനുമായിരുന്നു ഈ 35 വയസ്സുവരെ വേർഡ്സ് വർത്ത്. വിപ്ലവത്തിന്റെ തീജ്വാലകൾ അടങ്ങുന്നതിനു മുമ്പ് വേർഡ്സ് വർത്ത് ഫ്രാൻസ് സന്ദർശിച്ച ശേഷം എഴുതിയ ഉദ്വേഗജനകമായ വിപ്ലവകവിതകൾ 200 വർഷങ്ങൾക്കു ശേഷവും വിപ്ലവങ്ങളോട് ആഭിമുഖ്യം ഇല്ലാത്തവർ പോലും വായിച്ചു രസിക്കുന്നുവെന്ന് പി.ജി. ചൂണ്ടിക്കാണിച്ചു. എന്നാൽ ഫ്രഞ്ച് വിപ്ലവത്തെ തള്ളിപ്പറയുകയും ഇംഗ്ലണ്ടിലെ ആസ്ഥാനകവി പട്ടം വിക്ടോറിയ മഹാരാജ്ഞിയിൽ നിന്ന് ഏറ്റു വാങ്ങുകയും ചെയ്തശേഷം അദ്ദേഹം എഴുതിയ കവിതകൾ രാജഭക്തർ പോലും ആസ്വദിക്കുന്നില്ലെന്ന് പി.ജി. നിരീക്ഷിച്ചു.[7]

## 3. ജോർജ് ഗോൾഡൻ ബൈറൺ (1788 – 1824)

ബ്രിട്ടീഷ് റൊമാന്റിക് കവിയും സറ്റയറിസ്റ്റുമായിരുന്നു ബൈറൺ. ചെറുപ്പത്തിൽ ലഭിച്ച അവഗണനയും മുടന്തുകാലും ഇന്ദ്രിയതർപ്പണത്വര വരുത്തിവച്ച സ്വയംകൃതാനർത്ഥതകളും ബൈറന്റെ ജീവിതം പ്രക്ഷുബ്ധമാക്കിയെന്ന് പി.ജി പറഞ്ഞു. ഒരു കാലത്ത് പി.ജി.യുടെ ഹീറോ ആയിരുന്നു അദ്ദേഹം. ബഹുജനദൃഷ്ടിയിൽ ബൈറൺ ഷെല്ലിയെപ്പോലെ ഒരു കലാപകാരിയായിരുന്നു. യാഥാസ്ഥിതികത്വത്തിന്റെ ബദ്ധവൈരി. മറ്റൊരു നാടിന്റെ സ്വാതന്ത്ര്യ സമരത്തിൽ പങ്കെടുത്ത് മരിക്കാൻ കഴിയണമെങ്കിൽ ഒരാൾ

എത്രമാത്രം വലുതാവണമെന്ന് പി.ജി ചോദിച്ചു. ഇംഗ്ലണ്ടിൽ മാത്രമല്ല, അങ്ങു ദൂരെ ഗ്രീസിൽ പോയി അവിടത്തെ സ്വാതന്ത്ര്യ സമരത്തിൽ പങ്കെടുത്താണ് ബൈറൺ രക്തസാക്ഷിത്വം വഹിച്ചത്. എന്നാൽ പി.ജി ഇങ്ങനെയുംകൂടി എഴുതി:

> ...ചുഴിഞ്ഞു നോക്കിയാൽ ഈ വിപ്ലവ പരിവേഷത്തിന്റെ എല്ലാം പുറകിൽ പതുങ്ങിയിരിക്കുന്ന ബൈറന്റെ മഹത്വാകാംക്ഷയ്ക്കും വൈയക്തിക മേധാവിത്വ വ്യഗ്രതയ്ക്കും സ്വന്തം ഇഷ്ടാനിഷ്ടങ്ങളുടെ ബലിപീഠത്തിൽ ഏത് ഇഷ്ടക്കാരനേയും ഇഷ്ടക്കാരിയേയും ബലിയർപ്പിക്കാൻ കൂസലില്ലാത്ത മനോവൃത്തിയും കാണാൻ കഴിയും. വിപ്ലവത്തിന്റെ മകനായി പിറന്നു പ്രതി വിപ്ലവത്തിന്റെ മരുമകനായി അധഃപതിച്ച നെപ്പോളിയനെ ഭർത്സിച്ച് ഉജ്വലമായ കവിതയെഴുതിയ ബൈറന്റെ ഉള്ളിന്റെ ഉള്ളിൽ, അങ്ങനെ ഒരു ജാമാതൃക പദവി തനിക്കും ലഭിച്ചാൽ അതിൽ മയങ്ങിപ്പോകുന്ന ദൗർബല്യം ക്രാന്തദർശികൾക്ക് കണ്ടെത്താൻ കഴിയും. വീമ്പിളക്കാനോ പൊളി പറയാനോ മടിച്ചിട്ടില്ലാത്ത ആ പ്രഭുകുലജാതനിൽ മയങ്ങിക്കിടന്ന മാടമ്പിത്തം പലപ്പോഴും പൊട്ടിത്തെറിക്കാറുമുണ്ട്.[8]

## 4. പി.ബി. ഷെല്ലി (1792 – 1822)

മഹാകവി പെഴ്സി ബൈഷ് ഷെല്ലി ഇംഗ്ലീഷ് സാഹിത്യത്തിലെ ഒരു 'ദുരന്ത വീര' കഥാപാത്രമാണെന്ന് പി.ജി പറഞ്ഞു. മുപ്പതു വയസ്സ് തികയുന്നതിനു മുമ്പ് തന്നെ ഇറ്റലിയിൽ വച്ച് ഒരു ബോട്ടപകടത്തിൽ അദ്ദേഹം അകാല ചരമമടഞ്ഞു.

വിട്ടുവീഴ്ചയില്ലാത്ത ആദർശശുദ്ധിയും വിപ്ലവാവേശവും വൈയക്തിക സ്നേഹബന്ധങ്ങളും ആയിരുന്നു ഷെല്ലിയുടെ ദാരിദ്ര്യ ദുഃഖത്തിനും വേർപാടുകൾക്കും അലച്ചിലിനുമെല്ലാം കാരണം. ആത്മാർത്ഥമായി സ്നേഹിച്ച കാമിനിമാർ അദ്ദേഹത്തെ വിട്ടുപോയി. വിശ്വസിച്ച സ്നേഹിതന്മാർ പലരും വഞ്ചിക്കുകയും ചെയ്തു. ധനികനായ ഒരു പാർലമെന്റംഗത്തിന്റെ മകനായിരുന്നു ഷെല്ലി. എന്നാൽ പിതാവിന്റെ യാഥാസ്ഥിതിക വീക്ഷണങ്ങളോട് പൊരുത്തപ്പെടാൻ അദ്ദേഹത്തിനു കഴിഞ്ഞില്ല. അതിനാൽ ദാരിദ്ര്യ ദുഃഖത്തിൽപ്പെട്ട്, കടക്കാരെപ്പേടിച്ച് പലപ്പോഴും ഒളിച്ചു കഴിയേണ്ടിവന്ന സന്ദർഭങ്ങളും അദ്ദേഹത്തിനുണ്ടായി. *നിരീശ്വരവാദത്തിന്റെ ആവശ്യകതയെ* പുരസ്കരിച്ച് പുസ്തകം എഴുതി പ്രസിദ്ധീകരിച്ചതിന് ഓക്സ്ഫോർഡിൽ പഠിച്ചുകൊണ്ടിരിക്കുമ്പോൾ ഷെല്ലി പുറത്താക്കപ്പെട്ടു. അതോടെ അച്ഛന്റെ തറവാട്ടിൽനിന്നും പുറത്തായി. ഈ സമയം അച്ഛന്റെ പ്രതാപം കണ്ട് പ്രണയിനിയായിത്തീർന്ന ബാല്യകാല സഖിയിൽനിന്നും വേർപെട്ട് പോകാനും ഷെല്ലി നിർബന്ധിതനായി.

ഇങ്ങനെ ദാരിദ്ര്യ ദുഃഖത്തിൽ കഴിയുമ്പോഴും വല്ലപ്പോഴും കിട്ടുന്ന പണം ആവശ്യക്കാരായ അപേക്ഷകർക്ക് മുൻപിൻ നോക്കാതെ സംഭാവന ചെയ്തുകൊണ്ട് സ്വയം പട്ടിണി കിടന്നു. ഈ ജീവിതം സഹിക്ക വയ്യാതെ ആദ്യ ഭാര്യ അദ്ദേഹത്തെ ഉപേക്ഷിച്ചുപോയി. തുടർന്ന് തന്റെ ദാർശനികാരാധനയ്ക്ക് പാത്രമായ ചിന്തകൻ ഗോഡ്വിന്റെ മകൾ കൊച്ചുമേരിയെന്ന

രണ്ടാം ഭാര്യയുമായുള്ള ജീവിതവും നിരാശാജനകമായിരുന്നു. കവിയും നോവലിസ്റ്റും കൂടിയായിരുന്നു അവർ. കുഞ്ഞുങ്ങളുടെ മരണം കൂടി സംഭവിച്ചപ്പോൾ ആ ലളിതഹൃദയൻ തകർന്നു പോയി.

ഷെല്ലിയോട് അസൂയയും അവഗണനയും വച്ചു പുലർത്തിപ്പോന്ന, മറ്റുള്ളവരെ പ്രശംസിക്കുന്നതിൽ അത്യന്തം പിശുക്ക് കാട്ടിയിരുന്ന തണ്ടനായ ബൈറൺ പോലും ഷെല്ലിയുടെ ദുരന്ത മരണത്തിന് ശേഷം ഇങ്ങനെ രേഖപ്പെടുത്തിയെന്ന് പി.ജി. പറഞ്ഞു:

> നിങ്ങൾക്കെല്ലാവർക്കും ഷെല്ലിയെക്കുറിച്ച് ഉള്ള ധാരണ തികച്ചും തെറ്റാണ്. ഇത്ര നിസ്വാർത്ഥനും ഉത്തമനുമായ ഒരാളെ ഞാനിന്നേവരെ കണ്ടിട്ടില്ല. അദ്ദേഹവുമായി താരതമ്യപ്പെടുത്തിയാൽ മറ്റുള്ളവരെല്ലാം മൃഗതുല്യരാണെന്ന് സമ്മതിക്കേണ്ടി വരും.[9]

എന്നാൽ തന്റെ ദുഃഖങ്ങളും മോഹഭംഗങ്ങളുമൊന്നും തന്നെ ഷെല്ലിയുടെ കൃതികളിൽ നിഴൽ വീശിയിട്ടില്ലെന്ന് പി.ജി പറഞ്ഞു. ഈ സ്നേഹധനനിൽ നിന്ന് നമുക്ക് ലഭിച്ചിട്ടുള്ളത് പ്രസാദാത്മകത്വവും ഉശിരും സ്വാതന്ത്ര്യവാഞ്ഛയും വിപ്ലവാവേശവും ആദർശശുദ്ധിയും തിരതല്ലുന്ന ഉജ്ജ്വലകൃതികൾ മാത്രമാണ്. ഇന്നത്തെ ആശയങ്ങൾ വച്ച് അളന്നാൽ ഷെല്ലിയുടെ വിശ്വാസസംഹിതയിൽ വിള്ളലുകളും വൈകല്യങ്ങളും കണ്ടെത്താൻ കഴിഞ്ഞേക്കുമെന്ന് പി.ജി മനസിലാക്കുന്നു. എന്നാൽ അന്നത്തെ അളവുകോൽ വച്ച് ഇത്ര സത്യസന്ധവും യുക്തിഭദ്രവും ശാസ്ത്രസമ്മതവുമായ സിദ്ധാന്തസംഹിത ഷെല്ലിയുടെ സമകാലീനർക്കെങ്കിലും ഉണ്ടായിരുന്നതായി അവകാശപ്പെടാനാകുകയില്ലെന്ന് പി.ജി. നിരീക്ഷിച്ചു. അകാലചരമമടഞ്ഞ ഷെല്ലിയെക്കുറിച്ച് പിൽക്കാലത്ത് കാറൽ മാർക്സ് എഴുതിയ വരികൾ അർത്ഥവത്തായ വിലയിരുത്തലാണെന്ന് പറഞ്ഞുകൊണ്ട് മാർക്സിന്റെ വരികൾ പി.ജി. ഉദ്ധരിക്കുന്നു:

> ഷെല്ലിയും ബൈറനും തമ്മിലുള്ള യഥാർത്ഥ വ്യത്യാസം ഇതാണ്. അവരെ അറിഞ്ഞാദരിക്കുകയും സ്നേഹിക്കുകയും ചെയ്യുന്നവർ ബൈറൺ 36–ാം വയസ്സിൽ മരിച്ചതിൽ സന്തോഷിക്കും. എന്തുകൊണ്ടെന്നാൽ, കുറെക്കൂടി ജീവിച്ചിരുന്നെങ്കിൽ അദ്ദേഹം ഒരു പിന്തിരിപ്പൻ ബൂർഷ്വാ ആയി അധഃപതിച്ചേനേ. എന്നാൽ 29–ാം വയസ്സിൽ ഷെല്ലി മരിച്ചതിൽ അവർ ദുഃഖിക്കും. എന്തുകൊണ്ടെന്നാൽ അദ്ദേഹം മൗലികമായി ഒരു വിപ്ലവകാരിയായിരുന്നു. അദ്ദേഹം കുറെക്കാലം കൂടി ജീവിച്ചിരുന്നു എങ്കിൽ സോഷ്യലിസത്തിന്റെ മുന്നണിപ്പടയാളിയായി ഉയരുമായിരുന്നു.[10]

വഞ്ചനയും പൊളിയും വീമ്പും ഷെല്ലിയുടെ നാലയലത്തുകൂടി കാണാൻ കഴിയില്ലെന്ന് പി.ജി. പറഞ്ഞു. ആദർശവും സിദ്ധാന്തവും കവിതയും ജീവിതവും അവിഭക്തമായ വ്യക്തിമാഹാത്മ്യത്തിന്റെ ഒറ്റക്കല്ലിൽ കൊത്തിയ മൂർത്തീകരണമായിരുന്നു ഷെല്ലി.

തത്വശാസ്ത്രവും സാമൂഹ്യ വിപ്ലവത്തിന്റെ ആശയങ്ങളും ഒരു പോലെ ഇടകലർന്നതായിരുന്നു വിപ്ലവ കവി ഷെല്ലിയുടെ *പടിഞ്ഞാറൻകാറ്റിനൊടൊരു*

*ഗീതം* (Ode to the West Wind) എന്ന കവിതയെന്ന് പി.ജി. പറഞ്ഞു.[11] പി.ജിക്ക് കാണാപാഠമായിരുന്നു ഈ കവിത.

*പടിഞ്ഞാറൻകാറ്റിനോടൊരു ഗീതം, വാനംപാടിക്കൊരു ഗീതം* മുതലായ കവിതകളിൽ സംഗീതത്തിന്റെ സ്വരമാധുരിയും വിപ്ലവത്തിന്റെ തീപ്പൊരിയും ഒരേസമയം പൊട്ടിയൊഴുകുന്നതായി തോന്നിയാലും, അവയിലെ വാക്കുകളുടെ മിതത്വവും ശില്പ ഭദ്രതയും വികാരവിചാരങ്ങളുടെ സമജ്ഞസമായ സമന്വയവും നമ്മെ അത്ഭുതപ്പെടുത്തുന്നവയാണെന്ന് പി.ജി. പറഞ്ഞു. *അരാജക* രൂപത്തിന്റെ *മുഖംമൂടി* (Mask of Anarchy) എന്ന കവിതയിലെ തീപ്പൊരി ചിതറുന്ന വരികളിൽപ്പോലും ശില്പസംയമനവും വികാരവിചാര സംയമനവും ഷെല്ലി കൈവിടുന്നില്ലെന്ന് അതിലെ വരികൾ ഉദ്ധരിച്ചുകൊണ്ട് പി.ജി. വ്യക്തമാക്കുന്നു.

> വികാരതീവ്രതയ്ക്കോ ശില്പചാതുരിക്കോ ഊനം തട്ടുന്ന ഒരു വരിപോലും കുറിച്ചിട്ടില്ലാത്ത ഷെല്ലി ഒരിക്കലും വിചാരത്തെ വികാരാവേശത്തിൽ വികലപ്പെടുത്തിയിട്ടില്ല. വിചാരവും വികാരവും തമ്മിലുള്ള കൃത്രിമമായ ദ്വിത്വമോ വിചാരവും വികാരവും വിപ്ലവവും തമ്മിലുള്ള വികലമായ ത്രിത്വമോ ഷെല്ലിയുടെ കൃതികളിലൊന്നുപോലും അംഗീകരിക്കുന്നില്ല. അതാണ് മഹാകവി ഷെല്ലിയുടെ അനുപമമായ ഔന്നത്യം.

സ്ത്രീ സ്വാതന്ത്ര്യത്തിൽ പൂർണ്ണ വിശ്വാസം ഷെല്ലി അർപ്പിച്ചിരുന്നു. സ്ത്രീകളെ ഭോഗവസ്തുക്കളായി മാത്രം കാണാൻ അദ്ദേഹത്തിനു കഴിയുമായിരുന്നില്ല. അതിനുപുറമെ അചഞ്ചലമായ സത്യനിഷ്ഠയും ആത്മാർത്ഥമായ വാൽസല്യവായ്പും കൈമുതലായിരുന്ന ഷെല്ലിക്ക് മറ്റുവിധത്തിൽ പെരുമാറാൻ കഴിയില്ലായിരുന്നു.

വില്യം ഷേക്സ്പിയറിനും ജോൺ മിൽട്ടനും സമശീർഷനാണ്, ചില കാര്യങ്ങളാലോചിച്ചാൽ അവരിരുവരെയുംകാൾ സമകാല പ്രസക്തിയും സാർവ്വദേശീയ മഹത്വവുമുള്ള മഹാകവിയാണ് ഷെല്ലിയെന്ന് പി.ജി പറഞ്ഞു. സർവ്വനാശകമായ യുദ്ധത്തിന്റെ കാർമേഘപടലങ്ങൾ ഉരുണ്ടുകൂടുകയും വിഭാഗീയതയുടെയും വർഗ്ഗീയതയുടെയും വിഷവാതകങ്ങൾ ആഞ്ഞുവീശുകയും മനുഷ്യത്വം ചവിട്ടിയരയ്ക്കപ്പെടുന്നതിന്റെ ദീനരോദനങ്ങൾ കർണ്ണപുടങ്ങളിൽ തുളച്ചുകയറുകയും ചെയ്യുന്ന ഇന്നത്തെ ദുരവസ്ഥയിൽ നിത്യമായ ശുഭാപ്തി വിശ്വാസത്തിന്റെ ഷെല്ലിയൻ കാഹളം നമുക്ക് മുഴക്കാമെന്ന് പറഞ്ഞുകൊണ്ട് *പടിഞ്ഞാറൻ കാറ്റിനൊടൊരു ഗീതം* എന്ന കവിതയിലെ അവസാന വരികൾ പി.ജി ഉദ്ധരിക്കുന്നു:

> പ്രവചനത്തിന്റെ കാഹളം! (The trumpet of prophecy!)
> ഓ, കാറ്റേ! (O' Wind,)
> ശിശിരം വരുകയാണെങ്കിൽ (If winter comes,)
> വസന്തം വളരെ പിന്നിലാവുമോ? (can spring be far behind?)

## 5. ജോൺ കീറ്റ്സ് (1795 –1821)

ബ്രിട്ടീഷ് റൊമാന്റിക് കവിയായ ജോൺ കീറ്റ്സിന്റെ കവിതകൾ പി.ജി. വായിച്ചിരുന്നു. ശാന്തപ്രകൃതി ആയിരുന്ന കീറ്റ്സ് തന്റെ ചുരുങ്ങിയ ജീവി

തകാലത്ത് വളരെയേറെ വേദന തിന്നെന്ന് പി.ജി. പറഞ്ഞു. സാക്ഷാത്കരിക്കാത്ത പ്രേമവും മാരകമായ രോഗവും നിഷ്കണ്ടരായ വിമർശകരുടെ കൂരമ്പുകളുമാണ് അദ്ദേഹത്തിന്റെ ജീവിതം ദുഷ്കരമാക്കിയതെന്ന് പി.ജി. പറഞ്ഞു.[12]

### 6. ആൽഫ്രഡ് ലോർഡ് ടെന്നിസൺ (1809 –1892)

ലോകപ്രശസ്ത ബ്രിട്ടീഷ് കവിയായ ആൽഫ്രഡ് ലോർഡ് ടെന്നിസന്റെ കവിതകൾ പി.ജി. വായിക്കുമായിരുന്നു. എന്നാൽ അദ്ദേഹത്തിന്റെ കവിതകളെക്കാൾ പി.ജി.ക്ക് പ്രിയം ബ്രിട്ടീഷ് കവിയും നാടകകൃത്തും സാഹിത്യ നിരൂപകനുമായിരുന്ന ജോൺ ഡ്രൈഡന്റെ (1631–700) കവിതകളോടായിരുന്നു.

### 7. റോബർട്ട് ബ്രൗണിങ് (1812 –1889)

പ്രശസ്ത ബ്രിട്ടീഷ് കവിയായ ബ്രൗണിങ്ങിന്റെയും മറ്റും കവിതകളിലെ മധ്യവർഗജീവിത സംതൃപ്തിയും ആഢ്യത്വവും തനിക്കിഷ്ടമായിരുന്നില്ലെന്ന് പി.ജി. പറഞ്ഞു. അതിൽ പ്രകടമാകുന്നത് കൊളോണിയൽ സംസ്കാരമാണ്.[13]

### 8. ഡബ്ല്യൂ ബി യേറ്റ്സ് (1865 – 1939)

ഐർലൻഡിന്റെ ദേശീയ സ്വാതന്ത്ര്യത്തിനു വേണ്ടിയുള്ള ഈസ്റ്റർ കലാപത്തിൽ പങ്കെടുത്ത കവിയും നാടകകൃത്തും ഉപന്യാസ കർത്താവുമായിരുന്നു യേറ്റ്സ്. പക്ഷേ, അദ്ദേഹം കലാപത്തെ തള്ളി പറയുകയുണ്ടായി എന്ന് പി.ജി. പറഞ്ഞു. പ്രതിലോമകാരിയായിരുന്ന യേറ്റ്സിന്റെ സ്വാതന്ത്ര്യ സങ്കൽപ്പത്തോട് തനിക്ക് യോജിക്കാൻ കഴിയില്ല. സ്വാതന്ത്ര്യത്തെക്കുറിച്ച് അദ്ദേഹം പറഞ്ഞത്: “നാം കുതിരപ്പുറത്തു കയറിയിരിക്കുന്നു. ഒരാൾ വന്ന് നമ്മെ ചാട്ടവാറുകൊണ്ടടിക്കുന്നു. അത് കഴിഞ്ഞ് വേറൊരുത്തൻ വരുന്നു. അവനും നമ്മളെ അടിക്കുന്നു എന്നാണ്.”[14]

ബ്രിട്ടീഷുകാർ പോയി ഇന്ത്യൻ മുതലാളിത്തം നമ്മെ കൂടുതൽ അടിമകളാക്കുകയാണ് എന്ന അർത്ഥത്തിൽ അത് ശരിയാവാമെങ്കിലും സ്വാതന്ത്ര്യ സമരത്തെ അങ്ങനെ കാണാൻ വയ്യെന്ന് പി.ജി. വ്യക്തമാക്കി.

### 9. നെരൂദ (1904–1973)

1904 ൽ ഒരു ട്രെയിൻ ഡ്രൈവറുടെ മകനായി ചിലിയിലെ ടെമുക്കോ എന്ന സ്ഥലത്ത് ഒരു തൊഴിലാളി കുടുംബത്തിൽ ജനിച്ച നെഫ്ത്താലി റിക്കാർഡോ റെയിസ് ബാസോൾട്ടോവിന്റെ തൂലികാനാമമാണ് പാബ്ലോ നെരൂദ. ബാല്യത്തിലേ കാവ്യവാസന പ്രകടിപ്പിക്കാൻ തുടങ്ങിയ നെരൂദയ്ക്ക് ഹൈസ്കൂളിൽ അധ്യാപികയായി കിട്ടിയത് ലൂസില ഗോദോയ് അൽക്കായഗ (1889 –1957) എന്ന കവയത്രിയെയായിരുന്നു. പിന്നീട് ഗബ്രിയേല മാസ്ത്രൽ എന്ന തൂലികാനാമത്തിൽ പ്രസിദ്ധമായ ഈ കവയിത്രിയുടെ *മരണഗീതങ്ങൾ* (Sonetos de la Muerte)എന്ന കവിതാ സമാഹാരത്തിന് 1945 ൽ നോബൽ സമ്മാനം ലഭിക്കുകയുണ്ടായി.[15] വാസനാ സമ്പന്നനായ തന്റെ ബാല

ശിഷ്യനെ ഗബ്രിയേല മാതൃനിർവിശേഷമായ വാൽസല്യത്തോടെ പ്രോൽസാഹിപ്പിക്കുകയുണ്ടായി. 1924 ൽ, തന്റെ ഇരുപതാമത്തെ വയസ്സിൽ നെരൂദ പ്രസിദ്ധീകരിച്ച രണ്ടാമത്തെ കവിതാസമാഹാരമായ *ഇരുപത് പ്രേമ ഗാനങ്ങളും ഒരു നിരാശ ഗീതവും* (Viente Poems de Amor Y Una Cancion de Sesperada)അദ്ദേഹത്തെ ചിലിയിലും സ്പാനിഷ് സാഹിത്യത്തിലാകെയും ശ്രദ്ധേയനാക്കിത്തീർത്തു. മുപ്പത് വയസ്സാകുന്നതിനു മുമ്പുതന്നെ മഹാകവിയായി അദ്ദേഹം വാഴ്ത്തപ്പെട്ടു. രാഷ്ട്രം നെരൂദയെ മാനിക്കുകയും നയതന്ത്രപ്രതിനിധിയായി ഉയർത്തപ്പെട്ട അദ്ദേഹം ചിലിയിൻ കോൺസലായി റങ്കൂണിലും കൊളംബോയിലും ജാവയിലും സേവനമനുഷ്ഠിക്കുകയും ചെയ്തു.

എന്നാൽ 1930 കളുടെ ആരംഭത്തോടെ ലോകം മുഴുവൻ ആഞ്ഞു വീശിയ ഇടതുപക്ഷക്കാറ്റ് നെരൂദയെയും ആവേശിച്ചു. 1929 ൽ ആരംഭിച്ച ലോക മുതലാളിത്ത സാമ്പത്തിക കുഴപ്പവും, അതേ സമയം സോവിയറ്റ് പഞ്ചവൽസര പദ്ധതികളുടെ വിജയവും, യൂറോപ്പിൽ ഫാസിസത്തിന്റെ വളർച്ചയും, ലാറ്റിനമേരിക്കൻ സ്വാതന്ത്ര്യ പ്രസ്ഥാനങ്ങളുമെല്ലാം നെരൂദയെ "വിണ്ണിലെ സ്വപ്നങ്ങളിൽ നിന്ന് മണ്ണിലെ യാഥാർത്ഥ്യങ്ങളിലേക്കിറക്കി". സമൃദ്ധിയിലാറാടുന്ന സമ്പന്ന വർഗത്തിന്റെ ഭാവനാ വൈകൃതങ്ങളല്ല, മണ്ണിനോടും ഇരുമ്പിനോടും മല്ലടിക്കുന്ന തൊഴിലാളികളുടേതാണ് യഥാർത്ഥ ദു:ഖമെന്ന് നെരൂദയ്ക്ക് അനുഭവപ്പെട്ടു തുടങ്ങി.

ഇതോടെ "അസ്ഥിമാടങ്ങളെക്കുറിച്ച് മറ്റാരെങ്കിലും കുത്തിക്കുറിക്കട്ടെ" എന്നു പറഞ്ഞുകൊണ്ട് തന്റെ ചുറ്റും കാണുന്ന ജീവിതത്തിലെക്ക് നെരൂദ ആവേശത്തോടെ ഇറങ്ങിച്ചെന്നു. തന്റെ ചുറ്റുമുള്ള മുള്ള്, പൂവ്, മരം, ഉള്ളി, തക്കാളിപ്പഴം, കൊത്തമല്ലി, ഉരുളക്കിഴങ്ങ്, പച്ചമുളക്, പ്രേമം, കാറ്റ്, ഞണ്ടിൻ സൂപ്പ്, മണ്ണിന്റെ ഫലപുഷ്ടി, പുസ്തകം, മഴ, എളിയ മനുഷ്യൻ, ഇരുമ്പ്, ചക്രം, കരിച്ചാക്ക്, കൊട്ട, വീപ്പ അങ്ങനെയെല്ലാം അദ്ദേഹത്തിന്റെ കാവ്യ ഭാവനയെ ഉദ്ദീപിപ്പിച്ചു. ഈ പുതിയ മാറ്റത്തിന്റെ സൂചനയാണ് 1933 നും 1937 നും മധ്യേ മൂന്നു വോള്യങ്ങളായി നെരൂദ പ്രസിദ്ധീകരിച്ച *ഭൂമിയിലെ വാസം* (Residencia en la Tierra) എന്ന കവിതാ സമാഹാരം.[16] 1935 ൽ നെരൂദ പത്രാധിപരായി മാഡ്രിഡിൽ നിന്ന് പ്രസിദ്ധീകരിച്ച *കവിതയുടെ പച്ച ക്കുതിര*(Caballo Verde Parala Poesia)എന്ന കവിതാ മാസികയിലും ഈ മാറ്റം ദൃശ്യമായിരുന്നു.

1936–39 കാലത്ത് സ്പെയിനിലെ പുരോഗമന ഇടതുപക്ഷ ഐക്യമുന്നണി ഗവൺമെന്റിനെതിരായി ജനറൽ ഫ്രാങ്കോയുടെ നേതൃത്വത്തിലുള്ള ഫാസിസ്റ്റുകൾ സാമ്രാജ്യ വാദികളുടെ സഹായത്തോടെ നടത്തിയ ആഭ്യന്തര യുദ്ധത്തിൽ റാൾഫ് ഫോക്സ്, ക്രിസ്റ്റഫർ കാഡ്വെൽ, ഏണസ്റ്റ് ഹെമിങ്‌വേ, പാബ്ലോ പിക്കാസോ, ലൂയി ആരഗൺ, ആന്ദ്രെ മാൽറൊ, സീസർ വലേണ്ടൊ തുടങ്ങി അനേകം സാഹിത്യകാരന്മാരോടൊപ്പം നെരൂദയും ഐക്യമുന്നണിയുടെ ഭാഗത്ത് ചേർന്ന് പടവെട്ടി. പാർലമെന്ററി ജനാധിപത്യ രാഷ്ട്രങ്ങൾ പിന്നിൽ നിന്ന് കുത്തിയതിനാൽ ആഭ്യന്തരയുദ്ധം തോറ്റു. എന്നാൽ നിരാശയും മോഹഭംഗവും നെരൂദയെ ബാധിച്ചില്ല. അദ്ദേഹം 1939 ൽ കമ്യൂണിസ്റ്റ് പാർട്ടിയിൽ അംഗമായി. കമ്യൂണിസ്റ്റ് പാർട്ടിയിലെ അംഗത്വവും പ്രത്യയശാസ്ത്ര വ്യക്തതയും നെരൂദയുടെ കാവ്യ പ്രതിഭയെ പട്ടാളച്ചിട്ടയിൽ അമർത്തിച്ചുരുക്കുകയല്ല ചെയ്തതെന്ന് പി.ജി. ചൂണ്ടിക്കാണിച്ചു. മറിച്ച് ഈ

പരിണാമം നെരൂദാകാവ്യത്തിൽ ഒരു വസന്താരംഭം കുറിക്കുകയാണുണ്ടാ യത്. വിജൃംഭിതവീര്യനായി 1939 ൽ നെരൂദ പ്രഖ്യാപിച്ചു: "ലോകത്തിന് മാറ്റം വന്നിരിക്കുന്നു, എന്റെ കവിതയ്ക്കും"

പ്രസിദ്ധ കലാ പണ്ഡിതനായ ഹെർബർട്ട് റീഡിന്റെ മേൽനോട്ടത്തിൽ തയ്യാറാക്കപ്പെട്ട *എൻസൈക്ലോപീഡിയ ഓഫ് ആർട്ടിസിൽ* നെരൂദയെപ്പറ്റി പറയുന്ന ഭാഗം പി.ജി. ഉദ്ധരിക്കുന്നു:

> മാർക്സിസ്റ്റ് രാഷ്ട്രീയ പ്രതിബദ്ധതയിലേക്ക് നെരൂദയെ നയിച്ചത് അദ്ദേഹത്തിന്റെ വളർച്ചയിലെ ഒരു വഴിത്തിരിവായിത്തീർന്ന സ്പാനിഷ് ആഭ്യന്തര യുദ്ധമാണ്. ഇത് തന്റെ കാവ്യ സരണിയിൽ ഒരു പുതിയസമീപനം സ്വീകരിക്കാൻ അദ്ദേഹത്തിന് പ്രചോദനം നൽകി. മഹത്തായ അമേരിക്കൻ ഇതിഹാസകാവ്യമായി പ്രകീർത്തിക്കപ്പെടുന്ന Canto General (1950)എന്ന കൃതിയിൽ ഈ പുത്തൻ സമീപനം പ്രത്യക്ഷമാണ്.[17]

വിശ്വ സാഹിത്യ ചരിത്രത്തിലെ ഏതു മഹാകാവ്യത്തോടും കിടപിടിക്കുന്ന ഒരു അമൂല്യ കൃതിയാണ് ഈ മഹാകാവ്യം എന്ന് പി.ജി വിലയിരുത്തി.

കമ്യൂണിസ്റ്റ്പാർട്ടി തന്നിലുണ്ടാക്കിയ പരിവർത്തനത്തെക്കുറിച്ച് *എന്റെ രാഷ്ട്രീയ കക്ഷിക്ക്* എന്ന പേരിൽ നെരുദ എഴുതിയ കവിത പി.ജി ഉദ്ധരിക്കുന്നുണ്ട്.[18]

നെരൂദയുടെ ഈ രാഷ്ട്രീയ നിലപാട് ഭരണാധികാരികളുടെ കോപാഗ്നിക്കിടയാക്കി. പൊലീസിന്റെ നോട്ടപ്പുള്ളിയായ കവി നാടുവിടാൻ നിർബന്ധിതനാകുകയും ഒളിവിലും തെളിവിലുമായി അലഞ്ഞുതിരിഞ്ഞ ശേഷം രണ്ടാംലോക മഹായുദ്ധത്തിൽ ഫാസിസം പരാജയപ്പെട്ടതോടെ രാജ്യത്ത് തിരിച്ചെത്തി. 1945 ൽ കമ്യൂണിസ്റ്റ് സ്ഥാനാർത്ഥിയായി ചിലിയൻ പാർലമെന്റിലേക്ക് (സെനറ്റ്) മൽസരിച്ച് ജയിച്ച അദ്ദേഹം പിന്നീട് രാഷ്ട്രീയ പ്രവർത്തനവും കവിതാരചനയുമായി മുന്നേറി.

യുദ്ധാനന്തര കാലത്ത് ലോകസമാധാനപ്രസ്ഥാനത്തിലും ലാറ്റിനമേരിക്കൻ ജനാധിപത്യ പ്രസ്ഥാനത്തിലും ആവേശത്തോടെ അദ്ദേഹം പ്രവർത്തിച്ചു. 1950 ൽ തന്റെ ഇതിഹാസ കാവ്യമായ Canto General പ്രസിദ്ധീകരിച്ചു. 1952 ൽ സ്റ്റാലിൻ സമ്മാനം നെരൂദയ്ക്ക് ലഭിച്ചു. കൂടാതെ സോഷ്യലിസ്റ്റ് രാഷ്ട്രങ്ങളിലും മുതലാളിത്ത രാഷ്ട്രങ്ങളിലുമുള്ള നിരവധി വിദ്യാപീഠങ്ങളും സാഹിത്യ സംഘങ്ങളും നെരൂദയെ ആദരിച്ച് സ്വയം ആദരണീയരായിത്തീർന്നുവെന്ന് പി.ജി. പറഞ്ഞു. നൊബേൽ സമ്മാനം നെരൂദയെ തേടിയെത്തുന്നതിനും മൂന്ന് നാല് വർഷം മുമ്പ് യാഥാസ്ഥിതിക സർവകലാശാലയായ ബ്രിട്ടനിലെ ഓക്സ്ഫോർഡ് നെരൂദയ്ക്ക് ഓണററി ഡോക്ടറേറ്റ് ബിരുദം നൽകി സ്വയം മാനിതനായി.

സ്റ്റാലിൻ സമ്മാനത്തിന് ശേഷമുള്ള നെരൂദയുടെ ജീവിതം വിശ്വപ്രശസ്തിയുടെ പ്രഭാപൂരത്തിലാണ് തുടർന്നതെന്ന് പി.ജി. ചൂണ്ടിക്കാണിച്ചു. അനവധി കവിതാ സമാഹാരങ്ങളും കാവ്യ നാടകങ്ങളും ആത്മകഥയും മറ്റും ഇക്കാലത്ത് പ്രസിദ്ധീകരിച്ചു. *ക്യാപ്റ്റന്റെ കവിതകളിൽ* (1952), *നൂറു പ്രണയഗീതങ്ങൾ* (1959), *ജലഗീതി* (La Barcarola, 1967) ജൊവാകിൻ മുറിയേറ്റയുടെ *മരണവും മോക്ഷവും* (Fulgor Y Muerte De Joaguin Murieta,

1967) *നാലു ഫ്രഞ്ചുകവിതകൾ* (1972) തുടങ്ങിയവയാണ് അവയിൽ പ്രധാനപ്പെട്ടത്.

1970 ൽ തെരഞ്ഞെടുപ്പിലൂടെ സാൽവദേർ അലൻണ്ടെ പ്രസിഡന്റായുള്ള ഇടതുപക്ഷഗവൺമെന്റ് ചിലിയിൽ അധികാരത്തിൽ വന്നു. നെരുദയുടെ കമ്യൂണിസ്റ്റ് പാർട്ടിയും അലണ്ടെയുടെ സോഷ്യലിസ്റ്റ് പാർട്ടിയുമാണ് ഇടതുപക്ഷ ഗവൺമെന്റിന്റെ ഘടകങ്ങൾ. അലണ്ടെ പ്രസിഡന്റ് സ്ഥാനത്തിന് നാമനിർദേശം സമർപ്പിച്ചപ്പോൾ പകരം സ്ഥാനാർത്ഥിയായി പേരു കൊടുത്തത് നെരുദയുടേതായിരുന്നു. അലണ്ടെ പ്രസിഡന്റായപ്പോൾ ഫ്രാൻസിൽ സ്ഥാനപതിയായി നെരൂദ നിയമിക്കപ്പെട്ടു.

എന്നാൽ 1973 സെപ്തംബർ 11 ന് അമേരിക്കൻ പ്രസിഡന്റ് നിക്സനും വിദേശകാര്യ സെക്രട്ടറി കിസിൻജറും ചാരന്മാരും അവരുടെ പിണിയാളായ പിനോച്ചെ എന്ന പട്ടാള മേധാവിയും ചേർന്ന് അലണ്ടെ ഗവൺമെന്റിനെ അട്ടിമറിച്ച് രാഷ്ട്രപതി മന്ദിരത്തിൽ കയറി അലണ്ടെയെ വധിച്ചു. അനേകായിരങ്ങളെ കൊന്നൊടുക്കി. സെപ്തംബർ പതിനൊന്നിന് ആരംഭിച്ച ഫാസിസ്റ്റ് വിരുദ്ധ ചെറുത്തുനിൽപ് യുദ്ധത്തിൽ നെരൂദ നേതൃനിരയിൽ തന്നെയുണ്ടായിരുന്നു. പതിനൊന്നു ദിവസത്തിനകം നെരൂദയും ഈ ലോകത്തോട് വിട പറഞ്ഞു. പിനോച്ചെ സർക്കാർ നെരൂദയെ കൊന്നതാണെന്നും അതല്ല സ്വന്തം നാടിന്റെ പതനത്തിൽ ഹൃദയം പൊട്ടി മരിച്ചതാണെന്നും രണ്ടഭിപ്രായമുണ്ട്.

ഈ അട്ടിമറിയെയും ചെറുത്തു നില്പിനേയും കുറിച്ചുള്ളതായിരുന്നു *നിക്സൺ വധത്തിന് പ്രേരണയും ചിലിയൻ വിപ്ലവത്തിന് സ്തുതിയും* എന്ന നെരൂദയുടെ അവസാനത്തെ കവിത. പിനോച്ചെ ഫാസിസത്തിനെതിരായ ഒരു അത്യുഗ്ര സമരകാഹളമാണ് ഈ കവിത. നെരൂദയുടെ അന്തിമാഹ്വാനമായ ആ കവിതയിൽ നിന്ന് പി.ജി ഉദ്ധരിക്കുന്നു:

കൊലയാളിയെ മാത്രം
ഞാനെന്റെ വികാരത്തിനു വെളിയിൽ നിർത്തും
ചോരയ്ക്കും കരച്ചിലിനും വിധിക്കപ്പെട്ട്
നമ്മുടെ രാജ്യത്തെ നാം അതിവേദനയിൽ
കൊണ്ടു ചെന്നെത്തിക്കരുത്
അതിനെതിരായി നില്ക്കുന്നു എന്റെ കവിത
സർവ വ്യാപിയാണത്, കാറ്റിനെപ്പോലെ.

ജീവിതത്തിലോ പ്രകൃതിയിലോ ഉള്ള യാതൊന്നും നെരൂദാ കവിതയുടെ ഒഴുക്കിൽ നിന്ന് വഴിമാറിയില്ലെന്ന് പി.ജി ചൂണ്ടിക്കാണിച്ചു. ജീവിതത്തിലെ ഏത് ദൈനംദിന നിസ്സാരഭാവവും അതിന്റെ മഹനീയതയുടെയും സൗന്ദര്യത്തിന്റെയും കണ്ണാടിയാണെന്ന വിശ്വാസമായിരുന്നു അദ്ദേഹത്തിന്. ഏകാന്തതയും ആൾക്കൂട്ടവും അന്യഥാത്വവും ഇണങ്ങിച്ചേരലും ഇഴുകിച്ചേരലും ഒഴിഞ്ഞുമാറലും ജീവിതവും മരണവും സാഹോദര്യവും പോരാട്ടവും എന്നിങ്ങനെയുള്ള എല്ലാ ദ്വന്ദ്വഭാവങ്ങളും നെരൂദയുടെ കവിതയിലും വ്യക്തിത്വത്തിലും സമഞ്ജസമായി നിഴലിച്ചു. കാമിനിയുടെയും പ്രകൃതിയുടെയും സന്നിധാനത്തിൽ സ്വയം അലിഞ്ഞ് അവയോട് താദാത്മ്യം പ്രാപിക്കുന്ന നെരൂദ മാനവത്വത്തിന്റെ ശത്രുക്കളെ രോഷത്തോടെ എതിരിടുന്നു. നെരൂദയുടെ ജീവിതത്തിൽ തന്നെ വഴിത്തിരിവ് കുറിച്ച സ്പാനിഷ് ആഭ്യന്തരയുദ്ധം അദ്ദേഹത്തിന്റെ നിരവധി ഉദാത്തമായ കവിതകൾക്ക് വിഷ

യമായി. നെരൂദയുടെ ജീവിതത്തിന്റെയും കവിതയുടെയും അന്ത്യംകുറിച്ചതും സ്പാനിഷ് യുദ്ധത്തിന്റെ ഒരാവർത്തനത്തോടു കൂടിയായിരുന്നുവെന്നത് ചരിത്രഗതിയുടെ ദുരൂഹലീലകളിലൊന്നാണെന്ന് പി.ജി. ചൂണ്ടിക്കാണിച്ചു.[19]

പാബ്ലോ നെരൂദയെ മറ്റ് ആധുനിക വിശ്വസാഹിത്യകാരന്മാരിൽ പലരിൽ നിന്നും വ്യത്യസ്തനാക്കുന്നത് രണ്ടു കാര്യങ്ങളാണെന്ന് പി. ജി. കാണുന്നു. ഒന്ന്, മനുഷ്യന്റെ സാഹിത്യ യത്നങ്ങളുടെ തുടക്കം തൊട്ട് അടുത്തു കഴിഞ്ഞ നൂറ്റാണ്ടുകൾ വരെ സർവാധിപത്യം നടത്തി വാണിരുന്ന കവിത ഇരുപതാം നൂറ്റാണ്ടായപ്പോഴേക്കും ഒരു ന്യൂനപക്ഷക്കലാരൂപമായി മാറി. കവിതയുടെ കാലം കഴിഞ്ഞുപോയി എന്ന് പരക്കെ വിശ്വസിച്ചിരുന്ന ഈ കാലത്ത് "കവിതയുടെ സാധ്യതകൾ വറ്റിയിട്ടില്ലെന്നും കവിത ഈ നൂറ്റാണ്ടിന്റെയും ആത്മപ്രകാശനോപാധി ആകാമെന്നും ഭൂരിപക്ഷം ജനസാമാന്യത്തെ ആവേശിക്കാൻ കഴിയുന്ന ഭൂരിപക്ഷ കലാമൂല്യം അതിന് നഷ്ടപ്പെട്ടിട്ടില്ലെന്നും തെളിയിക്കാൻ കഴിഞ്ഞ മഹാകവിയാണ് പാബ്ലോ നേരൂദ"യെന്ന് പി.ജി വിലയിരുത്തി. രണ്ടാമതായി ഒരു പൂർണമായ മനുഷ്യനായിരുന്നു നെരൂദ. തന്റെ ജന്മഭൂമിയായ ചിലിയുടെ മോചനത്തിനും ലോകമെല്ലാമുള്ള അധഃസ്ഥിതരുടെ ഉന്നമനത്തിനും വേണ്ടി അദ്ദേഹം ജീവിതകാലം മുഴുവൻ പോരാടി. ചിലിയിൽ കമ്യൂണിസ്റ്റ് പാർട്ടിയിലെ ഉത്തരവാദപ്പെട്ട ഒരംഗമായിരുന്നു അദ്ദേഹം.

1951 ൽ പ്രസിദ്ധ ഫ്രഞ്ച് സാഹിത്യകാരനായ ഴാങ് പോൾ സാർത്ര് നൊബേൽ സമ്മാനം നിരസിക്കാൻ പറഞ്ഞ കാരണങ്ങളിലൊന്ന് സ്വീഡിഷ് അക്കാദമി നെരൂദയെ അവഗണിച്ചു എന്നാണ്. എന്നാൽ 1971 ൽ നൊബേൽ സമ്മാനം നെരൂദയെ തേടിയെത്തി.

വിശ്വപ്രസിദ്ധ വിപ്ലവ കവി പാബ്ലോ നെരൂദയ്ക്ക് 1971 ൽ നൊബേൽ സമ്മാനം കിട്ടിയപ്പോൾ അത് സാധാരണയിൽ കവിഞ്ഞ് ലോകശ്രദ്ധയെ ആകർഷിച്ചുവെന്ന് പി.ജി. ചൂണ്ടിക്കാണിച്ചു. ആ സവിശേഷ ശ്രദ്ധയ്ക്ക് കാരണം അർഹതയുണ്ടായാലും മൂന്നാം ലോകക്കാർക്കും കമ്യൂണിസ്റ്റുകാർക്കും അപൂർവമായിട്ടേ നൊബേൽ സമ്മാനം കിട്ടാറുള്ളൂവെന്നതാണ്. നെരൂദയ്ക്ക് നൊബേൽ സമ്മാനം നൽകാനുള്ള തീരുമാനം വളരെ വൈകിപ്പോയിയെന്ന് സ്വീഡിഷ് അക്കാദമിക്ക് തന്നെ ബോധ്യപ്പെട്ടുവെന്ന് അവരുടെ വാക്കിൽ നിന്നുതന്നെ മനസ്സിലാക്കാമെന്ന് പി.ജി പറഞ്ഞു. അടിയുറച്ച കമ്യൂണിസ്റ്റുകാരും തീവ്രദേശാഭിമാനിയുമായ ഈ തെക്കേ അമേരിക്കൻ സാഹിത്യകാരനു ചുറ്റും കഴിഞ്ഞ നാൽപതുകൊല്ലമായി അലയടിക്കുന്ന വാദപ്രതിവാദങ്ങൾ തന്നെ നെരൂദയുടെ മഹത്വത്തിന്റെ തെളിവാണെന്ന് സ്വീഡിഷ് അക്കാദമി സെക്രട്ടറി കാൾ ഗിയറൊ തീരുമാനം വിശദീകരിച്ചുകൊണ്ട് പ്രസ്താവിച്ചത് പി.ജി ഓർമ്മിപ്പിച്ചു. മർദിത മനുഷ്യന്റെ വീര്യം തുളുമ്പുന്ന നെരൂദയുടെ കവിത വിവാദവിഷയമാകാം, എന്നാൽ അവഗണിക്കാനാവില്ലെന്ന് ഗിയറൊ പ്രസ്താവിക്കുമ്പോൾ സ്വീഡിഷ് അക്കാദമിയുടെ കുറ്റബോധമാണ് അതിൽ മാറ്റൊലിക്കൊള്ളുന്നത്.[20]

നെരൂദയുടെ കൃതികൾ നൊബേൽ സമ്മാനത്തിനു മാത്രമല്ല, അതിലും വലിയ പുരസ്കാരങ്ങൾ ഉണ്ടെങ്കിൽ അവയ്ക്കും അർഹമാണെന്ന കാര്യത്തിൽ ഒരു സംശയവുമില്ലെന്ന് പി.ജി പറഞ്ഞു. ക്യൂബയിലെ സോഷ്യലിസ്റ്റ് നിർമ്മാതാക്കളും ബൊളീവിയയിലെ ഒളിപ്പോരാളികളും ചിലിയിലെ ഖനി

ത്തൊഴിലാളികളും ഗ്വാട്ടിമാലയിലെ തടവുകാരും പാടിപ്പതിഞ്ഞ പാട്ടുകളായിരുന്നു നെരൂദയുടേത്. സ്വീഡിഷ് അക്കാദമി പോലെയുള്ള ഒരു യാഥാസ്ഥിതിക സംഘം പോലും നെരൂദയെ അംഗീകരിക്കാൻ തയ്യാറായത് ചെറിയ കാര്യമല്ലെന്ന് പി.ജി പറഞ്ഞു. ദിഗന്തങ്ങൾ ഭേദിച്ച് പ്രപഞ്ചവിശാലതയിലേക്കും കാലയവനികയെ തുളച്ച് ഭാവിയുഗങ്ങളിലേക്കും പ്രവഹിക്കുന്ന വിപ്ലവ സംഗീതത്തിന്റെ അനശ്വരതയ്ക്ക് ലഭിച്ച അംഗീകാരമാണതെന്ന് പി.ജി. പറഞ്ഞു.

## II. നോവലിസ്റ്റുകൾ, കഥാകൃത്തുക്കൾ മുതലായവർ

### 1. ചാൾസ് ഡിക്കൻസ് (1812 – 1870)

ലോകപ്രശസ്ത ബ്രിട്ടീഷ് നോവലിസ്റ്റായ ചാൾസ് ഡിക്കൻസിന്റെ നോവലുകൾ വായിക്കുന്നതിൽ തനിക്ക് കൂടുതൽ താൽപര്യമുണ്ടായിരുന്നുവെന്ന് പി.ജി. പറഞ്ഞു. മുതലാളിത്ത കാലഘട്ടത്തിലെ നഗരജീവിതത്തിന്റെ മനുഷ്യത്വഹീനമായ മുഖങ്ങളാണ് അദ്ദേഹത്തിന്റെ കൃതികളിൽ ആവിഷ്കരിച്ചിരിക്കുന്നത്. തൊഴിലാളികളുടെ ദുരവസ്ഥ, ബാലവേല എന്നിവയുടെയൊക്കെ ഹൃദയസ്പർശിയായ പ്രകാശനം അതിൽ കാണാം.[21]

### 2. വിക്ടർ ഹ്യൂഗോ (1802 – 1885)

പ്രശസ്ത ഫ്രഞ്ച് നോവലിസ്റ്റും നാടകകൃത്തും കവിയുമായ വിക്ടർ ഹ്യൂഗോയുടെ 1862 ൽ പുറത്തുവന്ന പാവങ്ങൾ (Les miserables) എന്ന നോവൽ പി.ജി.യെ ഏറെ ആകർഷിച്ച ഒരു കൃതിയാണ്. സാഹചര്യങ്ങളുടെ സമ്മർദ്ദത്തിൽ കുറ്റവാളിയായിത്തീർന്ന ജീൻവാൽജീന്റെ കഥ പറയുന്നതാണ് നോവൽ.

### 3. തോമസ് ഹാർഡി (1840 – 1928)

പ്രശസ്ത ബ്രിട്ടീഷ് നോവലിസ്റ്റും കവിയുമായ തോമസ് ഹാർഡിയുടെ നോവലുകളിൽ പ്രകൃതിയുടെ സൗന്ദര്യം ഏറെ ഹൃദയാവർജകമാണെന്ന് പി.ജി. പറഞ്ഞു. പ്രകൃതിയുടെ ഹരിതാവരണം തകരുമ്പോഴുള്ള വിഷാദാത്മകത്വവും ഗൃഹാതുരതയുമാണ് അദ്ദേഹത്തിന്റെ നോവലുകളിൽ കാണുന്നത്.[22]

### 4. മാക്സിം ഗോർക്കി (1868 –1936)

മാക്സിം ഗോർക്കി എന്ന പേരിൽ ലോകം മുഴുവൻ അറിയപ്പെടുന്ന റഷ്യൻ സാഹിത്യകാരന്റെ യഥാർത്ഥ പേര് അലക്സി മാക്സിമോവിച്ച് പെഷ്ക്കോവ് എന്നാണ്. റെയിൽവെ തൊഴിലാളിയായിരുന്ന അച്ഛൻ മരിക്കുകയും അമ്മ വേറെ വിവാഹം കഴിച്ച് മകനെ മാതാമഹന്റെ കൂടെ വിട്ടുപോകുകയും ചെയ്തതോടെ ആ കുട്ടി അനാഥനായി. മാതാമഹൻ കുട്ടിയോട് അല്പവും ദയ കാണിച്ചില്ല. കുട്ടിക്കാലം മുതലേ ഉപജീവനത്തിനായി വീടുവിട്ടിറങ്ങി കഠിനാദ്ധ്വാനം ചെയ്യേണ്ടി വന്നു. പിന്നിടങ്ങോട്ട് തൂപ്പുകാരനും അടുക്കളക്കാരനും റെയിൽ തൊഴിലാളിയും കപ്പൽ വേലക്കാരനുമൊക്കെ

യായി പണിയെടുത്തു. വല്ലപ്പോഴുമൊക്കെ അമ്മയെ കാണുന്നതിൽ അവനിൽ ദുഃഖമുണ്ടായി. അമ്മയുടെ മദ്യപാനിയായ രണ്ടാം ഭർത്താവ് അവരെ ശാരീരികവും മാനസികവുമായി പീഡിപ്പിച്ചിരുന്നു. ഈ അനുഭവങ്ങളെല്ലാം അവന്റെ ബാല മനസ്സിനെ വളരെയധികം വേദനിപ്പിച്ചിരുന്നുവെങ്കിലും അവയെല്ലാം അദ്ദേഹത്തിന്റെ പിൽക്കാല സാഹിത്യ രചനകൾക്ക് അസംസ്കൃത വിഭവങ്ങളായി മാറിയെന്ന് പി.ജി. വിലയിരുത്തി.[23]

ചെറുപ്പം തൊട്ടേ പണിയൊക്കെ കഴിഞ്ഞ് രാത്രിയിൽ എന്തെങ്കിലുമൊക്കെ വായിക്കുകയും കുത്തിക്കുറിക്കുകയും ചെയ്യുക ഗോർക്കിയുടെ പതിവായിരുന്നു. ഇതിനിടയിലാണ് 1892 ൽ *കോകസസ്* എന്ന പത്രത്തിൽ ജോലി കിട്ടിയത്. ഇതോടെയാണ് *ഗോർക്കി* എന്ന തൂലികാ നാമം ഉപയോഗിക്കാൻ തുടങ്ങിയത്. പത്രപ്രവർത്തകനായ കൊറോലക്കോവ് എന്നയാളുടെ പ്രോൽസാഹനം വായനയിലും എഴുത്തിലും കൂടുതൽ പ്രാവീണ്യം നേടാൻ ഗോർക്കിയെ സഹായിച്ചു. റഷ്യയുടെ വടക്ക് കിഴക്ക് സ്ഥിതിചെയ്യുന്ന നിഷ്നിയിനോവ് ഗോറോദിയിൽ ജനിച്ചു വളർന്ന് (ഗോർക്കി എന്നാണ് ഇപ്പോൾ ആ നഗരത്തിന്റെ പേര്) വ്യാവസായിക രാഷ്ട്രീയ സാംസ്കാരിക നഗരമായ സെന്റ് പീറ്റേഴ്സ് ബർഗിൽ എത്തിയതോടെ അദ്ദേഹത്തിന്റെ നിരീക്ഷണ പാടവത്തിനും വിജ്ഞാനശേഖരണത്തിനും പുതിയ സാദ്ധ്യതകൾ തുറന്നു കിട്ടി. 1892 ൽ ഗോർക്കിയുടെ ആദ്യത്തെ ചെറുകഥയായ *മക്കാർചുദ്ര* പ്രസിദ്ധീകരിച്ചു. 1895 ൽ *ചെൽകാഷ്* എന്ന കവിതാ സമാഹാരവും 1897 ൽ *മനുഷ്യപുഴുക്കൾ* എന്ന പ്രസിദ്ധ നാടകവും, 1899 ൽ *റ്റ്വാന്റി സിക്സ് മെൻ ആന്റ് എ ഗേൾ* എന്ന കൃതിയും പുറത്തു വന്നതോടുകൂടി ഒരു എഴുത്തുകാരനെന്ന നിലയിൽ ഗോർക്കി പരക്കെ അറിയപ്പെട്ടു. മലയാളത്തിൽ വന്ന ആദ്യത്തെ ഗോർക്കി സാഹിത്യം 1902 ൽ എഴുതിയ *ദ ലോവർ ഡെപ്ത്സ്* എന്ന കൃതിയെ (നാടകം) *മനുഷ്യപ്പുഴുക്കൾ* എന്ന പേരിൽ ജീവൽ സാഹിത്യ പ്രസ്ഥാനത്തിന്റെ സ്ഥാപകരിലൊരാളായിരുന്ന എ. മാധവൻ വിവർത്തനം ചെയ്തതാണ്.

ഈ കൃതികൾ ഒരു വശത്ത് ഗോർക്കിയുടെ പേരും പെരുമയും വർദ്ധിപ്പിക്കാൻ സഹായിച്ചു. എന്നാൽ മറുവശത്ത് അദ്ദേഹം സാർ ചക്രവർത്തിമാരുടെ സ്വേച്ഛാധിപത്യ ഭരണത്തിന്റെ നോട്ടപ്പുള്ളിയുമായി. 1898 ൽ റഷ്യയിൽ സ്ഥാപിക്കപ്പെട്ട *റഷ്യൻ ലേബർ സോഷ്യൽ ഡെമോക്രാറ്റിക് പാർട്ടി*യുടെ പ്രവർത്തകനായിത്തീർന്ന ഗോർക്കിയെ 1902 ൽ അറസ്റ്റ് ചെയ്ത് ജയിലിലടച്ചു.

ഗോർക്കി ജയിലിൽ കിടക്കുമ്പോൾ റഷ്യൻ രാഷ്ട്രീയത്തിൽ ചില സംഭവങ്ങളൊക്കെയുണ്ടായി. 1903 *റഷ്യൻ ലേബർ സോഷ്യൽ ഡെമോക്രാറ്റിക് പാർട്ടി* ലെനിന്റെ നേതൃത്വത്തിൽ *ബോൾഷെവിക്കുകൾ* (ഭൂരിപക്ഷം) എന്നും പ്ലെഖ്നോവിന്റെ നേതൃത്വത്തിൽ മെൻഷെവിക്കുകൾ (ന്യൂനപക്ഷം) എന്നിങ്ങനെ രണ്ടായി പിളർന്നു. 1903 ൽ ലണ്ടനിൽ ചേർന്ന പാർട്ടിയുടെ രണ്ടാം കോൺഗ്രസിൽ വെച്ചായിരുന്നു ഇത്. അതുപോലെ തന്നെ 1905 ൽ റഷ്യയും ജപ്പാനും തമ്മിൽ നടന്ന യുദ്ധത്തിൽ റഷ്യ പരാജയപ്പെട്ടതിനെത്തുടർന്ന് രാജ്യത്താകെ അസംതൃപ്തി പടർന്ന് പിടിക്കുകയും റഷ്യയിലെ ഒന്നാമത്തെ വിപ്ലവം പൊട്ടിപ്പുറപ്പെടുകയും ചെയ്തു. ജയിൽ മോചിതനായതിനെത്തുടർന്ന് അദ്ദേഹം 1906 ൽ റഷ്യ വിടുകയും ഇറ്റാലിയൻ ദ്വീപായ കാപ്രിയിൽ താമസമാക്കുകയും ചെയ്തു. ഒരേസമയം രസകരങ്ങളായ

കഥകളും യാത്രാവിവരണങ്ങളുമാണ് ആ ദ്വീപിലെ അനുഭവങ്ങളെക്കുറിച്ചുള്ള ഗോർക്കിയുടെ അനുസ്മരണങ്ങൾ എന്ന് പി.ജി. ചൂണ്ടിക്കാണിച്ചു.[24]

## അമ്മ (Mother)

1902 ൽ ഗോർക്കിയുടെ അറസ്റ്റിലേക്ക് നയിച്ച തൊഴിലാളി സമരങ്ങളും മെയ്ദിനാചരണവും ആണ് 1906 ൽ ഒരു കപ്പൽ ജോലിക്കാരനായി അമേരിക്കയിലെത്തിയ ഗോർക്കി എഴുതിത്തുടങ്ങിയ *അമ്മ* എന്ന ലോക പ്രസിദ്ധ നോവലിലെ കഥയ്ക്ക് ഉപാദനങ്ങൾ നൽകിയതെന്ന് പി.ജി. ചൂണ്ടിക്കാണിച്ചു. ഗോർക്കി അമേരിക്കയിൽ വച്ച് ഇതെഴുതുമ്പോൾ റഷ്യൻ രാഷ്ട്രീയം മിതവാദികളുടെ കൈയിൽ നിന്ന് പതുക്കെ ലെനിന്റെ നേതൃത്വത്തിലേക്ക് നീങ്ങുകയായിരുന്നു. 1905 ലെ വിപ്ലവം അടിച്ചമർത്തപ്പെട്ടുവെങ്കിലും 1917 ലെ ഒക്ടോബർ സോഷ്യലിസ്റ്റ് വിപ്ലവത്തിന്റെ നാന്ദിയായി പരിണമിച്ച ഈ പ്രഥമ വിപ്ലവം രാജ്യത്താകെ ഉണർത്തിവിട്ട പുത്തൻ പ്രതീക്ഷകളുടെ അന്തരീക്ഷത്തിലാണ് ഗോർക്കി അമേരിക്കയിൽ വെച്ച് *അമ്മ* എഴുതാൻ ആരംഭിച്ചത്. തകർക്കപ്പെട്ട ഈ വിപ്ലവത്തെ തുടർന്നുണ്ടായ പ്രതിവിപ്ലവ നിയന്ത്രണങ്ങൾമൂലം ഗോർക്കിയുടെ പുസ്തകം റഷ്യയിൽ അച്ചടിക്കുകയോ പുറത്തിറങ്ങുകയോ ചെയ്തില്ല. 1906 ഡിസംബർ മുതൽ 1907 ഫെബ്രുവരി വരെ ന്യൂയോർക്കിലെ *ആപ്പിൾടൺ* മാസികയിലാണ് *അമ്മ*യുടെ ഇംഗ്ലീഷ് വിവർത്തനം ആദ്യം പ്രസിദ്ധീകരിച്ചത്. 1913 ആയപ്പോൾ പരിമിതമായ വോട്ടവകാശത്തോടു കൂടി റഷ്യൻ പാർലമെന്റായ *ഡ്യൂമ* നിലവിൽ വന്നു. അതിൽ ബോൾഷെവിക് പാർട്ടി കുറെ സ്ഥാനങ്ങൾ നേടുകയുണ്ടായി. ഈ പുതിയ സാഹചര്യം ഉപയോഗിച്ച് ഗോർക്കി റഷ്യയിൽ തിരിച്ചുവന്നു. 1913 മുതൽ സെന്റ് പീറ്റേഴ്സ് ബർഗിൽ നിന്ന് *ലെറ്റോപ്പിസ്* എന്ന പേരിൽ ഒരു കാലികം അദ്ദേഹം ആരംഭിച്ചു. ഇക്കാലത്ത് ഗോർക്കിയുടെ ചില കൃതികൾ *ലെറ്റോപ്പിസിലും* മറ്റു പ്രസിദ്ധീകരണങ്ങളിലും വന്നിരുന്നു. എന്നാൽ *അമ്മ* പൂർണ്ണരൂപത്തിൽ റഷ്യൻ ഭാഷയിൽ പ്രസിദ്ധീകരിക്കപ്പെട്ടത് ഒക്ടോബർ വിപ്ലവത്തിന്റെ വിജയശേഷം 1917 ൽ മാത്രമാണ്. 1913 ൽ തിരികെ എത്തിയ ഗോർക്കി വിപ്ലവ പ്രവർത്തനത്തിൽ ഭാഗഭാക്കായി. *മൈ ചൈൽഡ് ഹുഡ്* (1913 –14), *ഇൻ ദി വേൾഡ്* (1915 –16) *മൈ യൂണിവേഴ്സിറ്റി* (1923) എന്നിവ ആ കാലഘട്ടത്തിൽ രചിച്ചവയാണ്. 1921 –28 വരെ ഇറ്റലിയിൽ താമസിച്ചു.

1907 ൽ അമ്മയുടെ പ്രസിദ്ധീകരണത്തോടെയാണ് ലെനിൻ ഗോർക്കിയെ ശ്രദ്ധിക്കാൻ തുടങ്ങിയത്. ക്രമേണ ഇരുവരും തമ്മിലുള്ള ബന്ധം ഉത്തരോത്തരം വർദ്ധിച്ചു. 1924 ൽ ലെനിന്റെ നിര്യാണം വരെ പരസ്പരം വിമർശിച്ചും സഹകരിച്ചും സ്നേഹിച്ചും വളർന്ന ഈ സൗഹൃദം പിന്നീട് സ്റ്റാലിനുമായി തുടർന്നു.

1930 കളോടെ ഫാസിസവും നാസിസവും ശക്തിയാർജിച്ചു. ഇതോടെ സാംസ്കാരിക പ്രവർത്തനങ്ങളുടെ പ്രസക്തി വർദ്ധിച്ചു. അഖിലലോക അടിസ്ഥാനത്തിൽ തന്നെ ഫാസിസ്റ്റ് വിരുദ്ധ സാംസ്കാരിക നായകരുടെ കൂട്ടായ്മ അനിവാര്യമാണെന്ന അവസ്ഥ വന്നുചേർന്നു. ഇതിനായി പാരീസിൽ വച്ച് ഫാസിസ്റ്റ് വിരുദ്ധ എഴുത്തുകാരുടെ ഒരു സാർവദേശീയ സമ്മേളനം ചേരാൻ പ്രശസ്ത ഫ്രഞ്ച് ദാർശനികനും സാംസ്കാരിക നായകനുമായ റോമാങ് റൊളാങ് (1866–1944) മുൻകൈയെടുത്തു. 1934 ൽ മാക്സിം ഗോർക്കി

പ്രസിഡന്റായി റഷ്യയിൽ സംഘടിപ്പിക്കപ്പെട്ട സോവിയറ്റ് സാഹിത്യ സംഘത്തിനു വേണ്ടി 1935 ൽ നടന്ന പാരീസ് സമ്മേളനത്തിൽ പങ്കെടുക്കാൻ ഗോർക്കി തെരഞ്ഞെടുക്കപ്പെട്ടുവെങ്കിലും അനാരോഗ്യം കാരണം അദ്ദേഹത്തിന് അതിൽ പങ്കെടുക്കാൻ കഴിഞ്ഞില്ല.

പ്രസിദ്ധമായ മറ്റു പല നോവലുകളെയും പോലെ സങ്കീർണ്ണമായ ഇതിവൃത്തം കൊണ്ടോ ദുർഗ്രഹമായ കഥാഗതികൾ കൊണ്ടോ പലതരത്തിൽ വ്യാഖ്യാനിക്കുന്ന കഥാപാത്ര സൃഷ്ടികൊണ്ടോ ഗോർക്കിയുടെ *അമ്മ* ആസ്വാദകരെയോ നിരൂപകരെയോ വട്ടം കറക്കുന്നില്ലെന്ന് പി.ജി പറഞ്ഞു. ലളിതവും ഹൃദയഹാരിയുമായ ഒരു ഭാവഗീതം പോലെ ഏത് വായനക്കാരനെയും ഉത്തേജിപ്പിക്കാൻ ഈ കൃതിക്ക് കഴിയുന്നു. നോവലിലെ കേന്ദ്ര കഥാപാത്രം പാവേൽവ്ളോസോവ് ആണ്. ഈശ്വരഭക്തയും യാഥാസ്ഥിതികയുമായിരുന്ന അമ്മ പിലഗേയനിലോവ്ന ആദ്യമൊക്കെ മകന്റെയും സഖാക്കളുടെയും പ്രവർത്തനങ്ങളിൽ അശ്രദ്ധയും അസംതൃപ്തിയും പ്രകടിപ്പിക്കുകയുണ്ടായി, മകന്റെ നിലപാട് ന്യായയുക്തവും തങ്ങളുടെ ജീവിതാനുഭവവുമായി പൊരുത്തപ്പെടുന്നതുമാണെന്ന് ക്രമേണ ആ അമ്മ മനസ്സിലാക്കിയതോടെ മകന്റെയും കൂട്ടുകാരുടെയും പ്രവർത്തനങ്ങളിൽ സഹകരിക്കുക മാത്രമല്ല അവരുടെ രക്ഷാകർത്താവായി കടുത്ത ത്യാഗങ്ങൾ സഹിക്കാനൊരുമ്പെടുകയും ചെയ്തു.

അക്ഷരാഭ്യാസമില്ലാത്ത തന്റെ അമ്മ ഉൾപ്പെടെ സാധാരണക്കാരായ തൊഴിലാളികൾക്കെല്ലാം അഭിഗമ്യമായ ഭാഷയിലും ശൈലിയിലും ചരിത്രപരമായ ഭൗതികവാദത്തിന്റെ സാരാംശം പാവേൽ പകർന്നു കൊടുക്കുന്നത് പി.ജി. ഉദ്ധരിക്കുന്നുണ്ട്:

> സഖാക്കളെ നമ്മളാണ് ഫാക്ടറികളും ദൈവാലായങ്ങളും പണിയുന്നത്. നമ്മെ പൂട്ടിയിടുന്നതിനുള്ള ചങ്ങലകൾ പണിതു കൊടുക്കുന്നതും നാം തന്നെയാണ്. നമ്മുടെ വിയർപ്പാണ് ജീവിതകാലം മുഴുവൻ എല്ലാവരെയും തീറ്റിപ്പോറ്റുന്നത്. എവിടെയും എല്ലായ്പ്പോഴും ആദ്യം പണിക്കിറങ്ങുന്നതും നമ്മളാണ്. എന്നാൽ ഏറ്റവും ഒടുവിൽ പരിഗണിക്കപ്പെടുന്ന്തും നാം തന്നെ.[25]

ഈ കൃതിയിലൂടെ സാഹിത്യത്തിലെ ഒരു സവിശേഷ പ്രസ്ഥാനമായ സോഷ്യലിസ്റ്റ് റിയലിസത്തിന് ജന്മം നൽകുകയായിരുന്നു ഗോർക്കിയെന്ന് പി.ജി പറഞ്ഞു. 'റിയലിസം അഥവാ യഥാർത്ഥ പ്രസ്ഥാനം' പരുപരുത്ത ജീവിത യാഥാർത്ഥ്യങ്ങളെ അവതരിപ്പിച്ച് വായനക്കാരെ നിലവിലുള്ള സാമൂഹ്യ വ്യവസ്ഥക്കെതിരെ പടപൊരുതാൻ സജ്ജരാക്കുമ്പോൾ സോഷ്യലിസ്റ്റ് റിയലിസം അവർക്ക് പടപൊരുതേണ്ട രീതികൂടി കാട്ടിക്കൊടുത്ത് അവരെ ഉൽബുദ്ധരാക്കുന്നുവെന്ന് പി.ജി. ചൂണ്ടിക്കാണിച്ചു. സോഷ്യലിസ്റ്റ് റിയലിസം ഗോർക്കിയുടെ നേതൃത്വത്തിൽ രൂപംകൊണ്ട സോവിയറ്റ് റൈറ്റേഴ്സ് കോൺഗ്രസ്സിന്റെ ആദർശമായിരുന്നു. മറ്റെല്ലാ നല്ല പ്രസ്ഥാനങ്ങൾക്കുമെന്ന പോലെ സോഷ്യലിസ്റ്റ് റിയലിസത്തിലും അപചയം സംഭവിച്ചിട്ടുണ്ടെന്ന് പി.ജി. മനസ്സിലാക്കുന്നു. എന്നാൽ അതിന്റെ യുക്തിഭദ്രതയോ സാമൂഹ്യപ്രസക്തിയോ ചോദ്യം ചെയ്യാനുള്ളതല്ലെന്ന് അദ്ദേഹം നിരീക്ഷിക്കുന്നു. തകഴിയുടെ *രണ്ടിടങ്ങഴിയും* പി. ഭാസ്കരന്റെ *വയലാർ ഗർജ്ജി*

*ക്കുന്നു* എന്ന കവിതയും തോപ്പിൽ ഭാസിയുടെ *നിങ്ങളെന്നെ കമ്യൂണിസ്റ്റാക്കി* എന്ന നാടകവും വൈലോപ്പിള്ളിയുടെ *പന്തങ്ങൾ* എന്ന കവിതയും കുമാരനാശാന്റെ *ദുരവസ്ഥ*യും ഇടശ്ശേരിയുടെ *ചകിരിക്കുഴി, പണിമുടക്കം* എന്നിവയും ചെറുകാടിന്റെ *മുത്തശ്ശിയും* മറ്റുമൊക്കെ സോഷ്യലിസ്റ്റ് റിയലിസ്റ്റ് പ്രസ്ഥാനത്തിന്റെ പല തലങ്ങളിൽ ശോഭിക്കുന്ന കൃതികളാണെന്ന് പി.ജി. പറഞ്ഞു. അസ്വാഭാവികമായ പാത്രസൃഷ്ടി കൊണ്ടോ അവിശ്വാസ്യമായ ഇതിവൃത്തഘടന കൊണ്ടോ കഥാഗതിയിൽ നിന്നോ കവിതാ പ്രഭാവത്തിൽ നിന്നോ സ്വയമേവ ഉരുത്തിരിയാത്ത ആദർശങ്ങൾ കഥാകൃത്തിന്റെ വകയായി കൃത്രിമമായി കൂട്ടിച്ചേർക്കുന്നതുകൊണ്ടോ സോഷ്യലിസ്റ്റ് റിയലിസ്റ്റ് പ്രയോഗം യാഥാർഥ്യമാകുകയില്ല. സോഷ്യലിസ്റ്റ് റിയലിസത്തിന് ദുഷ്പേര് വരുത്തിയത് അത്തരം അപക്വമായ സൃഷ്ടികളാണ്.

എല്ലാ ഉത്തമ സാഹിത്യ സൃഷ്ടികളും അവയുടെ ബാഹ്യരൂപവും ഇതിവൃത്തവും എന്തുതന്നെ ആയിരുന്നാലും നിലവിലുള്ള സാമൂഹ്യ വ്യവസ്ഥയെയും മൂല്യബോധത്തേയും ഒരു ചുവടു കൂടിയാണെങ്കിലും മുന്നോട്ടു കൊണ്ടുപോകാൻ ഉതകുംവിധം പ്രത്യക്ഷമോ പരോക്ഷമോ ആയ വിമർശന ഘടകങ്ങളടങ്ങുന്നവയാണെന്ന് പി.ജി. പറഞ്ഞു. ഗോർക്കിയുടെ കൃതികളും അതിൽ നിന്ന് വ്യത്യസ്തമല്ല. ഈ സാഹിത്യ കലാസിദ്ധാന്തം സോഷ്യലിസ്റ്റ് റിയലിസം നിഷേധിക്കുകയല്ല, മറിച്ച് സമർത്ഥിക്കുകയാണ് ചെയ്യുന്നത്. തന്റെ കൃതികളും കൃത്യങ്ങളും ജീവിതവും കൊണ്ട് മാക്സിം ഗോർക്കി ആവിഷ്കരിക്കുകയും സമർത്ഥിക്കുകയും ചെയ്ത ഈ സാംസ്കാരിക പ്രയോഗം നെടുനാൾ ലോകത്തിന് വഴികാട്ടിയായിരിക്കുമെന്നു പറഞ്ഞ പി. ജി. ആ കർത്തവ്യ നിർവഹണത്തിന്റെ വെന്നിക്കൊടിയാണ് അദ്ദേഹത്തിന്റെ കൃതിയായ *അമ്മ* എന്ന് വ്യക്തമാക്കി.[26]

ഏതായാലും സോഷ്യലിസ്റ്റ് റിയലിസത്തിന്റെ പ്രഥമോപഹാരമായി പരിഗണിക്കപ്പെടുന്ന മാക്സിം ഗോർക്കിയുടെ *അമ്മ* ഈ വൈകല്യങ്ങളിൽ നിന്നെല്ലാം വിമുക്തമായി കാലാതിവർത്തിയായി സഹൃദയരെ ആകർഷിക്കുന്നു. കലയും സാഹിത്യവും കാലത്തിന്റെ പ്രതിഫലനവും പുനഃസൃഷ്ടിയുമാണെങ്കിലും അത് ഉത്തമ കലാകോടിയിൽ പെടണമെങ്കിൽ ആ കൃതിക്ക് ജന്മം നൽകിയ കാലവും വ്യവസ്ഥയും മാറിയാലും അതിന്റെ ആസ്വാദനക്ഷമത തുടർന്നും നിലനിൽക്കും. അല്പമൊരാശ്ചര്യത്തോടെ എന്തുകൊണ്ടീ പ്രതിഭാസം എന്ന് ചോദിച്ചുകൊണ്ട് കാൾ മാർക്സ് തന്നെ ഈ കാര്യം ചൂണ്ടിക്കാട്ടിയിട്ടുണ്ട്. സുമാർ 3000 വർഷം മുമ്പ് നിലനിന്ന പ്രാചീന ഗ്രീസിലെ സാമൂഹ്യവ്യവസ്ഥ നമ്മുടെ ഭാവനയ്ക്ക് പോലും എത്തിപ്പിടിക്കാൻ കഴിയാത്തവണ്ണം മാറിമറിഞ്ഞിട്ടും ആ സാമൂഹ്യ വ്യവസ്ഥയെ പ്രതിഫലിപ്പിക്കുന്ന മഹാകവി ഹോമറുടെ *ഇലിയഡും ഒഡീസിയും* എന്തുകൊണ്ടാണ് നമ്മെ ഇപ്പോഴും ആകർഷിക്കുന്നുവെന്ന ചോദ്യം മാർക്സ് ഉയർത്തിയിട്ടുണ്ട്. അതിനുള്ള മറുപടി എന്തായാലും അത് മഹത്തായ കലാസൃഷ്ടികളുടെ കാലാതിവർത്തി സ്വഭാവത്തിന്റെ തെളിവാണ്. അതുപോലെ മാക്സിം ഗോർക്കിയുടെ *അമ്മ*യും ലോകമാകെ സോഷ്യലിസം വിജയിച്ചുകഴിഞ്ഞ ശേഷവും ഹൃദയാഹ്ലാദകാരിയായി തുടരുന്നുവെന്നതിൽ സംശയിക്കേണ്ടതില്ല.[27]

കൃതഹസ്തനായ എഴുത്തുകാരനും ധീരനായ വിപ്ലവകാരിയുമായ ഗോർക്കി *അമ്മ* (Mother)എന്ന കൃതിക്ക് പുറമെ പല പേരുകേട്ട ആഖ്യാ

യികകളും എഴുതിയിട്ടുണ്ട്. *ഫോമാ ഹോർഡേയ്വ്* (1899), *ദീത്രി* (1900) ആർത്മണോഫ് (1925) എന്നിവ അവയിൽപ്പെടുന്നു. എന്നാൽ ഗോർക്കി വെറും ആഖ്യായികകാരൻ മാത്രമായിരുന്നില്ല. നാടകം, ചെറുകഥ, കവിത ആത്മകഥ, നിരൂപണം, ദർശനം മുതലായ മേഖലകളിലെല്ലാം അവിസ്മരണീയമായ സംഭാവനകൾ നൽകി വിപ്ലവ സാഹിത്യത്തെ സമ്പന്നമാക്കിയ വ്യക്തിയാണ് ഗോർക്കി.

വിശ്വസാഹിത്യകാരന്മാരെക്കൊണ്ട് നിറഞ്ഞതായിരുന്നു വിപ്ലവത്തിന് മുമ്പുള്ള റഷ്യ. ആധുനിക റഷ്യൻ സാഹിത്യത്തിന്റെ പിതാവും കവിയും കഥാകൃത്തുമായിരുന്ന അലക്സാണ്ടർ പുഷ്കിൻ(1799–1837), ലിയോ ടോൾസ്റ്റോയി(1828–1910), ഫെദോർ ദസ്തേയ്വ്സ്കി(1821–1881), ഇവാൻ തുർഗനേവ്(1818–1883), നിക്കോളായ് ഗോഗോൾ (1809–1852), ആന്റൺ ചെക്കോവ്(1860–1904) തുടങ്ങിയവരൊക്കെ അതിൽപെടുന്നു. ഇവരെല്ലാം ഒന്നുകിൽ ബോധപൂർവ്വം അല്ലെങ്കിൽ പ്രതിഭാവിലാസത്താൽ യാഥാർത്ഥ്യങ്ങൾ അബോധപൂർവ്വമാണെങ്കിലും ആവിഷ്കരിക്കാൻ കഴിവുള്ള വിപ്ലവകാരികളായിരുന്നുവെന്ന് വി.ഐ. ലെനിനും മറ്റും സമർത്ഥിച്ചിട്ടുള്ള കാര്യം പി.ജി. എടുത്തു പറയുന്നു. ഉദാഹരണമായി രാഷ്ട്രീയത്തിൽ ഒരു യാഥാസ്ഥിതിക ഫ്യൂഡൽ മനഃസ്ഥിതിക്കാരനായിരുന്നു ടോൾസ്റ്റോയിയെങ്കിലും അദ്ദേഹത്തിന്റെ *യുദ്ധവും സമാധാനവും, അന്ന കരിനീന, ഉയർത്തെഴുന്നേൽപ്പ്* തുടങ്ങിയ കൃതികളെ ലെനിൻ വിശേഷിപ്പിച്ചത് 'വിപ്ലവത്തിന്റെ കണ്ണാടി' എന്നാണ്. മേൽപറഞ്ഞ മിക്ക സാഹിത്യകാരന്മാരുടെയും കൃതികൾ മലയാളത്തിൽ ലഭ്യമാണ്. ഈ ഉത്തമ സാഹിത്യ സൃഷ്ടിയുടെ പാരമ്പര്യം ഉൾക്കൊണ്ടുകൊണ്ട് പ്രത്യയശാസ്ത്രത്തിനും ശില്പചാതുരിയിലും അവയെയെല്ലാം പിൻതള്ളി മുൻനിരയിലെത്താൻ കഴിഞ്ഞതാണ് മാക്സിം ഗോർക്കിയുടെ ചരിത്ര വിജയമെന്ന് പി.ജി വിലയിരുത്തി.[28]

മേൽപ്പറഞ്ഞ പുഷ്കിൻ മുതൽ ടോൾസ്റ്റോയി വരെയുള്ള ഗോർക്കിയുടെ മുൻഗാമികളുടെ ഭാവനാശക്തിയും രചനാ ചാതുരിയും മാനവികതയും ഗോർക്കിയുടെ കൃതികളിൽ അല്പം പോലും കുറയാതെ തന്നെ തിളങ്ങി നിന്നിരുന്നു എന്നതിനു പുറമെ അവരിൽ പലർക്കും അവകാശപ്പെടാൻ കഴിയാത്ത 'പ്രത്യയശാസ്ത്രപ്രതിബദ്ധത' ഗോർക്കിയെ ഒരു പടികൂടി മുന്നിൽ നിർത്തിയെന്ന് പി.ജി. കണ്ടു. 'വിപ്ലവത്തിന്റെ കണ്ണാടി'യായി ടോൾസ്റ്റോയിയുടെ കൃതികൾ പ്രശോഭിച്ചെങ്കിലും അദ്ദേഹത്തിന്റെ ആത്മനിഷ്ഠമായ മതവിശ്വാസങ്ങളും വർഗപക്ഷപാതങ്ങളും വിപ്ലവപ്രസ്ഥാനവുമായി പൊരുത്തപ്പെടുന്നതായിരുന്നില്ല. അലക്സാണ്ടർ പുഷ്കിന്റെ രാഷ്ട്രീയ വിശ്വാസങ്ങൾ സ്വേച്ഛാധിപത്യ വിരുദ്ധമായിരുന്നെങ്കിലും അദ്ദേഹത്തിന്റെ കാലത്ത് നടന്ന സ്വേച്ഛാധിപത്യ വിരുദ്ധ സംഘട്ടനം പരാജയപ്പെട്ടതോടെ അദ്ദേഹം പതറിപ്പോയി. അന്നത്തെ റഷ്യൻ സമൂഹത്തിന്റെ നിശിത വിമർശകനായിരുന്ന ദസ്തയേവ്സ്കി തന്റെ ഗംഭീരം എന്ന് വിശേഷിപ്പിക്കാവുന്ന ആഖ്യായികകളിലും മറ്റും വിപ്ലവ പ്രസ്ഥാനത്തിന്റെ വികാരവുമായി അലിഞ്ഞുചേരാൻ കഴിയാതെ ചിലപ്പോൾ അതിനെ പരിഹസിക്കുക കൂടി ചെയ്തിരുന്നു. ഭൂതാവിഷ്ടർ (The Posessed) എന്ന അദ്ദേഹത്തിന്റെ കൃതി വിപ്ലവകാരികളുടെ പ്രത്യയശാസ്ത്ര പ്രതിബദ്ധതയെ പരിഹസിക്കുന്നതാണ്. എന്നാൽ വിപ്ലവകാരികളായ എഴുത്തുകാരുടെ ചില കൃതികൾ പരിശോധിച്ചാൽ വിപ്ലവ വിരുദ്ധ വികാരങ്ങൾ കൊണ്ട് അവ വികലമായിത്തീർന്നിരിക്കുന്നതു കാണാം.

അതുപോലെ യാഥാസ്ഥിതികരായ ചില എഴുത്തുകാർ അവരുടെ സർഗ പ്രതിഭയുടെ മേന്മമൂലം യാഥാർത്ഥ്യത്തെ സ്വാംശീകരിച്ച് വസ്തുനിഷ്ഠമായി വിപ്ലവ കൃതികൾ എഴുതുന്നതും അപൂർവമല്ലെന്നു പി.ജി പറഞ്ഞു. യാഥാസ്ഥിതികനും രാജപക്ഷപാതിയുമായിരുന്ന കോണോർഡി ബാൽസാക്കിന്റെ ഉദാഹരണമുദ്ധരിച്ച് മാർക്സും ഏംഗൽസും ഇക്കാര്യം സമർത്ഥിച്ചിട്ടുള്ളത് പി.ജി. എടുത്തു പറയുന്നു.

ഇപ്രകാരം ഒരു ദ്വിത്വം അദ്ദേഹത്തിന്റെ വ്യക്തിത്വത്തെ വികലമാക്കിയില്ല എന്നതാണ് മാക്സിം ഗോർക്കിയുടെ അനന്യസാധാരണമായ മഹത്വത്തിന്റെ അടിത്തറയെന്ന് പി.ജി കണ്ടു. തൊഴിലാളി വർഗ്ഗ വിപ്ലവ സിദ്ധാന്തമായ മാർക്സിസത്തിൽ ഉപസ്ഥിതി നേടുകയും തന്റെ സാഹിത്യ സിദ്ധാന്തങ്ങളുമായി മാത്രമല്ല പ്രയോഗവുമായി കൂടി അതിനെ സമന്വയിപ്പിക്കുകയും ചെയ്ത ഉദ്ഗ്രഥിത സംസ്കാരമായിരുന്നു ഗോർക്കിയുടേതെന്ന് പി.ജി നിരീക്ഷിച്ചു.[29]

## 5. അൽബേർ കാമു (1913–1960)

ഫ്രഞ്ച് സാഹിത്യകാരൻ അൽബേർ കാമു (1913 – 1960) ഒരു വിഭാഗം മലയാള എഴുത്തുകാരുടെ ഇടയിൽ ഫാഷനായി മാറി. കാമുവിനെക്കുറിച്ച് ലേഖനങ്ങളും മറ്റും എഴുതുന്നതിൽ മുൻപന്തിയിൽ നിന്നത് ആധുനികരെന്നോ അത്യന്താധുനികരെന്നോ സ്വയം വിളിക്കുന്നതിൽ താല്പര്യം കാട്ടിയവരാണെങ്കിലും പഴമക്കാരും മതവാദികളും പുറകോട്ടായിരുന്നില്ല. പഠിച്ചെഴുതുന്നവർ പോലും കാമുവിനെക്കുറിച്ചുള്ള സാധാരണ വസ്തുതകൾ തന്നെ മനസ്സിലാക്കാൻ മിനക്കെടാതെ സൈദ്ധാന്തിക രേഖകൾ പടച്ചുവിട്ടത് പി.ജി.യെ അൽഭുതപ്പെടുത്തി. ചില ഉദാഹരണങ്ങൾ പി.ജി. ചൂണ്ടിക്കാട്ടി. അറിയപ്പെടുന്ന ഒരു പണ്ഡിതൻ കാമുവിന്റെ അമ്മ ഒരധ്യാപികയാണെന്ന് എഴുതി വിടുകയുണ്ടായി. യഥാർത്ഥത്തിൽ അക്ഷരാഭ്യാസമില്ലാത്ത ഒരടിച്ചുതളിക്കാരിയായിരുന്നു അവർ. അച്ഛൻ കൃഷിക്കാരനാണെന്നെഴുതി. യഥാർത്ഥത്തിൽ മദ്യ വ്യാപാരത്തിൽ ഒരു കലവറ സൂക്ഷിപ്പുകാരനായിരുന്നു അച്ഛൻ. കാമു മരിച്ചത് കാറപകടത്തിൽപ്പെട്ട് 1960 ജനുവരിയിലായിരുന്നു. എന്നാൽ കാമുവിന്റെ നോവലായ *പ്ലേഗിന്റെ* മലയാള തർജമയുടെ അവതാരകൻ 1958 ൽ തന്നെ അദ്ദേഹത്തെ വധിച്ചു. ഇതുപോലെ നിരവധി ഉദാഹരണങ്ങളുണ്ട്. അതൊന്നും അത്ര പ്രാധാന്യമില്ലാത്ത നോട്ടപ്പിശകുകളാണെന്ന് കരുതാമെങ്കിലും രാഷ്ട്രീയവും സാമൂഹ്യവുമായ പ്രശ്നങ്ങളെക്കുറിച്ച് അന്ത്യനിമിഷംവരെ എഴുതിത്തള്ളുകയും പ്രവർത്തിക്കുകയും ചെയ്ത കാമുവിന്റെ ആവക അഭിപ്രായങ്ങളെപ്പറ്റി അസംബന്ധങ്ങൾ അധികം പ്രചരിപ്പിക്കപ്പെട്ടത് പി.ജി.യെ അസ്വസ്ഥനാക്കി. അതേത്തുടർന്ന് കാമുവിനെക്കുറിച്ച് ശരിയായ ഒരു വിവരണം നൽകാൻ പി.ജി. തീരുമാനിച്ചു. അതാണ് *അൽബേർകാമു: വെള്ളക്കാരന്റെ മനഃസാക്ഷി* എന്ന ലേഖനം.[30]

1913 ൽ ആഫ്രിക്കയിലെ ഫ്രഞ്ച് കോളനിയായിരുന്ന അൾജീരിയായിൽ ജനിച്ച കാമു 30 വയസ്സുവരെ അവിടെത്തന്നെ കഴിഞ്ഞു. അൾജീരിയൻ സ്വാതന്ത്ര്യത്തിനു വേണ്ടിയും മർദിതരായ അൾജീരിയക്കാരുടെ ഉന്നമനത്തിനു വേണ്ടിയും കാമു വീറോടെ വാദിച്ചുപോന്നു എന്നതാണ് മേൽ മറഞ്ഞ തെറ്റിദ്ധാരണകളിൽ പ്രധാനം. രണ്ടാംലോക മഹായുദ്ധത്തിനു മുമ്പ് മുപ്പത് വയസ് പൂർത്തിയാകാതിരുന്ന കാമു കമ്യൂണിസ്റ്റു പ്രസ്ഥാനവുമായി

നേരിയതോതിൽ ബന്ധപ്പെട്ടിരുന്നകാലത്ത് അൾജീരിയായിലെ 'കബൈലി' പ്രദേശത്തെ പാവപ്പെട്ട മുസ്ലീം കൃഷിക്കാരുടെ ദുരിതങ്ങളെക്കുറിച്ച് ഏതാനും ലേഖനങ്ങളെഴുതിയിട്ടുണ്ട് എന്നതൊഴിച്ചാൽ പിന്നീടദ്ദേഹം ചെയ്തതും എഴുതിയതുമെല്ലാം അൾജീരിയൻ വിമോചന പ്രസ്ഥാനത്തിനെതിരായിട്ടായിരുന്നു എന്നതാണ് വസ്തുതയെന്ന് പി.ജി ചൂണ്ടിക്കാണിച്ചു.[31]

1957 കാമുവിന് നൊബേൽസമ്മാനം നൽകിയ സ്വീഡിഷ് അക്കാദമി വെള്ളക്കാരന്റെ വീക്ഷണത്തിന്റെ രത്നച്ചുരുക്കം അവരുടെ 'സൈറ്റേഷനിൽ' എഴുതിച്ചേർത്തിരുന്നത് പി.ജി ഉദ്ധരിക്കുന്നുണ്ട്. "നമ്മുടെ കാലഘട്ടത്തിലെ മാനവ മനഃസാക്ഷിയുടെ പ്രശ്നങ്ങളിൽ വെളിച്ചം വീശി"യതിനാണത്രേ കാമുവിന് സ്വീഡിഷ് അക്കാദമി നൊബേൽ സമ്മാനം നൽകിയത്. സ്വീഡിഷ് അക്കാദമിയുടെ മാനവലോകം വിജിഗീഷുക്കളായ വെള്ളക്കാരുടെ സങ്കുചിതലോകം മാത്രമാണെന്ന് പി.ജി ആക്ഷേപിച്ചു.

അൽബേർ കാമുവിന്റെ വൈകാരിക ലോകം യൂറോപ്പിലായാലും ആയുധശക്തിയും വഞ്ചനയും കൊണ്ട് അവർ ആധിപത്യം സ്ഥാപിച്ച ആഫ്രിക്കയിലായാലും വെള്ളക്കാരുടേത് മാത്രമായിരുന്നു. അക്കാലത്ത് അൾജീരിയയിൽ അവിഹിതമായി ആധിപത്യം പുലർത്തിപ്പോന്ന ന്യൂനപക്ഷം ഫ്രഞ്ചു വെള്ളക്കാരെയല്ലാതെ ഭൂരിപക്ഷക്കാരായ അറബികളെ അനുഭാവപൂർവം മനസിലാക്കാൻ പോലും കാമുവിന് കഴിഞ്ഞില്ല. അൾജീരിയ പശ്ചാത്തലമാക്കി കാമു രചിച്ച *അന്യൻ* (Outsider) *പ്ലേഗ്* എന്നീ നോവലുകളും *നാടുകടത്തലും രാജകീയ രാഷ്ട്രവും* (Exile and the Kingdom) എന്ന സമാഹാരത്തിലെ കഥകളും പരിശോധിച്ചാൽ ഇക്കാര്യം ബോധ്യപ്പെടുമെന്ന് പി.ജി. പറഞ്ഞു. അദ്ദേഹത്തിന്റെ മൂന്നാമത്തെയും അവസാനത്തേതുമായ നോവലായ *പതനം* യൂറോപ്യൻ നഗരമായ ആംസ്റ്റർഡാമിന്റെ പശ്ചാത്തലത്തിലുള്ളതാണ്. അതിനാൽ തൽക്കാലം വിടാം. ഇവയല്ലാതെ കാമു എഴുതിയിട്ടുള്ളത് നാടകങ്ങൾ മാത്രമാണ്. അൾജീരിയ പശ്ചാത്തലമാക്കിയല്ല അവയൊന്നും എഴുതിയിട്ടുള്ളത്.

കാമുവിന്റെ ഏറ്റവും പേരെടുത്ത കൃതി 1942 ൽ പ്രസിദ്ധീകരിച്ച *അന്യൻ* ആണ്. കാമുവിന്റെ പിൻമുറക്കാർ ഏറ്റെടുത്ത് പ്രാധാന്യം നൽകിയ *പൊരുത്തക്കേട്* അഥവാ *അസംബന്ധം* (Absurd), വിരുദ്ധനായകൻ (Anti Hero), മുതലായ സങ്കല്പങ്ങളുടെയെല്ലാം തുടക്കം *അന്യനി*ലാണെന്ന് പി.ജി നിരീക്ഷിച്ചു.

ഇതിലെ പ്രസിദ്ധനായ നായകൻ അഥവാ വിരുദ്ധ നായകൻ മെഴ്സോവ് ആണ്. മെഴ്സോവ് വെറും സാധാരണ ഒരു കഥാപാത്രമല്ല. കാമുവിന്റെ ആദർശങ്ങളുടെയും സ്വഭാവത്തിന്റെയും ഒരു മൂർത്തീകരണമെന്ന നിലയിലാണ് മെഴ്സോവിന്റെ സൃഷ്ടിയെന്ന് ഉദാഹരണങ്ങൾ സഹിതം പി.ജി. വ്യക്തമാക്കി.

സ്വന്തം ജീവൻ രക്ഷിക്കാൻ പോലും അസത്യം പറയാത്ത ലോലഹൃദയനും സത്യനിഷ്ഠനുമായിരുന്നു മെഴ്സോവ്. അങ്ങനെയുള്ള മെഴ്സോവിന് പൊലീസ് സ്റ്റേഷനിൽ പോയി നിരപരാധിയായ ഒരു അറബിബാലികയ്ക്കെതിരെ ഒരു ഫ്രഞ്ച് തെമ്മാടിക്കു വേണ്ടി കള്ള സാക്ഷി പറയാൻ യാതൊരു മനഃസാക്ഷിക്കുത്തുമുണ്ടായില്ല. ബാലികയെ രക്ഷിക്കാൻ പൊലീസിനെ വിളിക്കാൻ 'പൊലീസിനോടുള്ള വെറുപ്പ്' മൂലം പോകാതിരുന്ന മെഴ്സോവ്

അവളുടെ മർദകനെ രക്ഷിക്കാൻ പൊലീസിനെ അന്വേഷിച്ചു ചെന്ന് കള്ളം പറഞ്ഞ കാര്യം പി.ജി ചൂണ്ടിക്കാണിക്കുന്നു.

അറബി ബാലികയുടെ പേര് കാമു വെളിപ്പെടുത്തുന്നില്ല. അത് ആകസ്മികമായി സംഭവിച്ചതല്ല, മറ്ററബികൾക്കും പേരൊന്നുമില്ല. അവരുടെ സ്വഭാവമോ വ്യക്തിത്വമോ കാമു വിശദമാക്കുന്നില്ല, ഇതിനൊക്കെ കാരണം, ഗ്രന്ഥകാരനെ സംബന്ധിച്ചിടത്തോളം അവർ മനുഷ്യരല്ല. പഴയ യവന റോമാ സാമ്രാജ്യങ്ങളിൽ അടിമകളെപ്പറ്റി പറഞ്ഞിരുന്നതുപോലെ ഒരുതരം 'സംസാരിക്കുന്ന ഉപകരണങ്ങൾ' (Talking Tools) മാത്രമാണവർ. ബാലികയെ മുറാളനായ റയ്മണ്ട് കഠിനമായി തല്ലുമ്പോൾ മേരിക്കൽപ്പം അലിവു തോന്നിയെങ്കിലും മെഴ്സോവോ ഗ്രന്ഥകാരനോ അലിഞ്ഞില്ലെന്ന് പി.ജി. വ്യക്തമാക്കി. അറബിയെ മെഴ്സോവ് വെടിവച്ചത് കാര്യമായ പ്രകോപനമൊന്നും കൂടാതെ അലസമട്ടിൽ വല്ല ജന്തുക്കളെയും കൊന്നു രസിക്കുന്നതുപോലെയാണെന്ന് പി.ജി ചൂണ്ടിക്കാട്ടി. റയ്മണ്ടിന്റെ തോക്ക് തന്റെ കയ്യിലേക്ക് തന്നപ്പോൾ മെഴ്സോവിനു തോന്നിയത് പി.ജി. ഉദ്ധരിച്ചു: "അപ്പോൾ എന്റെ മനസ്സിലൂടെ ഇങ്ങനെ ഒരു വിചാരം കടന്നു പോയി – വെടിവെക്കാം. അല്ലെങ്കിൽ വെടിവെക്കണ്ട. രണ്ടും തികച്ചും ഒരുപോലെ തന്നെ. അധമനും അന്യനുമായ അറബിയെ കൊന്നാലെന്ത്, വിട്ടാലെന്ത്?"

കാമു ഇതെല്ലാം ബോധപൂർവം ചെയ്തതാവണമെന്നില്ലെന്ന് പി.ജി പറഞ്ഞു. ഒരുപക്ഷേ, ഉപബോധ മന:സ്ഥിതി തന്നെ അറബികളോട് കയ്യേറ്റക്കാരായ വെള്ളക്കാർക്കുള്ള വിരോധത്തിന്റെയും അറപ്പിന്റെയും അപരിഹാര്യമായ വേർതിരിവിന്റെയും ഫലം കൊണ്ടായിരിക്കാം. അതാണ് സ്ഥിതിയെങ്കിൽ നമ്മുടെ അടിസ്ഥാനാരോപണത്തിന്റെ ശക്തി വർദ്ധിക്കുകയാണെന്ന് പി.ജി. പറഞ്ഞു.

*അന്യൻ* എന്ന നോവലിനേക്കാൾ പ്രത്യക്ഷമായിട്ടും പരുക്കനായിട്ടുമാണ് ഈ വിചിത്ര സ്വഭാവം കാമു തന്റെ അടുത്ത പ്രധാനപ്പെട്ട നോവലായ *പ്ലേഗിൽ* വിവരിച്ചിരിക്കുന്നത്.

1942 ലെ *അന്യനിൽ* മൂകരും മൃഗതുല്യരും നിർമുഖരും ദുർമുഖരും ചൈതന്യ ശൂന്യരും പേരില്ലാത്തവരുമായ അറബികളെങ്കിലുമുണ്ടായിരുന്നെങ്കിൽ 1947 ലെ *പ്ലേഗി*ലെത്തിയപ്പോൾ അവരും പോയി മറഞ്ഞതാണ് നമുക്ക് കാണാനായത്.

കാമുവിന്റെ *നാടുകടത്തലും രാജകീയരാഷ്ട്രവും* എന്ന സമാഹാരത്തിലുള്ളത് 1952 നും 1954 നും ഇടയ്ക്കെഴുതിയ ആറു ചെറുകഥകളാണ്. അൾജീരിയയാണ് അതിൽ നാല് കഥകളുടെ രംഗം. അവയിലെ കഥാപാത്രങ്ങളായ അറബികൾ വെറും പേരും വ്യക്തിത്വവുമില്ലാത്തവരാണ്. ഫ്രഞ്ച് കഥാപാത്രങ്ങൾക്ക് ഇവരെക്കാൾ സംസ്കാരവും മാന്യതയും വ്യക്തിത്വവുമൊക്കെയുണ്ട്. "പ്രബുദ്ധരും സംസ്കാര സമ്പന്നന്മാരുമായ ഫ്രഞ്ചുകാർ ഊഷരമായ അൾജീരിയൻ പ്രദേശത്ത് പാർക്കാനും പണിയെടുക്കാനും നിർബന്ധിക്കപ്പെട്ടു. അതുകൊണ്ട് മരുഭൂമി പോലെതന്നെ നിർജീവവും വിരസവുമായ അറബിലോകത്തെയാകെ സംശയിക്കേണ്ടിയിരിക്കുന്നു. ഇതാണ് പൊതുവെയുള്ള അടിയൊഴുക്ക്."

അൽബേർ കാമുവിന്റെ സാഹിത്യകൃതികളിൽ പ്രകടമാകുന്ന ഈ മനോഭാവത്തിന്റെ അർത്ഥം പൂർണമായും മനസ്സിലാക്കണമെങ്കിൽ അദ്ദേഹം അൾജീരിയൻ സ്വാതന്ത്ര്യപ്രസ്ഥാനത്തോടനുവർത്തിച്ച ശത്രുതാ മനോഭാവം

കൂടി മനസ്സിലാക്കണമെന്ന് പി.ജി. പറഞ്ഞു. അക്കാലത്ത് ലോകത്തെ പുളകം കൊള്ളിച്ചതായിരുന്നു 1954 മുതൽ 1962 വരെ നടന്ന അൾജീരിയൻ സായുധ സ്വാതന്ത്ര്യ സമരം. ഫ്രഞ്ചുകാർ ഈ സമരത്തെ നിഷ്കരുണം അടിച്ചമർത്താൻ ശ്രമിച്ചു.

ഇക്കാലത്ത് ഫ്രഞ്ച് കിരാതവാഴ്ചയെ അധിക്ഷേപിക്കാത്ത ഫ്രാൻസിലെ ഏക ബുദ്ധിജീവി ഒരുപക്ഷേ, കാമുവായിരിക്കുമെന്ന് പി.ജി ചൂണ്ടിക്കാണിച്ചു. ഫ്രാൻസിനെ ഹിറ്റ്ലർ വാഴ്ചയിൽ നിന്ന് മോചിപ്പിക്കാൻ ചെറുത്തുനിൽപ് പ്രസ്ഥാനത്തിൽ പങ്കെടുക്കുകയും *കംബാറ്റ്* (പോരാട്ടം) എന്ന നിയമവിരുദ്ധ വാർത്താ പത്രിക നടത്തുകയും ചെയ്ത കാമു അൾജീരിയൻ സ്വാതന്ത്ര്യ സമരത്തെ അനുകൂലിക്കുകയുണ്ടായില്ല. വെള്ളക്കാരനല്ലേ സ്വാതന്ത്ര്യം വേണ്ടത്, അറബിക്ക് എന്തിന് സ്വാതന്ത്ര്യം എന്നതായിരുന്നു അദ്ദേഹത്തിന്റെ ചിന്താഗതി.

1956-ൽ ഹംഗറിയിലെ പ്രതിവിപ്ലവത്തെ സോവിയറ്റ് സൈന്യത്തിന്റെ സഹായത്തോടെ അടിച്ചമർത്തിയതിൽ മനുഷ്യ സ്വാതന്ത്ര്യ നിഷേധം കണ്ട കാമു അൾജീരിയയിലെ ഫ്രഞ്ച് കിരാതത്വം ക്ഷന്തവ്യമായി പരിഗണിച്ച് കിരാത വാഴ്ചയുടെ ഊക്ക് അൽപ്പമൊന്ന് കുറച്ചാൽ തരക്കേടില്ലെന്ന് ഭരണക്കാരെ ഉപദേശിച്ചില്ല. സോവിയറ്റ് യൂണിയനിൽ വ്യക്തി സ്വാതന്ത്ര്യമില്ലെന്ന് പറഞ്ഞുകൊണ്ട് കമ്യൂണിസ്റ്റ് വിരുദ്ധ പ്രചാരണം തൊഴിലായി കൊണ്ടുനടന്ന കാമു അൾജീരിയയിലെ നിരായുധ ഗ്രാമങ്ങൾ ഫ്രഞ്ചുകാർ ബോംബെറിഞ്ഞ് തകർക്കുകയും ടാങ്കുകളയച്ച് നിരത്തുകയും ചെയ്തപ്പോൾ നിശ്ശബ്ദത അവലംബിച്ചു. കമ്യൂണിസ്റ്റ് വിപ്ലവങ്ങളിലെ ബലപ്രയോഗത്തെ അഹിംസയുടെ പേരിൽ *കലാപം* എന്ന ദാർശനിക ഗ്രന്ഥത്തിൽ നഖശിഖാന്തം വിമർശിച്ച കാമു ഒരുവേളയിലും പ്രതിവിപ്ലവ ഹിംസയോ സാമ്രാജ്യത്വ ഹിംസയോ അധിക്ഷേപിച്ചില്ല. 1956 ൽ സൂയസ് കനാൽ പ്രശ്നത്തിൽ ഈജിപ്തിനെതിരായി തന്റെ നാടായ ഫ്രാൻസും ഇംഗ്ലണ്ടും കടന്നാക്രമണം നടത്തിയപ്പോൾ അതിനെ അഹിംസയുടെ പേരിൽ അധിക്ഷേപിക്കാൻ കാമു തയ്യാറായില്ല. അൾജീരിയൻ വിപ്ലവകാരികൾക്ക് ഗാന്ധിസം ഉപദേശിച്ച കാമു തന്റെ നാടിന്റെ ഭരണാധികാരികൾക്ക് അത് ഉപദേശിച്ചുകൊടുക്കാൻ പോയില്ല. കാമു ഹിംസ കണ്ടെത്തിയത് ആക്രമണം നിർത്തിയില്ലെങ്കിൽ തിരിച്ചടിക്കുമെന്ന് പ്രസ്താവിച്ച സോവിയറ്റ് നേതാക്കളുടെ പ്രസ്താവനയിലാണെന്ന് പി.ജി. പറഞ്ഞു.

1954 ൽ ഗ്വാട്ടിമാലയിലെ അർബൻസ് ഗവൺമെന്റിനെ അട്ടിമറിക്കാൻ ബോംബും തോക്കുമായി പ്രവേശിച്ച അമേരിക്കൻ സേനയെ കാമു വിമർശിച്ചില്ല. 1950 കാലത്ത് മക്കാർത്തിയുഗത്തോടെ ഉച്ചകോടിയിലെത്തിയ സാമ്രാജ്യത്വ പ്രചാരവേലയ്ക്കും ശീതസമരത്തിനും 'വാക്കും വാദവും ന്യായവും' നിരത്തുകയായിരുന്നു കാമു. അൾജീരിയയിലെ സ്വാതന്ത്ര്യ സമരം വിജയിച്ചാൽ അത് പടിഞ്ഞാറൻ യൂറോപ്പിനെ ഭീഷണിപ്പെടുത്തുന്ന ദുഷ്ടശക്തിയായ സോഷ്യലിസ്റ്റ് ചേരിയുടെ വിജയമായിരിക്കുമെന്ന് ഒന്നിലേറെ പ്രാവശ്യം എഴുതി പിടിപ്പിക്കാനും കാമുവിന് യാതൊരു മടിയുമുണ്ടായിരുന്നില്ല.

അൾജീരിയയെപ്പറ്റി എഴുതുമ്പോൾ ഫ്രാൻസിന്റെ അക്രമത്തെ തുറന്ന് ന്യായീകരിക്കുകയല്ല കാമുവിന്റെ രീതി. ഫ്രാൻസ് അക്രമം ചെയ്യുന്നത് തെറ്റാണെന്ന് മയത്തിൽ പറഞ്ഞുവച്ചിട്ട് സ്വാതന്ത്ര്യയോദ്ധാക്കളുടെ 'അക്രമ'ത്തെ

അതിനേക്കാൾ വീറോടെ അധിക്ഷേപിച്ച് ഒരുതരം 'നിഷ്പക്ഷത' അവലംബിക്കുകയാണ് അദ്ദേഹത്തിന്റെ തന്ത്രം. ചെന്നായോടും ആട്ടിൻകുട്ടിയോടും ഒരേപോലെ അഹിംസ പ്രസംഗിക്കുന്നതുപോലെ – വിയത്നാമിൽ യാങ്കികളോടും വിമോചന സേനയോടും ഒരേപോലെ അഹിംസ പ്രസംഗിക്കുന്നതുപോലെയാണതെന്ന് പി.ജി. ചൂണ്ടിക്കാണിച്ചു.[32]

ആക്രമിക്കുന്നവനെയും ആക്രമിക്കപ്പെട്ടവനെയും ഒരേ ത്രാസിൽ തൂക്കുന്ന ഈ വിദ്യ അക്രമിക്കുള്ള ഫലപ്രദമായ മറയല്ലാതെ മറ്റൊന്നുമല്ലെന്ന് പി.ജി. ചൂണ്ടിക്കാട്ടി. അൾജീരിയൻ സ്വാതന്ത്ര്യ സമരത്തെക്കുറിച്ച് കാമു ദീർഘകാലം മൗനമവലംബിച്ചതിനെക്കുറിച്ച് നൽകിയ ന്യായീകരണം ഇങ്ങനെയായിരുന്നു. തന്റെ അമ്മൂമ്മയും സഹോദരനും അൾജീരിയയിൽ താമസമാകയാൽ താനെന്തെങ്കിലും തുറന്നു പറഞ്ഞാൽ അവർക്ക് ആപത്ത് വന്നേക്കുമെന്ന് ഭയപ്പെട്ടിരുന്നു എന്നാണ്. ഈ ന്യായീകരണം കാമുവിന്റെ വെള്ള മനഃസാക്ഷിയുടെ പ്രതീകമാണെന്ന് പി.ജി. അഭിപ്രായപ്പെട്ടു. കാമുവിന്റെ സ്വപ്രത്യയസ്ഥൈര്യത്തിന്റെയും സ്വാതന്ത്ര്യപ്രേമത്തിന്റെയും ഉരകല്ലുകളാണവയെന്ന് പി.ജി. കൂട്ടിച്ചേർത്തു.

"അൾജീരിയയെ ഫ്രാൻസിൽനിന്നും വേർപെടുത്തിയാൽ രണ്ടും നശിക്കും" എന്ന് ആവർത്തിച്ചാവർത്തിച്ച് പറഞ്ഞ കാമു 1962 ൽ രണ്ടും വേർപെട്ടിട്ടും നശിക്കാതെ നാൾക്കുനാൾ പുരോഗമിച്ച് വരുന്നത് കാണാൻ കഴിയുന്നതിനുമുമ്പ് കാറപകടം കാമുവിന്റെ ജീവനെ അപഹരിച്ചുവെന്ന് പി.ജി. ചൂണ്ടിക്കാണിച്ചു.

1950 – 51 കാലത്ത് ഴാങ്പോൾ സാർത്രും കാമുവുമായുള്ള ദീർഘകാല സൗഹൃദം തകർത്തത് *കലാപം* എന്ന കൃതിയിലെ പിന്തിരിപ്പൻ പ്രതിവിപ്ലവ സിദ്ധാന്തങ്ങളും അതനുസരിച്ചുള്ള കാമുവിന്റെ പ്രവർത്തനങ്ങളുമാണ്. കമ്യൂണിസത്തോടും അൾജീരിയൻ സ്വാതന്ത്ര്യത്തോടുമുള്ള കാമുവിന്റെ എതിർപ്പിനടിസ്ഥാനം പടിഞ്ഞാറൻ സാമ്രാജ്യത്വ താൽപര്യങ്ങളോടുള്ള വൈകാരികമായ കെട്ടുപാടല്ലാതെ മറ്റൊന്നുമല്ലെന്ന് അതിൽനിന്ന് വ്യക്തമാകുമെന്ന് പി.ജി. പറഞ്ഞു. കാമുവിൽ പ്രതിഫലിക്കുന്ന അസ്വസ്ഥത മർദകവർഗത്തിന്റെ മന:സാക്ഷിക്കുത്തിന്റെ ഞെരിയലും പുളയലുമല്ലാതെ മറ്റൊന്നുമല്ല. കാമുവിനെപ്പറ്റി സ്വീഡിഷ് അക്കാദമിയുടെയും മറ്റ് പടിഞ്ഞാറൻ വക്താക്കളുടെയും വ്യാഖ്യാനം ഭാഗികമായി ശരിയാണ്. മാനവ മനഃസാക്ഷിയെന്നത് വെള്ളക്കാരന്റെ മനഃസാക്ഷിയെന്നാക്കി ചുരുക്കണം എന്നുമാത്രം.[33]

## 6. ജെ.ബി. പ്രീസ്റ്റ്ലി (1894 –1984)

നോവലിസ്റ്റ്, ചെറുകഥാകൃത്ത്, നാടകകൃത്ത്, ജീവചരിത്രകാരൻ, സാഹിത്യ ചരിത്രകാരൻ, ഉപന്യാസകാരൻ. സാഹിത്യ നിരൂപകൻ എന്നീ നിലകളിൽ അറിയപ്പെടുന്ന ജോൺ ബോയ്ൻടൻ പ്രീസ്റ്റ്ലിയെ "ജനകീയ ബ്രിട്ടന്റെ മനഃസാക്ഷി" എന്നാണ് പി.ജി. വിശേഷിപ്പിച്ചത്. വിവിധ രൂപങ്ങളിലായി 109 പുസ്തകങ്ങൾ രചിക്കുകയും ഒരു പ്രക്ഷേപകൻ എന്ന നിലയിൽ വളരെയേറെ ജനപ്രീതി നേടുകയും ചെയ്ത പുരോഗമന വാദിയായ പ്രതിഭാശാലിയായിരുന്നു പ്രീസ്റ്റ്ലി. 20–ാം നൂറ്റാണ്ടിന്റെ മധ്യപാദങ്ങളിൽ ബ്രിട്ടീഷ് പൊതുജീവിതത്തിലും സാഹിത്യരംഗത്തും കലാപത്തിന്റെ കൊടിയുയർത്തി, സാമ്രാജ്യവാദികളുടെ അഹന്തയ്ക്കും കാപട്യത്തിനും എതിരെ പോരാടിയ

സോഷ്യലിസ്റ്റ്-ലിബറൽ-ജനാധിപത്യ തലമുറയിൽ പെട്ട എച്ച്. ജി. വെൽസ്, ബർട്രണ്ട് റസ്സൽ, ജി.ഡി.എച്ച് കോൾ, ഹാരോൾഡ് ലാക്സി, ബർണാഡ് ഷാ, എച്ച്. എൻ ബ്രെയിൻസ് ഫോർഡ് തുടങ്ങിയ ആദർശശാലികളുടെ കൂടെയുൾപ്പെടുന്നയാളാണ് ജെ.ബി. പ്രീസ്റ്റ്ലി എന്നു പി.ജി വിലയിരുത്തി. പ്രശസ്തരായ ഈ പ്രതിഭാശാലികളുടെ നിരയാണ് ബ്രിട്ടീഷ് സാമ്രാജ്യത്വ ദുഷ്പ്രഭുത്വത്തിനും അവരുടെ കപട ജനാധിപത്യ നാട്യങ്ങൾക്കും എതിരായ പൊരിഞ്ഞ പോരാട്ടത്തിനിടയിലും ഷേക്സ്പിയറുടെയും മിൽട്ടന്റെയും ബയറന്റെയും തോമസ് പെയിനിന്റെയും വില്യം കോബറ്റിന്റെയും പാരമ്പര്യത്തെ നമ്മെ സജീവമായി ഓർമ്മിപ്പിച്ചുകൊണ്ടിരുന്നത്. കഴ്സനും, ലിൻലിത്ത് ഗോയും, ചർച്ചിലും, അമറിയും മറ്റുമായിരുന്നില്ല ഇവരായിരുന്നു ബ്രിട്ടീഷ് ജനകീയപാരമ്പര്യത്തിന്റെ യഥാർത്ഥ മനസാക്ഷിയെ പ്രതിനിധീഭവിച്ചത്.[34]

ഒരു പാർട്ടിയിലും ഔപചാരികമായി അംഗമായിട്ടില്ലാത്ത പ്രീസ്റ്റിലിയുടെ രാഷ്ട്രീയ നിലപാട് ലേബർ പാർട്ടിയുടെ ഇടത്തേ അറ്റത്താണ്. 'താനൊരു ചുമപ്പനാണെന്ന് പറഞ്ഞു എങ്കിലും ഒരു ഇളം ചുവപ്പനാണെന്ന് (Surely Pink, though not exatcly Red) ഉറപ്പിക്കാം എന്ന് പ്രീസ്റ്റ്ലി തന്നെ സ്വയം വിശേഷിപ്പിച്ചിരുന്നു. ബ്രിട്ടീഷ് യാഥാസ്ഥിതികത്വത്തോടും എസ്റ്റാബ്ലിഷ് മെന്റിനോടും പ്രീസ്റ്റ്ലിക്കുണ്ടായിരുന്ന വെറുപ്പ് താത്വികവും നയപരവും എന്നപോലെ തികച്ചും ആത്മാർത്ഥവും വൈകാരികവുമായിരുന്നുവെന്ന് പി.ജി. ചൂണ്ടിക്കാണിക്കുന്നു. പലതവണ പ്രഭു സ്ഥാനവും സർ സ്ഥാനവും വെച്ചുനീട്ടിയിട്ടും അദ്ദേഹം അത് സ്വീകരിക്കാതെ നിരസിക്കുകയാണ് ചെയ്തത്.

1945 ൽ സോവിയറ്റ് യൂണിയൻ സന്ദർശിച്ച പ്രീസ്റ്റ്ലി അവിടെ തന്റെ പുസ്തകങ്ങൾ വിപുലമായി പ്രചരിക്കുന്നത് കണ്ട് സന്തോഷിക്കുകയും അഭിമാനത്തോടെ അതു പ്രഖ്യാപിക്കുകയും ചെയ്തിരുന്നു.

തന്റെ പുസ്തകങ്ങൾ അസൂയാർഹമായ ജനപ്രീതി നേടിയെങ്കിലും അതിവിനയം ഒരു ദൗർബല്യമായിരുന്നു പ്രീസ്റ്റ്ലിക്ക്. തന്റെ പല കൃതികൾക്കും പരിഹാസ്യമാം വിധം അതിപ്രശംസയാണ് (Ridiculously over praised) പലരും ചൊരിയുന്നത് എന്ന് ആത്മാർത്ഥതയോടെ അദ്ദേഹം പറയുമായിരുന്നു. തന്റെ സമകാലികരായ ഹെമിങ് വേ, സോമർസെറ്റ് മോം, ഡ്രെയ്സർ, സ്റ്റൈൻബെക്ക് തുടങ്ങിയവരുടെ നിലവാരത്തിൽ എണ്ണത്തിലോ ഗുണത്തിലോ താനെത്തിയിട്ടില്ലെന്ന് സമ്മതിക്കാൻ പ്രീസ്റ്റ്ലിക്ക് ഒട്ടും മടിയുണ്ടായിരുന്നില്ല. എന്നാൽ പ്രീസ്റ്റ്ലിയുടെ പാണ്ഡിത്യമോ ബഹുമുഖത്വമോ അദമ്യമായ മാനുഷിക പ്രതിബദ്ധതയോ പ്രകടമായ ദാർശനിക കാഴ്ചപ്പാടോ അവർക്കാർക്കും ഉണ്ടായിരുന്നില്ലയെന്ന് പി.ജി വിലയിരുത്തുന്നു.[35]

## 7. ഒക്കോത് പി'ബി തെക് (1931 –1985)

കവി, കഥാകാരൻ, ദാർശനികൻ, അദ്ധ്യാപകൻ, രാഷ്ട്രീയ പ്രക്ഷോഭകൻ തുടങ്ങി വിവിധ നിലകളിൽ ആഫ്രിക്കയിലും പുറത്തും പ്രശസ്തി നേടിയ ഉഗാണ്ടൻ മഹാകവിയാണ് ഒക്കോത് പി'ബി തെക്ക്. *വാർ പാലാവിനോ* (ലാവിനോയുടെ പാട്ട്) എന്ന തന്റെ നീണ്ട കവിത കവി തന്നെ 1966 ൽ ഇംഗ്ലീഷിലേക്ക് വിവർത്തനം ചെയ്ത് പ്രസിദ്ധീകരിച്ചതോടെയാണ് ലോകമാകെ ഈ കറുത്ത കവിയെ കണ്ടറിഞ്ഞത്. ഈ കവിത ഇംഗ്ലീഷ്, ജർമ്മൻ,

ഫ്രഞ്ച്, റഷ്യൻ ഉൾപ്പെടെ രണ്ടു ഡസനിൽപ്പരം ഭാഷകളിലേക്ക് പരിഭാഷപ്പെടുത്തുകയുണ്ടായിട്ടുണ്ട്. അതിന്റെ ചില ഭാഗങ്ങൾ ഇംഗ്ലീഷിൻനിന്ന് സച്ചിദാനന്ദനും പുതുശേരി രാമചന്ദ്രനും മലയാളത്തിലേക്ക് വിവർത്തനം ചെയ്തു പ്രസിദ്ധീകരിക്കുകയുണ്ടായി. ഇംഗ്ലീഷിൽ ഈ കവിത 1966 ൽ പ്രസിദ്ധീകരിച്ചെങ്കിലും *ലുവോ* ഭാഷയിലുള്ള മൂലരൂപം പ്രസിദ്ധീകരിച്ചത് 1969 ൽ മാത്രമാണ്. മാതൃഭാഷയോടും സ്വസംസ്കാരത്തോടും കടുത്ത പക്ഷപാതമുള്ള ഒക്കോത് പി’ബി തെക്കിന്റെ കുറ്റമായിരുന്നില്ല അതിനു കാരണം. കവിതയുടെ ചില വരികളിൽ അശ്ലീലച്ചുവയുണ്ട് എന്നാക്ഷേപിച്ചായിരുന്നു പ്രസാധകർ നിരസിച്ചത്. എന്നാൽ മൂലത്തിൽ 30 കൈയെഴുത്തു പുറങ്ങൾ മാത്രമായിരുന്ന *പാട്ട്* 100 പുറമാക്കി അദ്ദേഹം വികസിപ്പിച്ചെഴുതി ഇംഗ്ലീഷിൽ പ്രസിദ്ധീകരിക്കുമ്പോൾ ആക്ഷേപത്തിനു കാരണമായ പരാമർശങ്ങൾ അല്പം പോലും വിട്ടുകളഞ്ഞില്ലെന്ന് മാത്രമല്ല കൂടുതൽ വിശദമാക്കുകയുമുണ്ടായി. സാർവദേശീയ തലത്തിൽ പോലും അതിനു കിട്ടിയ അംഗീകാരമാണ് *ലുവോ* ഭാഷാ രൂപത്തിൽ കവിത പ്രസിദ്ധീകരിക്കാൻ പ്രസാധകർ ഓടിക്കൂടിയത്. ഇതിനെത്തുടർന്ന് *ഒക്കോതിന്റെ പാട്ട്, തടവുകാരന്റെ പാട്ട്* മുതലായി പേരെടുത്ത പല കൃതികളും പുറത്തുവരികയും അവ വിവിധ ഭാഷയിലേക്ക് വിവർത്തനം ചെയ്യപ്പെടുകയുമുണ്ടായി.

ഒക്കോത് പി’ബി തെക്കിന്റെ ആദ്യ കൃതി 1953 ൽ പ്രസിദ്ധീകരിക്കപ്പെട്ട *ലാക്താർ മിയോ കിനിയെറോവിലോബോ* (നിനക്കുള്ളത് വെളുത്ത പല്ല് ഇനി ചിരിക്കുക)എന്ന *ലുവോ* ഭാഷയിലുള്ള നോവലായിരുന്നു. *അക്കോളി* എന്ന തന്റെ ഗോത്രവർഗത്തിൽപ്പെട്ട ഒരു യുവാവ് തന്റെ കാമിനിയെ വിവാഹം ചെയ്യാൻ അവളുടെ പിതാവിന് നൽകേണ്ട ‘വധുപ്പണം’ അഥവാ ’വധുവില’ സമ്പാദിക്കാൻ വേണ്ടി തലസ്ഥാന നഗരിയിൽ ജോലി തേടിപ്പോകുന്നതും തുടർന്ന് തിരിച്ചു വരുന്നതുമാണ് കഥയുടെ ഇതിവൃത്തം. ബ്രിട്ടീഷ് വാഴ്ചക്കാലത്തെ ഉഗാണ്ടയുടെ ദയനീയമായ സാമൂഹ്യ സാമ്പത്തിക സ്ഥിതിയുടെ ഒരു നിശിത വിമർശനം കൂടിയായിരുന്നു ഒക്കോതിന്റെ ഈ പ്രഥമ കൃതിയെന്ന് പി.ജി. വിലയിരുത്തി.[36]

കിഴക്കനാഫ്രിക്കൻ രാജ്യമായ ഉഗാണ്ട 1962 ൽ ബ്രിട്ടനിൽനിന്ന് സ്വതന്ത്രമാകുകയും മിൽട്ടൺ ഒബോട്ടെ പ്രധാനമന്ത്രിയായി ഭരണമാരംഭിക്കുകയും ചെയ്ത 1960 കളുടെ അവസാനമായപ്പോൾ ഒബോട്ടെ സർവാധിപത്യ പ്രവണതയിലേക്ക് നീങ്ങുകയും ഭരണവൃത്തങ്ങളിലെ അഴിമതി വ്യാപകമാകുകയും ചെയ്തു. ഒക്കോത് പി’ബി ഇതിനെ വിമർശിക്കാൻ തുടങ്ങിയതോടെ അദ്ദേഹത്തെ സർക്കാരിന്റെ സാംസ്കാരികവകുപ്പിൽനിന്ന് പിരിച്ചുവിടുകയുണ്ടായി. 1971 ൽ ഒരു പട്ടാള അട്ടിമറിയിലൂടെ പുറത്താക്കി ലോകമെങ്ങും കുപ്രസിദ്ധി നേടിയ കൊലയാളി ഇദി അമീൻ അധികാരം പിടിച്ചെടുത്തു. ഇതിനെത്തുടർന്ന് പി.ബി. തെക്കിനെ പോലെ പല സാഹിത്യ–സാംസ്കാരിക നായകർക്കും നാടുവിടേണ്ടി വന്നു. തന്റെ എട്ടു വർഷക്കാലത്തെ ഭരണത്തിനിടയിൽ അദ്ദേഹം കൊന്നൊടുക്കിയത് 3 ലക്ഷം പേരെയാണ്. 1979 ൽ ജനങ്ങൾ ഇദി അമീനെ സ്ഥാനഭ്രഷ്ടമാക്കി. തുടർന്ന് മുൻ പ്രധാനമന്ത്രിയായ മിൽട്ടൺ ഒബോട്ടെ പ്രസിഡന്റായി വീണ്ടും അധികാരത്തിൽ വന്നു.

മിൽട്ടൺ ഒബോട്ടേ വന്നതോടെ ഇദി അമീന്റെ കാളരാത്രി അവസാനിച്ചെങ്കിലും സ്വാതന്ത്ര്യത്തിന്റെ ഉദയസൂര്യൻ കാർമേഘ പടലങ്ങളിൽനിന്ന് പൂർണ്ണമായി മോചിതനായില്ല. രാഷ്ട്രീയ സ്വാതന്ത്ര്യം നേടിയ ആഫ്രിക്കൻ

രാഷ്ട്രങ്ങൾ രണ്ടാം വിമോചനസമരത്തിന്റെ അതായത് സാമൂഹ്യവും സാമ്പത്തികവുമായ സ്വാതന്ത്ര്യത്തിന്റെ തീച്ചൂളയിലാണ്. ആഫ്രിക്കൻ സാഹിത്യകാരന്മാരുടെ കൃതികൾ കാലഗണനാപ്രകാരം പരിശോധിച്ചാൽ ഈ രണ്ടു ഘട്ടങ്ങൾ വ്യക്തമായി കാണാം. ഉദാഹരണത്തിന് ലോകപ്രസിദ്ധരായ നൈജീരിയൻ നോവലിസ്റ്റ് ചിനുവ അച്ഛബെയേയോ, കെനിയൻ നോവലിസ്റ്റ് എൻഗുഹി വാതിയോംഗോയേയോ, സെനിഗലിലെ കഥാകാരനും ചലച്ചിത്രകാരനുമായ ഉസ്മാൻ ഡെംബേനെയോ എടുത്താൽ അവരുടെയെല്ലാം ആദ്യകാല നോവലുകളും മറ്റു കൃതികളും പാശ്ചാത്യ മേധാവിത്വത്തിനെതിരെ പൊരുതുന്ന ആഫ്രിക്കൻ ജനതയുടെ അവബോധത്തെയും അഭിലാഷങ്ങളെയുമാണ് പ്രതിനിധീകരിച്ചതെങ്കിൽ അവസാനത്തെ കൃതികൾ സ്വന്തം നാട്ടുകാരായ ഭരണാധികാരി വർഗ്ഗങ്ങൾക്കെതിരെയുള്ള ആഹ്വാനങ്ങളാണെന്ന് കാണാമെന്ന് പിജി പറഞ്ഞു. അച്ഛബെയുടെ ആദ്യകൃതിയായ Things Fall Apart ഉം പിൽക്കാലകൃതിയായ Man of the people ഉം താരതമ്യപ്പെടുത്തിയും എൻഗുഹി വാതിയോംഗോയുടെ ആദ്യകൃതികളിലൊന്നായ A Handfull Wheat ഉം ഒടുവിലത്തെ കൃതിയായ Petals of Blood ഉം താരതമ്യപ്പെടുത്തിയുമാണ് പി.ജി. ഇത് വ്യക്തമാക്കുന്നത്. അതിനാൽ ആയിരത്തിത്തൊള്ളായിരത്തി എഴുപതുകളിലെയും എൺപതുകളിലെയും ആഫ്രിക്കൻ സാഹിത്യം ആഫ്രിക്കയുടെ രണ്ടാം വിമോചനസമരത്തെ പ്രപഞ്ചനം ചെയ്യുന്നവയാണെന്ന് പിജി വ്യക്തമാക്കി.

കഥാ സാഹിത്യത്തിലെന്നപോലെ കാവ്യസാഹിത്യത്തിലും ആഫ്രിക്കൻ നവോത്ഥാനത്തിന്റെ ഈ രണ്ട് ഘട്ടങ്ങൾ വ്യക്തമായി തിരിച്ചറിയാൻ കഴിയുമെന്ന് പി.ജി അഭിപ്രായപ്പെട്ടു. നിരവധി ശതാബ്ദങ്ങളോ സഹസ്രാബ്ദങ്ങളോ നീണ്ട ചരിത്രമുള്ള ആഫ്രിക്കൻ വാമൊഴി പാരമ്പര്യം കഥയിലേക്കാൾ കവിതയിലാണ് കൂടുതൽ പ്രകടമായി കാണുന്നത്. കവിതയിലാണ് ആഫ്രിക്കൻ പ്രതിഭ ആദ്യം അരുണാഭ പൊഴിച്ചത്. നൈജീരിയക്കാരൻ അമോസ് ഇത്തോല ആഫ്രിക്കൻ ആധുനിക കഥാസാഹിത്യം 1950 കളിൽ മാത്രമാണ് ഉദ്ഘാടനം ചെയ്തതെങ്കിൽ കവിത 1920 കൾ തൊട്ടുതന്നെ ആഫ്രിക്കൻ പ്രതിഭയെ തട്ടിയുണർത്തി. നെഗ്രിട്യൂഡ് അഥവാ *നീഗ്രോത്വ* പ്രസ്ഥാനമാണ് ആധുനിക ആഫ്രിക്കൻ കവിതയുടെ ഈ ആദ്യഘട്ടത്തിന് വഴിവിളക്ക് കൊളുത്തിയത്. സെനിഗലിന്റെ പ്രസിഡന്റ് ലിയോപോൾഡ് സെദോർ സെംഗോർ, കമ്മ്യൂണിസ്റ്റ് വിപ്ലവകാരി അയ്മെസെസയർ തുടങ്ങി ഏതാനും 'ഫ്രാങ്കോ ഫോൺ' (ഫ്രഞ്ച് കോളനികളിൽപ്പെട്ടവരാകയാൽ രണ്ടാം ഭാഷയായി ഫ്രഞ്ച് സംസാരിക്കുന്നവർ, അതുപോലെ ഇംഗ്ലീഷ് സംസാരിക്കുന്ന ആംഗ്ലോ ഫോൺ) കവികളായിരുന്നു ഈ പ്രസ്ഥാനത്തിന്റെ ഉദ്ഘാടകർ. ഇരുപതാം നൂറ്റാണ്ടിന്റെ രണ്ടാം പാദത്തിന്റെ തുടക്കത്തോടെ വിശ്വസാഹിത്യരംഗത്തും ഒരു വിസ്ഫോടനമായി അനുഭവപ്പെട്ട ഈ പ്രസ്ഥാനം ഏകദേശം മൂന്നു പതിറ്റാണ്ടു കാലത്തോളം മുഖ്യപ്രചോദയ ശക്തിയായി നിലകൊണ്ടു. പാശ്ചാത്യരുടെ അടിച്ചമർത്തലിനും ആക്ഷേപത്തിനും ഇരയായി അനേക നൂറ്റാണ്ടുകൾ പിൻതള്ളിയ ആഫ്രിക്ക ഈ പ്രസ്ഥാനത്തിലൂടെ തങ്ങളുടെ ആത്മസത്ത കണ്ടെത്തുകയും ആത്മവിശ്വാസവും സ്വാതന്ത്ര്യാഭിവാഞ്ഛയും ഉച്ചൈസ്തരും ഉദ്ഘോഷിക്കുകയുമായിരുന്നുവെന്ന് പിജി വിലയിരുത്തി. കറുപ്പിന്റെ സൗന്ദര്യത്തെപ്പറ്റിയും വെളു

പ്പിന്റെ പൈതൃകത്തെപ്പറ്റിയും വൈരാഗ്യത്തോടെ അവർ പാടിത്തിമിർത്തത് ഉദാഹരണസഹിതം പി ജി വ്യക്തമാക്കി.[37]

രണ്ടാംലോക യുദ്ധാനന്തരകാലത്തെ ലുമുംബമാർക്കും ബെൻബാർക്കുമാർക്കും കെനിയാത്താമാർക്കും ദിശാബോധം നൽകിയ ഇതുപോലുള്ള തീപ്പൊരി ചിതറുന്ന കവിതകൾ ആഫ്രിക്കൻ രാഷ്ട്രീയത്തിൽ ഭൂകമ്പമുണ്ടാക്കി. അംഗോളയുടെ പ്രഥമ പ്രസിഡന്റ് അഗസ്റ്റിനോ നെറ്റോയെയും മൊസാമ്പിക് പ്രസിഡന്റ് സമോറ മാക്കലിനെയും പോലുള്ള അനവധി രാഷ്ട്രീയനായകർ പ്രശസ്ത കവികളും കൂടിയായിരുന്നു.

1950 കളുടെ അവസാനത്തോടെ ആഫ്രിക്കൻ സാമ്രാജ്യത്വനയം രക്തരൂഷിതമായ പോരാട്ടങ്ങളുടെ ഫലമായി തകർന്നു വീഴാൻ തുടങ്ങി. ഇതോടെ പുതിയൊരു സാഹചര്യം പിറക്കുകയായി. കൊളോണിയലിസത്തെ എല്ലാ രീതിയിലും എതിർത്ത *നീഗ്രോത്വ* പ്രസ്ഥാനം അതോടെ കാലഹരണപ്പെട്ടു. ദക്ഷിണാഫ്രിക്കൻ കലാകാരനും സാഹിത്യ വിമർശകനുമായ എസീക്കൽ എംഫലേലെ, ഒക്കോത് പിബി തെക്ക്, എൻഗുഗിവാ, തിയോ ഗോം തുടങ്ങിയവർ ഇക്കാര്യം വ്യക്തമായി പറഞ്ഞിട്ടുണ്ട്. കഥാസാഹിത്യത്തിലെ പോലെ കവിതയിലും മാറ്റമുണ്ടായി. തകർന്ന കൊളോണിയലിസത്തെ വിട്ട് അവർ സ്വദേശികളായ ഭരണക്കാരെയും നൂറ്റാണ്ടുകളായി അടിഞ്ഞുകൂടിയ സ്വന്തം അന്ധവിശ്വാസങ്ങളെയും കാലം കഴിഞ്ഞ ആചാരങ്ങളെയും പരതി നോക്കി വിമർശനാത്മകമായി വിലയിരുത്താനും പ്രതികരിക്കാനും തുടങ്ങി. ഒക്കോത് പി.ബി തെക്കും അദ്ദേഹത്തിന്റെ തന്നെ സ്ഥലക്കാരായ ബോണിലുബേഹ, തബാൻലോലിയോങ് തൊട്ടുള്ളവരും മിക്കവാറും ആ രണ്ടാം ഘട്ടത്തിന്റെ പ്രതിനിധികളായിരുന്നു.

വിഷയത്തിലും വീക്ഷണത്തിലും വന്ന ഈ മാറ്റം ശൈലിയിലും ഭാഷയിലും കൂടി പ്രതിഫലിക്കുകയുണ്ടായി. *നീഗ്രോത്വ*ത്തിന്റെ ആദ്യപഥികരായ സെംഗോർ, സെസെയർ, നെറ്റോ, ദാമ, ദിയോപ് തുടങ്ങിയവരെല്ലാം ഫ്രഞ്ച്, പോർട്ടുഗീസ്, ഇംഗ്ലീഷ്, സ്പാനിഷ് (ചുരുക്കംചിലർ) എന്നീ കൊളോണിയൽ ഭാഷകളിലാണ് എഴുതിയത്. എന്നാൽ പുതിയ തലമുറക്കാരിൽ പലരും ആഫ്രിക്കൻ ഭാഷകളിലും ഉപഭാഷകളിലും എഴുതാൻ തുടങ്ങി. ഹൗസ, ഗണ്ട, ഫുലാനി സ്വാഹിലി, അമ്ഹാരിക്ക്, ആഫ്രിക്കാൻസ് (ദക്ഷിണാഫ്രിക്കയിലെ സങ്കരഭാഷ) പ്രാചീന തദ്ദേശീയാധിപത്യത്തിന്റെ പാരമ്പര്യമുള്ള ഭാഷകളിൽ മാത്രമല്ല, കൊളോണിയലിസത്തിനു മുമ്പുതന്നെ അവഗണനയ്ക്കും അടിച്ചമർത്തലിനും ഇരയായ ലുവോ യോറുബാ ഇബോ തുടങ്ങിയ വമ്പൻ കണക്കിന് ഗോത്രഭാഷകളിലും ആധുനികകവിത എഴുതപ്പെട്ടുതുടങ്ങി.

ഇംഗ്ലീഷിലും ഫ്രഞ്ചിലും എത്ര കലാപം എഴുതിയാലും പൊറുക്കുന്ന പുത്തൻ ഭരണവർഗ്ഗം ഈ മാറ്റങ്ങളെ കൂടുതൽ സംശയത്തോടെ വീക്ഷിക്കാൻ തുടങ്ങി. പ്രക്ഷോഭജനകമായ പല നോവലുകളും കഥകളും കെനിയൻ ആഖ്യായികാകാരൻ തിയോം ഗോ ഇംഗ്ലീഷിൽ എഴുതിയത് പൊറുത്ത കെനിയൻ ഗവൺമെന്റ് അദ്ദേഹം സ്വന്തം കാക്കിയു ഭാഷയിൽ ഒരു നാടകം എഴുതി സ്വന്തം ഗ്രാമത്തിൽ അരങ്ങേറിയതിന് അറസ്റ്റു ചെയ്ത് തടവിലാക്കി. ഭാഷാ നാടകത്തിന്റെ ഉള്ളടക്കം താരതമ്യേന ഇംഗ്ലീഷ് കൃതിയേക്കാൾ മയപ്പെട്ടതായിരുന്നുവെന്ന വാദം അധികൃതർ സ്വീകരിച്ചില്ല. വിദേശഭാഷയിൽ എഴുതുന്നത് ഒരു ന്യൂനപക്ഷം അഭ്യസ്തവിദ്യരായ നഗരവാസികളെ മാത്രമേ

ആകർഷിക്കുവെന്നും തദ്ദേശീയഭാഷാകൃതികൾ ആപത്കരമാംവിധം അധഃസ്ഥിത ഭൂരിപക്ഷത്തെ പ്രക്ഷുബ്ധരും വിജ്ഞാനരുമാക്കുമെന്നും അധികൃതർ ശരിയായിത്തന്നെ ധരിക്കുന്നു എന്നർത്ഥം.

നവോത്ഥാനനായകരായ എഴുത്തച്ഛനും, നമ്പ്യാരും, കമ്പരും കബീറും, സരളാദാസുമെല്ലാം നൂറ്റാണ്ടുകൾക്കുമുമ്പ് സാധാരണക്കാരുടെ ഭാഷ തെരഞ്ഞെടുത്തതുപോലെ ആധുനിക ആഫ്രിക്കൻ നായകരും ഊരുംപേരും തേടി തദ്ദേശീയ ഭാഷകളിലേക്ക് നീങ്ങിയെന്നും അങ്ങനെ നീങ്ങിയവരിൽ മുൻപന്തിയിലാണ് പി. ബി. തെക്കിന്റെ സ്ഥാനമെന്ന് പി. ജി പറഞ്ഞു.[38]

*ലാവിനോയുടെ പാട്ട്* എന്ന ഒക്കോത് പി. ബി. തെക്കിന്റെ മാസ്റ്റർ പീസിൽ കേൾക്കുന്നത് പോരാട്ടത്തിന്റെ അട്ടഹാസങ്ങളല്ല, ആപാദമധുരവും പരിഹാസ നിർഭരവുമായ ആത്മശോധനയാണ്. പി. ബി. തെക്ക് ആധുനികവത്കരണത്തെയും പരിഷ്കാരത്തെയും എതിർക്കുന്നില്ലെങ്കിലും പേരും ഊരും മറന്നുള്ള പാശ്ചാത്യഭ്രമം ആഫ്രിക്കയുടെ ആത്മാവ് നഷ്ടപ്പെടുത്തുന്നുവെന്നും ഭാവി അവതാളത്തിലാക്കുമെന്നും അദ്ദേഹം വിശ്വസിച്ചു. താനൊരു പിൻനോക്കിയോ, സങ്കുചിതഗോത്രാഭിമാനിയോ അല്ലെന്ന് *ആഫ്രിക്കയുടെ സംസ്കാരവിപ്ലവം* എന്ന കൃതിയിൽ പലയിടത്തും രേഖപ്പെടുത്തുന്നുണ്ട്. സംസ്കാരത്തിന്റെയും മൂല്യങ്ങളുടെയും എല്ലാം ഉറവിടം പടിഞ്ഞാറാണെന്നും അവരുടെ അളവുകോലേ അളവുകോലായിട്ടുള്ളൂവെന്നും സമ്മതിക്കാൻ ദേശസ്നേഹിയെങ്കിലും വിശ്വപൗരൻകൂടിയായ തനിക്കാവില്ലെന്ന് തെക്ക് വ്യക്തമാക്കി.

പടിഞ്ഞാറൻ പരിഷ്കാരഭ്രാന്തും അതിർകടന്ന പുസ്തകപ്രേമവും കൊളോണിയൽ ഗുമസ്ത സംസ്കാരവും എങ്ങനെ തന്റെ യുവഭർത്താവിനെ ആണും പെണ്ണും കെട്ടവനാക്കി മാറ്റിയെന്ന് എണ്ണിയെണ്ണി പറഞ്ഞുവിലപിക്കുന്ന ഒരു യുവതിയുടെ ആത്മാലാപമാണ് ലാവിനോയുടെ പാട്ട്.[39]

ആയിരക്കണക്കിന് വർഷങ്ങളായി ജനങ്ങളെ കോരിത്തരിപ്പിക്കുകയും ഉണർത്തുപാട്ടുകളായി ഉദ്ബോധിപ്പിക്കുകയും ചെയ്ത നാടോടിശൈലിയും പഴഞ്ചൊല്ലുകളുമെല്ലാം അത്യാധുനികമായ ഒരു ദാർശനിക കാഴ്ചപ്പാടുമായി സമന്വയിപ്പിച്ച ഇരുപതാം നൂറ്റാണ്ടിലെ വിശ്വമഹാകാവ്യങ്ങളിലൊന്നാണ് ഒക്കോത് പി'ബി തെക്ക് സംഭാവന ചെയ്തിരിക്കുന്നത്. ഒക്കോത് പി'ബി തെക്കും ആധുനിക ആഫ്രിക്കൻ സാഹിത്യമാകെയും കൂടുതൽ ഗൗരവപൂർവമായ ചലനവും ആസ്വാദനവും അർഹിക്കുന്നുവെന്ന് പി. ജി. പറഞ്ഞു.[40]

## 8. ഇർവിങ് വാലസ് (1916 –1990)

ആധുനിക ഇംഗ്ലീഷ് കഥാസാഹിത്യത്തിലെ ഒരദ്ഭുത പ്രതിഭാസമായിരുന്നു അമേരിക്കക്കാരനായ ഇർവിങ് വാലസ് എന്ന് പി.ജി കണ്ടു. ആകെ 16 നോവലുകളും 17 കഥേതര കൃതികളും രചിച്ച ഇർവിങ് വാലസിന്റെ പുസ്തകങ്ങൾ വിവിധ ഭാഷകളിലും പതിപ്പുകളിലുമായി 1200 ലക്ഷം പ്രതികൾ വിറ്റഴിഞ്ഞിട്ടുണ്ട്. അദ്ദേഹത്തിന്റെ വായനക്കാരുടെ എണ്ണം 9000 ലക്ഷമെങ്കിലും വരുമെന്നാണ് തിട്ടപ്പെടുത്തുന്നതെന്ന് പി.ജി. വെളിപ്പെടുത്തി. കഥകൾക്ക് പുറമെ ഗവേഷണ കൃതികളും ഉപന്യാസങ്ങളും റഫറൻസ് ഗ്രന്ഥങ്ങളും അദ്ദേഹം രചിച്ചിട്ടുണ്ട്. വാലസും ഭാര്യ സിൽവ്യയയും മക്കളും ചേർന്ന് പലരുടെയും സഹായത്തോടെ തയ്യാറാക്കിയ *പ്രശസ്ത വ്യക്തികളുടെ*

*രഹസ്യ ലൈംഗിക ജീവിതകഥകൾ* ഒരു ഗവേഷണ കൃതിയാണ്. *ഇയർ ബുക്ക്, അൽമനാക്ക്* തുടങ്ങിയ റഫറൻസ് ഗ്രന്ഥങ്ങൾ എടുത്തു പറയത്തക്കതാണ്. *എൻസൈക്ലോപീഡിയ ബ്രിട്ടാനിക്ക, അമേരിക്കൻ ഓക്സ്ഫോർഡ് എൻസൈക്ലോപീഡിയ* തുടങ്ങിയ ആധികാരിക റഫറൻസ് ഗ്രന്ഥപരമ്പരകളിലും വാലസ് എഴുതിയിട്ടുണ്ടെന്ന് പി.ജി പറഞ്ഞു.[41]

ഇങ്ങനെയുള്ള വാലസിന്റെ പേരുപോലും നിലവാരം പുലർത്തുന്ന *ബ്രിട്ടാനിക്ക, അമേരിക്കാന* തുടങ്ങിയ സർവവിജ്ഞാന കോശങ്ങളിലോ സമകാലിക ഇംഗ്ലീഷ് സാഹിത്യത്തെക്കുറിച്ച് പ്രതിപാദിക്കുന്ന നിരൂപണ – പഠന ഗ്രന്ഥങ്ങളിലോ പരാമർശിച്ചതായി കാണാനാവില്ലെന്ന് പി.ജി ചൂണ്ടിക്കാണിച്ചു. വാലസിനോടുള്ള വരേണ്യ സഹൃദയരുടെയും വരിഷ്ഠ നിരൂപകരുടെയും അവജ്ഞാഗർഭമായ അവഗണന തികച്ചും അസ്ഥാനത്താണെന്ന് പി.ജി പറയുന്നില്ല. അതിന്റെ കാരണം പി.ജി ഇങ്ങനെ വ്യക്തമാക്കുന്നു:

> കാലത്തിന്റെ സൃഷ്ടിയെങ്കിലും കാലത്തെ അതിജീവിക്കാൻ കഴിവുള്ള ഉത്തമകലാസൃഷ്ടികളുടെ മേന്മയായി കരുതപ്പെടുന്ന സ്വഭാവ വിശേഷങ്ങൾ പലതും വാലസിന്റെ കൃതികളിൽ കണ്ടെത്താൻ കഴിയില്ല. അനുവാചകരെ പിടിച്ചിരുത്തി വായിപ്പിക്കാൻ പറ്റിയ ചടുലമായ കഥാകഥന രീതിയും അവരുടെ കൗതുകവും ഉൽക്കണ്ഠയും ഉണർത്തുവാൻ ഉതകുന്ന ദുരൂഹമായ ഇതിവൃത്ത രചനയും വാലസിന് അനായാസമായി വഴങ്ങുന്നുണ്ടെങ്കിലും വശ്യവചസ്സുകളായ കഥാകൃത്തുക്കൾക്ക് വഴങ്ങുന്ന ഭാഷാശൈലി അദ്ദേഹത്തിനില്ല. ഭാഷാ ശൈലിയുടെയും പ്രയോഗത്തിന്റെയും അനന്തസാധ്യതകളെന്നപോലെ പാത്രസൃഷ്ടിയിലൂടെ അനാവരണം ചെയ്യപ്പെടുന്ന മനുഷ്യമനസ്സിന്റെയും വ്യക്തിത്വത്തിന്റെയും അപൂർവഭാവങ്ങളും വാലസിന് അനഭിഗമ്യങ്ങളായിരുന്നു. അതുകൊണ്ട് അദ്ദേഹത്തിന്റെ ഭാഷ കാര്യമാത്രപ്രസക്തവും കഥാപാത്രങ്ങൾ ഏകമാന (വൺ ഡൈമെൻഷനൽ) ജീവികളുമാണ്. ഈ വിരസതകളെയൊക്കെ ഈ മാതിരി കഥാകൃത്തുക്കൾ തരണം ചെയ്യുന്നത് സംഭവങ്ങളുടെ ചടുലവും വിഭ്രാമകവുമായ സംഘാതങ്ങളിലൂടെയാണ്.[42]

മലയാളത്തിൽ "പൈങ്കിളി". ഇംഗ്ലീഷിൽ "പോട് ബോയ്‌ലർ," "ത്രില്ലർ," "പോപ്പുലർ ജൻറെ" എന്ന പേരിലൊക്കെ അറിയപ്പെടുന്ന വകുപ്പുകളിലാണിവ പെടുന്നത്. "അപസർപ്പകം" തുടങ്ങി മറ്റു ചില ഇനങ്ങളും ഈ വിശാലമായ വകുപ്പിലുൾപ്പെടുത്താം. അടിസ്ഥാനപരമായി വാലസും ഈ വകുപ്പിൽപ്പെടുന്നുവെന്ന് പി.ജി. അഭിപ്രായപ്പെട്ടു. എങ്കിലും വാലസ് പ്രസ്ഥാനത്തിന്റെ പ്രകൃതിയെയും പ്രാധാന്യത്തെയും അവഗണിക്കുന്നത് ആശാസ്യമല്ലെന്നാണ് പി.ജിയുടെ നിഗമനം. വാലസ് കൃതികളുടെ പരിമിതികളെ അല്പം പോലും കുറച്ചുകാണാതെ തന്നെ അവയെക്കുറിച്ച് ഗൗരവപൂർവ്വം പഠിക്കാനും അവയുടെ ജനപ്രിയതയുടെ വേരുകൾ ചികഞ്ഞു നോക്കാനും അവയുടെ പ്രചാരത സൂചിപ്പിക്കുന്ന സാമൂഹ്യ വ്യവസ്ഥകളെ അപഗ്രഥനം ചെയ്യാനുമുള്ള ശ്രമങ്ങൾ പടിഞ്ഞാറൻ നാടുകളിലെങ്കിലും ഉണ്ടായിട്ടുണ്ടെന്നു പി.ജി ചൂണ്ടിക്കാട്ടി.

ഇങ്ങനെയുള്ള "പൈങ്കിളി" പരിമിതികൾക്കകത്ത് തന്നെയെങ്കിലും രണ്ട് സ്വഭാവവിശേഷങ്ങൾ ഇർവിങ് വാലസിനെ ജനലക്ഷങ്ങൾക്ക് പ്രിയങ്കരനാക്കിയെന്ന് പി.ജി. പറഞ്ഞു. അതിലൊന്ന് യഥാർത്ഥ സംഭവങ്ങളെയും യഥാർത്ഥ കഥാപാത്രങ്ങളെയും കല്പനാ വിലാസം കൊണ്ട് നൂത്തെടുത്ത പട്ടുനൂൽ കൊണ്ട് തൊടുത്തൊരു ശില്പമാക്കി നെയ്തെടുക്കലാണ് വാലസിന്റെ കലാശൈലി. അതാണെങ്കിൽ എല്ലാ കൃതികൾക്കും ആദർശശുദ്ധിയുള്ള ഒരു പ്രമേയവും ലക്ഷ്യവുമുണ്ടായിരിക്കും എന്നതാണ് രണ്ടാമത്തേത്.[43]

വാലസിന് ഏറ്റവും വലിയ അംഗീകാരം ആദ്യമായി നേടിക്കൊടുത്ത ഒന്നാണ് *ചാപ്മാൻ റിപ്പോർട്ട്*. സ്ത്രീ പുരുഷന്മാരുടെ പലതരത്തിലുള്ള ലൈംഗിക ബന്ധങ്ങളെയും ശൈലികളെയുംകുറിച്ച് അനുഭവസ്ഥരെ നേരിട്ടു കണ്ട് വിവരം ശേഖരിച്ച് വിശകലനം ചെയ്യുന്ന ഒരു ഗവേഷണ സമ്പ്രദായത്തിന് വളരെ പ്രചാരം ലഭിച്ചിരുന്ന ഒരു കാലയളവിലാണ് വാലസിന്റെ റിപ്പോർട്ട് പുറത്തുവന്നത്. ജനങ്ങളെ തെറ്റിദ്ധരിപ്പിച്ചും അവരുടെ വികൃത വാസനകളെ ചൂഷണം ചെയ്തും ഗവേഷണ വേഷധാരികളും പ്രസാധകരും കൊയ്ത്തു തുടങ്ങിയപ്പോൾ അവരുടെയെല്ലാം തലയിൽ ഇടിത്തീപോലെയാണ് വാലസിന്റെ റിപ്പോർട്ട് വന്നു വീണതെന്ന് പി.ജി. പറഞ്ഞു. ഇത്തരം ഗവേഷണ വൈകൃതങ്ങളെ പരിഹസിച്ചു തൊലിപൊളിച്ചു കാണിക്കുന്ന *ചാപ്മാൻ റിപ്പോർട്ട്* ഇപ്പോഴും വിറ്റഴിക്കുന്ന ഒരു കൃതിയാണ്.

1960 ലെ ചാപ്മാൻ റിപ്പോർട്ടു കഴിഞ്ഞാൽ വാലസിനെ പ്രസിദ്ധിയുടെയും വിറ്റുവരവിന്റെയും കൊടുമുടിയിലെത്തിച്ച കൃതി 1962 ലെ *പ്രൈസ്* (സമ്മാനം) എന്ന നോവലാണ്. നൊബേൽ സമ്മാന നിർണ്ണയത്തിനു പുറകിലെ ഉപജാപങ്ങളെയും മുൻവിധികളെയും അന്യായങ്ങളെയും തുറന്നു കാട്ടുന്ന ഈ കൃതി ദേശാന്തരങ്ങളിൽ കോളിളക്കം സൃഷ്ടിക്കുകയും നൊബേൽ സമ്മാനം നൽകുന്ന "സ്വീഡിഷ് അക്കാദമിയുടെ" അടിയിളക്കുകയും ചെയ്തുവെന്ന് പി.ജി. പറഞ്ഞു. ഈ കൃതിക്ക് ഇത്ര പ്രഹരശക്തി ലഭിച്ചത് നൊബേൽ സമ്മാനത്തിന്റെ അതുവരെയുള്ള 60 വർഷത്തെ ഗതിവിഗതികൾ കൂലങ്കഷമായി ഗവേഷണം ചെയ്തു വസ്തുതകളുടെ അടിസ്ഥാനത്തിൽ രചിച്ചതിനാലാണ്. *പ്രൈസ്* എഴുതിയ വിധത്തെക്കുറിച്ചു തന്നെ വാലസ് ഒരു പുസ്തകമെഴുതുകയുണ്ടായി. ഒരു നോവലിന്റെ രചന (ദി റൈറ്റിംഗ് ഓഫ് വൺ നോവൽ) എന്നായിരുന്നു അതിന്റെ പേർ. 16 വർഷക്കാലം നീണ്ട തപസ്യയായിരുന്നു നോവലിനുള്ള തയ്യാറെടുപ്പ്. ഈ നോവൽ രചിക്കാൻ മാത്രമായി നേരിട്ട് (മനനവും സ്വപ്നവുമൊക്കെ വേറെ) ചെലവാക്കിയത് 582 ദിവസങ്ങളിലായി 3,101 മണിക്കൂറുകളായിരുന്നുവെന്ന് വാലസ് വ്യക്തമാക്കുന്നുണ്ട്.

രാഷ്ട്രീയത്തെയും പത്രപ്രവർത്തനങ്ങളെയുംകുറിച്ച് പല കൃതികളും രചിച്ചിട്ടുണ്ടെങ്കിലും അവയിൽ *മനുഷ്യൻ, സർവശക്തൻ* (ആൾമൈറ്റി) എന്നീ രണ്ടു കൃതികൾ പി.ജി പരിശോധിക്കുന്നു. അമേരിക്കൻ ഐക്യനാട്ടിലെ "രാഷ്ട്രപതി" സ്ഥാനം "വർണ്ണവെറി" "രാഷ്ട്രീയ പ്രക്രിയ" (പൊളിറ്റിക്കൽ പ്രോസസ്) മുതലായവയുടെ തനിനിറം തുറന്നുകാട്ടുന്ന 672 പുറമുള്ള (പേപ്പർ ബാക്കിൽ) "മനുഷ്യൻ" വാലസിന്റെ രാഷ്ട്രീയ നിലപാടുകളെയും വ്യക്തമാക്കുന്നു. അമേരിക്കയിൽ കറുത്ത വർഗക്കാർ പ്രസിഡന്റായി വരുമെന്ന് വാലസ് ഈ പുസ്തകത്തിലെഴുതി. അമേരിക്കയിൽ കറുത്ത വർഗ്ഗക്കാർ പ്രസിഡന്റായി വരുമെന്ന് ആദ്യമായി എഴുതിയത് വാലസ് ആയിരുന്നു.

വാലസിന്റെ മഹത്വം കണ്ടറിയാൻ പി.ജിക്ക് സാധിച്ചുവെന്നത് എടുത്തുപറയേണ്ട കാര്യമാണ്. ഇംഗ്ലീഷിലെ മുട്ടത്തു വർക്കിയാണ് വാലസ് എന്ന് നമ്മൾ കളിയാക്കാറുണ്ടായിരുന്നു. അമേരിക്കൻ ഐക്യനാട്ടിലെ കൊട്ടിഘോഷിക്കപ്പെടുന്ന ജനാധിപത്യത്തിന്റെ മുഖംമൂടികൾ വാലസ് ചിന്തിയെറിയുകയാണ് ഈ കൃതിയിൽ.

അമേരിക്കയിലെ പത്രസ്വാതന്ത്ര്യത്തെയും പത്രപ്രചരണ ഭ്രാന്തനോട്ടത്തിൽ കൈമോശം വരുന്ന സത്യകഥന ബാധ്യതയേയും വാലസ് മറനീക്കിക്കാട്ടുകയാണ് *സർവ്വശക്തൻ* (ആൾമൈറ്റി) എന്ന കൃതിയിൽ. "കലഹം, കലാപം, അട്ടിമറി മുതലായവയുടെ വാർത്തകൾ എതിർ പത്രങ്ങളേക്കാൾ നേരത്തെ അച്ചടിക്കാനായി പത്രലേഖകൻ തന്നെ പത്ര ഉടമയുടെ ഒത്താശയോടെ കലഹവും അട്ടിമറിയും സ്വയം സംഘടിപ്പിച്ച് റിപ്പോർട്ട് ചെയ്യുന്നിടത്തോളം എത്തുന്ന വികൃതി! ഇൻവെസ്റ്റിഗേറ്റീവ് റിപ്പോർട്ടർമാരെയും വാലസ് തന്റെ ഓപ്പറേഷൻ ടേബിളിൽ മലർത്തി കിടത്തി കത്തി പ്രയോഗം നടത്തുന്നു."[44]

മേൽ പരാമർശിച്ച കൃതികൾ കഴിഞ്ഞാൽ പി.ജിയെ ഏറ്റവും ആകർഷിച്ച വാലസ് ആഖ്യായിക *ആർ ഡോക്യുമെന്റ്* ആണ്. എന്നാൽ ശുദ്ധ കലാമാനദണ്ഡമോ രചനാ ചാതുരിയോ വച്ചു നോക്കിയാൽ മേൽപ്പറഞ്ഞവയോടോ അവയിൽപ്പെടാത്ത *ത്രീ സൈറൻസ്*, *പ്ലോട്ട്* തുടങ്ങിയവയോടോ *ആർ ഡോക്യുമെന്റി*നെ താരതമ്യപ്പെടുത്താനാവില്ലെന്ന് പി.ജി പറഞ്ഞു. *ആർ ഡോക്യുമെന്റ്* പ്രസിദ്ധീകരിച്ച വർഷവും (1976) അന്ന് ഇന്ത്യയിൽ നിലവിലിരുന്ന അടിയന്തരാവസ്ഥയുമായിരുന്നിരിക്കണം ഈ കൃതിയുടെ ഇതിവൃത്തം. ഒരു ജനാധിപത്യ രാഷ്ട്രത്തിന്റെ ചീഫ് എക്സിക്യൂട്ടീവ് ആയ ഭരണത്തലവൻ താൻ ചെന്ന് കുടുങ്ങിയ ചില കുടുക്കുകളിൽ നിന്ന് തലയൂരാനും തന്റെ വൈയക്തികാധികാരം അരക്കിട്ടുറപ്പിക്കുന്നതിനുമായി ജനാധിപത്യ വ്യവസ്ഥ പിച്ചിച്ചീന്തി – സർവാധിപത്യം സ്ഥാപിക്കാൻ ശ്രമിക്കുന്നതാണ്. ഇന്ദിരാഗാന്ധി പ്രഖ്യാപിച്ച അടിയന്തരാവസ്ഥക്കെതിരെ പ്രചാരണോപാധിയായി ഉപയോഗിക്കാമെന്ന് കരുതി പി.ജി. ഇത് വിവർത്തനം ചെയ്തു തുടങ്ങി. പക്ഷേ, വിവർത്തനം ചെയ്ത് പകുതിയായപ്പോഴേക്കും 1977 മാർച്ചിൽ അടിയന്തരാവസ്ഥ പിൻവലിച്ചതോടെ *ആർ ഡോക്യുമെന്റി*ന്റെ പ്രസക്തി കുറഞ്ഞുപോയി. അത് വിവർത്തനം ചെയ്യാനുള്ള ആവേശം തണുത്തുപോയി.

വാലസിന്റെ കഥേതര കൃതികൾ പി.ജി.ക്ക് ഏറ്റവും ഇഷ്ടപ്പെട്ടത് *ഫാബുലസ്* ഒറിജിനൽസ് (1955) ആണ്. ലോകപ്രസിദ്ധമായ ആഖ്യായികകളിലെ മുഖ്യ കഥാപാത്രങ്ങളെ രചയിതാക്കൾ തിരഞ്ഞെടുത്തത് തങ്ങൾ ജീവിതത്തിൽ നേരിട്ടു കാണുകയും പരിചയപ്പെടുകയും ചെയ്ത ചില വ്യക്തികളിൽ നിന്നാണ് എന്നാണ് വാലസ് പറയുന്നത്. വാലസ് അങ്ങനെയാണ് ചെയ്തതെന്നാണ് പി.ജിയുടെ അഭിപ്രായം. അതിനു പുറമെ ചരിത്രത്തിലും മറ്റും നിന്ന് വായിച്ച് മനസ്സിൽ മെനഞ്ഞെടുത്തവരുമാകാം.

വാലസിന്റെ കൃതികൾ *പൈങ്കിളി* എന്ന അത്ര അഭിമാനകരമല്ലാത്ത വിഭാഗത്തിലാണെങ്കിലും അദ്ദേഹത്തിന്റെ അത്ഭുതകരമായ പരിശ്രമശീലത്തെയോ അപാരമായ പാണ്ഡിത്യത്തെയോ അസൂയാർഹമായ ഗവേഷണ പാടവത്തെയോ ഒട്ടും ചുരുക്കിക്കാണിക്കാനാവില്ലെന്ന് പി.ജി. പറഞ്ഞു. ഭൂരിപക്ഷം സാധാരണക്കാർക്ക് എന്താണ് വായിക്കാനാഗ്രഹമെന്നറിയാനുള്ള

അനിതരസാധാരണമായ ആറാം ഇന്ദ്രിയം വാലസിനുണ്ടായിരുന്നു. വാലസിന്റെ വായനക്കാർ 'ലിറ്ററേറ്റ്' (അക്ഷരാഭ്യാസമുള്ളവർ) ആയിരുന്നുവെങ്കിലും 'ലിറ്ററി' (സാഹിത്യാഭിരുചിയുള്ളവർ) ആയിരുന്നില്ലെന്ന് പരിഹസിക്കുന്ന വരേണ്യ സഹൃദയരോട് തനിക്ക് പരാതിയില്ലെന്ന് പി.ജി പറഞ്ഞു. ഒരുപക്ഷേ, അങ്ങനെയാകാം. പക്ഷേ, "ലിറ്ററേറ്റു"കൾക്കു വേണ്ടേ വായിക്കാൻ വിഭവം? എന്ന് പി.ജി ചോദിച്ചു.

"ലിറ്ററി" ക്കാർക്കു വേണ്ടി വിജയകരമായി സൃഷ്ടി നടത്തുന്ന പലർക്കും കൈമോശം വന്ന മനുഷ്യപ്പറ്റും ആദർശ ശുദ്ധിയും സത്യാന്വേഷണത്വരയും അദ്ധ്വാനശീലവും ഇർവിങ് വാലസിനുണ്ടായിരുന്നുവെന്ന് പി.ജി പറഞ്ഞു.

വാലസിനു വിവാഹബാഹ്യ ബന്ധങ്ങൾ തീരെയില്ലായിരുന്നു എന്നു പറയുകവയ്യെങ്കിലും തന്റെ ഭാര്യ സിൽവ്യയോട് മരണപര്യന്തം 49 വർഷവും വാലസ് കൂറും സ്നേഹവും പുലർത്തുകയുണ്ടായി. തന്റെ ഒടുവിലത്തെ നോവലായ *ദി ഗസ്റ്റ് ഓഫ് ഓണർ* വാലസ് സിൽവ്യക്ക് സമർപ്പിച്ചത് "അഗാധമായ പ്രേമവായ്പോ"ടെയാണ് എന്നത് പടിഞ്ഞാറൻ നാട്ടിൽ സാധാരണയല്ലെന്ന് പി.ജി. ചൂണ്ടിക്കാട്ടി.

ഇവരെക്കൂടാതെ നിരവധി ലോകപ്രശസ്തരായ സാഹിത്യകാരന്മാരെയും അവരുടെ കൃതികളെയും വിലയിരുത്തിക്കൊണ്ട് പി.ജി. ലേഖനങ്ങൾ എഴുതിയിട്ടുണ്ട്.

## സൂചനകൾ

1. *പി.ജി.യുടെ വായനാലോകം*, പു:57
2. *മേൽചൊന്നത്*, പു:58
3. *പി.ജി.യുടെ വായനാലോകം*, പു:173
4. *ദേശാഭിമാനി വാരാന്തപ്പതിപ്പ്*, 2 സെപ്തംബർ 2007
5. *കലാകൗമുദി*, 9 ഡിസംബർ 2012, പു:44
6. *പി.ജി. അഭിമുഖങ്ങൾ*, പു:48
7. *കുറ്റിപ്പുഴയുടെ സാഹിത്യ വിചാരം*, മലയാളം വാരിക, ഓണപ്പതിപ്പ്, 8 സെപ്തംബർ 2000, പു:128
8. *കുങ്കുമം ഓണം വിശേഷാൽപ്രതി*, 1982
9. *മേൽചൊന്നത്*
10. *മേൽചൊന്നത്*
11. *പി.ജി അഭിമുഖങ്ങൾ*, പു:12
12. *കുങ്കുമം ഓണം വിശേഷാൽപ്രതി*, 1982
13. *പി.ജി അഭിമുഖങ്ങൾ*, പു:13
14. *മേൽചൊന്നത്*
15. *സാഹിത്യവും രാഷ്ട്രീയവും*, പു:9
16. *മേൽചൊന്നത്*, പു:11
17. *മേൽചൊന്നത്*, പു:12–13
18. *വിപ്ലവപ്രതിഭ*, പു:116
19. *മേൽചൊന്നത്*, പു:119

20. *സാഹിത്യവും രാഷ്ട്രീയവും*, പു:6
21. *പി.ജി. അഭിമുഖങ്ങൾ*, പു:12
22. *മേൽചൊന്നത്*, പു:12–13
23. *സർഗാത്മകതയും പ്രതിബദ്ധതയും*, പു:25
24. *ഇ.എം.എസിന്റെ മരണാനന്തര ജീവിതവും കലാസാഹിത്യ ചിന്തകളും*, പു:227
25. *മേൽചൊന്നത്*, പു:230
26. *മേൽചൊന്നത്*, പു:232
27. *സർഗാത്മകതയും പ്രതിബദ്ധതയും*, പു:30–31
28. *ഇ.എം.എസിന്റെ മരണാനന്തര ജീവിതവും കലാസാഹിത്യ ചിന്തകളും*, പു:224
29. *മേൽചൊന്നത്*, പു:225
30. *സാഹിത്യവും രാഷ്ട്രീയവും*, പു:15–30
31. *മേൽചൊന്നത്*, പു:16
32. *മേൽചൊന്നത്*, പു:29
33. *മേൽചൊന്നത്*, പു:30
34. *പുന്താനം മുതൽ സൈമൺ വരെ*, പു:51
35. *മേൽചൊന്നത്*, പു:57
36. *പുന്താനം മുതൽ സൈമൺ വരെ*, പു:62
37. *മേൽചൊന്നത്*, പു. 67–68
38. *മേൽചൊന്നത്* പു: 70
39. *മേൽചൊന്നത്* പു: 71
40. *മേൽചൊന്നത്*, പു: 72
41. *കലാകൗമുദി*, 22 ജൂലൈ 1990, പു:17
42. *മേൽചൊന്നത്*
43. *മേൽചൊന്നത്*, പു:17 –18
44. *മേൽചൊന്നത്*, പു:42

# ഭാഷാസ്നേഹി

മലയാള ഭാഷയുടെ പരിഷ്കരണത്തിനും വളർച്ചയ്ക്കും വേണ്ടി പി. ജി നടത്തിയ പ്രവർത്തനങ്ങൾ, അക്കാദമീയ–ആവിഷ്കാര സ്വാതന്ത്ര്യത്തിനുവേണ്ടി നടത്തിയ പോരാട്ടങ്ങൾ, സാഹിത്യ പുരസ്കാരങ്ങളെ പറ്റിയുള്ള പി. ജിയുടെ അഭിപ്രായം, പി.ജി.യുടെ അവതാരികകൾ, പി.ജി എഴുതി പൂർത്തിയാക്കാത്ത പുസ്തകങ്ങൾ, പി.ജി. എഴുതാൻ ആഗ്രഹിച്ച കൃതികൾ, എഴുത്തിൽ പി.ജിയുടെ പ്രോത്സാഹനം ലഭിച്ചവർ തുടങ്ങിയവയാണ് ഈ അദ്ധ്യായത്തിലെ പ്രതിപാദ്യം.

## 1. മലയാള ഭാഷയുടെ പരിഷ്കരണവും വളർച്ചയും

മലയാള ഭാഷ പരിഷ്കരിക്കുന്നതിൽ പി. ജി നിർവഹിച്ച പങ്ക് ശ്രദ്ധേയമാണ്. കേരള ഭാഷാ ഇൻസ്റ്റിറ്റ്യൂട്ടിന്റെ നേതൃത്വത്തിൽ 1998 നവംബർ ഒന്നിന് ആരംഭിച്ച *മലയാളത്തനിമ*യുടെ നേതൃനിരയിൽ പി.ജി.യും ഉണ്ടായിരുന്നു.[1] മലയാളത്തനിമയുടെ ലക്ഷ്യം കമ്പ്യൂട്ടറിന് മലയാള ഭാഷയെ സജ്ജമാക്കുകയെന്നതായിരുന്നു. കമ്പ്യൂട്ടർ കീബോർഡ് പരിഷ്കരിക്കുന്നതിനും മാനകീകരിക്കുന്നതിനും വേണ്ടി രൂപീകൃതമായ കമ്മിറ്റിയുടെ ചെയർമാനായിരുന്നു പി.ജി. കൺവീനർ എം.ആർ തമ്പാനും.

ഇതിന്റെ പ്രവർത്തനം പൂർത്തീകരിക്കാൻ എൽ.ഡി.എഫ് ഭരണകാലത്ത് കഴിഞ്ഞില്ല. എന്നാൽ 2001 ൽ എ. കെ. ആന്റണി മുഖ്യമന്ത്രിയായികൊണ്ടുള്ള യു.ഡി.എഫ് ഭരണം പി. ജിയുടെ നേതൃത്വത്തിലുള്ള കമ്മിറ്റിയെ തുടർന്ന് പ്രവർത്തിക്കാൻ അനുവദിക്കുകയാണുണ്ടായത്. കമ്മിറ്റിയെ ഏൽപ്പിച്ച ദൗത്യം പൂർണമായി നിറവേറ്റിക്കൊണ്ട് 2002 ൽ മുഖ്യമന്ത്രി എ.കെ. ആന്റണിക്ക് റിപ്പോർട്ട് സമർപ്പിക്കാൻ പി.ജിക്ക് കഴിഞ്ഞു. തനിമ നഷ്ടപ്പെടുന്നതിന്റെ പേരിൽ പ്രായംചെന്ന പല ഭാഷാ പണ്ഡിതന്മാരും ഭാഷാ നവീകരണത്തിനെ എതിർത്തപ്പോൾ ഒരു യുവാവിന്റെ ഊർജസ്വലതയോടെ കാലത്തിനനുസരിച്ച് മാറ്റം ഭാഷയ്ക്കും വരുത്തണമെന്നു വാദിച്ച ഭാഷാസ്നേഹിയായിരുന്നു പി.ജി.[2]

ലിപിമാനകീകരണത്തിന്റെ മാനിഫെസ്റ്റോ ആയ ഭാഷാ ഇൻസ്റ്റിറ്റ്യൂട്ടിന്റെ *മലയാളം അച്ചടിയും എഴുത്തും* (1999) എന്ന ലഘുലേഖയുടെ പ്രകാശനം, യൂണികോഡിൽ സ്വീകാര്യമായ മലയാള ലിപി ചിഹ്നങ്ങൾ ഉറപ്പിക്കൽ എന്നീ ഘട്ടങ്ങളിൽ പി.ജിയുടെ ഉപദേശ നിർദേശങ്ങൾ എത്രയോ നിർണ്ണായകമായിരുന്നു. 'ലാളിത്യത്തെ കാര്യക്ഷമതയോടിണക്കിയാലെ നല്ലൂ' എന്ന ഭാഷയുടെ ആസൂത്രിത വികസനത്തിന്റെ അടിസ്ഥാനതത്വം അദ്ദേഹത്തിന് നന്നേ രുചിച്ചു. താൻ തന്നെ അതിന്റെ വക്താവും പ്രയോക്താവും ആയി സോൽസാഹം അമരത്ത് ഉറച്ചു നിൽക്കുകയും ചെയ്തു.[3]

"സാധാരണക്കാരു പറയുന്നതാ ഭാഷാ, പണ്ഡിതൻ നിർദേശിക്കുന്നതല്ല" എന്ന കാഴ്ചപ്പാട് ശക്തിയായി അവതരിപ്പിച്ച ഡോ. വി.ആർ. പ്രബോധചന്ദ്രൻ നായരുടെ *ഫിലോസഫി ഓഫ് ലാങ്ഗ്വേജി*നോട് തനിക്ക് പൂർണമായി യോജിപ്പാണെന്ന് പി.ജി. വ്യക്തമാക്കി. 2010 ജൂൺ 19-ാം തീയതി പി.ജിയുടെ വീട്ടിൽവെച്ച് ഇരുവരും തമ്മിൽ നടന്ന ഒരു സംഭാഷണമദ്ധ്യേയാണ് പി.ജി. ഇക്കാര്യം വെളിപ്പെടുത്തിയത്.[4] ഈ സിദ്ധാന്തം നിരന്തരം വാദിച്ചു സമർത്ഥിച്ചുകൊണ്ടിരിക്കുന്ന പ്രബോധചന്ദ്രൻ നായരെ പി.ജി അഭിനന്ദിക്കുകയും ചെയ്തു.

മലയാളത്തിൽ പല പുതിയ പദങ്ങളും ആദ്യമായി ഉപയോഗിച്ചത് പി.ജിയാണ്. ഉദാഹരണം *ദുഷ്ടലാക്ക്* എന്ന വാക്ക്. ടെക്നിക്കലായിട്ടും പല വാക്കുകളും പി.ജി. പ്രയോഗിച്ചിട്ടുണ്ട്. ഉദാഹരണമായി *പ്രീ-ക്യാപിറ്റലിസം (*Pre-Capitalism*)* എന്ന വാക്കിന് *പ്രാങ്-മുതലാളിത്തം* എന്നും *ഇൻഫർമേഷൻ ടെക്നോളജി* എന്ന വാക്കിന് *വിവരസാങ്കേതിക വിദ്യ* എന്നും ആദ്യമായി ഉപയോഗിച്ചതു പി.ജി. തന്നെയാണ്. അതുപോലെ *സംവേദനം* എന്ന പദവും.[5]

**ബഹുഭാഷാപണ്ഡിതൻ**

പി.ജി. ഒരു ബഹുഭാഷാ പണ്ഡിതൻ കൂടിയായിരുന്നു. ഇംഗ്ലീഷ്, ഹിന്ദി, തമിഴ്, സംസ്കൃതം, മറാത്തി, കന്നട, മലയാളം എന്നീ ഭാഷകൾ അദ്ദേഹത്തിനുവശമായിരുന്നു. മുംബൈ ജയിലിലായിരുന്നപ്പോൾ മറാത്തിയും ഹിന്ദിയും പഠിച്ചു. കാലടി ആശ്രമത്തിൽ വച്ച് സംസ്കൃതം മനസ്സിലാക്കി. പിന്നീട് ദേശാഭിമാനിയുടെ കോഴിക്കോട് കൊച്ചി യൂണിറ്റുകളിൽ പ്രവർത്തിച്ചിരുന്ന ആർ.പി. എന്ന രാഘവപിഷാരടിയിൽ നിന്ന് കൂടുതൽ സംസ്കൃതം മനസ്സിലാക്കി. കണ്ണൂർ ജയിലിൽ വച്ച് കന്നടയും തമിഴും പഠിച്ചു. കർഷകതൊഴിലാളി നേതാവ് ടി. ചാത്തുവാണ് തമിഴ് പഠിപ്പിച്ചത്.[6]

1967 ൽ പാഠപുസ്തകങ്ങളും പൊതുവിജ്ഞാന കൃതികളും ശാസ്ത്രസാങ്കേതിക ഗ്രന്ഥങ്ങളും പ്രസിദ്ധീകരിക്കാൻ ഇ.എം.എസ് കേരള ഭാഷാ ഇൻസ്റ്റിറ്റ്യൂട്ട് സ്ഥാപിക്കുകയും അതിന്റെ ഡയറക്ടറായി എൻ.വി.കൃഷ്ണവാര്യരെ നിയമിക്കുകയും ചെയ്തു. അതോടൊപ്പം ആധുനിക ടൈപ്പ് റൈറ്ററുകൾക്കും അച്ചടി യന്ത്രങ്ങൾക്കും ഉപയുക്തമാംവണ്ണം മലയാള ലിപിയും അച്ചുകളും പരിഷ്കരിക്കുന്നതിനായി ശൂരനാട്ട് കുഞ്ഞൻ പിള്ള, ഡോ. കെ.

ഭാസ്കരൻ നായർ, എൻ.വി. കൃഷ്ണവാര്യർ, കണ്ടത്തിൽ കുടുംബാംഗവും ഇ.എം.എസിന്റെ ചിരകാല സുഹൃത്തും ചാസൺ ഫൗണ്ട്രി ഉടമസ്ഥനുമായ എബ്രഹാം തുടങ്ങിയവർ ഉൾക്കൊള്ളുന്ന ഒരു വിദഗ്ദ്ധസമിതിയെ നിയമിച്ച് റിപ്പോർട്ട് വരുത്തിക്കുകയുണ്ടായി. ആ കമ്മിറ്റിയുടെ കൺസൾട്ടന്റായി പി . ഗോവിന്ദപ്പിള്ളയും പ്രവർത്തിച്ചിരുന്നു.[7]

സർവ വിജ്ഞാനകോശത്തിന്റെ ചുമതല ഏറ്റെടുക്കാനുള്ള ഇ.എം.എസിന്റെ സന്ദേശവുമായി ഡോ.കെ.എം.ജോർജിനെ കാണാനും കേരള സർവ്വ കലാശാലയുടെ വൈസ് ചാൻസലർ പദവി ഏറ്റെടുക്കാൻ ഡോ.അയ്യപ്പനോട് അപേക്ഷിക്കാനുള്ള മുഖ്യമന്ത്രി ഇ.എം.എസ് നമ്പൂതിരിപ്പാടിന്റെ നിർദ്ദേശ വുമായി അദ്ദേഹത്തെ കാണാനും മദിരാശിയിൽ പോയത്(1969 ൽ) പി.ഗോവിന്ദപ്പിള്ളയും അന്നത്തെ വിദ്യാഭ്യാസ സെക്രട്ടറിയായിരുന്ന ശങ്കരനാരായണൻ ഐ.എ.എസും ആയിരുന്നു എന്ന കാര്യവും ഈ സന്ദർഭത്തിൽ സൂചിപ്പിച്ചോട്ടെ.[8]

## കേന്ദ്ര സഹിത്യ അക്കാദമി അംഗം

കേന്ദ്ര സാഹിത്യ അക്കാദമി എക്സിക്യൂട്ടീവ് അംഗമായി രണ്ടു വർഷ കാലം പി.ജി. പ്രവർത്തിച്ചിരുന്നു. മറ്റു പലരെയും പോലെ ആ പദവി ഒരു അലങ്കാരമായി മാത്രം കൊണ്ടുനടക്കാൻ പി. ജി തയ്യാറായില്ല. തനിക്ക് പറയാനുള്ള കാര്യങ്ങൾ അദ്ദേഹം തുറന്നുതന്നെ പ്രകടിപ്പിച്ചു. തന്റെ സാന്നിദ്ധ്യം അറിയിക്കാൻ ഈ ചെറിയ കാലയളവുമതിയായിരുന്നു പി. ജി. ക്കെന്ന് സുകുമാർ അഴിക്കോട് സാക്ഷ്യപ്പെടുത്തുന്നു:

> കേന്ദ്ര സാഹിത്യ അക്കാദമിയിൽ ഞങ്ങൾ ഇരിക്കുമ്പോൾ കേരളത്തിന്റെ വേദികളിൽ എത്ര ശക്തമായി അദ്ദേഹം അഭിപ്രായം പ്രകടിപ്പിച്ചിരുന്നോ അതേ തീവ്രതയോടെ സ്വാഭിപ്രായം അദ്ദേഹം പ്രകടിപ്പിച്ചു. അത്തരക്കാർക്ക് രണ്ടാമൂഴം കിട്ടിയെന്നുവരില്ല. പക്ഷേ, അദ്ദേഹത്തിന് ഒരൂഴം മതി. സ്വാഭിപ്രായശൂന്യരുടെ നൂറ്റൊന്നൂഴത്തേക്കാൾ ഫലം ഉണ്ടാക്കാൻ ഒരുഴക്കാരനായ ഇദ്ദേഹത്തിന് കഴിയും. കഴിഞ്ഞിട്ടുണ്ട്.[9]

പല സാഹിത്യകാരന്മാർക്കും കിട്ടേണ്ട അർഹത നേടിക്കൊടുക്കാൻ അക്കാലത്ത് പി.ജി. പൊരുതുകയുണ്ടായി. അതിൽ പലരുടെ കാര്യത്തിലും വിജയം കണ്ടെങ്കിലും മറ്റു ചിലരുടെ കാര്യത്തിൽ പരാജയപ്പെടുകയാണുണ്ടായത്.

## നല്ലൊരു നിഘണ്ടുവിന്റെ ആവശ്യം

നല്ലൊരു മലയാള നിഘണ്ടു ഉണ്ടാകേണ്ടതിന്റെ ആവശ്യകതയെക്കുറിച്ച് പി. ജി മറ്റാരെയുംകാൾ ബോധവാനായിരുന്നു. മാധ്യമം, സംസ്കാരം Activist, Sustainable, Development ഇത്തരം ആശയങ്ങൾ കൈകാര്യം ചെയ്യാത്ത പഴഞ്ചൻ നിഘണ്ടുക്കളാണ് ഇപ്പോഴുള്ളത്. അതിനാൽ ആവശ്യത്തിന് മറിച്ചു നോക്കുമ്പോൾ ഉപകരിക്കുന്ന വഴിതെറ്റിക്കാത്ത നിഘണ്ടു ഒരെണ്ണമെങ്കിലും ഉണ്ടായേ തീരുവെന്ന് പി.ജി. പറഞ്ഞു.[10] *ആഗോളവൽക്ക*

*രണം, സംസ്കാരം, മാധ്യമം* മുതലായ ശബ്ദങ്ങൾ നമ്മുടെ നിഘണ്ടുക്കളിൽ ഇനിയും പ്രവേശിക്കുകപോലും ചെയ്തിട്ടില്ലെന്നും പ്രവേശിച്ചിട്ടുള്ള സന്ദർഭങ്ങളിൽ അതിന്റെ സമകാലികമായ അർത്ഥവ്യാപ്തി പ്രതിഫലിപ്പിക്കുന്നില്ലെന്നും 2003 ൽ ഒരു പത്രപംക്തിയിൽ പി.ജി. എഴുതുകയുണ്ടായി. ഈ പരാതി പറച്ചിലിൽ ചില നിഘണ്ടു കർത്താക്കളും പ്രസാധകരും കടുത്ത പരിഭവം പ്രകടിപ്പിച്ചെങ്കിലും സൂക്ഷ്മദൃക്കുകളായ വായനക്കാർ പി.ജി.യുടെ വിമർശനം അംഗീകരിക്കുകയാണുണ്ടായത്.

'സയൻസി'ന് തൽസമമായ മലയാളപദമില്ലാത്തതിനാൽ പി.ജി. സംസ്കൃത പദത്തെ ആശ്രയിക്കുന്നു. 'ജ്ഞാനം' 'വിജ്ഞാനം' എന്നീ പദങ്ങളാണ് സയൻസിനേക്കാൾ അഭിഗമ്യമാകുന്നവ എന്ന് പി.ജി. വ്യക്തമാക്കുന്നു. ഈ പ്രശ്നത്തിലേക്ക് ഭാഷാസ്നേഹികളായ പണ്ഡിതന്മാരുടെ ശ്രദ്ധ ക്ഷണിക്കുകയും സഹായം അഭ്യർത്ഥിക്കുകയും ചെയ്തുകൊണ്ട് പി. ജി എഴുതിയ ലേഖനമാണ് *ജ്ഞാനം, വിജ്ഞാനം, ശാസ്ത്രം* എന്നത്.[11] ഇക്കാര്യത്തിൽ ഭാഷാസ്നേഹികളെയും വിജ്ഞാന കുതുകികളേയും സഹായിക്കാൻ ചുമതലപ്പെട്ട ശബ്ദകോശനിർമ്മാതാക്കൾ എട്ടൊമ്പത് പതിറ്റാണ്ടുകൾക്കു മുമ്പുള്ള ശ്രീകണ്ഠേശ്വരം പത്മനാഭപിള്ളയുടെ ശബ്ദതാരാവലിയെ അനുകരിക്കുകമാത്രമാണ് ചെയ്യുന്നത്. ഈ കാലയളവിൽ പഴയ പദങ്ങൾക്കുണ്ടായിട്ടുള്ള പുതിയ അർത്ഥമാനങ്ങളോ പുതിയ പദങ്ങളുടെ ആവിർഭാവമോ അവരുടെ ശ്രദ്ധയിൽ പെട്ടിട്ടില്ല എന്ന് പി.ജി. വിമർശിക്കുന്നു. സർക്കാരും സർവ്വകലാശാലകളും സാഹിത്യ അക്കാദമിയുമെല്ലാം ഇത് ഗൗരവമായി എടുക്കണമെന്ന് പി.ജി. അഭ്യർത്ഥിക്കുന്നു.[12]

## ഹെർമൻ ഗുണ്ടർട്ടും മലയാള ഭാഷയും

മലയാള ഭാഷയുടെ പരിഷ്കരണത്തിന് ജർമ്മനിക്കാരനായ ഡോ. ഹെർമൻ ഗുണ്ടർട്ട് നൽകിയ സംഭാവനകൾ ശരിയായി വിലയിരുത്തിക്കൊണ്ട് പി.ജി. എഴുതിയ ലേഖനമാണ് *ഭാഷയും നവോത്ഥാനവും*.[13] മലയാള ഭാഷയുടെ നവീകരണത്തിലും വർത്തമാനകാല വെല്ലുവിളികളെ നേരിടാൻ അതിന് കരുത്ത് നൽകിയതിലും സംഭാവന നൽകിയ ഏക യൂറോപ്യൻ മിഷനറിയാണ് ഗുണ്ടർട്ട് എന്ന് പി.ജി. വാദിക്കുന്നില്ല. ആർണോസ് പാതിരി, ഫ്രാൻസിസ്, ബെയ്ലി, ക്ലമന്റ്, ഗാർക്‌വെയ്റ്റ് തുടങ്ങി പ്രതിഭാധനരായ ഒട്ടേറെ മിഷണറിമാർ അക്കാര്യത്തിൽ പങ്ക് വഹിക്കുകയുണ്ടായി. എന്നാൽ പാണ്ഡിത്യം, ആത്മാർത്ഥത, അർപ്പണബുദ്ധി, ശാസ്ത്രീയസമീപനം, താൻ ഒപ്പം പ്രവർത്തിച്ച ജനതയോടുള്ള ഹൃദയംഗമമായ വേഴ്ച എന്നീ കാര്യങ്ങളിലൊക്കെ മറ്റുള്ളവരേക്കാൾ ഉയർന്നു നിൽക്കുകയാണ് ഗുണ്ടർട്ട്. കേരളത്തിന്റെ പൗരാണികമായ ജ്ഞാനത്തെക്കുറിച്ച് ഗുണ്ടർട്ടിന്റെ ആയുഷ്കാലം നീണ്ടുനിന്നതും അഗാധ സ്പർശിയുമായ ഗവേഷണം, അതിന്റെ ചരിത്രം പുനഃസ്ഥാപിക്കാനുള്ള അദ്ദേഹത്തിന്റെ ശ്രമങ്ങൾ, ശബ്ദകോശം, വ്യാകരണം തുടങ്ങിയവയിലുള്ള അടിസ്ഥാന പഠനങ്ങൾ എന്നിവയൊക്കെ മതപ്രചാരണമെന്ന അടിയന്തര ലക്ഷ്യത്തിനപ്പുറത്തേക്ക് വ്യാപിച്ച ഗുണ്ടർട്ടിന്റെ താൽപ്പര്യത്തിന്റെ സൂചനകളാണെന്ന് പി.ജി. വിലയിരുത്തി. 'ദൈവത്തിന്റെ പിതൃത്വവും മനുഷ്യന്റെ ഭ്രാതൃത്വവും' എന്ന മഹത്തായ ക്രിസ്തീയ ആശയം മനുഷ്യസമത്വത്തിനും സ്വാതന്ത്ര്യത്തിനും വേണ്ടിയുള്ള ആശയ

മായാണ് ഗുണ്ടർട്ട് കണ്ടത്. ഭാഷ പരിഷ്കരിക്കാൻ തയ്യാറായി മിഷനറിമാർ ഇറങ്ങിപ്പുറപ്പെട്ടതിന്റെ ലക്ഷ്യം ക്രിസ്തീയ മതസന്ദേശ പ്രചാരണമായിരുന്നു. എങ്കിലും അതിന്റെ ആത്യന്തിക ഫലം ഭാഷയെ മത നിരപേക്ഷമാക്കുകയും ജനാധിപത്യവൽക്കരിക്കുകയുമായിരുന്നു. മനുഷ്യരുടെ പരസ്പര വിനിമയത്തിന്റെയും സംവാദത്തിന്റെയും ഏറ്റവും പ്രധാന മാർഗങ്ങളിലൊന്ന് മത നിരപേക്ഷവും ജനാധിപത്യവൽകൃതവുമായ ഭാഷതന്നെയാണെന്ന് പി. ജി ചൂണ്ടിക്കാട്ടി. ആ നിലയിലാണ് പി ജി ഗുണ്ടർട്ടിന്റെ സംഭാവനകളെ കാണുന്നത്.

1972 ൽ എഴുതിയ *ഗുണ്ടർട്ടിന്റെ പെങ്ങൾ* എന്ന ലേഖനത്തിൽ ഗുണ്ടർട്ടിന്റെ നിഘണ്ടുവിന്റെ മേന്മയെക്കുറിച്ച് പി ജി സൂചിപ്പിക്കുന്നു. മലയാള ഭാഷ വളരണമെങ്കിൽ എന്താണ് ചെയ്യേണ്ടത് എന്ന് ലേഖനത്തിൽ പി. ജി വ്യക്തമാക്കുന്നതിങ്ങനെ:

> മറ്റു ഭാഷകളോട് പ്രത്യേകിച്ച് ഇംഗ്ലീഷിനോട് താരതമ്യപ്പെടുത്തുമ്പോൾ മലയാളം ഒരു കഴിവുകെട്ട ഭാഷയാണെന്ന ധാരണ പരക്കെയുണ്ട്. ആ ധാരണയെ ന്യായീകരിക്കുന്ന ചില പരിമിതികൾ നമ്മുടെ ഭാഷയ്ക്കുണ്ടുതാനും. എന്നാൽ, അത് ഭാഷയുടെ കഴിവുകേട് എന്നതിനേക്കാൾ ഭാഷ സംസാരിക്കുന്നവരുടെ കഴിവുകേടാണ്.
>
> ആധുനിക ശാസ്ത്രം പടിഞ്ഞാറൻ രാജ്യങ്ങളിൽ തളിരും താരും ചൂടാൻ തുടങ്ങിയ കാലത്ത് ഇംഗ്ലീഷിന്റെയും ഫ്രഞ്ചിന്റെയും പരിമിതികളെക്കുറിച്ച് ആ നാട്ടുകാർ വിഷാദിച്ചിരുന്നു. ബേക്കണും ന്യൂട്ടനും ഉൾപ്പെടെയുള്ള പ്രതിഭാശാലികൾ അതുകൊണ്ട് ലാറ്റിൻ ഭാഷയെ ശരണം പ്രാപിച്ചു. എന്നാൽ ഇംഗ്ലീഷുകാരും ഫ്രഞ്ചുകാരും ജർമൻകാരും മൗലിക വിജ്ഞാനത്തിന്റെ പടി ഒന്നൊന്നായി ചവിട്ടിക്കയറിയപ്പോൾ അതനുസരിച്ച് അവരുടെ ഭാഷയും വളർന്നു. അതുപോലെ മലയാളവും മലയാളികളുടെ വളർച്ചയോടൊപ്പമേ വളരൂ.[14]

മലയാളത്തിന്റെ വളർച്ചക്കുറവിനെ പറ്റി നെടുവീർപ്പിടുന്ന പലരും ഭാഷയുടെ അനിതരസാധാരണമായ മേന്മകളും സവിശേഷതകളും ശ്രദ്ധിക്കാറില്ലെന്ന് പി.ജി. വ്യക്തമാക്കി. ഈ സവിശേഷതകളും മേന്മകളും കൂടുതൽ അർഥപുഷ്ടിക്കും അർഥവ്യക്തതയ്ക്കും ഉതകുമെന്ന് ചില ഉദാഹരണങ്ങൾ ചൂണ്ടിക്കാട്ടി പി ജി സമർത്ഥിക്കുന്നു.[15] ശ്രീകണ്ഠേശ്വരത്തിന്റെ ശബ്ദതാരാവലി, നാരായണപണിക്കരുടെ നവയുഗ ഭാഷാ നിഘണ്ടു, എ.ആർ.പി നിഘണ്ടു എന്നിവയുമായൊക്കെ താരതമ്യം ചെയ്തതിനുശേഷം ഗുണ്ടർട്ടിന്റെ നിഘണ്ടു 'സർവോത്തമം' എന്ന് പി.ജി. പറഞ്ഞു. എന്നാൽ അതിലും പോരായ്മകളുണ്ട്. അതിനാൽ ഗുണ്ടർട്ടിന്റെ സർവവിദിതമായ പരിമിതികൾ കൂടി പരിഹരിച്ച് അദ്ദേഹത്തിന്റെ നിലവാരത്തിൽ മറ്റൊരു നിഘണ്ടു ഉണ്ടാകണമെന്ന് പി.ജി. ആവശ്യപ്പെട്ടു.[16]

## മറുഭാഷാ മേധാവിത്വത്തിനെതിരെ

ഭരണത്തിലും പഠനത്തിലും എന്നുവേണ്ട ദൈനംദിന ജീവിതത്തിൽ തന്നെ ആംഗലഭാഷയും അതിനോടുള്ള അടിമത്ത മനോഭാവവും ക്രമേണ

വർദ്ധിച്ചുകൊണ്ടിരിക്കുന്നുവെന്ന് പി.ജി. പറഞ്ഞു. മുമ്പ് മലയാള ഭാഷയെ സംസ്കൃതത്തിന്റെ കടുംപിടുത്തത്തിൽ നിന്ന് രക്ഷിച്ച് സാധാരണക്കാരന്റെ വാമൊഴിക്കും വരമൊഴിക്കും മാന്യത നൽകാൻ രാജരാജവർമ്മയെ പോലുള്ള വരുണ്ടായിരുന്നു. അന്ന് സംസ്കൃതത്തിന്റെ പിടിയിൽ നിന്നായിരുന്നെങ്കിൽ ഇന്ന് ഇംഗ്ലീഷിന്റെ ഞെരുക്കത്തിൽനിന്നു ഭാഷയെ രക്ഷിക്കുകയും മലയാള ഭാഷ വിലസേണ്ട രംഗങ്ങളിൽനിന്നു അന്യഭാഷകളെ നിഷ്കാസനം ചെയ്യു കയും വേണ്ടിയിരിക്കുന്നുവെന്ന് പി ജി ഉറപ്പിച്ച് പറഞ്ഞു.[17]

ഭരണ രംഗത്തും, വിദ്യാഭ്യാസ രംഗത്തും, കുടുംബസദസ്സുകളിലും, വിവാഹക്ഷണപത്രം പോലുള്ള സാമൂഹ്യ വ്യവഹാരങ്ങളിലും, സർക്കാർ എഴുത്തു കുത്തിലുമെല്ലാം മലയാള ഭാഷയെ നിരന്തരം അവഗണിക്കുന്ന തിനെ വിമർശിച്ചുകൊണ്ട് 1996 ൽ പി.ജി. എഴുതിയ ആധികാരികവും പണ്ഡി തോചിതവുമായ പ്രബന്ധമാണ് *മലയാള ഭാഷ: അതിജീവനത്തിന്റെയും വികാസത്തിന്റെയും പ്രശ്നങ്ങൾ.*[18]

ഈ മേഖലയിലെല്ലാം ഭാഷ മേൽക്കോയ്മ നേടേണ്ടതിന്റെ ആവശ്യകത പി.ജി ഊന്നിപ്പറഞ്ഞു. നമ്മുടെ സ്വാതന്ത്ര്യവും ജനാധിപത്യവും സമത്വ സങ്കൽപ്പങ്ങളും സാക്ഷാത്കരിക്കണമെങ്കിൽ മാതൃഭാഷയുടെ പ്രയോഗം ഭര ണത്തിലും വിദ്യാഭ്യാസത്തിലും മാത്രമല്ല, നമ്മുടെ സാമൂഹ്യ ജീവിതത്തിലും മേൽക്കോയ്മ നേടിയേ മതിയാവു എന്ന് പി.ജി വ്യക്തമാക്കി. നിരുപദ്രവവും നിഷ്പക്ഷവും നിർജീവവുമായ ഒരു സംവേദന മാധ്യമമല്ല ഭാഷ. സംവേ ദനവും (കമ്മ്യൂണിക്കേഷൻ) അതിന്റെ മുഖ്യ ഉപാധിയായ ഭാഷയും സാമൂ ഹ്യ വ്യവഹാരങ്ങളിലൂടെ സമൂഹത്തിന്റെ ഘടന നിർവ്വഹിക്കുകയും തുടർ ച്ചയ്ക്കു ഉറപ്പു നൽകുകയും ചെയ്യുന്നതുകൊണ്ട് ഭാഷ സമൂഹത്തിലെ അധി കാര ഘടനയുടെ പ്രതീകവും ഉപാധിയുമായി വർത്തിക്കുന്നു എന്ന് പി ജി പറഞ്ഞു.[19]

ഇതിന് മലയാള ഭാഷ സമൂലം പരിഷ്കരിക്കേണ്ടതുണ്ടെന്ന് പി ജി പറഞ്ഞു. അത് എങ്ങനെയൊക്കെ ആകാം എന്നുള്ളതിനെക്കുറിച്ചുള്ള നിർദേ ശങ്ങളും അദ്ദേഹം തന്റെ പ്രബന്ധത്തിൽ നൽകുന്നു. "മലയാളിക്കുവേണ്ടി ടത്തോളമേ മലയാളം വളരു; മലയാളത്തിന്റെ വളർച്ച മലയാളിയുടേതുമാ വാതെ വയ്യ" എന്ന ഡോ.വി.ആർ.പ്രബോധചന്ദ്രൻ നായരുടെ വാക്കുക ളോടെയാണ് പി ജി തന്റെ പ്രബന്ധം അവസാനിപ്പിക്കുന്നത്.

നമ്മുടെ വാക്പ്രയോഗങ്ങളിലും ഭാഷാ ശൈലിയിലും അടിമത്ത മുദ്ര പലപ്പോഴും ആഴത്തിൽ പതിഞ്ഞിരിക്കുന്നതായി കാണാമെന്ന് പി.ജി ചൂണ്ടി ക്കാണിക്കുന്നു. അടിമത്ത മനോഭാവവും അടിമത്ത പാരമ്പര്യങ്ങളും അത്ര പെട്ടെന്ന് നമുക്ക് എടുത്തുകളയാൻ പറ്റുന്നതല്ല. ബോധമണ്ഡലത്തിൽ നിന്ന് അവ പറിച്ചെറിഞ്ഞ് കഴിഞ്ഞാലും നമ്മുടെ ഉപബോധ മനസ്സിൽ അവ വേരൊടെ കിടക്കുമെന്ന് പി ജി പറഞ്ഞു. ഈ അടിമത്ത പാരമ്പര്യങ്ങൾക്ക് നിരവധി ഉദാഹരണങ്ങൾ *അടിമത്തവും വാക്പ്രയോഗവും* എന്ന ലേഖന ത്തിൽ പി.ജി ചൂണ്ടിക്കാണിക്കുന്നുണ്ട്.[20]

ഇംഗ്ലീഷ് പദങ്ങൾ നാടൻ പദങ്ങളേക്കാൾ കൂടുതൽ പേർക്ക് മനസ്സി ലാക്കാൻ എളുപ്പമുള്ള സന്ദർഭങ്ങളിലും മറ്റും ഉപയോഗിക്കുന്നതിൽ തെറ്റൊ ന്നുമില്ല. മാതൃഭാഷ പ്രേമം മൂത്ത് പെൻസിലിനെ 'എഴുത്തുകോണി'ലും മറ്റും മറ്റുമാക്കി മാറ്റണമെന്നില്ല. എന്നാൽ ഒന്നാന്തരം മലയാള പദങ്ങളുള്ളപ്പോൾ അതുപേക്ഷിച്ച് വികൃതമായ മറുഭാഷ പ്രയോഗങ്ങളെ ആശ്രയിക്കരുതെ

ന്നാണ് പി ജിയുടെ അഭ്യർത്ഥന. *തെലുങ്ക്* വേണ്ടന്നുവെച്ച് *തെലുഗു*വിനെ ആശ്രയിക്കുന്നത് പരിഹാസ്യമല്ലേ എന്ന് പി.ജി. ചോദിക്കുന്നു. സ്നേഹം തുളുമ്പുന്ന *അമ്മായി*യേയും *കുഞ്ഞമ്മ*യേയും *ചിറ്റമ്മ*യേയും *ഇളയമ്മ*യേയും മറ്റും വീട്ടിൽ നിന്ന് അടിച്ചിറക്കി *ആന്റി*യെ വിളിച്ചു കയറ്റുന്നവരോട് എങ്ങനെ സഹതപിക്കാതിരിക്കുമെന്ന് പി ജി ചോദിക്കുന്നു.[21] ലേഖനത്തിൽ മനുഷ്യർക്ക് മനസ്സിലാകുന്നിടത്തോളമെങ്കിലും നമ്മുടെ ഭാഷ പ്രയോഗങ്ങളിലെ അടിമത്താവശിഷ്ടങ്ങൾ തുടച്ചു നീക്കേണ്ടതാണെന്ന് പി.ജി. പറയുന്നു. ഭാഷയിലെ അടിമത്തങ്ങൾ അതു സംസാരിക്കുന്നവരുടെ മനോഭാവത്തിൽ തന്നെ അനാരോഗ്യകരങ്ങളായ പ്രതികരണങ്ങൾ സൃഷ്ടിക്കും. ഭാഷയെ മനുഷ്യരെന്നപോലെ ഭാഷ മനുഷ്യരെയും സ്വാധീനിക്കുമെന്ന് പി ജി വ്യക്തമാക്കുന്നു.[22]

## 2. അക്കാദമീയ സ്വാതന്ത്ര്യത്തിനും ആവിഷ്കാര സ്വാതന്ത്ര്യത്തിനും വേണ്ടി

### അക്കാദമീയ സ്വാതന്ത്ര്യം

അക്കാദമീയ സ്വാതന്ത്ര്യത്തിനെതിരെ എപ്പോഴൊക്കെ വെല്ലുവിളി ഉയർന്നിട്ടുണ്ടോ അപ്പോഴൊക്കെ അതിനെ ശക്തമായി എതിർക്കാൻ പി.ജി രംഗത്തിറങ്ങുകയുണ്ടായി. സ്ഥാപിത താല്പര്യക്കാർ, വർഗീയവാദികൾ, ഭരണാധികാരികൾ, യാഥാസ്ഥിതികർ തുടങ്ങിയവരുടെ ഇടപെടലും തടസ്സവും കൂടാതെ പാഠപുസ്തകങ്ങളും പാഠ്യപദ്ധതികളും നിയമാനുസൃതം അംഗീകരിച്ച് നടപ്പാക്കാനുള്ള സർവ്വകലാശാലകളുടെയും വിദ്യാഭ്യാസ വ്യവസ്ഥയുടെയും സ്വാതന്ത്ര്യമാണ് അക്കാദമിക്ക് സ്വാതന്ത്ര്യം എന്ന പദപ്രയോഗം കൊണ്ട് അർത്ഥമാക്കുന്നത്.

1986–87 ൽ ഗോദാവരി പരുലേക്കറുടെ അഖിലേന്ത്യാ പ്രശസ്തിയാർജിച്ച *മനുഷ്യരുണരുമ്പോൾ* എന്ന മഹനീയമായ കൃതി കാലിക്കറ്റ് സർവകലാശാലയുടെ ബിരുദ പാഠപുസ്തക പട്ടികയിൽ നിന്ന് നീക്കം ചെയ്തപ്പോഴും പി.എ വാര്യരുടെ *അനുഭവങ്ങൾ* എന്ന പുസ്തക പരിചയ സമാഹാരത്തിലെ *നിക്കൊസ് കസാൻദ് സാക്കീസി*നെക്കുറിച്ചുള്ള അദ്ധ്യായം പഠിപ്പിച്ചുകൂടെന്ന വിലക്കായപ്പോഴും അതിനെതിരെ ശക്തമായ പ്രതിഷേധവുമായി പി ജി രംഗത്തെത്തി. അത് അക്കാദമിക്ക് സ്വാതന്ത്ര്യത്തിന്റെ നേരെയുള്ള പ്രതിഷേധാർഹമായ കയ്യേറ്റമാണെന്ന് *അക്കാദമിക സ്വാതന്ത്ര്യവും ആവിഷ്കാര സ്വാതന്ത്ര്യവും* എന്ന ലേഖനത്തിൽ പി ജി പറഞ്ഞു.[23]

*മനുഷ്യരുണരുമ്പോൾ* എന്ന ഗോദാവരി പരുലേക്കറുടെ കൃതി ബോംബേ നഗരത്തിൽനിന്ന് 50 മൈൽ കിഴക്കുമാറി സ്ഥിതിചെയ്യുന്ന റാണാ ജില്ലയിലെ വനാന്തരങ്ങളിൽ പാർക്കുന്ന ആദിവാസികളുടെ ഉന്നമനത്തിനു വേണ്ടി കമ്യൂണിസ്റ്റുകാരിയായ ഗോദാവരി പരുലേക്കറും അവരുടെ ഭർത്താവായ ശ്യാമറാവു പരുലേക്കറും നേതൃത്വം നൽകി നടത്തിയ വീരോചിതമായ പോരാട്ടങ്ങളുടെയും അധഃസ്ഥിതരിൽ അധഃസ്ഥിതമായ 'വർളി'കൾ എന്നു വിളിക്കപ്പെടുന്ന ആദിവാസികളുടെ ഐതിഹാസികമായ ഉയിർത്തെഴുന്നേൽപ്പിന്റെയും ആവേശകരമായ സാഹസിക കഥയാണ്. കേന്ദ്രസാഹിത്യ അക്കാദമിയും അതുപോലുള്ള സ്ഥാപനങ്ങളും പ്രകീർത്തിച്ച ഹൃദയ സ്പൃ

ക്കായ ഈ കൃതി തടവറയിൽവെച്ചാണ് ഗോദാവരി എഴുതിയത്. ഇതൊരു കൽപിത കഥ (ഫിക്ഷൻ) അല്ലാത്തതുകൊണ്ടാണ് നിരോധിച്ചത് എന്നാണ് കോഴിക്കോട് സർവകലാശാലാധികൃതരുടെ വാദം.

കസാൻദ്‌ സാക്കീസ് കാര്യത്തിൽ പി എ വാര്യരുടെ ലേഖനം നിലവാരം കുറഞ്ഞതാണെന്ന് വലിയ നിലവാരക്കാരൻ ഡോക്ടർ ജോർജ് ഇരുമ്പയം പറഞ്ഞതിന്റെയും കസാൻദ്‌ സാക്കീസ് സന്മാർഗ ഭ്രഷ്ടനാണ് എന്ന് അതിലും വലിയ നിരൂപകൻ പ്രൊഫ.എം ആർ ചന്ദ്രശേഖരൻ വിധിക്കുന്നതിന്റെയും പൊരുൾ വേറെയാണെന്ന് പി ജി ചൂണ്ടിക്കാണിച്ചു.[24] ഗോദാവരി പരുലേക്കറുടെ കാര്യത്തിൽ അതൊന്നും പറയാനില്ലാത്തതുകൊണ്ടാണ് അതു കൽപ്പിതകഥ (ഫിക്ഷൻ) അല്ലെന്ന വാദം അവർ കണ്ടുപിടിച്ചത്. തുടർന്ന് പി ജി ഇങ്ങനെ എഴുതി:

> ഇനി എഴുത്തച്ഛന്റെ പുസ്തകമോ ആശാന്റെ സീതാകാവ്യമോ വള്ളത്തോളിന്റെ മഗ്ദലനമറിയമോ നിരോധിക്കണമെന്നാണ് ബിഷപ്പ് കുണ്ടുകുളത്തിന്റെയും ഫാദർ വള്ളമറ്റത്തിന്റെയും മന്ത്രി ജേക്കബിന്റെയും ഇംഗിതമെങ്കിൽ ഇരുമ്പയവും ചന്ദ്രശേഖരനും അതിനും കണ്ടുപിടിക്കും 'ഞായ'ങ്ങൾ. "ദീപസ്തംഭം മഹാശ്ചര്യം, നമുക്കും കിട്ടണം പണം" എന്നതാണല്ലോ, നമ്പ്യാർ ആശാന്റെ കാലംതൊട്ടേ പണ്ടേ തിരുമുമ്പിൽ സേവക്കാരുടെ വിശ്വാസ പ്രമാണം.[25]

ചോദ്യം ചെയ്യാതെ സർക്കാരിന്റെ ഉത്തരവുകൾ നടപ്പാക്കുന്ന "ഭീരുക്കളും ഭിക്ഷാംദേഹികളുമാണ്" ഇത് നടപ്പിലാക്കിയ ബോർഡ് ഓഫ് സ്റ്റഡീസിന്റെ അംഗങ്ങൾ എന്ന് പി.ജി. ആക്ഷേപിച്ചു. മൂന്നാം സ്റ്റാൻഡേർഡിലേക്കുള്ള പാഠപുസ്തകത്തിലെ *ലെനിനും കർഷകരും* എന്ന ഉപന്യാസവും നിരോധിച്ചു. ഈ ലഘു ഉപന്യാസം ഒരു മാർക്സിസ്റ്റ് പ്രബന്ധമൊന്നുമല്ലെന്ന് പി.ജി. ചൂണ്ടിക്കാണിച്ചു. ഇന്ത്യയുടെ രാഷ്ട്രപിതാവായ ഗാന്ധിജിയേയും റഷ്യയിലെ ഒക്ടോബർ വിപ്ലവത്തിന്റെ ശില്പിയായ വി.ഐ.ലെനിനേയും ഒരു മനുഷ്യസ്നേഹിയുടെ വീക്ഷണത്തിൽ നിന്നുകൊണ്ട് പ്രകീർത്തിക്കുകയും താരതമ്യം ചെയ്യുകയും ചെയ്യുന്ന ആ ലേഖനം മാർക്സിസ്റ്റു ചിന്താഗതിയേ അല്ല പ്രതിഫലിപ്പിക്കുന്നത്. എന്നാൽ ആലുവാ വിദ്യാഭ്യാസ ജില്ലയിലെ അക്കാദമീയ കൗൺസിൽ ഈ ലേഖനം പഠിപ്പിക്കേണ്ടതില്ലെന്ന് സർക്കുലർ അയച്ചു. ഇതിനെതിരെ പി.ജി.യെ പോലുള്ളവരുടെ ശക്തമായ എതിർപ്പുകൾ ഉയർന്നു. അവസാനം തടിതപ്പാനായി തങ്ങൾക്ക് നോട്ടപ്പിശകു പറ്റിപോയതാണ്, പിടിപ്പു കേടായിപ്പോയി എന്നൊക്കെയുള്ള വിചിത്രമായ വിശദീകരണങ്ങളാണ് അക്കാദമീയ കൗൺസിൽ സെക്രട്ടറി കെ.എ.പോൾ തട്ടിവിട്ടത്. ആലുവ ഡി.ഇ.ഒ കെ.ഒ ഔസേപ്പ് ഈ പിശക് തിരുത്താമെന്നും ഈ പാഠം പരീക്ഷയ്ക്ക് ബാധകമായ വിധത്തിൽ പാഠ്യപദ്ധതിയിൽ ഉൾപ്പെടുത്തിക്കൊള്ളാമെന്നും പ്രസ്താവിച്ച് തൽക്കാലം പ്രശ്നം ഒതുക്കിത്തീർത്തു.[26]

കരുണാകരൻ മുഖ്യമന്ത്രിയും ടി.എം.ജേക്കബ് വിദ്യാഭ്യാസമന്ത്രിയുമായി 1982 ൽ അധികാരത്തിൽ വന്ന ഗവൺമെന്റ് ആദ്യമായി വിലക്ക് കല്പിച്ചത് *ഭാഷാഭാരതി*ക്കെതിരെയാണ്.

1982 ൽ കേരള സർവകലാശാല പ്രീഡിഗ്രി ക്ലാസിലേക്കു വേണ്ടി തയ്യാ

റാക്കി പ്രസിദ്ധീകരിച്ച *ഭാഷാഭാരതി* ഒന്നാം ഭാഗത്തിൽ ഉൾപ്പെട്ടിരുന്ന വിഷ്ണു നാരായണൻ നമ്പൂതിരിയുടെ *ആദവും ദൈവവും* എന്ന ഖണ്ഡ കാവ്യവും തായാട്ടു ശങ്കരന്റെ *വിവേകാനന്ദസാഹിതിയിൽ നിന്ന് ഒരേട്* എന്ന ലഘു ലേഖനവും മതവികാരങ്ങളെ വ്രണപ്പെടുത്തുന്നതാണ് എന്നു പറഞ്ഞു കൊണ്ട് ചില പുരോഹിതന്മാരും വർഗീയവാദികളും രംഗത്തുവരുകയും നിരോധനം ആവശ്യപ്പെടുകയും ചെയ്തു. ഇതിനെതിരെ നിശിതമായ വിമർശ നവുമായി പി.ജി രംഗത്തുവന്നു. തായാട്ടു ശങ്കരൻ വിവേകാനന്ദനെക്കുറിച്ചെഴു തിയ ലേഖനം അദ്ദേഹത്തിന്റെ മഹത്വത്തെ മാനത്തോളം പുകഴ്ത്തുകയ ല്ലാതെ ഒരുതരത്തിലും അത് ഇകഴ്ത്തുന്നവയല്ലെന്ന് പി ജി പറഞ്ഞു.[27]

വളരെ പ്രസിദ്ധമായ ചില വിവേകാനന്ദസൂക്തങ്ങൾ ഉദ്ധരിച്ചുകൊണ്ട് ആ മഹാപ്രതിഭാശാലിയുടെ ദേശസ്നേഹത്തെയും അധഃസ്ഥിത പ്രേമ ത്തെയും പരിവർത്തനദാഹത്തെയും സമർഥിക്കുന്നതാണ് ആ ലേഖനം. അത് പ്രീഡിഗ്രി ക്ലാസുകളിൽ പഠിപ്പിച്ചുകൂടായെന്ന് വിലക്ക് കല്പിച്ചവർ അവഹേ ളിച്ചത് തായാട്ടു ശങ്കരനെയല്ല സ്വാമി വിവേകാനന്ദനെ തന്നെയാണെന്ന് പി ജി വ്യക്തമാക്കി.

പ്രശസ്തകവിയും കോളേജ് അദ്ധ്യാപകനുമായ പ്രൊഫ. വിഷ്ണുനാ രായണൻ നമ്പൂതിരി *ഭാഷാഭാരതി*യിലെ പാഠങ്ങൾ തെരഞ്ഞെടുത്തവരെ പോലെയോ അതിലുമേലെയോ ഒരു തികഞ്ഞ ആസ്തികനാണ്. തിരുവന ന്തപുരത്തെ സോമയാഗ സംഘാടകരിൽ പ്രമുഖനായിരുന്ന വിഷ്ണുനാരാ യണൻ നമ്പൂതിരി ഒരു മത നിഷേധിയാണെന്ന് പറയാൻ അസാമാന്യമായ വിവരക്കേട് തന്നെ വേണമെന്ന് പി ജി പറഞ്ഞു. *ബൈബിളി*ലെ ഉല്പത്തി പുസ്തത്തിലെ ആദമിനേയും ഹവ്വയേയുംകുറിച്ചുള്ള കഥയെ ആസ്പദമാക്കി രചിച്ചിട്ടുള്ള ഒന്നാണ് വിഷ്ണുനാരായണൻ നമ്പൂതിരിയുടെ *ആദമും ദൈവവും* എന്ന ലഘുലേഖനം.

ഒരുതരത്തിലും ഈശ്വരവിശ്വാസികളല്ലെന്ന് വിശേഷിപ്പിക്കാൻ നിർവാ ഹമില്ലാത്തവർക്ക് ബഹുഭൂരിപക്ഷമുള്ള ഒരു സമിതിയാണ് ഈ പാഠങ്ങൾ തെരഞ്ഞെടുത്തതെന്ന് പി ജി പറഞ്ഞു. പ്രൊഫസർമാരായ മാത്യു ഉലകം തറ, എസ്.കെ.വസന്തൻ, പി മീരാക്കുട്ടി, വി.വി.സദാനന്ദൻ, സി.ജെ സെബാ സ്റ്റ്യൻ, വർഗീസ് പടിയറ, എം.കെ സാനു (ചെയർമാൻ) എന്നിവരാണ് പാഠ ങ്ങൾ തെരഞ്ഞെടുത്ത സമിതിയിലെ അംഗങ്ങൾ. ഇവരാരും മത വിദ്വേഷി കളല്ലെന്നതിനു പുറമെ പ്രൊഫ.മാത്യു ഉലകംതറയെപ്പോലെ ഒന്നിലേറെ പേർ കത്തോലിക്കാ-കത്തോലിക്കേതര ക്രിസ്തീയ സഭകളുടെ വിശ്വസ്ത രായ അനുയായികളാണെന്നതും പ്രസിദ്ധമാണ്. അങ്ങനെയുള്ളവർ തെര ഞ്ഞെടുത്ത കൃതികൾ മതവിരുദ്ധമാണെന്നു വിധിക്കുന്ന മതഭ്രാന്തന്മാരെ നയിക്കുന്നത് മതഭക്തിയോ വിവേകമോ അല്ലായെന്ന് വ്യക്തമാണെന്ന് പി ജി അഭിപ്രായപ്പെട്ടു. മറ്റെന്തോ ചില താല്പര്യങ്ങളാണ് നിരോധനം ആവ ശ്യപ്പെട്ടവരെയും പുറപ്പെടുവിച്ചവരെയും സ്വാധീനിച്ചത്. അവയിലൊന്ന് മതം അപകടത്തിൽ എന്ന "കണ്ണാക്ക്"വിളികൊണ്ട് രാഷ്ട്രീയവും വർഗീയവുമായ ചില ദുഷ്ടലക്ഷ്യങ്ങൾ നേടുക എന്നതാണെന്ന് പി.ജി പറഞ്ഞു.[28]ഇതാണ് നയമെങ്കിൽ കുമാരനാശാന്റെ *ചിന്താവിഷ്ടയായ സീത*യും നിരോധിക്കാ മെന്ന് പി ജി പറഞ്ഞു.[29]

സാൽമൻ റഷ്ദിയുടെ *സാത്താനിക് വേഴ്സസി*നെതിരെ പരേതനായ ആയത്തൊള്ള ഖൊമേനി ഇളക്കിവിട്ട ആഗോള വ്യാപകമായ കൊലവിളിയെ

പി.ജി. അംഗീകരിച്ചില്ല. അദ്ദേഹം അതിനെ തുറന്നെതിർത്തു. സാൽമൻ റഷ്ദിയുടെ ഈ കൃതി കലാപരമായോ മറ്റേതെങ്കിലും വിധത്തിലോ മേന്മയുള്ളതായി ഒറ്റവായനയിൽ തനിക്ക് ബോധ്യപ്പെട്ടില്ല എന്ന് പി.ജി. പറഞ്ഞു. അതേസമയം അദ്ദേഹത്തിന്റെ *മിഡ്നൈറ്റ് ചിൽഡ്രനും* മറ്റും ഇതിനേക്കാൾ വളരെ ഭേദപ്പെട്ടവയാണ് എന്നു പി.ജി.ക്ക് തോന്നുകയും ചെയ്തു. എങ്കിലും സാത്താനിക് വേഴ്സസിനെ നിരോധിച്ചതിനോടോ അതിനെതിരായി കൊലവിളി നടത്തുന്നതിനോടോ അദ്ദേഹം യോജിച്ചില്ല.[30]

## ആവിഷ്കാരസ്വാതന്ത്ര്യം

ആവിഷ്കാര സ്വാതന്ത്ര്യത്തിനെതിരെ എപ്പോഴൊക്കെ വെല്ലുവിളിയുണ്ടായിട്ടുണ്ടോ അപ്പോഴൊക്കെ അതിനെ ശക്തിയായി നേരിടാനും പ്രതിരോധിക്കാനും പി ജി ഒഴുക്കിയ വിയർപ്പും ഉപയോഗിച്ച തലച്ചോറും ചില്ലറയായിരുന്നില്ല.

1952 ൽ തോപ്പിൽ ഭാസി എഴുതി കെ.പി.എ.സി അവതരിപ്പിച്ച *നിങ്ങളെന്നെ കമ്യൂണിസ്റ്റാക്കി* എന്ന നാടകത്തെ തിരു–കൊച്ചി ഗവൺമെന്റ് നിരോധിക്കുകയുണ്ടായി. കോൺഗ്രസ് സർക്കാരിന്റെ ഈ ഭ്രാന്തൻ നടപടിക്കെതിരെ നിയമസഭയ്ക്കകത്തും പുറത്തും പൊട്ടിപ്പുറപ്പെട്ട ഗംഭീരമായ പ്രക്ഷോഭണത്തിന് നേതൃത്വം കൊടുത്തവരിൽ ഒരാൾ അന്ന് തിരു–കൊച്ചി നിയമസഭാംഗം കൂടിയായിരുന്ന പി ജിയായിരുന്നു.

ഹിന്ദു വർഗീയ വാദികൾ ഹാലിളകിയതിനെത്തുടർന്ന് കണിയാപുരം രാമചന്ദ്രൻ എഴുതി കെ.പി.എ.സി അവതരിപ്പിച്ച *ഭഗവാൻ കാലുമാറുന്നു* എന്ന നാടകവും ക്രിസ്ത്യൻ വർഗീയ വാദികൾ ഹാലിളകിയതിനെത്തുടർന്ന് പി എ ആന്റണിയുടെ *ക്രിസ്തുവിന്റെ ആറാം തിരുമുറിവ്* എന്ന നാടകവും 1961 ലെ കേരള നാടകാവതരണ നിയമം (കേരള ഡ്രമാറ്റിക് പെർഫോമൻസ് ആക്ട്) അനുസരിച്ച് നിരോധിച്ചപ്പോഴും അതിനെതിരെ ശക്തമായ പ്രതിഷേധവുമായി ആദ്യം രംഗത്തുവന്നവരിൽ ഒരാൾ പി ജി ആയിരുന്നു. ഈ തീരുമാനത്തിനെതിരെ എത്രയെത്ര പ്രസംഗങ്ങളാണ് പി ജി നടത്തിയത്. എത്രയെത്ര ക്ലാസുകളിലും സെമിനാറുകളിലുമാണ് അദ്ദേഹം സംസാരിച്ചത്. അതിനു പുറമെ ലേഖനങ്ങളും എഴുതി. *ചിന്താവാരിക*യിലെഴുതിയ ഒരു ലേഖനത്തിൽ ഈ നാടക നിരോധനങ്ങളെ അദ്ദേഹം ശക്തമായി അപലപിച്ചു.

തന്റേതിൽനിന്നും വ്യത്യസ്തമായ ഏതെങ്കിലും വേദവ്യാഖ്യാനം മതവികാരത്തെ വ്രണപ്പെടുത്തുന്നു എന്നൊക്കെ പറയുന്നതിന്റെ പിന്നിലുള്ള പ്രേരണ മതവിശ്വാസമോ ഭക്തിയോ അല്ലെന്നും അത് സങ്കുചിതമായ വർഗീയ താല്പര്യങ്ങളും ദുഷ്ടമായ രാഷ്ട്രീയ ലക്ഷ്യങ്ങളുമാണെന്നും പി. ജി. ചൂണ്ടിക്കാണിച്ചു. അത്തരം ലക്ഷ്യങ്ങൾക്കും താല്പര്യങ്ങൾക്കും അടിപ്പെട്ട് നാടകങ്ങളും നോവലുകളും കവിതകളും നിരോധിക്കാൻ പുറപ്പെട്ടാൽ അത് നമ്മുടെ ഭരണഘടനയുടെ നാരായവേരിന്റെ മേൽ കത്തിവയ്ക്കലായി പരിണമിക്കുമെന്ന് അദ്ദേഹം മുന്നറിയിപ്പ് നൽകി.[31]

ആന്റണിയുടെ നാടകം നിലവാരം കുറഞ്ഞതും പ്രകോപനപരവും ആണെന്ന് സമ്മതിച്ചാൽപ്പോലും അതിനെതിരായ കോലാഹലം ജനാധിപത്യ

സംസ്കാരവുമായി പൊരുത്തപ്പെടാത്ത അസഹിഷ്ണുതയുടെയും മതാന്ധതയുടെയും ലക്ഷണമായേ കാണാനൊക്കുവെന്ന് പി.ജി. പറഞ്ഞു.[32]

*ടിപ്പുസുൽത്താന്റെ പടവാൾ* എന്ന സാമാന്യം ഭേദപ്പെട്ട നോവൽ ദൂരദർശൻ സീരിയലായി അവതരിപ്പിക്കാൻപോയതിനെതിരെ കേരളത്തിനകത്തും പുറത്തും നടന്ന പ്രക്ഷോഭത്തെ വർഗീയതയുടെ അസഹിഷ്ണുതയായിട്ടാണ് പി.ജി. കണ്ടത്.[33]

അതിനാൽ ഈ വാദം ഒരിക്കലും അംഗീകരിക്കാനാകില്ലെന്ന് പി.ജി. പറഞ്ഞു. ഭരണഘടനയിലെ മൗലികാവകാശവ്യവസ്ഥകളും ജനാധിപത്യ സംവിധാനത്തിലെ ആവിഷ്കാര സ്വാതന്ത്ര്യത്തിനും എതിരെയുള്ള പ്രാകൃത നിയമമായ 1961 ലെ *കേരള നാടകാവതരണ നിയമത്തി*നെതിരായി കൂടുതൽ ശക്തമായ പ്രക്ഷോഭണം ഉയർന്നു വരണമെന്ന് പി.ജി പറഞ്ഞു.

മഹാരാഷ്ട്രയിലെ ശിവസേനയുടെ വർഗീയ ഭ്രാന്തിനെയും ആവിഷ്കാര സ്വാതന്ത്ര്യത്തിനും മറ്റുമെതിരെ അവർ കൈക്കൊണ്ട ഫാസിസ്റ്റ് നടപടികളെയും പി.ജി ശക്തിയുക്തം എതിർത്തിരുന്നു. ദിലീപ് കുമാറിന് അദ്ദേഹത്തിന്റെ മികച്ച കലാ-സാംസ്കാരിക സംഭാവനകളെ മുൻനിർത്തി പാകിസ്ഥാനിലെ ഒരു സാംസ്കാരിക സ്ഥാപനം നൽകിയ *നിഷാൻ-ഇ-ഇംതിയാസ്* പുരസ്കാരം തിരിച്ചു നൽകണമെന്ന് ശിവസേന കൽപന പുറപ്പെടുവിച്ചു. ദിലീപ് കുമാർ ഒരു മുസ്ലീം ആണെന്നത് ഈ വികൃതമായ അഭ്യാസത്തിന് കാളിമ പകർന്നു. പ്രധാനമന്ത്രി വാജ്പേയ് ഉൾപ്പെടെയുള്ള ഉന്നതാധികാരികളെയും മറ്റുപല സാംസ്കാരിക-രാഷ്ട്രീയ നേതാക്കളെയും കണ്ട് ഉപദേശനിർദേശങ്ങൾ തേടിയശേഷം പുരസ്കാരം തിരിച്ച് നൽകേണ്ടതില്ലായെന്ന് തീരുമാനിച്ചു. 'നന്നായി' എന്നു പറഞ്ഞുകൊണ്ട് പി.ജി ആ തീരുമാനത്തെ അഭിനന്ദിച്ചു. ദിലീപ് കുമാറിനെതിരെ ശിവസേന കൈക്കൊണ്ട ഈ തീരുമാനത്തെ നിശിതമായി വിമർശിച്ചുകൊണ്ട് 1999 ൽ പി.ജി എഴുതിയ *ദിലീപ് വിവാദം: വർഗീയതയുടെ ഫാസിസ്റ്റ് മുഖം* എന്ന ലേഖനത്തിലാണ് ഈ അഭിനന്ദനങ്ങൾ പി.ജി. നടത്തിയത്.[34]

ശിവസേന വർഗീയ ഭ്രാന്തുംകടന്ന് പ്രകടമായ ഫാസിസ്റ്റ്-നാസി സമ്പ്രദായങ്ങളിലേക്ക് തിരിഞ്ഞിരിക്കുന്നുവെന്ന് ലേഖനത്തിൽ പി.ജി വ്യക്തമാക്കി. സവർണ്ണേതര ഹിന്ദു വിഭാഗങ്ങളെയും മുസ്ലീം തുടങ്ങിയ ന്യൂനപക്ഷക്കാരെയും മഹാരാഷ്ട്രക്കാരല്ലാത്ത മറ്റിന്ത്യാക്കാരെയും പ്രത്യേകിച്ച് ദക്ഷിണേന്ത്യാക്കാരെയും കടന്നാക്രമിച്ചുകൊണ്ടും കൊന്നുകൊണ്ടുമാണ് 1960 കളിൽ ശിവസേന അരങ്ങിലെത്തുന്നത്. ഹിറ്റ്ലറെയും മുസ്സോളിനിയെയും പോലെ ഒരു സൂപ്പർനേതാവ് സർവാധിപതിയായി വാഴുന്ന ഈ സംഘടനയിൽ ജനാധിപത്യശൈലിയേയില്ല.

പ്രശസ്ത ചിത്രകാരനായ എം.എഫ്.ഹുസൈൻ വരച്ച ചില ചിത്രങ്ങൾ ശിവസേനാപ്രമാണിമാർക്ക് ഇഷ്ടപ്പെടാത്തതിനാൽ അദ്ദേഹത്തിനെതിരെ ശിവസേനക്കാർ പ്രകടനം നടത്തിയപ്പോൾ അതിനെ ശക്തിയുക്തം എതിർത്തുകൊണ്ടും പാകിസ്ഥാന്റെ ക്രിക്കറ്റ് കളിസംഘം ഇന്ത്യയിലെത്തി കളിക്കുന്നതിനെതിരെ ശിവസേനാ നേതാവ് താക്കറെയും കൂട്ടരും വലിയ കോലാഹലമുണ്ടാക്കിയപ്പോൾ അതിനെതിരായ നിലപാടെടുത്തുകൊണ്ടും പി.ജി രംഗത്തുവന്നു. ദിലീപ് കുമാർ സംഭവത്തിനും ഏതാനും നാൾ മുമ്പായിരുന്നു ഇതെല്ലാം.

ചലച്ചിത്രങ്ങളിലും നാടകങ്ങളിലും ശിവസേനയ്ക്ക് ഇഷ്ടമില്ലാത്ത ഏതെങ്കിലും സംഭാഷണശകലമോ രംഗമോ ഉണ്ടെങ്കിൽ അത് കത്രിച്ചു കളഞ്ഞശേഷം മാത്രമേ മഹാരാഷ്ട്രത്തിൽ അത് കാണിക്കാൻ അവിടത്തെ ഭരണകക്ഷിയായിരുന്ന ശിവസേനയുടെ ഗുണ്ടകൾ സമ്മതിക്കാറുള്ളൂ. അവരുടെ സമ്മതമില്ലെങ്കിൽ അവർ തിയറ്ററുകളിൽ കയറി ബഹളമുണ്ടാക്കുകയും സാധനസാമഗ്രഹികൾ അടിച്ചു തകർക്കുകയും ചെയ്യുക എന്നത് അധികാരം ലഭിക്കുന്നതിനും ഏഴെട്ടുവർഷംമുമ്പേ നടന്നുവരുന്ന പരിപാടിയാണെന്ന് പി.ജി പറഞ്ഞു. *ഫയർ*(അഗ്നി) എന്ന രാഷ്ട്രാന്തരീയ പ്രശസ്തി ലഭിച്ച ചിത്രത്തിനെതിരെ ശിവസേനക്കാർ ആയിടെ നടത്തിയ നിയമവിരുദ്ധ ബഹളവും നിയമവിരുദ്ധ നിരോധനം പി.ജി എടുത്തുപറഞ്ഞു. സെൻസർ ചെയ്ത ചിത്രപ്രദർശനം തടയാൻ നമ്മുടെ നാട്ടിൽ നിയമമില്ലെന്ന് പി.ജി അവരെ ഓർമ്മിപ്പിച്ചു. അതേ സമയം മഹാത്മാഗാന്ധിയെ അധിക്ഷേപിക്കുന്നതും അദ്ദേഹത്തിന്റെ കൊലപാതകിയെ പ്രകീർത്തിക്കുന്നതുമായ നാടകങ്ങൾ ശിവസേന പ്രമുഖർ തന്നെ സ്വന്തം ആഭിമുഖ്യത്തിൽ പ്രദർശിപ്പിക്കാൻ അവർക്ക് ഒരു മടിയുമില്ലെന്ന് പി.ജി പറഞ്ഞു.

ഇത്തരം പ്രവർത്തനങ്ങൾ നാസിസത്തിലേക്കുള്ള രാജപാതകളാണെന്ന് പറഞ്ഞ പി ജി ഈ നയങ്ങൾക്കും നടപടികൾക്കും മുൻതൂക്കം ലഭിച്ചാൽ അത് ഭാരതീയ ജനാധിപത്യത്തെ മാത്രമല്ല സംസ്കാരത്തെയും പാരമ്പര്യത്തെയും കടപുഴക്കുമെന്ന് മുന്നറിയിപ്പ് നൽകുകയും ചെയ്തു.[35]

## 3. സാഹിത്യ പുരസ്കാരങ്ങളെപ്പറ്റി

സാഹിത്യ പുരസ്കാരങ്ങൾ സാഹിത്യത്തിന്റെ വളർച്ചയ്ക്ക് സഹായകമാണോ എന്ന ചോദ്യത്തിന് മറ്റ് എല്ലാ പുരസ്കാരങ്ങളിലുമെന്നപോലെ ചില സാഹിത്യ പുരസ്കാരങ്ങളും പുരസ്കാര ദാതാക്കളുടെ പക്ഷപാതങ്ങളും വീക്ഷണ വൈകല്യവുംകൊണ്ട് ലക്ഷ്യ പ്രാപ്തിക്ക് ഉതകാതെ പോകുന്നുണ്ടെന്ന് പി.ജി മറുപടി പറഞ്ഞു. സ്വജന പക്ഷപാതങ്ങൾ ഉൾപ്പെടെ പല ദുഷ്പ്രവണതകളും ഈ രംഗത്തേയും പിടികൂടിയിരിക്കുന്നു. അവയൊക്കെ അതാത് സന്ദർഭങ്ങളിൽ വിമർശനത്തിന് വിധേയമാക്കിക്കൊണ്ടു മാത്രമേ തെറ്റുകൾ തിരുത്താൻ കഴിയുകയുള്ളുവെന്ന് പി ജി പറഞ്ഞു. എന്നാൽ ഇത്തരം പാകപ്പിഴകളെ മുൻനിർത്തി പുരസ്കാരം എന്ന സമ്പ്രദായത്തെ തന്നെ തിരസ്കരിക്കുന്നത് ശരിയായ നടപടിയല്ല. പാകപ്പിഴകൾ ഉണ്ടാകാമെങ്കിലും അവയെ അടച്ചാക്ഷേപിക്കുന്നത് ശരിയല്ല. അതിനാൽ സാഹിത്യ പുരസ്കാരങ്ങൾ സാഹിത്യ പുരോഗതിക്ക് ഉതകുമെന്ന് തന്നെ പി .ജി. വിശ്വസിക്കുന്നു.[36]

പുരസ്കാരങ്ങളെ എല്ലാം പുച്ഛിക്കുകയും പുറംകൈകൊണ്ടു തിരസ്കരിക്കുകയും ചെയ്യുന്നവരിൽ എന്റെ അടുത്ത സുഹൃത്തുകളും ആരാധനപാത്രങ്ങളുമായ പ്രൊഫസർ എം. എൻ. വിജയനെയും ശ്രീ. ടി പത്മനാഭനെയും പോലുള്ളവർ ഉണ്ടെങ്കിലും ഞാൻ ആ മനോഭാവത്തിന്റെ അനുകൂലിയല്ല എന്നു പി.ജി. പറഞ്ഞു. അക്കാദമിയും അതുപോലുള്ള സ്ഥാപനങ്ങളും അനർഹരെ ചിലപ്പോൾ ആദരിക്കുകയും അർഹരെ അനാദരിക്കുകയും ചെയ്യാറുണ്ട്. അങ്ങനെയൊക്കെ സംഭവിക്കുന്നതിന്റെ പുറകിൽ നോട്ടപ്പിഴയ്ക്കും രുചിഭേദത്തിനും പുറകെ ക്ലിക്കുകളും സമ്മർദങ്ങളും കൂടി ഉണ്ടാ

കാൻ ഇടയുണ്ട്. എങ്കിലും അത്തരം മനുഷ്യ സാധാരണമായ കൈപ്പിഴകളുടെയും ദൗർബല്യങ്ങളുടെയും പേരിൽ ഈ പുരസ്കാര വ്യവസ്ഥയെത്തന്നെ തിരസ്കരിക്കുന്നത് ശരിയല്ല! ആധുനിക ജനാധിപത്യ സാമൂഹ്യ വ്യവസ്ഥയിൽ കലാകാരന്മാരെയും എഴുത്തുകാരെയും പ്രോത്സാഹിപ്പിക്കാനും സന്തോഷിപ്പിക്കാനും പണ്ടത്തെപ്പോലെ രാജാക്കന്മാരും പ്രഭുക്കളും ഇല്ല. ആ നിലയ്ക്ക് ജനാധിപത്യ വ്യവസ്ഥയും അതിന്റെ സ്ഥാപനങ്ങളും ഈ ചുമതല ഏറ്റെടുത്തേ പറ്റൂ. അല്ലാത്ത പക്ഷം വേണ്ടത്ര വെള്ളവും വളവും ലഭിക്കാതെ പട്ടുപോകുന്ന ചെടികളെപ്പോലെ നമ്മുടെ സാംസ്കാരികരംഗം മുരടിച്ചുപോകും. വിജയനേയും പത്മനാഭനേയുംപോലെ ആരുടെയും ഹസ്താവലംബമില്ലാതെ എതിർപ്പുകളെയും അവഗണനയേയും നേരിട്ട് ധീരമായി അതിജീവിക്കാൻ കഴിയുന്നവർ എല്ലാ നാടുകളിലും ഭാഷകളിലും ഉണ്ടാകുമെങ്കിലും എല്ലാവരും അങ്ങനെയല്ല. അതുകൊണ്ട് പുരസ്കാരനിർണയങ്ങളിൽ പാകപ്പിഴകൾ പ്രത്യക്ഷപ്പെടുമ്പോൾ അവയെ വിമർശിക്കാനുള്ള ബാധ്യതയോടൊപ്പം പുരസ്കാര വ്യവസ്ഥയെ അനുകൂലിക്കുക എന്ന കർത്തവ്യവും നമ്മിൽ നിക്ഷിപ്തമായിരിക്കുന്നുവെന്ന് പി.ജി. ഓർമ്മിപ്പിച്ചു. അക്കാദമികളുടെയും മറ്റുസ്ഥാപനങ്ങളുടെയും അംഗീകാരത്തേക്കാൾ വിലപ്പെട്ടത് ജനകീയാംഗീകാരമാണെന്ന വസ്തുത ഒരിക്കലും മറക്കുകയുമരുത്.[37]

ലോകത്തിലെ ഏറ്റവും വലിയ അംഗീകാരങ്ങളിലൊന്നായി കരുതപ്പെടുന്ന നൊബേൽ സമ്മാന പദ്ധതിയിലും പല പാകപ്പിഴകൾ സംഭവിക്കാറുണ്ടെന്ന് പി.ജി. പറഞ്ഞു. ശാസ്ത്ര വിഷയങ്ങൾക്കുള്ള പുരസ്കാര നിർണയത്തിൽപ്പോലും ചിലപ്പോൾ അംഗീകരിക്കപ്പെടേണ്ടവർ അംഗീകരിക്കപ്പെടാതിരിക്കുകയും അനർഹരായവർ സമ്മാനിതരാകുകയും ചെയ്യാറുണ്ടെങ്കിലും അതൊക്കെ വളരെ വിരളമാണ്. എന്നാൽ സാഹിത്യത്തിനുള്ള പുരസ്കാരങ്ങൾ പലപ്പോഴും വിവാദ വിഷയമാണ്. മഹാന്മാരായ പല പ്രതിഭാശാലികൾക്കും സാഹിത്യത്തിനുള്ള നൊബേൽ സമ്മാനം കിട്ടിയിട്ടുണ്ടെങ്കിലും അർഹരായ പലർക്കും അത് കിട്ടിയില്ല. അവഗണിക്കപ്പെട്ടവർ പലരും പുരോഗമന-മാർക്സിസ്റ്റ് ചിന്താഗതിക്കാരാണെന്ന് പി .ജി പറഞ്ഞു. അതുപോലെ തന്നെ പൊതുവെ ഏഷ്യൻ-ആഫ്രിക്കൻ-ലാറ്റിനമേരിക്കൻ രാഷ്ട്രങ്ങളിലെ കലാകാരികളും കലാകാരന്മാരും സ്വീഡിഷ് അക്കാദമിയുടെ അവഗണനയ്ക്ക് പാത്രമായിട്ടുണ്ട് എന്നതിന് നൊബേൽ സമ്മാനിതരുടെ 1901 മുതലുള്ള പട്ടിക തെളിവാണെന്ന് പി. ജി ചൂണ്ടിക്കാണിച്ചു. ഇവരെ അടുത്ത കാലത്ത് മാത്രമേ സ്വീഡിഷ് അക്കാദമി അറിഞ്ഞു തുടങ്ങിയതായി കാണുന്നുള്ളു.

ഇന്നാരും വായിക്കുകയോ ഓർക്കുകയോ പോലും ചെയ്യാത്ത അനേകം പടിഞ്ഞാറൻ സാഹിത്യകാരന്മാർക്ക് ഈ സമ്മാനം കിട്ടിയപ്പോൾ ദശലക്ഷക്കണക്കിന് വിവിധ ഭാഷാപതിപ്പുകൾ ലോകമാകെ ഇപ്പോഴും ചെലവായിക്കൊണ്ടിരിക്കുന്ന പുസ്തകങ്ങളുടെ പല കർത്താക്കൾക്കും അത് ലഭിച്ചില്ല. ചൈനയിലെ ലൂഹൂസൂൺ (1881–1936), റഷ്യയിലെ മയ്ക്കോവ്സ്കി (1893–1980), മാക്സിം ഗോർക്കി (1868–1936), ഫ്രാൻസിലെ ലൂയി ആരഗൻ(1897–1982), ജർമനിയിലെ ബർതോൾത് ബ്രെഹ്ത്(1898–1956) എന്നിങ്ങനെയുള്ള യുവപ്രഭാവർ കമ്യൂണിസ്റ്റുകാരായതിനാൽ നൊബേൽ പ്രൈസിൽ നിന്ന് അവഗണിച്ചവരാണ്.[38]

കമ്യൂണിസ്റ്റുകാർ കമ്യൂണിസ്റ്റ് വിരുദ്ധനായി കഴിഞ്ഞാൽ സ്വീഡിഷ് അക്കാദമിക്ക് പ്രത്യേക സ്നേഹവും ആവേശവുമാണ് അവരോട്. മാക്സിം ഗോർക്കിക്കും മയ്ക്കോവ്സ്കിക്കും കിട്ടാതിരുന്ന നൊബേൽ ബഹുമതി 1958 ൽ പാസ്റ്റർനാക്കിനും 1970 ൽ സോൾഷെനിത്സിനും കിട്ടാനുള്ള കാരണമതാണ്.

ഇന്ത്യയിലെ സാഹിത്യകാരന്മാരിൽ ടാഗോറിന് മാത്രമേ (1911ൽ) നൊബേൽ സമ്മാനം ലഭിച്ചിട്ടുള്ളു. ഏത് വിശ്വസാഹിത്യകാരന്മാരേയും കിടപിടിക്കുന്ന ഇന്ത്യയിലെ സുബ്രഹ്മണ്യ ഭാരതി, ഖാസേ നസ്രുൽ ഇസ്ലാം, ശരത്ചന്ദ്ര ചാറ്റർജി, പ്രേംചന്ദ്, യശ്പാൽ, പാകിസ്ഥാനിലെ ഡോ.മുഹമ്മദ് ഇഖ്ബാൽ, താരാശങ്കർ ബാനർജി, ഫെയ്സ് അഹമ്മദ് ഫെയ്സ് തുടങ്ങിയവരൊക്കെ നൊബേൽ സമ്മാന ദാതാക്കളുടെ ശ്രദ്ധയിൽ പെട്ടില്ലായെന്ന് പി.ജി. പറഞ്ഞു.

ഈ രാഷ്ട്രീയ മുൻവിധികളും പക്ഷപാതങ്ങളും ഏറ്റവും പ്രകടമാകുന്നത് രാഷ്ട്രീയത്തിന് ഗണ്യമായ പരിഗണനയുള്ള സമാധാന നൊബേൽ സമ്മാനരംഗത്താണെന്ന് പി. ജി പറഞ്ഞു. ഇന്ത്യയിലെ മഹാത്മാഗാന്ധി, ചൈനയിലെ സൺയാറ്റ്സൺ തുടങ്ങിയ ലോകോത്തര സമാധാന പ്രേമികൾക്കും സ്വാതന്ത്ര്യ സമരപ്രേമികൾക്കും ഒന്നും നൊബേൽ സമ്മാനം കൊടുക്കുകയുണ്ടായില്ല. പാലസ്തീൻ നേതാവ് യാസർ അറാഫത്തിന് കൊടുക്കാനിരുന്ന സമ്മാനം 1948 ൽ പാലസ്തീനെ ഇസ്രയേലെന്നും പലസ്തീനെന്നും വികൃതമായി വിഭജിച്ച് ഇപ്പോഴും തുടരുന്ന പലസ്തീൻ-ഇസ്രയേൽ യുദ്ധത്തിന് വഴിവച്ച യു.എൻ പ്രതിനിധി ബറോച്ചിന് അവർ നൽകുകയുണ്ടായി. സമാധാനത്തിനുള്ള നൊബേൽ സമ്മാനം ഭൂരിപക്ഷവും സമാധാനകാംക്ഷികൾക്കും ലോകോപകാരികൾക്കുമല്ല യുദ്ധവെറിയന്മാർക്കും സാമ്രാജ്യവാദികൾക്കും വിഘടനവാദികൾക്കും അട്ടിമറിക്കാർക്കുമാണ് ലഭിച്ചിട്ടുള്ളതെന്ന് പി.ജി. പറഞ്ഞു. കുപ്രസിദ്ധ യുദ്ധവെറിയനായ അമേരിക്കൻ പ്രസിഡന്റ് റിച്ചാർഡ് നിക്സൻ, അദ്ദേഹത്തിന്റെ സ്റ്റേറ്റ് സെക്രട്ടറി ഡോ. ഹെൻട്രി കിസ്സിംഗർ, ചൈനയിലെ വിഘടനവാദ കലാപകാരികളായ ദലൈലാമയ്ക്കും ലുവൻജി യാവോയ്ക്കുമൊക്കെ നൊബേൽ സമ്മാനങ്ങൾ നൽകിയത് ഉദാഹരണമായി പി ജി ചൂണ്ടിക്കാണിച്ചു. വിഘടനവാദികളായ ദലൈ ലാമയ്ക്കും മറ്റും നൊബേൽസമ്മാനം നൽകാമെങ്കിൽ ഇന്ത്യയിലെ ജമ്മു കാശ്മീർ വിഘടനവാദികൾക്കും കിഴക്ക് വടക്കൻ ഇന്ത്യയിലെ ബോഡോലാന്റ് കലാപകാരികൾക്കും നൊബേൽ സമ്മാനം കൊടുക്കേണ്ടതാണെന്ന് പി.ജി. വ്യക്തമാക്കി.[39] അതിവേഗം സർവ്വത്രികമായി രാഷ്ട്രീയവൽകൃതമായികൊണ്ടിരിക്കുന്ന നമ്മുടെ സമൂഹത്തിൽ സംഭവിക്കുന്ന ഒരു ദുഷ്പ്രവണതയാണ് പുരസ്കാര നിർണ്ണയത്തിലെ രാഷ്ട്രീയ പരിഗണനകൾ. അവ തീർത്തും ഒഴിവാക്കപ്പെടണം. വിമർശിക്കപ്പെടണം.

### 4. പി.ജി.യുടെ അവതാരികകൾ ആമുഖങ്ങൾ

നിരവധി ഗ്രന്ഥങ്ങൾക്ക് പി.ജി. അവതാരികകൾ എഴുതിയിട്ടുണ്ട്. അവ സമാഹരിച്ചാൽ ചിലപ്പോൾ ഒന്നോ രണ്ടോ ഗ്രന്ഥങ്ങളായി പ്രസിദ്ധീകരിക്കാൻ കഴിയുന്നതാണ്. മലയാള സാഹിത്യ പഠനങ്ങൾക്ക് കൂടുതൽ വഴികാട്ടുന്ന

വയാണ് അദ്ദേഹത്തിന്റെ പല അവതാരികകളും. കൃതികളെക്കുറിച്ച് ഗഹനമായ വായനയ്ക്കും പഠനത്തിനും പ്രേരിപ്പിക്കുന്നവയും സഹായിക്കുന്നവയുമാണ് അവ.

അതുപോലെ തന്നെ പല ഗ്രന്ഥങ്ങൾക്കും പി.ജി. ആമുഖക്കുറിപ്പുകൾ എഴുതുകയുണ്ടായിട്ടുണ്ട്. പി.ജി. അവതാരികയും ആമുഖവും എഴുതിയ ഏതാനും ചില കൃതികളെക്കുറിച്ചാണ് ഇവിടെ പ്രതിപാദിക്കുന്നത്.

## ഇ.എം.എസ്. സമ്പൂർണ കൃതികൾ

ഇ.എം.എസ്. സമ്പൂർണ കൃതികൾ 100 വോല്യങ്ങളായി ചിന്ത പബ്ലിഷേഴ്സ് പ്രസിദ്ധീകരിച്ചിട്ടുണ്ട്. അതിന്റെ ജനറൽ എഡിറ്റർ എന്ന നിലയിൽ ആദ്യത്തെ 30 സഞ്ചികകൾക്ക് പി.ഗോവിന്ദപ്പിള്ളയാണ് അവതാരിക എഴുതിയിരിക്കുന്നത്. 1962 മുതൽ 64 വരെയുള്ള ഇ.എം.എസിന്റെ കൃതികളാണ് 2003 ജൂൺ 5 നു പ്രസിദ്ധികരിച്ച ഈ മുപ്പതാമത്തെ സഞ്ചികയിലെ വിഷയവിവരം. രാഷ്ട്രീയമാണ് ഇ.എം.എസിന്റെ പ്രധാന വിഷയമെങ്കിലും സാഹിത്യം, കല ചരിത്രം, അർത്ഥശാസ്ത്രം, ദർശനം തുടങ്ങി ഇ.എം.എസ് കൈകാര്യം ചെയ്യാത്തതായ ഒരു വിഷയവുമില്ലെന്നു തന്നെ പറയാം. അതെല്ലാം സൂക്ഷ്മമായി വിശകലനം ചെയ്തുകൊണ്ട് പി. ജി എഴുതിയിരിക്കുന്ന അവതാരികകൾ സാഹിത്യ *ചരിത്രത്തിന്റെ ഭാഗമായി മാറികഴിഞ്ഞിരിക്കുന്നു.* പേരുവച്ചും അല്ലാതെയും പി ജി എഴുതിയ ആ അവതാരികകൾ ഒരുമിച്ചു വായിച്ചാൽ അത് കേരള രാഷ്ട്രീയത്തിന്റെ സമഗ്രമായ ഒരു ചരിത്ര വിശകലനമായിരിക്കും.

**സ്വദേശാഭിമാനി രാമകൃഷ്ണപിള്ളയുടെ സമ്പൂർണ്ണ കൃതികൾ**

സ്വദേശാഭിമാനി രാമകൃഷ്ണപിള്ളയുടെ സമ്പൂർണ്ണ കൃതികൾ 12 സഞ്ചികകളായി പ്രസിദ്ധീകരിക്കാൻ കേരള ഗ്രന്ഥശാലാസംഘം തീരുമാനിച്ചു. ചെറിയ സഞ്ചികകളിലായി ആദ്യം നാലു സഞ്ചികകൾ പ്രസിദ്ധീകരിച്ചു. അതിന്റെ ഒന്നും രണ്ടും സഞ്ചികകൾക്ക് പി. ജിയാണ് അവതാരിക എഴുതിയത്. മൂന്നാമത്തെ സഞ്ചികയ്ക്ക് ഡോ. കെ.എൻ പണിക്കരും നാലാമത്തേതിന് ടി. വേണുഗോപാലനും അവതാരിക എഴുതി.

എന്നാൽ പിന്നീട് 12 സഞ്ചികകളായി പ്രസിദ്ധീകരിക്കുന്നതിനു പകരം കുറച്ചുകൂടി വലുതാക്കി 5 സഞ്ചികകളായി സമ്പൂർണ്ണ കൃതികൾ പ്രസിദ്ധീകരിക്കുകയുണ്ടായി. നേരത്തെ പ്രസിദ്ധീകരിച്ച 4 സഞ്ചികകളിൽ ഒന്നു മുതൽ 3 വരെയുള്ളവ ചേർത്ത് 5 സഞ്ചികകളിൽ ഒന്നാമത്തേതാക്കി. ആദ്യം പ്രസിദ്ധീകരിച്ച നാലാം സഞ്ചികയും മറ്റു ചില കൃതികളും കൂടി ചേർത്ത് രണ്ടാം സഞ്ചികയും. അങ്ങനെ 5 സഞ്ചികകൾ. *ഭയകൗടില്യലോഭങ്ങൾക്കെതിരെ, ഭാഷാസിദ്ധാന്തവും സാഹിത്യചിന്തകളും, വൃത്താന്ത പത്ര പ്രവർത്തനവും നാടുകടത്തലും, നോവലും ജീവചരിത്ര കൃതികളും, പാഠപുസ്തകങ്ങൾ* എന്നിങ്ങനെയാണ് യഥാക്രമം അഞ്ചു സഞ്ചികകൾക്കും നൽകിയിരിക്കുന്ന പേരുകൾ. ഇതിൽ ആദ്യ സഞ്ചികയായ *ഭയകൗടില്യപ്രലോഭങ്ങൾക്കെതിരെ* എന്നത് സ്വദേശാഭിമാനിയുടെ മുഖപ്രസംഗങ്ങളാണ്.

യഥാക്രമം 2009 സെപ്തംബർ, 2010 ഫെബ്രുവരി, മാർച്ച്, ജൂലൈ, സെപ്തംബർ എന്നീ മാസങ്ങളിലായി പുറത്തുവന്ന ഈ അഞ്ച് സഞ്ചികകൾക്കും പി ജി തന്നെയാണ് അവതാരിക എഴുതിയിരിക്കുന്നത്.

ഈ അവതാരികകൾ എല്ലാം ചേർത്ത് പഠിച്ചാൽ സ്വദേശാഭിമാനി കൃതികളെക്കുറിച്ചുള്ള ഒരു സമ്പൂർണ്ണ പഠനമായി.

## സഖാവ് പി കൃഷ്ണപിള്ള ഒരു സമഗ്രജീവചരിത്ര പഠനം

2008 ആഗസ്റ്റ് 19 ന് സഖാവ് കൃഷ്ണപിള്ളയുടെ അറുപതാം ചരമ വാർഷികത്തിന് ചിന്ത പ്രസിദ്ധീകരിച്ച ഈ ഗ്രന്ഥകർത്താവിന്റെ മേൽ പറഞ്ഞ പേരിലുള്ള പുസ്തകത്തിന് *സഖാക്കളുടെയും സഖാവ്* എന്ന പേരിൽ പി. ജി എഴുതിയ അവതാരിക 1124 പുറങ്ങളുള്ള ആ പുസ്തകത്തിന്റെ ആദ്യം മുതൽ അവസാനം വരെ മുഷിപ്പില്ലാതെ ഒറ്റയിരിപ്പിലിരുന്നു വായിക്കാൻ വായനക്കാർക്ക് പ്രേരണ നൽകുന്നതാണ്.

പിന്നീട് *സഖാക്കളുടെയും സഖാവിന്റെ ജീവചരിത്രം* എന്ന തലക്കെട്ടിൽ ഈ പുസ്തകത്തെ നിരൂപണം ചെയ്തുകൊണ്ട് *പച്ചക്കുതിര* മാസികയിൽ ഒരു ലേഖനം പി. ജി എഴുതുകയും ചെയ്തു.[40]

പി ജി അവതാരിക എഴുതിയ മറ്റു ചില ഗ്രന്ഥങ്ങളുടെയും അവയുടെ രചയിതാക്കളുടെയും പേരുകൾ താഴെ കൊടുക്കുന്നു.

1. *വോൾഗാതരംഗങ്ങൾ* (സഞ്ചാരാനുഭവം)–ടി.എൻ.ഗോപകുമാർ
2. *നേർകാഴ്ചകൾ* (ലേഖനസമാഹാരം)–അലോഷ്യസ്.ഡി.ഫെർണാന്റസ്
3. *നായ്ക്കൾക്ക് പ്രവേശമില്ല* (ലേഖനസമാഹാരം)–എം.എൻ കാരശ്ശേരി
4. *തെരഞ്ഞെടുത്ത കഥകൾ* –മലയാറ്റൂർ രാമകൃഷ്ണൻ
5. *തെരഞ്ഞെടുത്ത സാഹിത്യ പ്രബന്ധങ്ങൾ* (ഒന്നാം ഭാഗം)–തായാട്ട് ശങ്കരൻ
6. *അൽത്തൂസറും മാർക്സിസത്തിന്റെ ഭാവിയും* (ദർശനം)–പി.പി സത്യൻ
7. *കേരളം ഇന്നലെ ഇന്ന്* (ചരിത്രം)–എ.കെ.ജി
8. *സഞ്ചാര സാഹിത്യം മലയാളത്തിൽ* – പ്രൊഫ. വി.രമേഷ് ചന്ദ്രൻ
9. *വീശിയടിക്കുക കാറ്റേ* (കവിത)–ഗിരീഷ്പുലിയൂർ
10. *തലമുറകൾ* (നോവൽ)–നീലാപത്മനാഭൻ (ഇതിന്റെ ഒന്നാം പതിപ്പിനും(1981) രണ്ടാം പതിപ്പിനും(2013) പി. ജി തന്നെയാണ് അവതാരിക എഴുതിയിരിക്കുന്നത്)
11. *അമർഷത്തിന്റെ കവിതകൾ* (അടിയന്തരാവസ്ഥകാലത്ത് അതിനെതിരായി മലയാളത്തിൽ പ്രസിദ്ധീകരിക്കപ്പെട്ട കവിതകളുടെ തെരഞ്ഞെടുത്ത ഒരു സമാഹാരമാണിത്. ചിന്ത പബ്ലിഷേഴ്സ് പ്രസിദ്ധീകരണം)
12. *മാർക്സിന്റെ കവിതകൾ* – വിവർത്തനം: ഒ.എൻ.വി
13. *പുഷ്കിന്റെ കവിതകൾ* – വിവർത്തനം: ഒ.എൻ.വി
14. *രമണന്റെ അമ്പതാം വാർഷികപ്പതിപ്പ്* – ചങ്ങമ്പുഴ
15. *മലയാള ഭഗവദ്ഗീത* – ഏറ്റുമാനൂർ സോമദാസൻ
16. *സ്നേഹിച്ചു മതിവരാതെ* (ഇ.കെ. നായനാരുടെ ജീവചരിത്രം)–സി. ഭാസ്കരൻ
17. *കോട്ടയിലെ പാട്ട്* (കവിത)–പുനലൂർ ബാലൻ
18. *മുത്തശ്ശി*–(നോവൽ)ചെറുകാട്

ഇവ കൂടാതെ പല ഗ്രന്ഥങ്ങൾക്കും പി.ജി. അവതാരിക എഴുതിയിട്ടുണ്ട്.

### ഫ്രീഡം റോഡ്

അമേരിക്കൻ ചെറുകഥാകൃത്തും നോവലിസ്റ്റും നാടകകൃത്തും നിരൂപകനും തിരക്കഥാകൃത്തും ജീവചരിത്രകാരനും ആത്മകഥാകാരനുമായ ഹോവാർഡ് ഫാസ്റ്റിന്റെ വിഖ്യാത നോവലായ *ഫ്രീഡം റോഡ്* കെ.പി.ജി നമ്പൂതിരി വിവർത്തനം ചെയ്ത് ചിന്ത പബ്ലിഷേഴ്സ് പ്രസിദ്ധീകരിക്കുകയുണ്ടായി. അതിന് *അക്ഷരം പഠിക്കാതെ ആഖ്യാനകലയിൽ ജൈത്രയാത്ര* എന്ന തലക്കെട്ടിൽ പി.ജി.യാണ് ആമുഖമെഴുതിയിരിക്കുന്നത്. (എബ്രഹാം ലിങ്കന്റെ നടപടിയിൽ പ്രതിഷേധിച്ച് തെക്കൻ സംസ്ഥാനങ്ങൾ അമേരിക്കയിൽനിന്നും വിട്ടുപോകാൻ തീരുമാനിച്ചതിനെ തുടർന്നുണ്ടായ ആഭ്യന്തര യുദ്ധമാണ് ഹോവാർഡ് ഫാസ്റ്റിന്റെ വിഖ്യാതമായ *ഫ്രീഡം റോഡിന്റെ* പശ്ചാത്തലം. അദ്ദേഹത്തിന്റെ എഴുത്തിന്റെ മഹനീയത ഈ നോവലിൽ നിന്നറിയാം)

## 5. പൂർത്തിയാകാത്ത പുസ്തകങ്ങൾ

അവസാനകാലത്ത് ഒരേ സമയം രണ്ടു പുസ്തകങ്ങളുടെ രചനയിലായിരുന്നു പി. ഗോവിന്ദപ്പിള്ള. *ആത്മകഥയും* പി. സുന്ദരയ്യരുടെ *ജീവചരിത്രവും* ആയിരുന്നു അവ. എ.കെ.ജി. സെന്ററിൽ രാവിലെ 9.30 ന് എത്തുന്ന പി.ജി. അന്ന് എന്താണോ തോന്നുന്നത് ആ പുസ്തകത്തിന് വേണ്ടിയുള്ള വാചകങ്ങൾ പറഞ്ഞുകൊടുക്കും. സഹായി അത് കേട്ടെഴുതും. ഇങ്ങനെ ഒരേ സമയം രണ്ടു പുസ്തകങ്ങളുടെ രചന വഴിയിലുപേക്ഷിച്ചാണ് പി.ജി. വിടവാങ്ങിയത്. മലയാള ആത്മകഥാ – ജീവചരിത്ര സാഹിത്യത്തിനും രാഷ്ട്രീയ ചരിത്രത്തിനും അത് തീരാനഷ്ടമായി. ഇവയ്ക്കു പുറമേ മറ്റു ചില പുസ്തകങ്ങളും പി.ജി. അല്പസ്വല്പമൊക്കെ പലപ്പോഴായി എഴുതുകയുണ്ടായി. അവയും പൂർത്തിയാക്കാൻ പി.ജി.ക്കായില്ല. പി.ജി. എഴുതുകയും എന്നാൽ പൂർത്തിയാക്കാൻ കഴിയാതിരിക്കുകയും ചെയ്ത ഏതാനും ചില പുസ്തകങ്ങളെക്കുറിച്ചാണ് ഇവിടെ പ്രതിപാദിക്കുന്നത്.

### ആത്മകഥ

ആത്മകഥ എഴുതില്ലെന്ന് പി.ജി. വാശി പിടിച്ചിരുന്നു. 82 വയസ്സ് പിന്നിട്ട സമയത്ത് പി.ജി. അനുവദിച്ച ഒരു അഭിമുഖത്തിൽ പറഞ്ഞത് "ജീവിതത്തോട് വിട പറയാൻ ശ്രമിക്കുന്ന എഴുത്താണ് ആത്മകഥ. എനിക്ക് ആത്മകഥയെഴുതുന്നതിഷ്ടമല്ല. വയസ്സിത്രയായെങ്കിലും യാത്ര പറയാൻ ഞാൻ തയ്യാറല്ല" എന്നാണ്.[41]

എന്നാൽ പിന്നീട് പി.ജി.യുടെ നിലപാടിൽ മാറ്റമുണ്ടായി. എസ്.വി. മെഹ്ജൂബിന് നൽകിയ ഒരഭിമുഖത്തിൽ ഡോക്ടർ പോക്കറുമായി സംസാരിച്ചപ്പോൾ അപ്പോഴത്തെ ഒരു മനോഭാവം പറഞ്ഞു എന്നേയുള്ളുവെന്ന് പി.ജി. പറഞ്ഞു. സാധാരണയിൽ നിന്ന് വ്യത്യസ്തമായ ഒരു ആത്മകഥയ്ക്കുള്ള വകുപ്പ്, അതിനുള്ള വിഭവം, അനുഭവം തനിക്കുണ്ടെന്ന് ചിലപ്പോഴൊക്കെ തോന്നിയിട്ടുണ്ട്. ഇപ്പോൾ അത്തരത്തിലൊന്ന് എഴുതുന്നതിൽ തെറ്റില്ലെന്ന് തോന്നുന്നു. തീർച്ചയായും തന്റെ ആത്മകഥ പാർട്ടിയുടെ ഒരു ബൗദ്ധികചരിത്രം കൂടിയായിരിക്കുമെന്നും അദ്ദേഹം സൂചിപ്പിച്ചു. 'പക്ഷേ,

ഇപ്പോൾ അജണ്ടയിലുള്ള പുസ്തകങ്ങൾ എഴുതി കഴിയുമ്പോഴേക്കും ഞാൻ ജീവിച്ചിരിക്കുമോ എന്നറിയില്ല' എന്നുകൂടി അദ്ദേഹം പറഞ്ഞു. [42]

എന്നാൽ സുഹൃത്തുക്കളും ശിഷ്യന്മാരും ആത്മകഥയെഴുതാൻ അദ്ദേഹത്തെ കഠിനമായി നിർബന്ധിക്കുകയും സ്നേഹപൂർവ്വമായി പ്രേരിപ്പിക്കുകയും ചെയ്തിരുന്നു (അക്കൂട്ടത്തിൽ ഈ ഗ്രന്ഥ കർത്താവുമുൾപ്പെടും എന്ന് സൂചിപ്പിച്ചോട്ടേ) അവസാനം ദേശാഭിമാനി വാരികയുടെ പത്രാധിപരായിരുന്ന പ്രൊഫസർ കെ.പി.മോഹനന്റെ നിരന്തരമായ പ്രേരണയും നിർബന്ധവും ഉണ്ടായി.

ആദ്യം ആത്മകഥയെഴുതാതിരിക്കാനും പിന്നീട് ആ തീരുമാനം മാറ്റാനും പി. ജിയെ പ്രേരിപ്പിച്ച ചേതോവികാരം എന്താണെന്ന് തന്റെ ആത്മകഥയുടെ ആദ്യ അദ്ധ്യായത്തിന്റെ ആരംഭത്തിൽ തന്നെ പി. ജി സൂചിപ്പിക്കുന്നുണ്ട്:

ആത്മകഥ എഴുതണമെന്ന് പല സുഹൃത്തുക്കളും ചില പത്രാധിപന്മാരും വളരെ നാളുകളായി എന്നെ നിർബന്ധിച്ചുവരുന്നു. പക്ഷേ, ഇതുവരെ ഞാൻ ആ പ്രലോഭനങ്ങൾക്കോ സമ്മർദ്ദങ്ങൾക്കോ വഴങ്ങാതെ കഴിച്ചുകൂട്ടി. എത്രയൊക്കെ വിനയാന്വിതമാണെങ്കിലും ആത്മപ്രശംസ എന്ന ഒരു പൊങ്ങച്ചം ആത്മകഥാ രചനയിൽനിന്ന് ഒഴിവാക്കുവാൻ ആകുകയില്ല. പൊങ്ങച്ചം അത്ര ആകർഷകമായ ഒരു സ്വഭാവമല്ലാതാനും. പക്ഷേ, *ദേശാഭിമാനി* വാരികാ പത്രാധിപർ പ്രൊഫസർ കെ.പി മോഹനൻ പറയുന്നത് ആത്മകഥാ രൂപത്തിലൂടെ നാടിന്റെ സാംസ്കാരിക വളർച്ചയെക്കുറിച്ചും ആ സംസ്കാരിക വളർച്ചയും ആത്മകഥാകാരനും തമ്മിലുള്ള കരണ പ്രതികരണങ്ങളെക്കുറിച്ചും എഴുതാൻ കഴിയും എന്നാണ്...[43]

കൂടാതെ സുന്ദരയ്യരുടെ ജീവചരിത്രവും പി.ജി.യുടെ ആത്മകഥയും എഴുതണമെന്ന് പി .ജിയുടെ അസുഖമന്വേഷിച്ചെത്തിയ അന്നത്തെ സി.പി.ഐ(എം) ജനറൽ സെക്രട്ടറി പ്രകാശ് കാരാട്ടിന്റെ നിർദ്ദേശവും. ഇതിനെ തുടർന്നാണ് പല തവണ മാറ്റിവെച്ച സുന്ദരയ്യയുടെ ജീവചരിത്രവും ആത്മകഥയും പി.ജി. എഴുതിത്തുടങ്ങിയത്. [44] *അനുഭവങ്ങൾ അനുഭാവങ്ങൾ* എന്ന പേരിലുള്ള ആത്മകഥയുടെ പന്ത്രണ്ട് അദ്ധ്യായങ്ങൾ മാത്രമേ പി.ജി.ക്ക് എഴുതാൻ കഴിഞ്ഞുള്ളു. പി.ജി. അന്തരിച്ചതിനു ശേഷം ദേശാഭിമാനി വാരികയുടെ 2013 ഫെബ്രുവരി 24 മുതൽ മേയ് 12 വരെയുള്ള ലക്കങ്ങളിലായാണ് അത് പ്രസിദ്ധീകരിച്ചത്. അനുഭവങ്ങൾ അനുഭാവങ്ങൾ, പുല്ലുവഴി അന്നും ഇന്നും, കുടിയിറക്ക്, ഭക്തിമയം, കാലടി അദ്വൈതാശ്രമം, യൂണിയൻ ക്രിസ്ത്യൻ കോളേജ്, സഖാവ് കൃഷ്ണപിള്ള: വന്നു, കണ്ടു, കീഴടക്കി, വീണ്ടും പഴയ കഥയിലേക്ക്, കോളേജിന് പുറത്ത്, ജയിലിനകത്ത്, തിരികെ കേരളത്തിലേക്ക്, പാർട്ടി പുനഃസംഘടന, വെട്ടി മുറിച്ച സ്വാതന്ത്ര്യം എന്നീ പന്ത്രണ്ട് അദ്ധ്യാങ്ങളിലായി 1953 അവസാനം വരെയുള്ള ജീവിത കഥയാണ് പി.ജി. പറഞ്ഞത്. ഇത് പുസ്തകമായി പ്രസിദ്ധീകരിക്കപ്പെട്ടിട്ടില്ല.

മലയാളത്തിലെ മഹാനായ ബഹുമുഖപ്രതിഭയുടെ ആ ആത്മജീവിതാനുഭവങ്ങൾ മുഴുവൻ പകർന്നു കിട്ടിയിരുന്നെങ്കിൽ അത് ആത്മകഥാ ചരിത്രത്തിൽ തന്നെ ഒരു പുത്തൻ നാഴികക്കല്ലാകുമായിരുന്നു.

## പി സുന്ദരയ്യയുടെ ജീവചരിത്രം

1964 ൽ സി.പി.ഐ(എം) രൂപംകൊണ്ടതു മുതൽ 1978 വരെ ജനറൽ സെക്രട്ടറിയായിരുന്ന പി. സുന്ദരയ്യയെ ഗുരുതുല്യനായിട്ടാണ് പി.ജി കണ്ടിരുന്നത്. തന്റെ ബോംബെ പഠനകാലത്ത് അടുത്തറിഞ്ഞ അദ്ദേഹത്തിന്റെ ജീവിതകഥ എഴുതണമെന്നത് പി.ജി.യുടെ വലിയൊരാഗ്രഹമായിരുന്നു. അങ്ങനെ 75 പേജോളം എഴുതി. 1964 ൽ കമ്യൂണിസ്റ്റ് പാർട്ടി രണ്ടായി ഭിന്നിച്ചതിനു ശേഷം ഇടതുപക്ഷക്കാർ ഒന്നിച്ചുകൂടിയ തെനാലി കൺവെൻഷൻ വരെയുള്ള ചരിത്രം അതിൽപ്പെടുന്നു. എഴുപതുകൾവരെയുള്ള സുന്ദരയ്യയുടെ ജീവിതവഴികൾ പി.ജി.ക്ക് നന്നായറിയാമായിരുന്നു. അതിനുശേഷമുള്ള ജീവിതത്തിന്റെ സൂക്ഷ്മവിശകലനത്തിന് ആവശ്യമായ രേഖകളൊന്നും പി.ജി.യുടെ കൈവശമില്ലായിരുന്നു. അതിനാൽ തന്റെ സഹായിയായ വിപിൻ ചന്ദിനെ പി.ജി. ഹൈദരാബാദിലേക്കയച്ചു. കാണേണ്ട സഖാക്കളുടെ ലിസ്റ്റും കിട്ടേണ്ടുന്ന രേഖകളുടെയും പുസ്തകങ്ങളുടെയും ലിസ്റ്റും വിപിൻചന്ദിനെ ഏല്പിച്ചു. 2012 ഒക്ടോബർ രണ്ടാമത്തെയാഴ്ച ഹൈദ്രാബാദിലെത്തിയ വിപിൻ ചന്ദ് ഒരാഴ്ച അവിടെ താമസിച്ചു. അപ്പോഴേക്കും പി.ജി. ആവശ്യപ്പെട്ട രേഖകളെല്ലാം സഖാക്കൾ കണ്ടെത്തി വിപിനെ ഏൽപ്പിച്ചു. രേഖകളുമായി വിപിൻ മടങ്ങിയെത്തിയപ്പോഴേക്കും പി. ജി കൂടുതൽ ക്ഷീണിതനായിരുന്നു. എല്ലാ രേഖകളും കിട്ടിയ വിവരം വിപിൻ അറിയിച്ചപ്പോൾ ഉടനെ നമുക്കെഴുതാം എന്ന് പറയാനേ പി.ജി.ക്ക് കഴിഞ്ഞുള്ളു.

## പുരോഗമന കലാസാഹിത്യപ്രസ്ഥാനത്തിന്റെ ചരിത്രം

1930 കളുടെ മദ്ധ്യം മുതൽ ആരംഭിക്കുന്ന പുരോഗമന കലാ സാഹിത്യ പ്രസ്ഥാനത്തിന്റെ ചരിത്രം രചിക്കണമെന്ന അതിയായ ആഗ്രഹം പി .ജിക്കുണ്ടായിരുന്നു. അതിനെത്തുടർന്ന് പുസ്തകം എഴുതി തുടങ്ങിയെങ്കിലും കുറച്ചു മാത്രമേ പൂർത്തിയാക്കാൻ കഴിഞ്ഞുള്ളു. അത് അദ്ദേഹത്തിന്റെ വീട്ടിലെ അലമാരയിൽ ഭദ്രമായിരിക്കുകയാണ്.

പുരോഗമന സാഹിത്യ പ്രസ്ഥാനത്തെക്കുറിച്ച് 2012 നവംബർ 30ന് നടക്കുന്ന പുരോഗമന കലാസാഹിത്യ സംഘം പ്ലാറ്റിനം ജൂബിലി സമ്മേളനത്തിൽ ഒരു പ്രബന്ധം അവതരിപ്പിക്കുന്ന കാര്യം സംഘം ഭാരവാഹികൾ സൂചിപ്പിച്ചപ്പോൾ എ. കെ. ജി സെന്ററിലെ കംപ്യൂട്ടറിൽ അത് ചെയ്തിട്ടിട്ടുണ്ടെന്ന് പി.ജി. സൂചിപ്പിച്ചു.[45]

## പണത്തിന്റെ ചരിത്രം

പണത്തിന്റെ ചരിത്രത്തെക്കുറിച്ച് ഒരു പുസ്തകമെഴുതണമെന്ന മോഹം പി.ജിക്കുണ്ടായിരുന്നു. അതിനായി നല്ല തയ്യാറെടുപ്പുകളും അദ്ദേഹം നടത്തി. എൻ.ഇ.സുധീർ കടത്തിന്റെ ചരിത്രം പറയുന്ന *ഡെറ്റ്; എ വേൾഡ് ഹിസ്റ്ററി* എന്ന പുസ്തകത്തിന്റെ ചില ഭാഗങ്ങൾ പി.ജി.യെ വായിച്ചു കേൾപ്പിക്കുകയും ചെയ്തിരുന്നു.[46] മൂന്നു നാല് അദ്ധ്യായങ്ങൾ എഴുതുകയുമുണ്ടായി. എന്നാൽ പിന്നീട് തുടരാനായില്ല.

## ഷേക്സ്പിയറെപ്പറ്റി പുസ്തകം തുടങ്ങിവെച്ചു

ഷേക്സ്പിയറെക്കുറിച്ച് ഒരു പുസ്തകം എഴുതണമെന്ന് പി.ജി.ക്ക് വലിയ ആഗ്രഹമായിരുന്നു. പത്ത് പേജ് പി.ജി. എഴുതിവെച്ചെങ്കിലും അത് തുടരാനായില്ല. 2012 ഓണക്കാലത്ത് തന്റെ അസുഖമന്വേഷിച്ചെത്തിയ മുഖ്യ മന്ത്രി ഉമ്മൻചാണ്ടിയോട് ഷേക്സ്പിയറെക്കുറിച്ചുള്ള പുസ്തകമെഴുതാനുള്ള ആഗ്രഹത്തെ പറ്റി പി.ജി. പറയുകയുണ്ടായി. വി.ഡി സെൽവരാജുമായുള്ള ഒരു അഭിമുഖത്തിൽ പി.ജി. പറഞ്ഞത് "ഷേക്സ്പിയറിനെക്കുറിച്ചുള്ള പുസ്തകം പൂർത്തിയാക്കാൻ ആരോഗ്യം അനുവദിക്കുമോ എന്നറിഞ്ഞുകൂടാ"എന്നാണ്.[47]

## കമ്മ്യൂണിസ്റ്റ് പാർട്ടി ജനറൽ സെക്രട്ടറിമാരോടൊപ്പം

കമ്മ്യൂണിസ്റ്റ് പാർട്ടി ജനറൽ സെക്രട്ടറിമാരോടൊത്തുള്ള പ്രവർത്തനാനുഭവങ്ങളെക്കുറിച്ച് വിശദമായി എഴുതാൻ പി. ജി ആഗ്രഹിച്ചിരുന്നു. എന്നാൽ അതിന്റെ ആമുഖം മാത്രം എഴുതാനേ പി.ജിക്ക് കഴിഞ്ഞുള്ളു. *പുതുയുഗത്തിന്റെ അലയൊലി* എന്ന തലക്കെട്ടിൽ 2012 ഡിസംബർ 2 ന് *കലാകൗമുദിയിൽ* അത് (പേജ് 4 മുതൽ 30 വരെ) പ്രസിദ്ധീകരിച്ചിട്ടുണ്ട്.

ഭാരതത്തിലേക്ക് മാർക്സിസം കടന്നുവന്ന വഴികളെക്കുറിച്ച് വിശദമായി പറഞ്ഞശേഷമാകണം തന്റെ അനുഭവങ്ങൾ എഴുതിത്തുടങ്ങേണ്ടത് എന്നായിരുന്നു പി. ജിയുടെ നിലപാട്. അങ്ങനെ ആരംഭിച്ചെങ്കിലും അനുഭവപരമ്പര പൂർത്തിയാക്കാൻ പി. ജിക്ക് കഴിഞ്ഞില്ല. എന്നാൽ ഈ ആമുഖം ഒരു വിലപ്പെട്ട ചരിത്രരേഖയായി തന്നെ നിലകൊള്ളുന്നു.

1920 ഒക്ടോബർ 17 ന് താഷ്കന്റിൽ വെച്ച് ഏഴ് പേർ ചേർന്ന് ഇന്ത്യൻ കമ്മ്യൂണിസ്റ്റ് പാർട്ടിയുടെ പ്രഥമഘടകം രൂപീകരിക്കുന്നതിന് വഴിതെളിച്ച സംഭവ പരമ്പരകൾ വിശദീകരിക്കുകയാണ് ഈ ലേഖനത്തിൽ.

പി.സി.ജോഷിയും കെ. ദാമോദരനും ചേർന്നെഴുതിയ *മാർക്സ് ഇന്ത്യയിലേക്ക് വരുന്നു*(Marx Comes to India) എന്ന കൃതിയെക്കുറിച്ചും ഇന്ത്യൻ സ്വാതന്ത്ര്യസമരത്തിൽ ഇന്ത്യൻ നാഷണൽ കോൺഗ്രസ് വഹിച്ച നിർണ്ണായകമായ പങ്കിനെക്കുറിച്ചും ബങ്കിം ചന്ദ്ര ചാറ്റർജി, രവീന്ദ്രനാഥ ടാഗോർ, സ്വാമി വിവേകാനന്ദൻ, ബാലഗംഗാധരതിലകൻ എന്നിവരുടെ നവോത്ഥാന പ്രസ്ഥാനങ്ങൾ അതിനെ പുരിപ്പിക്കുന്നതിൽ വഹിച്ച പങ്കും അടയാളപ്പെടുത്തുന്നു. അതോടൊപ്പം താഷ്കന്റിൽ വെച്ച് ഇന്ത്യൻ കമ്മ്യൂണിസ്റ്റ് പാർട്ടി രൂപീകരിച്ച വിപ്ലവകാരികളായി പ്രമുഖരായ എം.എൻ റോയി, അബനി മുഖർജി എന്നിവരുടെ പങ്കും എടുത്തു പറയുന്നു. അതേസമയം സുഭാഷ് ചന്ദ്രബോസിനെപ്പോലെയോ ഭഗത് സിങ്ങിനെപ്പോലെയോ ഉള്ള വിപ്ലവകാരികളായ ഇവർക്ക് അംഗീകാരം കിട്ടാതിരിക്കാനുള്ള കാരണം അവർ ഇന്ത്യൻ കമ്മ്യൂണിസ്റ്റ് പാർട്ടിയുടെ ഔദ്യോഗിക നയങ്ങളെ ചോദ്യം ചെയ്തു എന്ന കാരണം കൊണ്ടാണെന്ന് പി ജി പറഞ്ഞു.

## 6. പി.ജി. എഴുതാൻ മോഹിച്ച കൃതികൾ

**ശങ്കരാചാര്യർ:** കേരളത്തിൽ പെരിയാറിന്റെ തീരത്ത് കാലടിയിൽ ജനിച്ച് അദ്വൈത വേദാന്തിയും ഹിന്ദു മത പരിഷ്കർത്താവുമായിത്തീർന്ന

ശങ്കരാചാര്യരെ (സി.ഇ. 788 – 820) കുറിച്ച് ഒരു പുസ്തകമെഴുതാനുള്ള മോഹം പി.ജി.ക്കുണ്ടായിരുന്നു.

**സ്പിനോസ :** ലോക പ്രസിദ്ധനായ ഡച്ച്-ജൂയിഷ് തത്വചിന്തകനായ ബനഡിക്ട് ദ സ്പിനോസ (സി.ഇ. 1632 – 1677)യെപ്പറ്റി ഒരു പുസ്തകമെഴുതണമെന്ന് പി .ജി ആഗ്രഹിച്ചിരുന്നു. പി.ജി.ക്ക് വളരെ പ്രിയപ്പെട്ട ദാർശനികനായിരുന്നു അദ്ദേഹം. അദ്ദേഹത്തിന്റെ ജീവചരിത്ര ഗ്രന്ഥമായ *വിത്തിൻ റീസൺ* പി.ജി അതിനുവേണ്ടി വായിക്കുകയും ചെയ്തു.

**ഗലീലി ഗലീലിയോ:** പ്രസിദ്ധ ഇറ്റാലിയൻ ജ്യോതിശാസ്ത്രജ്ഞനും ഗണിതശാസ്ത്രജ്ഞനും ഊർജ്ജതന്ത്രജ്ഞനുമായ ഗലീലി ഗലീലിയോ (1564–1642)യുടെ ജീവചരിത്രം രചിക്കാനും പി. ജിക്ക് ആലോചനയുണ്ടായിരുന്നു.

**റോസലക്സംബർഗ്:** പോളണ്ടിൽ ജനിച്ച ജർമ്മൻ കമ്യൂണിസ്റ്റ് വിപ്ലവകാരിയും ബുദ്ധിജീവിയും ഗ്രന്ഥകർത്താവുമായ റോസാലക്സംബർഗി (1871–1919)നെ കുറിച്ച് ഇ.എം.എസുമായി ചേർന്ന് ഒരു പുസ്തകം എഴുതാൻ പി.ജി ആഗ്രഹിച്ചിരുന്നു

**പൊന്നും പണവും:** സ്വർണ്ണത്തിന്റെ ജാതകമെഴുതുന്ന പുസ്തകം. അതായത് സ്വർണ്ണത്തിന്റെ സാമ്പത്തിക രാഷ്ട്രീയ വശത്തെ സംബന്ധിച്ച് വിശദീകരിക്കുന്ന പുസ്തകം. ഇതെഴുതാൻ വേണ്ടി ധനതത്വശാസ്ത്രം പി. ജി പഠിക്കുകയും ചെയ്തിരുന്നു.

**മാർക്സിസത്തിന്റെ ഒരു പാഠപുസ്തകം:** ഇരുപത്തിയൊന്നാം നൂറ്റാണ്ടിലെ മാർക്സിസം എങ്ങനെയാണ് എന്ന് വിവരിക്കുന്ന മാർക്സിസത്തിന്റെ ഒരു പാഠപുസ്തകം. ഇതിന് കുറിപ്പുകളൊക്കെ തയ്യാറാക്കുകയും ചെയ്തിരുന്നു.

പി ജി എഴുതണമെന്ന് ആഗ്രഹിച്ചിരുന്ന മറ്റു ചില പുസ്തകങ്ങൾ:

- വീണപൂവ് : വിപ്ലവം കവിയിലും കവിതയിലും
- സോഷ്യൽ ഹിസ്റ്ററി ഓഫ് പെയിന്റിങ് ഇൻ ഇന്ത്യ
- കുരിശുയുദ്ധം എങ്ങനെയുണ്ടായി എന്ന ഒരന്വേഷണം
- മെസപ്പൊട്ടോമിയൻ സംസ്കാരം എങ്ങനെ ഉണ്ടായി
- പഴയ കാശ്മീരിന്റെ ചരിത്രം
- പ്രതിദൈവങ്ങളെക്കുറിച്ച്

## 7. എഴുതാൻ പി.ജി.യുടെ പ്രോത്സാഹനം ലഭിച്ചവർ

നിരവധി പേർക്ക് എഴുതാൻ പ്രോത്സാഹനം നൽകുകയും പ്രചോദനവും ഉത്തേജനവും ആയിത്തീരുകയും ചെയ്ത വ്യക്തിയായിരുന്നു പി.ജി. ഒ.എൻ.വിയെപ്പോലുള്ള പ്രശസ്ത കവികളും, ജോർജ് ഓണക്കൂറിനെപ്പോലെയുള്ള നോവലിസ്റ്റുകളും, തോമസ് ഐസക്കിനെപ്പോലെയുള്ള രാഷ്ട്രീയ നേതാക്കളും, വി.കെ. ജോസഫിനെപ്പോലെയുള്ള ചലച്ചിത്ര നിരൂപകരും, സി.അശോകനെപ്പോലെയുള്ള എഴുത്തുകാരും, മലയിൻകീഴ് ഗോപാലകൃഷ്ണനെപ്പോലുള്ള പത്രപ്രവർത്തകരും ഒക്കെ ആ കൂട്ടത്തിൽപ്പെടുന്നു. ഇങ്ങനെ എഴുതിയും പറഞ്ഞും അദ്ദേഹം വലുതാക്കിയവരുടെ എണ്ണം അനവധിയാണ്.

പ്രസിദ്ധ സാഹിത്യകാരനായ ഡോ.ജോർജ് ഓണക്കൂർ പറഞ്ഞു.

വ്യക്തി ജീവിതത്തിൽ ഒട്ടേറെ പ്രതിസന്ധികളും ഒഴിവാക്കലുകളും തനിക്ക് അനുഭവിക്കേണ്ടി വന്നിട്ടുണ്ട്. സ്വാർത്ഥഭരിതമായ രാഷ്ട്രീയത്തിന്റെ ഭാഗത്ത് അടിമയെപ്പോലെ മുഖം കുനിച്ച് നിൽക്കാൻ കഴിയാത്ത ഭർത്സനങ്ങളും ഏറ്റു വാങ്ങേണ്ടി വന്നിട്ടുണ്ട്. മതവും രാഷ്ട്രീയവും ഇരുവശത്തു നിന്നും ആക്രമണം നടത്തുകയുണ്ടായി. എന്നാൽ അവയെയൊക്കെ അവഗണിച്ചുകൊണ്ട് സർഗ്ഗാത്മകരംഗത്ത് വിനയം വിടാതെയെങ്കിലും സ്വതന്ത്രമായി പ്രവർത്തിക്കാൻ പ്രചോദനം പി.ജി.യെപ്പോലെ സുമനസ്സാർന്ന ആചാര്യന്മാരുടെ അനുഗ്രഹമാണെന്ന് ഓണക്കൂർ രേഖപ്പെടുത്തുന്നു. അതിന് ഏത് പദവിയിലും പുരസ്കാരത്തിലുമുപരി വിലയും മഹത്ത്വവും ഉണ്ടെന്നും അദ്ദേഹം കൂട്ടിച്ചേർത്തു.[48]

*ദേശാഭിമാനി*യുടെ ചീഫ് എഡിറ്ററായി പി.ജി. പ്രവർത്തിക്കുന്ന കാലത്ത് ആ പത്രത്തിൽ തന്നെ പ്രവർത്തിച്ചിരുന്ന ഏഴാച്ചേരി രാമചന്ദ്രനെ ലേഖനങ്ങളും ഫീച്ചറുകളും റിപ്പോർട്ടുകളുമൊക്കെ എഴുതാൻ പ്രോൽസാഹനം നൽകിയതും അഴീക്കോടൻ രാഘവൻ അന്തരിച്ചപ്പോൾ അദ്ദേഹത്തെക്കുറിച്ച് ഒരു കവിത എഴുതാൻ പ്രേരിപ്പിച്ചതും പി.ജി. ആയിരുന്നുവെന്ന് *ഭജഗോവിന്ദം* എന്ന ലേഖനത്തിൽ ഏഴാച്ചേരി വിശദീകരിക്കുന്നുണ്ട്. ആ കവിതയിലെ

“ഇത്തിരിപ്പൂക്കളും കണ്ണീരുമർപ്പിച്ചു
നിർത്തുകയില്ലിവർ സത്യം!” എന്ന ആദ്യത്തെ രണ്ടു വരികളാണ് പിറ്റേന്നത്തെ *ദേശാഭിമാനി*യുടെ മുഖപ്രസംഗത്തിന്റെ തലക്കെട്ടായി പി.ജി. ഉപയോഗിച്ചത്. ‘കവിതയ്ക്ക് എനിക്കാദ്യമായി കിട്ടിയ സമ്മാനം’ എന്നാണ് എഴാച്ചേരി അതിനെ വിശേഷിപ്പിച്ചത്.[49]

തോമസ് ഐസക്കിന്റെ വാക്കുകൾ കേൾക്കുക: “എൺപതുകളുടെ ആദ്യമാണ് ഞാൻ *ചിന്ത*യിൽ എഴുതിത്തുടങ്ങുന്നത്. അച്ചടി കഴിഞ്ഞാലുടൻ എന്റെ കയ്യെഴുത്തു ലേഖനം വിശദമായ തിരുത്തലുകളോടെ പി.ജി മടക്കിത്തരും. അങ്ങനെയാണ് എഴുതിത്തെളിഞ്ഞത്. ഇതുപോലെ എത്ര ഓർമ്മകൾ.... വിജ്ഞാനഭണ്ഡാരമായിരുന്നു അദ്ദേഹം. ഒരു ലുബ്ധുമില്ലാതെ അറിവു പകർന്നും നൽകി.”[50]

പി.ജി. ഫിലിം ഡെവലപ്മെന്റ് കോർപ്പറേഷൻ ചെയർമാനായി പ്രവർത്തിച്ചിരുന്ന കാലത്ത് രണ്ടുവർഷക്കാലം അദ്ദേഹവുമൊത്ത് പ്രവർത്തിക്കാൻ അവസരമുണ്ടായ സി. അശോകൻ തന്റെ ജീവിതത്തിന്റെ ഒരു പരിശീലനകാലമായിരുന്നു അതെന്ന് പറഞ്ഞു. എഴുത്തിന്റെയും ആശയരൂപീകരണത്തിന്റെയും മേഖലകളിൽ ഉൾക്കാഴ്ചയെ വിപുലപ്പെടുത്തുവാനും വിചിന്തനശേഷി കൂടുതൽ മൂർച്ചയുള്ളതാക്കുവാനും പി.ജി.യുമൊത്തുള്ള ദിനങ്ങൾ സഹായിച്ചുവെന്നും അദ്ദേഹം പറഞ്ഞു.[51]

സിനിമാ നിരുപണഗ്രന്ഥത്തിന് ദേശീയപുരസ്കാരം നേടിയിട്ടുള്ള വി.കെ. ജോസഫ് തന്നെപ്പോലുള്ളവർക്ക് എഴുതാൻ പി.ജി. നൽകിയ പ്രചോദനത്തെക്കുറിച്ച് രേഖപ്പെടുത്തിയിട്ടുണ്ട്. ഒരിക്കൽ ഒരു സിനിമയെക്കുറിച്ച് സംസാരിക്കുമ്പോൾ പി.ജി. അതിനെക്കുറിച്ച് എഴുതാനാവശ്യപ്പെട്ടെങ്കിലും ശരിയാവില്ല എന്നു പറഞ്ഞു വി.കെ. ജോസഫ് ഒഴിഞ്ഞുമാറി. *ദേശാഭിമാനി*യിലെഴുതിയ ലേഖനം പോലെ (കടമ്മനിട്ടയുടെ കവിതകളെ നിരൂപണം ചെയ്തുകൊണ്ട് വി.കെ. ജോസഫ് *ദേശാഭിമാനി*യിൽ ഒരു ലേഖനം എഴുതി

യിരുന്നു. അതായിരുന്നു അദ്ദേഹത്തിന്റെ ആദ്യ രചന-ഗ്രന്ഥകർത്താവ്) ഒരെണ്ണം വേഗം ചിന്തയ്ക്കുവേണ്ടി എഴുതിത്തന്നുകൊള്ളു എന്ന അന്ത്യശാസനമാണ് അവസാനം പി.ജി. നൽകിയത്. ഈ അന്ത്യശാസനയും സ്നേഹപൂർവമായ നിർബന്ധവും ആണ് തന്നെപ്പോലുള്ള പലർക്കും എഴുത്തിന് സഹായകരമായത് എന്ന് വി.കെ. ജോസഫ് ഓർക്കുന്നു. പലപ്പോഴായി പി.ജി.യുടെ നിർബന്ധത്തിനും ശകാരത്തിനും വഴങ്ങി എഴുതിത്തുടങ്ങുകയും പിന്നീട് അതിൽ കൂടുതൽ ശ്രദ്ധചെലുത്തുകയും ചെയ്തതോടെ എഴുതിയ ലേഖനങ്ങൾ സമാഹരിച്ച് പുസ്തകമാക്കണമെന്ന് തന്നെ എപ്പോഴും ഓർമിപ്പിച്ചുകൊണ്ടിരുന്നതും പി.ജി.യാണ്.[52]

## 8. ഉപസംഹാരം

മാർക്സിയൻ സൗന്ദര്യ ശാസ്ത്രജ്ഞനെന്ന നിലയിൽ പി.ജി.യുടെ സ്ഥാനം എം.എസ്. ദേവദാസ്, എൻ.ഇ. ബാലറാം, സി. ഉണ്ണിരാജാ എന്നിവർക്കൊക്കെ വളരെ മുന്നിലാണ്. അക്കാര്യത്തിൽ ഇ.എം.എസിന്റെയും കെ. ദാമോദരന്റെയും നിരയിലാണ് പി.ജി.യുടെ സ്ഥാനം. മലയാളത്തിലെ ഏറ്റവും പ്രമുഖ സാഹിത്യ നിരൂപകരുടെ നിരയിൽ ഉൾപ്പെടുത്താൻ കഴിവും യോഗ്യതയുമുള്ള നിരൂപകനാണ് പി.ജി.യെന്ന് ഈ പഠനത്തിൽ നിന്ന് ബോധ്യമാകുമല്ലോ. അതിനാൽ ഡോ. എൻ.വി.പി. ഉണിത്തിരിയുടെ താഴെ പറയുന്ന അഭിപ്രായത്തോട് പൂർണ്ണമായി യോജിച്ചുകൊണ്ട് ഈ പഠനം ഉപസംഹരിക്കാം:

....കേസരി ബാലകൃഷ്ണപിള്ളയുടെ വിശ്വസാഹിത്യ വിജ്ഞാനവും മുണ്ടശ്ശേരിയുടെ സാമൂഹ്യബോധവും സാഹിത്യ ലക്ഷ്യദാർഢ്യവും എം.പി. പോളിന്റെ പ്രസന്നതയും മൂല്യബോധനിഷ്കർഷയും കുറ്റിപ്പുഴയുടെ യുക്തിബോധവും കൃത്യതയും കുട്ടികൃഷ്ണമാരാരുടെ കലാമൂല്യ നിഷ്ഠയും യുക്തിവിചാരകുശലതയും പി.ജി. എന്ന നിരൂപകനിൽ ഒത്തുചേർന്നിരിക്കുന്നു. ഇവരെയെല്ലാവരെയും അതിശയിക്കുന്ന മാർക്സിസത്തിലുള്ള അദ്ദേഹത്തിന്റെ അവഗാഹം വിശേഷിച്ചെടുത്തു പറയണം. പക്ഷേ, പലരും അദ്ദേഹത്തെ മാർക്സിസത്തിന്റെ വക്താവായ ഒരു നിരൂപകനായി മാത്രം കാണുകയാണ്. അദ്ദേഹം സാഹിത്യ നിരൂപണ ലോകത്തെ മാർക്സിസത്തിന്റെ വക്താവാണെന്ന കാര്യത്തിൽ അദ്ദേഹത്തിനോ മറ്റാർക്കെങ്കിലുമോ അശേഷം സംശയമില്ല. പക്ഷേ, പി.ജി അതു മാത്രമല്ല. പി. കുഞ്ഞിരാമൻ നായരെ ഭക്തകവി എന്നു വിളിച്ചിരുന്ന ഒരു കാലമുണ്ടായിരുന്നുവല്ലോ. പി.ക്ക് അതിൽ പരിഭവമൊന്നുമുണ്ടായിരുന്നില്ല. താൻ ഭക്തനുമാണ് കവിയുമാണെന്നതിൽ അദ്ദേഹത്തിനു സംശയമുണ്ടായിരുന്നില്ല. എങ്കിലും കാലം അദ്ദേഹത്തിന് തികച്ചും അർഹമായ മഹാകവി എന്ന വിശേഷണം തന്നെ നൽകിയതുപോലെ, പി.ജി.യെയും മാർക്സിസ്റ്റ് നിരൂപകൻ എന്നുമാത്രം വിശേഷിപ്പിച്ച് ഒതുക്കി നിർത്തുന്ന പ്രവണതയ്ക്കു വിരാമമിട്ടുകൊണ്ട് മുൻപറഞ്ഞ മലയാള സാഹിത്യ നിരൂപക പഞ്ചകത്തിനോടൊപ്പം അദ്ദേഹം അർഹിക്കുന്ന പദവി തന്നെ നൽകി ആദരിക്കാൻ സാഹിത്യലോകം ഇനിയെങ്കിലും മുന്നോട്ടുവരുമെന്ന് ഞാൻ വിശ്വസിക്കുന്നു.[53]

## സൂചനകൾ

1. ഡോ.എം.ആർ തമ്പാൻ, *വിജ്ഞാനകൈരളി*, ഡിസംബർ 2012 പു:4
2. *മേൽചൊന്നത്*
3. ഡോ. വി.ആർ.പ്രബോധചന്ദ്രൻ നായർ, *കിളിപ്പാട്ട് മാസിക*, ജൂലൈ 2010, പു:5
4. *മേൽചൊന്നത്*
5. *ഭാഷാപോഷണി വാർഷികപ്പതിപ്പ്*, ജൂൺ 2003, പു:41
6. *ദേശാഭിമാനി*, 23 നവംബർ 2012, പു:13.
7. *മുൽക്ക് രാജ് മുതൽ പവനൻ വരെ*, പു:80
8. *മേൽചൊന്നത്*, പു:80–81
9. സുകുമാർ അഴിക്കോട്, *ഗ്രന്ഥാലോകം*, സെപ്റ്റംബർ–ഒക്ടോബർ 1995, പു:16
10. *കിളിപ്പാട്ട് മാസിക*, ജൂലൈ 2010, പു;5
11. *മാർക്സിസം ചരിത്രം വിജ്ഞാനം*, പു: 221–225
12. *മേൽചൊന്നത്*, പു:225
13. *സ്റ്റുഡന്റ്*, ഫെബ്രുവരി–മാർച്ച് 2007; പി.ജി: സാഹിത്യം സാംസ്കാരം ദർശനം, പു:189–195
14. *കുങ്കുമം ഓണപ്പതിപ്പ്*, 1972; *പി ജി: സാഹിത്യം സംസ്കാരം ദർശനം*, പു:15
15. *പി ജി: സാഹിത്യം സംസ്കാരം ദർശനം*, പു:15–17
16. *മേൽചൊന്നത്*, പു;17
17. *സാഹിത്യവും രാഷ്ട്രീയവും*, പു:72
18. *ഭാഷാപോഷിണി*, ഡിസംബർ 1996; പി ജി: *സാഹിത്യം സംസ്കാരം ദർശനം*, പു:76–96
19. *പി ജി: സാഹിത്യം സംസ്കാരം ദർശനം*, പു:83
20. *മേൽചൊന്നത്*, പു:163–167
21. *മേൽചൊന്നത്*, പു:167
22. *കേരള സർവീസ്*, 9 ജനുവരി 1980; *പി .ജി: സാഹിത്യം സംസ്കാരം ദർശനം*, പു: 163–165
23. *ചിന്താവാരിക*, 6 ഫേബ്രുവരി 1987, പു:10
24. *ചിന്താവാരിക*, 27, ഫെബ്രുവരി 1987, പു:14
25. *മേൽചൊന്നത്*
26. *ചിന്താവാരിക*, 27 ഫെബ്രുവരി 1987
27. *ചിന്താവാരിക*, 13 ഫെബ്രുവരി 1987, പു:10
28. *മേൽചൊന്നത്*
29. *ചിന്താവാരിക*, 20 ഫെബ്രുവരി 1987
30. *സാഹിത്യം: അധോഗതിയും പുരോഗതിയും*, പു:96
31. *ചിന്താവാരിക*, 6 ഫെബ്രുവരി 1987
32. *സാഹിത്യം: അധോഗതിയും പുരോഗതിയും*, പു:95
33. *മേൽചൊന്നത്*, പു:96
34. *ചിന്താവാരിക*, 23 ജൂലൈ 1999,പു:15
35. *മേൽചൊന്നത്*

36. *പി ജി സംവാദത്തിന്റെ തുറന്ന പുസ്തകം*, പു:22–23
37. പി.ഗോവിന്ദപ്പിള്ള, *മാർക്സിസ്റ്റ് സൗന്ദര്യ ശാസ്ത്രം. ഉദ്ഭവവും വളർച്ചയും*, സംഘപ്രസാധന, (തിരുവനന്തപുരം- ജനുവരി 1997), പു:9–10
38. *സാഹിത്യവും രാഷ്ട്രീയവും*, പു:7
39. *പി.ജി സംവാദത്തിന്റെ തുറന്ന പുസ്തകം*, പു:25
40. *പി ജിയുടെ വായനാലോകം*, പു;138–142; *പിജിയുടെ പുസ്തകം* പു:98–103
41. *പി. ജി അഭിമുഖങ്ങൾ*, പു:15
42. *പി ജി മുഷ്ടിചുരുട്ടിയ വായന*, പു:237
43. *ദേശാഭിമാനി വാരിക*, 24 ഫെബ്രുവരി 2013, പു:18
44. *വായിച്ചുതീരാത്ത അച്ഛൻ*, പു:23
45. എസ്.രാജശേഖരൻ, *ദേശാഭിമാനി വാരിക*, 9 ഡിസംബർ 2012, പു;45
46. *മാതൃഭൂമി*, 24 നവംബർ 2012, പു:2
47. *കലാകൗമുദി*, 9 ഡിസംബർ 2012, പു:44
48. *പി ജി എന്ന സ്നേഹവിസ്മയം*, പു:14
49. *പി ജിയും ലോകവും*, പു:41
50. തോമസ് ഐസക്, *നഷ്ട സൗഭാഗ്യം*, മലയാള മനോരമ, 24 നവംബർ 2012
51. *പി ജി സംവാദത്തിന്റെ തുറന്ന പുസ്തകം*, പു:9
52. *പി ജിയും ലോകവും*, പു:57
53. *ചിന്താവാരിക*, ഡിസംബർ 2012, പു:22

## അനുബന്ധം: 1

### പി ജി വഹിച്ചിരുന്ന പദവികൾ

1. കേന്ദ്ര സാഹിത്യ അക്കാദമി അംഗം.
2. കേരള സ്റ്റേറ്റ് ലൈബ്രറി കൗൺസിൽ സംസ്ഥാന എക്സിക്യൂട്ടീവ് അംഗം
3. സംസ്ഥാന സാക്ഷരതാ മിഷൻ എക്സിക്യൂട്ടീവ് അംഗം.
4. കേരള യൂണിവേഴ്സിറ്റി സെനറ്റ് അംഗം.
5. കാലിക്കറ്റ് യൂണിവേഴ്സിറ്റി സിൻഡിക്കേറ്റ് അംഗം.
6. ഇ എം എസ് സമ്പൂർണ്ണകൃതികളുടെ ജനറൽ കൺവീനർ
7. കൈരളി ഫിലിം സൊസൈറ്റി സ്ഥാപകാംഗം
8. ജനശക്തി ഫിലിം സൊസൈറ്റി സ്ഥാപകാംഗം
9. ചിന്താ വാരിക എഡിറ്റോറിയൽ ബോർഡ് അംഗം
10. ഡൽഹിയിൽ നിന്ന് പ്രസിദ്ധീകരിച്ചിരുന്ന ജേർണൽ ഓഫ് ആർട്ട്സ് ആന്റ് ഐഡിയാസ് (ത്രൈമാസിക) എഡിറ്റോറിയൽ ബോർഡ് അംഗം.
11. ഇന്ത്യൻ പീപ്പിൾസ് തിയറ്റേഴ്സ് അസോസിയേഷൻ (IPTA- ഇപ്റ്റ) വൈസ് പ്രസിഡന്റ്
12. എ കെ ജി സെന്റർ ആസ്ഥാനമായി പ്രവർത്തിക്കുന്ന എ കെ ജി പഠന ഗവേഷണ കേന്ദ്രത്തിന്റെ മുഖ്യ സംഘാടകൻ.
13. ദേശാഭിമാനി സ്റ്റഡി സർക്കിളിന്റെ സ്ഥാപകരിൽ പ്രമുഖൻ.
14. പുരോഗമന കലാ സാഹിത്യ സംഘത്തിന്റെ സ്ഥാപകരിൽ മുഖ്യൻ.
15. സി ഡിറ്റിന്റെ സ്ഥാപകനും സ്ഥാപക ഡയറക്ടറും
16. തിരുകൊച്ചി ഗ്രന്ഥശാല സംഘം, കേരള ഗ്രന്ഥശാലാ സംഘം എന്നിവയിലെ ഭരണസമിതി അംഗം.
17. കേരളത്തിനകത്തും പുറത്തുമുള്ള സർവകലാശാലകളിൽ ജേർണലിസത്തിന്റെ വിസിറ്റിംഗ് പ്രൊഫസർ,

18. കേരളത്തിനകത്തും പുറത്തുമുള്ള പല സർവകലാശാലകളിലും ബോർഡ് ഓഫ് സ്റ്റഡീസിലും, ഫാക്കൽറ്റികളിലും അംഗം.
19. കൈരളി ചാനലിൽ 'പി ജിയും ലോകവും' എന്ന പരിപാടി അവതരിപ്പിച്ചു.
20. പട്ടം ജോസഫ് മുണ്ടശ്ശേരി ഫൗണ്ടേഷൻ ചെയർമാൻ
21. കേശവദേവ് ട്രസ്റ്റിന്റെ രക്ഷാധികാരി
22. *ദേശാഭിമാനി* പത്രത്തിന്റെയും വാരികയുടെയും മുഖ്യപത്രാധിപർ.

# അനുബന്ധം: 2

## പി ജിക്ക് ലഭിച്ച പ്രധാനപ്പെട്ട പുരസ്കാരങ്ങൾ

1. കേരള സാഹിത്യ അക്കാദമി അവാർഡ്– 1988
2. പാട്യം ഗോപാലൻ പുരസ്കാരം– 2002
3. കെ ആർ ചുമ്മാർ സ്മാരക അവാർഡ്– 2006
4. വിജ്ഞാന സാഹിത്യത്തിനുള്ള 2007 ലെ അബുദാബി ശക്തി അവാർഡ്
5. 2007 ലെ ആർ ശങ്കരനാരായണൻ തമ്പിസ്മാരക പുരസ്കാരം
6. കേരളത്തിലെ കമ്യൂണിസ്റ്റ് ഗവൺമെന്റിന്റെ സുവർണ്ണ സ്മൃതി പുരസ്കാരം– 2007
7. കേരള ഭാഷാ ഇൻസ്റ്റിറ്റ്യൂട്ട് പുരസ്കാരം– 2008
(എൻ വി കൃഷ്ണവാര്യർ സ്മാരക വൈജ്ഞാനിക അവാർഡ്)
8. ഖാദർ മാമ സ്മാരക രാഷ്ട്രീയ അവാർഡ്– 2008
9. 2008 ലെ സ്റ്റേറ്റ് ലൈബ്രറി കൗൺസിൽ പുരസ്കാരം
10. കേരള സാഹിത്യ അക്കാദമി വിശിഷ്ടാംഗത്വം– 2008
11. ചിന്നപ്പഭാരതി ട്രസ്റ്റ് പുരസ്കാരം–2009
12. കണ്ണശ്ശ പുരസ്കാരം– 2009
13. എം സി കൃഷ്ണനുണ്ണി നായർ സ്മാരക പുരസ്കാരം– 2009
14. മുഹമ്മദ് അബ്ദുൾ റഹ്മാൻ സാഹിബ് മെമ്മോറിയൽ അവാർഡ്– 2009
15. വി ടി പുരസ്കാരം– 2010
16. കേരള സംസ്ഥാന ബാലസാഹിത്യ ഇൻസ്റ്റിറ്റ്യൂട്ട് 2010 ലെ മികച്ച പുസ്തകത്തിന് നൽകിയ അവാർഡ്
17. കെ വിജയരാഘവൻ സ്മാരക പുരസ്കാരം– 2010
18. സാംബശിവൻ ജനസേവന പ്രവീൺ പുരസ്കാരം– 2010
19. രണ്ടാമത് ടി കെ സ്മാരക പുരസ്കാരം– 2010
20. എ എസ് എൻ സ്മാരക പുരസ്കാരം– 2010

21. നങ്ങേലിൽ ഗോപാലൻ വൈദ്യൻ മെമ്മോറിയൻ ജനശ്രേഷ്ഠ പുരസ്കാരം– 2010
22. മിത്രം പ്രതിഭാപുരസ്കാരം– 2011
23. ടി കെ രാമകൃഷ്ണൻ പുരസ്കാരം– 2011
24. പി കെ വി പുരസ്കാരം– 2011
25. ഡോക്ടർ സി പി മേനോൻ സ്മാരക സാഹിത്യ പുരസ്കാരം– 2011
26. പി എൻ പണിക്കർ അവാർഡ്– 2011–2012
27. പ്രൊഫസർ എ സുധാകരൻ സാംസ്കാരിക അവാർഡ്– 2012
28. പി കേശവദേവ് സാഹിത്യ പുരസ്കാരം– 2012

# ജീവിത രേഖ

**1926 മാർച്ച് 25:** എം എൻ പരമേശ്വരൻപിള്ളയുടെയും കെ പാറുക്കുട്ടിഅമ്മ യുടെയും മകനായി എറണാകുളം ജില്ലയിൽ കുന്നത്തുനാട് താലൂക്കിൽ രായമംഗലം ഗ്രാമത്തിൽ പുല്ലുവഴികരയിൽ ജനിച്ചു.

**1931–42:** പുല്ലുവഴി പ്രൈമറി സ്കൂൾ, കീഴില്ലം സെന്റ് തോമസ് മിഡിൽ സ്കൂൾ, കുറുപ്പംപടി മാർ ഗ്രിഗോറിയോസ് മെമ്മോറിയൽ ഹൈ സ്കൂൾ (എം ജി എം) എന്നിവിടങ്ങളിൽ സ്കൂൾ വിദ്യാഭ്യാസം. മിഡിൽ സ്കൂളിൽ പഠിക്കുമ്പോൾ (1938 ൽ) സ്കൂളിന് മുന്നിലെ റോഡിലൂടെ കടന്നുപോയ സ്റ്റേറ്റ് കോൺഗ്രസ് കാൽനട പ്രചാരണ ജാഥയ്ക്ക് ഏതാനും വിദ്യാർത്ഥി കളെ സംഘടിപ്പിച്ചു കൊണ്ടുപോയി മുദ്രാവാക്യം മുഴക്കി അഭിവാദ്യം അർപ്പിച്ചു. ഇതിന് ഹെഡ് മാസ്റ്ററിൽ നിന്നു കിട്ടിയ ചുട്ട അടിയായിരുന്നു രാഷ്ട്രീയക്കുറ്റത്തിന് ഗോവിന്ദപ്പിള്ളയ്ക്ക് ലഭിച്ച ആദ്യ ശിക്ഷ. സ്കൂൾ വിദ്യാ ഭ്യാസകാലത്ത് സ്റ്റുഡൻസ് കോൺഗ്രസിലൂടെ രാഷ്ട്രീയ പ്രവർത്തനം തുടങ്ങി.

**1939–42:** ഇക്കാലത്തെ വെക്കേഷൻ കാലങ്ങളിൽ ആഗമാനന്ദ സ്വാമികളുടെ ശിഷ്യനായി കാലടി അദ്വൈതാശ്രമത്തിൽ (ശ്രീ ശങ്കരആശ്രമം) ബ്രഹ്മസൂത്ര ഭാഷ്യവും മറ്റും പഠിക്കുന്നതിന് ചേർന്നു. അവിടുത്തെ സംസ്കൃത ഹൈസ്കൂളിൽ എൻ വി കൃഷ്ണവാര്യർ അദ്ധ്യാപകനായിരുന്നു. സംസ്കൃ ഭാഷ പഠിച്ചു.

**1942–46:** ആലുവ യൂണിയൻ ക്രിസ്ത്യൻ കോളേജിൽ ഇന്റർമീഡിയേറ്റ് പഠനം. പി കെ വാസുദേവൻ നായർ, മലയാറ്റൂർ രാമകൃഷ്ണൻ, എം എം ചെറി യാൻ മുതലായവർ സഹപാഠികൾ. വിദ്യാർത്ഥി കോൺഗ്രസിന്റെ സജീവപ്രവർത്തകൻ. 1942 ലെ 'ക്വിറ്റ് ഇന്ത്യ' സമരത്തിൽ പങ്കെടുത്ത് അറസ്റ്റ് വരിച്ച് ഏതാനും ദിവസം ലോക്കപ്പിൽ കിടന്നു. 1946 ൽ സഖാവ് പി കൃഷ്ണ പിള്ളയുടെ സ്വാധീനത്തിന് വിധേയനായി കമ്യൂണിസ്റ്റായി. കോളേജിൽ

കുറ്റിപ്പുഴ കൃഷ്ണപിള്ള അദ്ധ്യാപകനായിരുന്നു. ഇന്റർമീഡിയേറ്റ് പരീക്ഷ എഴുതിയില്ല. പിന്നീട് തിരുവനന്തപുരത്തും ചങ്ങനാശ്ശേരി എം പി പോൾസ് കോളേജിലും പോയി പഠിച്ച് ഇന്റർമീഡിയേറ്റ് ഫസ്റ്റ് ക്ലാസിൽ പാസ്സായി. എം പി പോൾ അദ്ദേഹത്തിന്റെ അദ്ധ്യാപകനായിരുന്നു.

**1946–47:** ഉത്തര തിരുവിതാംകൂർ വിദ്യാർത്ഥി യൂണിയൻ രൂപീകരിക്കുന്നതിന് നേതൃത്വം നൽകി. സി പി രാമസ്വാമി അയ്യർ പ്രഖ്യാപിച്ച 'സ്വതന്ത്ര തിരുവിതാംകൂറി'നെതിരെ പോരാടി.

**1947 ജൂൺ–1950:** ബോംബെ സെന്റ് സേവ്യേഴ്സ് കോളേജിൽ ബി എ ഓണേഴ്സിന് ചേർന്നു. എ ഐ എസ് എഫിന്റെ ബോംബെ ഘടകമായ ബോംബെ സ്റ്റുഡൻസ് യൂണിയന്റെ (ബി എസ് യു) ശക്തനായ പ്രവർത്തകൻ. കോളേജ് സെമിനാറി (യൂണിയന്റെ സെക്രട്ടറി) ന്റെ സെക്രട്ടറിയായി തെരഞ്ഞെടുക്കപ്പെട്ടു. ഡാങ്കെയുടെ മകൾ റോസ് ദേശ്പാണ്ഡെ, നക്സലൈറ്റുകാരിയായിരുന്ന അജിതയുടെ അമ്മ മന്ദാകിനി നാരായണൻ എന്നിവരൊക്കെ പി ജി യോടൊപ്പം ബി എസ് എഫിൽ സജീവമായി പ്രവർത്തിച്ചിരുന്നു. കോളേജിൽ എത്തിയ പ്രധാനമന്ത്രി നെഹ്റുവിനെ നേരിട്ട് കാണാനും അദ്ദേഹത്തിന്റെ പ്രസംഗം കേൾക്കാനും കഴിഞ്ഞു. കോളേജ് ഹോസ്റ്റലിൽ മാർപ്പാപ്പയുടെ ചിത്രത്തിനൊപ്പം ലെനിന്റെയും സ്റ്റാലിന്റെയും ചിത്രങ്ങളും പി ജി വെച്ചു. ബി. ടി രണദിവെയുമായി അടുത്ത ബന്ധം സ്ഥാപിച്ചു. പ്രശസ്ത ഇന്തോ–ആംഗ്ലിക്കൽ കവി നിസ്സീം എശീക്കിൽ ഗോവിന്ദപ്പിള്ള യുടെ ഇംഗ്ലീഷ് അദ്ധ്യാപകനായിരുന്നു. 1948 ജനുവരി 30 ന് കൊല്ലപ്പെടുന്നതിനും മുമ്പ് ബോംബെയിൽ വെച്ച് ഗാന്ധിജിയെയും പി.ജി. നേരിട്ടു കണ്ടിരുന്നു.

**1948 ഫെബ്രുവരി 28–മാർച്ച് 6:** കൽക്കത്തയിൽ വെച്ചുനടന്ന രണ്ടാം പാർട്ടി കോൺഗ്രസിൽ സ്റ്റാഫ് മെംബറെന്ന നിലയിൽ വളണ്ടിയറായി പങ്കെടുത്തു.

**1948 മാർച്ച്:** സഹോദരി ലക്ഷ്മിക്കുട്ടിയും പി കെ വിയും തമ്മിലുള്ള വിവാഹം.

**1949 മാർച്ച്:** മാർച്ച് 9 ന് നടന്ന റെയിൽവേ തൊഴിലാളി പണിമുടക്കിനോടനുബന്ധിച്ച് നടന്ന സമരത്തിൽ പങ്കെടുത്തുകൊണ്ട് പൊലീസിനു നേരെ ആസിഡ് ബൾബും കല്ലും എറിഞ്ഞതിനെത്തുടർന്ന് അറസ്റ്റ് ചെയ്ത് ജയിലിലടച്ചു. വർളിഡിറ്റൻഷൻ ക്യാമ്പ്, ആർതർ റോഡ് സെൻട്രൽ ജയിലിൽ, പൂനയിലെ യർവാദ ജയിൽ എന്നീ ജയിലുകളിൽ കിടക്കേണ്ടിവന്നു. എസ് എ ഡാങ്കെ, അജയ് ഘോഷ്, എസ് എസ് മിറാജ്ക്കർ, എ എസ് ആർ ചാരി, പിൽക്കാലത്ത് പ്രസിദ്ധനായിത്തീർന്ന ഹിന്ദി ചലച്ചിത്രനടൻ ബൽരാജ് സാഹ്നി മുതലായവരൊക്കെ സഹതടവുകാർ. ജയിലിൽ വെച്ച് ഹിന്ദി, മറാത്തി എന്നീ ഭാഷകൾ പഠിച്ചു.

**1950:** ജയിൽ മോചിതനായപ്പോൾ സർവകലാശാല പരീക്ഷയൊക്കെ കഴിഞ്ഞിരുന്നു. പരീക്ഷ എഴുതാനായില്ലെന്ന് മാത്രമല്ല ഹാജർ തികയാത്തതിനാൽ കോളേജിൽനിന്നും പുറത്തുമായി. നാട്ടിലേക്ക് മടങ്ങി. താമസിയാതെ സ്റ്റുഡൻസ് ഫെഡറേഷൻ പ്രവർത്തനവുമായി ബന്ധപ്പെട്ട് വീണ്ടും ബോംബെയിലേക്ക് പോയി.

**1951 ഒക്ടോബർ 9–15:** കൊൽക്കത്തയിൽ വെച്ചുനടന്ന പാർട്ടിയുടെ പ്രത്യേക സമ്മേളനത്തിൽ പി.ജി.യും പങ്കെടുത്തു.

**1951 അവസാനം:** പെരുമ്പാവൂരിൽ നിന്ന് കൊച്ചി നിയമസഭയിലേക്ക് തിരഞ്ഞെടുക്കപ്പെട്ടു. കോൺഗ്രസിലെ ഇട്ടികുര്യനെ 2790 വോട്ടിന് തോല്പിച്ചു.

**1951–53:** തിരുകൊച്ചി നിയമസഭാംഗം.

**1953:** കിസാൻ സഭ കേരള സംസ്ഥാനകമ്മിറ്റി അംഗം. തുടർന്ന് സംസ്ഥാന എക്സിക്യൂട്ടീവ് കമ്മിറ്റിയിലേക്ക് തെരഞ്ഞെടുക്കപ്പെട്ടു.

**1953 ഡിസംബർ 27–1954 ജനുവരി 4:** മധുരയിൽ നടന്ന മൂന്നാം പാർട്ടി കോൺഗ്രസിൽ ആദ്യമായി പൂർണ്ണ പ്രതിനിധിയായി പങ്കെടുത്തു.

**1954 സെപ്തംബർ 15–18:** പഞ്ചാബിലെ മോർഗയിൽ വെച്ചു നടന്ന കിസാൻ സഭയുടെ 12–ാം അഖിലേന്ത്യാ സമ്മേളനത്തിൽ പങ്കെടുത്തു.

**1953 (അവസാനം)–1956:** ഇ എം എസിന്റെ അസിസ്റ്റന്റും പാർട്ടി കേന്ദ്ര മാസികയായ *ന്യൂ എജി*ന്റെ പത്രാധിപസമിതിയംഗ (സബ് എഡിറ്റർ) വുമായി പാർട്ടി കേന്ദ്ര കമ്മിറ്റി ഓഫീസായ ഡൽഹിയിൽ പ്രവർത്തിച്ചു. ബി എ ഓണേഴ്സ് പാസ്സായത് ഇക്കാലത്താണ്. പാർലമെന്റിലെ പ്രതിപക്ഷനേതാവായ എ കെ ഗോപാലനുമായി അടുത്തു പ്രവർത്തിക്കുകയും അദ്ദേഹത്തെ സഹായിക്കുകയും ചെയ്തു. പി സി ജോഷി, അജയ്ഘോഷ്, എസ് വി ഘാട്ടെ, ഗംഗാധർ അധികാരി പി സുന്ദരയ്യ തുടങ്ങിയ ഉന്നത കമ്യൂണിസ്റ്റ് നേതാക്കളുമായി അടുത്ത ബന്ധം സ്ഥാപിച്ചു.

**1956 സെപ്തംബർ 10:** പി ജി എം എൻ ഗോവിന്ദൻ നായരുടെ അനന്തിരവളായ എം ജെ രാജമ്മയെ വിവാഹം കഴിച്ചു.

**1957:** ഇന്ത്യൻ കമ്യൂണിസ്റ്റ് പാർട്ടി എറണാകുളം ജില്ല കമ്മിറ്റി അംഗം

**1957–59:** പെരുമ്പാവൂരിൽ നിന്നുള്ള കേരള നിയമസഭാംഗം. കോൺഗ്രസിലെ കെ എ ദാമോദരമേനോനെ 899 വോട്ടിനാണ് പരാജയപ്പെടുത്തിയത്.

**1960 ഫെബ്രുവരി:** പെരുമ്പാവൂരിൽ നിന്ന് വീണ്ടും തെരഞ്ഞെടുപ്പിൽ മത്സരിച്ചെങ്കിലും കോൺഗ്രസിലെ കെ എം ചാക്കോയോട് 5800 വോട്ടിന് പരാജയപ്പെട്ടു.

**1960 മേയ് 17–19:** ബീഹാറിലെ ഗാസിപ്പൂരിൽ വെച്ചുനടന്ന പതിനേഴാം അഖിലേന്ത്യാ കിസാൻ സമ്മേളനത്തിൽ പങ്കെടുത്തു.

**1961 നവംബർ 27:** കർഷക സമരത്തിന് (എറണാകുളം കളക്ടറേറ്റ് പിക്കറ്റിങ്) നേതൃത്വം കൊടുത്തതിന് അറസ്റ്റിലായി. തുടർന്ന് ആറുമാസം വിയ്യൂർ സെൻട്രൽ ജയിലിൽ തടവിൽ. ജയിലിലെത്തിയ വെല്ലിംഗ്ടണിൽനിന്നും ചുരുട്ട്‌വലി ശീലം പഠിച്ചു.

**1962–64:** പാർട്ടി കേന്ദ്രപ്രസിദ്ധീകരണ വിഭാഗമായ പീപ്പിൾസ് പബ്ലിഷിംഗ് ഹൗസിന്റെ (പി പി എച്ച്) എഡിറ്ററായി ഡൽഹിയിൽ. മൊഹിത് സെൻ, നിഖിൽ ചക്രവർത്തി, ടി കെ എൻ മേനോൻ, സി പി രാമചന്ദ്രൻ മുതലായവർ സഹപ്രവർത്തകർ.

**1964 സെപ്തംബർ:** ദേശാഭിമാനി ചീഫ് എഡിറ്റർ ആയി നിയമനം.

**1964 ഡിസംബർ 29:** 'ചൈനാചാരൻ' എന്ന കുറ്റം ആരോപിച്ച് കണ്ണൂർ ജയിലിലടച്ചു. കന്നഡ, തമിഴ് ഭാഷകൾ ജയിലിൽ വെച്ച് പഠിച്ചു.

**1965 മാർച്ച്:** ജയിലിൽ കിടക്കവെ പെരുമ്പാവൂരിൽ നിന്നു കേരള നിയമസഭ

യിലേക്ക് തിരഞ്ഞെടുക്കപ്പെട്ടു. കോൺഗ്രസിലെ സി പി പൗലോസിനെ 8399 വോട്ടിന് പരാജയപ്പെടുത്തി.

**1966 ഏപ്രിൽ 27:** ജയിൽ മോചിതനായി.

**1967–70:** പെരുമ്പാവൂരിൽ നിന്ന് വീണ്ടും കേരള നിയമസഭാംഗമായി. കോൺഗ്രസിലെ കെ ജി ആർ കർത്തായെ 5165 വോട്ടിന് തോല്പിച്ചു.

**1970–82:** *ദേശാഭിമാനി* വാരിക ചീഫ് എഡിറ്റർ.

**1976:** നക്സലൈറ്റായ കെ വേണുവിനെ ഒളിവിൽ താമസിപ്പിച്ചതിന് പി ജിയെ അടിയന്തരാവസ്ഥ കാലത്ത് അറസ്റ്റ് ചെയ്ത് നാലഞ്ചു ദിവസം ചോദ്യം ചെയ്തു.

**1976 ആഗസ്റ്റ്–1978 ഫെബ്രുവരി:** നാടൻ പാട്ടു ഗവേഷണത്തിന് കർണ്ണാടകത്തിലെ ധാർവാറിൽ

**1980–83:** കേരള പ്രസ് അക്കാദമി ചെയർമാൻ.

**1964 സെപ്തംബർ– 1976 ആഗസ്റ്റ് 2, 1978 ഫെബ്രുവരി 16–1982 സെപ്തംബർ 30:** *ദേശാഭിമാനി* പത്രത്തിന്റെ ചീഫ് എഡിറ്റർ.

**1987–91,1996–2001:** സംസ്ഥാന ചലച്ചിത്ര വികസന കോർപ്പറേഷൻ ചെയർമാൻ. 1988 ൽ കേരളത്തിലാദ്യമായി രാജ്യാന്തരചലച്ചിത്ര മേള നടത്തി. 1998 വീണ്ടും നടത്തി. തിരുവനന്തപുരത്തും കോഴിക്കോട്ടുമായി നാലു തിയേറ്ററുകൾ പണികഴിപ്പിച്ചു.

**1988–89:** സെന്റർ ഫോർ ഡെവലപ്പ്മെന്റ് ഓഫ് ഇമേജിംഗ് ടെക്നോളജി (സി ഡിറ്റ്) സ്ഥാപിച്ചു. അതിന്റെ സ്ഥാപക ഡയറക്ടർ.

**1958–2003:** രണ്ട് ഇടവേളകളിലൊഴിച്ച് അവിഭക്ത കമ്യൂണിസ്റ്റ് പാർട്ടിയുടെയും സി പി ഐ (എം) ന്റെയും സംസ്ഥാനകമ്മിറ്റി അംഗം. 1964–ൽ സി.പി.ഐ(എം) രൂപംകൊണ്ട് ആറേഴുവർഷം സംസ്ഥാന സെക്രട്ടറിയേറ്റ് അംഗവുമായിരുന്നു.

**1998 ഫെബ്രുവരി:** മുകുന്ദപുരത്തുനിന്ന് ലോകസഭയിലേക്ക് മത്സരിച്ചെങ്കിലും കോൺഗ്രസിലെ എ സി ജോസിനോട് 8949 വോട്ടിന് പരാജയപ്പെട്ടു.

**1998 നവംബർ:** ബഹറിൻ സന്ദർശിച്ചു.

**1948–2002 :** പി ജിയുടെ ജീവിതകാലത്ത് 20 പാർട്ടി കോൺഗ്രസുകൾ നടന്നു. അതിൽ 1948–ൽ നടന്ന രണ്ടാം പാർട്ടികോൺഗ്രസ് മുതൽ 2002 ൽ നടന്ന 17–ാം പാർട്ടി കോൺഗ്രസുവരെയുള്ള 16 പാർട്ടികോൺഗ്രസുകളിൽ പി ജി പങ്കെടുത്തു.

**2007 ജനുവരി:** സൗദി അറേബ്യ സന്ദർശിച്ചു.

**2007:** ഒരു ബൈക്ക് തട്ടി എല്ലുപൊട്ടി. ഏതാനും മാസം കിടപ്പിൽ.

**2012 നവംബർ 22:** അന്തരിച്ചു.

# ബിബ്ലിയോഗ്രാഫി

## I. പി ജിയുടെ കൃതികൾ

### A . ജീവചരിത്രം


1. *ഇ എം എസ് നമ്പൂതിരിപ്പാട്*, നാഷണൽ ബുക്ക്ട്രസ്റ്റ്, ഇന്ത്യ (ന്യൂ ഡൽഹി–2007)
2. *കെ ദാമോദരൻ പോരും പൊരുളും*, സാഹിത്യ പ്രവർത്തക സഹകരണ സംഘം, (കോട്ടയം–2012 ഡിസംബർ)
3. *ഫ്രെഡറിക് ഏംഗൽസ് സ്നിഗ്ധനായ സഹകാരി വരിഷ്ഠനായ വിപ്ലവകാരി*, ചിന്ത, (തിരുവനന്തപുരം–2006 മാർച്ച്)
4. *മാർ ഗ്രിഗോറിയോസിന്റെ മതവും മാർക്സിസവും*, ചിന്ത, (തിരുവനന്തപുരം–2006 നവംബർ)
5. *വിപ്ലവ പ്രതിഭ,(പത്തുവിപ്ലവകാരികളുടെ ലഘുജീവ ചരിത്രക്കുറിപ്പ്)*, ചിന്ത, (തിരുവനന്തപുരം–1989 ഏപ്രിൽ)


### B. ശാസ്ത്രം


1. ചാൾസ് ഡാർവിൻ: *ജീവിതവും കാലവും*, കേരള ശാസ്ത്ര സാഹിത്യപരിഷത്ത്, (തൃശ്ശൂർ–2009 നവംബർ)
2. പി ജിയുടെ ശാസ്ത്രക്കുറിപ്പുകൾ, ചിന്ത (തിരുവനന്തപുരം–2014 നവംബർ)
3. *വൈജ്ഞാനിക വിപ്ലവം: ഒരു സാംസ്കാരിക ചരിത്രം*, കേരള ഭാഷാ ഇൻസ്റ്റിറ്റ്യൂട്ട്, (തിരുവനന്തപുരം–2010 ഒക്ടോബർ)
4. *ശാസ്ത്രം നൂറ്റാണ്ടുകളിലൂടെ*, കൊടുങ്ങല്ലൂർ സയൻസ് ഫോറം, (കൊടുങ്ങല്ലൂർ–1980 ജൂലൈ)


### C. സാഹിത്യം


1. *ഇ എം എസും മലയാള സാഹിത്യവും*, ഡി സി ബുക്ക്സ്, (കോട്ടയം–2011 ഏപ്രിൽ)
2. *ഇ എം എസിന്റെ മരണാനന്തര ജീവിതവും കലാസാഹിത്യ ചിന്തകളും*, കേരള ഗ്രന്ഥശാല സഹകരണ സംഘം, (തിരുവനന്തപുരം–2014 നവംബർ)
3. *ഇതിഹാസ പഠനങ്ങൾ മാർക്സിസ്റ്റ് വീക്ഷണത്തിൽ*, പുരോഗമന പ്രധാന സമിതി, (.....1991)
4. *ഇസങ്ങൾക്കിപ്പുറം*, ചിന്ത, (തിരുവനന്തപുരം–1975 ഒക്ടോബർ)
5. *തെരഞ്ഞെടുത്ത പ്രബന്ധങ്ങൾ*, കേരള സാഹിത്യ അക്കാദമി, (തൃശ്ശൂർ– 2012 ഏപ്രിൽ)
6. *പി ജി സാഹിത്യം സംസ്കാരം ദർശനം*, ഡി ശ്രീധരൻ നായർ (സമാഹാരം), ചിന്ത, (തിരുവനന്തപുരം–2013 നവംബർ)
7. *പുന്താനം മുതൽ സൈമൺവരെ*, ശക്തി പബ്ലിക്കേഷൻസ്, (പെരിന്തൽമണ്ണ–1989 ജൂൺ)
8. *ഭഗവദ്ഗീത ബൈബിൾ മാർക്സിസം*, ചിന്ത വാരിക പ്രസിദ്ധീകരണം, (കൊച്ചിൻ–1985 നവംബർ)

9. *മാർക്സിസം ചരിത്രം വിജ്ഞാനം*, ചിന്ത, (തിരുവനന്തപുരം–2014 നവംബർ)
10. *മാർക്സിസ്റ്റ് സൗന്ദര്യശാസ്ത്രം: ഉത്ഭവവും വളർച്ചയും*, സംഘ പ്രസാന, (തിരുവനന്തപുരം–1987 ജനുവരി)
11. *മുൽക്ക് രാജ് മുതൽ പവനൻവരെ*, സിതാര ബുക്സ്, (കായംകുളം–2007 ജനുവരി)
12. *സാഹിത്യം: അധോഗതിയും പുരോഗതിയും*, ചിന്ത, (തിരുവനന്തപുരം– 1992 മേയ്)
13. *സാഹിത്യവും രാഷ്ട്രീയവും*, ചിന്ത, (തിരുവനന്തപുരം–1982)
14. *സ്വദേശാഭിമാനി പ്രതിഭാവിലാസം*, സിതാര ബുക്സ്, (കായംകുളം –2010 ഡിസംബർ)
15. *സർഗാത്മകതയും പ്രതിബദ്ധതയും*, സിതാര ബുക്സ്, (കായംകുളം– 2008 ജനുവരി)

(ഇതിൽ 2,5,6,8,9,14 എന്നീ ഗ്രന്ഥങ്ങളിൽ സാഹിത്യ വിഷയങ്ങൾ മാത്രമല്ല പ്രതിപാദിച്ചിരിക്കുന്നത്).

## D. ചരിത്രം

1. *കേരളം: ഇന്ത്യൻ യൂണിയനിലെ അധഃകൃത സംസ്ഥാനം*, ദേശാഭിമാനി ബുക്ക് ഹൗസ്, (തിരുവനന്തപുരം–1968 ജൂലൈ)
2. *കേരള നവോത്ഥാനം ഒരു മാർക്സിസ്റ്റ് വീക്ഷണം ഒന്നാം സഞ്ചിക*, ചിന്ത, (തിരുവനന്തപുരം–2013 ജൂലൈ)
3. *കേരള നവോത്ഥാനം നാലാം സഞ്ചിക മാധ്യമ പർവ്വം*, ചിന്ത, (തിരുവനന്തപുരം–2013 ഫെബ്രുവരി)
4. *കേരള നവോത്ഥാനം മൂന്നാം സഞ്ചിക യുഗസന്തതികൾ യുഗ ശിൽപ്പികൾ*, ചിന്ത, (തിരുവനന്തപുരം–2009 മാർച്ച്)
5. *കേരള നവോത്ഥാനം രണ്ടാം സഞ്ചിക മതാചാര്യർ മതനിഷേധികൾ*, ചിന്ത, (തിരുവനന്തപുരം–2011 ജനുവരി)
6. *ചരിത്ര ശാസ്ത്രം പുതിയമാനങ്ങൾ*, ചിന്ത, (തിരുവനന്തപുരം–1993 ജൂൺ)
7. *മഹാഭാരതം മുതൽ കമ്യൂണിസംവരെ*, സിതാര ബുക്സ്, (കായംകുളം– 2003 ഏപ്രിൽ)
8. *മെയ്ദിനം*, ചിന്ത, (തിരുവനന്തപുരം–1993 ഏപ്രിൽ)
9. *ലോകയുവജന പ്രസ്ഥാനം*, ചിന്ത, (തിരുവനന്തപുരം–1991 ഡിസംബർ)
10. *വീര വിയറ്റ്നാം*, ദേശാഭിമാനി പ്രസ്സ്, (കോഴിക്കോട്–1972 സെപ്തംബർ)
11. *വർഗ്ഗീയതയും ചരിത്രരചനയും*, പി എം സെയ്ത് മുഹമ്മദ് ഫൗണ്ടേഷൻ, (കൊച്ചി–1994 മാർച്ച്)
12. *സ്വാതന്ത്ര്യത്തിന്റെ സാർവദേശീയത*, നയനബുക്ക്സ്, (പയ്യന്നൂർ–1988 നംബർ)
13. *സംസ്കാരവും നവോത്ഥാനവും*, ചിന്ത, (തിരുവനന്തപുരം–2011 ജൂൺ)
14. *The Bhakti Movement Renaissence or Revivalism*, Aakar Books, (New Delhi - 2013)

## E. മറ്റുള്ളവ

1. *ആഗോളവൽക്കരണം സംസ്കാരം മതം*, ചിന്ത, (തിരുവനന്തപുരം–2004 ജനുവരി)
2. *പി ജിയുടെ പുസ്തകം*, ഡി സി ബുക്സ്, (കോട്ടയം–2012 നവംബർ)
3. *പി ജിയുടെ വായനാലോകം*, മാതൃഭൂമി ബുക്ക്സ്, (കോഴിക്കോട്–2013 ഏപ്രിൽ)
4. *മാർക്സും മൂലധനവും*, ചിന്ത, (തിരുവനന്തപുരം–2008 മേയ്)

### F. പി.ജി.യുടെ പരിഭാഷകൾ

1. *കാട്ടുകടന്നൽ*, (ഏഥൽ ലിലിയൻ വോയ്നിച്ച്), ചിന്ത, (തിരുവനന്തപുരം–2014 ഒക്ടോബർ)
2. *ഇന്ദിരാഗാന്ധി തളർച്ചയും തകർച്ചയും*, (ഡി ആർ മങ്കേക്കർ, കമലാമങ്കേക്കർ), ചിന്ത, (തിരുവനന്തപുരം–1978 ജനുവരി)
3. *ഇന്ത്യാചരിത്ര വ്യാഖ്യാനം മാർക്സിസ്റ്റ് സമീപനം*, (ഇർഫാൻഹബീബ്), ചിന്ത, (തിരുവനന്തപുരം–1991 ജനുവരി)
4. *ഭൂതകാലവും മുൻവിധികളും* (റോമില ഥാപ്പർ), (തിരുവനന്തപുരം–1992 നവംബർ)
5. *ആര്യ- ദ്രാവിഡ വിവാദവും മതനിരപേക്ഷതയും* (റോമില ഥാപ്പർ), ചിന്ത, (തിരുവനന്തപുരം–1995 മേയ്)

## G. പ്രഭാഷണം

*കേരള വിദ്യാഭ്യാസ വ്യവസ്ഥയുടെ വരേണ്യപക്ഷപാതം* (1985 ജനുവരി 31 ഫെബ്രുവരി 1 എന്നീ തീയതികളിൽ കൊല്ലത്ത് ഗവൺമെന്റ് മോഡൽ ഹൈസ്കൂളിൽ

വെച്ചു പി ഗോവിന്ദപ്പിള്ള നടത്തിയ മത്തായി സ്മാരക പ്രഭാഷണം. അച്ചടിച്ച 28 പേജുകളുള്ളതാണ് ഈ പ്രഭാഷണം)

## II. പി ജിയും മറ്റുള്ളവരും ചേർന്നെഴുതിയ കൃതികൾ

1. അനിൽകുമാർ എ വി, രാജേന്ദ്രശർമ, ഗോവിന്ദപ്പിള്ള പി, *ആർ എസ് എസ് ഫാസിസത്തിന്റെ ഇന്ത്യൻ രൂപം*, ചിന്ത, (തിരുവനന്തപുരം-1997 മേയ്)
2. ഒരു സംഘം ലേഖകർ (പി.ജി. ഉൾപ്പെടെ), *എ.കെ.ജി. ജീവിതവും പ്രവർത്തനങ്ങളും*, ചിന്ത, (തിരുവനന്തപുരം- 2005 മേയ്)
3. ഒരു സംഘം ലേഖകർ (പി.ജി. ഉൾപ്പെടെ), *പത്രഭാഷ*, കേരള പ്രസ് അക്കാദമി, (കൊച്ചി- ഡിസംബർ 1983)
4. ഒരു സംഘം ലേഖകർ (പി.ജി. ഉൾപ്പെടെ), *മാർക്സിസത്തിന്റെ സ്വാധീനം വിവിധ വിജ്ഞാനശാഖകളിൽ*, ചിന്ത, (തിരുവനന്തപുരം- 1992 ആഗസ്റ്റ്)
5. ഒരു സംഘം ലേഖകർ (പി ജി ഉൾപ്പെടെ), *സൃഷ്ടിയും ലക്ഷ്യവും ഒരു സംവാദം*, ചിന്ത, (തിരുവനന്തപുരം, 1992 നവംബർ)
6. ഗോവിന്ദപ്പിള്ള പി, ബിനോയ് വിശ്വം, *കമ്യൂണിസ്റ്റ് ലയനം (അ)സാധ്യം*, വചനം ബുക്ക്സ്, (കോഴിക്കോട്-2012 ഏപ്രിൽ)
7. ഗോവിന്ദപ്പിള്ള പി, ഭാസ്കരൻ സി, *യുവജനപ്രസ്ഥാനം ഇന്ത്യക്കകത്തും പുറത്തും*, ചിന്ത, (തിരുവനന്തപുരം-2000 ഏപ്രിൽ)
8. ഗോവിന്ദപ്പിള്ള പി, ഭാസ്കരൻ സി, *വിപ്ലവങ്ങളുടെ ചരിത്രം*, ചിന്ത, (തിരുവനന്തപുരം-1997)
9. ഗോവിന്ദപ്പിള്ള പി, നാരായണൻ സി പി, *ഡി പി ഇ പിയും പുതിയ പാഠ്യപദ്ധതിയും*, ചിന്ത, (തിരുവനന്തപുരം-1999 ജൂലൈ)
10. നമ്പൂതിരിപ്പാട് ഇ എം എസ്, ഗോവിന്ദപ്പിള്ള പി, *ഗ്രാംഷിയൻ വിചാരവിപ്ലവം*, ചിന്ത, (തിരുവനന്തപുരം-2006 സെപ്തംബർ)
11. രാമചന്ദ്രൻ വി, രാമചന്ദ്രൻ പിള്ള എസ്, ഗോവിന്ദപ്പിള്ള പി, ഭാസ്കരൻ സി, *മൂന്ന് ഇന്റർനാഷണലുകളുടെ ചരിത്രം*, ചിന്ത, (തിരുവനന്തപുരം- 1992 ആഗസ്റ്റ്)

## III. മറ്റു ഗ്രന്ഥങ്ങൾ

1. അപ്പുക്കുട്ടൻ ജി വി ഡോ. *ഇ എം എസിന്റെ ആത്മീയ ലോകം*, നാഷണൽ ബുക്ക്സ്റ്റാൾ, (കോട്ടയം- 2008 ഫെബ്രുവരി)
2. അനിൽ കുമാർ കെ അഡ്വ. *മാധ്യമങ്ങളുടെ എഴുതാപ്പുറങ്ങൾ: ഒരു മാർക്സിസ്റ്റ് നിരീക്ഷണം*, ചിന്ത, (തിരുവനന്തപുരം-2012 മാർച്ച് )
3. ഉണ്ണികൃഷ്ണൻ വി ഡോ. *ഗ്രന്ഥശാലാപ്രസ്ഥാനം കേരളത്തിൽ*, കേരള ഭാഷാ ഇൻസ്റ്റിറ്റ്യൂട്ട്, (തിരുവനന്തപുരം-2007 ഡിസംബർ)
4. ഒരു സംഘം ലേഖകർ, എ.കെ.ജി. ജീവിതവും പ്രവർത്തനവും, ചിന്ത, (തിരുവനന്തപുരം-2005)
5. കുറുപ്പ് ഒ എൻ വി (എഡി:), *ഒരു ഗന്ധർവൻ ഈ വഴി വന്നു*, ചിന്ത, (തിരുവനന്തപുരം-1994 ഒക്ടോബർ)
6. ഗോപാലകൃഷ്ണൻ പി കെ, *പുരോഗമന സാഹിത്യ പ്രസ്ഥാനം നിഴലും വെളിച്ചവും*, കേരള സാഹിത്യ അക്കാദമി, (തൃശ്ശൂർ-2000)
7. ഗോപാലൻ എ കെ, *കേരളം ഇന്നലെ ഇന്ന്*, ചിന്ത, (തിരുവനന്തപുരം-2002 ജൂലൈ)
8. ചന്തവിള മുരളി ഡോ., *സഖാവ് പി കൃഷ്ണപിള്ള ഒരു സമഗ്രജീവചരിത്ര പഠനം*, ചിന്ത, (തിരുവനന്തപുരം-2008 ആഗസ്റ്റ് )
9. ........, *എ.കെ.ജി. ഒരു സമഗ്രജീവചരിത്രം* (മൂന്ന് വോള്യങ്ങൾ), ചിന്ത, (തിരുവനന്തപുരം-2014 മാർച്ച്)
10. ........, *സി പി ഐ (എം) രൂപീകരണം ഒരു ചരിത്രം*, ചിന്ത, (തിരുവനന്തപുരം-2015 ജനുവരി)
11. ........, *എൻ സി ശേഖർ: കേരളത്തിലെ വിപ്ലവ പ്രസ്ഥാനത്തിന്റെ തീപ്പൊരി*, ചിന്ത, (തിരുവനന്തപുരം-2015 നവംബർ)
12. ........, *അഴീക്കോടൻ രാഘവൻ: ജീവിതവും രാഷ്ട്രീയവും*, ചിന്ത, (തിരുവനന്തപുരം-2015 ഡിസംബർ)
13. ദാമോദരൻ കെ, *ഒരു ഇന്ത്യൻ കമ്യൂണിസ്റ്റിന്റെ ഓർമ്മക്കുറിപ്പ്*, പ്രഭാതം പ്രിന്റിങ് ആൻഡ് പബ്ലിഷിങ് കമ്പനി പ്രൈവറ്റ് ലിമിറ്റഡ്, (തിരുവനന്തപുരം-1990 ഏപ്രിൽ)
14. നമ്പൂതിരിപ്പാട് ഇ എം എസ്, *കമ്യൂണിസ്റ്റ് പാർട്ടി കേരളത്തിൽ I*, ചിന്ത, (തിരുവനന്തപുരം-1984 ഒക്ടോബർ)

15. ..........., *കേരളചരിത്രം മാർക്സിസ്റ്റ് വീക്ഷണത്തിൽ*, ചിന്ത, (തിരുവനന്തപുരം–1990)
16. പൊതുവാൾ എ കെ, *കേരളത്തിൽ ജന്മിത്തം അവസാനിച്ചു*, പ്രഭാതം പ്രിന്റിങ് ആൻഡ് പബ്ലിഷിംഗ് കമ്പനി പ്രൈവറ്റ് ലിമിറ്റഡ്, (തിരുവനന്തപുരം–1981)
17. നായനാർ ഇ കെ, *ജയിലിലെ ഓർമകൾ*, ചിന്ത, (തിരുവനന്തപുരം–2004)
18. ..........., *സമരത്തീച്ചൂളയിൽ*, ഡി.സി.ബുക്ക്, (കോട്ടയം–1995)
19. പ്രകാശം ആർ, *കേശവൻ സി*, സാംസ്കാരിക പ്രസിദ്ധീകരണവകുപ്പ് കേരള സർക്കാർ, (തിരുവനന്തപുരം–2002 ഏപ്രിൽ)
20. പി കെ വി, *പി കെ വിയുടെ ആത്മകഥ*, പ്രഭാതം പ്രിന്റിങ് ആൻഡ് പബ്ലിഷിംഗ് കമ്പനി പ്രൈവറ്റ് ലിമിറ്റഡ്, (തിരുവനന്തപുരം–2013 ജൂലൈ)
21. പോൾ മണലിൽ, *എ ജെ ജോൺ വ്യക്തിയും കാലവും*, സാംസ്കാരിക പ്രസിദ്ധീകരണ വകുപ്പ്, കേരള സർക്കാർ, (തിരുവനന്തപുരം–2003 ഫെബ്രുവരി )
22. ബാബുജോൺ, *പാർട്ടി കോൺഗ്രസുകളുടെ ചരിത്രം*, ചിന്ത, (തിരുവനന്തപുരം–2012 ജനുവരി )
23. ബാലാനന്ദൻ ഇ, *നടന്നുതീർത്ത വഴികൾ*, ഗ്രീൻ ബുക്സ്, (തൃശ്ശൂർ– 2009 ജനുവരി)
24. ഭാസ്കരൻ സി (എഡിറ്റർ), *സഖാവ് പി കൃഷ്ണപിള്ള കേരളത്തിലെ പ്രഥമ കമ്യൂണിസ്റ്റ്*, ചിന്ത, (തിരുവനന്തപുരം–1995 ഏപ്രിൽ)
25. ..........., *സ്നേഹിച്ചു മതിയാവാതെ*, മോഡേൺ ബുക്സ് സെന്റർ, (തിരുവനന്തപുരം–2004)
26. മനോഹരൻ വി വി (എഡി:), *ഐ വി ദാസ്: ഒരു ഓർമ്മപ്പുസ്തകം*, ഹരിതം ബുക്സ്, (കോഴിക്കോട്–2011 ഫെബ്രുവരി)
27. ശ്രീധരമേനോൻ എ പ്രൊ. *കേരളവും സ്വാതന്ത്ര്യസമരവും*, ഡി സി ബുക്സ്, (കോട്ടയം–1997).

## IV. പി.ജി.യെക്കുറിച്ചുള്ള ഗ്രന്ഥങ്ങൾ

1. അശോകൻ സി, *പി ജി സംവാദത്തിന്റെ തുറന്ന പുസ്തകം*, ചിന്ത, (തിരുവനന്തപുരം–2014 നവംബർ)
2. ഒരു സംഘം ലേഖകർ, *പി ജി മുഷ്ടിചുരുട്ടിയ വായന*, ചിന്ത, (തിരുവനന്തപുരം–2013 ഫെബ്രുവരി)
3. ജോർജ് ഓണക്കൂർ (എഡിറ്റർ), *പി ജി എന്ന സ്നേഹ വിസ്മയം*, അതീന്റിക് ബുക്സ്, (തിരുവനന്തപുരം–2012 ജനുവരി)
4. പയ്യന്നൂർ കുഞ്ഞിരാമൻ, *ഒരേയൊരു പി ജി ജീവിതവും എഴുത്തും*, ചിന്ത, (തിരുവനന്തപുരം–2012 മാർച്ച്)
5. പോക്കർ പി കെ, സത്യൻ പി പി, വിനോദ് വൈശാഖി, *പി ജി അഭിമുഖങ്ങൾ*, പ്രോഗ്രസ് പബ്ലിക്കേഷൻ, (കോഴിക്കോട്–2010 ഡിസംബർ)
6. രാധാകൃഷ്ണൻ എം ജി, *വായിച്ചുതീരാത്ത അച്ഛൻ*, മാതൃഭൂമി ബുക്സ്, (കോഴിക്കോട്–2014 ജൂലൈ)

## V. സുവനീർ

പി.ജി.യും ലോകവും, തിരുവനന്തപുരം ജില്ലാ ലൈബ്രറി കൗൺസിൽ

## VI. വർത്തമാന പത്രങ്ങൾ

*കേരളകൗമുദി, ചന്ദ്രിക, ജനയുഗം, തേജസ്, ദേശാഭിമാനി, മാതൃഭൂമി*
*മാധ്യമം, മലയാളമനോരമ, നവലോകം*

## VII. മാസിക

*ഉള്ളെഴുത്ത്, കിളിപ്പാട്ട്, കർഷകതൊഴിലാളി മാസിക, കർഷക നാദം മാസിക, കേരളാ സർവ്വീസ്, ഗ്രന്ഥാലോകം, പച്ചക്കുതിര, പുരോഗമന കലാസാഹിത്യ സംഘം മാസിക, സെക്രട്ടേറിയേറ്റ് സർവ്വീസ്, ദ മാർക്സിസ്റ്റ്* (ഇംഗ്ലീഷ് ക്വാർട്ടലി), *ന്യൂ ഏജ്* (ഇംഗ്ലീഷ്), *ഫാസ്, മാർക്സിസ്റ്റ് സംവാദം* (ത്രൈമാസിക), *വിജ്ഞാന കൈരളി, വിദ്യാരംഗം, സംസ്കാര കേരളം* (ത്രൈമാസിക), *സ്റ്റാർ ന്യൂസ് വീക്ക്, സ്റ്റുഡന്റ്*

## VIII. വാരിക

*കലാകൗമുദി, കുങ്കുമം വാരിക, കേരള ശബ്ദം, ചിന്ത വാരിക, ജനയുഗം വാരിക, ദേശാഭിമാനി വാരിക, നവയുഗം വാരിക, ഭാഷാപോഷിണി, സംസ്കാരകേരളം (ത്രൈമാസിക), ന്യൂ ഏജ്* (ഇംഗ്ലീഷ്), *പീപ്പിൾസ് ഡെമോക്രസി* (ഇംഗ്ലീഷ്), *മാതൃഭൂമി ആഴ്ചപ്പതിപ്പ്, മാധ്യമം ആഴ്ചപ്പതിപ്പ്, മലയാളം വാരിക, മലയാള മനോരമ ആഴ്ചപ്പതിപ്പ്.*

www.ingramcontent.com/pod-product-compliance
Lightning Source LLC
LaVergne TN
LVHW060215051026
849517LV00005B/1410